தியூப்ளே வீதி

ஆசிரியரின் பிற நூல்கள்

சைக்கிள் முனி

ராயர் காபி கிளப்

அரசூர் வம்சம்

விஸ்வரூபம்

அச்சுதம் கேசவம்

இரா. முருகன் கதைகள்

இரா. முருகன் குறுநாவல்கள்

மூன்று விரல்

நெம்பர். 40 ரெட்டைத் தெரு

லண்டன் டயரி

ப்ராஜெக்ட் மேனேஜ்மெண்ட்

தியூப்ளே வீதி

இரா. முருகன்

கிழக்கு

தியூப்ளே வீதி
Dupleix Veedhi
Era. Murukan ©

First Edition: April 2016
544 Pages
Printed in India.

ISBN: 978-93-84149-77-2
Kizhakku 915

Kizhakku Pathippagam
177/103, First Floor,
Ambal's Building, Lloyds Road
Royapettah, Chennai 600 014.
Ph: +91-44-4200-9603

Email : support@nhm.in
Website : www.nhm.in

kizhakkupathippagam
kizhakku_nhm

Author's Email: eramurukan@gmail.com

Kizhakku Pathippagam is an imprint of New Horizon Media Private Limited

தியூப்ளே வீதி அழைக்கிறது.
எழுபதுகளுக்கு என்னுடன் வாருங்கள்.

முன்னுரை

ஆறு வருடம் முன்பு தினமணி கதிர் வார இதழில் 'நெம்பர் 40, ரெட்டைத் தெரு' என்ற தலைப்பில் ஒரு தொடர் எழுதினேன். பயோஃபிக்ஷன் என்ற, வாழ்க்கை வரலாற்று அடிப்படையிலான புனைகதை அல்லது புனைகதையான வரலாறு அது.

1960-களில், தமிழ்நாட்டில் இருக்கும் பெயர் குறிப்பிடப்படாத ஒரு சிறு நகரத்தில் இருந்த ஒரு பத்து வயதுப் பையனின் வாழ்க்கைதான் அந்தத் தொடர். நான்தான் அவன்.

'நெம்பர் 40, ரெட்டைத் தெரு' நூல் வடிவம் பெற்றது. அதன் பகுதிகள் குறும்படமாயின. நானும் அதில் நடித்தேன்.

வாழ்க்கை 1960-களிலேயே நின்றுவிடவில்லையே. அந்தப் பையன் வளர்ந்து கல்லூரியில் அடி எடுத்து வைத்தான். 1970-களில் அவனுடைய உலகம், அவனைச் சுற்றி இயங்கிய உலகம், பழகிய மனிதர்கள், நடந்த தெருக்கள் இதையெல்லாம் கற்பனை கலந்து பதிவு செய்யும் தொடர்தான் 'தியூப்ளே வீதி'.

தியூப்ளே வீதியும் ரெட்டைத் தெருவும் வெவ்வேறு ஊர்களில் இருந்தவை. இப்போது இரண்டுமே பெயர் மாறி நினைவுகளில் மட்டும் நிலைத்திருக்கின்றன.

நூலில் புகும் முன்பு, சில வார்த்தைகள். நாவலுக்கும் குறுநாவல் தொகுப்புக்கும் விஸ்தாரமாக முன்னுரை எழுதும் மனமும் கைகளும் பயோ பிக்ஷன் என்றதும் நகர மறுக்கின்றன. வாழ்க்கை சார் புதினத்துக்கு வாழ்க்கை தானே முன்னுரையும், முடிவுரையும்,

கருவும், உருவும், சார்பும், இயக்கமும், இலக்கும் தருவது? தனியாக முன்னுரை எழுதிச் சேர்க்க என்ன இருக்கிறது?

ரொம்ப சரி. சில தகவல்களை மட்டும் சொல்கிறேன். தியூப்ளே வீதி தொடர்பானவை அவை.

தியூப்ளே வீதி முழுவதையும் தினமணி இணையத் தளத்தில் அத்தியாய வரிசை பிசகாமல் தேடிப் படித்த ஒரு நண்பரின் கேள்வி-

'அது ஏன் கடைசியிலே இப்படி பண்ணிட்டே? நீ நடந்துக்கிட்டது ரொம்பத் தப்பு.'

பயோபிக்ஷன் கதைசொல்லி முழுக்க முழுக்க நானே என்று நம்ப வைத்ததற்கு எழுத்தின் மீது பழி போடலாம் என்றாலும் எழுத்தைப் பற்றி அவருக்குக் குறைச்சல்பட ஏதுமில்லை.

பரவாயிலே... முற்றுப்புள்ளியே இல்லாம பாஷ்யம் ஐயங்கார் மாதிரி அடிச்சுட்டுப் போறே...

யார் மாதிரி?

அதான்'பா கடல்புறா...

அவர் சாண்டில்யனை விட்டு என்னைத் திரும்பத் துரத்திக் கிடுக்கிப் பிடி போட்ட இடம்:

> சுவிட்சர்லாந்துக்கு முப்பது வருடம் முன் முதல் தடவையாகத் தொழில் நிமித்தமாகப் போனபோது அமேலிக்குத் தொலை பேசினேன். விவாகரத்து ஆகி இருப்பதாகத் தெரிவித்தாள். சந்திக்கலாமா என்று கேட்டேன். வரச் சொன்னாள். பெரிய வீடு. எல்லா வசதியும் உண்டு. சாப்பிட்டுவிட்டு உட்கார்ந்து ஊர்க் கதை பேசிக்கொண்டிருந்தபோது 'பிரெஞ்ச் ஷகொலா சாப்பிடறியா?' என்று கேட்டாள் அமேலி. அவள் கொடுத்த அழகான பெட்டியில் இருந்து சாக்லெட் எடுத்தபோது தான் கவனித்தேன். லலி தொலாந்தல் வீதியில் கர்னல் வீட்டில் அமேலி இருக்கும்போது பார்த்த பெட்டிபோல இந்தப் பெட்டிக்கும் இரண்டு அறைகள். அன்றைக்கும் மறுநாளும் அங்கேதான் தங்கினேன்.
>
> வருடா வருடம் ஏதாவது சாக்கு சொல்லி இங்கிலாந்து பயணமும், சுவிட்சர்லாந்தில் நானாக இழுத்துப் போட்டுக்கொள்ளும் கம்பெனி வேலையாக சுவிட்சர்லாந்து பயணங்களும் தொடர்ந்தன.
>
> கயலை அமேலி விஷயத்தில் மட்டும் ஏமாற்றி இருப்பதை அவளிடம் சொல்ல வேண்டிய நேரம் நெருங்கிக்கொண்டிருக்கிறது.

இதுக்கு என்ன அர்த்தம்? you went out of the wedlock.

நான் இல்லே.

பயோபிக்‌ஷன்னு சொல்லிட்டே. நீ தான்.

அது எப்படியோ இருக்கட்டும்.

தியூப்ளே வீதியின் கதைசொல்லி நான்கு பெண்களை நேசிக்கிறான். ஒருத்தியோடு (அமேலி) உறவும் ஏற்படுகிறது. அது அவனுக்குத் திருமணம் முடிந்து ஆண்டுகள் சென்றும் நீடிக்கிறது. அதைக் குறித்து மனக் குமைச்சல் எதுவும் இல்லாமல், மற்றவர்கள் அன்பின் காரணமாக மன்னித்து விடுவார்கள் என்று நினைக்கிறான்.

தப்பு இல்லையா?

தவறா இல்லையா என்பது meta-ethical (மீயொழுக்கம் சார்ந்த) கேள்வி என்றுதான் நினைக்கிறேன். தியூப்ளே வீதியில் விவாதிக்கப்பட வேண்டியவற்றில் இதுவும் ஒன்று. ஜோசபினோடு அவனுக்கு (எனக்குன்னு சொல்லு, சரி அப்படியே வச்சுக்கலாம்) இருந்த அன்பும் உடற்கவர்ச்சியும் சார்ந்த நட்பு கூட அவ்வாறே.

தினமணி இணைய தளத்தில் வியாழன் தோறும், 33 வாரம் வெளியானது 'தியூப்ளே வீதி' பயோபிக்‌ஷன் நாவல்.

ஒவ்வொரு வாரமும் எடிட்டராக மட்டும் இல்லாமல் முதல் வாசகராக, ரசித்துப் படித்து, வாசக அனுபவத்தைத் தொடர்ந்து வாராவாரம் எல்லா சஹ்ருதயர்களோடும் பகிர்ந்து கொண்டார் என் அன்புத் தோழி, தினமணி Senior Content Editor கவிதாயினி உமா.

பாராட்டுகிற அதே வேளையில் அன்போடு கிண்டல் செய்யவும் மறக்கவில்லை அவர். 'என்ன முருகன், ஆரம்பத்திலே ரொம்ப விவரமா வீதி, கட்டடம், வீடு, ஹோட்டல், தியேட்டர்னு ஒண்ணு விடாம கவர் பண்ணினீங்க... அப்புறம் அங்கே எல்லாம் அந்தப் பையன் சளைக்காம கேர்ள் ப்ரண்டுகளைக் கூட்டிப் போய் முத்தம் கொடுத்திட்டு இருக்கான்...'

ஒவ்வொரு புது அத்தியாயம் எழுதும் போதும் இதை நினைத்துச் சிரிப்பேன்!

பயோபிக்‌ஷன்லே எவ்வளவு விழுக்காடு உண்மை? இந்தக் கேள்விக்கு நான் உமாவுக்கு இதுவரை நேரடியான பதில் சொல்லவில்லை. மேகலாவும், ஜோசபினும், கயலும், அமேலியும்... உண்டு ஆனா இல்லே. உமாவுக்கு மேகலாவை அறிமுகப்படுத்தியிருக்கிறேனாக்கும்!

இறுதி அத்தியாயங்களை ஒருமுறைக்கு இருமுறை வாசித்து, அற்புதமான ஒரு உட்பெட்டிக் கடிதமாக அனுப்பியிருந்தார் அந்தக் கவிதாயினி. அவர் கவிதைபோல், அழகியல் ரசனையோடும் சிந்தனைத் தெளிவோடும் அற்புதமாக அமைந்த அந்தக் கடிதத்தைப் படிக்கப் படிக்க மனம் நிறைகிறது.

உமாவுக்காக இன்னொரு பயோபிக்‌ஷன் எழுதலாம்.

நன்றி உமா ஷக்தி.

வாராவாரம் தினமணிக்கு அனுப்பும்போதே இன்னொரு நண்பருக்கும் அனுப்பி விடுவேன். பொறுமையாகப் படித்து அழகாகக் கருத்துத் தெரிவிப்பார் அவர். அச்சுதம் கேசவம், தியூப்ளே வீதி, வாழ்ந்து போதீரே மூன்றையும் விரிவாக விமர்சனம் செய்கிற, பாராட்டுகிற, கேள்வி கேட்கிற என் அருமை நண்பர் கிரேசி மோகனுக்கு நன்றி வெண்பா நானூறு பாட இருக்கிறேன்!

எழுதச் சொல்லிக் கேட்டுக்கொண்ட தினமணி பொது நிர்வாகி, நண்பர் ஆர் வி எஸ் என்ற வெங்கடசுப்பிரமணியன், இணையப் பதிப்பு ஆசிரியர் பார்த்தசாரதி இவர்கள் அளித்த ஊக்கம் 10 வாரத்தில் முடிக்க நினைத்த தொடரைச் சரம் சரமாகக் கதை சொல்ல வைத்து 580 பக்கங்களில், 33 அத்தியாயங்களோடு நிறைவு காண வைத்துள்ளது. இந்த நண்பர்களுக்கு என் இதயம் நிறைந்த நன்றி. ‘புகுமுகம்’ ஆக இருக்கும் முதல் ஆறு அத்தியாயங்களும் என் நண்பர் சித்தன் பிரசாத் ஆசிரியராக இருந்த யுகமாயினி இலக்கிய இதழில் பிரசுரமானவை. சித்தனுக்கும் என் நன்றி.

இரா.முருகன்
மார்ச் 2016

கவிதாயினி உமா ஷக்தி
தியூப்ளே வீதி குறித்து...

வியாக்கிழமையை அழகிய தினமாக எனக்கு ஆக்கித் தந்த உங்களுக்குத்தான் நான் நன்றி சொல்ல வேண்டும். இலக்கிய உலகில் எழுத்து எப்படி இருக்க வேண்டும் என்பதற்கான சர்ச்சையும் விவாதமும் அடிக்கடி நடைபெறும்.

என்னைப் பொருத்தவரையில் ஒரு வாசகனை நட்புடன் கரம் பிடித்து பக்கத்தில் உட்கார வைத்து அப்படியே அந்த எழுத்துக்குள் ஐக்கியமாக வைத்துவிடுவதுதான். தங்கள் மேதமையை எழுத்தாக்கி வார்த்தைகளை வலிந்து திணித்து வாசகரை ஓரங் கட்டச் செய்யும் எழுத்து எனக்கு உவப்பானதல்ல.

தவிர தன்னுடைய சொந்த சோகங்களையும் துக்கங் களையும் படைப்பாக்கி, படிப்பவன் கசந்தும் வெறுத்துப் போகும் அளவிற்கு வாசகனுக்குள் எதுவும் நிகழ்த்தாத எழுத்தையும் என்னால் ஒரு போதும் ரசிக்க முடியாது.

மாறாக எழுத்தை ஒரு ஊற்றாக்கி, மையில் தன் உயிரில் உணர்வில் கலந்தவற்றை மொழியின் துணையோடு முடிந்த வரையில் தன் ஆன்மாவை படிப்பவனுக்கு கடத்தச் செய்கிறவனே நல்ல எழுத்தாளன். இரா. முருகன் அத்தகைய ஒரு எழுத்தாளர். அவர் படைப்புக் களைப் படிப்பவர் யாருக்கும் இதில் மாற்றுக் கருத்து இருக்க முடியாது.

வாழ்வை நுட்பமாக ரசித்து, உணர்ந்து, கற்று, கற்றதை மேலும் கற்பனை சேர்த்து சுய அனுபவம் கலந்து எழுதும்போது அந்த எழுத்து அமரத்துவம் பெறுகின்றது. தத்துவமும், தேடலும், ஆழமும் அழகியலும், நவீனத்தன்மையும் கொண்ட எழுத்து முருகனுடையது.

தினமணியில் கடந்த 33 வாரங்கள் வெளிவந்து கொண்டிருந்த 'தியூப்ளே வீதி' அதற்கு மிகச் சிறந்த சான்று.

மனத்தை எப்படி கையாள்வது என்பது பெரிய வித்தை. ஞானிகளுக்கே அது சிரமம். பதின்வயதில் ஒருவன் தீர்மானிக்கும் சில விஷயங்களே அவன் ஒட்டுமொத்த வாழ்க்கையை நிர்ணயிக்கும் என்பதை இதைவிட தெளிவாக ஒருவரால் எப்படி புனைவாக்க முடியும்?

தியூப்ளே வீதியில் அந்த அன்பின் உள்ளங்கள் இட்ட முத்தங்கள் காற்றில் கலந்திருக்கலாம். அவர்கள் மனத்தில் அந்நினைவு என்றென்றும் ஈரம் காயாதிருக்கும். அதன் சாரத்தை எழுத்தாக்கித் தருகையில் படிக்கும் ஒவ்வொருவரின் மனங்களிலும் அன்பின் வெளிச்சம் பரவும்.

இத்தகைய மாயங்களைச் செய்ய முருகனால் முடிந்திருக்கிறது. ஒவ்வொரு கதாபாத்திரமும் இதோ என்னுடன்தான் இருக்கிறார்கள். கதையில் அவர்களின் பங்களிப்பு முடிந்துவிட்டாலும், கண்ணுக்குப் புலப்படாத தோழமைகளாகத் தொடர்கிறார்கள்.

மேகலா ஒரு அழகிய கவிதையாக நிஜத்திலும்...

தவிர கதை நாயகன் பத்து வருட காலமாக எனக்கு நல்ல நண்பர், மிகப் பிரியமான எழுத்தாளர். அவருடைய சில நாட்களில் உலவி வந்தது எனக்குக் கிடைத்த பேறு. இக்கதை நாவலாகும் போதும் முதல் வாசகியாகப் படிக்க ஆசை. நிச்சயம் இதை திரைப்படமாக எடுத்தால் மிகப் பெரிய கவனம் பெறும். உங்கள் வாழ்த்துக்கு மிக்க நன்றி. Merci Beaucoup Era.Murukan.

புகுமுகம்

1

ரெட்டைத் தெரு தான் உலகம். ராஜா ஹைஸ்கூல் தான் பிரபஞ்சம். அறிஞர் அண்ணா முதல்வராகப் பதவியேற்ற ஒரே வருடத்தில் காலமாகி, தலை நிறைய சுருள் முடியும் கருப்பு மீசையுமாகக் கலைஞர்தான் தமிழ்நாடு முதல்வர். இறந்து போகும் பிரதமர்களுக்கு இடைப்பட்டு, குல்சாரிலால் நந்தா தான் பத்து பதினைந்து நாள் வரும் டெம்பரவரி தேசியத் தலைவர். டூரிங் தியேட்டரில் ‘இந்தா இந்தா எடுத்துக்கோ’ என்று விஜயலலிதாவோ, ஜோதிலட்சுமியோ பாடியபடி உடம்பைக் குலுக்க, திரையில் ஒரு கண்ணும், தரையில் மற்றதுமாக விட்டலாச்சாரியா படம் பார்க்கிறதுதான் தலை சிறந்த பொழுதுபோக்கு. இப்படி ஆரம்பித்தன என் எழுபதுகள்.

அதாவது 1970 காலகட்டம். பதினேழு வயதுப் பையன். மீசை அரும்புகிறதை விட மூஞ்சியில் பரு அரும்புவது தான் அதிகம். முகத்தில் வடிகிற எண்ணெயைத் தவிர்க்க லைப்பாய் சோப்பு போட்டு முகம் கழுவிக் கழுவி, நிரந்தரமாக நாசியில் இன்னும் இருக்கிறது கார்பாலிக் வாடை. என் போட்டோவில் கூட லேசாக வரும்.

பாதி நாள் ஸ்டிரைக்கும் பாதி நாள் படிப்புமாக பள்ளிக்கூடம் முடிந்து போனபோது நிறைய நண்பர் களை தவறவிட வேண்டி வந்தது. முகம்மது ஜகாங்கீர், நேரு பஜாரில் அவங்க அத்தாவின் மளிகைக்

கடையைப் பார்த்துக்கொள்ள ஒதுங்கிவிட்டான். அவன் பேச்சில் அடிக்கடி 'நயம்' என்ற வார்த்தை தென்பட ஆரம்பித்திருந்தது. 'நயம் மிளகாய் வத்தல்', 'நயம் தனியா', 'நயம் சீயக்காய் தூள்', 'நயம் சினிமா.' கடைசி நயம் சிவாஜி கணேசன் படத்துக்கு மட்டும்தான். அதுவும் கடை எடுத்து வைத்துவிட்டு ரெண்டாம் ஷோவாக எதிரொலி, எங்கிருந்தோ வந்தாள், எங்க மாமா இப்படி 'எ' படங்கள்.

அவன் கடையை நிர்வகிக்கிற சந்தோஷத்தில் அவங்க அத்தா இன்னும் ஒரு சுற்று வெயிட் போட்டார். காங்கிரஸ் மேடையில் வேட்டியை இறுக்கியபடி 'உன்னைப் போல் ஒருவர் உண்டோ உழைப்பாலே உயர்ந்தவரே' என்று டேப் ராஜமாணிக்கம் குரலில் ஆனால் சுத்தமான அபசுரமாக காமராஜ் புகழ் பாடி, தமிழகத்தில் காங்கிரஸ் இன்னும் எழுந்து வராதபடி குழி பறிப்பதில் தன் பங்கையும் வெற்றிகரமாக நிறைவேற்றினார்.

குண்டு ராஜு காரைக்குடிக்கு பஸ் டிரைவர் டிரெயினிங்குக்குப் போய்விட்டான். அசப்பில் மா சேதுங் ஜாடையில் இருக்கும் குண்டு ராஜு அப்பா தன் முன்சீப் கோர்ட் அமீனா உத்தியோகத்தை அவனும் பார்த்துச் சீரழிய வேண்டாம் என்று அனுப்பி வைத்தாராம். அது என்ன அமீனா உத்தியோகம் என்று விசாரித்தால் ஜப்தி என்றார்கள். தமிழ்ப் படத்தில் ஜப்தி சீன் வந்தால் பின்னணியில் சீர்காழி கோவிந்தராஜன் குரலில் அசரீரி பாட்டு ஒலிக்கும். குண்டு ராஜு அப்பா ஜப்திக்குப் போனபோது கோவிந்தராஜன் கூடப் போயிருக்க வாய்ப்பில்லை.

குண்டு ராஜுவுக்கு என் வீட்டில் இருபத்துநாலு மணி நேரமும் அனுமதி இருந்தாலும் பாட்டியம்மா அவனுடைய அமீனா அப்பாவை வாசலிலேயே நிறுத்திவைத்துப் பேசி அனுப்பிவிடுவதை வழக்கமாகக் கொண்டிருந்தாள். அமீனா மற்றும் ஆமைகளைப் பற்றி அவள் கடைசி மூச்சுவரை பயந்துதான் இருந்தாள்.

குண்டு ராஜு தெருவில் அத்தனை பேரிடமும் பிரியாவிடை பெற்றுக் கொண்டு முப்பத்தைந்து கிலோமீட்டர் தூரம் கடந்து முக்கால் மணி நேர நெடும் பயணத்துக்கு அப்புறம் காரைக்குடி நகரவாசி ஆனான். ராத்திரி சாப்பிட ரெட்டைத் தெருவில் வீட்டுக்கு தினசரி வந்தாலும் அவன் வேற்றூரான் தான் என்று ஒதுக்கி வைத்துவிட்டோம். விட்டலாசார்யா படம் பார்க்க வராதவன் ஆச்சே.

ஆக, எஸ்.எஸ்.எல்.சி லீவ் ஊர்ந்து கொண்டிருந்தது. அதில் கால்வாசி நேரம் கிரி நூலகத்தில். மறுகால்வாசி நேரம் அரட்டை. மூணாம் கால் ஊஞ்சலில் தூக்கம், ராயர்கடை பஜ்ஜி. சொச்சத்தை விட்டலாச்சார்யா கவனித்துக் கொண்டார்.

'பி.யூ.சி படிக்க காலேஜ்லே அப்ளிகேஷன் கொடுக்கறாங்க. போய் வாங்கிட்டு வா.'

ஒரு பகல் பொழுதில் யவன ராணி பாகம் ஒண்ணு படித்துக் கொண்டிருந்தபோது கிரி சொன்னான். தப்பு. அது கடல் புறா பாகம் ஒண்ணு. சாண்டில்யனின் எல்லாக் கதையிலும் வரும் இன்ப ஊகங்களுக்கு இடம் அளிக்கும் ஒரு அசத்தலான வர்ணனையில் முழுகியிருந்தேன். தேட வேண்டிய அவசியமே இல்லாமல் ரெண்டு அத்தியாயத்துக்கு ஒரு முறை இன்ப ஊகங்கள் வந்து விழுந்து கொண்டிருந்தன.

கல்கியில் புத்தம்புதிய காப்பியாக ஓட்டுகிற பொன்னியின் செல்வன் படிக்கிற சந்தோஷம் ஒரு மாதிரி என்றால் கடல்புறா வேறே தினுசு. வினு வரைந்த குந்தவை போல ஒரு பெண் சிநேகிதியாகக் கிடைத்தால் வணக்கம் சொல்லலாம். நாலு அடி தள்ளி நின்று சாப்பிட்டாச்சா, கோவிலுக்குப் போயாச்சா, பழையாறைக்கு எப்போ பஸ் என்று கௌரவமாகப் பேசலாம். ஆனால், குமுதத்தில் லதா வரைந்த கடல்புறா கதாநாயகி போல சிநேகிதி கிடைத்தால்? இளைய பல்லவனே ஆகலாம். அதென்ன இன்ப ஊகம் என்று ஊர்ஜிதமாகத் தெரிந்து கொள்ளலாம். தப்பு இல்லையா? சாண்டில்யன் தப்பாக எல்லாம் எழுதமாட்டார். ரகுவம்சத்தில் பிறந்த சுதீஷ்ணையின் மாருக்கு நடுவில் ஈர்க்குச்சி நுழையாத அதிசயத்தை காளிதாசன் வடமொழியில் வர்ணிப்பதை அவர் தமிழில் எடுத்து எழுதினார். அவ்வளவே. சுதீஷ்ணையிடம் ஈர்க்குச்சியோடு போய் நின்ற பிரகஸ்பதி யாரோ, அது தெரியாது.

'உன்னைத் தாண்டா. அப்ளிகேஷன் தீர்ந்துடப் போறது. வாங்கிட்டு வந்துட்டு அப்புறம் கடல்புறா படி. ஏற்கெனவே பத்து பைசா தரணும்.'

கிரி புத்தகத்தைப் பிடுங்கிக்கொண்டு போய்விட்டான். அவன் குமுதத்தில் கிழித்தெடுத்து பைண்ட் செய்து, கிரி நூலகம் என்று மேலே வெள்ளை பேப்பர் எழுதி அடுக்கி மர அலமாரியில் சேர்த்து வைத்த புத்தகத்தில் இதுவும் ஒண்ணு.

கிரி லைப்ரரி கட்டண நூலகம். அவன் வீட்டு தாழ்வாரத்தில் இயங்குவது. தரையில் உட்கார்ந்துதான் படிக்க வேண்டும். ஒரு மணி நேரத்துக்கு பத்து பைசா கட்டணம். தாழ்வாரச் சுவரில் தலை படாமல் ஜாக்கிரதையாக இருந்து படிக்க வேண்டும். தலையில் தடவின கொழும்புத் தேங்காய் எண்ணெய் வெள்ளையடித்த சுவரில் பட்டால் கறையாக்கி, கிரி நூலகத்தில் நுழைய அனுமதி கிடைப்பது கஷ்டம்.

பத்து பைசா செலவில் கிட்டும் இன்ப ஊகத்துக்கு அப்புறம் வேறே எங்கே போக?

காலேஜில் போய் அப்ளிகேஷனை வாங்கி வந்துவிட வேண்டியது தான். அதுக்காக இருபத்தைந்து ரூபாய், வாடகை சைக்கிளுக்கு ஒரு ரூபாய் வாடகை ஆக மொத்தம் இருபத்தாறு ரூபாய் ஒரு பழைய பழுப்பு கவரில் போட்டு மேலே பெயர், விலாசம், உள்ளே இருக்கிற கரன்சி நோட்டு விவரம் எல்லாம் எழுதி பெரிசுகள் எஸ்.எஸ்.எல்.சி ரிசல்ட் வந்த போதே கொடுத்து விட்டார்கள்.

'600-க்கு 500 மார்க் வாங்கியிருக்கேன்.'

மார்க் ஷீட்டை காட்டியபோது சர்வ அலட்சியமாக அதை வாங்கிப் பார்த்துவிட்டு, *'சரி, அப்ளிகேஷன் பணம் பத்திரமா இருக்கா பாரு. காலேஜ் அட்மிஷன் எப்பன்னு தினம் விசாரிச்சு வச்சுக்கோ. கோட்டை விட்டுடாதே!'* என்று அவசர ஆணை பிறப்பித்துவிட்டு நகர்ந்து விட்டார்கள். ஐநூறு மார்க் வாங்க நான் பட்ட துன்பத்தை ஊகிக்க சாண்டில்யனால் கூட முடியாது. எங்க பெரிசுகளுக்கும் தான்.

ராஜா ஹைஸ்கூல். முடித்தால் ராஜா காலேஜ். முந்தியது ரெட்டைத் தெருவில் இருந்து கிழக்கே பதினைந்து நிமிட நடையில். பின்னது தென் மேற்கே ரெண்டு கிலோ மீட்டர் தொலைவில். ஒரே ஜமீன்தார் பரம்பரை தான் இரண்டையும் கட்டி கரஸ்பாண்டெண்ட் ஆக இருப்பது. பாளையக்கார வம்சம்.

பழுப்பு கவரை எடுத்துக் கொள்ள வீட்டுக்கு வந்தேன். பெரிசுகள் யாரையும் காணோம். அவங்க அவங்க வேலை அவங்க அவங்களுக்கு. *'நீ காலேஜ் போய் அப்ளிகேஷன் வாங்கற வழியைப் பாரு'* சீர்காழி குரலில் அசரீரி சொன்னது.

இல்லை, அது ஸ்தூல சரீரி பாட்டியம்மா வாய்ஸ். பக்த விஜயம் புத்தகத்தை கடந்த ஐம்பது வருடமாகப் படித்து இன்னும் சோகமேளார் சரித்திரத்திலேயே இருக்கிறாள். அதென்னமோ, மெழுகுசீலை தலகாணியில் தலை வைத்து ரேழியில் படுத்தபடி அந்தப் புத்தகத்தைப் புரட்டி சோகமேளார் பக்கத்துக்குப் போகும் போது அவளுக்கு சுகமான பகல் தூக்கம் வந்துவிடும். இன்று இன்னும் சோகமேளாருக்கு அவள் வந்திருக்காத காரணத்தால் எனக்கான உத்தரவு வெளியிடப் பட்டது.

கொல்லைக் கதவை யாரோ தட்டுகிற சத்தம். இது நிச்சயம் போஸ்ட்மேன் சின்னகிருஷ்ணன் தான். வீட்டு வாசலுக்கு வந்து தபால் கொடுக்காமல், பின்னந் தெருவில் சைக்கிளை நிறுத்தி மிகச்

சரியாக யார் வீடு என்று கொல்லைக் கதவை வைத்து எப்படியோ கண்டுபிடித்துத் தட்டி திருச்செந்தூர் இலைவிபூதி பிரசாத கவரைக் கொடுத்துவிட்டுப் போவது அவர் வாடிக்கை.

நான் ரெண்டு எட்டில் கொல்லைக்கு ஓடும்போது வழக்கம்போல் நிலைப்படி இடிக்காமல் குனிந்து, தாழ்வாரத்தில் துளசிச் செடி தொட்டியை இடராமல் வலம் வந்து சிமெண்ட் தொட்டியில் கை அளைந்து விட்டுக் கதவைத் திறந்தேன்.

போஸ்ட்மேன் சின்னகிருஷ்ணன் இல்லை. சாண்டில்யன் கதாநாயகி நின்று கொண்டிருந்தாள்.

'நான் வந்து. பொள்ளாச்சியிலே இருந்து. நான். மேகலான்னு கூப்பிடறது. பக்தவிஜயம் புத்தகம். பாட்டி. எங்க அத்தை. வாங்கி வரச் சொல்லி. அப்புறம் வரட்டா?'

ரிடையர் போஸ்ட் மாஸ்டர் எனக்குச் சொல்லிக் கொடுத்த தந்தி பாஷை போல படபடப்பில் ஏதோ பேசும் அவளையே பார்த்துக் கொண்டிருந்தேன். பச்சைப் பட்டுப் பாவாடை. மஞ்சள் தாவணி. இடுப்பில் இழுத்துச் செருகி ஸ்டைல் காட்டும் உள்ளூர் அழகிகள் மாதிரி இல்லாமல் தாவணியைத் தழைய விட்டிருந்தாள். தலை கொள்ளாமல் பிச்சிப்பூ. பேசும்போதெல்லாம் வாய்க் கோடியில் தெற்றுப்பல் தெரிந்து அப்போதுதான் படம் போட ஆரம்பித்திருந்த ஜெயராஜ் படங்களை நினைவு படுத்தியது. ஆனால் இவள் முந்தானையை இழுத்து மூடியிருந்தாள்.

'உள்ளே வாங்க. வா.'

நான் ஒரே வினாடியில் மரியாதையை கைவிட்டு ஒருமைக்கு மாறினேன். இந்தப் பெண் நேற்று ராத்திரி பஸ் ஸ்டாண்டில் வந்து இறங்கி பழநி குதிரை வண்டியில் கம்பவுண்டர் சுப்பிரமணியன் வீட்டுக்குப் போனாள். அப்போ முகம் சரியாகத் தெரியவில்லை.

'இல்லே, போறேன்.'

'நானும் போகணும். காலேஜ் அட்மிஷன்.'

காலேஜ் என்றதும் மிரள்வாள். ரொம்ப மரியாதையோடு பார்ப்பாள் என்று நினைத்தேன். அவள் சின்னதாக சிரித்தாள்.

'எனக்கு அது அடுத்த வருஷம் தான்.'

ஆக என்னை விட ஒரு வயசு சின்னவள். பக்த விஜயம் படிக்கிற வயசில்லை இது.

‘உங்க வீட்டுலே நிறையப் புத்தகம் இருக்குன்னு அத்தை சொன்னா.’

கம்பவுண்டர் சுப்பிரமணியனின் சம்சாரம், அம்மாவோடு அரட்டை அடிக்க வரும்போது தாத்தாவின் சட்ட புஸ்தகம் அடுக்கி வைத்த அலமாரியை ஆசையோடு பார்க்கிற வழக்கம். தாத்தா காலம் சென்று பத்திருபது வருஷம் ஆகியும் அலமாரியைத் திறப்பதில்லை. சரஸ்வதி பூஜைக்கு அதுக்கு கிரமமாக சந்தனப் பொட்டு வைத்து கண்ணாடிக் கதவு முழுக்க பொட்டு மயம்தான்.

‘அருமையான அலமாரி. விலைக்கு கொடுக்கறதுன்னா சொல்லுங்க. எங்க வீட்டுலே அவர் மருந்து கலந்து வச்சுக்க பிரயோஜனப்படும்.’

கம்பவுண்டர், டாக்டர் இல்லாத நேரங்களிலும், ஞாயிற்றுக்கிழமை களிலும் தன் வீட்டில் டாக்டர் அவதாரம் எடுத்து பிராக்டிஸ் பண்ணி வந்ததால் தொழிலுக்கு உபயோகமாக தேக்கு அலமாரி தேவை. அதில் இருக்கிறது எல்லாம் என் புத்தகம் என்று அம்மா அவசரம் கருதிச் சொன்னதை முழுசாக நம்பி விட்டாள். பொள்ளாச்சிப் பெண்ணையும் அந்த ஸ்டாக்கை காலி செய்ய அனுப்பியிருக்கிறாள்.

‘உன் பேர் என்ன?’

பகல் வெய்யிலில் நெற்றியில் வியர்வை துளிர்க்க ஆரம்பித்த பொள்ளாச்சியைக் கேட்டேன். இந்தப் பேச்சு வார்த்தையை அவசரமாக முடிக்க வேண்டும். பெரிசுகள் பார்த்தால் என்ன வேணுமானாலும் நடக்கக் கூடும்.

அந்தப் பெண்ணுக்கும் இதே அவசரம் இருந்தது எனக்கு சந்தோஷமாக இருந்தது. ஒரே மாதிரி நினைக்க இன்னொரு அழகான ஆத்மா. ஜெயராஜ் வரைந்த குந்தவை.

‘நான் மேகலா.’

‘மேகலாவுக்கு என்ன புத்தகம் படிக்கப் பிடிக்கும்? சரித்திரக் கதை? சமூகக் கதை? சங்கர்லால் துப்பறியும் மர்மக் கதை? பேய் பேய்தான்?’

அவள் மிரண்டு அதெல்லாம் வேண்டாம் என்றாள். இதில் எது பிடித்திருந்தாலும் கிரி நூலகத்தில் ஐம்பது பைசா கட்டணம் செலுத்தி வாங்கிக் கொடுத்து விடுவேன். வீட்டுக்குக் கொண்டு போய்ப் படிக்க அதிக கட்டணம் தான். ஆனால் என்ன? மேகலாவுக்காக ஐம்பது காசு செலவழிக்க முடியாதா என்ன?

‘சரித்திரப் புஸ்தகம்னா.’

அவள் வழக்கம்போல் பாதி வாக்கியத்தில் நிறுத்தினாள். சட்டென்று கடல்புறாவாகி இன்ப ஊகத்தில் பறக்கத் தொடங்கினேன்.

‘சாண்டில்யன் எழுதினது. அதானே வேணும்?’

நான் ஆர்வமாகக் கேட்டேன். பொன்னியின் செல்வன் நினைவுக்கு வரவில்லை.

‘ஊஹூம். எஸ்.எஸ்.எல்.சி சரித்திரப் பாடப் புத்தகம். லீவுலே படிக்கணும்னு எங்கப்பா சொல்லியிருக்கார். அவர் ஸ்கூல் ஹெட் மாஸ்டர்.’

என் பாடப் புஸ்தகம் எல்லாம் போன இடம் தெரியவில்லை. கிரி லைப்ரரியில் சாண்டில்யன் எழுதிய எஸ்.எஸ்.எல்.சி சரித்திரப் புத்தகம் கிடைக்குமா?

‘சரி, அப்புறம் வரேன்.’

‘பழைய புத்தகத்தை பத்திரமா வச்சுக்கணும் பார்த்துக்கோ.’ தாத்தா அசரீரியாகப் பாடினார். இல்லை அது சீர்காழியா?

மேகலா போய் விட்டாள். தரையில் சிதறிக் கிடந்த பிச்சிப் பூவில் இருந்து ஒன்றை எடுத்து முகர்ந்தபடி காலேஜ் அட்மிஷன் கட்டண பழுப்புக் கவருக்காக பழைய பேப்பர் குவியலுக்குப் பின்னால் மாடப்பிறையில் கைவிட்டேன். காலில் ஏதோ நழுவி விழுந்தது. என் எஸ்.எஸ்.எல்.சி சரித்திரப் புத்தகம்.

என்ன செய்ய? சோகத்தோடு த்யூப்ளே தெருவைத் தொடங்க வேண்டி இருக்கு.

2

முதல் நாள் காலேஜுக்கு சைக்கிள் பின் சீட்டில் அப்பளக் கட்டு அடுக்கிய பலகைப் பெட்டியோடு போய் இறங்கிய ஒரே ஆத்மா நானாகத் தான் இருக்கும். ரெட்டைத் தெருவைத் தொட்டுக்கொண்டு கிழக்கில் விரியும் சிவன்கோவில் தெருவில் அழ.அழ.ராம.அழ. வள்ளியப்பச் செட்டியார் வகை கைங்கர்யம் தான் அது.

அழகாபுரி அழகப்பச் செட்டியார் மகன் ராமநாதன் செட்டியார் திருமகன் அழகப்பச் செட்டியார் புதல்வர் வள்ளியப்பச் செட்டியார் என்ற மேற்படி அழ.அழ.அழ அப்பச்சி, பெயர் தோஷமோ என்னமோ, தொட்டாலே அழுது விடுகிற பதத்தில் தான் சதா இருப்பார். ரெட்டைத் தெருவில் எல்லா வீடுமே விற்கிற தோதில் இருந்தால் சப்ஜாடாக வாங்கிப் போடக் கூடிய பரம்பரைப் பணக்காரர் அவர் என்று தெரியும். எனக்கு வெகு அன்னியமான சமாசாரமான கருவாட்டுக் கடையை நாலு தலைமுறையாக வெற்றிகரமாக சந்தைப் பேட்டையில் நடத்துகிறவர் அவர். மீன் விற்ற காசு நாறுமா என்று கேட்டால் ஒரு பாட்டம் அழுதுவிட்டு ‘அது லட்சுமி தேவி வாசனை ஆச்சே’ என்பார் அழ.அழ மேலும் அழ.

லட்சுமிதேவி கருவாடாகக் காசு அருளியது போதா தென்று அவருக்கு உபதொழிலாக மந்தித் தோப்பு மணிகட்டி சுவாமிகள் தைலம், ஒரிஜினல் ஆனையடி அப்பளம், சீவிலிப்புத்தூர் ஆண்டாள் ஸ்நான வாசனைப்பொடி இப்படியான அபூர்வ வஸ்துக்களில்

விற்பனை ஏஜன்சியாகவும் கடாட்சம் பொழிந்திருந்தாள். மணிகட்டி சுவாமிகள் ஈசுவர சிந்தையில் மூழ்கிய நேரம் போக மிச்சப் பொழுதில் கடலெண்ணெயில் பூடகமான சேர்மானங்கள் சேர்த்துக் காய்ச்சி 'வாரம் ஒரு முறை உடம்பு முழுக்க நீவிவிட்டுத் தேய்த்து ரெண்டு மணி நேரம் ஊறிய பின் மிதமான சூட்டில் பித்தளைப் பாத்திரத்தில் ஊற்றி வைத்த வென்னீரில் நீராட, உடம்பு உஷ்ணத்தை மட்டுப் படுத்தி குளிர்ச்சியை திரேகம் முழுவதும் வியாபிக்கச் செய்யும்' தைலம் தயாரிப்பதில் ஈடுபட்டதோடு அவற்றின் தென் மாவட்ட சில்லறை வினியோக உரிமையை ஏனோ கருவாட்டுக்கடை அழ.அழவுக்கு வழங்கி இருந்தார். வாசனைப்பொடி, அப்பளக் காரர்களும் அதேபடி. இதிலே அப்பளத்தை மட்டும் உள்ளூர் காலேஜ் ஹாஸ்டலுக்குக் குறைந்த விலையில் சப்ளை செய்ய அழ.அழ மொத்தக் குத்தகை எடுத்திருந்தார்.

பாழாய்ப் போகிற வேற்றூர்க்காரன் குண்டு ராஜு மேற்படி தகவலை நான் காலேஜ் போகிற அன்றைக்குக் காலையில் சொல்லி விட்டு காரைக்குடி பஸ்ஸில் ஏறிப் போயிருந்தான். அதுக்கு முந்திய நாள் நான் சிவன் கோவில் தெருவில் அப்பாவின் சைக்கிளை வைத்துக் கொண்டு அடுத்த நாள் காலேஜுக்கு ஏறிப் போக வெள்ளோட்டம் விடாமல் இருந்திருந்தால் நான் அப்பளத்தோடு காலேஜ் போக வேண்டி வந்திருக்காது. என்ன, தொப்பையைத் தடவிக்கொண்டு தோளில் குடையை மாட்டிக்கொண்டு கிழக்கு – வடகிழக்காக காந்திவீதியை நோக்கி ஊர்ந்து கொண்டிருந்த அழ.அழ மேல், ப்ரேக் பிடிக்காமல் வண்டியை இடித்து விட்டேன். மேற்படி விபத்தில் யாருக்கும் எந்த சேதமும் இல்லை, என்னைத் தவிர.

குலமுறை கிளர்த்திய பின் நான் காலேஜில் சேர இருக்கும் சந்தோஷச் செய்தியையும் பின் இணைப்பாகச் சொல்ல தோளில் மாட்டிய குடையோடு ஒரு பாட்டம் அழுது மகிழ்ந்த அழ.அழ ஒரு கோரிக்கையையும் கூடவே வைத்தார்.

'தம்பி, காலையிலே காலேசு போக முந்தி நம்மூட்டுக்கு வாங்க. வெள்ளைப் பணியாரம், இடியாப்பம், சொதி சுடச்சுட ஆச்சியை எடுத்து வைக்கச் சொல்றேன். பசியாறிட்டு அப்படியே ஒரு கட்டு அப்பளப் பூவையும் உங்க வண்டி காரியர்லே வச்சு எடுத்துப் போய் காலேசு ஆசுடல்லே எறக்கிடுங்க. அம்புட்டுத்தேன்.'

குருசாமி டெய்லர் நான் எஸ்.எஸ்.எல்.சி படிக்கும்போது ரிடையராகி எருமை மாடு கட்டி தெருக்கோடியில் பால் கறந்து சப்ளை செய்கிற தொழிலுக்கு மாறி இருந்தபடியால், ரெட்டைத் தெரு ஹக்கீம் டெய்லரிங் ஹவுசில் காலேஜுக்குப் போட்டுப் போக கறுப்பு மற்றும்

காக்கி பேண்ட் தைத்து வைத்திருந்தேன். ஹக்கீம் சாகிபு உத்தேசமாக அவர் சைசுக்குத் தைத்து வழங்கிய பேண்ட் இடுப்பைச் சுற்றி முன்னூற்று அறுபது டிகிரி சுலபமாக சுழன்று எந்த நேரமும் புவி ஈர்ப்பு விசையால் கீழ் நோக்கிப் பயணமாகிற அபாயத்தில் இருந்ததால், அவர் வெள்ளிக்கிழமை தொழுகைக்கு சங்கு மார்க் லுங்கி மேலே விஸ்தாரமாக அணிந்து போகிற எட்டு இஞ்ச் அகல பச்சை பெல்ட்டை அவரிடமே கடன் வாங்கி பேண்ட்டை யதாஸ் தானத்தில் இருத்தி இருந்தேன். ‘வெள்ளிக்கெளமை கொண்டாந்து கொடுத்துடு தம்பி’ என்று சாகிபு நூறு தடவை சொல்லி விட்டார். சிங்கப்பூர் செண்டும் அல்பாகா தொப்பியுமாக அவர் இந்த வெள்ளி தொழுகைக்குப் போகும்போது ஹாஜியார் பெல்ட் இல்லாமல் அவர் லுங்கியும் தரைக்கு நழுவலாம்.

காலேஜுக்குப் போகிற வழியில் சுப சகுனமாக எனக்கு ஒரு வருடம், ரெண்டு வருடம் சீனியர்களும் உள்ளூர் அழகிகள் பட்டியலில் இடம் பிடித்தவர்களுமான நடைப் பேரொளி, குட்டிச் சாத்தி, சூப்பம்மா போன்றோர் நாலு புத்தகமும் மறுகையில் குடையுமாக சினிமாவில் கல்லூரி போகிற தேவிகா போல் கடந்து போனார்கள். நடைப் பேரொளி, பெருமாள்கோவில் தெரு வால்மீகி வக்கீலின் செக்கச் செவேல் தகதகப்பு பெண். அக்கா ஸ்தானம் என்பதால் அவளுடைய ஒயிலான நடையை ஒரு ஆராதகனின் மனநிலையில் பாராட்ட மட்டும் செய்வது எங்கள் கோஷ்டி வழக்கம். குட்டிச் சாத்தி, தாலுக்கா ஆபீஸ் க்ளாஸ் ஒன் உத்தியோகஸ்தர் கேசவப் பணிக்கரின் ரெண்டாமத்து மோள். பணிக்கர் உபதொழிலாக கொல்லங்கோடு பகவதி தாயத்து, கள்ளியங்காட்டு யட்சி ரட்சைக் கயறு போன்ற அமானுஷ்ய சாதனங்களை விற்பனை செய்து வந்ததால், கொஞ்சம் உப்பிய கேரள உதடுகளோடு கூடிய அவருடைய மகள் பார்க்கவிக் குட்டி, மாந்த்ரீக குட்டிச் சாத்தானின் பெண்பால் சாத்தி ஆனாள். வேலாயுத சாமி கோவில் தெருவில் மண்பானை சமையல் மெஸ் நடத்தும் குடும்பத்தின் ஏக மகளான சுப்புலட்சுமி, மெஸ்ஸில் ரெகுலராக தக்காளி சூப் வைத்து வாழைச் சருகு தொன்னையில் பரிமாறுவதால் சூப்பம்மா எனச் சிறப்புப் பெயர் பெற்றவள்.

நல்ல சிந்தனைகளோடு, ஹாஜியார் பெல்டை மீறி பேண்ட் நழுவாத படியும், ப்ரேக் சொன்னபடிக்கு இல்லாவிட்டாலும் சராசரியாகப் பிடிக்கிற படியும், சைக்கிள் பின்னால் காரியரில் தாம்புக் கயிறு கொண்டு கட்டிய அழ.அழவின் அப்பளப் பெட்டி சரியாத படியும் எதிர்காற்றில் வண்டியை மிதித்து முன்னேறினேன். காலேஜ் போகிற நினைப்பே இல்லை. எங்கள் பிரியமான பள்ளிக்கூடத்துக்குக் கிளம்பி வழி மாறிப் போய்க் கொண்டிருப்பதாக அவ்வப்போது ஒரு சோகம்

எட்டிப் பார்த்து, முன் பாரா சீனியர் தேவதைகள் தரிசனத்தால் மட்டுப் பட்டது. பி.யூ.சி படிக்க, கனவிலும் வரும் கருங்கல் கட்டிடமான ராஜா ஹைஸ்கூலை மறந்தே ஆகணும்.

மதுரை ரோடு ஜங்ஷனைக் கடந்து ஜெயவிலாஸ் பஸ்ஸுக்கு வழிவிட்டு இடது புறம் வண்டியை ஒடிக்க, ராஜா காலேஜ் வாசல். சைக்கிள் பெல் அடிக்காத காரணத்தால், மெல்லிய குரலில் விசில் அடித்துக் கொண்டே போகிற வழக்கம். பின்னாலிருந்து தெரியா விட்டாலும், முகமறியாத புது தேவதைகள் முன்னால் போன படியால் சீட்டியை விடுத்து மௌனமாக சைக்கிளை நகர்த்தியபடி நடந்தேன்.

'கருவாடு சப்ளையா? மெஸ் அந்தப் பக்கம் இருக்கு.' கல்லூரி அட்டெண்டர் கைகாட்டினார். பள்ளிக்கூடத்தில் அழகுக் கோனார், ராஜு போல் தார் பாய்ச்சிக் கட்டிய வேட்டி, காக்கி நிஜார் கோலத்தில் இல்லாமல் காலேஜ் அட்டெண்டரும் பேண்ட் போட்டுக் கொண்டிருந்தார். மேலே ஓவர்கோட் எதுக்குன்னு தெரியலை.

'சப்ளையர் இல்லேப்பா, நான் படிக்க வந்திருக்கேன்' என்றேன் கித்தாய்ப்பாக.

'தென் யூ ஷுட் நாட் கம் இன் அ பிஷ் கார்ட்.'

என்ன எழவுடா இது, அட்டெண்டர் கூட இங்கிலீஷில் பேசறான் என்று ஒரு வினாடி திகைப்பு. அந்த மனுஷர் கடந்து முன்னால் போன பிறகுதான் மூளை தகவல் சொன்னது – முட்டாளே, அவர் ப்ரொபசரோ, லெக்சரரோ பிரின்சிபாலோ.

நான் அவசரமாக வண்டியை நகர்த்திக் கொண்டு 'சாரி சார்' சொல்ல பின்னால் ஓட அவர் கூட்டத்தில் கலந்து மறைந்தே விட்டிருந்தார். சைக்கிளை ஒரு பார்வை பார்த்தேன். பிஷ் கார்ட். என்றால் மீன் வண்டி. அழ அழ இப்படி அழ வைப்பார் என்று தெரிந்திருந்தால் சிவன்கோவில் தெருவுக்குப் போயே இருக்க மாட்டேன்.

'என்னடா, முதல் நாள் காலேஜ் வர்ற லட்சணமா இது?.' கிரிதான். சீனியர், மற்றும் ரெட்டைத் தெருவில் மூத்த சிநேகிதன் என்ற உரிமையில் கோபித்துக் கொண்டபடி அவனுடைய சைக்கிளையும் நிறுத்தித் தள்ளிக்கொண்டு வந்தான்.

அவன் சொன்னபடி, ஹாஸ்டல் பக்கம் போய் அப்பளக் கட்டை இறக்கினேன். 'பொரிச்சா செவந்து வளியுது தம்பி. நமக்கே வாயிலே வைக்க வழங்கலே. போதாக் குறைக்கு பாத்திரத்துலே வச்சா அரைமணி நேரத்துலே துணி மாதிரி தொஞ்சு போகுது எளவு.

காலையிலே கக்கூசுக்குப் போறபோது பின்னாலே தொடச்சுக்க இந்த அப்பளத்தை வச்சுடுங்கப்பூன்னு பசங்க நக்கல் பண்றாங்க. அப்பச்சி கிட்டே சொல்லுங்க மறந்துடாமே. நாளைக்கு நீங்க தலை யெடுத்தாலும் சப்ளை தொடர வேணாமா?' ஹாஸ்டல் சமையல்காரர் என்னை அழ.அழவின் அடுத்த தலைமுறை ஜுனியர் அழுவாச்சியாக் கியதைப் பொருட்படுத் தாமல் திரும்பினேன்.

'ஏண்டா, முதல் நாள் காலேஜ் வர்றபோது ஒரு நோட்புக்காவது கொண்டு வரணும்னு சொன்னேனே. அப்புறம் மத்தியானம் சாப்பிட வீட்டுக்குப் போகப் போறியா என்ன? நேரம் பிடிக்கும் அதுக்கு. சாப்பாட்டுப் பாத்திரம் எங்கேடா?'

கிரி திரும்ப கோபித்துக் கொண்டான். அதுக்கு நியாயம் உண்டு. பள்ளிக்கூடத்தில் பாதி உபயோகப்படுத்தி, மிச்சப் பக்கத்தை மட்டும் பத்திரப்படுத்திய ஸ்கூல் காம்போசிஷன் நோட்டையும், மதியச் சாப்பாட்டு கேரியரையும் அப்பளப் பெட்டியில் விட்டுவிட்டு வந்திருந்தேன். திரும்ப ஓடிப் போய் எடுத்து வந்தேன்.

காலேஜ் விளையாட்டு மைதானத்தை நோட்டம் விட்டேன். பள்ளிக் கூட மைதானத்தை விட ஆகச் சிறியது. ஆனால் இங்கே கிரிக்கெட் பிட்ச் உண்டு. ரெட்டைத்தெரு பட்டாளத்தை அனுமதித்தால் ஆனந்த மாக விளையாடலாம். நானும் கிரியும் இங்கே மாணவர்கள் ஆச்சே. ஆனால் பஸ் டிரைவர் டிரெயினிங் எடுக்கும் குண்டு ராஜு, கெஸ்ட் ப்ளேயர் மளிகைக் கடை ஜகாங்கீர், பண்ட் ஆபீஸ் சுவர் கரிக்கோடு பவுண்டரி மேட்ச் ரெப்ரி வக்கீல் குமாஸ்தா கோவிந்து போன்ற பிரகிருதிகள் உள்ளே நுழைய முடியுமோ என்னமோ தெரியவில்லை.

'இதென்னடா, காலேஜுக்குள்ளேயே தொழிற்சாலை ஏதாவது வச்சிருக்கா?'

வலது புறம் கோடியில் புகைப் போக்கியும் மேலே பிரம்மாண்டமான சிலிண்டருமாக இருந்த கட்டிடத்தைக் காட்டிக் கேட்டேன்.

'காஸ் ப்ளாண்டுடா அது. கெமிஸ்ட்ரி லேபுக்கு, கேண்டீனுக்கு அங்கே இருந்துதான் சப்ளை போகுது.'

அவன் ஏதோ புரியாத பாஷையில் பேசினான். காலேஜ் கெமிஸ்ட்ரி லாபில் பியூசி வகுப்புக்கும் வேலை இருக்கும். கரண்டியைக் கையில் கொடுத்து சமைக்க வைத்து காண்டீனில் வைக்கச் சொல்வார்களோ என்னமோ. அல்லது அழ.அழ கொடுத்தனுப்பிய அப்பளத்தை சிவக்காமல் பொரித்து அடுக்குகிற வேலை.

மணி அடிக்கிற சத்தம்.

‘ப்ரேயர் எங்கேடா?’

கேட்ட என்னை அற்பமாகப் பார்த்தபடி கிரி சொன்னது – ‘இது எல்லாம் பெரியவங்க புழங்கற இடம். குழந்தைப் பிள்ளையா டிரவுசர் போட்டுட்டுத் திரியற பேச்சை விடு. நோ ப்ரேயர். நேரே கிளாஸ்லே போய் உட்கார்ந்துக்கோ.’

சொல்லி விட்டு அவன் முதல் மாடிக்குக் கை காட்டி விட்டு கீழ்த் தளத்தில் பிரம்மாண்டமான அறை ஒன்றில் நுழைந்தான்.

நான் மாடி ஏறி இன்னொரு பிரம்மாண்டமான அறையில் ஆணும் பெண்ணுமாக மிரள மிரள விழித்துக் கொண்டிருந்த திருக்கூட்டத்தில் கலந்தேன்.

பிசிக்ஸா, இங்கிலீஷா, கெமிஸ்ட்ரியா தெரியவில்லை. டையும் கோட்டுமாக, ஒரு சீலிங் பேன் கூட இல்லாத அந்தக் கூட்டமான அரங்கத்தில் வியர்த்து விறுவிறுத்து நின்றபடி குரலை உயர்த்தி பேராசிரியர் பேச ஆரம்பித்தார். நான் முதல் வரிசைப் பெண்களின் தலையில் சூட்டிய மல்லிகைப் பூச்சரங்களை வரிசையாகப் பார்வை யிட்டேன்.

‘எந்தப் பொண்ணையும் கண்ணெடுத்துப் பார்க்காதே. என்ன, நான் இருக்கேன் உனக்கு.’

மனதுக்குள் மேகலா தலையைச் சாய்த்துச் சிரித்தபடி சொன்னாள்.

அவள் உதட்டில் அழுந்த ஒரு முத்தம் கொடுத்தேன்.

3

நான் ராஜா காலேஜில் பி.யூ.சி என்ற புகுமுக வகுப்பு சேர்ந்ததுக்கும் ‘ஓடிப் போறது’ என்ற பரபரப்பான விஷயத்துக்கும் சம்பந்தம் இல்லைதான். ஆனாலும் அந்த வருடம் ஓடுகிற வருடமாக இருந்தது என்பது மட்டும் நிச்சயம். ஆணும் பெண்ணுமாக இளசுகள் அவ்வப்போது காணாமல் போனார்கள். தனித்து இல்லாமல் அவர்கள் ஜோடிகளாகக் காணாமல் போனதாகத் தெரிந்தபோது ‘ஓடிப் போனவர்கள்’ முத்திரை குத்தப்பட்டு சுடச்சுட அதிகாரபூர்வ செய்தி வெளியாகும்.

அதாவது காலையில் நியூஸ் பேப்பரோடு ‘இன்னார் வீட்டுப் பொண்ணு - பிள்ளை ஓடிடுச்சாமே’ என்ற செய்தியையும் நல்லையா வழங்குவதில் தொடங்கும் இது. நல்லையா செய்தி தருகிற விஷயத்தில் ஆகாசவாணி மாதிரி. கேட்கிறவருக்குப் பிரயோஜனப் படுகிறதோ, இல்லையோ, ‘நான்கு நாள் அரசுப் பயணமாக புதுடில்லி வந்த கென்யா அதிபர் ஜோமோ கென்யாட்டா இந்திய – கென்ய வர்த்தக மற்றும் கலாசார உறவுகளின் வளர்ச்சியில் திருப்தி தெரிவித்தார்’ என காலையில் பீப் பீப் சங்கு முழக்கி அகில பாரத செய்தி அறிக்கை ரேடியோ கொரகொரப்புக்கு நடுவே வருமே. அது போல், நல்லையாவின் தொடர் ஓட்டச் செய்திகள் சகலருக்கும் சமமாக பீடிப் புகை இருமலோடு பாரபட்சமின்றி வினியோகிக்கப்படும்.

ரேடியோவில் கொரகொர அதிகமாகி, செய்தி அறிக்கை வாசிக்கிற விஜயம் குரலுக்கும் பஞ்சாபகேசன் குரலுக்கும் வித்தியாசம் தெரியாமல் போகும்போது, எதிரில் 'ராஜன் மான்சூனைஸ்டு ரேடியோஸ்' கடை வைத்திருந்த புஷ்பவனம் திண்ணைக் கடையில் ரேடியோவைச் சேர்க்க வேண்டி வரலாம். ரிப்பேர் செய்வது தவிர, காலநிலை எப்படி இருந்தாலும் கரகரப்பு இல்லாமல் தெளிவாகக் கேட்கும் ரேடியோ என்று லேபல் அடித்து நேஷனல் எக்கோ ரேடியோவை நூற்றைம்பது ரூபாக்கு, சரியாகச் சொன்னால், நூற்று நாற்பத்தொன்பது ரூபாய்க்கு விற்றுக் கமிஷன் பெறுகிறதும் புஷ்பவனத்தின் தொழிலில் அடங்குவது.

'ஏண்டா, திரும்பவும் நோக்காடா உங்க ரேடியோவுக்கு? மார்க்கோனி ரேடியோ இது. 1954 மேக். எனக்குக் கல்யாணமான வருஷம். மாமியும் நானும் பாரு சதா லொக்லொக்குனு இருமிண்டே இருக்கோம். வயசு ஆறதே. ரேடியோவுக்கும் கிழடு தட்டிடுத்து. போட்டுட்டு பளிச்சுனு ஒரு நேஷனல் எக்கோ வாங்கிடலாமே. மாசம் முழுக்க மழை பெஞ்சாலும் நம்ம வீட்டுக்குள்ளே கணீர்னு நியூஸ் கேட்கும்.'

புஷ்பவனத்தின் லாஜிக் எங்கேயோ இடிக்கிறதாகத் தோன்றினாலும், 'சரிதான். புது வருஷத்துலே கட்டாயம் புது ரேடியா வாங்கிடலாம்' என்று வாக்குத் தருவதுதான் தெரு வழக்கம். அதே போல், நம்பினாலும் இல்லாவிட்டாலும் நல்லையாவின் ஓடிப் போனவர்கள் செய்தி காரண காரியங்களை ஆராயாது மெஜாரிட்டி மகாஜனங்களால் போகிற போக்கில் வாங்கப்பட்டு தேவையான போது மேலும் பகிர்ந்து கொள்ளப்படும். எனக்கென்னமோ ஓடிப் போனதாகச் சொல்லப்பட்ட எல்லாப் பெண்களும் நான் கவனித்துப் பார்க்கத் தவறிய அங்க லாவண்யமுள்ள அழகிகளாகவும், அவர்களுடைய சக ஓட்டக்காரர்கள் சகல சாமர்த்தியமும் நிறைந்த ஆனால் வெளியே காட்டிக் கொள்ளாத கல்லுளுமங்கன்களாகவும் படும். சரி, இன்றைய தலைப்புச் செய்தி – ஆதினமிளகி மகள் ஓட்டம்.

குட்டி எருமைப் பண்ணை. அதாவது ஏழெட்டு எருமைகள் மட்டும் இருக்கிற ஒரு சின்னக் கொட்டில். ஆதீனமிளகி அதை நடத்தி ஊரில் இருக்கப்பட்ட பாரம்பரியம் வாய்ந்த மாயழகு டீக்கடையில் தொடங்கி, முந்தாநாள் புதிதாக திறந்த சுபாஷ் டீ ஸ்டால் வரை பால் சப்ளை செய்து வந்தார். முனிசிபாலிட்டியும் கொட்டிலுக்கு முன்னால் அடிபம்பு ரூபத்தில் அவருக்கு உதவிக் கரம் நீட்டியது.

ஆதினமிளகி உபரி வருமானத்துக்காக கொட்டிலை ஒட்டி நாலைந்து கீற்று வேய்ந்து ஒரு சின்னப் பந்தலும், ரெண்டு மர பெஞ்சும், அண்டா குண்டாவுமாக ஒரு கடை நடத்திக் கொண்டிருந்தார். அங்கே டீ

கிடைக்காது. இரவில் மட்டும் திறந்திருக்கும் கடை அது. ராத்திரி எட்டு மணிக்கு பனங்கல்கண்டு போட்டுக் காய்ச்சின எருமைப் பால் வியாபாரம் சக்கைப்போடு போடும். அந்தப் பால் அறிமுகப்படுத் தப்பட்ட பின் ஊரில் பிரசவ ஆஸ்பத்திரி கட்டில்கள் காலியாக ஒருநாள் கூடக் கிடந்ததாகச் சரித்திரம் இல்லை என்று பரவலான பேச்சு.

'ஆதினமிளகியோட ரெண்டாம் பொண்ணு பெட்டிக்கடை சிவராமனோட ஓடிடுச்சாமே. ஒரு வருஷமா கடுதாசி பழக்கமாம். மதுரை போயிருப்பாங்கன்னு ஒரு ஊகத்துலே எருமைப் பண்ணைக் காரரும், பெட்டிக்கடையான் அப்பாரும் அடுத்த அடுத்த பஸ்ஸுலே மதுரை போயிருக்காங்களாம்.'

நல்லையா செய்திக்கு தற்போதைய நிலவரம் இது. பிசிக்ஸ் பிராக்டிக்கல் வகுப்பில் மஜீத் தெரு ராமானுஜலு அறிவித்தான். மதியம் நாலு மணிக்கு உடம்பு முழுக்க வியர்த்துக் கொட்டினாலும் அவனுடைய நெற்றியில் நாமம் மட்டும் ரப்பர் ஸ்டாம்ப் குத்தின மாதிரி துளிக்கூட அலுங்காமல் இருந்தது. பிறக்கும்போதே சிவப்பும் வெள்ளையுமாக முத்திரை குத்தி அனுப்பி இருப்பாங்களோ.

ராமானுஜலு நாயுடு நாமத்தை விட அதிசயம், லெட்டர் போக்குவரத்து. ஓடிப் போகிறவர்கள் எல்லோரும் ஏதோ கணக்கு வைத்துக் கொண்டு பிரஸ்தாப தினத்துக்குக் குறைந்தது ஆறு மாதம் முன்னால் தொடங்கி பரஸ்பரம் லெட்டர் கொடுத்து வாங்கிக் கொண்டிருப்பார்கள். பக்கத்து, எதிர் வீடுகளில் இருந்தாலும் இப்படியான ரகசிய லெட்டர் பரிமாற்றமே ஓடிப் போக முன்னறிவிப்பு என்பது எழுதப்படாத விதி.

பிசிக்ஸ் தியரி கிளாசில் தக்கலை ஞான வெளிச்சம் என்ற லெக்சரர் மலையாள வாடை அடிக்கும் ஆங்கிலத்தில் அறிமுகப்படுத்தின ஸ்க்ரூ காஜை கையில் பிடித்து மகா சன்னமான இரும்புக் கம்பி, தாமிரக் கம்பி, செப்புக் கம்பி வகையறாக்களின் அகலத்தை, கன பரிமாணத்தை அளக்கிற செய்முறை வகுப்பு. ஏதோ செயற்கைக் கோள் ஏவுகிற விஞ்ஞானிகள் போல் படு அக்கறையாக கம்பி கம்பியாக அளவெடுத்துக் கொண்டிருந்தோம். தும்பாவிலும் ஸ்க்ரூ காஜ் இருக்கும்.

'யசோதான்னு பேரு. ஜிமிக்கி போட்டிருக்குமே. கொஞ்சம் தாட்டியான பொண்ணு.'

ராதாகிருஷ்ணன் பொழிப்புரை கொடுத்தபடி வெர்னியர் காலிப்பரால் ஒரு இரும்புத் துண்டை மில்லிமீட்டருக்குக் குறைவான கனம் சுத்தமாக அளந்து கொண்டிருந்தான். தக்கலை மகா விஞ்ஞானி

முந்தாநாள் வகுப்பில் அறிமுகப்படுத்திய வெட்டுக்கிளி மாதிரியான இன்னொரு வினோத இனம் இது.

'யசோதாவா? யாரு? உடஞ்ச முன் பல்லு. கண்ணுலே நிறைய மை பூசிக்கிட்டு?'

மணியன் என்கிற பக்கத்து டேபிள் இளம் விஞ்ஞானி குறுக்கே வெட்டினான்.

'சைலன்ஸ். சத்தம் எளுப்பினீகளோ, பைனலுக்கு நோட்டு சைன் பண்ண மாட்டேன் மக்கா. பியூசி மட்டும் ரெண்டுங்கெட்டானா முடிச்சுட்டு கவர்மெண்டு ஆப்பீசிலே டென் ஏ ஒன் டெம்பரவரி கிளார்க்கனா இருக்க ரெடியாவே?'

கரிமாணிக்கம் என்ற அட்டைக்கரி இரைந்தான். டெமான்ஸ்ட் ரேட்டர் எனும் அதி உன்னத பதவி அவனுக்கு. இங்கே புரபசர், லெக்சரர்களுக்கு ஒத்தாசையாக பிராக்டிக்கல் கிளாஸ் நடத்துகிற இக்கிணியூண்டு உத்தியோகம். இவனும் தக்கலைக்காரனாம். தக்கலை மகா விஞ்ஞானி ஞான வெளிச்சத்தோடு இலவச இணைப் பாக இந்தக் கரியையும் மூட்டை கட்டி அனுப்பி வைத்திருக்கிறார்கள்.

டென் ஏ ஒன் கிடக்கட்டும். பெட்டிக்கடை சிவராமனோடு எருமைப் பண்ணை பொண்ணு ஓடிப் போனால், எனக்கு ப்ரூட் மிக்சர் எங்கே இருந்து கிடைக்கும்?

சிவராமன் பெட்டிக்கடையில் ரசிகர்களால் விரும்பப்பட்டு அதி உற்சாகமாக உண்டு, குடித்து மகிழப்படுகிற பதார்த்தம் இந்த ப்ரூட் மிக்சர். நாட்டு வாழை, மலை வாழை, பூவன் வாழை, பச்சைநாடான் வாழை, ரஸ்தாளி வாழை, சீசனுக்கு மல்கோவா, கிளிமூக்கு, நீலம் மாம்பழ வகைகள், சன்னமாகக் கீறிக் கலந்த பலாச்சுளை, பப்பாளி, திராட்சை, கொடிமுந்திரி, ஆரஞ்சு, சாத்துக்குடி இப்படி ஞானப்பழம் தவிர்த்து இதர சகலவிதமான பழங்களும் தட்டுப்படும் ஒரே உணவு மற்றும் பானம் சிவராமன் காப்புரிமை வாங்காது போன இந்த ப்ரூட் மிக்சர்.

வாய் அகலமாக, முப்பது லிட்டர் பிடிக்கும் ஒரு எவர்சில்வர் அண்டாவை சுமாராகக் கழுவி வைத்துக் கொள்ள வேண்டும். ஊருணித் தண்ணீர், சப்ஜாடாக வாங்கிய சீவில்லிப்புத்தூர் ஆண்டாள் பால்கோவா ரெண்டு கிலோ, சர்க்கரை ஒரு கிலோ கலந்து பாகு பதத்தில் காய்ச்சிக் கொள்ள வேண்டும். இந்தக் கலவையை ஆற வைத்து அழுகிப் போய்க் கொண்டிருக்கும் பழத்தை எல்லாம் நறுக்கிப் போட்டு சாக்ரினையும், ஒண்டிப்பிலி சர்பத்தையும் சேர்த்து

ஒரு கலக்கு. மேலே சப்ஜா விதை. வெந்த சேமியா. ஐஸ், முந்திரிப் பருப்பு. இதுதான் ப்ரூட் மிக்சரின் ரெசிப்பி. சாப்பிட்டுப் பழகிப் பழகி அந்த ருசி தேவாமிர்தமாக மாறின ஒன்று.

சிவராமன் ஓடிப் போனால் அவன் அண்ணன் மீசை மருது இருக்கான். சிவராமன் மேலுக்கு முடியாமல் மட்டம் போட்டால் கிடைப்பது மருது தயாரிப்புதான். சகிக்காது அது. தோசை மாவு புளித்த வாடை தூக்கலாக வரும். தினசரி அந்த வாடையோடு ப்ரூட் மிக்சர் போட்டால் கடையை இழுத்து மூட வேண்டி வரலாம்.

'ஓடிப் போறவ தனியாப் போகக் கூடாதா? எதுக்காக சிவராமனையும் இழுத்துக்கிட்டுப் போறா?'

மணியனும் ப்ரூட் மிக்சருக்கு அடிமை. ஸ்கூரூ காஜில் அவன் ஆதங்கத்தையும் சேர்த்து நுணுக்கமாக அளந்தபடி சொல்ல பின்னால் இடி முழக்கம். கரி மாணிக்கம். ஒட்டுக் கேட்டுக் கொண்டு உலர்ந்த பல்லி போல நிற்கிறான் கரி.

'இந்தா வே, காலேஜிலே பிசிக்ஸ் படிக்க வந்தீரா, இந்துநேசன் படிக்க வந்தீரா?'

அவன் மணியனை விசாரித்துவிட்டு என்னையும் சேர்த்துப் பார்த்தான்.

இந்துநேசன் சாதா பத்திரிகையா என்ன? 'இரு தரப்பு ஏற்றுமதி ஒப்பந்தம் பற்றி சோவியத் தூதுக்குழு பேச்சு வார்த்தை' என்று தினமணி முதல் பக்கத்தில் தலைப்பு தருவதற்கு ஈடாக இந்துநேசனில் 'சிங்கப்பூர் போன நடிகை தோல் பிசினஸில் மும்முரம்' சரித்திர முக்கியத்துவம் வாய்ந்த செய்தியாச்சே. அல்பமான உள்ளூர் ஓட்ட விவகாரம் எல்லாம் இ.நேசனில் வராது என்று கரியனுக்குத் தெரியாது போல இருக்கிறது. இல்லை, தக்கலையில் யார் ஓடினாலும் இந்து நேசன் லோக்கலாக நூறு காப்பி அச்சடித்து இந்தாவே இந்தாவே என்று கூவிக்கூவி விற்பார்களோ என்னமோ.

மணியனின் ப்ராக்டிக்கல் நோட்டைப் பிடுங்கினான் கரி. நீலம் படர்ந்த சட்டைப் பையில் இருந்து மை கசியும் ரைட்டர் பேனாவை எடுத்தான். பட்டையாக ரெண்டு கோடு போட்டு 'ரிபீட்' என்று கோட்டுக்கு நடுவே அகல உழுதான்.

மணியன் கோணலாகச் சிரித்தபடி முழுக்கைச் சட்டையின் கையை மடக்கிவிட்டபடி பிசிக்ஸ் லேபரட்டரியிலிருந்து அமர்த்தலாக வெளியேறினான். அவன் முகபாவம் 'போடா வெண்ணே' என்று இருந்தது. இதுக்கு நானாக இருந்தாலும் ரிபீட் போடுவேன்.

சாயந்திரம் ஒரே வேகத்தில் சைக்கிள் விட்டபடி வீட்டுக்குத் திரும்பும் போது மணியன் அடிக்கடி என்னைப் பார்த்து விஷமமாக விசில் அடித்தான். தலையில் கர்ச்சீப் வேறே கட்டியிருந்தான்.

'எதுக்குடா சீட்டி அடிக்கறே? ரோடுலே போறவங்க காலிப் பசங்கன்னு நினைக்கவா?'

அவனைக் கண்டித்தேன். அடங்கக் கூடிய பிள்ளையா அவன்?

வீட்டு வாசலில் சைக்கிளை சுவரில் சார்த்திவிட்டு நுழைய மணியனும் கூடவே நுழைந்தான்.

முன்வாசல் அறை எனக்கு என்று நானாகவே பட்டா போடாமல் ஆக்கிரமித்திருந்தபடியால் யாரும் உத்தரவன்னியில் உள்ளே வர முடியாது.

மணியன் பேண்ட் பாக்கெட்டிலிருந்து எதையோ எடுத்தான்.

ஸ்க்ரூ காஜ்.

'எதுக்குடா இந்த எழவை லவட்டிக்கிட்டு வந்திருக்கே?'

நான் மெய்யான கோபத்தோடு கேட்டேன். நாளைக்கு கரிமாணிக்கத் துக்கோ ஞான வெளிச்சத்துக்கோ இது தெரிந்து போனால் தக்கலை கோஷ்டி எங்கள் ரெண்டு பேரையும் வெட்டிப் போட்டு காலேஜுக்குள் ப்ரூட் மிக்சர் பிழிந்து விடும்.

'மயிர்மாணிக்கம் திட்டினான் இல்லேடா, அதுக்குப் பழி வாங்கத்தான். அவன் சம்பளத்துலே கட் பண்ணிப்பாங்க பாரு. என்ன விலை இருக்கும்? பத்தாயிரம்?'

இவனுக்கு பிசிக்ஸ் தான் வீக் என்றால் பொது அறிவும் அதே படிக்குத்தான். மூணு இஞ்ச் ஸ்க்ரூ கேஜில் டயோடும் ட்ரையோடுமா வச்சிருக்கு? அதெல்லாம் வச்ச நேஷனல் எக்கோ மான்சூனைஸ்ட் ரேடியோவே நூத்தம்பது ரூபாய் தான்.

'நமக்கும் பரீட்சை நேரத்துலே வீட்டுலே சாவகாசமா உட்கார்ந்து பழகிக்கிட்டா ப்ராக்டிக்கல்லே ஃபுல் மார்க் வரும். இது இங்கேயே இருக்கட்டும்டா.'

மணியன் நைச்சியமாகச் சொன்னான்.

'அட முட்டாளே, ப்ராக்டிக்கலுக்கு ஆயிரம் விஷயம் இருக்கே. ஸ்க்ரூ காஜ் தான் வரும் என்று என்ன நிச்சயம்?'

‘வரும் பாரு. தினம் விடிகாலையிலே கிழக்கு பார்த்து தியானம் பண்ணிட்டு இதை நினைச்சுக்கோ. பரீட்சையிலே கேள்வியா வந்து நிக்கும். நம்பினா நடக்கும்.’

அவன் என் மேஜைக்குள் ஸ்க்ரூ காஜைப் போட்டு ஒளித்துவிட்டு நம்புவர்களின் மகானாகப் புனிதமான பாவனைகளோடு வாசலுக்குப் போனான். நம்பாதவன் வயிற்றில் பசி ஸ்கூரு காஜில் அளக்க முடியாதபடி கொழுந்து விட்டு எரிந்தது.

அம்மா எங்கே? சாயந்திரம் டிபன் என்ன? சேமியா உப்புமா?

தட்டு நிறைத்து வெளுத்த துணியை நாலாக மடித்துப் போட்டது போல் இடியாப்பம். பச்சைமிளகாய் நிறத்தைக் கொஞ்சம் கடன் வாங்கிய மோர்க்குழம்பு. கூட, சின்னக் கிண்ணத்தில் கோழிக் கழிச்சல் மாதிரி ஏதோ திருஷ்டிப் பரிகாரம்.

அதை நகர்த்தி வைத்துவிட்டு தட்டை எடுத்தேன்.

‘காலேஜ் எப்படிடா போச்சு?’

வழக்கமான கேள்வி. ‘அது எங்கேயும் போகல்லே. நான் தான் போய்ட்டு வந்திருக்கேன். அது சரி, என்ன இன்னிக்கு வெளுத்துக் கட்டியிருக்கே?’

சாப்பாட்டை மெச்சினால் அம்மாவுக்கு உச்சி குளிர்ந்து விடும். அப்பா விஜயம் செய்யும் நாட்களிலும் அவருடைய சீரக ரசம், வத்தல் குழம்பு, சுட்ட அப்பளம் மெனுவோடு என் வழக்கமான மெனுவும் விசேஷ சலுகையாக அமலாக்கப்படும்.

‘நான் எங்கே பண்ணினேன்? வெள்ளியன்னிக்கு பூத்திருவிழா வருதில்லே? கம்பவுண்டர் வீட்டுப் பொண்ணு மேகலா பொள்ளாச்சியிலே இருந்து வந்திருக்கா. அவ கைவண்ணம். நம்ம வீட்டுக்கும் மறக்காம கொண்டு வந்து கொடுத்தா.’

‘இந்த கோழிக் கழிச்சல்?’

‘வாயை மூடுடா. கடலை மாவு சட்னி. சாப்பிட்டுப் பாரு. இருந்தா பாதி ராஜ்ஜியத்தையே எழுதி வச்சுடுவே. இதுவும் அவ பண்ணிக் கொண்டு வந்ததுதான்.’

அவசரமாக அந்தக் கண்றாவியையும் பக்கத்தில் நகர்த்திக் கொண்டேன். ரசிக்கக் கத்துக்கணும். இன்னும் எவ்வளவோ முன்னால் போக வேண்டி இருக்கே.

சட்டென்று சந்தோஷம். பயம். எதுக்கு? அவள் எந்த நிமிடமும் படியேறி வரலாம். திருட்டுச் சொத்தை மேஜைக்குள் வைத்துக் கொண்டு நான் முழிக்கிற முழியே காட்டிக் கொடுத்து விடும். போயும் போயும் ஒரு ஸ்க்ரூ காஜ் கூட்டுக் களவாணியையா கல்யாணம் செஞ்சுப்பேன்னு நினைச்சே. போடா டென் ஏ ஒன் வேலைக்கு போ. ஊஸ்ட் ஆனா, ஆதீனமிளகி கடையிலே எருமைப்பால் ஆத்து.

அவள் திரும்பியே பார்க்காமல் கொல்லைப் புறவழியாக இறங்கிப் போய்விடலாம்.

கரிமாணிக்கம் மேல் கோபம் வந்து கவிந்தது. மணியன் மேலும். என்னதுக்கு எதுக்கு என தெரியாமல் ஆதினமிளகி மகள், ப்ரூட் மிக்சர் சிவராமன், எருமை மேல் கூட.

அடுத்த நாள் சில பல சமாச்சாரங்கள் நடந்தேறின.

காலையில் நல்லையா பேப்பரோடு விநியோகித்த ஓட்டச் செய்தி இப்படி இருந்தது

ஆதினமிளகி மகளும் சிவராமனும் மதுரை ரிஜிஸ்தர் ஆபீசில் கல்யாணம் செய்துகொண்டார்கள். மாதக் கடைசியில் இரு வீட்டு வாழ்த்துகளோடு மொய் எழுதினவர்களுக்கு விருந்து போட்டு ஒரு கல்யாணச் சடங்கு நடக்க இருக்கிறது.

கருமாணிக்கம் என்ற டெமான்ஸ்ட்ரேட்டர் கரி, மெஸ் நடத்துகிறவங்க பெண், அதாவது சூப்பம்மாவின் அக்காவோடு நேற்று ராத்திரி ஓடி விட்டான். கரிக்கு இந்த மாதத்தோடு காலேஜிலும் ஊஸ்ட் ஆகி விட்டதாக அதாவது வேலை காலியாகி விட்டதாக நம்பத்தகுந்த வட்டாரங்கள் தெரிவித்தன. போன இடத்தில் அவர்கள் புதுசாக மெஸ் நடத்தவோ அதிகாரம் செய்யாமல் ஸ்க்ரூ காஜ், வெர்னியர் காலிப்பர் கொண்டு கம்பி, சட்டம், உருளைக் கட்டை, அப்பளக் குழவி, விசிறிமட்டை இதையெல்லாம் அளக்கப் படிப்பிக்கவோ ஏற்பாடு செய்திருக்கலாம்.

நான் சொல்லாமலேயே மணியன் ஸ்க்ரூ காஜை பிசிக்ஸ் லேபரட்டரியில் திரும்பக் கொண்டு வைத்துவிட்டான். அறிவியல் வளர்ச்சிக்கு அவனுடைய வாழ்க்கையில் அதிக பட்ச பங்காற்றுதல் அந்தக் காரியமாகத்தான் இருக்கும்.

நான் ப்ரூட் மிக்சரை விட்டு விட்டு கடலை மாவுச் சட்னிக்கு தாசன் ஆனேன்.

4

வேகுவேகுவென்று சைக்கிள் மிதித்துக்கொண்டு போனோம். மண்டையைப் பிளக்கும் வெய்யில் நெற்றியில் வியர்வையைப் படர்த் தியது. அது கண்ணை மறைத்து வழிய காலேஜுக்குப் பறக்கும் போது தான் தங்கு ரிக்‌ஷாவைப் பார்த்தோம்.

தங்கு என்ற தங்கசாமியை எல்லோருக்கும் தெரியும். வேலிக்காத்தான் செடிகளுக்கு ஊடாக தனித்துத் தெரியும் தரிசு பீடபூமியான ஆவாரங்காடு பகுதியில் பிறந்து வளர்ந்தவன். ஆனால் அவன் சைக்கிள் ரிக்‌ஷா ஊருக்கே புதுசு.

குதிரை வண்டிகளின் ஏகாதிபத்யம் கிழக்கிந்தியக் கம்பெனி காலத்தில் இருந்தே நிலைத்திருக்கும் பிரதேசம் நம்ம ஊர். அதுவும் நாலு தலைமுறையாக ரெட்டைத் தெரு வக்கீல்களும் ரெண்டு தலைமுறை சிவன்கோவில் தெரு டாக்டர்களும் கௌரவமாக ஏறி அமர்ந்து நாலுதிசையிலும் போகவர ஏற்பட்ட வாகனம் அது.

கண்ணுக்கினியான் டாக்டர் தன் மெய்க்காப்பாளனும் படைத்தலை வனுமான கம்பவுண்டர் வைரப்பனோடு குதிரை வண்டி ஆம்புலன்சில் யாருக்காவது மோட்ச தீட்சை கொடுக்கப் போகும்போது அந்தக் குதிரை முகத்தில் கூட கடமையின் அழுத்தம் தெரியும். வக்கீல்களின் குதிரை கள் குமாஸ்தாக்கள் மறந்த லா பாயிண்டையும் எடுத்துக் கொடுக்கக் கூடியவை. இது

தவிர, ராமேஸ்வரம் வரை போகிற போட் மெயிலில் மெட்ராஸில் இருந்து கெத்தாக வந்து சேர்ந்த ஊர்க்காரர்களின் ஊர்ப் பிரவேசம் குதிரை வண்டியில் செய்தாக வேண்டியிருந்தது.

இல்லாவிட்டால், 'ஏம்பா, மெட்றாஸ்லே கொடிகட்டிப் பறக்கறே. ஸ்டேஷன்லே இருந்து ஒரு குதிரை வண்டி வச்சுக்கிட்டு வந்திருக்கலாமில்லே? ஏதாச்சும் பண மொடையா?' என்று ஊரே துக்கம் விசாரிக்கும். குதிரைச் சாண வாடை இல்லாத காந்தி வீதியையும் ரெட்டைத் தெருவையும் கற்பனை செய்வதுகூட மகாபாவம்.

இந்த குதிரைப் பட்டணத்தில் தங்கு சைக்கிள் ரிக்‌ஷாவை அதிரடியாக அறிமுகப்படுத்தி இருக்கிறான். அதிலும் யாரோ சட்டமாக ஏறி உட்கார்ந்து கொண்டு போகிறார்கள். மேலரதவீதி முத்தையா எண்ணெய்க் கடை வாசலில் சைக்கிளில் இருந்தபடியே யாரென்று ஒரு வினாடி கால் ஊன்றிப் பார்த்தேன். அட, மாதவன்.

சட்டென்று அங்கு ரிக்‌ஷா மேலே கட்டிய கூம்பு ஒலிபெருக்கியில் இருந்து 'ரோஜா மலரே ராஜகுமாரி' பாட்டு கேட்டது. மாதவன் ஏதோ அறிவிப்பை வெளியிடப் போகிறான். அம்மை குத்த, வீட்டுச் சுவரில் கட்டம் போட்டு மலேரியா இன்ஸ்பெக்டர் வந்துபோன தேதி விவரம் குறிக்க இப்படி ஏதோ சர்க்கார் உத்தரவை சத்தம் போட்டு ஒலிபெருக்கியில் படிக்கப் போகிறான் அவன்.

வந்து சேர்ந்த சர்க்கார் உத்தரவு வெற்று வெள்ளைப் பேப்பராக இருந்தாலும் பரவாயில்லை, ஊரில் அதைப் பரப்ப மாதவன் தான் அங்கங்கே கூட்டம் சேர்த்து சேதி சொல்ல வேண்டும். கூடவே, தட்சிணா ஆசாரியாரின் சவுண்ட் சர்வீஸ் வழங்கும் தேச சேவையாக, சர்க்கார் சங்கீதமான 'ரோஜமலரே ராஜகுமாரி' முன்பாரம் பின்பாரமாக 78 ஆர்.பி.எம் ரிக்கார்ட் உருவத்தில் சுழல வேண்டும்.

பழனி குதிரைவண்டி இம்மாதிரி சர்க்கார் சேவைக்கு பயன்பட்டு வந்தது. ஆனால் சர்க்கார் உத்திரவை வாசிக்க ஆரம்பித்ததுமே வண்டிக் குதிரை முன்னங்காலை தூக்கி ஆக்ரோஷமாகக் கனைத்து போன மாதம் தன் எதிர்ப்பை வெளிப்படுத்தியதால் அது விலக்கப்பட்டது. 'கூடுதல் வீட்டுவரியை இந்த மாதம் செலுத்த வேண்டும்' என்ற அறிவிப்பு அது. பழனியும் குதிரையும் எதிர்க்கட்சிதான்.

'வரும் செப்டம்பர் மாதம் நடக்க இருக்கிற நகராட்சி தேர்தலுக்காக திருத்தப்பட்ட வாக்காளர் பட்டியல் நகராட்சி அலுவலகத்தில் பார்வைக்காக வைக்கப்பட்டிருக்கிறது. விட்டுப்போன நபர்கள் நாலாம் தேதிக்குள் மனுச்செய்து.'

மாதவன் வழக்கம் போல் டைப் அடித்த பழுப்புக் காகிதத்தை தலைகீழாகப் பிடித்துக்கொண்டு அறிஞர் அண்ணா குரலில் அறிவித்தான். அடுத்த முறை அது நம்பியார் குரல், அப்புறம் சிவாஜி குரல் என்று வரும். பலகுரல் மன்னன் அவன். அலுப்பான அறிவிப்பைக் கூட காதுகொடுத்துக் கேட்க வைக்கும் உத்தி இது.

வண்டியை மிதித்தேன். காலேஜுக்கு நேரமாகிவிட்டது. ஓட்டுப் போட வயசு வர இன்னும் ஐந்து வருஷம் காத்திருக்க வேணும். அதற்குள் படித்து முடித்து வேலைக்குப் போய், மேகலாவைக் கல்யாணம் செய்துகொண்டு, வீடு பார்த்து, சமைக்கக் கற்றுக் கொண்டு... அவள் சம்மதித்தால் ஊர் வழக்கப்படி ஓடிப்போய் விடலாமா? என்.சி.சியில் இருக்கப்பட்ட பெண். என்னை விட வேகமாக ஓடினால்?

காலேஜில் மணி முழங்கும் சத்தம். முதலில் கால்குலஸ் கிளாசுக்கு ஓடணும். இல்லாவிட்டால் புரபசர் பாலபாஸ்கரன் குரலை உயர்த்தாமல் கண்டிப்பார். அது நிச்சயம் பள்ளிக்கூடத்தில் லேட்டாகப் போனால் கெமிஸ்ட்ரி கரடி ஐயங்கார் சார் பேயறை அறைந்து வரவேற்கிற மாதிரி இருக்காது. ஆனாலும் முன்வரிசை இரண்டிலும் பெண்கள் இருப்பதால், நொடியில் மானம் போய்விடக் கூடிய அபாயம்.

'செயின் ரூல் தெரியுமா சார்?' புரபசர் பாலபாஸ்கரன் என்னைப் பார்த்துத்தான் கேட்கிறார். வாழ்க்கையிலேயே முதல் முறையாக சார் பட்டம் எனக்கு. மேலும் செயின் ரூல், ரிங் ரூல் எதையும் இதுவரை கேள்விப்பட்டதே இல்லை. பேய்முழி முழித்தபடி எழுந்து நிற்க புரபசர் பயந்து போய் உட்காரச் சொல்லிவிட்டார்.

'செயின் ரூல்னா டிபரன்ஷியேஷனுக்கு பயன்படுத்தறது சார். எதை டிபரன்ஷியேட் பண்ணனும்னு கேட்கறீங்களா? ரெண்டு பங்க்ஷனோட கலவையை. ஒய் ஈக்வல் டு எஃப் ஆஃப் ஜி ஆஃப் எக்ஸ். இதான் காம்போசிஷன் ஆஃப் டு பங்க்ஷன்ஸ். வெரி சிம்பிள் சார். ஒருதடவை படிச்சா வாழ்க்கை முழுக்க மறக்கவே மறக்காது சார்.'

திரும்ப உலகம் பிரகாசமானது. இப்படிப் புகட்டினால் அடுத்த வருடம் எஞ்சினியரிங் காலேஜில் சேரக்கூட யார் தயவும் வேண்டி இருக்காது. வாழ்க்கையிலேயே முதல் முறையாக 'சார்' பியுசியில் நிச்சயம் ஸ்டேட் ஃபர்ஸ்ட்!

வகுப்பு முடிந்தபோது கனமான சத்துணவு சாப்பிட்ட மாதிரி இருந்தது. அடுத்த கிளாஸ் ஓமப்பொடி கொறிக்கிற மாதிரி. ரொம்ப உழைக்க வேண்டாம். இங்கிலீஷ். அதுவும் இங்கிலீஷ் உரைநடை. இங்கிலீஷ்

கவிதை என்றால் பேராசிரியர் தருமபுத்திரனின் இடி முழக்கத்தைக் கேட்கவே கூட்டம் நிரம்பி வழியும். இடதுசாரி ஆதரவாளர் என்பதால் தாரா செஷன்கோவ், ஆண்டன் செகோவ், மிக்கயில் ஷோலகோவ் என்று நிறையச் சொல்வார். சந்தைக்கடை நேரத்தில் பக்கத்து கிராமத்து பெண்கள் 'யக்கோவ்' என்று கூவி அழைத்துப் பேசிக் கொண்டு போகும்போது சோவியத் இலக்கியம் மசங்கலாக நினைவு வர இவர்தான் காரணம்.

உரைநடை நம்ம மௌலி. நம்ம ரெட்டைத் தெருக்காரர். அதுவும் எங்களுக்கு ரெண்டு வீடு தள்ளி. 'தெலுங்கு வக்கீல் பிள்ளை' என்று பாட்டி அவ்வப்போது குசலம் விசாரிக்கும்போது குடை பிடித்தபடி தெருவோடு நடந்து போகிற மௌலி மவுனமாகப் புன்னகைப்பார். பேசியே பார்த்ததில்லை. அதனால் அவர் காலேஜ் வாத்தியார் உத்தியோகம், அதுவும் இங்கிலீஷ் சொல்லிக் கொடுக்கிறவர் என்ற விவரமே தெரியாது. மதுரை முக்கில் பஸ் பிடித்து தினசரி மதுரை போய் கலெக்டர் ஆபீசில் ஹெட் கிளார்க் வேலை செய்வதாக ஏனோ நினைத்திருந்தேன்.

மௌலி மதுரைக்குப் போய்த்தான் வந்து கொண்டிருந்தார். அங்கே காலேஜில் இங்கிலீஷ் வாத்தியாராக இருந்தவர் நான் ராஜா கல்லூரியில் சேர்ந்தபோது எனக்கு நோகாமல் நோன்பு நூற்க வாகாக ஊருக்கே மாற்றலாகி வந்துவிட்டார். அதற்குள் 'நாலாவது மூத்திரச் சண்டை' நிகழ்ந்த காரணத்தால் தகவல் என் காதுக்கு எட்டவில்லை. குண்டு ராஜூவும் சொல்ல விட்டுப்போன செய்தி அது.

வருடம் ஒருமுறை அனேகமாக மார்கழியில் பாட்டி அண்டை அயலில் யாரோடாவது மூத்திரச் சண்டை தொடுப்பதை வழக்கமாகக் கொண்டிருந்தாள். 'விடிகாலையிலே, கோலம் போட்டு லட்சுமி வீட்டுப்படி ஏறுவாளே அந்த பிரம்ம முகூர்த்தத்திலே இந்த மனுஷர் நம்ம வீட்டு வாசலுக்கு நாலு அடி தள்ளி குத்த வச்சார்.' இப்படி வருடா வருடம் குற்றம் சாட்டப்பட்டவர்கள் பட்டியலில் ரிடயர்ட் ஸ்டேஷன் மாஸ்டர், ஸ்டாம்ப் வெண்டர் என்று புதுசு புதுசாக யாராவது மாட்டுவார்கள். போன மார்கழியில் நாலாம் சண்டை. தெலுங்கு வக்கீல் குற்றவாளி.

பாம்பு போல ஏதோ சரசரவென்று ஊர்ந்து போன சத்தம் கேட்டதால் என்ன என்று கவனித்துப் பார்க்கத் தான் தன் வீட்டு வாசல் ஓரம் குத்த வைத்து உட்கார்ந்ததாகவும், தகாத செயல் ஏதும் தான் செய்யவில்லை என்றும் நிரூபிக்க வக்கீல் செய்த பிரயத்தனங்கள் தோல்வியில் முடிந்தன. பாட்டி மாதிரி பேச்சு வல்லமை மிக்க வக்கீலை வெல்ல சோவியத் யூனியனில் தான் ஆள்தேட வேண்டும்.

தெலுங்கு, தமிழ், இங்கிலீஷ் இப்படி மும்மொழியிலும் தெலுங்கு வக்கீல் அளித்த தன்னிலை விளக்கங்கள் தள்ளுபடி செய்யப்பட, அவர் இறுக்கமான முகத்தோடு வீட்டுக்குள் நுழைந்த காட்சி மறக்க முடியாதது. தெலுங்கர் இனி வாழ்நாள் முழுதும் அற்ப சங்கைக்கு ஒதுங்கவே மாட்டார் என்ற உறுதி அதில் தெரிந்தது. வக்கீல் பிள்ளை மௌலி எங்க காலேஜ் மௌலி சார் என்ற விஷயம் வீட்டில் சொல்லப் படாமல் போனதற்கு சண்டையால் சீர்குலைந்த நட்புறவுகளும் காரணம்.

மௌலி மெலிசான குரலில் ரொபீந்தர்நாத் தகோர் (அப்படித்தான் சொல்ல வேணும் என்று சொல்லியிருந்தார்), ஈ.எம்.பாஸ்ட்டர், வின்ஸ்டன் சர்ச்சில் இன்னோரன்ன பிரமுகர்கள் எழுதிய கட்டுரை களைப் பாடப் புத்தகத்தில் வாசித்து விளக்கம் சொல்லும்போது, ஜிலுஜிலுவென்று தூக்கம் வரும். தூங்கினாலும் பாதகமில்லை. மௌலி வந்து விட்டால், கொஞ்சம் இளைப்பாறிக் கொள்ளலாம். எங்கே போனார்?

மௌலியை எதிர்பார்த்துக் காத்திருக்கும்போது எதிர்பாராத விதமாக பிசிக்ஸ் தலைமைப் பேராசிரியர் வடுவூர் ராமசாமி வகுப்புக்குள் நுழைந்தார். இங்கிலீஷ் கிளாசுக்கு இவர் எப்படி வந்தார்? ஏன் வந்தார்? ரொம்ப கண்டிப்பானவராச்சே.

வடுவூர் கிளாசுக்குப் போனால், பரீட்சைக்குப் படிக்காமலேயே பாஸ் ஆகி விடலாம் என்று பரவலான நம்பிக்கை. பாலபாஸ்கரனும் இவரும் ஒரே நாளில் கல்லூரியில் சேர்ந்ததாகத் தெரிந்தது. ஒரே மாதிரி சைக்கிள் வைத்திருப்பார்கள்.

‘ப்ரேயர்.’ மிடுக்கான குரலில் அறிவித்தார் வடுவூர். வழக்கமாக, அந்த தினத்தில் முதல் வகுப்பு என்றால் இப்படி குரல் கொடுத்து எல்லோரையும் எழுப்பி நிற்க வைத்து, ஒரு நிமிடம் கண்ணை மூடியபடி பிரார்த்தித்து விட்டு, திரும்ப உட்காரச் சொல்லிக் கைகாட்டிய பிறகு கெப்ளர் தியரிக்குள் கடந்து போய்விடுவார் அவர்.

வழக்கமில்லாத வழக்கமாக வடுவூர் இரண்டாவது வகுப்பில் பிரார்த்தனைக்குக் குரல் கொடுக்கிறார். மறந்து போய்விட்டாரா? பக்கத்தில், தூரத்தில் இருந்த மற்றவர்களைப் பார்த்தேன். யாரும் எழுந்திருக்கவே இல்லை. தலையில் சூட்டிய மல்லிகைப்பூ பாதி உதிர்ந்து போன முன் வரிசை பெண்களும் இதில் அடக்கம்.

‘சொன்னேனே, காதுலே விழலியா?’

வடுவூரார் இடிமுழக்க அவசரமாக எழுந்து நின்றோம்.

‘இங்கிலீஷ் லெக்சரர் சந்திரமௌலீஸ்வரன் இன்று காலை தாழையூத்து பக்கம் நடந்த ஒரு பஸ் விபத்தில் உயிரிழந்தார் என்பதை வருத்தத் தோடு சொல்லிக் கொள்கிறேன். அவர் ஆத்மா சாந்தியடைய பிரார்த்திப்போம்.’

வடுவூர் குரலில் நடுக்கத்தை கட்டுப்படுத்தி திரும்பக் கெட்டிப் படுத்தியபடி சொன்னார்.

சத்தியமாக இந்தத் திருப்பத்தை எதிர்பார்க்கவே இல்லை.

சாவு என்றாலே மனதை நோகடிக்கும் விஷயம். அதுவும் நன்றாக அறிந்தவர்கள், பழகியவர்கள் இப்படி விபத்தில் உயிரைப் பறிகொடுப்பது.

மௌலி என்னை விட, என்ன, பத்து பனிரெண்டு வயது பெரியவராக இருப்பாரா? ஒரு தடவையாவது அவரோடு பேசி இருக்கிறேனா?

தெலுங்கு வக்கீலோடு பாட்டி செய்த எதிர்வாதம் கிடக்கட்டும். குடையைப் பிடித்துக் கொண்டு தினசரி காலேஜில் இருந்து நடந்தே வீட்டுக்கு வரும்போது, ஒரு முறையாவது சைக்கிள் பின் காரியரில் உட்காரச் சொல்லிக் கேட்டிருக்கிறேனா? போலீஸ்காரர் நின்றாலும் பாதகமில்லை. பக்தவத்சலத்தைத் தோற்கடித்து வந்த அண்ணாவுக்கு அடுத்து கலைஞர் வந்த புது ஆட்சியில் சைக்கிளில் ரெண்டு பேராகப் போவது பெரிய குற்றமாகப் பார்க்கப்படுவதில்லை.

மௌலி வகுப்பில் தூங்கி வழியாமல் அவர் மென்மையாகச் சொன்னதை உன்னிப்பாகக் கேட்டுக் குறிப்பு எடுத்திருக்கலாம். வீட்டில் அதைப் படித்து, காலை நேரத்தில் மூத்திரச் சண்டை போடாமல் அவர் வீட்டுப் படியேறி பாடத்தில் சந்தேகம் இருந்தால் கேட்டுத் தெளிவடைந்து வந்திருக்கலாம். அவருக்கு சைக்கிள் ஓட்ட குண்டு ராஜுவும் நானும் சேர்ந்து சொல்லிக் கொடுத்திருக்கலாம்.

வாழ்க்கையில் முதல் தடவையாக வகுப்பில் பிரார்த்தனை செய்தேன். மௌலிக்கு.

‘இந்த வகுப்போடு, லெக்சரர் மௌலிக்கு அஞ்சலி செலுத்த கல்லூரி இன்று விடுமுறை விடப்படுகிறது. இரவு அவருக்கு மரியாதை செலுத்த நீங்கள் விரும்பினால் போக வேண்டிய விலாசம்.’

வடுவூர் எங்கள் தெருப்பெயரை, நான் நன்றாக அறிந்த அண்டை வீட்டுத் தெலுங்கு வக்கீல் விலாசத்தை போர்டில் எழுதினார். ரெண்டு எண் குறைத்தால் எங்க வீட்டு எண். ஒருநாள் என் பெயரும் விலாசத்தோடு இங்கே எழுதப்படுமோ? மௌலி பஸ்ஸில் எதற்கு தாழையூத்து போனார்? எதற்காக அவருக்கு லீவு கொடுத்தார்கள்?

வீட்டுக்கு வரும்போது திரும்ப தங்கு ரிக்ஷா எதிர்ப்பட்டது. மாதவன் உள்ளே உட்கார்ந்திருந்தான். ரோஜா மலரே ராஜகுமாரியும் சர்க்கார் உத்தரவும் இல்லை. லெக்சரர் மௌலியின் சாவுச் செய்தியை ஊர் முழுக்க ஒலிபரப்பியபடி போனான் அவன். ஒரே குரலில், தன் குரலில் மட்டும் துக்கத்தைச் சொன்னான் மாதவன்.

சாயந்திரம் ரெட்டைத் தெருவில் ஊரே கூடியிருந்தது. மௌலிக்கு கல்யாண ஏற்பாடுகள் நடந்து வருகிறதாகவும், அதற்காக புதுசாக பேண்ட், சட்டை தைக்க மதுரையில் துணி எடுத்து, ஓரியண்ட் டெய்லர் கடையில் தைக்கப் போட்டுவிட்டு, யாரோ சொந்தக்கார வீட்டு விசேஷம் என்று தாழையூத்து போனதாகவும் பேச்சு காதில் விழுந்தது. ராஜபாளையத்தில் இருந்து பஞ்சு ஏற்றி வந்த லாரி முன்புறமாக மோதியதில், பக்கவாட்டு சீட்டில் முதல் ஆளாக உட்கார்ந்திருந்த மௌலி அந்த இடத்திலேயே உடல் நசுங்கி இறந்து போனதைக் கேட்டு பாட்டியும் கலங்கினாள்.

ஆறு மணிக்கு இருட்ட ஆரம்பித்தபோது நாலைந்து பெட்ரோமாக்ஸ் விளக்குகளை தெலுங்கு வக்கீல் வீட்டு வாசலில் வைக்க தருமபுத்திரன் ஏற்பாடு செய்ததையும், வடுவூரும், பாலபாஸ்கரனும் நாலைந்து மணி நேரம் தெருமுனையிலும் வீட்டு வாசலிலும் நின்று கூட்டத்தைக் கட்டுப்படுத்தி அமைதியாக வைத்ததையும், ஏழு மணி சுமாருக்கு சவப்பெட்டி மதுரையில் இருந்து வந்து சேர்ந்ததையும், வீட்டு வாசலில் முகம் மட்டும் வெளியே தெரிய மௌலி கிடத்தப்பட்டதையும், 'என் குழந்தே' என்று பாட்டி வாய்விட்டு கதறியபடி தெலுங்கு வக்கீல் மனைவியை கட்டிப் பிடித்து அழுததையும் சொல்ல வேண்டாம்.

சவ ஊர்வலத்தைத் தொடர்ந்து சைக்கிளைத் தள்ளிக் கொண்டு பாலபாஸ்கரன், வடுவூர், தருமபுத்திரன், தமிழ் ஆண்டாள்தாசன் போன்ற பேராசிரியர்கள் அமைதியாக நடந்து போனார்கள். புரபசர் கே.கே.ஜி.பாலசுப்ரமணியன் நடக்க முடியாத காரணத்தால் தங்கு ரிக்ஷாவில் எல்லோருக்கும் பின்னால் வந்தார். நான், கிரி, சௌந்தர் என்று ரெட்டைத்தெரு பட்டாளம் ஆகக் கடைசியாக நடந்தது.

கே.கே.ஜி வீட்டு வாசலைக் கடக்கும்போது தங்கு ரிக்ஷா நின்றது. வீட்டு வாசலில் நின்ற மனைவியிடம் தணிந்த குரலில் கே.கே.ஜி சொன்னது எனக்குக் கேட்டது –

'வெதுவெதுன்னு வென்னீர் போட்டு வை. வந்து குளிக்கணும். மெல்லிசா நாலு தோசையும் இஞ்சி போட்டு கொத்தமல்லி சட்னியும் போதும் ராத்திரி சாப்பிட.'

5

ஊர் உலகத்தில் கெமிஸ்ட்ரி மேல் கணிசமான அபிமானம் இருந்த காலத்தில் நான் வலது கையை எடுத்து வைத்து பியூசி கெமிஸ்ட்ரி லேபரட்டரியில் நுழைந்தேன்.

அதாவது, காலேஜ் ரெண்டாம் மாடியில் கெமிஸ்ட்ரி லேப். கடைசி மாடிப்படி ஏறும்போது முன்னால் நடந்துபோன 'ரசாயனக் கிழவி'யின் புடவைத் தலைப்பை மிதித்து விட்டேன். அந்தம்மா பின்னால் விழ நான் கனம் தாங்காது இடம் வலமாகத் திரும்பி லேபரட்டரிக்குள் முதல் தடவையாகக் கையை ஊன்றினேன்.

கொஞ்சம் மூச்சு விட நேரம் கொடுத்தால் கோர்வையாக எல்லாம் சொல்வேன். எங்கே ஆரம்பிக்கணும்? ரசாயனக் கிழவி? வேணாம் ரசாயனத்தில் தொடங் கலாம். வேதியியல் என்ற நல்ல தமிழ்ச் சொல் புழக்கத்தில் வராத காலம் அது. ரசாயனம்தான் எங்கே பார்த்தாலும். ராஜாஜி கூடத் தன்னை விஞ்ஞானி என்று நிரூபித்துக் கொள்ளவோ என்னமோ 'திண்ணை ரசாயனம்' என்று புத்தகம் எழுதியிருந்தார். 'குச்சா மாமா' எழுதின 'குடும்ப வைத்தியம்', பக்தவிஜயம் புத்தகங்களோடு அதுவும் அவ்வப்போது தூசு தட்டப் பட்டு தாத்தா பீரோவில் பத்திரமாகப் பாதுகாக்கப் பட்டது. ஒரு தடவை கூட அதை நான் முகர்ந்து பார்த்ததாக நினைவு இல்லை.

திண்ணை ரசாயனத்தில் பித்தளையைத் தங்கமாக்குகிறதைப் பற்றிச் சொல்லியிருந்தால் கூட நான் படித்திருக்கப் போவதில்லை. ஆனாலும் ரசாயனம் சீராமன் தியேட்டரில், மற்றும் டெண்ட் கொட்டகையில் திரையிடப்படும் கருப்பு வெள்ளைப் படங்களிலும் துரத்தி வந்தபடி இருந்ததால் கவனித்தே ஆகவேண்டிய கட்டாயம். சிவாஜி கணேசன் குடுவை குடுவையாக பினாயில் போன்ற திரவங்களை சூடுபடுத்திக் கண்ணை அவித்துக்கொண்டு டி.எம்.எஸ் குரலில் தத்துவப் பாட்டை உரக்கப் பாடியபடி நடக்கிறது எந்த சினிமா? எல்லா சினிமாவும்தான்.

ஆக கெமிஸ்ட்ரி லேபரட்டரி, அதாவது ரசாயன சோதனைச் சாலை – பொறுங்க, அப்போது புழக்கத்தில் இருந்ததைத்தானே சொல்லணும். சரி, ரசாயனக் கிழவி பற்றி நூல் விடாவிட்டால் திட்டித் தீர்த்துடுவீங்க. அதையும் சொல்லிடறேன்.

கெமிஸ்ட்ரி லேப் டெமான்ஸ்ட்ரேட்டர் அந்தம்மா. பட்டை ப்ரேம் போட்ட மூக்குக் கண்ணாடியும், தாட்டியான உடம்புமாக ஒரு மூணே முக்கால் அடி உயரத்தில் உருண்டோடி வரும் பெண்மணி. பெயர் ராதாமணி. பாலக்காட்டு ஸ்திரி.

சோடியம் குளோரைட், சோடியம் குளோரேட் உப்புகளுக்கு இடையே உள்ள ஆறேழு வித்தியாசங்களை எங்களுக்கு விளக்கவே அவதாரம் எடுத்து திருப்பத்தூரில் இருந்து தினசரி வந்து கொண்டிருந்த அவரை உப்பு அக்கா என்று பட்டப்பெயர் சூட்டி மகிழ்ந்து கொண்டிருந்த நேரத்தில் ஏதோ ஒரு விட்டலாச்சாரியா படம் வந்து சேர்ந்தது. படத்தில் மந்திரவாதிக் கிழவியை பார்த்து யாரோ உப்பக்கா ராதாமணியை நினைவுகூர, உடனடியாக அக்கா பெயர் ரசாயனக் கிழவியானது. தப்புத்தான். அன்னிக்கு இருந்தாலும் நாற்பது வயது கூட தேறமாட்டார் பாலக்காட்டு ராதாமணி. ஆனால், பெயர் வைத்தாச்சு. என்ன செய்ய?

பிசிக்ஸைத்தான் தக்கலை கரிமாணிக்கம் அண்ட் கோ தயவில் ஒருவழி பண்ணியாச்சு, கெமிஸ்ட்ரி பிராக்டிக்கலை விட்டுவைப் பானேன் என்று ஆர்வக் கோளாறோடு வேகமாகப் படியேறும்போது முன்னால் போன உழக்கு சைஸ் லேடி டெமான்ஸ்ட்ரேட்டரைக் கவனிக்காமல் விரைந்தது என் தப்புதான். திட்டினாலும் வாங்கி முழுங்கி ஏப்பம் விடத் தயாராக நான் நிற்க, 'போயேம்பா, உருண்டுக் கிட்டே போகறதா பிரார்த்தனையா?' என்று படு பயங்கரமாகச் சிரித்து ர.கி என் தோளைத் தட்டி மேலே அனுப்பி வைத்தாள். ரசாயன மாற்றம் இதுதான். ஆயுசுக்கும் கெமிஸ்ட்ரியோடு நல்லுறவு இப்படித் தான் ஆரம்பிக்கிறது போல.

அந்த சோதனைச் சாலைக்குள் நுழைந்ததுமே அழ.அழ கருவாட்டுக் கடைக்குள் நுழைந்த மாதிரி ஒரு பரிமள சுகந்தம் வீசியது. ஷாஜகான் சொன்னான், ‘இது கருவாட்டு வாடை இல்லேடா. அழுகின முட்டை வாடை.’ சோடியம் குளோரைட், குளோரேட் மாதிரி வாடையிலும் சில பல வித்தியாசங்கள் இருக்கக் கூடும்.

சீனியர்கள் முந்தின மணி நேரத்தில் சல்ஃபர் டையாக்சைட் வெற்றிகர மாகத் தயாரித்து மகிழ்ந்ததாகவும், அந்த நறுமணம் இன்னும் குறைந்தது ரெண்டு மணி நேரமாவது சுற்றிச் சூழ்ந்திருக்குமென்றும் தெரிய வந்தது.

கரகரவென்று நாற்காலி இழுபடுகிற சத்தம். கொஞ்சம் அகலமான மர நாற்காலி மேல் மணைப் பலகையைப் பொருத்திய உபகரணத்தை அட்டெண்டர் சோமன் கொண்டுவந்து முன்னால் போட்டான். என்ன எதுவென்று தெரியாமல் நாங்கள் பார்த்துக் கொண்டிருக்கும்போதே ர.கி.அம்மையார் நாற்காலியில் தாவியேறி நாலு திக்கிலும் பராக்கிரமத்தை நிலைநாட்டிய வேலுநாச்சியார் போலவோ, ஜான்சி ராணி போலவோ பெருமிதமாக நின்று கையை உயர்த்தி சைலன்ஸ் சொன்னாள்.

‘எல்லோரும் சோதனைச் சாலைக் கருவிகளைக் கொஞ்சம் கவனித்துப் பாருங்க.’

பார்த்தேன். குட்டியாக மர ஷெல்ப்கள் அறை முழுக்க நின்றபடிக்கு மிரட்டிக் கொண்டிருந்தன. குறுக்கே பலகை செருகி மூன்று அடுக்காக இருந்த அந்த ஷெல்ப் எல்லாவற்றிலும் உயரம், குட்டை, நோஞ்சான், குண்டு என்று சைஸ் வாரியாக கண்ணாடிக் குழாய்கள். பக்கத்தில் வாய் அகலமாக ஒரு கண்ணாடிக் குடுவை. புஸ் புஸ் என்று நீலமும் இல்லாமல் மஞ்சளும் இல்லாமல் புகையைக் கிளப்பிக் கொண்டு எரிகிற ஒரு தகர விளக்கு. சிவாஜி பார்த்தால் டி.எம்.எஸ் குரலில் தத்துவ கீதம் பாடியபடி சரோஜாதேவியின் உசிரைப் புற்றுநோயில் இருந்து காப்பாற்ற ஆராய்ச்சி செய்ய ஆரம்பித்து விடுவார். பாட்டோ, மருந்தோ ரெண்டும் இல்லாமல் வேறே எதுவோ ச.தேவியைக் கடைசியில் குணமாக்கி விடும்.

‘ஷெல்ப் மேல் தட்டில் லெப்ட்லே உள்ள கருவி பெயர் யாராவது சொல்ல முடியுமா?’

ர.கி அம்மையார் முழங்கினார். எதிர்க் கட்சித் தலைவருக்கு நேருக்கு நேர் மோதத் தயாரா என்று சவால் விடுகிற ஜூனியர் அரசியல்வாதி மாதிரி குரல். அவர் கையால் எண்சாண் உடம்பு என்று வைத்துக் கொண்டாலும் சாணுக்கு ஒரு மைக் என்று முழுங்கியிருந்தாலே ஒழிய இப்படி ஒரு இடிக்குரல் எழ வாய்ப்பே இல்லை.

ரெண்டு பக்கமும் குச்சி குச்சியாக கண்ணாடிக் குழாய் முளைத்து நடுவே அநியாயத்துக்கு வீங்கி இருந்த பெயர் விளங்காத உபகரணம் அது. கோலி சோடா செய்து அலுத்துப் போய் பொழுது போகாமல் கண்ணாடியை உருட்டித் திரட்டிச் செய்து யாரோ காலேஜில் விற்று விட்டுப் போன சரக்கு. ரசாயனத்துக்கும் அதுக்கும் தாயாதி, பங்காளி போல் ஏதோ உறவு இருக்கும் போல் தெரிந்தது.

'அது பிப்பெட்டாக்கும்.' ர.கி அம்மையார் என் அறிவுக் கண்ணைத் திறந்தார். கூடவே ஒரு எச்சரிக்கையும் கொசுறாக விடுக்கப்பட்டது.

ஷெல்ப் பக்கம் நீளமாக நிற்கிற, பார்க்கக் கொஞ்சம் சிக்கலானதாகத் தோன்றும் கருவியை எக்காரணம் கொண்டும் தொட வேண்டாம். உடைந்தால் ஐநூற்றுச் சில்லரை ரூபாய் அபராதம் கட்ட வேண்டி இருக்கும்.

கொஞ்சம் விலகியே நின்று அந்த பயங்கரத்தைப் பார்வையிட்டோம். 'எங்க நாய்னா போன மாசம் ஹைட்ரோசில் அதாண்டா வெதைக்கொட்டை வீங்கி ஆப்பரேஷன் செஞ்சுக்க மதுரை எர்ஸ்கின் ஆஸ்பத்திரியிலே அட்மிட் ஆனபோது அவர் காலிடுக்கிலே இதைத்தான் பொருத்தினாங்க' என்றான் ராமானுஜலு. கண்ட இடத்திலும் செருகி விட்டு இந்த இழவை இங்கே எதுக்குக் கொண்டு வந்து வைக்கணும் என்று புரியவில்லை. சரிவர அலம்பினார்களோ என்னமோ.

'அந்த எக்ஸ்பென்சிவ் ஆன ப்ரசிஷன் இன்ஸ்ட்ரூமெண்ட் பெயர் பியூரட். சரி, இன்னிக்கு டெஸ்ட் என்னன்னு பார்க்கலாம். உங்க முன்னாடி சால்ட் இருக்கா?'

நவராத்திரிக்கு சுண்டல் தருகிற மாதிரி தினத்தந்தி பேப்பரை முப்பது துணுக்காகக் கிழித்து ஒவ்வொரு துணுக்கிலும் ஒரு தேக்கரண்டி பழுப்பாக ஏதோ ஒன்றை அட்டெண்டர் சோமன் பூடகமான சிரிப்போடு வைத்துவிட்டுப் போனான்.

'இது என்ன சால்ட் அப்படீன்னு கண்டுபிடிக்க சில சோதனைகள் செய்யலாம். முதல்லே நடுத் தட்டில் இருக்கிற ஹைட்ரோக்ளோரிக் ஆசிட் பாட்டிலை எடுங்க.'

'எங்க வீட்டுலே பாம்பே கக்கூஸ் கழுவ இதத்தாண்டா போடுவோம். என்னமா புகை வரும் தெரியுமா? கையிலே பட்டா, அப்பளமா கொப்பளிச்சுப் போயிடும்.'

பின் வரிசையில் ராமானுஜலு ஒட்டு மொத்தமாக எல்லோரையும் பயமுறுத்திக் கொண்டிருக்க, நான் நடுக்கத்தோடு ரசாயனக் கிழவியைப் பார்த்தேன்.

‘பயப்படாதீங்க. நீர்க்கக் கரைச்ச டைல்யூட்டட் ஆசிட் தான் இது. பிப்பெட்லே சரியா அஞ்சு மில்லி லிட்டர் உறிஞ்சி எடுத்து ஒரு சிட்டிகை உப்பை தட்டுலே வச்சு அதுக்கு மேலே விடுங்க. உப்பு தீர்ந்தா திரும்ப கிடைக்காது. ஜாக்கிரதை.’

நான் பயம் தெளியாமல் ஆணைக்குக் கட்டுப்பட்டு நடக்க முயற்சி செய்ய, எதிரில் ஷாஜகான் காளிமார்க் கலர் சோடா குடிக்கிற உற்சாகத்தோடு படு வேகமாக பிப்பெட்டை நிறைத்து உறிஞ்சிய சத்தம் எனக்குத் தெளிவாகக் கேட்டது.

‘ஐயய்யோ, முழுங்கிட்டேனே’ அடுத்த வினாடி அவன் போட்ட கூச்சலில் நாங்கள் எல்லோரும் உப்பும் ஆச்சு புளியுமாச்சு என்று போட்டது போட்டபடி ஓடிப்போய் அவனைச் சுற்றி நின்றோம். வாழ்க்கை சிக்கலானது. ரசாயனமும் உயிர் பறிக்கும்.

தலையைக் கையில் பிடித்துக்கொண்டு நின்ற அவனைக் கைத்தாங்கலாக அட்டெண்டர் சோமன் ர.கி அம்மையார் நின்ற நாற்காலிக்கு அருகே கூட்டி வந்தான். படு அலட்சியமாக அந்தம்மாவை நாற்காலியை விட்டு இறங்கச் சொல்லிவிட்டு ஷாஜகானை அதில் உட்கார்த்தினான். இந்த ரசாயன சாம்ராஜ்யத்தில் சோமனே மகாராஜா, ர.கி வெறும் டம்மி என்று புரிந்து போனது.

கண்ணுக்கினியான் டாக்டரை யாராவது ஓடிப் போய்க் கூட்டி வரணும் என்று மகளிர் அணி சார்பில் பயந்து பயந்து வேண்டுகோள் விடப்பட்டது. நான் லேபரட்டரி கடியாரத்தைப் பார்த்தேன். பகல் ரெண்டரை மணி. கண்ணுக்கினியான் பக்கத்து ராயர் பஜ்ஜிக் கடையில் நாவுக்கு இதமாக கார சோமாசி, தவல வடை வகையறாக் களைத் துணுக்குத் துணுக்காக அனுபவித்துச் சாப்பிடும் நேரம் அது.

ராயரின் கடலைமாவுப் பண்டங்கள், மிளகாய் பஜ்ஜி, ராயருடைய அப்பா காலத்தில் இருந்து பஜ்ஜி வடை பொறிக்க உபயோகிக்கும் பாரம்பரியம் மிக்க சுட்ட கடலெண்ணெய் இத்யாதி சமாசாரங்களால் கண்ணுக்கினியான் க்ளினிக்குக்கு நிரந்தர வாடிக்கையாளர்கள் உண்டு. அவர்களிடம் மறந்தும் கூட ராயர் கடையை புறக்கணிக்கும்படி டாக்டர் சொல்ல மாட்டார். பரஸ்பர தொழில் மரியாதை அது. கார்பனேட் மிக்சர் குடித்தால் அடுத்த நாள் திரும்பவும் பஜ்ஜி சாப்பிடலாம். டாக்டரே தினசரி அதைத்தான் செய்கிறதாக நம்பகமான தகவல்கள் உண்டு.

கண்ணுக்கினியான் ராயர் கடை பதார்த்தங்களை ஆர அமர ருசித்துவிட்டு, ஒரு கவுளி வெற்றிலையும் மென்று காப்பி குடித்து பழனி குதிரை வண்டியில் வந்து இறங்கும் வரை, ஆசிட் குடித்த ஷாஜகான்

உயிரை பிப்பெட்டில் பிடித்துக் கொண்டு காத்திருக்க மாட்டான். அவனுக்கு என்ன மருந்து கொடுப்பது? யார்?

‘சைலன்ஸ். ஒரு கொழப்பவுமில்லே, கேட்டேளா? ரெண்டு கிண்ணி பச்ச வெள்ளம், இத்ர மாத்ரம் சம்பாரம் காலேஜ் கேண்டீன்லே சாப்பாடு விளம்பறவா’ட்டே கேட்டு ஆராவது வாங்கிண்டு வாருங்கோ. கொஞ்சம் ஜீராம், நய்ய் கூட கிடைச்சா நல்லது.’

ரசாயனக் கிழவி மலையாள மாந்திரீகத்தைப் பிரயோகிக்கத் தயாராக நிற்க, என்னமோ அவள் மேல் சகலருக்கும் திடீரென்று நம்பிக்கை வந்தது. அந்தம்மா சர்வீஸில் இப்படி எத்தனை ஆசிட் முழுங்கி களைப் பார்த்திருப்பாள்.

பச்ச வெள்ளம் என்ன மாதிரி சமாச்சாரம் என்று ஆராய்ந்து கொண்டிருந்த கூட்டத்துக்கு பாலக்காட்டுத் தமிழை அவசரமாக விளக்க வேண்டியது என் வேலையானது. ‘லோட்டாவிலே ஊருணித் தண்ணி எடுத்து வாங்கடா. கூடவே கொஞ்சம் சீரகம், கொஞ்சம் மோர் வேணும். நெய் கிடைச்சாலும் கொண்டு வாங்க.’

ஏழெட்டுப் பேர் கேண்டீனுக்கு எதிர்த் திசையிலும், இன்னும் சில பேர் வெட்டினரி ஆஸ்பத்திரி பக்கமும், நெற்றி நாமம் கலையாத ராமானுஜலு கேண்டீனுக்குள்ளும் ஓட ஒரு வழியாக ரா.கி கேட்ட சேர்மானங்கள் வந்து சேர்ந்தன. நய்ய் கிடைக்கலை. சமாளிச்சுக் கலாம் என்று சொல்லி விட்டாள் அவள்.

கண்ணாடிக் குடுவையில் எதையோ பொடித்துப் போட்டு, கைப்பையில் இருந்து வேறே எதையோ ஒரு சொட்டு விட்டு, சோமனிடம் சொல்ல, அவன் எங்கள் முன்னால் வைத்திருந்த பெயர் விளங்காத உப்பிலிருந்து இக்கிணியூண்டு கிள்ளிக் கொடுத்தான். அதையும் குடுவையில் போட்டு கண்ணாடிக் குச்சி கொண்டு தகர விளக்கில் காய்ச்சி சூடு பறக்க ஷாஜகானுக்கு அவள் வழங்கினாள். அந்த ரசாயனத்தைக் குடித்த அடுத்த வினாடி விட்டலாச்சார்யா படத்தில் வருகிற மாதிரி ஷாஜகான் ஆடு அல்லது பூனையாகி விடலாம் என்று எனக்குத் தோன்றியது.

அவனுக்கு எதுவும் ஆகவில்லை. அஞ்சால் அலுப்பு மருந்து சாப்பிட்டு உடம்பில் சள்ளைக் கட்டு விட்டுப்போன மாதிரி தெம்பாகச் சிரித்தபடி எழுந்து நின்றான்.

‘இவன் குடிச்ச ஆசிட் வயத்துலே வேலையைக் காட்ட இன்னும் பத்து பனிரெண்டு மணி நேரமாவது ஆகும்டா. இப்படித்தான் எங்க அயித்தானுக்கு வவுத்துவலின்னு...’

வள்ளியப்பன் தணிந்த குரலில் சொல்ல, அபாயம் இன்னும் முழுமையாகத் தீரவில்லை என்று திரும்ப பயம் எட்டிப் பார்த்தது. பிழைத்துக் கிடந்தால் இவன் பிழைத்து எழுந்து வருவான். இல்லா விட்டால்? லெக்சரர் மௌலி நினைவில் வந்தார். ஊஹூம், இவனைப் புதைக்க எல்லாம் வேண்டி இருக்காது. கையும் காலும் திடமாக ஓடித்தான் வரப் போகிறான். தள்ளாடி நடந்து சிவாஜி போல் உச்சக் குரலில் பாடி வானத்தை நோக்கிக் கை உயர்த்தினாலும் கூட நான் பொறுத்துக் கொள்வேன்.

தங்கு ரிக்‌ஷாவில் ஷாஜகானை வீட்டுக்கு அனுப்பும் முன், ர.கி சொன்னது – 'வீட்டுலே போய் ஒரு முட்டை நெய் கழிச்சுட்டு ஆகாரம் பண்ணு.' ஷாஜகான் அவள் என்ன சொன்னாலும் செய்கிற யந்திரமாகி ஒரு மணி நேரம் ஆகிவிட்டது. சரி என்று பலமாகத் தலையசைத்தபடி ரிக்‌ஷாவில் ஏறி உட்கார்ந்தான் அவன்.

ராத்திரி முழுக்க தூக்கமே சரியாக வராமல் புரண்டு படுத்தேன். என்னென்னமோ கனவு சரம் சரமாக வந்து கவிந்தது. ஷாஜகான் வயிற்றுக்குள் போன நீர்த்த ஹைட்ரோக்ளோரிக் ஆசிட், அடர்த்தி யான கான்செண்ட்ரேடட் ஆசிட் ஆகி என் வயிற்றில் பியூரட் வழியாகத் துளித்துளியாக வழிந்தது. இடுப்பில் இரண்டு கையையும் வைத்துக் கொண்டு பனியன் தரிக்காமல் சட்டை போட்டு முன் பட்டனை திறந்து விட்டுக்கொண்டு 'எங்கே நிம்மதி' என்று விசாரித்துப் பாடியபடி நான் திரை ஓரத்தில் இருந்து மத்திக்கு வர, மேகலா கெமிஸ்ட்ரி லேபரட்டரி தூணுக்குப் பின்னால் மறைந்து நின்று பார்த்து கண்ணீர் விட்டாள். நான் தூண் மறைவில் அவளை இறுக அணைத்து உதட்டைக் கடித்து முத்தம் கொடுத்து விட்டு, 'அடுத்த ஜென்மத்திலேயாவது' என்று முணுமுணுத்தேன். 'வலிக்கறதுடா கடன்காரா' என்றாள் அவள் அழுதபடிக்கே.

காலையில் காலேஜ் போனபோது ஷாஜகானைக் காணோம். ரசாயனக் கிழவி பேச்சைக் கேட்டு அவனுக்கு எக்கச் சக்கமாக உடம்பு முடியாமல் போய் மதுரைக்கு எடுத்துப் போயிருக்கிறார்கள் என்று சங்கரன் சொன்னதை நம்பவும் முடியவில்லை, நம்பாமலும் இருக்க முடியவில்லை.

மதியம் ஷாஜகான் சைக்கிளில் இங்கிலீஷ் கிளாசுக்கு வந்து இறங்கின போதுதான் நிம்மதிப் பெருமூச்சு வந்தது எனக்கு.

'டாக்டர் கிட்டே போய்ட்டு வந்தேண்டா. ராப்பூரா கன்னா பின்னான்னு வாந்தி.'

அவன் சொல்லும்போது உலகத்தில் இருக்கும் ஹைட்ரோக்ளோரிக் ஆசிடை எல்லாம் மிச்சம் மீதியின்றி அழித்து ஒழிக்கத் தீர்மானம் செய்து கொண்டேன்.

'டீச்சரம்மா கடைசியாச் சொன்ன வைத்தியம் தாண்டா கொஞ்சம் இசகு பிசகாயிடுத்து.' ஷாஜகான் விளக்க, எனக்கு சத்தியமாகப் புரியவில்லை.

'அதாண்டா, ஒரு முட்டை நெய் சாப்பிடச் சொன்னாங்களே.'

'அதுக்கென்ன?'

'என்னவா? முட்டையை அடிச்சு ஊத்தி நெய்யைக் கலந்து சாப்பிட்டா உவ்வேன்னு குமட்டிக்கிட்டு வந்துச்சு பாரு. இன்னும் குடல் புரண்டு வர மாதிரி இருக்குடா'

அவன் பரிதாபமாகச் சொன்னான்.

தப்பு என் பெயரில் தான். எதை எதையோ தமிழ்ப்படுத்தினவன், ர.கி வீட்டுத் தமிழில் 'முட்டை நெய்' என்றால் ஒரு 'முட்டக் கரண்டி' அதாவது ஒரு ஸ்பூன் நெய் என்று அர்த்தம் என்பதை அவனுக்குத் தெளிவாகச் சொல்லி இருக்கலாம்.

கிடக்கட்டும். தினசரி அவன் பிப்பெட்டிலும் பியூரெட்டிலும் எல்லா ஆசிட்டையும் ருசி பார்க்கட்டும். அடுத்த கனவு வரும்போது மேகலா என்னைத் தோளில் சார்த்திக் கொண்டு. சார்த்திக் கொண்டு? ஒரு முட்டை நெய் ஊட்டுவாள்.

6

தொள்ளாயிரத்து எழுபது ஜனவரி பிறக்கும்போதே தெருவில் பாதிப்பேர் கையில் பிட்நோட்டீஸோடு தான் திரிந்து கொண்டிருந்தார்கள். ரெட்டைத் தெருவில் மட்டுமில்லை. ஊர் முழுக்க இதே கதைதான்.

ஊருக்கு அவ்வப்போது பல தரத்தில் பல ரகத்தில் சாதுக்கள், சாமிகள், மந்திர தந்திர வாதிகள், குட்டிச் சாத்தான் உபாசகர்கள் என்று வேற்றாட்கள் வந்து போவது உண்டு. இவர்கள் வருவது பற்றி யாருக்கும் தெரியாது. திடீரென்று ராயர் பஜ்ஜிக் கடையிலோ, ராதாசாமி பெட்டிக் கடையிலோ அல்லது ஆறுமுகம் இனிப்பு மிட்டாய்க் கடையிலோ வாடிக்கையாளர்கள் இடையே பிரஸ்தாபம் எழும்.

இந்தப் பேச்சுகளின் போது ரெபரன்ஸ்சிங் என்ற தொடர்பு படுத்தி அடையாளம் காணுதல் முக்கியமானது.

ஆமா, நீலச் சாயத்துலே தொளதொளன்னு சட்டை மாட்டிக்கிட்டு ஒருத்தரு காலையிலே ஆறு மணிக்கு மாயழகு கடையிலே டீ குடிச்சுட்டு மேலூர் ரோட்டுலே வேகுவேகுன்னு நடக்கறாரே, யார் அவரு?

அவர் ஆண்மைக் குறைவை உடனடியாகச் சரிப்படுத்தும் சிகிச்சை செய்யும் மருத்துவர் என்று அடுத்துத் தெரிய வரும். நம்ம, அங்கமுத்து கொத்தனார் இருக்கார் இல்லே, அவருடைய தம்பி மருமகப் புள்ளைக்கு தாய்மாமன் மகனாம் போன்ற கொசுறு தகவல்கள் வந்த ஆளுக்கு ரெபரன்ஸ் தருவதோடு மறைமுகமாக நன்னடத்தை சர்ட்டிபிகேட்டும் அளிக்கும்.

லேகியம் சரியில்லாமல் அந்த ஆண்மைக் குறைவு நீண்டால் (சரியான வார்த்தையாகத் தோன்றவில்லை) அல்லது இன்னும் அடிமட்டத்துக்குப் போனால், அங்கமுத்துக் கொத்தனாரைக் கொத்துக் கரண்டியோடு கையைப் பிடித்து நிறுத்தி புகார் கொடுக்கலாம் என்று ஏதோ ஒரு விதத்தில் ஆறுதல் தரும் பிடிமானம் இந்த ரெபரன்ஸ். கொடுத்த மருந்துக்கும், ரசமட்டம் பிடித்துத் தளம் போடும் கொத்தனாருக்கும் அடிமட்டத்துக்குப் போன ஆண்மைக் குறைவுக்கும் சம்பந்தம் இல்லைதான்.

லேகியம் விற்காவிட்டாலும் வேறு தொழில் நிமித்தம் ஊருக்கு வரும் புது ஆட்களும் உண்டு. இவர்களில் ஒருத்தர் 'மச்ச சாஸ் – ரேகை சாஸ்' உலகப் பெரும் ஜோசியர்.

செட்டியூரணிப் பக்கம் லாட்ஜில் ரூம் எடுத்து ஒரு வாரம் ஊருணிக் கரையில் நின்று நாள் முழுக்க வெறித்துக் கொண்டிருந்ததால், தண்ணி தூக்க வந்த ஊர்ப் பெண்டுகளின் 'யாருடி இந்தாளு' விசாரிப்புகளுக்கு ஆளானார். ஜிப்பாவும் சால்வையுமாக சிவாஜி கணேசன் மாதிரி நிற்பதால் காதல் தோல்வி என்று முடிவு செய்யப் பட்டது. அதுக்கு நல்ல தண்ணி ஊருணிக் கரையில் நிற்பானேன்? தாடி வளர்த்துக் கொண்டு ஊர் ஊராக, கோவில் குளம் என்று சுற்ற வேண்டியதுதானே?

ஒரு வாரம் அப்படி ஊருணிக் கரையில் நின்று என்ன சர்வே எடுத்தாரோ தெரியலை, சந்தைக் கடை அடுத்துக் கூடும் புதன்கிழமை அவர் தங்கியிருந்த லாட்ஜ் வாசலில் ரெண்டு பெரிய மூங்கில் கழிகளை நட்டக் குத்தாக நிற்க வைத்து 'உலகப் பெரும் ஜோசியர்' என்று கவுரவப் பட்டங்களோடு நீல நிறத்தில் வெள்ளை எழுத்து களோடு ஒரு பதாகை இழுத்துக் கட்டப்பட்டது. முன்பதிவு செய்யாத வர்களை சந்திக்க இயலாது என்று கறாராகச் சொன்ன அந்த பேனரில் முன்பதிவு நேரம் காலை எட்டு முதல் ராத்திரி எட்டு வரை என்று தெரிந்தது.

'கல்யாணமாகாதது, வேலை இல்லாதது போன்றவற்றை நிவர்த்தி செய்ய எண்ஜோசிய, நாடி ஜோசிய உதவி, விஞ்ஞான ரீதியான ஜாதகம் கணிப்பது போன்ற காரியங்களை முன்பதிவு செய்து பெருந்தொகை செலவழிக்காமல் முடித்துக் கொள்ளலாம் என்று தெரிந்தது. இது தவிர கைரேகை விஞ்ஞான ரீதியாக அலசி ஆராயப்படும் என்று ஓரமாக லென்ஸ் படமும், பள்ளிக்கூட சயின்ஸ் வாத்தியார் கரடி சார் பேயறை அறைவதற்கு முன் குளோஸ் அப் ஷாட்டில் எடுத்த மாதிரி விரித்து வைத்த பெரிய கையின் படமும் கட்டியம் கூறியது.

பேனர் கட்டிய கையோடு, அந்த ஜோசியர் அரிவாள் மீசையும், பட்டு ஜிப்பாவுமாக லாட்ஜின் மேல்மாடி கைப்பிடிச் சுவரில் ரெண்டு கையையும் பதித்தபடி நின்று கீழே இயங்கிக் கொண்டிருந்த உலகத்தைப் பார்வையிட்டுக் கொண்டிருந்தார். அன்றைக்கு ஊருணிக் குத் தண்ணீர் மொண்டு வரப் போன பெண்கள் கருப்பண்ண சாமி மாதிரி அவர் படித்துறையில் காவலுக்கு நிற்பதைக் காண இயலாமல் ஏமாற்றத்துக்கு ஆளானார்கள்.

வெய்யில் தணிந்து நாலு மணி சுமாருக்கு ஊரில் புதிதாக ஓடத் துவங்கி இருந்த நாலைந்து சைக்கிள் ரிக்‌ஷாக்களில் புத்தம் புதியதாக ஒன்று லாட்ஜ் வாசலில் வந்து நின்றது. தழையத் தழைய உடுத்த ஜரிகைக் கரை பட்டு வேட்டியோடு ஜோசியர் மாடிப்படி இறங்கி வந்தார். வேட்டியின் அகலத்துக்குப் பாதி ஜரிகைக்கரையாக இருந்தது. ஏர் இந்தியா விளம்பரத்தில் மஹாராஜா போல் காலில் முன்நோக்கி வளைந்த பாதரட்சை. பட்டு வேட்டி, பட்டுச் சட்டைக்கு மேல் கருப்பு ஸ்வெட்டர் ஒன்றையும் அந்த கந்தக பூமி வெக்கையைப் பொருட் படுத்தாமல் அணிந்திருந்தார். கையிலே பள்ளிக்கூட ஹெட்மாஸ்டர் போல் ஒரு பிரம்பு. ஆனால் அதை கோட்டின் கைப்புறத்தில் மறைக்காமல் கையில் லகுவாகப் பிடித்திருந்தார்.

இந்தக் கோலங்களோடு ஜோசியர் ரிக்‌ஷாவில் எழுந்தருளி மண்டகப் படிக்கு சுப்பிரமணியர் எழுந்தருளுகிற தோதில் நாலு ரத வீதியும் சுற்றி, தொடர்ந்து ரெட்டைத்தெரு, சாத்தப்பிள்ளை சந்து, சிவன் கோவில் தெரு, தெப்பக்குளத் தெரு, நேரு பஜார், பாகனேரி மடத்துச் சந்து, வேலாயுதசாமி கோவில் தெரு, காளிமுத்தன் தெரு என்று ஒரு சின்னத் தெரு, சந்து பாக்கி இல்லாமல் சுற்றி வந்தார்.

இப்படி நாலு நாள் அவர் சாயந்திர உலா போன பிற்பாடு, அவர் ரிக்‌ஷாவில் போக, தொடர்ந்து சைக்கிளில் இருந்தபடி ரெண்டு பையன்கள் ‘ரேகை சாஸ் – மச்ச சாஸ்’ என்று தொடர்ந்து அஷ்டோத்திரம் சொல்கிற மாதிரி விடாமல் சொல்லிக்கொண்டே போனார்கள். ரேகை சாஸ்திரம், மச்ச சாஸ்திரம் என்ற விஷயங்களை முழுக்க உச்சரிக்க நேரமில்லாமல் அதே நேரத்தில் கூடுதல் வாடிக்கை யாளர்களுக்கு தகவல் சொல்ல வேண்டிய கட்டாயத்துக்கு ஆளானபடி யால், பையன்களே தந்தி மொழியில் ரேகை சாஸ் மச்ச சாஸ் ஆகக் குறுக்கியிருந்ததாக ஒருவழியாக ஊகித்து உணர்ந்து கொண்டோம்.

இந்தப் பசங்கள் விளம்பர ஒலிபரப்போடு நிறுத்தியிருக்கலாம். ரெண்டு நாள் கழித்து அதிலும் ஒரு சின்ன மாற்றத்தை ஜோசியர் உண்டாக்கி னார். வல்லுனர்கள் மூளையைக் கசக்கிக்கொண்டு

திட்டமிட்டு சலவை சோப்புக்கும், குளிர்பானத்துக்கும் உருவாக்குகிற படிப்படியான விளம்பரத் தாக்குதல் போல் ஜோசியர் தன் தொழில் விளம்பரத்தை படிப்படியாக விஸ்தரித்து வந்தது ஊருக்குப் புதுசான விஷயம். மனுஷன் கையில் காசு இருக்கப் பட்டவன் என்பதால் ஆர அமர உட்கார்ந்து யோசித்து ஏதோ சொல்ல வருகிறான் கேட்கலாம் என்ற மனநிலையில் மகாஜனங்கள் இருந்த போது அடுத்த கட்டமாக பிட் நோட்டீஸ் விநியோகம் ஆரம்பித்தது. இந்த நோட்டீஸ் தான் ஜோசியருக்கு எமனாக வந்தது.

நோட்டீஸ் மூலம் அவர் பெயர் மலாக்கா ப்ரொபசர் மகாலிங்க மகாஜோசியர் எல்.எ.ஏ.பி.கே என்றும் குருநாதர் ஜகத்ரட்சக மித்னாபூர் ஷாந்திபூஷன் மஹாராஜ் ஏ.என்.கே.பி.ஏ என்றும் அறிந்து கொண்டோம். பெயருக்குப் பின்னால் போட்ட இன்ஷியல்களைப் பற்றி யாரும் பெரிசாக அலட்டிக் கொள்ளவில்லை. ஹோமியோபதி வைத்தியத்தில் டிப்ளோமா, தபாலில் இலவசமாகப் படித்து, தபாலில் வீட்டுப்பாடம் எழுதி அனுப்பி, தபாலிலேயே பரீட்சையும் எழுதி தபாலிலேயே கிடைக்கிற ஏசு ஊழியம் சர்ட்டிபிகேட் இவை போல் ஜோசியம் சம்பந்தமான ஏதோ ஒரு பட்டம். காகிதத்தில் அச்சடித்து ப்ரேம் பண்ணி வீட்டு வாசலில் மாட்டி வைக்கிற சமாச்சாரமாக இருக்கக்கூடும் அது.

இந்தக் கல்வித் தகுதிகளைத் தொடர்ந்து ஜோசியருக்குத் தெரிந்த ஆயகலைகள், கல்வித் துறை விஷயங்களின் விரிவான பட்டியலும் காணக் கிடைத்தது. விளம்பரப் பையன்கள் கிளிப்பிள்ளையாகச் சொல்லியபடி போன ரேகை சாஸ்திரம், மச்ச சாஸ்திரம் தவிர வேறு பல சாஸ்திரங்களிலும் மலாக்கா ஜோசியர் திறமை பெற்றவர் என்று தெரிந்தது. அவையாவன – முக லட்சணம், கட்டைவிரல் லட்சணம், கொங்கை சாஸ்திரம், மூக்கமைப்பு சாஸ்திரம், பாத முத்திரை, குரல் சாஸ்திரம், நெற்றி லட்சணம், வாயு சாஸ்திரம், கனா சாஸ்திரம், பூர்வ ஜன்மம் அறியும் கலை, மிருக வசியம், மனுஷ வசியம், பிரெஞ்சு மெட்ரிகுலேஷன், ஜோசியம்.

அது பிட் நோட்டீஸ் இல்லை. பொடி எழுத்து பிட் போஸ்டர்.

இந்த நோட்டீஸ் கல்லூரியில் உடனடியாகப் பிரபலமானது. தக்கலை விஞ்ஞானி பிசிக்ஸ் கிளாஸ் எடுக்கும் நேரம் பெரும்பாலும் மதிய நேரமாகத்தான் இருக்கும். ஜனவரிக்குள் அவர் பாயில், பாஸ்கல், கெப்ளர், நியூட்டன், வாண்டர் வா போன்ற மகானுபாவர்களையும் அவர்கள் வாய் மலர்ந்தருளிய சித்தாந்தங்களையும் போதித்து முடித்து விட்டிருந்ததால், அடியைப் பிடிடா பரத பட்டா என்று வெர்னியர் காலிப்பர் முதல் அத்தியாயத்துக்கு திரும்ப விசிட் அடித்திருந்தார்.

இரைச்சல் எவ்வளவு இருந்தாலும் அவர் பேச்சை நிறுத்துவதோ, மேடையில் இருந்து இறங்கி வந்து என்ன என்று விசாரிப்பதோ இல்லை என்பதால், கடைசி வரிசை முழுக்க ஹாஸ்டல் மாணவர்களின் ராஜ்ஜியமாகிப் போனது. பின்வரிசை இப்படி அரட்டையில் நேரம் கழித்தால் முன்னால் இருக்கப்பட்டவர்கள் தூக்கத்துக்கும், விழித்திருப்பதற்கும் இடைப்பட்ட சமாதிநிலை கைவரப் பெற்றார்கள்.

நான் மேகலாவைப் பற்றி கனாக் காண வாகான நேரம் இந்த பிசிக்ஸ் வகுப்பு. அந்தக் கனவுகளை எல்லாம் தேதி வாரியாகத் தொகுத்து எழுதி வைத்திருந்தால் நானும் அவளும் இந்த மாதம் எங்களுடைய ரெண்டாம் மகளின் கல்யாணத்தைக் கொண்டாடிக் கொண்டிருந்திருப் போம். சினிமா போல சுவாரசியமான அந்தப் புராணம் கிடக்கட்டும். சினிமாவே கல்லூரியைத் தேடி வந்த காலம் அது.

மாதாமாதம் ஹாஸ்டல் மாணவர்களை உத்தேசித்தும், மற்ற மாணவர் களுக்காகவும் ஒற்றை புரஜக்டரில் பதினாறு எம்.எம் சினிமா போடுகிற வழக்கம். தமிழ்ப் பேராசிரியருடைய பிற மொழி சினிமா பரிச்சயம் காரணமாக, நல்ல நல்ல மலையாள, கன்னட படங்கள் பார்க்கக் கிட்டிய காலம் அது. கன்னடத்தில், சம்ஸ்காரா படம் பாதி நடக்கும்போது விசில் அடித்து படத்தை முடித்துவைக்க ஒரு கோஷ்டி ஹாஸ்டல் மாணவர்களும் அவர்களுக்கு ஆதரவாக ஊரில் வீடு வாசலோடு இருக்கிற சில பெரிய மனுஷத் தோரணை மாணவர்களும் முயன்றார்கள். முழுப்படத்தையும் பார்க்க விருப்பம் இல்லாவிட்டால் எழுந்து போகலாம் என்று அவர்களை சத்தம் போட்டு உட்கார வைக்க தமிழ்ப் பேராசிரியர் மட்டுமில்லாமல் ஆங்கில, கெமிஸ்ட்ரி ஆசான்களும், கால்குலஸ் பாலபாஸ்கரனும், பிசிக்ஸ் வடுவூராரும் வரிந்து கட்டிக் கொண்டு எழுந்து விட்டார்கள். இவர்கள் எல்லாரும் மாநில அளவில் அறியப்பட்ட இலக்கியப் பிரமுகர்கள் என்பது எனக்குத் தெரிய வரும்போது நான் ரெட்டைத் தெருவை விட்டு வெளியூரில் தியூப்ளே தெருவுக்குக் குடிபெயர்ந் திருந்தேன். அது அப்புறம்.

மலையாளப் படம் என்ன இருந்தாலும் தவறாது பெருங்கூட்டம் கூடிவிடும். ‘இருட்டிண்டெ ஆத்மாவு’ பார்த்தாலும், ‘ஓளவும் தீரவும்’ பார்த்தாலும், முண்டும் பிளவுசும் அணிந்து வருகிற கதாநாயகி, மற்ற பெண் பாத்திரங்களைப் பார்க்க வருகிற கூட்டம் இது. கதைக்காகப் போகிற கூட்டத்தில் இருக்கிற நானும் மனத்தளவில் இதையும் எதிர்பார்த்துத்தான் மலையாளப் படம் போனேன் என்று இப்போது சொல்ல கூச்சம் இல்லை. தொள்ளாயிரத்து எழுபதில் யாராவது சொல்லியிருந்தால் என் ஜன்ம சத்ருவாகப் பாவித்திருப்பேன். நீ

மலையாளப் படம் போனது அதுக்குத்தான்னு நல்லாத் தெரியும்டா, உருப்படவே மாட்டே என்று மேகலா போஸ்ட் கார்டில் முத்து முத்தான கையெழுத்தில் எழுதி எனக்குப் பொள்ளாச்சியில் இருந்து அனுப்பியிருக்கிறாள். தக்கலை விஞ்ஞானி வகுப்பு நேரக் கனவில்தான் அதுவும் வந்து சேர்ந்தது.

இந்த வாரம் மலையாளப் படம் இல்லை. குறைந்த பட்சம் கன்னடம் கூட இல்லை, ஏதோ ஒரு சோவியத் யூனியன் சினிமா என்று தெரிந்தது. அதைக் குறித்துப் பின்வரிசை பேச்சு அங்கலாய்ப்பாக எழும் முன்பாக, முன் வரிசையில் இருந்து யாரோ ஜோசியரின் பிட் நோட்டீஸை பின் வரிசைக்குக் கடத்தி விட்டிருந்தார்கள்.

கட்டைவிரல் லட்சணம் என்றால் என்னவாக இருக்கும்? இடது கை பெருவிரலை இங்க் பேட் ஈரத்தில் முக்கி பேப்பரில் ரேகை புரட்டுகிற சமாசாரமா? அதெல்லாம் பெரிசுகள் பேங்கில் விவசாயக் கடன் வாங்க, அறுவடைக்கு அப்புறம் மிஞ்சிய பணத்தை பிக்செட் டெபாசிட்டில் போட என்றே ஏற்பட்ட நடைமுறைகள் ஆச்சே. ஜோசியர் கட்டைவிரலை வைத்து என்ன மாதிரி தினப்பலன், வார பலன் கணிக்க முடியும்? குறைந்தது விரல் சுற்று நாளைக்கு வருமா என்று கூடச் சொல்ல முடியாது.

போகட்டும். பாத முத்திரை? செருப்புக் கடையில் புதுச் செருப்பு வாங்க நுழைந்தால் அளவெடுக்கிறதுபோல் பலகையிலோ காகிதத்திலோ ஏறி நிற்கச் சொல்லி அளவு பார்த்து நாளைக்கு உயிரோடு இருப்பேனா, மேற்கில் இருந்து பணவரவு உண்டா என்று கணிக்கிற கலையா?

வாயு சாஸ்திரம்? ‘வயத்துலே காலையிலே இருந்து ஒரே கடமுட’ என்று தொப்பையைத் தடவிக் கொண்டே பென்ஸ் லாரி ப்ரேக் பிடிக்கக் கஷ்டப்படுகிறதுபோல் தொடர்ந்து சத்தத்தை வெளியேற்றிய படி அழ.அழ.ராம.அழ நடந்து போவாரே, அந்த விஷயமா? அதுக்கு சாஸ்திரம் எல்லாம் என்னத்துக்கு? டாக்டர் கண்ணுக்கினியானின் கார்பனேட் மிக்சர் சரிப்படுத்தி விடக்கூடிய சமாசாரம் ஆச்சே.

போகட்டும் அந்த கொங்கை சாஸ்திரம்? என்ன சாஸ்திரம்? கொங்... டேய் இது பெரிய மேட்டர்டா. எஸ்பிஎஸ் மணியன் உணர்ச்சி வசப்பட்டு குரலை உயர்த்தி, தக்கலை பிசிக்ஸ் ப்ரபசரையே ஒரு வினாடி என்ன ஏது என்று புரியாமல் வெர்னியர் காலிப்பரை அந்தரத்தில் தொங்க வைத்தான்.

கையில் பிரம்போடு தினசரி வெய்யில் தாழ்ந்ததும் ரிக்‌ஷாவில் ஆரோகணித்து நாலுவீதி சுற்றுகிற லாட்ஜ் ஜோசியர் ஒரு மதன

காமராஜனாக அந்த பிட் நோட்டீஸைப் படித்த எல்லோர் மனதிலும் உருவகப்படுத்தப்பட அப்புறம் ஒரு நிமிடம் கூடப் பிடிக்கவில்லை. பிட் நோட்டீஸ் என்ன விஷயமாக இருந்தாலும், அதை பல்பொடி மடிக்க மட்டும் பயன்படுத்தி வந்த பெரும்பாலான ஊர்க்காரர்களும் கவனித்துப் படித்து இதே ரீதியில் புரிந்துகொண்டது உடனடியாக நடந்த அடுத்த காரியம்.

யார் வீட்டுக்கும் விருந்தாட வராமல், அழையா விருந்தாளி மாதிரி இந்த ஆள் ஊருக்குள் புகுந்து லாட்ஜில் ரூம்பு எடுத்து எதுக்கு உட்கார்ந்திருக்கான்? அதுவும் நல்ல தண்ணி ஊருணிக்குப் பெண்கள் தண்ணி தூக்கப் போகிற நேரமாகப் பார்த்து படித்துறையில் நின்று உன்னிப்பாகப் பார்த்திருக்கிறான். எழவெடுத்த அந்த அசிங்கமான சாஸ்திரத்துக்கு அஸ்திவாரத்தை ஆதாரபூர்வமாக ஒரு வாரம் ஏற்படுத்திக்கொண்டு இருந்தபோது ஊரில் ஒரு பயலும் ஒரு வார்த்தையும் கேட்கவில்லை. நோட்டீஸ் வேறே போட்டு அசிங்கப் படுத்துகிறான் படுவாப் பயல்.

அவசர அவசரமாக ஊர்ப் பெரியவர்கள் குழு அமைக்கப்பட்டது. இந்த மாதிரி குழுக்களில் நிரந்தர உறுப்பினராகப் பதவி ஏற்பதற்கே அவதரித்த டாக்டர், ஹெட் மாஸ்டர், கம்ப ராமாயண வக்கீல், மளிகைக்கடை ராவுத்தர், ரிடையர்ட் ஸ்கவுட் மாஸ்டர் லூர்துசாமி மற்றும் அழ.அழ. ராம.அழ என்று ஒரு அமைப்பு தற்காலிகமாக, நகர் நலம் நாடுவோர் சங்கம் என்று நாமகரணம் செய்யப்பட்டு ஆரம்பிக்கப்பட்டது. அலீஸ் மில்லர் பெண்கள் பள்ளி கட்டிடத்தில் சாயந்திரம் ஆறு மணிக்குக் கூடிய இந்தக் கூட்டத்தில் ஒரு பெண்கூட இல்லாத காரணத்தால், மேற்படி பிரமுகர்களின் மனைவிமார்கள் உடனடியாக பெண் உறுப்பினர் பதவி பெற்றார்கள். வேறே யாரையும் கூப்பிட நேரம் இல்லை.

சனிக்கிழமை காலைச் சாப்பாடு முடித்த கையோடு எல்லோரும் அழ.அழ வீட்டில் கூடி அங்கே இருந்து கூட்டமாக ஊருணிக்கரை லாட்ஜுக்குப் போக ஏற்பாடு. லாட்ஜ் பக்கம் வர பெண் உறுப்பினர்கள் உடன்படாத காரணத்தால் அவர்கள் அந்த நேரம் ஊருணிப் படித்துறை அனுமார் கோவிலில் இருப்பதற்கும், ஆண்கள் குரல் கொடுத்தபிறகு லாட்ஜ் வாசலுக்கு வந்து பொதுக்குழுவில் கலந்து கொள்ளவும் வசதி செய்யப்பட்டிருந்தது.

அனுமார் கோவில் ராயருக்கு வடைமாலை சார்த்த முப்பது ரூபாய் இந்த அவசரத்திலும் கம்பராமாயண வக்கீலால் கைமாற்றப்பட்டது. அனுமார் கோவில் படியில் உட்கார்ந்தபடி வடைமாலை வடை சாப்பிட ராவுத்தர் சம்சாரமான பீவியம்மாவுக்கும் பிடித்தமான

விஷயம் என்பதால் மதப் பிரச்னை இல்லாத தீர்வு இது. அவங்களுக்கு சர்க்கரை வியாதி என்பதால் மணிக்கு ஒருதடவை சாப்பிட வேண்டிய மருந்தை சணல் பையில் வைத்து எடுத்துக் கொண்டு ராவுத்தர் மகன் அக்பர் சைக்கிளில் போயிருந்தான். கிட்டத்தட்ட கிரிக்கெட் நேரடி ஒலிபரப்பு போல் அவன் எங்களுக்கு செய்தி அறிவித்தபடி இருந்தான். சனிக்கிழமை கல்லூரிக்கு விடுமுறை அளித்த நல்ல உள்ளங்களை வாழ்த்தியபடி நாங்கள் வம்புமழையில் மூழ்கி இருந்தோம்.

செய்தி அறிக்கையின் முதல் தகவலே பரபரப்பாக இருந்தது. காலை பத்து மணிக்கு ஜோசியர் லாட்ஜில் இருந்ததாகவும், ரூம் கதவு சார்த்தி இருந்ததாகவும் தகவல். இதில் பரபரப்பு எதுவும் இல்லைதான். ஆனால் பெண்கள் பள்ளிக்கூடத்து டிரில் மாஸ்டர் இசக்கி டீச்சர் ஜோசியரோடு அறையில் இருந்ததாகத் தகவல்.

காந்திவீதிக்கு பொடிநடையாகக் கிளம்பிய எங்கள் பட்டாளம் ரெட்டைத்தெரு முனையிலேயே தடுத்தாட்கொள்ளப்பட்டது. மீசை மொளைக்கற வயசிலே இந்தக் குறுகுறுப்பெல்லாம் எங்களுக்கும் இருந்துச்சு அப்பு. சாஸ்திரம் தானே, நாங்க பெரியவங்க பார்த்துட்டு வந்து என்னன்னு தாக்கல் சொல்றோம். நீங்க போய் பாடத்தை ஓடத்தைப் படிச்சு முன்னேற வழியைப் பாருங்க.

இப்படி சொல்லியனுப்பியவர்கள் அதே சாஸ்திரத்தைப் பற்றி குசுகுசுவென்று பேசிக் கொண்டிருந்தது காதில் விழத்தான் செய்தது. ஆனால் இசக்கி டீச்சர் அது பற்றி ஜோசியரிடம் பேசிக் கொண்டிருக்க மாட்டாள் என்று தோன்றியது.

லாட்ஜ் பையன்கள் கதவைத் தட்டிப் பார்த்ததாகவும் அது திறக்கிற வழியாகக் காணோம் என்றும் அடுத்த செய்தி அறிவிப்போடு அக்பர் பீவியம்மாவுக்கு சுக்கு வென்னீர் எடுத்து வர நேருபஜார் வீட்டுக்கு சைக்கிளில் விரைந்தபடி சொல்லிவிட்டுப் போனான். அப்புறம் தகவல் தொடர்பு முழுமையாகத் துண்டிக்கப்பட்டது.

திங்கள்கிழமை காலையிலேயே தக்கலையாரின் பிசிக்ஸ் வகுப்பு முதலாவதாக இருந்தது சவுகரியமாகப் போயிற்று. முதல் வரிசையில் சாதாரணமாக உட்காரக் கூடிய சாது மாணவர்களும் வம்பு கேட்கிற ஆர்வத்தில் கடைசி வரிசைகளை ஆக்கிரமிக்க ஒரே பக்கத்தில் எல்லாப் பயணிகளும் ஏறிக்கொண்ட படகு போல் அந்த வகுப்பு சமன்பாடு இழந்து வார்த்தைக் கடலில் மூழ்கியபடி தத்தளித்துக் கொண்டிருந்தது.

சனிக்கிழமை நடந்தது இதுதான்.

ஒரு மணி நேரம் நகர் நலக் குழுவும் அனுமார் கோவில் வடைமாலை வடையை சணல் கயிற்றோடு திரும்ப வாங்கி கபளீகரம் செய்துவிட்டு மகளிரும் லாட்ஜ் வாசலில் காத்திருந்த பிறகு உள்ளே இருந்து கதவு திறந்தது. இசக்கி டீச்சர் வேட்டி மாதிரி தழையத் தழைய உடுத்திய புடவைக் காலில் கவ்விப் பிடிக்கிற வளையத்தை அணிந்து கொண்டு சைக்கிள் ஏறப் போகும்போது மகளிரால் நிறுத்தப்பட்டார்.

'டீச்சரம்மா, ஜோசியம் பார்க்கப் போனீங்களா?'

'அவசியம் தெரிஞ்சாகணுமோ?'

'சொன்னால் கேட்டுக்கலாம்னுதான். ஜோசியர் நல்லபடின்னா நாமளும் நாலு பேருக்குச் சொல்லலாம் பாருங்க!'

'சொல்லலாம்.ஆனா நான் ஜோசியம் பார்க்கப் போகலே!'

'அப்ப சாஸ்திரம். கனா சாஸ்திரம், கட்டைவிரல் சாஸ்திரம்னு பெரிய பட்டியலே போட்டிருந்தாரே.'

மறந்தும் யாரும் ஊரே ஈடுபாட்டோடு சர்ச்சை செய்த சாஸ்திரத்தைப் பற்றி விசாரிக்கவில்லை.

'எந்த சாஸ்திரம், சமஸ்கிருதமும் பார்க்கலே.'

'அப்ப என்ன தான் செஞ்சீங்க?'

டீச்சர் சைக்கிளில் உட்கார்ந்தபடியே அந்த மகளிரைப் பக்கத்தில் கூப்பிட்டார். சைக்கிள் ஹேண்டில் பாரில் மாட்டி இருந்த பையில் இருந்து ஒரு தகர டப்பாவை எடுத்துத் திறந்து காட்டினார். உள்ளே ஒரு தாயத்து.

'இதைக் கட்டிக்கிட்டா சீக்கிரம் சமைஞ்சுடுவேன்னாரு. மந்திரிச்சுக் கொடுத்தார்.'

எல்லாப் பெண்களும் மவுனமாகப் பார்த்திருக்க, ஆணும் இல்லாத பெண்ணும் இல்லாத இசக்கி டீச்சர் சைக்கிளை நிதானமாக மிதித்துக் கொண்டு போனார்.

அடுத்த ஒரு மணி நேரத்தில் மதுரை போகிற பஸ்ஸில் ஜோசியர் ரெண்டு பெரிய பைகளோடு லாட்ஜைக் காலி செய்துவிட்டுக் கிளம்பினார். கிளப்பப் பட்டார்.

பிட் நோட்டீசில் கண்ட சாஸ்திரம் பற்றி முழு விவரம் கிடைத்ததும் எழுதுகிறேன்

தியூப்ளே வீதி

1

அந்த ஊரை நினைத்தாலே மனதில் மிதமான யூதிகோலன் வாசனை அடிக்க ஆரம்பித்து விடும். கூடவே ராத்திரி முழுக்கப் பாடிக் கொண்டிருந்து விட்டு விடியற்காலையில் அமைதியாகக் கரையைத் தொட்டுப் போகும் அலைகளுடன் எழுந்து வருகிற கடல் வாசனையும் கட்டாயம் உள்நாசியை எட்டும். சைக்கிள் மிதித்துப் போகிற மண் தடங்கள் ஊரைக் கடந்த அடுத்த நிமிடம் பார்வையில் படுவது அங்கே மட்டும் தானாக இருக்கும். அங்கங்கே கள்ளுக் கடைகளில் ஈ மொய்த்த முட்டை பொரித்து வைத்து வாசலில் உட்கார்ந்து விற்கும்போது எழும் வாடை சாஸ்வதமாக நிலைத்திருக்கும். எல்லாம் போக, நீக்கமற எங்கேயும் நிறைந்த தென்னங்கள்ளின் புளிப்பு மணமும் உண்டு. ஊர்வாடை அதுதான்,

இந்த வாசனையை முழுக்கப் பிடித்து எழுத்தாக மாற்ற பகீரதப் பிரயத்தனம் செய்து கொண்டிருக்கும் நான் இல்லை இனி இங்கே கதை சொல்லப் போவது. இவன் நாற்பது வருடம் முன்பு மீசை அரும்பத் தொடங்கியிருந்த பையன். முகம் முழுக்கச் சின்னச் சின்னதாகப் பருக்கள் அரும்பி நிற்க தலையைச் சற்றே மேல்தூக்கி வாரி பூப்போட்ட சட்டையும் ட்வீட் கால்சராயுமாக நிற்கிறவன். முழு மட்கார்ட், மில்லர்ஸ் டைனமோ பொருந்திய ராலே சைக்கிளை உடலின் அங்கமாக வரிந்தவன். சந்திரா வளையல் கடையில் வாங்கி ரகசியமாக வைத்திருந்த அசல் கரிசலாங்கண்ணி

அல்லிடெக்ஸ் கண்மை கொண்டு, மெலிசாக அரும்பத் தொடங்கி இருந்த மீசையை அவ்வப்போது வளர்த்துக் கொள்கிறவன்.

சந்திரா வளையல் கடை இந்த ஊரில் இல்லை. இந்தப் பதினேழு வயசுக்காரன் பிறந்து வளர்ந்த, கனவில் எப்போதும் வரிசை தவறாது வரும் வீடுகளும், வாய் வார்த்தையும் குரலும் மாறாமல் வரும் மனிதர் களும் நிறைந்த ரெட்டைத் தெரு இருக்கும் ஊரில்தான் சந்திரா வளையல் கடை இருந்தது. அங்கே அவ்வப்போது உறவுக்காரர்கள் வீட்டுக்கு வந்து போன மேகலாவை வெறித்தனமாக மனதுக்குள்ளே நேசித்தவன் இந்த விடலை இளைஞன். அவளைக் கவரத்தான் அல்லிடெக்ஸ் மீசை போட்டுக் கொண்டது. மேகலா சொந்த ஊரான பொள்ளாச்சி போய் எஸ்.எஸ்.எல்.சி தொடர, இவன் ரெட்டைத் தெரு விட்டு வேற்றூர் காலேஜில் பி.எஸ்ஸி படிக்க, தியூப்ளே வீதிக்குக் குடி பெயர்ந்திருக்கிறான் இப்போது.

வருடம் 1970 என்று காலண்டரும் ஞாயிற்றுக்கிழமை என்று தினசரி வந்து விழும் தினமணியும், கூடவே கதிரும், காலை பத்து மணி என்று கடிகாரமும் காட்டுகின்றன. இந்தக் கணக்கு வழக்கெல்லாம் பற்றி யார் கவலைப் பட்டது?

பக்கத்து சந்தைக்கடைக் கோபுரத்தில் பத்து மணி அடித்தபோது நான் வெளியே வந்தேன். வாசலில் பலத்த வாக்குவாதம்.

தியூப்ளே வீதியும் பாரதி தெருவும் சந்திக்கிற இடத்தில் வீடு. இரண்டு நிலையாக கம்பீரமாக உயர்ந்த பிரெஞ்சு பாணி கட்டிடம். சதா வெளிச் சுவர்களில் கடல் காற்று முட்டிக் கொஞ்சம் சத்தமும் நிறையக் குளிர்ச்சியுமாகக் கீழே இறங்கும் கட்டிடத்தின் பெரும் பகுதி, அப்பா மேனேஜராக இருக்கும் வங்கிக் கிளை. கிழக்கு ஓரத்தில் கொடி பற்றிப் படர்ந்த மாதிரி மாடிப் படிக்கட்டு. மேலே பெரிய மர ஜன்னல்களும், அலங்காரமான மரக் கதவுகளுமாக வசிப்பிடம். நூறு வருடம் முன்பு பிரெஞ்சுக்காரர்கள் கட்டியபோது அது சொகுசு வாச விடுதியாகவும் மதுக் கடையுமாக இருந்தது என்று சொன்னார்கள். மதுக்கடை இருபது வருடம் முன்பு வரை, அதாவது 1950 வரை தொடர்ந்ததாம். பழைய ஞாபகத்தில், ஓய்வு பெற்ற ராணுவ வீரர்கள் பேங்கில் படியேறி ஒயின் கேட்பதாகவும் கேள்வி.

நான் கீழே வரும்போது எழுந்த சத்தம், மதுக்கடையைத் தேடி வந்தவர் களுடையதாக இருக்கக் கூடும்.

இல்லை. அப்பா என் ராலே சைக்கிளைத் துணிக் கிழிசலால் துடைத்துக் கொண்டிருந்தார். வேட்டியும் மேலே கதர் பனியனுமாகக் குந்தி உட்கார்ந்து சிரத்தையாக அவர் சைக்கிள் முன் சக்கரத்தின்

கம்பிகளைத் துணியால் பற்றி இழுத்துத் துடைக்க, பக்கத்தில் இருந்து குரல்.

'ஐய்ய என்ன இது? நான் தொடைக்கறேன் ஐயா. நீங்க பீரோவிலே போய் உக்காருங்க.'

பேங்க் வாட்ச்மேன் வின்செண்ட் நடராஜன் கை நிறைய வைக்கோலுடன் நின்று அப்பாவிடம் மன்றாடுகிறார். அப்பா கர்மயோகியாக சைக்கிளைப் பரிசுத்தமாக்குவதே ஒரே கடமையாக வேலையில் மூழ்கியிருக்கிறார்.

அவர் மதராஸில் சொல்லி வைத்து வாங்கி நான் எஸ்.எஸ்.எல்.சியில் தேறியதும் பரிசாகக் கொடுத்தது அந்த ராலே சைக்கிள். வீட்டில் முதல் முதலில் வாங்கிய வாகனம், அதுவும் அப்பா வாங்கி பிள்ளைக்குக் கொடுத்தது என்ற முறையில் எல்லோருக்கும் பிரியமானதுதான் இந்த ராலே. போன வாரம் நாங்கள் இங்கே குடியேறியபோது, ஊரில் சைக்கிளை தன் முழு மேற்பார்வையில் பத்திரமாகச் சணலும் அட்டையும் வைத்து லாரியில் எடுத்து வரத் தோதாக நிறுத்தியவர் அவரே. நான் ரயிலை விட்டு அவசரமாக இறங்கி முழங்காலில் சிராய்ப்போடுதான் ஊருக்குள் நுழைந்தேன். ஆனால் என் சைக்கிள் சின்ன சிராய்ப்பு கூட இல்லாமல் பத்திரமாக வந்து சேர்ந்து விட்டதற்கு அவரே காரணம். இதெல்லாம் தெரிந்ததே.

சைக்கிள் அலுங்காமல் நலியாமல் வந்ததற்காக விநாயகர் கோவிலில் சிதறு தேங்காய் போட அப்பா நேற்று மாலை போனபோது என்னையும் கூட்டிப் போனார்.

'நல்லா வேண்டிக்கோ. அடுத்த வாரம் காலேஜ் அட்மிஷன், நல்ல படிப்பு, தொழில் எல்லாம் இந்த ஊருக்கு வந்த முகூர்த்தம் அபிவிருத்தியாகி நல்லா அமையணும்.'

பிள்ளையார் 'மேகலாவோடு கூட முகூர்த்தமா, அதுக்கென்ன அவசரம்? காலம் கனியும்போது பார்த்துக்கறேன்' என்றார் என்னிடம் அந்தரங்கமாக.

அடுத்து வணங்கி வாழ்க்கை மேம்பட அப்பா கூட்டிப் போன இடம் ஆசிரமம். வங்காளத்தில் இருந்து வந்த சுதந்திரப் போராட்ட வீரர்கள் நிறுவியதாம். ஆண்கள் எல்லோரும் நீளமாகத் தாடி வைத்திருந்த இடம் அது. அப்பாவை வணக்கம் சொல்லி வரவேற்ற எல்லோரும் பேசும்போது தொலை தூரத்தில் பார்த்தபடி பேசினார்கள். இதில், சங்கு வளையலும் மாலையும், கரை போட்ட வெள்ளைச் சேலையும் அணிந்த ஸ்தூல சரீரப் பெண்களும் அங்கே உண்டு. அம்மா வயசு,

அதற்கும் மேலே அவர்கள் எல்லோருக்கும். எல்லா முகத்திலும் அறிவுக் களை.

அப்பாவுக்கு அதற்குள் எப்படி அத்தனை பேர் நண்பர்களானார்கள் என்று கேட்டேன்.

'நான் கல்கத்தாவில் இருக்கும்போது இவங்கள்லே சிலர் பழக்கம். ரிடையர் ஆகி இங்கே வந்திருக்காங்க அவங்க எல்லாம். குடும்பத்தோடு குடியேறினவங்க.'

பெரியவரின் சமாதியைக் கும்பிடச் சொன்னார் அப்பா. மனதில் பிழை திருத்தி, ஜாக்கிரதையான ஆங்கிலத்தில் எல்லாம் நன்றாக நடக்க அந்த பெங்காலிப் பெரியவரிடம் வேண்டிக் கொண்டேன். மேகலா பற்றி வார்த்தை விடவில்லை.

'சாயங்கால பிரேயர் நடக்கறது. உட்காரலாம்' என்றார் அப்பா.

'நீங்க போய்ட்டு வாங்க, நான் இங்கேயே நிக்கறேன். அங்கேயும் தாடிக்கார கும்பலாக இருக்கும்.'

நான் சலித்துக் கொண்டதற்கு நியாயமே இல்லை. அப்பா வலுக்கட்டாயமாகக் கொண்டு போய் உட்கார்த்திய மண்டபத்தில், கிட்டத்தட்ட முழுமையாக ஆக்கிரமித்துக் கொண்டு இளம் பெண்கள் உட்கார்ந்திருந்தார்கள். எல்லோரும் நிஜார் போட்டவர்கள். ஆண்பிள்ளை போல் முழுக்கை சட்டை போட்டு, கையை சீராக மேலே மடித்து விட்டவர்கள்.

எனக்கு முன்னால் நிரம்பி இருந்த கால்களின் சமுத்திரத்தை விடாப் பிடியாகத் தவிர்த்து முன்னால் பார்க்க, சூரியனையும், சந்திரனையும். புளூட்டோ, நெப்ட்யூன் தவிர இதர கிரகங்களையும் சமஸ்கிருதத் திலோ வங்காளியிலோ மந்திரம் சொல்லி அந்தச் சபையே துதித்துக் கொண்டிருந்தது. அது புரியாவிட்டாலும் மறக்க முடியாத காட்சியாக அமைந்து போனது. பார்க்கக் கூடாது என்று நினைத்தபடி நான் திரும்பத் திரும்பப் பார்த்த கால்கள் ராத்திரி தூக்கத்திலும் இதமாக நெருங்கிச் சுற்றிச் சுற்றி வந்தன. போகட்டும், அதெல்லாம் நேற்றைய கணக்கில் வரும்.

இப்போது புரியாத விஷயம் எல்லாம் வின்செண்ட் நடராஜன் கணக்கில் தான் சேரும்.

முதலாவது அவர் ஏன் வின்செண்ட் நடராஜனானார்? இரண்டாவது, எதற்காகக் கை நிறைய வைக்கோலோடு பேங்க் வாசலில் நிற்கிறார்? மிக முக்கியமான மூன்றாவது குழப்பமாக, எதற்காக அப்பாவை

பீரோவில் போய் உட்காரச் சொல்கிறார்? வாட்ச்மேன் மேனேஜரை இப்படிப் பேச உரிமை இருந்தாலும் இல்லாவிட்டாலும், அப்பா அதை சட்டை செய்யாமல் சைக்கிள் துடைப்பது ஏன்?

நான் கடைசிப் படியில் இறங்கியபோது தன் முயற்சியில் தளர்ந்த விக்கிரமாதித்யனாக வின்செண்ட் நடராஜன் காலைக் கெந்திக் கெந்தி காம்பவுண்டில் மேற்கு பிரதேசத்துக்குப் போக, நான் அப்பாவை ஒரு வினாடி பார்த்து விட்டு, நடராஜனைப் பின் தொடர்ந்தேன்.

'பிள்ளை எங்கே கிளம்பியாச்சு? ஊஸ்ட் ஏரியா?'

அவர் என்னமோ புரியாத தகவலை என்னிடம் விசாரித்தபடி வைக்கோலோடு நகர்ந்தது காம்பவுண்ட் சுவரில் அடித்திருந்த முளையில் கட்டி வைத்த காளை மாட்டை நோக்கித்தான் என்று மட்டும் புரிந்தது. பக்கத்தில் குடை சாய்த்து வைத்த மாட்டு வண்டியில் 'அன்புடன் ஸ்டெல்லா' என்றெழுதி இரண்டு ரோஜாப் பூவும் ஒரு சிலுவையும் வரைந்த காகிதம் ஒட்டியிருந்தது. புரியாத கணக்கில் இன்னொன்று.

ஆமா, யார் ஸ்டெல்லா?

மெதுவாக உச்சரிக்க அந்தப் பெயரின் இனிமை தானே அடி நாக்கில் தட்டுப்பட்டது.

'பேரைக் கேட்டே சொக்கிப் போய் எச்சில் வடிக்கிற பொறுக்கிடா நீ. உன்னை.'

முடிக்க விடாமல் பச்சைப் பட்டுப் பாவாடையும் மஞ்சள் தாவணியு மாக மனம் நிறைத்து எழுந்து நின்று தெற்றுப்பல் தெரியச் சிடுசிடுத்த மேகலாவுக்கு உதட்டைக் கவ்வி ஒரு முத்தம் கொடுத்தேன்.

'என்ன சுவாரசியம் இல்லாம பச்-ங்கறீங்க?'

வின்செண்ட் நடராஜன் என்னைத் தப்பாகப் புரிந்து கொண்டது நல்லதுக்குத்தான்.

'நீங்க மாட்டு வண்டியிலேயா டியூட்டிக்கு வர்றீங்க?'

நான் கேட்க அவர் பூடகமாகச் சிரித்தார்.

'வீட்டிலே இருந்து நேரா வந்தா வண்டிதான். என் மகள் வண்டியைச் சுத்தம் பண்ணி, எனக்கு காலைச் சாப்பாடும் குக்கிக்குக் கூளமும் ரெடியாக்கிடுவா'

'குக்கிக்கு கூளம்னா?'

அவர் படுத்து அசைபோட்டுக் கொண்டிருந்த காளைமாட்டைக் காட்டியபடி கையில் கொண்டு வந்த வைக்கோலை அன்போடு ஈந்தார். சரி, அவருக்கு ஏன் காலைச் சாப்பாடு?

'பின்னே வேணாமா? திரும்ப முசலியார்பேட்டை கடந்து மூணு மைல் போவணுமே வீட்டுக்கு. ராத்திரி சாப்பிட்டு வந்துடுவேன். கட்டிக் கொடுத்த ரொட்டியோ, ஜாம் தடவின பன்னோ காலையிலே பசியாற. ஸ்டெல்லா கல்யாணம் ஆகிப் போய்ட்டா இதுக்கெல்லாம் யாரும் கிடையாது தம்பி, கேட்டுக்குங்க.'

கல்யாணம் ஆகாத, அப்பா மீது அன்பைப் பொழிகிற ஸ்டெல்லா நிச்சயம் அழகாகத்தான் இருப்பாள். சீக்கிரம் அவளைச் சந்திப்பேன்.

'வீட்டுலே இருந்து நேரா வந்தா வண்டின்னீங்களே. கோணலா வந்தா?'

அவர் இன்னொரு தடவை சிரித்தார்.

'சரிதான், நீங்களும் ஏட்டிக்குப் போட்டியா பேசற புள்ளை தானா?'

'ஆமா!' என்றேன்.

'நேரா வரல்லேன்னா, சிநேகிதங்க கூட்டி போக அவங்களோட இருந்துட்டு டியூட்டிக்கு வர்றதும் உண்டுதான். எல்லோரும் பழைய சோல்தா.'

அதென்ன சோதா ஆசாமிகளின் கும்பல் என்று அவரைப் பார்க்க, அவர் வெறுங்கையால் துப்பாக்கி சுடுவது போல் காட்டினார்.

'சோல்தான்னா, ராணுவ வீரன். எல்லாம் ரெண்டாம் உலகப் போர்லே சோல்தா. அதான் சோல்ஜர்.'

நான் திரும்பிப் பார்த்தேன். மொறிச்சென்று ராலே சைக்கிள் நிற்க அப்பா எங்கே?

'பீரோவுக்குப் போயிட்டார்' என்றார் வின்செண்ட் நடராஜன்.

ஆக, இந்த ஊர்ப் பேச்சான பிரெஞ்சு மொழியில் பீரோ என்றால் ஆபீஸ். அப்போ ஆபீஸ் என்றால் பீரோவா? யாருக்குத் தெரியும்?

வின்செண்ட்டும் நடராஜனும் ஒன்றானதைப் பற்றி இவரிடம் சாவகாசமாக விசாரித்துக் கொள்ளலாம் என்று முடிவு செய்து நான் சைக்கிள் பக்கம் போனேன். ஒரு ரவுண்ட் ஜிலுஜிலு என்று காற்று அடிக்க, கடற்கரையில் சைக்கிள் விட்டுப் போகணும் என்று மனதில் ஆசை. அங்கே இறுக்கமாகக் கறுப்பு நிஜார் போட்டுக்கொண்டு நேற்றுப் பார்த்த ஆசிரமத்துப் பெண்கள் சைக்கிளில் போய்க்

கொண்டிருப்பார்கள். மோதி விடாமல் ஜாக்கிரதையாக வண்டி ஓட்டணும்.

'நீ ஹோப்லெஸ் வெறும் பயல்டா. இனிமே என் கிட்டே வராதே.'

மேகலா பட்டென்று மனதில் மரக் கதவு அடைத்து மறைந்து போனாள்.

நான் அப்பாவிடம் மௌனமாகக் கைநீட்டி, சைக்கிள் சாவியை வாங்கினேன்.

'பாத்துப் போடா, இங்கே நோ எண்ட்ரி பல தெருவுலே இருக்கு. நம்ம வீதியே இன்னிக்கு ஞாயித்துக் கிழமைங்கறதாலே மேற்கிலேருந்து நோ எண்ட்ரி தான்.'

'நோ எண்ட்ரிக்குள்ளே எல்லாம் போகாமல் காப்பாத்து.'

விநாயகர், 'பார்க்கலாம்' என்றார்.

2

நான் சைக்கிளோடு காம்பவுண்டுக்கு வெளியே வந்தபோது அவசரமாக ஒரு சைக்கிள் ரிக்‌ஷா என்னை இடித்துக் கொண்டு வந்து நின்றது.

'பான்ழ்யூர் முஸ்யே'

கீச்சென்று ஒரு குரல் வீறிட்டது. சைக்கிளை இடுப்பில் சாய்த்துப் பிடித்துக்கொண்டு பார்த்தேன். குரலுக்குக் கொஞ்சம் கூடப் பொருத்த மில்லாத ஆறரை அடி ஆஜானுபாகு உருவத்தோடு விக்டர் ரிக்‌ஷாவில் இருந்து இறங்கிக் கொண்டிருந்தார்.

நேற்றுக் காலையில் ரயில்வே ஸ்டேஷனுக்கு அப்பாவை வரவேற்க அவர் வந்திருந்தார். அப்பா மேனேஜராக இருக்கும் பேங்கில் அவர் கேஷியராக இருக்கிறாராம்.

அப்பாவை சல்யூ என்று சொல்லி வரவேற்ற அப்புறம் என் கையைக் குலுக்கினார் அவர். வாழ்க்கையிலேயே இரண்டாம் தடவையாக அப்போது எனக்கு கை குலுக்கல் அனுபவப்பட்டது. இதைச் சொல்வதற்குக் காரணம், முதல் தடவை எப்போது, எப்படி என்ற கேள்விகளை எதிர்பார்த்துத்தான். வேறே யாராவது கேட்காவிட்டால் நானே கேட்டு விடுவேன்.

போன மாசம் நான் என் பிரியமான ரெட்டைத் தெருவில், அந்தத் தெரு மையமாக இருக்கும் ஊரில் இருந்தேன். பியுசி என்ற புகுமுக வகுப்பு பாஸ் ஆனதாக தினமணியில் பத்தி பத்தியாக நம்பர் பார்த்து

அறிந்து கொண்ட சந்தோஷத்தில் இருந்த நேரம் அது. எப்படி பரீட்சை எண்ணை வைத்துப் பாஸ் ஆன செய்தியைப் பத்திரிகையில் பார்ப்பது என்று யாராவது துணைக் கேள்வி கேட்டால், அதற்காக நான் ஒரு ஞாயிற்றுக் கிழமை ராகுகாலம் முடிந்து அரைமணி நேரம் கிளாஸ் எடுக்க ரெடி.

பாஸ் ஆனதாகத் தெரிந்ததற்கு அடுத்த நாள் ஜல்ஜல் என்று பழநியின் குதிரை வண்டி சாயந்திரம் ரெட்டைத் தெருவில் நுழைந்தபோது குதிரைக்கும் பிய்த்துக் கொண்டு போனது உற்சாகம் என்று அது குதித்து ஓடி வந்ததில் தெரிந்தது. சேணத்துக்கு மேலே கண்ணை ஓட்டி அந்த பஞ்சகல்யாணி என்னிடம் சொன்னது -

‘உங்க ஆள்டா. ஓடி வா ஓடி வா.’

அதே. மேகலா சித்தப்பா வீட்டுக்கு எஸ்.எஸ்.எல்.சி லீவுக்கு வந்திருந்தாள். மூன்று மாதம் முன்னால் பொங்கலுக்கு வந்தபோது அவளுக்கு பாலினாமியல் ஈக்வேஷன் சொல்லித் தரமுடியுமா என்று கேட்டாள். நாலு நாள் ராப்பகலாகப் படித்துக் கரதலப் பாடமாக்கிக் கொண்டு வகுப்பு எடுத்தது ஒரு சனிக்கிழமை சாயங்காலம். சங்கீத சபாவில் திருச்சி வானொலி வித்துவான் கச்சேரி என்று தெருவோடு, வீட்டோடு எல்லாரும் போன நேரம் அது. பாட்டி மட்டும் வீட்டில் எனக்குக் காவல் இருந்தாள். சத்துமா உருட்டிச் சாப்பிட்டு விட்டு ஏழு மணிக்கே தூங்கி விட்டாள் எனக்கு சகல விதத்திலும் சவுகரியமாகப் போக.

யோக்கியமாக மேகலாவுக்கு ரெண்டு மணி நேரம் அல்ஜீப்ரா சொல்லிக் கொடுத்து முடித்து நான் அவளிடம் குரு தட்சிணை கேட்டதையும் அவள் கையில் காசு இல்லை என்றதையும் இங்கே சொல்லப் போவதில்லை.

காசு இல்லாவிட்டால் வேறு இனமாக இவிடம் பெற்றுக் கொள்ளப்படும் என்று சலுகை அறிவிப்பு செய்ததையும் விவரமாக எழுதப் போவதில்லை.

ஒரு வினாடி என்னைக் கூர்ந்து பார்த்து விட்டு தலையைப் பிடித்து முன்னால் இழுத்து உதட்டில் அழுத்த முத்தமிட்டு விட்டு மேகலா என்ற தேவதை ஓடியதையும் நான் விவரிக்கப் போவதில்லை.

அது மனசுக்கு நிறைவாக இல்லை என்று விரட்டிப் பிடித்து அணைத்துக் கொண்டு திருப்பிக் கொடுத்து இன்னொன்று கேட்டதையும் எழுத மாட்டேனாக்கும்.

அதெல்லாம் சரிப்பா, அந்த சரித்திர முக்கியத்துவம் வாய்ந்த கை குலுக்குதல்?

வந்தாச்சு சார், மேடம்.

குதிரை வண்டியில் வந்திறங்கியதற்கு அடுத்த நாளே கம்பராமாயணம் வேண்டுமென்று என்னிடம் கேட்டு வந்து (எதுக்கு?) புத்தக அலமாரிக்குப் பின்னால் கையைப் பற்றிக் குலுக்கி நான் பி.யூ.சி பாஸ் ஆனதற்கு கன்கிராஜுலேஷன் சொன்னதை தாராளமாகச் சொல்வேன். அதில் அந்தரங்கம் கம்மிதான்.

ஆனாலும் என்ன, ரெண்டாம் கைகுலுக்குதல் பற்றித்தான் இப்போது பேச்சு. மேகலா இல்லை. கீச்சுத் தொண்டை விக்டர் அங்கிள் கை குலுக்கியது பற்றியது.

‘இவர் பெயரை எப்படி உச்சரிக்கணும் தெரியுமா?’

நேற்று ரயில்வே ஸ்டேஷனில் இருந்து வெளியே வந்து காரில் ஏறியதும், அப்பா காரியமாக என்னைக் கேட்டார். அதை உச்சரித்து நான் என்ன பண்ணப் போகிறேன் என்று தெரியாவிட்டாலும் அப்பா சொன்னதற்காக கரிசனமாக வாய் பார்த்துக் கொண்டிருந்தேன்.

விக்டர் முந்திக் கொண்டு தன் முழுப் பெயரையும் எழுத்து எழுத்தாகச் சொன்னார்.

‘VICTOR FRANCOIS BEOUMONT.’

நான் கவனமாக பூத்தொடுக்கிறது போல எழுத்துக்களை மனதில் கோர்த்து முழுச் சரமாகத் திரும்பச் சொன்னேன்.

‘விக்டர் ப்ராங்கோயிஸ் பியூமோண்ட்.’

‘அதான் இல்லை. விக்தொ ப்ரான்ஸ்வா பூமோ. ப்ரான்கோயிஸ்னு எழுதி ப்ரான்ஸ்வான்னு சொல்லணும். ஆர் அப்புறம் டி, என் எல்லாம் சைலண்ட்.’

விக்தொ ப்ரான்ஸ்வா பூமோ உற்சாகமாகச் சொன்னார். உச்சரித்தால் தப்பாக எடுத்துக்கொள்ள வாகாக எதற்காக அங்கங்கே நிறைய எழுத்துக்களைப் பெயரில் சேர்த்துக் கொள்ளணும் என்று எனக்கு இன்னும் புரியவில்லை. இவ்வளவு பெரிய பெயர் எதற்கு என்பதும் கேட்க முடியாத, அடுத்த கேள்வி.

எனக்குக் கை கொடுத்தபடி, வெயில் ஏறிக் கொண்டிருக்கும் காலையில் விக்தொ ஃப்ரான்ஸ்வா பூமோ சொன்னார் -

‘பான்ழ்ஜூர்-னா பிரெஞ்சில் காலை வணக்கம். நீயும் திரும்ப எனக்கு சொல்லணும், புரியுதா?’

ஞாயிற்றுக்கிழமை காலை பத்து மணிக்கு வேலை மெனக்கெட்டு எனக்கு பிரெஞ்சு மொழி கற்பித்துக் கடைத்தேற்ற அவர் வந்திருப்பார் என்று எனக்குத் தோன்றவில்லை. இருந்தாலும் மரியாதை நிமித்தம் பான்ழ்ஜூரினேன்.

ரிக்‌ஷாவின் மரத் தரையில் பெரிய மூட்டையாக ஏதோ உட்கார்ந்திருந் தது. மீனோ, புளியோ மார்க்கெட்டில் மொத்தக் கொள்முதல் செய்து வாங்கிப் போகிறாரோ என்று தெரியவில்லை. என் பார்வை அங்கே போனதைப் பார்த்த விக்தொ சந்தோஷமானார்.

‘பியானோ அக்கார்டியன். வாசிக்கறியா?’

நான் ஆச்சரியத்தோடு அந்தத் தோல்பை மூட்டையை இன்னொரு தடவை பார்த்தேன். ஏதோ ஒரு கருப்பு வெள்ளை சினிமாவில் எம்.ஜி.ஆர் இந்தப் பெரிய வாத்தியத்தைத் தூக்கி அணைத்து வாசித்த படிக்கு மெல்ல அசைந்து டான்ஸ் வேறே ஆடுவார். அப்புறம் அதைவிடக் கனமான கதாநாயகியையும் அதே படி சுமந்தபடி சளைக்காமல் பாட்டைத் தொடர்வார். எம்.ஜி.ஆரா அல்லது சிவாஜியா?

நான் சினிமா விஷயத்தைச் சொன்னபோது, விக்தொ அவசரமாக அதைப் புறம் தள்ளினார். சர்ச்சில் பிரார்த்தனைக்கு வாசித்து விட்டு வருகிறாராம். ஞாயிற்றுக்கிழமை தோறும் பிரசங்கத்தைக் கேட்பதற்காக வருகிறவர்களை விட, அவர் ஜபப் பாடல்களுக்கு அக்கார்டியன் வாசிப்பதைக் கேட்க வரும் கூட்டம் அதிகம் என்றார்.

‘நான் உனக்கு அக்கார்டியன் சொல்லித் தரேன். முதல்லே செவ்வாய்க் கிழமை பாலுக்கு வா. அப்பா கிட்டே டிக்கெட் கொடுக்கத் தான் சர்ச் சர்வீஸ் முடிஞ்சு போகிற வழியில் இங்கே வந்தேன்’

பாலுக்கு வர்றதுன்னா என்ன என்று புரியாவிட்டாலும், கனமான கதாநாயகி மற்றும் அகார்டியனோடு எம் ஜி ஆர் ஆடுகிறது போன்ற சமாசாரம் என்று ஊகித்தேன்.

அடியோ என்று அவர் கையசைக்க நானும் அதைச் சொல்லி சைக்கிள் மிதித்தேன். அடியோ நுனியோ விட்டால் சரிதான்.

★★★

கடற்கரை சத்தமே இல்லாமல் கிடந்தது. ஞாயிற்றுக்கிழமை சமுத்திரம் பக்கம் போகக் கூடாது என்று நோ எண்ட்ரி போல இங்கே ஏதாவது தடை இருக்குமோ.

தூரத்தில் ஈசல் பறந்தது போல் ஏதோ முன்னால் நகர்ந்து வந்து கொண்டிருந்தது. நான் கண்ணை இடுக்கிப் பார்க்க, அதெல்லாம் சைக்கிள்கள் என்று புரிந்தது.

கறுப்பு நிஜார் பெண்கள் அணிவகுப்பாக இருக்கலாம் என்று நினைக்கும்போதே மனம் படபடக்க ஆரம்பித்தது.

இன்னும் ரெண்டே நாள். காலேஜில் பணம் கட்டி வகுப்பில் சேரணும். அடுத்த வாரத்தில் இருந்து படிக்க, எழுத, காலேஜ் போக வர என்று நேரம் முழுக்கப் போய்விடும். இனிமேல் எப்போ நேரம் கிடைக்குமோ. இப்போது கிடைத்ததை வீணாக்காமல் ஊரில் ஒரு தெரு, சந்து, தோப்பு விடாமல் புகுந்து புறப்பட்டுப் பார்த்து விட வேணாமோ? சைக்கிள் எதற்கு இருக்கு? காசா பணமா, காற்றிலே சவாரி. அதை எல்லாம் வேணாம் என்று ஒதுக்கி விட்டு காலும் அரையுமாக நிஜார் அணிந்து வருகிற பெண்களைப் பார்க்க நினைப்பது எந்த விதத்தில் சரி?

மனசு இடித்தபோது மேகலா ஏனோ அதற்குள் வரவில்லை. ஸ்டெல்லா விவகாரத்தில் மரக் கதவைச் சார்த்திக் கொண்டு போனவள் போனவள் தான்.

சைக்கிள் மெல்ல உருள ஈசல் கூட்டமாக என்னைக் கடந்து போனவர்கள், அகலமான ஸ்டாண்ட் உள்ள சைக்கிள்களில் மீன் கூடை ஏற்றிய வியாபாரிகள். அதில் ஒருத்தன் பாடிக் கொண்டு போனான். சேர்ந்து ஹூம் ஹூம் என்று எல்லோரும் சொல்லியபடி சைக்கிள் மிதித்துப் போவது ஏதோ சினிமாவில் பார்த்தது போல் இருந்தது. அது மலையாளப் படமா, இந்திப் படமா தெரியவில்லை.

நான் வீட்டுக்குத் திரும்பிய போது ‘விக்டர் வந்திருந்தார்டா’ என்றார் அப்பா.

அவர் விக்தொ ப்ரான்ஸ்வா பூமோ என்று கஷ்டப்பட்டுச் சொல்லாதது ஆறுதலாக இருந்தது.

‘நாளை மறுநாள் டவுண்ஹால்லே பார்ட்டியாம். விக்டர் கூப்பிட்டார். எனக்கு அதெல்லாம் சரியா வராதுன்னேன். செவ்வாய் ஒரு பொழுது, விரதம் வேறே. உன்னை அனுப்பச் சொன்னர். உன் வயசுப் பசங்களும் நிறைய வந்திருப்பாங்களாம். காலேஜ்லே இருக்கற சீனியர்கள் வந்திருந்து பழக்கம் செஞ்சுக்கிட்டா நல்லதா இருக்கும் இல்லையா. அஞ்சு ரூபா டிக்கட் ஒண்ணு எடுத்திருக்கேன். போய்ட்டு வந்துடு.’

சரி என்று தலையை ஆட்டினேன்.

விக்தொ எட்சட்ரா எட்சட்ரா பால்-னு ஏதோ கீசினாரே.

கேட்க வாயெடுத்து அடக்கிக் கொண்டேன். தெரியாததாகவே இருக்கட்டும்.

‘அங்கெல்லாம் சாப்பாடு... பார்த்துச் சாப்பிடு’

அப்பா வார்த்தை கிடைக்காமல் தடுமாறினார்.

சாப்பாடு பிடித்தால் சாப்பிடணும். இல்லேன்னா இல்லே. அதுதானே எப்பவும் எங்கேயும். இதிலே என்ன பார்த்து சாப்பிடறதுக்கு?

அப்புறம் அவரே சொன்னார் –

‘இந்த ஊர்லே குடி மும்முரம். பழகினதோ, ஆயுசுக்கும் விடாது.’

நல்லா சொல்லுங்கோ மாமா என்றாள் மேகலா. திரும்பி விட்டிருந்தாள். தலை குளித்து அழகான பூஞ்செடியாக நின்றவள் தலையை நான் வருட, கையை விலக்கி மறுபடியும் மரக் கதவைச் சாத்திக் கொண்டாள்.

பாலுக்கு வர்றியா என்று கேட்டேன். பழிப்புக் காட்டினாள். நான் போகட்டுமா என்றேன். பதில் இல்லை.

3

நான் டவுண் ஹாலுக்குப் போனபோது ராத்திரி ஏழு மணி. ஒன்றும் இரண்டுமாக ஆண்கள் வர, தயங்கித் தயங்கி, தாட்டியான பெண்கள் ஏழெட்டுப் பேர் நீளப் பாவாடை அணிந்து ஒரு கூட்டமாக வந்து தனியாகவே உட்கார்ந்தார்கள்.

விக்தொ என்னிடம் முதல் காரியமாக அந்த டவுண்ஹாலின் பெயரை எப்படிச் சரியாகச் சொல்வது என்று சொல்லிக் கொடுத்தார்.

அவர் காட்டிய பெயர்ப் பலகையில் 'Mairie Hotel De Ville' என்று போட்டிருந்ததை பிரெஞ்சில் பெப்பெப்பே என்று தான் சொல்ல வேண்டும் என்றாலும் எனக்கு விரோதம் ஒன்றுமில்லை.

பெரிய அறை மூலையில் மேடை அமைத்து கிதாரும், ஆர்கனும், டிரம் களுமாக வாத்தியக் குழு நின்றது. நரம்பு இழுத்துப் பார்த்தும், கட்டை களை விட்டு விட்டு அழுத்தியும், படபடவென்று கொட்டி முழக்கியும் அவர்கள் வாத்தியங்களை தயாராக்கிக் கொண்டிருந்தார்கள்.

காராபூந்தியும் மிக்சருமாக ஒரு தட்டை யாரோ நீட்டினார்கள். நான் ஒரு பிடி எடுத்துக் கொண்டு 'அங்கிள் சாப்பிடுங்க' என்று தாராளமாக விக்தொவிடம் தட்டைக் கொடுத்தேன். பிரெஞ்சு நாகரிகம் தட்டோடு சாப்பிடுவதா என்று தெரியவில்லை.

‘மெர்சி. எனக்கு கொஞ்சம் நீர்க்க சாப்பிட்டுட்டுத் தான் மத்தது எல்லாம்’

அவர் சொல்ல மற்றவர்கள் சிரித்தார்கள். நான் அடுத்து வந்த வெயிட்டர் கொண்டு வந்த தட்டைப் பார்த்தேன். அவர் ஒரு தயக்கத்தோடு என் பக்கம் வர, விக்தொ அவசரமாகத் தடுத்தார்.

‘வேணாம், அவங்க அப்பா கிட்டே அதெல்லாம் பையன் வாசனை பிடிக்கக் கூடத் தரமாட்டேன்னு சொல்லிட்டு வந்திருக்கேன்.’

அவர் சொல்ல, கூட்டமாக நின்ற பாவாடைப் பெண்மணிகள் என்னை இளக்காரமாகப் பார்த்து அவர்களுக்குள் ஏதோ பேசிக் கொண்டார்கள்.

‘பால் இருக்கு மேய்ரீ ஹோட்டல் டெ வீல்லேன்னு சொன்னதுமே ரோஸலின் தலையை வலிக்குதுன்னுட்டா. ஜூலியா ஒப்பிதால் டியூட்டி இருக்குன்னு ஒரு மணி நேரம் முந்தியே கிளம்பிட்டா. பக்கத்து வீட்டு ஹெலனைக் கேட்டா, கிழங்கட்டைகளோட யார் ஆடறது அத்தைங்கறா கடன்காரி. ஜெசிந்தா வரேன்னா. ஆளே இல்லை வீட்டிலே.’

அவர்கள் தங்களுக்குள் பேசிக் கொண்டிருந்தது புரியாவிட்டாலும், ஜூலியா, ரோசலின் போன்ற பெயர்கள் மனதுக்கு இதமாக இருந்தன. அவர்களும் வந்திருக்கலாம். கறுப்பு நிஜார் போட்டிருப்பார்களோ எல்லோரும்? இங்கே வராமல், சைக்கிள் ஓட்டி இந்நேரம் கடற்கரையில் போய்க் கொண்டிருப்பார்களோ?

ஆசிரமத்துப் பெண்கள்? அவர்கள் ப்ளூட்டோ தவிர இதர கிரகங்களுக்கு வடமொழி ஆராதனை நடத்திக் கொண்டிருப்பார்கள். நிஜாரோடு.

விநோதமான பிரெஞ்சுப் பெயர்களோடு சிவத்த, கருத்த, மாநிறத்தில் பட்ட முக்கால் வயோதிகர்கள் வந்த மணியமாக இருந்தார்கள். அதில் சில பேரைப் பெயர் சொல்லி என்னைக் கைகுலுக்கச் சொன்னார் விக்தொ. ஒருத்தர் ஒபித்தால் தொக்தொ, அதாவது ஹாஸ்பிடல் டாக்டர். அடுத்தவர் சொல்தா வைத்தி. அதாவது சோல்ஜர் வைத்தி. மேஜராக ராணுவத்தில் இருந்து ரிடையர் ஆனவர். இன்னொருத்தர் வியத்னாமில் இருந்து சைக்கிள் இறக்குமதி செய்தும், அதைச் சீர்திருத்தி இந்தோனேஷியாவுக்கு ஏற்றுமதி செய்தும், கழித்துக் கட்டினதை இங்கே இருக்கப்பட்டவர்கள் தலையில் கட்டியும் வியாபாரம் செய்து காசு பார்ப்பவர் என்று அந்த மனிதர் அந்தாண்டை போன பிறகு விக்தொ சொன்னார். பேங்கில் கடன் வேண்டுமென்று கேட்டபடி இருக்கிறார் என்றாலும் அவரும் அப்பாவும் தரப் போவதில்லை என்றும் உறுதியாகச் சொன்னார். அப்போது அவர் தலை நிதானமில்லாமல் ஆட ஆரம்பித்திருந்தது.

அழகான, கருத்த ஒரு இளம்பெண் தயக்கத்தோடு பார்த்துப் படியேறி உள்ளே வர, ஆணும் பெண்ணும் உற்சாகமாகக் கூவினார்கள் –

‘ஜோசபின்… ஜோசபின் இங்கே வா… உனக்குத்தான் காத்திருக்கோம்.’

என்னை விடச் சற்றே மூத்தவளாக இருப்பாள். அசாதாரணமான அழகு. பார்த்தாலே பற்றிப் பரவசப்படுத்தித் தொற்றும் அழகு. ஆட்கொள்ளவோ ஆராதிக்கவோ தூண்டாமல் அடுத்து இருந்து பழகி அன்பு செலுத்திச் சிநேகம் கொள்ளச் செய்யும் அழகு. எல்லா விளக்கும் சேர்ந்து ஒளிர்ந்த வெளிச்சத்தில் கண்களே முகமாக அவள் தெரிந்தாள். ஜோசஃபின் என்னைப் பார்த்தபோது மூச்சு முட்டியது எனக்கு. இவளிடம் பேச நான் கற்ற பிரெஞ்ச் உதவட்டும்.

‘பான்ழ்ஜுர்’ என்றேன் கையை நீட்டியபடி.

அவள் கலகலவென்று சிரித்தாள். என் கையை தன் கைகளுக்கு இடையே வைத்துப் பிடித்தபடி என்னைக் கண்ணில் பார்த்துக் குறும்போடு சொன்னாள் –

‘இப்போ ராத்திரி. இனிமே விடிஞ்சு தான் பான்ழ்ஜுர் எல்லாம்.’

நான் மெர்சி என்றேன். அது நன்றி என்பதற்கு நேரான வார்த்தை என்று யூகித்திருந்தேன்.

‘பியாவென்யூ இல்லேன்னா டோ ரைன்’

அவள் அழகாகச் சொன்னதற்கு வெல்கம் என்று அர்த்தம் என்று அவளே சொன்னாள்.

எல்லா நேரத்திலும் பியாவென்யூ சொல்லலாமா என்று கேட்க அவள் செப்பு மாதிரி உதட்டைக் குவித்து அழகாக உய் என்றாள்.

அந்த உய்க்குப் பொருள் ஆமா என்று ஊகித்தேன். இன்னொரு தடவை அவளை உய் சொல்லச் சொல்லிப் பார்க்கணும் என்று தோன்றியது.

‘வீராஸை கூட்டி வந்திருக்கலாமே?’

விக்தொ அங்கிள் ஜோசபினைக் கேட்க அவள் ஒரு வினாடி தயங்கினாள் என்னைப் பார்த்து விட்டு, பார்வையைத் தாழ்த்திக் கொண்டு அவள் மெதுவாகச் சொன்னது எனக்குக் கேட்டது –

‘பிரான்ஸ் போய்ட்டார்’

வாத்தியங்கள் சேர்ந்து முழங்க ஆரம்பித்தன. எல்லோரும் எழுந்தார்கள். ஆச்சரியகரமாக அங்கே இருந்த ஆண்கள் எல்லோருக்கும் ஆடப் பெண் துணை இருந்தது.

எல்லோரும் ஜோசபினை ஆடக் கூப்பிட அவள் புன்சிரிப்போடு கோப்பையில் நிறைத்து வாங்கிய சிவப்பு ஒயினை மெல்லச் சுவைத்த படி இருந்தாள். நான் அவள் பக்கத்து பிளாஸ்டிக் நாற்காலியில் உட்கார்ந்து அருகில் வைத்த தட்டில் இருந்து பிடிப் பிடியாகக் காராபூந்தி எடுத்துச் சாப்பிட்டுக் கொண்டிருந்தேன். ராப்பசி உச்சத்தில் இருந்தது. பால் என்றால் பட்டினி என்று தெரியாமல் போய்விட்டது.

'என்ன படிக்கறே'

ஜோசபின் மென்மையாகக் கேட்டாள். காலேஜில் அடுத்த வாரம் பிசிக்ஸ் டிகிரி கோர்ஸ் சேருவதாகச் சொன்னேன். அவள் என்ன படித்திருக்கிறாள்?

'இது முடிஞ்சு தான் பார்ட்டியா?'

அவளைக் கேட்க அவள் அதிசயம் சொல்லக் கேட்ட பாவனையில் கண் அகல இன்னொரு தரம் என்னைப் பார்த்தாள். இன்னொரு முறை பூவாகச் சிரித்தாள்.

'அய்யாச்சாமிக்குக் கல்யாணம் அவங்கவங்க வீட்டுலே சாப்பாடுன்னு கேட்டிருக்கியா?'

'இல்லை' என்றேன்.

'பசிக்குதா?'

'ஆமா'

'என்னைச் சாப்பிடு'

உடம்பு முழுக்க லகரி நிரம்பி வழிய ஆரம்பித்தது எனக்கு. குரலில் படபடப்பை மறைத்துக் கொண்டு மெர்சி என்றேன்.

அவள் திரும்ப பியாவென்யூ என்று குயில் கூவலாகச் சொல்ல மாட்டாளா என்று இருந்தது இப்போது.

அடுத்த கோப்பை மது கேட்டு வாங்கிக் கொண்டாள் ஜோசஃபின். ஒவ்வொருவராக வயதானவர்கள், விக்தொ அங்கிள் உட்பட அவளைத் தங்களோடு ஆடும்படி வற்புறுத்தி அது நடக்காமல் திரும்பி வேறு யாரோடோ நடனமாடப் போனார்கள்.

கையில் வைத்திருந்த கோப்பை அரைக்கு நிரம்பி இருக்க, ஜோசபின் அதை வைக்க இடம் தேடினாள். நான் வாங்கிக்கொள்ள, கைப்பையில் இருந்து பூப்போட்ட கைக்குட்டையை எடுத்து மூக்கில் வைத்து தும்மினாள்.

'கொஞ்சம் இரு... வந்துடறேன்'

அவள் கிளம்பிப் போனாள். என்னமோ தோன்ற அந்த எச்சில் மதுக் கோப்பையில் இருந்த ஒயினை நான் முழுக்கக் குடித்தேன். புளித்தது. மணத்தது. பிடித்திருந்தது.

ஜோசபின் திரும்பி வந்து கோப்பைக்காகக் கை நீட்டினாள். நான் சிரித்துக்கொண்டே வெறும் கோப்பையைக் கொடுக்க, பொய்க் கோபம் காட்டினாள்.

'குடிச்சிட்டியா?'

'ஆமா.'

பியரர் இன்னொரு கோப்பை எடுத்து வந்தபோது நான் தைரியமாக எனக்கும் என்றேன். திரும்பப் போய் இரண்டாகத் தட்டில் ஏந்தி வந்தார் அவர்.

முதல் கோப்பையை ஜோசபினிடம் கொடுத்தேன். வாங்கிக் கொண்டு மெர்சி என்றாள். நான் பியாவென்யூ என்றேன். பாராட்டுகிறது போல் அவள் சிரித்தாள். நான் இன்னொரு கோப்பையை எடுத்து உதட்டில் வைத்தபடி சியர்ஸ் சொன்னேன்.

பசித்தாலும் பரவாயில்லை. இந்த ராத்திரி இனிமையானதுதான்.

'நாம வால்ட்ஸ் ஆடலாமா?'

திடீரென்று என்னைக் கேட்டாள் ஜோசபின்.

நான் கோப்பையை முழுசாக ஒரே மடக்கில் காலி செய்தபடி மறுத்தேன்.

'ஐயோ, எனக்கு ஆட்டமெல்லாம் வராது'

'நான் கத்துக் கொடுக்கறேன். வா'

திரும்ப அவளுடைய மதுக் கோப்பையை நான் பக்கத்து குட்டி மேஜையில் வாங்கி வைத்ததும் என் கையை வலுவாகப் பற்றி இழுத்து நிறுத்தி இடுப்பை அணைத்து என்னையும் அப்படியே செய்யச் சொன்னாள்.

கூச்சமாக இருந்தது. சந்தோஷமாக இருந்தது. மேகலாவைக் கூட இப்படி அணைத்துப் பிடித்ததில்லை.

அவள் மெல்ல அசைந்து ஆட ஆரம்பித்தபடி சொன்னாள் –

'இது முதல் மூவ். ஒன்.'

நானும் அவள் மாதிரி அசைந்தேன். இடுப்பில் இறுகிய கையை அவள் எதிர்க்கவில்லை.

‘இது அடுத்த மூவ். டூ’

மாற்றி அசைய நானும் தொடர்ந்தேன்.

‘அவ்வளவுதான். ஞாபகம் வச்சுக்கோ. இது ஒன். அப்படித்தான். இது டூ. ஆமா, அதேதான்.’

நான் திரும்பத் திரும்ப அந்த இரண்டு வகையாகவும் நகர்ந்தபடி கண்ணை மூடிக் கொண்டேன். உலகம் இப்படியே போகட்டும். என்றென்றைக்கும்.

‘பாரு, அதுக்குள்ளே நீயா ஸ்டெப் போடறே. சரி இப்போ நான் சொல்ற மாதிரி சொல்லிக்கிட்டே அதுக்கு ஏத்த மாதிரி ஸ்டெப் போடணும் சரியா?’

அவள் என் இடுப்பில் மெல்ல வருட, கிறங்கிப் போய்ச் சிரித்தேன். எனக்குக் கிடைக்க, இந்த இரவில் இன்னும் நிறைய இருக்கும் போல.

‘Here we go… one two two two one two one two two ஒன் டூ டூ டூ ஒன் டூ ஒன் டூ டூ.’

ஜோசபின் ஆடுகிறாள். நான் தப்புத் தப்பாகக் கூட ஆடி அவள் காலை மிதிக்கிறேன்.

மன்னிக்கிற பாவனையில் அவள் கண் விரித்துப் பார்த்துச் சிரிக்கிறாள்.

‘வாய் விட்டுச் சொல்லு. ஸ்டெப் தானே வரும்’

தலை சுகமாகக் கிறுகிறுத்துக் கொண்டிருந்தது. ஒன்னாவது, டூவாவது எல்லாமே ஒன்றுதான். எல்லாமே சைஃபர் தான். ஆட நம்பரெல்லாம் எதுக்கு?

‘சொல்லு. ஒன் டூ டூ டூ ஒன் டூ ஒன் டூ டூ’

எனக்குப் போக்குக் காட்டிக்கொண்டு எண்கள் குதித்து என்னைச் சுற்றிக் கும்மாளமிட்டன.

‘சொல்லு. ஒன் டூ டூ டூ ஒன் டூ ஒன் டூ டூ’

ஜோசபின் திரும்பச் சொல்லியபடி ஆடிக்கொண்டே என் உதடுகளை மெல்லப் பிரித்தாள். நான் கண்ணைத் திறக்கப் போவதில்லை.

‘வாய் விட்டுச் சொல்லு. சொல்லிப் பாத்தாத்தான் பாடம் மனசில் படியும்.’

ஜோசபின், சுந்தரவல்லி டீச்சராக எப்போது ஆனாள்?

‘சொல்லு’

நான் வேறேதும் நினைவுக்கு வராமல், கால்கள் தடுமாற ஒப்பித்தேன் –

ஒன் டூ டூ… டூ டூ ஃபோர்… த்ரி டூ சிக்ஸ்… ஃபோர் டூ எய்ட்’

அவள் ஆடுவதை நிறுத்தினாள். வாத்திய இசையும், சிரிப்பும், கடல் காற்றும் கூட நின்று போன ராத்திரி அது.

என்னைப் பார்த்து அவள் சொன்னதை முழு மண்டபமுமே கேட்டது. அவள் சிரிக்க, மற்றவர்களும் கூடச் சேர்ந்து சிரித்தார்கள்.

நான் சட்டென்று அவள் உதட்டில் முத்தமிட்டேன். விலகினேன். சின்ன மேஜையில் அவள் மிச்சம் வைத்திருந்த எச்சில் மதுவை மறுபடியும் எடுத்துக் குடித்தேன். வாசலுக்கு ஓடினேன். சைக்கிளில் ஏறி அமர்ந்து இருட்டில் ஓட்டிப் போனேன்.

கடல் இருட்டில் தன் தரப்பு நியாயத்தை யாரும் கேட்காமல் சொல்லிக் கொண்டிருந்தது. மேகலா, பேச வந்தவள், என் முகத்தைப் பார்த்து மரக் கதவு அடைத்து உள்மனதுக்குள் திரும்பி விட்டிருந்தாள்,

உயரமான கம்பிக் கதவுகள் அடைத்த சுங்கச் சாவடிப் பக்கம் தெரு விளக்கு இருந்தது. ஓரமாகப் பாடி நடக்கிற கடலில் அலைகள் கொஞ்சம் கொஞ்சமாக எழுந்து வந்து என்னை விசாரித்து விட்டுத் திரும்பின.

சட்டென்று எனக்குச் சிரிப்பு வந்தது.

சைக்கிளை ஸ்டாண்ட் போட்டு நிறுத்தினேன்.

ஜோசபினை காற்றில் இடுப்பைச் சுற்றி அணைத்துக் கொண்டு சிரித்தபடி ஆடினேன். உரக்கச் சொன்னேன்.

அவள் என்னைப் பார்த்துச் சொன்னது தான் –

‘வால்ட்ஸ் ஆட வந்தியா, வாய்ப்பாடு சொல்ல வந்தியா?’

4

முன்னால் பார்த்தால் டவுண் பஸ். பின்னால் இருந்து பார்த்தால் சுற்று வட்டாரக் கிராமப் பிரதேசத்துக்கு ஷட்டில் அடிக்கும் ரூட் பஸ். ரெண்டு அடையாளமும் தீர்க்கமாகத் தெரிய நிரம்பி வழிந்து கொண்டிருந்த வண்டி. அலுமினிய டப்பாவைத் தலைகீழாகக் கவிழ்த்து நாலு சக்கரம் மாட்டிய அதுதான் நான் காலேஜ் போகவும்.

பஸ்ஸின் வாசல் படியில் நின்றபடி ஏகப்பட்ட பேட்டை, குப்பம் பெயர்களைக் கூவிக் கொண்டு இருந்த நீலக் கைலிப் பையன் என்னைப் பார்த்ததும் காலேஜ் என்று கூவலில் கூடச் சேர்த்துக் கொண்டான்.

பஸ் நிற்கவில்லை. நான் அதன் பக்கத்தில் ஓடினேன். பஸ் ஊர்ந்து போக, சம்யுக்தையைக் குதிரைச் சவாரி செய்தபடியே வாரிக்கொண்டு போன பிருதிவிராஜன் போல என்னை லாகவமாக பஸ்ஸில் ஏற்றி விட்டான் நீலக் கைலி.

முதல் இரண்டு வரிசைகள். வரிசைகளா அதெல்லாம்? சீட் இருந்த அடையாளத்தோடு துருப்பிடித்த இரும்புக் கட்டுமானம் மட்டும் அங்கே காணப்பட்டது. நடுவே இருந்த நுரை ரப்பர் ஆசனங்கள் தோண்டிப் பிடுங்கப்பட்டிருந்தன. அந்தச் சதுர வெளிகள் மேலே கூடைகளில் மீனும், இன்னும் கொஞ்சம் மீனும், கூடவே மேலதிகம் மீனுமாக இருந்தது. தரையில் உட்கார்ந்து கூடைகளை ஷிப்ட் முறையில் அணைத்துக்

கொண்டு இருந்த வயதானவள் புகையிலைக் கட்டையில் இருந்து ஒரு துண்டைக் கிள்ளிக் கொண்டிருந்தாள்.

பஸ்ஸில் பரவலாக, ஆணும் பெண்ணுமாக மீன் வியாபாரிகளே அதிகம். கைக்குட்டை முனையை மூக்கில் இட்டு உடனடி தும்மல் வரவழைத்து ஜலதோஷத்தை நாடு கடத்தப் பார்க்கிற ஒரு பாதிரியார் விடாமல் தும்மிக் கொண்டிருந்தார். என்னைப் போல பெக்கே என்று முழித்துக் கொண்டு, அங்கே இறுக்கி இங்கே தொளதொளத்து வடிந்த கால் சராயும், வயலெட்டில், பப்பரமூட்டு நிறத்தில், கோவிந்தா மஞ்சளில் சட்டையுமாக நிற்கிற வெகு சில இளைஞர்கள். காலேஜ் போகும் புதுமுகங்கள் என்று முகத்தில் எழுதி ஒட்டியவர்கள் அவர்கள். கூட்டம் எக்கித் தள்ளும் பஸ்ஸின் முன் பக்கத்தில் நின்றபடி பின்னால் பார்த்தேன்.

பின் வரிசைகளில் பாசிங்க்ஷோ சிகரெட் குடித்தபடி, முரட்டு ஆலிவ் நிற கோட் போட்ட ஏழெட்டு கிழவர்கள். கருப்பு நிஜாரும், என்னைப் போல இருபது வயசுக்காரர்கள் அணிய வேண்டிய பளபளா வெளிநாட்டு சட்டைகளுமாக ஏகப்பட்ட இடத்தை அடைத்துக் கொண்டு உட்கார்ந்திருந்தார்கள். இந்த ஊருக்கே சிறப்பு அம்சமான சோல்தாக்கள் அவர்கள் என்று புரிந்தது. ஆஸ்பத்திரியில் சீக்காளியைப் பார்க்கப் போகிற மாதிரி சோல்தாக்கள் தோளில் வழிந்த பையில் ஆப்பிள்களும் ஆரஞ்சுகளும் எட்டிப் பார்த்தன. கழுத்தில் தலா ஒரு கருப்பு தெர்மாஸ் ப்ளாஸ்க் ஒய்யாரமாகத் தூக்கு மாட்டித் தொங்கியது.

பெரிய உலோக குண்டுகள் வைத்திருந்த கித்தான் பை ஒன்று சீட்டில் சொகுசாக உட்கார்ந்திருந்தது. அவர்களுடைய கூட்டுச் சொத்தாக இருக்கக் கூடும். அதிலிருந்து அவ்வப்போது ஒன்றிரண்டாக குண்டுகள் விழுந்து உருள, பஸ்ஸில் வந்த யார் யாரையோ மிஸ்ஸே, மதாம் என்று ஏவிப் பொறுக்க வைத்துப் பையில் அடைத்துக் கொண்டார்கள். ஆளாளுக்கு பிளாஸ்கில் இருந்து சாவதானமாக அவ்வப்போது ரெண்டு மடக்கு எதையோ குடித்தபடி கூச்சலும் உற்சாகமுமாக இருந்தார்கள் அவர்கள் எல்லோரும். இந்த வயசிலும் தெம்புக்கு குறைவில்லை.

பிரான்ஸ் ராணுவப் பென்ஷன் இவர்களுக்கு கணிசமாக வருகிறதாக இதுவரை ஒருத்தருக்கு நாலு பேர் சொன்னார்கள். வால்ட்ஸ் நடனம் ஆடப் போன இடத்தில் வாய்ப்பாடு சொல்லி நான் சிநேகிதியாக்கிக் கொண்ட ஜோசபின் அதில் முதல்.

பேங்க் வாட்ச்மேன் வின்செண்ட் நடராஜன் சோல்தாக்களை ஊரின் சகல கஷ்டங்களுக்கும் காரண கர்த்தாவாகச் சொல்லியிருந்ததும்

நேரம் கெட்ட நேரத்தில் நினைவு வந்தது. அவர் பக்கத்து வீட்டுக்காரர் மோசமான சோல்தாவாம்.

'எம்புட்டு விலை சொன்னாலும் விஸ்கியும் பிராந்தியும் காசை விட்டெறிஞ்சு வாங்கிட்டுப் போயிடறாங்கப்பா. தீ விலை ஒண்ணொண்ணும் இவங்களாலே. ஏழை பாழை குடிக்க, நம்ம குக்கிக்குப் பின்னாலே போய் அவுன்ஸ் கிளாஸிலே பிடிச்ச மாதிரி பியர் தான் கிடைக்குது. அந்த எளவெடுத்த பியரைக் குடிக்கறதுக்கு பதிலா குக்கி தொரதொரன்னு விட்டதையே மளக்குனு குடிச்சுத் தொலைக்கலாம்.'

இதில் வந்த குக்கி அவருடைய ஒற்றை மாட்டு வண்டியில் பூட்டிய பிராணி என்பது நினைவிருக்கலாம். மாட்டு நீரைப் பற்றி அவருக்கு நல்ல அபிப்பிராயம் போல.

குக்கியும் பியரும் இருக்கட்டும். சாவகாசமாக நின்று நின்று போகும் இந்த பஸ் எப்போது காலேஜ் போய்ச் சேரும் என்று அந்த சோல்தாக்கள் சொல்வார்களா?

வாழ்க்கையை அனுபவிக்கும் மேற்படி சோல்தாக்கள் ஐந்து நிமிடத்துக்கொரு முறை வண்டியை நிறுத்த வைத்து, தெருவில் ஊர்ந்து போன ஒண்ணு ரெண்டு இதர சகாக்களையும் கட்டாயப் படுத்தி பஸ்ஸில் ஏற்றிக் கொண்டிருந்தார்கள்.

'வில்லியனூரோட பந்தயம் இருக்குப்பா. நீ வராம எப்படி நடக்கும் சொல்லு.'

அதில் ஒருத்தர் தோளில் வழிந்து தொங்க மாலை போல் மாட்டியிருந்த கருப்பு ஃபிளாஸ்கைத் திறந்தார். இன்னொருத்தர் ஆளுயர பித்தளைத் தம்ளரில் அதை ஊற்றி அன்போடு சிநேகிதருக்கு நீட்டி விட்டு தானும் ப்ளாஸ்கோடு வாயில் கவிழ்த்துக் கொண்டார். இவ்வளவுக்கும் அவர் சகாவும் ப்ளாஸ்க் மாட்டியவர்தான்.

போன வாரம் டவுண் ஹால் நடனத்தில், ஜோசபினை இடுப்பில் அணைத்து மடியில் உட்கார்த்தி தலையைத் திருப்பி முத்தமிட முயன்ற சோல்தா அவர் என்று தோன்றியது. போதையில் இருப்பதாகத் தோன்ற வைக்கவோ என்னமோ தலையை நிற்காமல் ஆட்டியபடி அவருடைய கைகள் அவள் உடலில் தாறுமாறாக ஊர்ந்தபோது திமிறி விலக்கி விட்டு அறையில் மறு கோடிக்குப் போன நினைவு. 'இவன் மண்ணுளிப் பாம்பு' என்றாள் ஜோசபின் அப்போது.

ஜோசபின் என்ன செய்து கொண்டிருப்பாள் இந்த வினாடி? குளித்துக் கொண்டு. வேண்டாம். அவள் சமாதானமாக மீன் கழுவி நறுக்கிக் கறி

வைத்துக் கொண்டிருக்கட்டும். டிரான்சிஸ்டரில் இலங்கை வானொலி ஒலிபரப்பில், ‘நிலவைப் பார்த்து வானம் சொன்னது என்னைத் தொடாதே’ பாட்டு கேட்டு கூடவே பாடிக் கொண்டிருக் கட்டும். என் மடியில் அமர்த்திக் கொஞ்ச மேகலா மட்டும்தான்.

பஸ் திரும்பக் கிளம்பி பத்தே பத்து அடிதான் போயிருப்போம். திரும்ப அந்தக் கிழவர்கள் ரகளையாகக் கூக்குரலிட்டு பஸ்ஸை நிறுத்த வைத்தார்கள். ஒருத்தர் தடுமாறி ஓடியும் நடந்தும் போய் மதகு ஓரமாகக் குத்த வைத்தார்.

‘முஸே இந்தப் பெரிசுங்க நீஸ் தண்ணி குடிக்க, கள்ளுத் தண்ணி குடிக்க, ஒண்ணுக்கிருக்கன்னு நின்னு நின்னு போனா நா எப்ப கோட்டக்குப்பம் போய்ச் சேர்ந்து எப்போ யாபாரத்தை பாக்கறது. ஒரு வரமுற வேணாம் கும்மாளத்துக்கு?’

ஒரு மீன்கார அம்மா, சோல்தா அல்லாத சகலருக்குமாகக் குரல் கொடுத்தாள்.

‘போய் மீனு மீனுன்னு கூறு கட்டி விக்க உக்காந்தா, கருவாடா இல்லே போயிருக்கும் குமிச்சு வச்சதெல்லாம்.’

இன்னொரு கிழவி புகையிலைக் கட்டையை கமர்கெட் கடிக்கிறது போல் செல்லமாகக் கடித்து அதக்கியபடி கருத்துத் தெரிவித்தாள்.

‘முதல் நாளுங்க. காலேஜ் போவணும்.’

அப்பாவி முழிப்போடு இருந்த பசங்களோடு சேர்த்து என் எதிர்ப்பையும் பதிவு செய்ய வேண்டிய சூழ்நிலை. என்ன சொல்ல? யாரை விளித்து முழக்க? டிரைவரையா? டிக்கட் கிழிக்கிறதோடு வாசலில் நின்று ஒரு சுற்றிவர எட்டுப்பட்டி, பத்து பேட்டை, இருபது குப்பத்துப் பெயர்களை எல்லா காம்பினேஷனிலும் கூவும் நீலக் கைலியையா? ஐயா, சார், மிஸே. என்ன மாதிரி குறிப்பிடணும்?

நான் வாயைத் திறப்பதற்கு டிரைவர் வண்டி ஓட்டியபடியே சொன்னது காதில் விழுந்தது –

மிஸ்ஸே, பின்னுக்கு, நடு சீட்டுலே குந்திக்கிட்டிருக்காரே, மீசை இல்லாத சோல்தா, கண்டுக்கினியா?

கண்டேன் கண்டேன் என்று தலையசைத்தேன். மீன்காரப் பெண்கள் ‘அட போய்யா’ என்று மீன் கூடைகளைத் திரும்ப ஆரத் தழுவினார்கள்.

கண்ணாடியில் என் உருவத்தைப் பார்த்து டிரைவர் சொன்னார் –

அந்தப் பெரிசு தான் பஸ் ஓனர். அவர் நில்லுன்னா நிக்கனும். போன்னா போகணும்.

சோல்தாக்கள் பானம் பருகிய சுறுசுறுப்போடு எக்கி எக்கிப் பார்த்தபடி வந்தார்கள். திடீரென்று நிஜார் பாக்கெட்டிலிருந்து சின்னப்பிள்ளைகள் தொல்லை கொடுக்க ஊதும் நீளமான பிகிலை எடுத்து ஒரு சோல்தா ஊத, அடித்துப் பிடித்துக் கொண்டு பஸ் நின்றது. தோப்பும் துரவுமாக இருந்த ஏதோ பிரதேசம்.

முன்னால் ஏழெட்டு பெரிசுகள் பெரிய கோலிக் குண்டுகளை மெல்ல உருட்டி, அதை விட மெல்ல நகர்ந்து கொண்டிருந்தார்கள், சுற்றி வேலையற்று நின்ற ஏழெட்டுப் பேர் எதற்கோ உற்சாகமாகக் கை தட்டிக் கொண்டிருந்தார்கள்.

கிழங்கட்டைகள் கோலிக்குண்டு விளையாடி விட்டு வரும் வரை காலேஜ் நினைப்பே இல்லாமல் காத்திருக்க எனக்கு விதிக்கப் பட்டிருக்கிறது போல. அங்கே காலேஜில் என்ன பாடம் நடத்து கிறார்களோ? யார் நடத்துகிறார்களோ? சரோஜாதேவி சாயலில் கண்ணாடி போட்டுக் கொண்டு அழகான லெக்சரர் ஆக இருக்குமோ? ஆடி அசைந்து சாவதானமாகப் போனால் என்ன சொல்வார்களோ.

பஸ் இன்னொரு முறை ஒப்புக்கு ஹாரன் அலறி உடனே புறப்பட்டது. மலை ஏறுகிற மாதிரி சாய்வாக நிலப்பரப்பு. ஊ ஊ என்று இஞ்சின் வாதனையோடு தீனமாகக் கதறக் கதற டிரைவர் பிடிவாதமாக 'இன்னும் கொஞ்ச தூரம் தான்' என்று சமாதானம் சொல்கிற மாதிரி பேனட்டில் தட்டித் தட்டி, வண்டியை மேலே ஏற்றிக் கொண்டிருந்தார். அங்கங்கே சின்னச் செடிகள் முளை விட்டுக் கிடக்க, சுற்றிச் சுடுமணல் விரிந்து, முற்றும் போடாத கதையாகப் பாதை நீண்டு கிடந்தது.

சைக்கிளில் போயிருக்கலாம். முதல் நாள் நீண்ட நெடும் பயணம் வேணாம் என்று சைக்கிளை விட்டு விட்டு வந்தது தப்போ என்று தோன்றியது.

இன்னும் சரிவரப் பழக்கமாகாத ஊர். அது கூடப் பரவாயில்லை. கல்லோ முள்ளோ டயரில் குத்தி, பங்க்சர் ஆகி விட்டால் ஒட்டுகிற கடையைத் தேடி அலையணும்.

எனக்குத் தெரிந்து தியூப்ளே வீதிக்குப் பின்னால், அடிக்குச்சி வைத்தோ நூல் பிடித்தோ இணைகோடு மாதிரி மிகச் சரியாக நீண்டு கிடக்கும் ரங்கப்பிள்ளை வீதியில், ஒரு சைக்கிள் சர்வீஸ் கடை இருப்பதைப் பார்த்திருக்கிறேன். புஸே தெருவில் மேற்கே போய்,

ஏதோ கிளை வீதியாக வெட்டி தொண்ணூறு டிகிரி வளைந்து திரும்பும் இன்னொரு தெருவில் இன்னொரு கடையையும் பார்த்திருக்கிறேன். பிரெஞ்சு பேக்கரிக் கடையை ஒட்டி நாலு மூங்கில் கழிகளைத் தொடுக்கி வைத்து, அடையாளத்துக்குப் பழைய சைக்கிள் டயர்கள் சுவரில் வளையமாக மாட்டிய சைக்கிள் ஆஸ்பத்திரி அது.

ஆனால் முதலியார்பேட்டையில் முள் குத்தினால் புஸே தெருவுக்கு நாலைந்து கிலோமீட்டர் வண்டியைத் தள்ளிக் கொண்டு வர முடியாது. ரெட்டைத் தெரு இருக்கும் ஊரா என்ன? அங்கேயும் தான் ஊர் அளவுக்குத் தகுந்த மாதிரி, கோணல் மாணலாக இருந்தாலும், சுத்தமான தெருக்கள். சின்னதாக இருந்தாலும் கம்பீரமாக எழுந்து நிற்கிற கல்லூரி. பத்தே நிமிடத்தில் எதிர் காற்றாக இருந்தாலும், ஓங்கி மிதித்தால் வீட்டில் இருந்து காலேஜ் போய் விடலாம். எங்காவது அசம்பாவிதமாக முள்ளோ, ஆணியோ குத்தி காற்றுப் போனால், ஸ்தலத்துக்கு பத்து மீட்டர் சுற்றளவில் நிச்சயம் நம்ம ஆளென்று ஒரு ஐந்து பேராவது இருப்பார்கள்.

அண்ணே, தம்பி, யக்கோவ், தாத்தா, சித்தப்பு என்று உறவு சொல்லி வீட்டு, கடை வாசலில் சைக்கிளை வைத்து விட்டு, நடந்தோ ஓடியோ காலேஜ் போய்ச் சேர்ந்தால், சாயந்திரம் வரும்போது அனேகமாக சைக்கிள் பங்க்சர் ஒட்டி வீடு திரும்பும் பயணத்துக்காகத் தயாராக நிற்கும். இங்கே யாரைத் தெரியும்?

திரும்ப பஸ் நின்றது. யாருக்கோ குத்த வைக்கவோ, கோலிக் குண்டு விளையாடவோ அவசரம். காலேஜ் எக்கேடு கெட்டால் அவர்களுக்கு என்ன?

‘முஸ்ஸே.’

டிரைவரும் நீலக் கைலியும் சேர்ந்திசையாகக் கூவினார்கள். எந்த சோல்தா எங்கே சரக்கடித்த மப்பில் சாய்ந்து தூங்குகிறாரோ. எழுந்திருய்யா முஸ்ஸே.

நான் சுற்று முற்றும் பார்க்க, திரும்பவும் குரல்.

‘உன்னைத் தாம்பா. காலேஜ் போவணும்னியே.’

‘போக முடியாதா?’

சோகமாகக் கேட்டேன். நீலக் கைலி பூடகமாகச் சிரித்தான்.

‘முன்னே பின்னே காலேஜ் வந்திருந்தா இல்லே தெரியும்? குழந்தைப் புள்ளை மாதிரி கேக்கறே பாரு. இதாம்பா காலேஜ்.’

நான் அவசரமாகப் படி இறங்க, மொத்த பஸ்ஸுமே தந்துனானே என்று ஆசிர்வதித்தபடி உருண்டு போனதாகத் தோன்றியது.

மேட்டு நிலம். நேரே போகிற வழியோடு கூடச் சற்றே இடது பக்கம் திரும்பி நீண்டு நெளிந்து போகிற இன்னொரு பாதையும் இருந்தது. பஸ் இந்தக் கூட்டு ரோட்டிலிருந்து இடது பக்கம் போக, நான் நேராக நடக்க ஆரம்பித்தேன்.

கிட்டத்தட்ட செங்குத்தாக படி ஏதும் இல்லாமல் கப்பி ரோடு வளைந்து மேலே ஏறுகிற பாதையில் இன்னும் ஐந்து நிமிடம் நடந்து சமவெளிக்கு வந்தேன்.

பெரிய கல் கட்டடம். ரெண்டு மாடி இருக்கலாம். அதற்கு மேலும் இருக்கக் கூடும். நின்று அண்ணாந்து கட்டிடத்தைப் பார்வையிட சுயமரியாதை இடம் கொடுக்கவில்லை. புதுசாக இங்கே வருகிறவன் என்று ஒவ்வொரு அசைவிலும் தெரியணுமா என்ன?

ஒன்பது மணிக்குக் கிளம்பி இங்கே வந்து சேர, பத்து மணி பத்து நிமிடமாகி விட்டது. கோட்டை கொத்தளம் போல இருக்கும் இடம். உள்ளே போய் யாரையாவது வழி கேட்க வேண்டி இருக்கும். காட்டிய வழியில், நூறு இருநூறு பேர் கூடியிருக்கும் அறையோ மண்டபமோ. மன்னிப்புக் கேட்டபடி, உள்ளே நுழையக் காத்திருக்கணும். நினைத்தாலே சகல விதத்திலும் துக்கமாக இருந்தது.

முக்கியமாக அங்கே அழகான பெண்கள் முதல் வரிசையில் இருப்பார்கள். பட்டிக்காட்டுப் பொன்னையாவாக நான் போய் நிற்க நக்கலாகப் பார்ப்பார்கள். ஒருத்தருக்கொருத்தர் பிரெஞ்சில் கொஞ்சிக் கொண்டு சிரிப்பார்கள். அவர்கள் சிரித்ததற்காக அனுசரணையோடு பின்னால் உட்கார்ந்து இருக்கக் கூடிய தடியன்களும் காணாததைக் கண்டது போல் ஓவென்று அதே மொழியில் நகைப்பார்கள். கைக்குட்டையால் வியர்வையை ஒத்திக் கொண்டு ஒரு புரபசர் மில்டன் ஷேக்ஸ்பியர் என்று திரும்பத் திரும்பச் சொல்லிக் கொண்டிருப்பார்.

'முசே, பின்னால் போய் உக்காரு.'

இல்லை, பேராசிரியர் அப்படி எல்லாம் பேச மாட்டார்.

'ஹலோ'

பின்னால் இருந்து யாரோ அவசரமாகத் தோளைத் தொட்டார்கள்.

திடுக்கிட்டுத் திரும்பிப் பார்த்தேன்.

‘நல்ல பிள்ளையா நேரே அந்த என்.சி.சி. கட்டட வாசலுக்குப் போகணும். வேப்ப மரம் இருக்கே அங்கே தான்.’

சன்னமான பென்சில் மீசை வைத்த, கருநீல பேண்ட் போட்டவன் காட்டிய திசையில் பார்த்தேன்.

சோனியான ரெண்டு பையன்களும் தடியான ஒருத்தனும் இடுப்பைச் சுற்றிக் கொப்பும் குழையுமாக வேப்பிலையைச் செருகிக் கொண்டு சுட்டெரிக்கும் வெய்யிலில் தொம்தொம்மென்று குதித்து நடனம் ஆடிக் கொண்டிருந்தார்கள்.

5

ரொம்ப நேரமாக நடந்து கொண்டிருக்கிறது என்று தோன்றியது -

சோனியான ரெண்டு பையன்கள். என் வயசு இருக்கும். அவர்களோடு கூட, தடியான ஒருத்தன். அதே வயசுதான். மூன்று பேரும், இடுப்பைச் சுற்றிக் கொப்பும் குழையுமாக வேப்பிலையைச் செருகிக் கொண்டு சுட்டெரிக்கும் வெய்யிலில் தொம்தொம் மென்று குதித்து நடனம் ஆடிக் கொண்டிருந்தார்கள்.

ஆட்டி வைத்துக் கொண்டிருந்தவன் ஆடினவர்களை விட எலும்பனாக இருந்தான். சட்டமாகக் கால் மேல் கால் போட்டவன் அவன். அடைத்துப் பூட்டியிருந்த என்.சி.சி. ஆபீஸ் படிக்கட்டில் உட்கார்ந்து உத்தரவு பிறப்பித்துக் கொண்டிருந்தான். சீனியருக்கே உரிய கர்வம் அவன் முகத்தில்.

நிறுத்தாம ஆடு. நிறுத்தினா திரும்ப முதல்லே இருந்து ஆரம்பிக்கணும். பாடுங்கடா. சொன்னேன் இல்லே? பாடிட்டே ஆடணும்.'

அவனுக்கு ஏழெட்டு சிநேகிதர்கள். என்.சி.சி. ஆபிஸைச் சுற்றி வட்டம் போட்டிருந்த கைப்பிடிச் சுவரில் உட்கார்ந்திருந்தார்கள். ஆட்டம் சிறப்பாக அமைய அவ்வப்போது ரெண்டு பைசா யோசனை களை வழங்கிக் கொண்டிருந்தார்கள் –

'நேத்து என்ன ஜோரா ஆடினானுங்க. மார்லே வேறே தொம்தொம்னு அடிச்சுக்கிட்டு என்ன குதி. இவனுங்க சரி இல்லேடா லெச்சு. '

‘டேய், கொழையை நல்லா எறக்கிச் சொருகிக்கடா!’

லெச்சு என்றழைக்கப்பட்ட தலைவன் புதுக் கட்டளையைப் பிறப்பித்தான்.

காலேஜில் சேர வந்த ஜூனியர் அடிமைகள் சகல திசைகளிலும் இருந்து புறப்பட்ட ஆணைகளைப் பயத்தோடு நிறைவேற்றிக் கொண்டிருந்தார் கள். இதெல்லாம் நடந்து முடிந்து தான் வகுப்பு எல்லாம் ஆரம்பிக்கும் என்று தோன்றியது.

‘லெச்சு, கேபரே டான்ஸ் போடச் சொல்லலாம்.’

இப்படி ஒருத்தன் உருப்படி இல்லாத யோசனை சொல்லிக் கொண்டிருந்தபோதுதான் நான் போய்ச் சேர்ந்தேன்.

என்னை தள்ளிக் கொண்டு வந்த தொண்டன், பிடித்து வந்த பிணைக் கைதியை தீவிரவாதிகளின் தலைவரிடம் ஒப்படைக்கிற பொறுப் போடு என்னைக் கைமாற்றி விட்டு கட்டைச் சுவரில் ஹாயாக உட்கார்ந்தான்.

‘கேபரே போடுவியா?’

ஆலோசனைக் கமிட்டி உறுப்பினன் என்னைப் பார்த்துக் கேட்டான். என்னை அந்தக் கோலத்தில் பார்ப்பதில் அவனுக்கு என்ன பரவசமோ தெரியவில்லை.

‘இவனா, நோ சான்ஸ். பல்லி மாதிரி இருக்கான்’

கட்டைச்சுவர் உப தலைவன் உடனே நிராகரித்தான். ஏன்’யா பல்லி எல்லாம் ஆடக் கூடாதா என்று லாஜிக் இல்லாத கோபம் என் மனதில்.

‘பேர் என்னடா?’

தலைவன் தோரணையாக விசாரித்தான். பெயரைச் சொன்னேன்.

‘காலேஜுக்கு படிக்க வந்தவனாடா நீ? மூஞ்சியைப் பாரு. எழுதி ஒட்டியிருக்கு. என்னன்னு கேளுடா?’

‘என்ன?’ என்றேன்.

பளாரென்று முதுகில் ஒன்று வைத்தான்.

‘கேக்கச் சொன்னா கேட்டுடறதா?’

சும்மா நின்றேன்.

‘குட்டிங்களை ஃபாலோ பண்ணிட்டு நொழஞ்சிட்டியா? பிரெஞ்சு பேசற பொண்ணா பாத்து குன்ஸா தள்ளிட்டுப் போயிடலாம்னு

எத்தினி பேருடா கிளம்பியிருக்கீங்க?'

மேற்படி விசாரிப்பில் இரண்டிரண்டு வார்த்தைகளுக்கு நடுவில் கொஞ்சம் தலைமுடியையும், தொடக்கத்தில் ஒரு கெட்ட வார்த்தையையும் கடைசியில் இன்னொரு கெட்ட வார்த்தையையும் சரளமாக இணைத்து அவன் பேசினான். பிரெஞ்சு பேசுகிற பெண்களை மட்டும் தள்ளிக் கொண்டு போக வந்தவர்கள் முகங்களில் என் களை எப்படி நகலெடுத்து வந்திருக்கும் என்று புரியாமல் நின்றேன்.

'சினிமா பார்த்திருக்கியா?'

மூக்குப்பொடிக் கடை பொம்மை மாதிரி பலமாகத் தலையாட்டினேன்.

'வாயிலே என்ன?'

தொடர்ந்து அவன் குறிப்பிட்ட அவயம் வேறே உபயோகத்துக்கானது.

அந்த எழுபதுக்களில் அறிமுகமாகியிருந்த ஒரு சினிமா ஹீரோயின் பெயரைச் சொன்னான். ஆந்திர இறக்குமதி. அந்த வயதில் இருந்த பலருக்கும் கட்டை குட்டையான, தாவணி போட்ட கனவுக் கன்னி. அந்தப் பலரில், நான் முதலில்.

'அவ படம் பார்த்திருக்கியா?'

கட்டை குட்டை ஹீரோயின் நடித்து சமீபத்தில் வந்த திரைப்படம். அருமையான பாட்டு. மழையில் நனைந்து கொண்டு ஹீரோவோடு பாடுவாள். பார்த்தாச்சு.

'அவளை கிஸ் பண்ணனும் போல இருந்துச்சு இல்லே?'

இல்லை என்றேன். என் வம்சத்தில் கடந்த நாலு தலைமுறைகளை வைது ஓய்ந்தான்.

'இவன் தான் அவ அப்படீன்னு நினைச்சுக்கோ'

கலவரமாகப் பார்த்தேன். அவன் சற்றே எழுந்து, ஆடும் அடியார்களில் ஓரமாக சந்தனப் பொட்டோடு ஆடிக் கொண்டிருந்த தடியனைப் பிரித்தெடுத்தான்.

வயிற்றில் சுடச்சுட கத்தியைச் செருகின மாதிரி இருந்தது. கத்தியை எதற்காகச் சூடுபடுத்தி வயிற்றில் செருகணும், சும்மா செருகினாலே போதாதா என்ற சந்தேகத்துக்கெல்லாம் பிழைச்சுக் கிடந்தால் பதில் தர உத்தேசம்.

கட்டை குட்டை ஹீரோயின் தற்காலிகமாக வந்து இறங்கியவனாம் சந்தனப் பொட்டுக்காரன். இவனும் கட்டை, குட்டை. அது மட்டும் தான் உண்மை. மற்றதைக் கற்பனை செய்துகொள்ள வேண்டும். எதுக்கு?

‘பக்கத்துலே போ’

சந்தனப் பொட்டுக்காரன் என்னைப் பார்த்தான். தலையில் சொதசொதவென்று தேய்த்திருந்த நீலி பிருங்காதியோ, மூலிகை சேர்த்துக் காய்ச்சிய வேறு ஏதோ தைலமோ அவன் நெற்றி முழுக்க வழிந்து ரெண்டு கன்னத்திலும் அப்பி வடிந்தது.

‘கட்டிப் பிடிச்சு முத்தம் கொடுடா’

சந்தனப் பொட்டு முன்னால் நகர்ந்தது.

‘நீ இல்லேடா, இவன் கொடுக்கணும். நீ அவ. இவன் இவனே தான். புரியுதா?’

சகல விதத்திலும் இலக்கணம் மாற்றிய தலைவன் சொல் கேட்டு, சந்தனப் பொட்டு அரை அடி பின்னால் போய் நின்றான். தலைவன் என்ன சொன்னாலும் செய்யத் தயாராக இருந்தான் அவன். எத்தனை நாழிகையாகக் குழை அடித்து விட்டலாச்சாரியா படத்தில் குறளிப் பிசாசு போல ஆக்கி வைக்கப்பட்டானோ.

‘ஆகட்டும்டா’

தலைவன் என் கழுத்தில் கை வைத்து கட்டை குட்டை ஹீரோயின் டம்மிக்கு நெருக்கமாகத் தள்ளினான்.

அங்கே இங்கே என்று வீட்டு ஹாலில் பீரோவுக்குப் பின்னாலும், வளைந்து திரும்பும் மாடிப் படியிலும் வைத்து, மேகலாவுக்கு அவ்வப் போது ஒன்றும் ரெண்டுமாக இதுவரை அவசரமாக முப்பத்தேழு முத்தம் வழங்கியிருக்கிறேன். அந்த எண்ணிக்கையை எல்லாம் சரியாகக் கணக்கெடுத்து, இன்று காலேஜ் ராகிங் கோர்ட்டில் எனக்குத் தண்டனை போலிருக்கிறது.

இன்னும் ஒரு நிமிடத்தில் இது முடிந்து எனக்கு விடுதலை கிடைத்து விடும் என்று ஏனோ நம்பினேன். கடந்து போவதைப் பார்க்க வேண்டாம் என்று கண்ணை இறுக்க மூடியபடி நான் நிற்க, தலைவன் என் தோளில் ஓங்கித் தட்டினான்.

‘இவனை ஒண்ணும் பண்ண வேணாம்.’

தற்காலிகமாக அந்தக் கொடுமையிலிருந்து விடுவித்தவன் தூரத்தில் விரல் சுட்டினான். சந்தனப் பொட்டு வியர்வை துளித்த நெற்றியோடு, திரும்ப இலை தழை உடுத்து ஆடப் போனான்.

‘அந்தோ போறாங்க இல்லே உங்க அக்காளுங்க.’

தலைவன் திசை காட்டினான். இத்தனை அக்கா எனக்கு இருந்தால் நான் கல்லூரியில் படிக்க வந்திருக்க முடியாது.

கூட்டமாக வெய்யில் நேர முற்பகலில் நடந்து போய்க் கொண்டிருந்த அந்த சீனியர் பெண்கள் இதே காலேஜில் படிக்கிறவர்களாகத்தான் இருக்கும். ஜோசபின் மாதிரி மற்றவர்களுக்கு இங்கே என்ன வேலை இருக்கப் போகிறது?

ஜோசபின்? இப்போ வேணாம்.

‘உசரமா, அந்த நீலப் புடவை... அத்தக் கணக்குப் பண்ணிக்கோ?

என்.சி.சி. நடையும் ராணுவ நடையுமாகப் போய்க் கொண்டிருந்த எல்லோரும் எனக்கு கைப்பிடி அதிகமான உயரம். அழுத்தமான நீலம், மெல்லிசு நீலம், சுமார் நீல சாரிதான் எல்லோருமே.

‘ஓடிப் போய் அது முன்னாடி தரையிலே மண்டி போடு. புரியுதா?’

இதில் புரியாமல் போக என்ன இருக்கு?

என்றாலும், புரியுது என்று தலை அசைத்தேன். இல்லாவிட்டால் சந்தனப் பொட்டு அபாயகரமாக நகர்ந்து வந்து விடலாம்.

‘மண்டி போட்டு, சலாம் மகாராணின்னு சொல்லி தரையிலே நெத்தி படக் கும்புடணும். நீ சொல்றது இங்கே கேக்கணும், தெரியுதா? ஏதாச்சும் சொதப்பினே, மவனே, எல்லாப் பொண்ணுங்க முன்னாடியும் மண்டி போட வச்சுடுவேன்’

‘ஓடுடா’

நான் அவனுடைய உதவிகளில் யாரோ பிறப்பித்த உபகட்டளையைச் சிரமேற்கொண்டு லொங்கு லொங்கென்று ஓடினேன். வாழ்க்கையே ஒரு அபத்தமாக எனக்கு முன்னால் ஓடிக் கொண்டிருந்தது.

‘எமிலி, மீனாட்சி, பரீதா’

யாரோ யாரையோ கூப்பிடுகிற சத்தம். எனக்கு முன்னால் போய்க் கொண்டிருக்கிற நீலப் புடவைகள் ஒரு வினாடி நின்று பின்னால் பார்க்கிறார்கள். கூட்டமாக அவர்களைத் தொடர்ந்து வரும் இன்னொரு க்ரூப் நீலப் புடவைகள் இவர்களோடு கலந்து போய் நிற்கிறார்கள். கலகலவென்று பேச்சு. சிரிப்பு. கையைக் கோர்த்துக் கொண்டு நடந்தபடிக்குத் தட்டாமாலை ஆடுகிறார்கள். கலைந்து மறுபடி சேர்ந்து நடக்கிறார்கள். நான் தேடிப் போக வேண்டிய நீலப் புடவை யார் இதில்?

குத்து மதிப்பாக இந்தப் பொண்ணு தான் என்று முடிவு செய்து, எக்ஸ்பிரஸ் ரயிலுக்கு முன்னால் எகிறி விழுந்தவன் மாதிரி முன்னால் பாய்ந்தேன். அவள் நிலை குலைந்து என் மேல் மோதிக் கொள்ளாமல் சட்டென்று நின்றாள்.

'ஸ்டுபிட்', 'இடியட்' இப்படி சினிமாவில் பார்த்துப் பார்த்து மனதில் பதிந்திருந்ததில் ஏதாவது ஒரு வார்த்தையையோ அல்லது எல்லாமாகச் சேர்ந்தோ வரலாமென எதிர் பார்த்தேன்.

அவள் முகத்தில் எந்த உணர்ச்சியும் காட்டாமல் குனிந்து என்னை வலுவாகப் பிடித்துத் தூக்கி நிறுத்தினாள்.

கூர்மையான பார்வை. இடது புறமாகப் பக்கவாட்டில் சாய்த்த முகத்தில் கூந்தல் காற்றில் பறந்து பாதி மறைத்திருந்தது. சிரிப்பா, பரிதாபத்தைப் பகிர்கிறதா என்று தீர்மானம் செய்ய முடியாதபடி உதடுகள் லேசாகப் பிரிந்திருந்தன. என்னை விட சற்றே பெரியவள். அழகிலே மூத்ததும் இளையதும் உண்டா என்ன?

'யாரு நீ?'

நான் வெலவெலத்துப் போய்ச் சொன்னேன் -

'மலாம் சகராணி'

ஓவென்று பெரும் சிரிப்பு அந்த வெட்டவெளி முழுக்கச் சுற்றி வந்த மாதிரி பிரமை. இந்தப் பெண்கள் சிரிப்பதைப் பார்த்து தூரத்தில் நிற்கிற நாட்டியக் குழு, ரசிகர்கள், நட்டுவனார் எல்லாரும் அங்கே இருந்தபடி ஆவலாகப் பார்த்துக் கொண்டிருந்ததை ஓரக் கண்ணால் பார்த்தேன்.

'ஏய்ய்ய், நீ வா, நம்ம ஆளு'

அந்தப் பெண்கள் கையைப் பற்றி இழுத்து அவர்களோடு கூட்டிப் போனார்கள். எல்லோருமே வேகமாக நடக்கிறவர்கள். நெருக்கத்தில் வேறே. குட்டிகூரா பவுடர் வாடையும் யூதிகோலோன் வாடையும் என்னைச் சுற்றிச் சூழ, மிதந்துகொண்டு போனேன். இன்னிக்கு வகுப்புக்குப் போய் பாடம் படித்த மாதிரித்தான்,

காலேஜ் கேண்டீன் என்று ஊகித்த இடத்துக்கு என்னைக் கடத்திப் போனார்கள். டேபிள் துடைக்கிறவரிடமிருந்து ஈரத் துணியை வாங்கி ஒரு மேஜை விடாமல் மொறிச்சென்று துடைக்கச் சொன்னார்கள். பஜ்ஜி போடுகிறவருக்கு வாழைக்காயும் வெங்காயமும் அரிந்து தரச் சொன்னார்கள். வந்து உட்கார்ந்த இன்னொரு மகளிர் மட்டும் கும்பலிடம் மெனு ஒப்பிக்கச் சொன்னார்கள். பஜ்ஜியும் டீயும் தான் இருக்கு என்று உள்ளே கேட்டு வந்து சொன்னேன். அதை பத்து

தடவை சொல்லி ஆர்டர் கேட்கச் சொன்னார்கள். கேண்டீன் வாசலில் நின்று ‘சூடான பஜ்ஜி, போனா வராது பொழுதுபோனா திரும்பாது’ என்று கூவிக் கூவி மார்க்கெட்டிங் செய்யச் சொன்னார்கள்.

சந்தோஷமாக எல்லாம் செய்தேன். இது பாய்லா டான்ஸ் போடச் சொல்லும் கும்பல் இல்லை. கட்டை குட்டை நடிகையாக ஒரு சாந்துப் பொட்டுக்காரனை கற்பித்து சினிமாவிலேயே இடம் பெறாத காட்சிகளை நடத்தச் சொல்கிற வில்லன்கள் குழு இல்லை. நீலச் சேலை கட்டிய அழகழகான பெண்கள் இங்கே எல்லோரும்.

என் கைக்காசு போட்டு எல்லோருக்கும் ஆரஞ்சுத் தித்திப்பு குளிர்பானம் வாங்கித் தரச் சொன்னார்கள்.

‘அப்பா காலையில் கிளம்பறபோது அஞ்சு ரூபா தான் கொடுத்தார். திரும்பிப் போக பஸ்ஸுக்கு, இங்கே சாப்பிட எல்லாம் சேர்த்து அவ்வளவுதான்.

சுவாதீனமாகச் சட்டைப் பாக்கெட்டில் கைவிட்டு அந்தப் பணத்தை எடுத்தாள் நான் மண்டி போட்டு வணங்கிய சீனியர் சலாம் மகராணி.

‘இப்போ ஓடு. ப்ரீ டைம் இருக்கறபோது கூப்புடறோம். டாண்ணு வரணும். ஒகே?’

நான் ஏன் ஓடப் போகிறேன்.

பிரதானக் கட்டடத்தில் நுழைந்தேன். காலியான வகுப்பறைகள்.

உள்ளே கரும்பலகையில் பெரிய எழுத்தில் –

‘வகுப்புகள் நாளை முதல் தொடங்கும். ஹாஸ்டல் ஒரு நாள் தாமதமாக இன்று மாலை திறக்கப்படுகிறது. வெளியூர் மாணவர்கள் வழங்கப் பட்ட அறைகளுக்குப் போக, அவர்களும், விடுதியில் இல்லாத மாணவர்களும் சீனியர்களோடு நட்பு பூண்டு நண்பர்கள் தினம் கொண்டாடி மகிழ இன்றைய தினம் வழங்கப்படுகிறது.’

நண்பர்கள் என்றதும் திகிலோடு திரும்பிப் பார்த்தேன். தூரத்தில் கொப்பும் குழையுமாக ஆட்டம் முடிந்து வந்து கொண்டிருந்தார்கள்.

ஓடுவதைத் தவிர வழி இல்லை. சுற்றிச் சுற்றி ரொம்ப தூரம் ஓட வேண்டி இருக்கும். எதாவது ஒரு திசையில் சட்டென்று தியூப்ளே வீதி கண்ணில் படும், அதுவரை ஓடி அலைய வேண்டியதுதான்.

இலக்கில்லாமல் ஓட்டமும் நடையுமாக சரிவு இறங்கும்போது, பின்னால் இருந்து ஸ்கூட்டர் சத்தம். என்னை உரசிக் கொண்டு வேகமாக முன்னால் வந்து வழியில் குறுக்கிட்டுச் சட்டென்று பிரேக் அடித்து நிற்கும் நீல லாம்பிரட்டா ஸ்கூட்டர்.

சகராணி. நான் மலாம் வைத்தவள்.

'கெட் அப்' என்றாள்.

தயங்கினேன்.

'ஏறு, கொண்டு போய் விடறேன்.'

'நன்றி மேடம்'

'சீய்ய்... மேடம் மாதிரியா இருக்கேன்? வைஷு வைஷ்ணவி'

சிரித்தாள். கூச்சமே இன்றி ஸ்கூட்டரில் வைஷா பின் உட்கார்ந்து கொண்டேன். படு ஒயிலாக வண்டி விட்டுக் கொண்டு போனாள் அவள்.

'ஏண்டா இப்படி அநியாயம் பண்றே'

மேகலா வழக்கம்போல நேரம் காலம் தெரியாமல் நடுவில் வந்தாள்.

'நானும் ஸ்கூட்டர் வாங்கி உன்னைப் பின்னால் வச்சு ஓட்டிப் போவேன்.'

ஆயுசுக்கும் ஸ்கூட்டரில் பெண் டிரைவர் வைத்துத்தான் சவாரி போல.

மேகலா கலைந்து போனாள்.

'ஹை இவனே'

'எஸ் வைஷ்'

'எதுக்கு சொளசொளன்னு தலையிலே இவ்வளவு தேங்கா எண்ணெய் தேச்சுட்டிருக்கே. வாடை தாங்கலே. வெங்காய பஜ்ஜியை பில்லியன்லே ஏத்திட்டு வர மாதிரி இருக்கு'

லாம்ப்ரட்டா ஸ்கூட்டர் வேகமாகப் போய்க் கொண்டிருந்தது.

6

ஞாயிற்றுக்கிழமை.

தியூப்ளே வீதி கொஞ்சம் போல் ஓய்வெடுத்துக் கொள்ளும் தினம் அது. ஆனாலும் இயக்கம் நிற்பதில்லை. தெருவின் கிழக்கு முனையில் பரிசுத்தமே செங்கலும் சுண்ணாம்புமாகி கம்பீரமாக உயர்ந்து நிற்கும் போன நூற்றாண்டுக் கட்டிடங்கள். அவை, நெருங்கி வந்து வந்து கரையைத் தொட்டு இரையும் கடலோடு சதா வேதாந்தம் பேசிக் கொண்டிருக்கும்.

அந்தக் கட்டிடங்களில் ஏதாவது ஒன்றின் உள்ளறையில் இருந்து எப்போதும் பியானோ இசையின் சில நறுக்குகள் கசிந்து தெருவில் நடக்கிறவர்களை நூறாண்டு முந்திய ஐரோப்பாவுக்கு நாடு கடத்தும். அழகான புகைப் படங்கள் எடுக்கவே ஏற்படுத்தப்பட்டதாகத் தோன்றும், நகரின் அமைதியான பகுதி அது.

தியூப்ளே வீதியின் மேற்கு முனை இந்தத் தூய்மைக்கும் தத்துவ விசாரத்துக்கும் நேர் எதிரானது. கடல் வளைந்து, தொட்டு இரைந்து, அங்கே ஒரு நாளும் சூழப் போவதில்லை. குலைந்த வரிசையில் அரை டஜன் சினிமா அரங்குகள் அந்த முனையில் படர்ந்து, கடைக்கோடியில் வெளியூர் பஸ் ஸ்டாண்டு வரை பரவி இருக்கும். இடைவெளியில் கள்ளும் சாராயமும் விற்கும் ஏழெட்டு மதுக் கடைகள், சீமைச் சரக்கு விற்கும் நாலைந்து பார்கள். கட்டிடங்களை ஒட்டி நகராட்சிச் சாக்கடை, கருத்த நீர்ப்பரப்பாகப் பிடிவாத மாக அடர்ந்து வாடையைக் கிளப்பும்.

தியூப்ளே வீதிக் கடைகளை எந்த வகையாகவும் பிரித்து விட முடியாது. சைக்கிள்களை தென் கொரியாவில் இருந்து இறக்குமதி செய்யும் கடையின் ஒரு பகுதி ப்ளைவுட் தடுப்பு முக்கால் ஆள் உயரத்துக்கு அடைத்து தடுப்புக்கு அந்தப் பக்கம் தலைமுடியும் டோப்பாவும் விக்கும் ஏற்றுமதி செய்யும் கம்பெனியாக இருக்கும். பென்சில், கோந்து பாட்டில், ரப்பர் ஸ்டாம்ப் நனைக்க ஸ்டாம்ப் பேட் இதெல்லாம் ரெண்டு கம்பெனிகளுக்கும் பொதுச் சொத்து. நடந்து துடைப்பத்தால் தரையைக் கூட்டிப் பெருக்குகிற பெண்மணியில் இருந்து, உட்கார்ந்து கூட்டிப் பெருக்கிக் கணக்கெழுதும் ஊழியர்கள் வரை சகலமானவர் களும் தேவையை அடிப்படையாக வைத்து அங்கும் இங்கும் பிரித்துக் கொள்ளப்படுவார்கள்.

அப்புறம் மறக்காமல் சொல்ல வேண்டியவை, தியூப்ளே வீதியின் லாட்ஜுகள். புறாக் கூண்டு போல் இத்துணூண்டு வாசஸ்தலங்கள் அவை. சின்ன நடைபாதையில் ஒருக்களித்து நடந்துபோய்த் திரும்பி அதே வாகில் இருபது டிகிரி வலம் சுழன்று கதவைத் திறந்து உள்ளே போனால், ஒருவர் கிடக்கலாம். இருவர் இருக்கலாம் ரகக் குடியிருப்பு. கட்டும்போதே ஒவ்வொரு அறை வாசலிலும் காலி பிராந்தி பாட்டில் வைத்து சிமெண்ட் பூசி விட்டார்கள் என்று தோன்றும் அளவு உள்ளே ஆள் இருந்தாலும் இல்லாவிட்டாலும் வெளியே ஒரு காலி போத்தல் நிச்சயம்.

இவை தவிர, மிக்சியில் ஆரஞ்சுப் பழம் பிழிந்து விளம்பும் ஜூஸ் கடை வாசலில் பரபரப்பாகக் கூட்டம் நிரம்பி வழியும். 'இதுக்குக் கூட மெஷின் கண்டு பிடிச்சுட்டாண்டா' என்று ஆரம்பிக்கும் ஆச்சரியம் ராத்திரி நேர அந்தரங்கத்துக்கு மெஷின் வரும் என்று ஆருடம் சொல்வதில் முடிவது வாடிக்கை.

பிள்ளையார் படமோ ஜெயசித்ரா படமோ போட்ட ஒரு கொயர் நோட்டும், சைவப் பிள்ளை நெற்றி போலப் பக்கம் முழுக்க நாலு நாலு வரியாக விரிந்த காப்பி நோட்டும், நான்-டிடெயில் உபபாடப் புத்தகமாக 'தமிழர் மாண்பு'ம் விற்கிற எழுதுபொருள்-புத்தகங்கள் கடையில் மேற்கத்திய பாணி ஸ்கர்ட் அணிந்த வயதான மிஸ்ஸி ஒருத்தி கால் மேல் கால் போட்டுத் தூங்கிக் கொண்டிருப்பாள்.

தெருவில் அதிகப் பரபரப்பாக, நிறையப் பணம் புரளும் ரெண்டு இடத்தில் ஒன்று, அப்பா மேனேஜராக இருந்த வங்கிக் கிளை. மற்றது கல்யாணம் துணிக்கடையும் ஆயத்த உடுப்பு அங்காடியும். அதற்கு அடுத்த லெவல் பரபரப்பில் தம்பீஸ் ஹோட்டல், சுபாஷ் ஹோட்டல், இந்தியா காப்பி ஹவுஸ், மதராஸ் கபே என்று பத்து மீட்டருக்கு ஒன்றாக இருக்கும் ஹோட்டல்கள். பேங்கும் ஜவுளிக்கடையும்

ஞாயிற்றுக் கிழமை அமைதியாகும். மற்றவை கூடுதல் கலகலப்பும் பரபரப்புமாகும்.

இந்தியா காப்பி ஹவுஸ் தவிர்த்த இதர ஓட்டல்களில் இட்லியும், துணைக்கு கடப்பா என்ற அபூர்வ உணவுப் பொருளும் வழங்கப் படுகிற தினம் ஞாயிறு. கிழக்கே கடற்கரை வரைக்கும் காற்று கடப்பாவின் வாசனையைக் கொண்டு சேர்க்கும். ஊர் அந்த உணவுக்கும் வாசனைக்கும் ஆட்பட்டிருந்தது. தேசிய, மாநில உணவாக புரட்டா கலாச்சாரம் உருவாகாத காலத்தில் பெரிய நிலப் பிரதேசத்தையே கட்டிப் போட்டிருந்தது கடப்பா. இரண்டே இட்லியும் அரை லிட்டர் கடப்பாவும் வாங்கிப் போக ஓட்டல் வாசல்களில் தள்ளுமுள்ளு சகஜமான ஞாயிறுகள் அவை. என் போல வந்தேறிகளும் வாழ்த்தியது கடப்பாவை.

ஞாயிறு காலை சரியாக எட்டு மணிக்குக் கடப்பா விஜயம் தொடங்கும். இப்போது மணி ஏழரை.

மேலே வீட்டிலிருந்து இறங்கி வந்தேன்.

'தந்தையார் வீட்டிலே தானே, தம்பி?'

சொல், பொருள் சுத்தமாக ஒலிக்க எழுந்து வந்த குரல் வாசலில் இருந்து தான்.

பயத்தோடு பார்த்தேன். வா.சி.பார்வேந்தனார். ரிடயர்ட் வருமான வரி அலுவலகத் தலைமை எழுத்தர். அங்கே பெயர் பராங்குசம். மரபுத் தமிழ்க் கவிஞர்.

ஓய்வு பெற்ற, தமிழ்க் கவிஞர் என்ற இந்த இரண்டு அடைமொழிகள் போதும் அப்பாவுக்கு. அபிமானத்தோடு தோழர் ஆக்கிக் கொண்டு விடுவார். கனகாலம் வேலை பார்த்த கல்கத்தாவிலும், மாற்றலில் வந்த இங்கேயும் இதுவே நடப்பு.

'இவன்தான் என் மகன். தமிழும் படிக்கறான்' என்று ஒரு அப்பா அவருடைய சிநேகிதரிடம் மகனை அறிமுகப் படுத்தி வைத்தால் என்ன மாதிரி பதிலை எதிர்பார்க்கலாம்?

'நல்லது தம்பி, நிறையப் படியுங்க.' 'பிழையில்லாம எழுத முயற்சி செய்யுங்க.'

ஆனால் பார்வேந்தனார் என்னிடம் கேட்டது –

'தம்பி, வியங்கோள் வினைமுற்றுக்கு ஓர் எடுத்துக்காட்டு சொல்லுங்க பார்ப்போம்.'

அன்னாருக்குத் தமிழ் இலக்கணம் அச்சு வெல்லம் போல என்று அறிந்து நான் வெலவெலத்துப் போனேன் அப்போது. அது இரண்டு வாரம் முன்னால் நடந்த முன்கதை. சம்பவ தினத்தில், நான் எசகுபிசகாக அவர் பார்வையில் படுவதற்குப் பத்து நிமிடம் முன்பு இருந்து அவரும், இலக்கணத்தோடு எந்த வித சம்பந்தமும் இல்லாத அப்பாவும், வங்கி அக்கவுண்டண்ட் ஓவர்கோட் புருஷோத்தம நாயக்கரும் நன்னூல் பற்றிப் பேசிக் கொண்டிருந்தார்களாம்! என்ன மாதிரி உலகம் இது!

இப்படி முதல் பந்திலேயே கூக்ளி போடக் கூடியவர் அடுத்த பத்தே நிமிடத்தில் அடித்துத் துவைத்து அலசிப் பிழிந்து ஆளே அடையாளம் தெரியாமல் ஆக்கி விடக் கூடும். இந்த பயத்தில், அப்போது பதுங்கியது தான், இப்படி ஞாயிற்றுக்கிழமை காலை நேரத்தில் வசமாகத் திரும்ப அவரிடம் மாட்டிக் கொள்ள வேண்டிப் போகும் என்று சத்தியமாக எதிர்பார்க்கவே இல்லை.

‘அப்பா வந்துவிடுவார். உக்காருங்க.’

பார்வேந்தனாரைப் பிரம்பு அரியணையில் உட்கார்த்தி வைத்தேன். நழுவி விடலாமா என்று அரை மனது நப்பாசை காட்டியது. தேடி வந்தவர் வரும் வரையாவது கூட இருப்பதல்லவா மரியாதை என்றது மனச்சாட்சி. இருந்தேன்.

பார்வேந்தனார் கையில் அட்டை போட்டுக் கட்டி நிறையக் காகிதம் வைத்திருந்தார். அதை அடிக்கடி பார்க்கிறதும் வெற்று வெளியில் விரலைச் சுழற்றி ஏதோ கணக்குப் போடுவதுமாக வேறே இருந்தார். என்ன என்று தெரிந்து கொள்ள ஆவல் தான். ஆனால் அவர் வியங்கோள் வினைமுற்றை திரும்ப எடுத்து விட்டால் பிரச்னை.

‘கல்லூரி எப்படிப் போகுது?’

பார்வேந்தனார் என்னிடம் கேட்டார். என்ன சந்தேகம்? பஸ்ஸிலே, சோல்தாக்களும், மீன் வியாபாரிகளும் சக பயணிகளாகக் கூடவே வரத்தானே போயாகிறது?

அவர் அதைக் கேட்கவில்லை என்று புரிந்து, நழுவுகிற பதில் ஏதோ சொன்னேன்.

‘எம் மகளும் அப்படித்தான் சொல்றா. பள்ளி வேறே, கல்லூரி வேறே.’

இது கொஞ்சம் சுவாரசியமானது. அவர் மகள்?

தானே மேலதிகத் தகவல் வந்தது. கயல்விழி. அதுதான் பெயர். உயிரியல் சேர்ந்திருக்கிறாள். அப்படி என்றால்? தெரியவில்லை.

விசாரிக்க வேண்டியதுதான். பிரெஞ்சு, பார்வேந்தனார் சொற்படி, கசடறக் கற்றிருந்தாலும், மிகுந்த தமிழ் ஆர்வம் உள்ளவள். கடைசி மகள் என்பதால் செல்லம். மகளிர் பண்பாட்டு ஆடையான சிற்றாடை அணிந்து நடமாடுவதே சாலச் சிறந்தது என்ற தந்தை சொல்மீறி பிரெஞ்சு மங்கையர் போல் உடுத்து நடக்கிறவள் என்பது தான் வருத்தம். வாரம் ஒரு நாளாவது சிற்றாடை அணியலாமே.

போதும், நாளை, திங்கள்கிழமையாகப் பொழுது விடிந்ததும், உருப்படியான முதல் வேலை சிற்றாடை உடுத்த கயல்விழியைத் காலேஜில் தேடுவதுதான்.

'காப்பி சாப்பிடறீங்களா?'

கயல்விழியின் தகப்பனாரைப் பிரியமாக விசாரித்தேன்.

எல்லாத் தரப்புக்கும் எப்போதும் ஏற்ற கேள்வி அது. நிச்சயம் சாப்பிடறேன் என்று பதில் வராது என்று நம்பிக்கை. வந்தாலும் அப்பா பெயரைச் சொல்லி எதிர் ஓட்டலில் வாங்கிக் கொடுத்து விட்டுப் பிய்த்துக் கொண்டு புறப்படலாம்.

பார்வேந்தனார் அதிருப்தியோடு தலையைக் குலுக்கினார். சுவைக் குழம்பி என்று சொல்வதே நல்லது என்றார். இவருக்கு இனி வாழ்க்கையில் காப்பி வாங்கித் தரப் போவதில்லை. கயல்விழி எவ்வளவு அழகான பாவாடை தாவணித் தேவதையாக இருந்தாலும்.

அப்பா கீழே வந்தபோது பார்வேந்தனார் வணக்கம் சொல்லி அறிவித்தார் –

'பெற்றோர் மன்ற நிகழ்ச்சிக்கான ஆவணமெல்லாம் கொண்டு வந்திருக்கேன் ஐயா. நோட்டீசு என்ற குறும் சுற்றறிவிப்பும் உண்டு. நடுநடுவே புகைப்படம் அச்சடித்து வரும். ஒரே ஒரு விடயம் மட்டும் உங்க தேர்வுக்கு விட்டிருக்கோம்.'

அப்பா 'என்ன' என்று நிமிர்ந்து பார்த்தார்.

'அறிவிப்பு தொடக்கத்தில் கட்டளைக் கலித்துறையா, அறுசீர்க் கழிநெடிலடி ஆசிரிய விருத்தமா அல்லது தரவு கொச்சகக் கலிப்பாவா? சொல்லாடல் தொடருது. எழுத நண்பர்கள் முனைப் பாக இருக்காங்க. நான் இங்கே இருந்த நேரத்தில் அறுசீர்க் கழிநெடிலடி ஆசிரிய விருத்தமாக மனதில் செய்த வண்ணம் தான் இருந்தேன்னா பார்த்துக் கொள்ளுங்க.'

பகீர் பகீர் என்று வயிற்றில் பனிக் கத்தி இறங்கியது. வகைக்கு ஒன்றாகச் சொல்லச் சொல்லுவாரோ. வியங்கோள் வினைமுற்றே

தெரியாத வனை இப்படி எல்லாம் சோதித்தால் மணக்குள விநாயகரே மன்னிக்க மாட்டார் அவரை.

‘தம்பி, உக்காருங்க. உங்க கல்லூரி பற்றித்தான். கேளுங்க.’

தம்பீஸ் ஹோட்டலில் கடப்பா தீர்ந்து போய் மண்ணாந்தை சாம்பார் தான் இட்லிக்கு இணையாகக் கிடைக்கும் இனியும் தாமதமாகப் போனால். மனசே இல்லாமல் திரும்ப உட்கார்ந்தேன்.

பார்வேந்தனாரும் அப்பாவும் பேசப் பேச, விஷயம் துண்டு துணுக்காக விளங்கியது.

‘இறுதி செய்யப்பட வேண்டிய விதிமுறைகள் இதெல்லாம்!’

பார்வேந்தனார் நீட்டிய நீளக் காகிதத்தில் வரிசையாக எழுதியிருந்தது.

‘கண்ணாடி கொண்டு வரல்லே, படிச்சுடேன்.’

அப்பா நைசாக என்னிடம் தள்ளி விட்டார். நான் ஒரு பெருமூச்சோடு படிக்க ஆரம்பித்தேன். இதெல்லாம் ராகிங் மாதிரி தானே ஆரம்பித்துத் தானே முடியும்.

கல்லூரி மாணவர்களின் பெற்றோர்கள் அமைத்திருக்கும் சங்கமாம் இது. மாணவர்கள், ஆசிரியர்கள், பெற்றோர் என்று முத்தரப்பிலும் நல்லுறவைப் பேண ஆரம்பிக்கப்பட்ட அமைப்பாம் இது. பார்வேந்தனாரே இங்கேயும் வேந்தர். செயலாளர் எங்கள் வீட்டுப் பெரிசு ஆன பேங்க் மேனேஜர். பொருளாளர், கல்யாணம் ஜவுளிக் கடை முதலாளி. ஜூனியர்களைக் காலேஜ் ராகிங்கில் கொப்பும் குழையுமாகக் குதித்து ஆட வைத்த சீனியர் தெய்வமான லெச்சு என்ற லெச்சுமணனின் அப்பா அவர். இன்னும் சில உறுப்பினர்கள் கமிட்டியில் உண்டு. அதில் ஒருத்தர் சினிமா டிஸ்ட்ரிப்யூட்டர். அவர் இலவசமாகக் படப் பிரதியைத் தர, மன்ற நிதிக்காக திரைப்படம் திரையிடப்படும். ஒரு காட்சி மட்டும் திரையிட இலவசமாகவே கொட்டகையும் கிடைத்திருக்கிறது. புதுசாகக் கட்டிய அரங்கம்.

நிமிர்ந்து உட்கார்ந்தேன். சினிமா காட்சி. இது நம்ம டிபார்ட்மெண்ட்.

‘இதான் திரைப்படம் பற்றிய சிற்றறிவிப்பு.’

அப்பா வழக்கம்போல் ‘கண்ணு மங்கலாக இருக்கு’ என்ற சால்ஜாப்போடு இதையும் படிக்க என்னிடம் தள்ளி விட்டார்.

சினிமா பிட் நோட்டீஸை எல்லாம் படிக்க வேண்டிய தலைவிதி. நோட்டீசா அது?

‘மக்கள் கலைஞர் ஜெயசங்கரனும், நடிப்புச் சுடர் இலக்குமியும் வாழ்ந்து காட்டும் திரை ஓவியம் ஜீவனாம்சம். படம் பார்த்த உள்ளக்

களிப்பும் பெற்றோர் மன்றத்துக்குப் பொருளுதவி செய்த மன நிறைவும் ஒரு சேர உங்களுக்கு ஏற்படும் என்பது வெள்ளிடைமலை.'

இப்படிப் போகிற நோட்டீஸ். இதுவரை வேறெந்தத் தமிழ்ப் படத்துக்கும் இப்படி ஒரு சிற்றறிக்கையை நான் பார்த்தது இல்லை. முகப்பில் படத்தின் சிறப்பை விளக்கும் அறுசீர்க் கழிநெடிலடி ஆசிரிய விருத்தமோ, மற்றதோ பாக்கி உண்டு.

'ஜெயசங்கர், ஜீவனாம்சம் இதெல்லாம்கூட மாற்றிடலாம்னேன். வேணாம்னுட்டாங்க. போகட்டும். நான் சொன்னபடி இலக்குமி யாவது உண்டே' என்றார் பார்வேந்தனார் வருத்தம் குரலில் தெரிய.

எனக்கே ஆச்சரியம். நோட்டீசில் அடித்து வந்தது எதிர்பாராத விதமாகப் புதுக் கவிதை. 'ஆர்பரித்து வா அடலேறே' என்று உலகத்தைத் திருத்தவோ, ஜீவனாம்சம் படம் பார்க்கவோ ஏகப்பட்ட 'ஓ' மற்றும் ஆச்சரியக் குறிகளைத் தாளித்துப் போட்டு விடுக்கும் அழைப்பு. ஓசியில் பிலிம் பிரதி கொடுத்த சினிமா டிஸ்ட்ரிப் யூட்டரான பெற்றோர் மன்ற உறுப்பினர் எழுதியது அது.

இந்த நோட்டீசை ஊர் முழுக்க விநியோகித்தார்கள். இதோடு கூட பிரெஞ்சிலும் ஜீவனாம்சம் விளம்பரம் புதுக்கவிதை பயமுறுத்தாமல் அச்சடிக்கப்பட்டது. பிரெஞ்சுப் பென்ஷன் வாங்குகிற பெரியவர்கள் பெரிய சைஸ் கோலிக்குண்டு ஆடாத, நடனத்துக்குப் போகாத நேரத்தில் படித்து நிதி உதவி அளிக்கவாம் அது.

'சம்பா கோவில்லே, சர்வீஸ் முடிஞ்சதும் நம்ம பியானோ ஆர்கன் கேட்க கூடியிருந்தாங்க பெரிய கூட்டம். அவங்களுக்கெல்லாம் கொடுத்திருக்கேன்.'

சந்தடி சாக்கில் பேங்க் ஊழியர் விக்தொ சார் ஒரு மாலை நேரத்தில் சொல்லி பார்வேந்தரின் அன்பையும் எதிரே தம்பீஸ் உணவு விடுதியில் பரிமாறும் சூடு நிறை சுவைக் குழம்பியையும் பரிசாகப் பெற்றார். வின்செண்ட் நடராஜன் ஒரு கத்தை நோட்டீசை அவர் பேட்டையில் கொடுக்க அள்ளிப் போனார். எனக்கென்னமோ குக்கிக்குக் கூளத்தோடு ஜீவனாம்சத்தையும், ஆச்சரியக் குறிகளையும் கலந்து கொடுத்திருப்பார் என்று தோன்றிக்கொண்டே இருந்தது.

நன்கொடை கொடுத்துப் படம் பார்க்க அடுத்த ஞாயிறு காலையில் சுமாரான கூட்டம் வந்திருந்தது. அதில் பலரும் தம்பீஸ் கபே, சுபாஷ் கபே படியேறி கடப்பாவும் இட்லியும் வெட்டி விட்டுக் குழம்பி அருந்தி வந்தவர்கள். தியேட்டரில் நீக்கமற நிறைந்து எங்கும் கடப்பா வாசனை தூக்கலாக அடித்தது நிஜம்.

நானும் வந்தே ஆகணும் என்று சகலரும் சொன்னதால் போய்ச் சேர்ந்தேன். பத்தே பத்து வினாடி பெற்றோர் மன்றப் பெரியவர்கள் கண்ணில் பட்டு வணக்கம் சொல்லி விட்டு சைக்கிளைப் பூட்டி வைக்க மறந்ததாகப் பொய் சொல்லித் தப்பித்தேன்.

ஒரு சின்ன ரவுண்ட் புலிவார்டில் சைக்கிள் மிதித்து சில்லென்ற கடல் காற்றில் போக, மனம் லேசாக இருந்தது. வந்தபோது இந்தியன் நியூஸ் ரீலில் புல்லாங்குழல் சாஸ்வதமாகப் பொழியும் சோக இசை.

கீழே இருந்தால் ஜீவனாம்சத்தை சொல்லிலக்கணம், எழுத்திலக் கணம் சகிதம் பார்க்க வேண்டி வரும் என்ற பயத்தோடு பால்கனிக்கு விரைந்தேன். கிட்டத்தட்ட காலியாக இருந்தது அது.

'இங்கே உக்கார அனுமதி இல்லே முசியே.'

காவலர் ஒருத்தர் சிரத்தை இல்லாமல் சொல்லி விட்டு எனக்கென்ன போச்சு, கேட்டாக் கேளு, கேட்காட்டப் போ என்ற முகபாவத்தோடு போய் விட்டார். ஒருத்தர் ரெண்டு பேராக வயசானவர்கள் மின்விசிறி களுக்குக் கீழ் உட்கார்ந்து கடப்பா உண்ட களைப்பைக் கண்மூடி இறக்கிக் கொண்டிருந்தார்கள் அங்கே.

கிட்டத்தட்ட முழு இருட்டு. நான் நின்ற இடத்துக்கு முன் வரிசை நடுவில் இருந்து கரகரவென்று சன்னமாக ஏதோ சத்தம். பீகாரில் வெள்ளம் வந்து ஹெலிகாப்டரில் இந்திரா காந்தி பார்வையிட, அரங்கில் லேசான வெளிச்சம்.

கறுப்பு தாவணியும், வெள்ளைப் பட்டுப் பாவாடையுமாக ரெட்டைச் சடையும் போட்டு திம்மென்று லட்சணமான இளம் பெண். கண் என்றால் அதுதான் கண். இவ்வளவு பெரிய கருவிழிகளை நான் எங்கும் பார்த்த ஞாபகம் இல்லை. திரையைப் பார்த்துக்கொண்டு கையை அடுத்த இருக்கைக்கு எடுத்துப் போகிறாள். பக்கத்து சீட்டில் எதையோ எடுத்து வாயில் போட்டு மெல்ல ஆரம்பிக்கிறாள்.

இதைத்தான் எதிர்பார்த்தேன்.

நேரே அவளிடம் போனேன்.

'கயல்விழி தானே?'

அவள் மை தீட்டிய கண்கள் அழகாக விரிய என்னைப் பார்த்தாள். பதில் சொல்லாவிட்டால் என்ன, அவளேதான். இந்தக் கண்ணுக்காக வியங்கோள் வினைமுற்று என்ன என்று கற்றுக்கொண்டு நாள் பூரா எடுத்துக் காட்டலாம்.

'உயிரியல் தானே?'

அரை இருட்டில் அந்தக் கண்கள் இன்னும் அழகாக இருந்தன. சற்றே விரிந்திருந்த செவ்விதழ்களும்.

‘இலக்குமியை உனக்குப் பிடிக்குமா?’

‘புதுசா வந்திருக்கே... பேங்க் வீடு... பிசிக்ஸ் க்ராஜுவேஷன்... கிராமத்துப் பக்கம்’

‘எப்படித் தெரியும்?’

‘அப்பா கொஞ்சம் சொல்லியிருக்கார். மூஞ்சிலே தான் ஒட்டியிருக்கே... சும்மா சொன்னேன்... குட் பாயாமே அப்படியா? ’.

‘நான் இங்கே உட்காரலாமா?’

அவள் பையை எடுத்து மடியில் வைத்துக்கொண்டு சிரித்தாள். கை இரண்டிலும் பூனைமுடி சன்னமாகப் படர்ந்திருந்ததையே பார்த்துக் கொண்டு நின்றேன்.

‘சொன்னாத்தான் உட்காரணுமா?’

அடுத்த இருக்கையில் அமர்ந்தேன். டைட்டில்கள் சரம் சரமாக வந்து விழ ஆரம்பித்திருந்தன. நான் அதில் ஒரு கண்ணும் கயல் மேல் மற்றதுமாக இருந்தேன்.

‘முறுக்கு ஒரு விள்ளல் வேணுமா?’

ஜாக்கிரதையாக என் கையில் போட்டாள். உடைத்துக் கொஞ்சம் எடுத்துக்கொண்டு மீதியைத் திருப்பித் தர மறைமுகமான கட்டளை.

நான் ஒடிக்க ஒடிக்க விரலே ஒடிந்து விடும் அபாயம். முறுக்கு என்னமோ முறுக்கிக் கொண்டு நிற்கிறது.

அவள் சட்டென்று முறுக்கைப் பிடுங்கினாள். ஓர வாயில் வைத்து ஒரே கடி.

‘இந்தா’

என் ஜீவனாம்சம் அந்த வினாடியில் ஆரம்பித்தது என்பது வெள்ளிடைமலை.

சம்மன் இல்லாமல் மனத்தில் ஆஜரான மேகலா, ‘உன்னை அறம் பாடியே கொல்லணும்டா’ என்று இலக்கிய வசவு சொல்லி உடனே காணாமல் போனாள்.

இடைவேளையில் எழுந்து போய்த் திரும்பி வரும்போது சாக்லெட் வாங்கி வந்து கொடுத்தேன். கயல்விழி முகம் மலர்ந்து நன்றி சொன்ன

அழகுக்கு மொத்தக் குத்தகைக்கு தியேட்டர் கடையையே எடுத்து விடலாம்.

ஜெய்சங்கரும் லட்சுமியும் போல கயல்விழியோடு டூயட் பாடி ஆடுவதாகக் கற்பனை செய்ய ஆனந்தமாக இருந்தது. பாட்டைப் பாதியில் நிறுத்தி சாக்லெட் தின்று விட்டுத் தொடர்ந்தோம். சாக்லெட் மயமான இனிய உலகு. கயலுக்குக் கடப்பா பிடிக்குமா என்று கேட்க நினைத்து சாய்ஸில் விட்டேன்.

படம் முடிந்து சுபம் போட்டபோது கயல்விழி சொன்னாள் -

‘படத்துலே பாதி மனசுதான் இருந்தது!’

‘எனக்கும் தான்’ என்றேன்.

‘நீ கூட வெண்பா எழுதுவியா?’

என்னது?

இலக்குமிக்கு உண்டோ இணை. இதான் ஈற்றடி. மனசுலேயே தளை தட்டாம நேரிசை வெண்பா எழுதிட்டேன். சொல்லட்டா?

கீழே விளக்குகள் எரிய முற்பட்ட நேரம்.

‘அப்புறம் பார்க்கலாம்’

அந்த நேரிசை வெண்பா, வரிசைகளுக்குக் குறுக்கே ஒயிலாக நடந்து போனது.

7

அப்பா ரெண்டு நாளாக முகம் கொடுத்துப் பேசவில்லை. முகத்தில் சிரிப்பில்லை.

நான்தான் அப்படி நினைத்திருக்க வேண்டும். அவருக்கு பேங்கில் வேலை அதிகம் இருந்திருக் கலாம். விக்தொ, ஓவர்கோட் அக்கவுண்டண்ட், வின்செண்ட் நடராஜன் மற்றும் பேங்கில் இருந்த மிச்சம் பதினெட்டு ஊழியர்கள் அவர் சொல் கேட்காமல் போயிருக்கலாம். அல்லது மெட்ராஸ் தலைமை அலுவலகத்திலிருந்து ராத்திரி எட்டு மணிக்கு மேல் ஃபோன் செய்து பெரிய அதிகாரி கடிந்து கொண்டிருக்கலாம்.

சாயந்திரம் வந்தால் இது சரியாகி விடக் கூடும். அதற்கு வெகு முன்னால், இப்போதுதான் பொழுது விடிந்திருக் கிறது. இந்தக் காலையில் எழுந்ததும் செய்ய வேண்டிய காரியம் ஒன்று உண்டு. நானே வலுவில் இழுத்துப் போட்டுக் கொண்டது.

விக்தொ காலை ஏழு மணிக்கு கடற்கரையில் அவரோடு கூட ஓடுவதற்காக என்னைக் கூப்பிட வந்திருக்கிறார். நேற்று சாயந்திரம் நான் காலேஜில் இருந்து வந்தபோது அவர் பீரோவில் இருந்தார். அவ்வளவு பெரிய, ஆஜானுபாகுவான மனிதர் பார்ப்பது டெஸ்பாட்ச் கிளார்க் உத்தியோகம் என்பது மகா அபத்தமானது.

ஒரு ரூபா ஸ்டாம்புகளைக் கவனமாக எண்ணி, பழுப்பு நிற உறைகளையும் அதே போல எத்தனை என்று

பார்த்து பக்கத்தில் டெம்பரவரி ஊழியர் சுந்தரத்திடம் விக்தொ கொடுத்துக் கொண்டிருந்த போது நான் போய்ச் சேர்ந்தேன்.

சீக்கிரம் வேலை முடித்துப் போய் வெள்ளை சாக்ஸ் வாங்க வேண்டும் என்று பக்கத்து நாற்காலிக்காரரிடம் சொல்லிக் கொண்டிருந்தார் விக்தொ. என்ன விஷயம் என்று, சம்பந்தமே இல்லாமல் மூக்கை நுழைக்கிற தினசரி வழக்கப்படி நான் கேட்டேன். கடற்கரையில் தினம் காலையில் ஓடி விட்டுத்தான் தான் நாளைத் தொடங்குவதாக மகா பெருமிதத்தோடு அறிவித்தார் விக்தொ.

'ஓடினால் உடம்பு திம்முனு ஆகும். உன் வயசுக்கும் முகத்துக்கும், பொண்ணுங்க கடிச்சுத் தின்னுடுவாங்க'

அவர் என்னிடம் ரகசியம் போல் கீச்சுக் கீசென்று இதைச் சொன்னார். தேவையே இல்லாதபடி, நர மாமிசம் சாப்பிடும் ஏதோ இருண்ட காலக் கலாச்சாரத்தை அவர் மேற்கோள் காட்டினாலும், எனக்கும் விடிந்ததும் கடற்கரை நெடுக ஓட ஆசை தான். அவர் கூட வரலாமா என்று கேட்கத் தயக்கம். மெல்லக் கேட்டேன்.

'வாயேன், காலையிலே பிக் அப் பண்ணிக்கறேன்.'

விக்தொ உடனடி நேசக் கரம் நீட்ட, காலை நடைத் துணைக்கு வழி பிறந்தது.

'ஷார்த் இருந்தா போட்டுக்கிட்டு வா.'

'அப்படீன்னா?'

'அதாம்பா, நிஜார்.'

நிஜார் அணிந்த, சைக்கிளில் வரிசை வரிசையாகப் போகிற பெண்கள் மீன் வியாபாரிகளிடம் கடன் வாங்கிய பாடலை ஹூம்ம்ம் என்று கோரஸாக மனதில் பாடிக்கொண்டு போனார்கள். மகிழம்பூ பூத்த மாதிரி மனசில் ரம்மியம் சூழ்ந்தது. காலை நடைக்கு அந்தப் பெண்களும் வருவார்களோ. போய்த்தான் பார்க்கணும்.

'கான்வாஸ் ஷூ இருக்கா?'

விக்தொ கேட்க, சந்தோஷமாகத் தலையாட்டினேன். நல்ல வேளையாக, காலேஜ் என்.சி.சி. மாணவர் படையில் இருப்பதால் காலேஜில் வழங்கிய புதிய கான்வாஸ் ஷூ கைவசம் உண்டு. இனிமேல் தான் கால் வசமாக்க வேணும் அதை.

'எதுக்கும் டாடி கிட்டே ஒரு வார்த்தை கேட்டுடுங்க தம்பி.'

விக்தொ யோசனை சொன்னாலும், இதுக்கெல்லாம் வீட்டில் அனுமதி வாங்க நான் என்ன பத்தாம் கிளாஸ் பையனா என்று தோன்ற, வேண்டாம் என்று ஒதுக்கி வைத்தேன்.

ஆனாலும், கிளம்பும்போது அப்பாவிடம் சொன்னேன். ஒரு தகவல் அறிவிப்பாக அது இருந்தது.

‘காலேஜுக்கு லேட் ஆயிடாதோ?’

‘ஒன்பதுக்குத் தானே கிளம்பணும்’

‘படிச்சுட்டியோ?’

எதைப் படிக்கச் சொல்கிறார் என்று தெரியவில்லை. ஆச்சு என்று தலையாட்டினேன்.

சட்டென்று மனதில் தோன்றியது. இவர் இரண்டு நாள் மவுனம் அனுஷ்டிப்பதற்கும், விக்தொவோடு நான் டவுண் ஹாலில் ஆடப் போய் ஜோசபினுக்கு வாய்ப்பாடு கற்றுக் கொடுத்ததற்கும் தொடர்பு இருக்கலாமோ. சேதி அவர் காதில் விழுந்திருக்குமோ.

யார் சொல்லியிருக்கக் கூடும்? பார்வேந்தனார், வின்செண்ட் நடராஜன், தம்பீஸ் கபேயில் கடப்பா ஊற்றுகிற சர்வர் வைரவன், ஆபீஸ் கூட்டும் தனம்மாள் என்று சம்பந்தமில்லாத பேர்வழிகள் நினைவுக்கு வர, சாவகாசமாக இதை விசாரித்துக் கொள்ளலாம் என்று ஒத்தி வைத்தேன். கடற்கரையில் காலையில் ஓடி விட்டு வந்தால் மனம் லேசாகும். வெட்டிக் கவலை எல்லாமே காணாமல் போய் விடும்.

‘போய்ட்டு சீக்கிரம் வா. விக்தொ கிட்டே பிரெஞ்சு பேசக் கத்துக்கப் பாரு. மத்ததெல்லாம் அப்புறம் பாத்துக்கலாம்’

அப்பா சுமுகமானார். அவர் அப்புறம் என்று சொன்னது விக்தொவிடம் பியானோ அக்கார்டியனை வாசிக்கக் கற்றுக் கொள்ள என்று நம்பினேன்.

விக்தொவோடு வெளியே வந்தால், ஏகப்பட்ட கூட்டம்.

அது எங்கள் கட்டிட வாசலில் இல்லை என்பதில் கொஞ்சம் நிம்மதி வந்தது. கூட்டம் எல்லாம் தியூப்ளே வீதியும் அதை செங்குத்தாக வெட்டிப் போகும் பாரதியார் தெருவும் சந்திக்கும் இடத்தில் தான். அங்கே ஒரு விநாயகர் கோவில் உண்டு. ஊரில் நல்ல விஷயம் என்று சட்டென்று கண்ணில் படுகிறவை இப்படி அங்கங்கே சின்னதும் பெரிசுமாகத் தட்டுப்படுகிற கணபதிகளே. குடி போதை தலைக்கேறி நேரம் காலம் பொருட்படுத்தாது எந்தத் தெருவிலாவது உருண்டு

கிடக்கிறவன் கூட விநாயகனைப் பார்த்து விட்டு கொஞ்சம் தள்ளிப் போய் உருளுவது வாடிக்கை.

பக்கத்துக் கோவிலில்தான் இப்போது பரபரப்பு. அங்கே சூழ்ந்து நின்று, தியூப்ளே தெருவிலும் கசிந்திருக்கிறது. கூட்டமாக நின்று, 'பரே', 'பரே' என்று வாய் விட்டுக் கூப்பிடும் அத்தனை பேரும் வசதி குறைவான வாழ்க்கை அமைந்தவர்கள். நான் என்ன சங்கதி என்று தெரிந்துகொள்ளக் கொஞ்சம் அருகில் போனேன்.

கோவிலை ஒட்டி ஒரு அம்பாசடர் கார் நின்றிருந்தது. காரில் இருந்து இறங்கிக் கொண்டிருந்த முதியவர் நிச்சயம் பிரெஞ்சுக்காரராகத்தான் இருக்க வேண்டும். தலையில் வைக்கோல் தொப்பி. பல் இல்லாத புன்னகை பழுப்புக் கண்கள் இடுங்கி மிளகாய்ப் பழ மூக்கு விடைத்து தீர்க்கமாக முகத்தில் சந்தோஷம் வரைந்திருந்தது. இப்படி முகம் படைத்தவர்கள் சிரிக்காமல் இருக்க முடியாது.

'மரக்காணம், நல்லா இருக்கியா?'

பரே என்று அழைக்கப்பட்ட பிரெஞ்சு முதியவர் தன் பக்கத்தில் ஆர்வத்தோடு வந்து நின்ற தெருமுனை ரிக்ஷாக்காரர் மரக்காணத்தைத் தோளில் தட்டி அன்போடு விசாரித்தபடி சட்டைப் பையில் இருந்து ஒரு இரண்டு ரூபாய் நோட்டை அவரிடம் கொடுத்தார். துலுக்காணம், மண்ணாங்கட்டி, சேத்தூரான் என்று அக்கம்பக்கம் இருந்த ரிக்ஷாக்காரர்களும் குடும்பங்களும் அடுத்து அவரால் அன்போடு விசாரிக்கப்பட்டு ரெண்டு ரெண்டு ரூபாயாக வழங்கப்பட்டன.

'கஃபே குடி. கள்ளு வேணாம். சரியா?.'

பிரெஞ்சுக்காரராக இருக்க மாட்டார் இவர். இருந்தால், இப்படி சரளமாகத் தமிழ் வாயில் வராதே.

'புள்ளையை ஸ்கூலுக்கு அனுப்பறியா?'

'போக மாட்டேங்கறான் பரே'

'உன் ரிக்ஷா எதுக்கு இருக்கு? பொஸ்தவத்தோட அலாக்காத் தூக்கி'

பரே தெருவில் கால் பரப்பி நின்று எப்படி பையனைப் புத்தகக் கட்டோடு தூக்கி ரிக்ஷாவில் போடுவது என்று அபிநயித்துக் காட்ட உற்சாகமாகக் கூட்டம் கைதட்டுகிறது. எம்.ஜி.ஆர். வந்தால்தான் இது போல் இன்னொரு பரபரப்பு வரும்.

'ஸ்கூல்லே போட்டுடு.'

'சரி பரே'

மண்ணாங்கட்டிக்குப் பின்னால் நிற்கிற சின்னப் பையனை முன்னால் இழுத்து, முதுகில் நாலைந்து தடவை மெல்லத் தட்டினார் பரே.

'நீ பள்ளிக்கூடம் போகலே, குச்சி வச்சு உங்கப்பனை அடிப்பேன், ஆமா!'

முதுகில் தடவிய பசு போல குழைகிற அந்தப் பையனுக்கும் ரெண்டு ரூபாய்.

நான் கட்டட வாசலுக்குத் திரும்பி வந்து, பரே என்றால் என்ன என்று விக்தொவைக் கேட்டேன்.

'உடன்பிறப்பு. ஆம்பளை.'

'அது அண்ணனா தம்பியான்னு எப்படி சொல்றது?'

'என்னாத்துக்கு?'

'எதுக்காவது ஆகட்டும்னு தான். வல்லின ற போட்டு பறேன்னு சொன்னா அண்ணா, சின்ன ர போட்டு பரேன்னா தம்பி. சரி தானே?'

விக்தொவுக்கு வல்லினம், மெல்லினம் விவகாரமே தெரியாததால் பயந்து போய் கூடுதல் தகவல் கொடுத்து விட்டார்.

'பெரியண்ணாவை Le Grand frere ல க்ராந் ஃப்ரேன்னு சொல்லலாம்!'

வேண்டாம், அவர் அண்ணாவாகவே இருந்து விட்டுப் போகட்டும்.

பரே வைக்கோல் தொப்பியைக் கொஞ்சம் போல் தலையைச் சுற்றித் திருகியபடி நிமிர்ந்து பார்க்கிறார்,

'வின்செண்டு, என்னய்யா செய்யறீரு?'

வாயே பல்லாக, குக்கிக்கு அள்ளிய வைக்கோல் சிதற மகிழ்ச்சியோடு கையை உயர்த்தினார் வின்செண்ட் நடராஜன்.

'போன்ஷூர் பரே. உங்க புண்ணியத்துலே ஏதோ ஓடுது.'

கூளத்தோடு வேகமாக கார் பக்கம் வந்தார் வின்செண்ட்.

'அந்த பிரெஞ்சு பஸ்போ... கன்சல் கிட்டே பரே சொன்னா நடக்கும்'

'ஆமாய்யா, இந்தா இந்தான்னு பிரெஞ்சுக்காரன் தாம்பாளத்துலே பாஸ்போர்ட்டும் பிஸ்கோத்தும் ஷொகொலாவும் வச்சு நீட்டிட்டு இருந்த போது நீர் அந்த... பேரு என்ன?

அவர் வாக்கியத்தை முடிக்காமல் தலையை ஆட்டிச் சிரித்தபடி, கார் ஓட்டி வந்த இன்னொரு வயோதிகரைப் பார்த்தார்.

'மயிலத்துப் பொம்மனாட்டி' என்றார் காரோட்டி வந்த பரேவின் நண்பர். வின்செண்ட், கூளத்தில் இருந்து ஈயோ கொசுவோ மூக்கில் போன மாதிரி மூக்கைப் பரபரவென்று சொரிந்தபடி சிரித்தார். வெட்கப்படுகிறாராம்.

'பார்க்கலாம். நாளைக்கு என் பீரோவுக்கு வாரும்'

பரே முகத்தில் சட்டென்று ஏதோ அசௌகரியம் தெரிந்தது. கார் நண்பரிடம் காதில் ஏதோ சொன்னார்.

'போயிடலாமா? என்றார் அவர் அவசரத்தை உணர்ந்து.

பரே வின்செண்ட் நடராஜனைப் பார்த்தார். அவர் பரே பக்கம் நகர்ந்தவர் உடனே வேகவேகமாகத் தலையாட்டினார்.

'ரொம்ப சுத்தமா, வெள்ளைக்காரங்க போறது மாதிரி வச்சிருக்கு பரே. வாங்க.'

கூட்டம் ஒரு நிமிடத்தில் கலைந்து போக, பரே பேங்க் கிளைக்கு நடந்தார். அவருக்கு ஆதரவாக இரண்டு பக்கமும் தோளில் கை வைத்துத் தாங்கி அவருடைய நண்பரும், வின்செண்டும் வந்தார்கள்.

இன்றைக்கு கடற்கரையில் ஓடப் போன மாதிரித்தான் என்று தோன்றினாலும், அவ்வளவு பெரியவர் ஏதோ சிரமத்தில் இருக்கிறார் என்பது வருத்தம் கொடுத்தது.

'போன்ஷூர் பப்பா' என்று விக்தொ அவருக்கு வணக்கம் சொன்னார், உள்ளே கடந்து போகும்போது.

'நல்லா இரு' என்கிற மாதிரி ஆசீர்வதித்தபடி நடந்தார் பரே.

'பப்பான்னா அப்பா. அவர் வயசுக்கு எங்கப்பா மாதிரித்தான்.'

பரே நீரிழிவு நோயால் அவதிப்படுவதாகவும், பாத்ரூம் உபயோகிக்க வேண்டிய அவசரம் என்றும் விக்தொ சொன்னார். நானே ஊகித்திருந்ததுதான் அது.

'பரே, அங்கேதான்.'

பப்பா கை உயர்த்தி அவரையும் ஆசிர்வதித்து விட்டு நடந்து, அடுத்த பத்தாவது வினாடி திரும்பினார்.

'வின்செண்ட், என்னை விட அவசரமா யாரோ வந்துட்டுப் போயிருக்காங்க போல'

வந்த அவசரத்தில் பரே போக, தர்ம சங்கடமான மௌனம் அங்கே. நான் வின்செண்ட் நடராஜனை முந்திக் கொண்டு பின்னறைக்குப் போய் அதே வேகத்தில் திரும்பினேன். பரே துன்பத்தை எல்லாம் பொறுத்துக் கொண்டு திரும்பிப் போனதில் ஆச்சரியம் ஒன்றும் இல்லை என்று தோன்றியது.

கழிப்பறை வாசலில் நின்று வாட்ச்மேன் வின்செண்ட் நடராஜன் வழக்கத்தை விட அதிகமான டெசிபல்களில் யாரிடம் என்றில்லாமல் புகார் சொல்லிக் கொண்டிருந்தார்.

'பாம்பே கக்ஸுலே வெள்ளைக்காரன் ஏறி உக்கார ஒண்ணு, நம்ம மனுசன் குந்த இன்னொண்ணு வச்சது சரிதான். அது என்னத்துக்காக நின்னுக்கிட்டே போறதுக்கு தனியா ஒண்ணை வெளியே வைக்கணும்?'

அப்பா கீழே வந்தபோது இந்தக் களேபரம் எல்லாம் முடிந்து மூக்கு அறுந்து விழும் அளவுக்கு துர்வாடையும், அமைதியுமாக இருந்தது பேங்க் ஹால்.

'குளிச்சுட்டு வர்றதுக்குள்ளே என்ன கலாட்டா?'

'ல க்ராந் ஃபரே வந்திருந்தார் சார்' என்றார் விக்தொ ஒற்றை வாக்கியத்தில்.

அப்பா தலையாட்டி விட்டு, வின்செண்ட் நடராஜனிடம் தன்னிலை விளக்கம் எதிர்பார்க்கிறது போல் அவரைப் பார்த்தார்.

'யாருக்கோ அவசரம் ஐயா. இங்கே புகுந்துட்டான் போல. நின்னு போற பீங்கானை, உக்காந்து போறதா வேறே நினைச்சுட்டான். எப்படிடா அம்புட்டு உயரம் ஏறி உக்காரன்னு யோசிச்சு, நாற்காலியை போட்டு ஏறியிருக்கான்.'

வின்செண்ட் சொல்ல, விக்தொ சிரிக்க ஆரம்பித்து அது தப்பு என்று படவோ என்னமோ முகத்தை சீரியஸாக வைத்துக் கொண்டார்.

'வின்செண்ட், எல்லாம் சரிதான், இங்கே, பேங்குக்குள்ளே எப்படிப் புகுந்தான்?'

வின்செண்ட் புருபுரு என்று விரோதமாக அப்பாவைப் பார்த்தார். குற்றம் சாட்டப்பட்டதாக நினைப்பவர்கள் வைத்துக் கொள்ளும் முகபாவம் அது.

வாசலில் கூட்டமாக நிற்பது என்ன விஷயத்துக்காக என்று பார்க்கப் போன போது பரே தன்னைப் பெயர் சொல்லிக் கூப்பிட்டதாகவும்

அதனால் போக வேண்டிப் போனது என்றும் முணுமுணுத்தார். அந்த நேரத்தில் உள்ளே யாராவது புகுந்தால் தான் ஒன்றும் செய்ய முடியாது என்று அறிவித்து, அடுத்த வினாடி அறிவிப்பைச் சற்றே மாற்றினார்.

தான் வாசல் கதவுக்கு முதுகைக் காட்டியபடி திரும்பி நின்று பரேயைப் பார்க்கும்போது கவனத்தில் படாமல் யாரோ சின்னப் பயல் விளையாட்டாக உள்ளே நுழைந்திருக்க சாத்தியம் உண்டு என்றார் வின்செண்ட். தெருவும், உலகமும், வஞ்சனையில்லாமல் சாப்பிடும், ஜீரண சக்தியில் எவ்விதக் குறைவும் இல்லாத விஷமக்காரச் சின்னப் பயல்களால் ஆனது இல்லையா?

‘ஆமா, இது வெளியே வச்ச பீங்கான் கமோ தானே, உள்ளாற உக்காந்து போக பின்னாடி ரூம் இருக்கே’

விக்தொ தன் பங்குக்கு சந்தேகம் கேட்டார். காலை நேரம் கழிப்பறை விசாரணைகளில் நகர்ந்து கொண்டிருந்தது.

‘நான் அதைப் பூட்டி சாவியை எங்கேயோ கை மறதியா வச்சுட்டேன் முசியே. கூளம் போடப் போனேனா, அப்போ?’

பாதியில் நிறுத்தி வின்செண்ட் நடராஜன் காம்பவுண்ட் சுவர்ப் பக்கம் ஓடினார். குக்கி மென்றது போக மிச்சம் இருந்த சொற்ப வைக்கோலில் கை அளைந்து தேடி, அந்தத் தொலைந்து போன சாவியோடு திரும்பவும் வந்தார்.

என்னால் பரேயின் அவஸ்தையை முழுமையாகப் புரிந்துகொள்ள முடிந்தது.

பத்து நிமிஷமாகத் திறந்து விட்டிருந்த தண்ணீர்க் குழாயை நிறுத்தி விட்டு தொப்பமாக நனைந்தபடி வந்தார் வின்செண்ட் நடராஜன். பிரச்னை தீர்ந்த திருப்தி அவர் முகத்தில். அடுத்து எப்போதாவது திருப்தி அவருக்கு வரும் பட்சத்தில், மெல்ல மயிலம் பொம்மனாட்டி பற்றி விசாரிக்க வேண்டும்.

‘ஏண்டா அவ்வளவு பெரியவர், மிஸ்டர் பரே, அவர் நம்ம பேங்குக்கு வந்திருக்கார். ஒரு ஆத்திரம் அவசரம்னா அவரை மேலே கூட்டி வந்திருக்கக் கூடாதா நீயாவது?’

அப்பா என்னைக் கேட்டார்.

அதானே என்றார் வின்செண்ட் நடராஜன். அதானே என்றார் விக்தொ. அதானே என்றாள் மேகலா.

அதானே! நான் தான் முழு மூடன். அடிக்கடி மூளை லீவு போட்டு விட்டுக் காற்று வாங்கப் போக, அதில்லாமலேயே மூச்சு விடுகிறவன். மற்றவர்கள் அதி புத்திசாலிகள்.

'மேலேயும் தண்ணி போகாம ஃப்ளஷ் அடச்சிருக்கு, பிளம்பருக்கு ஃபோன் பண்ணனும்'

அப்பா பரே மாதிரி ஒரு தெய்வீகச் சிரிப்போடு டெலிபோன் பக்கம் நடந்தார்.

8

ஒரு சின்னக் கோணலும் நெளிவும் இல்லாமல் கிழக்கில் இருந்து மேற்கே விரியும் தெரு வரிசை சவரிராயலு தெருவில் ஆரம்பிக்கிறது. அந்தத் தெருவைச் செங்குத்தாக வெட்டி வடக்கே போக, ரூ பெத்தி கனால், ரூ சாந்த் தெரைசா என்று பிரெஞ்சு மணக்கும் பெயர்களோடு இணைத் தெருக்கள்.

ரூ என்றால் தெரு.

தொடர்ந்து, நல்ல தமிழாக நீடாராசப்பையர் தெரு, ரங்கப்பிள்ளை தெரு, தியாகு முதலி தெரு என்று அளந்து ரசமட்டம் வைத்து உறுதி செய்து அடுக்கிய அடுத்தடுத்த தெருக்கள்.

சாயந்திர நேரத்துக் கடல் காற்று சீராக வீசும் தெருக் களை சைக்கிளில் விரசாகக் கடந்து நான் ரங்கப்பிள்ளை தெருவில் நுழைய, டிராபிக் போலிஸ்காரர் அவசரமாக விசில் ஊதி நிறுத்தினார்.

வெளுத்து மெலிந்தவர். ஆறடிக்குக் கொஞ்சம் உயரமானவர். இங்கே வந்த பிரெஞ்சு வெள்ளைக்காரர் யாரோ குடியும் குடித்தனமுமாக இருந்து விட்டுப் போயிருக் கிறார். அவருடைய அடுத்த தலைமுறை வாரிசாக இங்கேயே பிறந்து வளர்ந்தவர் இவர். அசல் பிரெஞ்சும் அவ்வப்போது சுமாரான தமிழும் பேசக் கூடியவர்.

என்ன இருந்து என்ன, படிப்பு போதாமலோ என்னமோ, பஞ்சப்படி, பயணப்படி, யூனிபாரம்

அலவன்ஸ் என்று உள்ளூர் உத்தியோகத்தில் தான் இவர் வாழ்க்கை கழிந்துகொண்டிருக்கிறது.

காக்கி யூனிபாரத்தை அணி செய்யும் போலீஸ் தொப்பியோடு தெருவுக்குக் குறுக்கே நிற்கிற ஒபிசியே, அதாவது ஆபீசர்.

போலீஸ் தொப்பி என்றால் மற்ற இடத்தில் எல்லாம் அப்போது நிலவிய சிவப்புக் கிரீடம் வைத்தது போன்ற தலையலங்காரம் இல்லை. அவசரமாகத் தட்டையாக அடித்து வளைத்துத் தலையில் இடுக்கியது இந்த பிரெஞ்சுத் தொப்பி. கம்பீரமே கொஞ்சமும் இல்லாதது.

தொப்பி எப்படி இருந்தால் என்ன? என்னை நிறுத்தி விட்டார்.

என்ன தவறு செய்தேன் மிசியே?

மில்லர் டைனமோ பின் சக்கர டயரில் இழைந்து முன்னால் விளக்கு எரிய வைக்காமல் வந்தேனா? சூரியன் இன்னும் மறையாத மாலை நேரத்தில், எதற்கு அந்த அலங்காரம் எல்லாம்?

சைக்கிளில் லைசென்ஸ் தகடு பொருத்தாமல் வந்தேனா? லைசன்ஸ் எடுத்து சைக்கிள் ஓட்ட, இதென்ன ரெட்டைத் தெரு நடுநாயகமாக விரியும் செம்மண் பூமியா?

அல்லது, பின் சீட்டில் மேகலா நெருங்கி என் கழுத்தில் மூச்சுக் காற்றைப் பூவாகத் தூவியபடி உட்கார்ந்து வர, சைக்கிள் மிதிக்கிறேனா? வெறும் தனியன்.

எதுவுமே இல்லை என்றால் ஒருவழிப் பாதைக்குள் தவறான திசையில் வந்தேனோ?

வெய்ட், இந்தக் கடைசிக் காரணம் கொஞ்சம் எசகேடானது.

தூக்கம் போதவே போதாமல் படுக்கையில் சும்மா புரண்டு கொண்டிருந்து விட்டு எழுந்த யாரோ, அல்லது பின்னால் இறுகித் தக்கை அடைத்தது போன்ற நிலையில் காலைக் கடன் தீர்க்காமல் போன இன்னொருத்தரோ, அல்லது பல் துலக்கியதும் சூடாக ஒரு கப் கஃபேயோ டீயோ கிடைக்காமல் போன மற்றொருத்தரோ, இல்லை இவர்கள் எல்லோருமோ சேர்ந்து உட்கார்ந்து அவ்வப்போது இந்த ஊரில் முடிவு செய்வார்கள் –

‘இன்றிலிருந்து கொசக்கடை தெரு மேற்கில் இருந்து கிழக்கே ‘சான்ஸ் யுனீக்’, அதாவது ஒருவழிப் பாதை என்று ஏற்படுத்தி முரசறைந்து உடனடியாக அமுலாக்கப்படும்.’

முடிவு எடுக்கும் உரிமை படைத்த எல்லோருக்கும் எல்லாமும் சரியாக இருக்கும் சுப தினத்தில், லூயிபிரகாசம் தெருவின் 'ஒன் வே' தடை தவிடுபொடியாகி, 'த லே தூ சான்ஸ்' அதாவது 'ரெண்டு பக்கமும் போய்க்கோ' ஆகக் கூடும்.

ஊர் முழுக்க இன்று ஒன்வே ஆக்கி விட்டார்களோ என்னமோ. போலீஸ்காரர் மறிக்கிறாரே.

நான் கேள்விகளே பார்வையாக நிற்க, அந்த ஒபிசியே கிழக்கு நோக்கி ரங்கப்புள்ளை தெருவில் சுட்டிக் காட்டினார்.

'து லா ரூ ரங்கப்பூ...'

அவர் சாத்வீகமாகத் தொடங்கியது கெட்ட வார்த்தையில் முடிந்த மாதிரி ஒலித்தது.

து லா என்றால்?

ஒபிசியே கையசைவை வைத்து அங்கிருந்து ஏதோ வருகிறது என்று ஊகித்தேன்.

'கெதாவ' என்றார் அவர்.

என்னடா இது வம்பாப் போச்சு என்று மனக் குடைச்சலோ குமைச்சலோ ரவுண்டு கட்டி அடித்தது. இனிமேற்கொண்டு தெருவில் இறங்கினால் சைக்கிள் இருக்கோ என்னமோ, இங்கிலீஷ் – ப்ரஞ்சு அகராதி, அதுவும் உச்சரிப்போடு இருப்பது கைவசம் இல்லாமல் கிளம்பக் கூடாது.

திரும்ப அவர் 'கெதாவ' என்றபடி அபிநயித்துக் காட்ட முயற்சி செய்ய, தெருக் கோடி வீட்டில் இருந்து கிளம்பி வந்துகொண்டிருந்த சவ ஊர்வலம் கண்ணில் பட்டது.

உயிர் போனது யாராக இருந்தாலும் நேரே சொர்க்கம்தான் கிடைக்கணும் என்று வாழ்த்தினேன். இன்னொரு ப்ரஞ்சு வார்த்தை அவர் புண்ணியத்தில் கற்றேன்.

தொண்டு கிழவர் ஒருவரின் கெதாவ காலில்லாக் கட்டிலில் அமர்க்களமாகக் கொண்டு போகப்பட்டது. ஓரமாக நின்று தொப்பியை எடுத்துக் கையில் பிடித்தபடி மௌனமாக அஞ்சலி செலுத்தினார் அந்த பொலீஸ் ஒபிசியே.

அவர் மட்டுமில்லை, தெருவில் போகிறவர்களும் வருகிறவர்களும் கூட அந்த ஊர்வலம் கடந்து போகும்போது அஞ்சலி செலுத்தத் தவற வில்லை. இந்த ஊரில் கற்றுக்கொள்ள என்னவெல்லாம் உண்டு!

போ என்று என்னை நோக்கி சைகை செய்தார் ஒபிசியே.

நான் வண்டியில் ஸ்டைலாக ஏறும்போது பக்கத்து தியாகு முதலி தெருவில் இருந்து ஏதோ சத்தம். வண்டி வருகிறது. அதன் ஹார்ன் சிக்கி தீனமாக நாய்க்குட்டிபோல் ஒலித்தது.

ப்ரேக் பிடிக்காத லாரி ஏதாவது அந்தச் சின்னத் தெருவில் இருந்து தடாலடியாக இங்கே நுழைந்தால் நான் அந்த போலீஸ் ஒபிசியேக்காக தொப்பி போட்டு பின் அதைக் கழட்ட வேண்டி வரும். அல்லது அவர் எனக்காக மௌனம் அனுஷ்டிப்பார்.

என்ன சத்தம் என்று ஒபிசியே புருவம் உயர்த்தி விட்டு தெரு ஓரம் போனார். நானும் ஒதுங்க வாகாக வண்டியைத் திருப்பினேன். பந்தயத்தில் இறங்கின மாதிரி மின்னல் வேகத்தில் ஒரு லாம்ப்ரட்டா ஸ்கூட்டர். அது தியாகு முதலி தெருவில் இருந்து வந்தபடிக்கு என் சைக்கிளின் முன் சக்கரத்தில் மோதியது.

சைக்கிள் சரிந்தாலும், அது தரையைத் தொடும் முன்னர், லாகவமாக ஒரு காலால் உயர்த்தித் தூக்கி நிறுத்தி நிலையாக நின்றேன். இத்தனை வருடம் சைக்கிள் ஓட்டி இந்தப் புத்திசாலித்தனம் கூடக் கைவராமல் எப்படிப் போகும்?

வந்த வேகத்தில் ஸ்கூட்டர் குடை சாய்ந்தது சாய்ந்ததுதான். அது மட்டுமில்லாமல், ஸ்கூட்டர் ஓட்டி வந்தவரும் அரக்கப் பறக்க தெரு மண்ணில் விழுந்தார். பூத்தாற்போல் விழுந்ததால் அடி எதுவும் இல்லை என்பதைக் கவனித்தேன். வந்த இடைஞ்சல் லாரியாக மோதாமல், ப்ரேக் பிடிக்காத ஸ்கூட்டரான நிம்மதி.

விழுந்த ஸ்கூட்டரின் த்ராட்டில் எகிறி அய்யோ அய்யோ என்று உச்சத்தில் இரைந்தது. எனக்கு முன்னால் தரையில் சிரம் தாழ்த்தி வணங்கிக் கிடந்தவரைச் சபித்தபடி கைதூக்கி விடும்போது ஆள் யாரென்று பார்த்தேன்.

வல்லூரி சார்.

கல்லூரிக்கு நான் எவ்வளவு புதுசோ அதை விட ஒரு வாரம் புதியவர் வல்லூரி. என்ன, நான் போன மாதம் முதல் புதன்கிழமை மாணவனாகச் சேர்ந்திருக்கிறேன். அதற்கு அடுத்த திங்கள்கிழமை வல்லூரி இங்கிலீஷ் லெக்சரராக வந்து நின்றார்.

ஆந்திராக்காரர். நடுத்தர உசரத்தில், நல்ல புஷ்டியான தேகத்தோடு, செக்கச் சிவந்து வழிந்து பரங்கிக்காய் போல் அவர் உருண்டு வந்து நின்றதுமே வகுப்பில் கைதட்டும் சிரிப்பும் பறந்தது. நான் சேர்ந்து நாலு நாளில் பிசுபிசுத்துப் போன கல்லூரி ராகிங்கின் மிச்ச சொச்சமாக வல்லூரி ராகிங் இது.

விபத்தோடு தொடங்கியது அந்த ராகிங்.

பிசிக்ஸ், கெமிஸ்ட்ரி, கணக்கு, தாவரவியல், விலங்கியல் என்று அவரவருக்கான துறையில் தனித்தனிக் கூட்டமாக வகுப்பெடுத்துக் கடைத்தேற்றப்பட வேண்டியவர்கள் நாங்கள். என்றாலும் எல்லோருக்கும் பெய்யும் மழையான தமிழும் இங்கிலீஷும் மிகச் சிலருக்கு பிரெஞ்சும், சேர்ந்தே கற்க வேண்டிய ஏற்பாடு. கம்பைண்ட் க்ளாஸ் என்று பரிபாஷையில் அறியப்படும் சமாசாரம்.

'சேர்ந்து கற்போம்' தொடங்கியபோது கடைசி வரிசைக் குழுவும் அமைக்கப்பட்டது. வகுப்புகள் தொடங்கிய வாரத்திலேயே கடைசி வரிசைக் குழுவும் தன்னிச்சையாகச் சேர்ந்து விட்டது.

குழுவில் சேர ஒரே தகுதி சராசரிக்குக் கொஞ்சம் பெரிய ஆகிருதி வேண்டும். சிரிக்க வேண்டாத இடத்தில் சிரிப்பது, அவ்வப்போது கூட்டமாக ஹும்ம்ம் என்று ஒலி எழுப்புவது, வெளியே போகிற யாரிடமோ குசலம் விசாரிப்பது, கண்ணை மூடி அவ்வப்போது தூங்குகிற பாவனையில் ஆடுவது என்று வகுப்பு நடக்கும்போது கடைப்பிடிக்க வேண்டிய சில குழு நடவடிக்கைகள் உண்டு.

ஜீவகன், வைத்தே, அந்துவான், சிற்சபேசன், ஃப்ரான்ஸுவா ஆகியோர் அடங்கிய அமைப்பு இது.

கூட்டு வகுப்புகளில் கடைசி வரிசை நாற்காலிகளில் மட்டுமே உட்காருவது என்ற கொள்கைப் பிடிப்பு கொண்டிருந்த இந்த மூத்த சகாக்களோடு, கௌரவ உறுப்பினர் பதவி எனக்கும் அளிக்கப் பட்டிருந்தது.

வைஷு, மற்றும் இதர பெண் தேவதைகளிடம் சகஜமாகப் பழகும் ஒரே விடலைப் பையன் என்ற வயற்றெரிச்சல் நிரந்தர உறுப்பினர்களுக்கு. என்றாலும், இவன் எந்த விதத்திலாவது உபயோகப்படுவான் என்று நினைத்து அளிக்கப்பட்ட பதவி.

அவர்கள் இஷ்டப்பட்டு இடமும் இருந்தால் அவ்வப்போது நான் பின் வரிசையில் கம்பீரமாக உட்கார உரிமை கிடைத்திருந்தது.

இந்தக் குழுவுக்கு, காலேஜ் பியூன் மாசிலா நம்பகமான தகவலாகக் கொடுத்திருந்தார் –

'கேரளத்துப் பொண்ணு. லில்லி தாமஸ்னு பேரு. வாத்தியார் வேலைக்குச் சேர்ந்திருக்கு. முதல் வகுப்பு உங்களுக்குத்தான்.'

லில்லி தாமஸ் என்ற அந்த அழகான பெண் மாசிலாவிடம் தான் பிரின்சிபால் அறைக்கு வழி கேட்டிருக்கிறார். படிக்க வந்த புதுமுகம்

என்று நினைத்த மாசிலா அவரை ஆபீசுக்கு ஆற்றுப் படுத்த, லில்லி தன்னிலை விளக்கம் கொடுத்தாராம்.

'கட்டுமஸ்தா இருக்குதுப்பா. பம்பினோ போலச்சொல்ல அம்சமான புள்ளே.'

கட்டுமஸ்தான என்ற ஆம்பளைத்தனமான சொல்லை மாசிலா மலையாளப் பெண் லெக்சரருக்கு உரித்தாக்கி, கற்பனையைக் கர்லா கட்டை சுழற்ற வைத்தார்.

'பம்பினோன்னா?'

நான் அவசரக் குடுக்கையாகக் கேட்க, 'பம்பினோ வேணாமா, சரி, அந்த சினிமா வந்துச்சே, பேரென்ன, செம்மீனு... அதுலே வர்ற பொம்பளை... சீலா. அது மாதிரி.'

போதும் என்று நிறுத்தினேன்.

மாசிலாவுக்கு அன்றைக்குக் கிடைத்தது புகையிலைக்கான துட்டு மட்டுமில்லை. கடைசி வரிசைக் குழு உபயமாக கூடுதல் வருமானமும்.

'தம்பு நாயக்கர் தெருவுக்குளாறே பூந்தா வருமில்லே முசே, அந்த குல்தெ சாக்கிலே, அதாம்பா முடுக்கு சந்து, அங்கே தான் கடை. கதவு மூடறதே இல்லே'பா. நூறு திராம் பிராந்தி, வறுத்த மீன். இது வச்சு அட்ஜஸ்ட் பண்ணிக்கறேன். ரொம்ப ஆசைப்படக் கூடாது. வரட்டா?'

பெருந்தன்மையாகச் சொன்னபடி மாசிலா கிளம்பினதை மறக்க முடியுமா?

செம்மீன் ஷீலாவை ஐம்பது சதவிகிதம் தள்ளுபடி செய்தாலும் நேரில் பார்க்கக் கணிசமாக மிச்சம் இருக்கும் என்பதால், திங்கள் கிழமை காலை வகுப்பில் லில்லியை எதிர்பார்த்து எங்கள் கோஷ்டி முதல் வரிசைக்கு வந்தது. அங்கே வழக்கமாக உட்காரும் பெண்கள் எல்லாரும் முணுமுணுத்தபடி பின்னால் போனார்கள். அவங்க பெயர்? எதுக்கு? அதான் பின்னாலே போயாச்சே.

கதவு திறக்கும் சத்தம். கழுக்கு முழுக்கென்று படு குஷியாக, பத்மினி மன்னவன் வந்தானடி பாடும் போது அங்கீகரித்து நடக்கும் சிவாஜி போல உள்ளே நடந்து வந்தவருக்கும் செம்மீன் ஷீலாவுக்கும் ஸ்னானப் பிராப்தி கூட இருக்க முடியாது.

இவர் மீசை மழித்த சேப்பங்கிழங்கு. தெலுங்கு சினிமாவில் இடைவேளைக்கு முன் கண்டசாலா குரலில் தத்துவப் பாடல் பாடும்

அண்ணன் ரக மனிதர். விட்டலாச்சாரியா படத்தில் அசடான இந்த அண்ணாச்சி, ஜோதிலட்சுமி டான்ஸ் பார்த்து முடிக்கிறபோது செம்மறியாடு ஆகும்படிச் சபிக்கப்படுவதும் உண்டு.

'கட்டு மஸ்துன்னாரே மாசிலா, சரியாத்தான் சொல்லிருக்காரு!'

எல்லோருக்கும் ஏக காலத்தில் தோன்றியதை ஜீவகன் சோக கீதமாக இசைக்க, அவர் வந்த படிக்கே கையை வீசி ஆட்டியபடி சத்தமாகச் சொன்னார் –

'நமஸ்காரமு பிரண்ட்ஸ். ஐ யாம் வல்லூரி. வல்லூரி வீரேசலிங்கம் பந்துலு.'

கை தட்டியபடி முதல் வரிசையில் உட்கார்ந்திருந்த கடைசி வரிசை கோஷ்டி இந்த அறிவிப்பால் கவரப்பட்டு உடனடியாக ஏகப்பட்ட குஷியாகி, ஒரே குரலில் 'கிழங்கு' என்று கூவியது. நான் சும்மா வாயசைத்தேன்.

மொழி புரியாத வரவேற்பில் பெருமகிழ்ச்சி அடைந்த வல்லூரி சிறிய மரப்படிகளில் ஸ்டைலாக ஏறினார். மேலே சிமெண்ட் மேடையில் நின்று வகுப்பெடுக்கத் தயாரான சந்தோஷமும் பரபரப்பும் முகத்தில் தெரிந்தது.

மூன்றே மூன்று மரப்படி. அவர் மூன்றாவதில் ஏறும்போது படிக்கட்டு மளுக்கென்று உடையும் சத்தம்.

அடுத்த வினாடி, வல்லூரி வகுப்புத் தரையில் தலை குப்புறக் கிடந்தார். முன் வரிசையான பின் வரிசைக் குழு, ராகிங் பற்றி எல்லாம் அலட்டிக் கொள்ளாமல் பாய்ந்து சென்று அவரைத் தூக்கி நிறுத்தியது.

வல்லூரி தினசரி வகுப்புக்கு வரும்போது இப்படிக் கும்பிட்டு விழுந்து வருவது தான் வாடிக்கை என்பது போல சகஜமாக முகத்தை வைத்துக் கொண்டு சாமுவெல் டெயிலர் கால்ரிட்ஜின் கவிதையைத் தொடங்கினார். குப்ளா கான் என்றார்.

கிழங்கு என்று ஓயாமல் ஓங்கி ஒலித்த ஆரவாரத்துக்கு நடுவே கால்ரிட்ஜ் டெய்லரோ, குப்ளா கானோ அன்றைக்கு வகுப்புக்குள் வர முடியவில்லை.

'மகா பொறுக்கிடா நீ. உனக்கு வாய்ச்ச சிநேகமும் டிட்டோ.'

மனதில் தெற்றுப்பல் தேவதை ஒன்று திட்டியது. மேகலா தான்.

அடுத்த நாள் லாபரட்டரியில் ஏதோ மின்சார சர்க்யூட்டை வெகு பத்திரமாக ஏற்படுத்தி அமிலக் கரைசலில் தகடு செருகி வெப்பத்தைக்

கணித்துக் கொண்டிருந்தபோது எதிரே கெமிஸ்ட்ரி லாபில் தடால் என்று பெருஞ்சத்தம்.

புரபசரோடு நாங்களும் ஓடிப்போய்ப் பார்க்க, வல்லூரி, கிடந்த கோலத்தில்.

சொந்த ஊர்க்காரர் யாரையோ அங்கே கெமிஸ்ட்ரி டெமான்ஸ்ட்ரேட்டராகப் பார்த்த சந்தோஷத்தில் வல்லூரி பாய்ந்து உள்ளே போக, லாப் சிப்பந்தி சவரிராயலு பெரிய கண்ணாடிப் பாத்திரத்தில் என்ன கண்றாவிக்காகவோ கொண்டு வந்த துத்தநாகக் கரைசலைத் தட்டி விட்டு விழுந்தாராம்.

சுக்கு நூறாக உடைந்த கண்ணாடிக் குடுவை, தரையில் நீல வெள்ளமாகப் பெருகிய துத்தநாகக் கரைசல், சவரிராயலுவுக்கு உள்காயம் ஏற்பட்டதாக அவருக்கே சந்தேகம் ஏற்பட்டதால் கல்தேசாக் கடையில் நூறு திராம் திரவத்துக்கான செலவு என்று வல்லூரிக்கு செலவு கணக்காம்.

அடுத்த நாள் மாடிப்படி இறங்கும்போது உலக ஆண் வரலாற்றிலே முதல் முறையாக, பேண்ட் தடுக்கி விழுந்து வல்லூரி காலில் சிராய்ப்பு, மோதிக் கொண்ட பிரெஞ்ச் மதாமின் மூக்குக் கண்ணாடி தெறித்து விழுந்து உடைய, பழுது பார்த்தல்.

வெள்ளிக்கிழமை சாயந்திரம் பஸ்ஸில் திரும்பிய வல்லூரி அம்பலத் தடியார் தெருவில் இறங்கும் முன் வண்டி கிளம்ப, தெருவில் பூ விற்றுக் கொண்டிருந்த பெண் மேல் மோதி விழுதல். பூ நாசம். பூவைக்குக் கஷ்டம். நஷ்ட ஈடு.

அடுத்த திங்கள் கேண்டீனில் இட்லிக்கு பசும்பால் தொட்டுக் கொண்டு சாப்பிடும்போது வல்லூரிக்குப் புரையேறித் தும்ம, தண்ணீர்க் கிளாஸ் தரையில் விழுந்து உடைதல். கேண்டீனுக்குள் எண்ட்ரி கொடுத்த பேராசிரியை தமிழன்னை காலில் கண்ணாடி குத்திய வகையில் புறங்காலில் இருந்து சில்லு எடுக்க, ஊசி போட செலவு பகிர்தல். இதோடு, வல்லூரி இட்லிக்கு பால் தொட்டுக் கொண்டு சாப்பிட்ட அராஜகத்துக்கும் அபராதம் விதித்திருக்க வேண்டும்.

வல்லூரியின் பக்கத்து வீட்டுக் காரனான ஃபெலிக்ஸ் ராஜரட்னம் சொன்னபடிக்கு – பிரம்மசாரி கல்லூரி வாத்தியார்கள், பேங்கு கிளார்க்குகள் சேர்ந்து வசிக்கும் குடித்தனத்தில், எலக்ட்ரிக் இஸ்திரிப் பெட்டியை உபயோகிக்க வல்லூரி சுவிட்சைப் போட்டாராம். பக்கத்துச் சுவரில் சாய்ந்து நின்ற பேங்க் கிளார்க் துள்ளி விழ வைத்த

மின்சார அதிர்ச்சி. பிளக்கை பிடுங்குகிறேன் பேர்வழி என்று சுவிட்ச் போர்டையே வல்லூரி பிடுங்கி வைக்க, தெருவோடு கரண்ட் போனதாம்.

அப்புறம்.

வேண்டாம். வல்லூரி விபத்துகளை சீராக நடத்தவே பிறப்பிக்கப் பட்ட அபூர்வப் பிறவி.

அங்கே விழுந்து இங்கே விழுந்து இப்போது என் ராலே இருபது இஞ்ச் சைக்கிளுக்குக் குறுக்கேயும் பாய்ந்த புண்ணியம் கட்டிக் கொண்ட வல்லூரி அசட்டுச் சிரிப்போடு எழுந்தார். எழுந்திரு என்று சொல்கிற மாதிரி ஸ்கூட்டர் பக்கம் கையைக் காட்டினார். அதற்கு மட்டும் உசிர் இருந்தால் கெட்ட வார்த்தை சொல்லித் திட்டி விட்டுத் திரும்பப் படுத்திருக்கும்.

இல்லாத பட்சத்தில், டிராபிக் கான்ஸ்டபிள் அந்த லாம்ப்ரட்டாவைத் தூக்கி நிறுத்தி விட்டு வல்லூரியைப் பார்த்துக் கேட்டார் –

'து யெ ஃபூ?'

வல்லூரி அவசரமாக உய் உய் உய் என்று மூன்று தடவை சொல்ல, அடக்க முடியாமல் சிரித்தபடி தட்டைத் தொப்பியைத் தலையில் இறுக்கிக் கொண்டு போக்குவரத்து பரிபாலனம் செய்யத் திரும்பிப் போனார் ஒபிசியே.

அது என்ன து யெ பூ, அரளிப் பூ, பிச்சிப் பூ மாதிரி ப்ரஞ்சு பூவா? யாருக்குத் தெரியும்?

வல்லூரியைத் திரும்பிப் பார்த்தேன். காரியமே கண்ணாக இருந்தார் அவர்.

இந்தி சினிமாவில் ஷர்மிளாவை ராஜேஷ் கன்னா சாய்த்துப் பிடித்தபடி டூயட் பாட முனைகிற மாதிரி, ஸ்கூட்டரை எசகு பிசகாகப் பிடித்து உதை விட ஆரம்பித்தார் அவர்.

இன்னும் பத்து செகண்ட் அதைத் தொடர்ந்தால் வண்டியைக் காலில் போட்டுக் கொண்டு விடுவார் என்ற பயத்தில் நான் கெத்தாக 'து யெ ஃபூ' சொல்லியபடி ஸ்கூட்டரை என் பங்குக்கு ஓங்கி ஓங்கி உதைத்தேன். அது சிவனே என்று சாந்தமாக நின்றது.

வலமும் இடமுமாக நேரமும் காலமும் திசையும் பிரக்ஞை இல்லாமல் ஆடிக் கொண்டு வந்த ஒரு குடிமகன் என் பக்கத்தில் நின்று என்ன நடக்கிறது என்று கண்கள் கிறங்கப் பார்த்தார். அவர் வாயின்

முந்திரிப்பழ வாடையில், அந்தத் தெருவிலிருந்து கடல் காற்றே பின்வாங்கியது.

‘புக்... ஹக்... க்ளக்... யெவ்வ்... ப்ள... கெக்’

நாலு தடவை தப்பாகத் தொடங்கி ஒரு வழியாக விஷயத்துக்கு வந்தார் அவர் –

‘பிளக்கை க்ளீன் பண்ணி யக்... யெவ்வ். ஸ்டார்ட் ஓவ்வ்வ்.’

தெரு முனையில் தள்ளாடியபடி குந்தி உட்கார்ந்த அவரை மரியாதையோடு பார்த்தேன்.

எனக்கு ஸ்கூட்டர் வசப்படாமல் இருந்த அந்தக் கற்காலத்தில், அதீத தொழில்நுட்பமாகத் தெரிந்தது அந்த அறிவுரை.

என்ன பிளக்கோ? எப்படி கிளீன் பண்ண வேண்டுமோ, ஒன்றும் புரியவில்லை.

‘இங்கே மெக்கானிக் ஷாப் பக்கத்துலே இருக்கா?’

வல்லூரி வாத்தியார், ஷேக்ஸ்பியர் ஜூலியஸ் சீசரை விசாரிக்கிறது போல் என்னைக் கேட்க என்ன பதில் சொல்ல? சாய்சில் விட வேண்டிய கேள்வி ஆச்சே.

பக்கத்தில் யூதிகோலனின் இதமான வாடை. அதையும் மீறி நுட்பமான பெண்வாசனை.

நிமிர்ந்து பார்த்தேன்.

ஜோசபின்.

இந்த மாலை நேரம் தேவதைகளால் வாழ்த்தப்பட்டிருக்கிறது. இப்போது முதல்.

கருப்பு கலரில் இறுக்கமான கார்டுராய் கால் சராயும், மேலே குளுமையான மஞ்சளில் சின்னச் சின்ன வயலெட் பூவாகத் தெளித்திருக்கும் எடுப்பான ஜிப்பாவும், தலைகுளித்து, மின்னுகிற கருப்பில் அடர்ந்த கூந்தலுமாக சைக்கிளில் வந்த யட்சி. கன்னத்தில் இழையும் முடிக் கற்றையைத் தள்ளி விடக் கை பரபரக்கிறது.

வால்ட்ஸ் ஆடச் சொல்லிக் கொடுக்க வந்திருக்கிறாள். கல்தேசாக்கு கடைக்குப் போகாமல், கடற்கரையில் கூட அமர்ந்து சிவப்பு ஒயின் ஊட்ட வந்திருக்கிறாள்.

‘யாரு அது, ப்ரண்டா?’

அவள் வல்லூரி பக்கம் ஓரக் கண் பார்வையை எறிந்து என் காதில் கேட்டாள்.

என்ன செய்தாலும் ஒன்ஸ் மோர் கேட்க வைக்கிற அழகு. கேட்டேன்.

'என்னது?'

ஜோசபின் சொன்னது காதில் விழாதது போல் அவள் பக்கம் சாய்ந்தேன்.

உதடு என் காது மடலில் உரச ஏற்கெனவே நான் காதில் வாங்கிய கேள்வியைத் திருப்பினாள்.

'எங்க காலேஜ் வாத்தியார். தமிழ் தெரியாது.'

வல்லூரி, சாவி கொடுக்கப்பட்ட பொம்மை போல உய் என்றார் எங்கள் ரெண்டு பேரையும் பொதுவாகப் பார்த்து.

'இங்கே பக்கத்தில் மெக்கானிக் கடை உண்டா?'

கால் முட்டியைக் குனிந்து தடவியபடி தெலுங்கு ஷேக்ஸ்பியர் ஜோசபினைக் கேட்டார். அவர் மேல் எனக்குக் கோபம். கேள்வியை என் மூலமாகக் கேட்க வேண்டியதுதானே?

ஜோசபின் மரியாதையான குரலும் உடைந்த ஆங்கிலமுமாக விளக்கியது –

'அடுத்த ரெண்டு தெரு தள்ளி, கேண்டீன் தெருவில் இருக்கு. கொஞ்சம் இருங்க.'

சட்டென்று, சைக்கிளில் எதிர்ப் பக்கம் இருந்து சைக்கிளில் வந்த யாரோ ஒரு சோல்தோ ரக ரெண்டுங்கெட்டான் வயசுப் பெரிசைத் தடுத்து நிறுத்தினாள். அவரிடம் ஒரு நிமிடம் பிரெஞ்சில் கூவினாள். அந்த ஆசாமி பரவசமடைந்து வண்டியில் உட்கார்ந்து பின்னால் திரும்பித் திரும்பிப் பார்த்தபடி போனான்.

'ஓர்க்ஷாப்பிலே சொல்லச் சொல்லியிருக்கேன். ஆள் வரும். ரெண்டு நிமிஷம் தெரு ஓரமா வெயிட் பண்ணுங்க மெத்ரெ.'

நன்றியோடு வல்லூரி பார்த்தபடி இருக்க, நான் ஜோசபினோடு சேர்ந்து சைக்கிள் மிதித்து கபே ஹவுஸை நோக்கி ஓட்டினேன்.

பத்து நிமிடத்தில் வந்து சேர்வதாக ஏன் இந்தக் காபிக் கடை இருக்கிறது? இந்த சாயந்திரமும் அது கடந்து ராத்திரியும் ஊர்ந்து போகட்டும். ஜோசபினும் நானும் கிழக்கு நோக்கி, அங்கே கடல் இரைந்தாலும் இன்னும் இன்னும் போய்க்கொண்டே இருக்க வேணும்.

‘உருப்பட்டாப் போலத்தான்’

வேறே யார்? கேரியரில் மானசீகமாக உட்கார்ந்த மேகலா தான்.

அவள் குரல் காதில் கேட்காமல் சைக்கிள் மணியைத் தொடர்ந்து அடித்து முன்னால் போனேன்.

‘தெருவிலே யாருமே இல்லே. எதுக்கு இப்படி லொடலொடன்னு மணி அடிக்கறே?’

ஜோசபின் கேட்டாள்.

உய் வேண்டாம். கெதாவ-ரும் சரிப்படாது இந்த அழகான பெண்ணிடம் கொஞ்சலோடு சொல்ல. வேறே என்ன உண்டு, பிரெஞ்சில்?

‘மெத்ரெ’ என்றேன்

‘நான் உனக்கு வாத்தியாரா?’ என்றபடி சிரித்தாள் ஜோசபின்.

‘பின்னே இல்லியா?’

‘எதுக்கு வாத்தியாருக்கு முத்தம் கொடுத்துட்டு ஓடினே?’

அவள் ஓரக் கண்ணால் பார்த்தபடி கேட்டாள். சைக்கிள் ரெண்டும் மனம் விட்டுப் பேசியபடி உருண்டு போனது.

‘து யெ ஃபூ’ என்றேன் கிசுகிசுப்பான குரலில்.

‘என்னது?’

அவள் சைக்கிள் என் ராலேக்கு முத்தம் கொடுப்பது போல் நெருங்கி வந்தது.

அழுத்தம் திருத்தமாகச் சொன்னேன் -

‘து யெ ஃபூ.’

‘நீ தான் பித்து பிடிச்சவன்!’

சைக்கிள் ஓட்டியபடியே ஹாண்டில் பாரில் இருந்து கையை எடுத்து என் முதுகில் அடித்தாள் ஜோசபின். அடித்த வேகத்தில் அவளுடைய சைக்கிள் சரிய, சட்டென்று அவள் இடுப்பில் கை கொடுத்து நிமிர்த்தினேன்.

கண்ணால் சிரித்தபடி ‘து யெ ஃபூ’ என்றாள்.

கபே ஹவுஸ் வந்திருந்தது.

9

பகல் வெய்யில் பாழாகாமல் கணக்கு புரபசர் கால்குலஸ் வகுப்பில் லெய்பினிஸ் தியரத்தை விளக்கிக் கொண்டிருந்தபோது, லெச்சு ஜன்னலுக்கு வெளியே நின்று சைகை காட்டினான். ஏதோ தலை போகிற அவசரம் அவனுக்கு.

மொத்தமே இருபது பேருக்கு நடைபெறும் வகுப்பு என்பதால், பின் வரிசையை ஒட்டி இருக்கும் ஒருக்களித்த கதவைத் திறந்து இஷ்டம் போல வெளியே நழுவ முடியாது. உள்ளே திரும்பி வந்து, கும்பலில் ஒருத்தனாக உட்கார்ந்து, ரஃப் நோட்டில் பால் பாயிண்ட் பேனாவால், முன் வரிசையில் உட்கார்ந்திருக்கும் அம்புஜவல்லியையோ, உமாராணி யையோ, புஷ்பகலாவையோ கோட்டுச் சித்திரமாக வரைய முடியாது. லெய்பினிஸ் தியரம் மூலம் சக்ஸஸிவ் டிஃபரன்சிஷேயன் நிறைவேறும் உலக மகா அதிசயத்தை கணக்கு புரபசர் ராமநாதனோடு சேர்ந்து மெச்ச வேண்டும்.

நான் அவசரமாக லெச்சு பக்கம் திரும்பி, வர்றதுக்கு இல்லை என்று தோளைக் குலுக்கினேன். இந்த ஊருக்கு வந்து கப்பென்று பிடித்துக் கொண்ட சைகை வழக்கம்.

லெச்சு 'என்ன?' என்று அபிநயித்தான். அவன் நிற்கிற கட்டட இடுக்கிலிருந்து நாட்டியமே ஆடலாம். நான் இருக்கப்பட்ட இடம் அப்படியா?

திரும்பத் தோளைக் குலுக்கினேன்.

‘சுளுக்கிக்கப் போவுது. பார்த்து.’

லெய்பினிஸ் தியரத்துக்கு மொத்தக் குத்தகைக்காரர்தான். நின்ற இடத்தில் இருந்து டிபரன்சியேஷனுக்கு ஓய்வு கொடுத்து என்னைக் கிண்டலடிக்கிறார். அதைக் கூடப் பொறுத்துக்கொள்ளலாம். அம்புஜவல்லியும், உமாராணியும், புஷ்பகலாவும் கெக்கெக்கெக்கென்று சிரித்ததை எப்படிப் பொறுக்க?

‘ஐ யாம் சாரி.’

மிடுக்காகச் சொல்லி வெளியே வர நினைத்தாலும், பதற்றத்தில் பாதி வார்த்தை தொண்டையில் நின்று ஐ ஐ ஐ என்றபோது நல்ல வேளையாக மணி அடித்து முழு வகுப்புமே வெளியேறியது.

மண்டபத்து மறைவிடத்தில் இருந்து பிரத்யட்சம் ஆனான் லெச்சு.

‘முக்கியமான வேலை இருக்குன்னா, வர மாட்டேங்கறியே’ .

அவன் அலுத்துக் கொண்டான்.

‘நீ எலெக்‌ஷனுக்கு வேலை செய்வேன்னு பார்த்தா, நழுவிட்டுப் போறே. உன்னொடத்தவன் எல்லாம் என்னமா உழைக்கறான். கமலஹாசன் மாதிரி தலைமுடி வச்சுக்கிட்டா மட்டும் பத்தாதுடா. கமல்ஹாசன் மாதிரி உழைப்பு தேவை. புரியுதா?.’

லெச்சு முழங்கினான். எனக்குப் புரிந்தது. ஆனால் லெச்சு மெச்சும் விதத்தில் கமல்ஹாசன் என்ன மாதிரி உழைத்தார் என்பதுதான் புரியவில்லை.

‘மாணவன்’ என்று சமீபத்தில் ஒரு வெள்ளிக்கிழமை சாயந்திரம் சினிமா பார்த்தோம். பார்த்தோம் என்றால், எங்கள் கடைசி வரிசை கோஷ்டிதான்.

என்னோடு ரெட்டைத் தெரு பிராயத்தில் இருந்து, ரெட்டைத் தெருவுக்கும் வந்து, கூட நின்று கிரிக்கெட் ஆடாமல் போனவர் கமல்ஹாசன். அவர் தியூப்ளே தெரு வயசுக்கு இப்போது என்னோடு வந்திருந்தார்.

‘மாணவன்’ படத்தில் கமல், குட்டி பத்மினியோடு ஆடிய ‘விசிலடிச்சான் குஞ்சுகளா’ பாடல் லெச்சுவுக்கு விவித்பாரதி போர்ன்விட்டா ஜிங்கிள் போல, எப்போதும் புத்துணர்ச்சி தருவது. மதராஸ் ரேடியோ ஸ்டேஷன் விவித்பாரதிக்கு போஸ்ட் கார்ட் போட்டு தினசரி ஒலிபரப்ப வைத்த கீதமாகிப் போனது அந்தப் பாட்டு. ‘மாணவன்’ படம் மெஜந்தா தியேட்டருக்கு வந்து மூணு வாரம் ஓடிக்

காணாமல் போகும் வரை தினசரி சாயந்திரம் காட்சியில் லெச்சு ஆஜர். கமல் ஆடி முடிப்பது மட்டும் பார்த்துத் திருப்தியோடு தினம் வெளியே வந்தவன் அவன்.

'என்ன டான்ஸ் என்ன டான்ஸ், மச்சான் பிச்சு உதர்றாண்டா' என்று உடனடியாக கமலஹாசனை உறவாக்கிக் கொள்கிற ஆனந்தத்தை என்னிடமும் எதிர்பார்க்கிறானோ என்னமோ.

'எலெக்‌ஷனுக்கு நான் ஒண்ணுமே செய்யலேன்னு நெஞ்சைத் தொட்டு சொல்லு பார்ப்போம்'

லெச்சுவிடம் வருத்தத்தோடு தெரிவித்தேன்.

'பின்னே இல்லியாடா? இன்னும் தட்டி எழுதி முடிக்கலே. நாளையில் இருந்து க்ளாஸ் நடக்கும்போது எந்த கிளாஸானாலும் சரி, லெக்சரர் பெர்மிஷன் வாங்கிட்டு, சரியாக ஐந்து நிமிஷம் தேர்தல் பிரசாரம் பண்ணலாம். அப்போ பேச மேட்டர் முடிவு செய்யணும்.'

லெச்சு அடுக்கிக்கொண்டே போனான்.

நேற்று பிற்பகல் அரங்கேறத் தொடங்கிய ஓரங்க, பல அங்க நாடகம் எலெக்‌ஷன்.

'எலிக்ஷன் து கூசெய்ல் த காலேஜ்', 'எலக்‌ஷன் ஃபார் தி காலேஜ் கவுன்சில்', 'கல்லூரி மாணவர் பேரவைத் தேர்தல்' என்று மூன்று மொழியிலும் ஒரே மாதிரி வளையம் வளையமாகச் சுழித்து பிரின்சிபால் கையெழுத்தோடு நேற்றுப் பகலில் அறிவிப்பு வெளியானதும் எலெக்‌ஷன் சூடு பிடித்தது.

செயலாளர், தலைவர் என்று இரண்டு பெரும் பதவிகள், செயற்குழு உறுப்பினர்கள் நாலு பேர். அதில் ஒருவர் மகளிர். இவர்களை ஓட்டுப் போட்டுத் தேர்ந்தெடுக்க வேண்டும்.

'செக்ரட்டரி போஸ்டுக்கு நான் நிக்கப் போறேன்.'

நேற்று மாலை, நண்பர்கள் மற்றும் நலம் விரும்பிகளின் கூட்டத்தை கேண்டீனில் கூட்டி, லெச்சு அறிவிப்பு செய்தான்.

ஜோராகக் கை தட்டினோம். என்ன போச்சு?

'செக்ரத்தேர் என்னாத்துக்கு? பிரசிதெ நிக்குது?'

பி.ஏ பிரெஞ்சு மூணாம் வருஷம் சாந்தி ரோஜர் கேட்டாள்.

'சாந்தி ரோஜர், பிரசிடெண்ட் டம்மி, அதான் செக்ரட்டரிக்கு நிக்கறது' என்றான் லெச்சு எகத்தாளமாக.

‘நான் சாந்தி ரோஜர் இல்லை, சாந்தி ரொழெ’ என்றாள் சாந்தி அதை விட எகத்தாளமாக. ஆனாலும் லெச்சு மேல் விசுவாசம் வைத்துக் காலேஜ் கேண்டீனில் கூடிய கூட்டத்தில் அவளும் உண்டு.

‘முதல்லே என்ன செய்யணும்?’

லெச்சு கூட்டத்தை கம்பீரமாக இடவலமாகவும் வலம் இடமாகவும் மேலிருந்து கீழும் கீழிருந்து மேலும் பார்த்து விட்டுக் கேட்டான்.

‘கடவுள் வாழ்த்து பாடணும்!’ என்றேன் முந்திரிக் கொட்டையாக.

‘ஜில்ப்பாப் பையா, முதல்லே நன்கொடை வசூலிக்கணும்.’

புல்வார்டிலும், ஆசிரமத்துப் பக்கம் ரூ ரிச்மோ நடைபாதையிலும் டூரிஸ்ட்களைக் குறி வைத்துக் கையில் தொப்பி ஏந்தி நின்று காசு தேற்றச் சொல்வானோ என்று நினைக்கவே நடுக்கமாக இருந்தது. ஜோசபின் பார்த்தால் மானம் போகும்.

‘நான் பார்த்தாலும்தான்’

மனசில் எப்போதுமே உலவிக் கொண்டிருக்கிற தெற்றுப்பல்காரி தாவணியை நேராக்கிக் கொண்டு சிரித்தாள்.

‘நொன்கொத?’

வார்த்தை புரியாமல் திரும்பக் கேட்டாள் சாந்தி ரொழெ. பிரெஞ்சு பேச எனக்கு ஒரு நுட்பம் புலப்பட்ட மாதிரி இருந்தது. வார்த்தைக்கு வலிக்காமல் நாக்குக்கும் சிரமம் இல்லாமல் ட எல்லாம் த, ர எல்லாம் ல என்று மாற்றி, கடைசி எழுத்தை வேணுமென்றே உச்சரிக்காமல் முழுங்கினால் ப்ரஞ்ச் ரெடி!

‘தொனேஷ’ என்றேன்.

‘என்னது?’ என்றாள் ரொழெ பொண்ணு.

‘டொனேஷன்’ என்றேன் நம்ம மொழியில்.

‘டான்?’

ரொழெ அதிசயத்தை அபிநயித்தாள்.

அதில் என்ன சந்தேகம்? லெச்சு ஒரு பிடி உசரமாகி, பேங்க் வாட்ச்மேன் வின்செண்ட் நடராஜன் மாட்டு வண்டி ஓட்டும்போது போட்டுக் கொள்வது போல வைக்கோல் தொப்பியும் வைத்தால் லெச்சுவும் டான்தான்.

‘கொம்பியென் தெ ஃப்ரான்?’ என்று விசாரித்தாள் ரொழெ.

‘எத்தனை பிராங்கா? டொனேஷன் வாங்கறதுன்னு வச்சாச்சு. அது எவ்வளவு ஆனா என்ன, பிரெஞ்சு கரன்சி, ரூபா பைசா எல்லாம் பியாவென்யூ.’

ரொழெயோடு வந்திருந்த அமேலி மூக்கால் பேசினாள். கயல் விழியோடு கூட, விலங்கியல் முதல் வருடம். சாவகாசமாக அவளை வர்ணிக்கலாம்.

அமேலி பியாவென்யூ சொன்னபோது ஜோசபினை நினைத்துக் கொண்டேன். கபே ஹவுஸ் அரையிருட்டில் கன்னத்தோடு கன்னம் இழைந்து கொண்டு அவள் தலைமுடியை முகர்ந்தபடி அவளிடம் பிதற்றியதையும்.

ரொழெ கைப்பையைத் திறந்து மூன்று பத்து ரூபாயாக, முழுசாக முப்பது ரூபாய் எடுத்துக் கொடுக்க, கூட்டமே பிரமித்துப் போனது.

‘நம் ஆதரவு பெற்ற பெண் வேட்பாளர்’ என்று லெச்சு உடனே அறிவித்துக் கைதட்டலை அள்ளினான். ஆளாளுக்கு பாக்கெட் மணி துட்டில் இருந்து அவனுக்குக் கிள்ளிக் கொடுக்க, என் சட்டைப் பையில் கை விட்டு சுவாதீனமாக முழுக் காசையும் எடுத்துக் கொண்டது மட்டுமில்லாமல், லெச்சு ஆணையிட்டான் –

‘இன்னும் நாலு நாள் பாக்கெட் மணி எல்லாம் பொதுப் பணம், என்ன?’

நேற்றைய தினம் எலெக்ஷன் பற்றிய நம்பிக்கைகளோடு நகர்ந்தது அப்படித்தான்.

இன்றைக்கு வந்ததுமே அவனுக்குக் கப்பம் கட்டி விட்டேன். போதாதென்று வேலை செய்யக் கூப்பிடுகிறான். லெப்யெனிஸ் தியரத்தை அந்தரத்தில் விட்டுவிட்டு எப்படி வர முடியும் என்றால் புரிந்து கொள்ள மாட்டேன் என்கிறான். அவன் பிரெஞ்சு பி.ஏ மூணாம் வருஷம். கிளாஸ் போகாமலேயே பாஸ் பண்ணலாமாம். எல்லாருக்கும் அப்படியா என்ன?

‘வாடா, கேண்டீன் போகலாம். அங்கேதான் நம்ம எலெக்ஷன் ஆபீஸ்’

தள்ளிக் கொண்டு போனான் லெச்சு. சாயா வாங்கிக் கொடுத்து, ‘இவன் கணக்குலே எழுதிக்குங்க. அடுத்த வாரம் கொடுத்துடுவான்’ என்றான் தாராளமாக. நேரம்.

‘உனக்கு நல்லா தமிழ் தெரியுமில்லே?’

லெச்சு கேட்க, சும்மா தலையாட்டினேன்.

லெச்சுவிடம் நான் மேகலாவை பற்றி நூறு குறுங்கவிதை எழுதியதாகச் சொல்லியிருக்கக் கூடாதுதான்.

'என்னை செகரட்டரியா தேர்ந்தெடுக்கச் சொல்லி நாலைஞ்சு வரி எழுதுடா.'

இம்போசிஷன் கொடுத்துவிட்டு இன்னொரு சாயாவுக்குக் கட்டளை பிறப்பிக்க, நான் லூயி க்ளமெண்ட்டின் தமிழ் உரைநடை வகுப்புக்கு மட்டம் போட்டுவிட்டு லெச்சுவின் மெய்க்கீர்த்தியைத் தயாராக்கினேன்.

நான் தமிழில் எழுதியதை அவனே மொழி பெயர்க்க ஒப்புக் கொண்டான். இந்தக் கண்றாவியை பிரெஞ்சிலும் படித்துப் பயப்பட வேண்டாம் என்ற நல்ல எண்ணத்தோடு அந்த மொழியை விட்டு விட்டோம்.

'அப்புறம் என்ன பண்ணனும்?'

அலாவுதீன் பூதம் மாதிரி அவனுடைய அடுத்த கட்டளைக்காகக் காத்திருந்தேன்.

'தட்டி எழுதிடலாம் வா உக்காரு. நாளைக்கு ஒரு லுங்கி எடுத்து வந்துடு. தரையிலே, படியிலே, மண்ணுலே, மரத்திலே எல்லாம் உக்கார சௌகரியமா இருக்கும்.'

இந்த வேதாளத்துக்கு வாக்குப்பட்டு எந்த மரத்தில் லுங்கியோடு ஏறணுமோ.

'லெச்சு என்ற அரியாங்குப்பம் குப்புசாமி லட்சுமணனை தேர்தலில் வெல்ல செய்யுங்கள்'

கேண்டீன் வாசலில் உட்கார்ந்து இண்டியன் இங்க் தோய்த்து கை கூப்பி நிற்கிற மீசைக்காரன் படம் வரைந்து எழுதிக் கொண்டிருந்த போது தென்றல் வீசிய இதம். நிமிர்ந்து பார்த்தேன்.

கயல்விழி சிற்றுண்டிக்காகவோ, நொறுக்குத் தீனிக்காகவோ பட்டுப் பூச்சி போல அழகான கருப்புக் கண்ணாடி அணிந்த தோழி அமேலி சகிதம் கேண்டீனுக்கு வந்து கொண்டிருந்தாள். வாசலில் கால் பரப்பி உட்கார்ந்து தட்டி எழுதுகிற என்னைப் பார்த்து என்ன எழுதுகிறேன் என்று பார்க்கக் கொஞ்சம் முன்னால் சாய்ந்து நின்றாள். ஜீவனாம்சம் லட்சுமிக்கு கால் சராயும் வளமான பிரெஞ்சு டாப்ஸூம் மாட்டியது மாதிரி அட்டகாசமான இருப்பு அது.

எழுந்து அவள் பக்கத்தில் போய் 'நச்சுனு நாலடி வெண்பா மாதிரி இருக்கே' என்று ரகசியம் சொன்னேன். முகத்தில் பசலை படர நாணினாள்.

அப்படீன்னா? யாருக்குத் தெரியும்? நேற்று சேர்ந்து கற்போம் தமிழ் வகுப்பில் பேராசிரியர் தமிழன்னை நடத்திய பாடத்தில் அரைகுறை யாக கேட்டது.

'புணர்... அதாவது, சொற்கள் சேரும்போது கவனமாகக் கையாளணும்' என்றாள் கயல்விழி. அவள் மறைத்த சொல்லை மனதில் பூர்த்தி செய்து சிரித்தேன்.முறைத்தாள். ஆனாலும் இலவச ஆலோசனையைத் தொடர்ந்தாள் -

'லெச்சுவைத் தேர்தலில். நடுவிலே த்து வரணும். அப்புறம் வெல்ல செய்யுங்கள்.'

'இச்சு போடட்டா?' என்று ஆர்வமாகக் கேட்டேன்.

'ஏய் சீய்' என்று மோனையோடு நாணம் காட்டினாள். தினசரி தேர்தலாக இருக்கக் கூடாதா?

சாயந்திரம் காலேஜ் பஸ்ஸில் போகிற லெச்சுவின் நண்பர்களுக்கு எல்லாம் ஆறே முக்கால் மணி மரக்காணம் பஸ்ஸில் டிக்கெட் வாங்கி ஏற்றி விட ஏற்பாடு செய்வதாக வாக்குறுதி கொடுத்தான் லெச்சு.

ரெண்டு தட்டி எழுதியானது. அவற்றில் லெச்சுவை வெல்லச் செய்ய ஒன்றுக்கு இரண்டாக 'ச்' போட்டுக் கயல்விழியின் இச்சையைப் பூர்த்தி செய்து கொண்டிருந்தபோது சந்தேகம் எழுந்தது.

கேண்டீன் உள்ளே நீஸ் தண்ணி என்று இந்த வட்டாரத்தில் அழைக்கப் படும் கழனித் தண்ணி திடத்திலும் பதத்திலும் சுவையிலுமாக, ஆறிப் போன கேண்டீன் சாயா குடித்துக் கொண்டிருந்த லெச்சுவிடம் கேட்டேன் –

'ஆமா, நமக்கு யாரு எதிரி?'

'நல்ல வேளை, எலெக்ஷன் முடிஞ்சு கேக்காம போனியே.'

எதிர்த்து நிற்கிற கோஷ்டியில் வில்லியனூரிலிருந்து வந்து ஹாஸ்டலில் தங்கிப் படிக்கும் வைத்தியலிங்கம் என்ற வைத்தி செக்ரட்டரி பதவிக்கு நிற்கிறாராம். ஹாஸ்டல் மாணவர்கள் எல்லோரும் அவருக்குத்தான் ஓட்டுப் போடுவார்கள் என்று தோன்றுகிறதாம்.

அடுத்து வந்த நாட்களில் லெச்சுவின் பிரசாரகனாக நான் வகுப்புகளில் பேச நியமிக்கப்பட்டேன். அந்துவான் 'நானும் வரேண்டா' என்று ஒட்டிக் கொண்டபோது ஒன்றும் சொல்ல முடியவில்லை.

அந்துவானுக்கு பேச்சு அவ்வப்போது திக்கும். வார்த்தை வாயில் சிக்கிக் கொள்ளும்போது அவனுடைய குரல் ஏகப்பட்ட டெசிபல்

உயர்ந்து விடுவது வாடிக்கை. திரும்பத் திரும்ப உச்சரிக்கப்படும் அந்த வார்த்தை மட்டும் வெளியே வந்தால் போதும். அடுத்த ஐந்து நிமிடம் கவலை இல்லை. இப்படி ஒரு கொசுக்கடி பிரச்னை இருந்தாலும், சட்டை செய்யாது புகுந்து புறப்பட்டு பட்டையைக் கிளப்ப அஞ்ச மாட்டான் அந்துவான்

ரெண்டாம் ஆண்டு மாணவர்களின் சேர்ந்து கற்போம் இங்கிலீஷ் கிளாசில் பங்கஜாட்சன் நாயரிடம் அனுமதி பெற்றுப் பிரச்சாரத்தை ஆரம்பித்தேன்.

'நீ இரு. நான் பாத்துக்கறேன்.'

அந்துவான் உற்சாகமாக ஆரம்பித்தான் – 'லெச்சுவுக்கு நீங்க ஓட்டு போடணும். ஏன்னா ஏன்னா ஏன்னா ஏன்னா.'

ஆரம்பத்திலேயே தடங்கல். சரி செய்ய நான் உடனே குறுக்கே வெட்டினேன் -

'லெச்சு வென்றால் நீங்கள் வென்றது போல. லெச்சு வென்றால் காலேஜ் பஸ் கட்டணம் குறைக்க நடவடிக்கை எடுக்கப்படும். லெச்சு வென்றால் கேண்டீனில் விலை குறையும். லெச்சு வென்றால் கேண்டீனில் சூடும் சுவையுமாக சிற்றுண்டி, தேநீர் கிடைக்கும். லெச்சு வென்றால் வகுப்புக்கு மூணு மின்விசிறி பொருத்த ஏற்பாடு செய்யப்படும். லெச்சு வென்றால் பேரவை சார்பில் மாதம் ஒரு நல்ல சினிமா, கல்லூரியில் திரையிடப்படும்'

'ஏன்னா ஏன்னா மலையாளப் படம் பார்க்க நாம் படற கஷ்டம் நமக்குத்தான் தெரியும்.'

அந்துவான் மறுபடி வார்த்தை வசப்பட்டு முடித்து வைக்க ஒரே கைதட்டல்.

'இந்த இருவர் அணியே இருக்கட்டும்டா, மாத்தவே வேணாம்'

லெச்சு அறிவித்து விட்டான்.

ஒவ்வொரு ஐந்து நிமிடக் கூட்டத்திலும் கடைசி பத்து செகண்ட் கடனே என்று 'பேரவைப் பெண் உறுப்பினர் பதவிக்கு ரொழெயைத் தேர்ந்தெடுக்கவும்' என்று முடிக்க வேண்டிப் போனது. ரொழெ கொடுத்த காசு தினசரி சாப்பாடு, நொறுக்குத் தீனி, சிலருடைய சிசர்ஸ் சிகரெட் செலவு இதற்கெல்லாம் ஈடு கொடுத்ததால், ரொழெக்கும் சேர்த்தே ஓட்டு கேட்க வேண்டிய நிர்பந்தம்.

பச்சை, சிகப்பு, மஞ்சள் என்று கலர் கலராக லெச்சுவின் பிரச்சார நோட்டீஸ்களை வகுப்பு வகுப்பாகக் கொடுத்தோம். காலேஜ்

பஸ்ஸில் வினியோகித்தோம். கேண்டீனில் கொடுத்தோம். மரக்காணம், மஞ்சக்குப்பம், அரியாங்குப்பம், வில்லியனூர் போகிற ரூட் பஸ்களைக் கூட மிச்சம் வைக்கவில்லை.

'பொம்பளைப் பிள்ளைக்கு வீட்டுலே சடங்கு சுத்தறீங்க போலே. நல்லா இருங்க. கறி விருந்தா, சேவல் அடிச்சா?' என்று ஆர்வமாகக் கேட்ட பெரிசுகளுக்கு அப்புறம் விளக்குவதாகச் சொல்லி ஓட ஆரம்பித்த பஸ்சில் இருந்து காயம் படாமல் குதித்தோம்.

மயிலத்தில் இருந்து நையாண்டி மேளம் செட் வரவழைத்தான் அந்துவான். அவர்கள் நீட்டி முழக்கி ஊத, மூன்று வேளை கல்லூரியை இடவலமாகச் சுற்றி ஊர்வலம் போனான் லெச்சு.

'நீ ஒரு தூது போய்ட்டு வரணுமே'

லெச்சு கூப்பிட்டுக் கையைப் பிடித்துக் கொண்டதுமே விவகாரம் என்று புரிந்து கொண்டேன்.

'வைஷ்ணு சொன்னா மற்ற சீனியர் பொண்ணுங்க எல்லாம் ஓட்டுப் போடுவாங்க. உனக்கு ப்ரண்ட் தானே. கொஞ்சம் சொல்லேன்'

அவன் கெஞ்சினான்.

'எப்படிச் சொல்லணும்? சலாம் மகாராணின்னு தரையில் மண்டி போட்டா?'

நான் கூர்மையாகப் பார்த்தபடி கேட்டேன். பூனைக்கு வந்த காலம் பத்து செகண்ட் நீடித்தாலும் வந்தது வந்ததுதானே.

'குத்திக் கிளறாதேடா. அதெல்லாம் இன்னொரு நேரம். இன்னொரு இடம். இன்னொரு லெச்சு. இன்னொரு நீ. நான் மன்னிச்சுடறேன். நீ. மறந்துடு'

ஆனால், வைஷ்ணு மறக்கவில்லை.

'எத்தனை பேரை இடுப்பிலே வேப்பிலை செருகிக்கிட்டு வெய்யில்லே ஆட வைச்சான் லெச்சு. அவனுக்கு எங்க ஓட்டு வேணும்னா கேண்டீன்லே நாளைக்கு மத்தியானம் நாலு மணிக்கு அவன் வேப்பிலையோட ஆடணும். பியான் ஸ்யூர். கட்டாயம்.'

ஆடினான். கேண்டீன் பின் சுவரை ஒட்டி நாலு பெஞ்சுகளை ஒன்றாகப் போட்டு மேடை கூடவே மயிலம் நையாண்டி மேளம் இசைவாக வாசிக்க கல்லூரியே கேண்டீனுக்கு வந்து விட்டது. பத்து அடி இடைவெளி விட்டு நின்று கைதட்டிப் பார்த்துக் கொண்டிருந்த ரசிகர்களில் வைஷ்ணுவும் உண்டு.

உற்சாக மிகுதியில் தானும் ஆடலாம் என்றோ என்னமோ வல்லூரி சார் பெஞ்சுகளில் தாவி ஏற, பெஞ்சுக்கு ஒன்றும் சேதம் இல்லை. ஆனால், ஒரு மாறுதலுக்காக, கேண்டீன் கூரை உள்வாங்கியது. லெச்சுவுக்குக் காலில் அடி. வல்லூரிக்குக் கையில் சிராய்ப்பு.

நேரு ஹாஸ்பிடலில் வெளி நோயாளியாக வல்லூரியும், உள்ளே ஒரே ஒரு நாள் தங்கி டெட்டால் வாடை அடிக்கும் ரொட்டி சாப்பிடுகிற உள் நோயாளியாக லெச்சுவும் சிகிச்சை பெற்றார்கள். எலெக்ஷனில் லெச்சு ஓட்டுப் போடவில்லை.

அனுதாப அலை வீசியதால், தேர்தலில் லெச்சு பெருவாரியாக ஓட்டு வாங்கி வெற்றி பெற்றான். மீதிப் பதவி எல்லாம் ஹாஸ்டல் மாணவர்களுக்குப் போய்ச் சேர்ந்தது.

'நானு டான்ஸ் போடலே. மபா த தாம், இன்னா லேடி மெம்பர் கெடக்கலே'

ரொழெ பாதி சீரியஸாகச் சொன்னாள்.

'ஷொகொலா ஷொகொலா'

சாக்லெட்.

லெச்சு சார்பில் மூணு கிலோ ஷொகொலா வாங்கி வந்து பெருந் தன்மை யோடு ஒருத்தர் விடாமல் வினியோகம் செய்தாள் அவள்.

விளக்கு அணைந்த விலங்கியல் லாபரட்டரிக்குள் கதவை ஒட்டி ஓரமாக நின்று நான் கயல்விழிக்கு ஷொகொலா ஊட்டிக் கொண்டிருந்தபோது லாப் வாசலில் சத்தம் –

'இங்கேயா இருக்கே? உன்னை உன்னை உன்னை உன்னை'

சப்த நாடியும் ஒடுங்கிப் போனது.

'உன்னை எங்கெல்லாம் தேடறது. தனியா இங்கே என்ன பண்றே? வா போகலாம்.'

குரல் பெருஞ் சத்தமாக முன்னால் நகர்ந்து போனது.

கயல் அவசரமாக மாடிப்படியில் ஏறி ஓடியபடி எனக்குப் பழிப்புக் காட்டினாள்.

ஒரு ஷொகொலாவைப் பிரித்து வாயில் போட்டபடி அந்துவான் பின்னால் நடந்தேன்.

10

‘எலிசபெத் லாட்ஜ் சரியா இருக்கும். என்ன நினைக்கறே.’

நான் சுவாரசியமாகக் காப்பி குடித்துக் கொண்டிருந்தேன். உலகத்திலேயே வேறே எந்த சர்க்காரும் எந்த நாட்டிலும், எந்த ஊரிலும் ஜனங்களுக்காகக் காப்பிக் கடை நடத்துவதாகத் தெரியவில்லை. அதுவும், இன்றைக்கு முழுக்க உட்கார்ந்து ஒரே ஒரு கப் காப்பியை மில்லிமீட்டர் செண்டிமீட்டராக, பீங்கான் கோப்பையே கரையும் அளவுக்கு எச்சில் பண்ணிக் குடிக்கிற நாகரீகம், குடிக்கிறவர்களை நேரமாச்சு என்று எழுப்பி விடாத பண்பாடு இதெல்லாம் இங்கே போல எந்த நாட்டிலும் இருக்காது.

இந்த ஊரில் பெரும் குடிக்கு மதுக்கடைகள் எவ்வளவு சேவை செய்கிறதோ அதைவிட இம்மியளவு அதிகம் சிறு குடியாகக் காப்பி தழைக்க காப்பி ஹவுஸ் பாடு படுகிறதாக நம்பிக்கை. கல்லூரி போகாவிட்டாலும் பரவாயில்லை, காப்பி ஹவுஸில் அட்டெண்டண்ஸ் இருந்தாலே பல விதத்தில் கல்லூரி மாணவன் என்ற அடையாளம் கிட்டும்.

‘நான் மொத்தமா காசு கொடுக்கறேன். நீங்க யாரும் தர வேண்டாம்.’

உள்ளங்கையில் கற்பூரம் ஏற்றி ஓங்கி அடிக்கிற ரேஞ்சில் உணர்ச்சி வசப்பட்டு எங்களைச் சத்தியப்

பிரமாணத்தில் கட்டுப்படுத்திக் காப்பி குடிக்கக் கூட்டி வந்திருக்கிறான் லெச்சு.

'காப்பி மட்டும் தான்'பா. கையில் காசு அதுக்குத்தான் இருக்கு. பிஸ்கட் வேணும்னா அவங்க அவங்க வாங்கிக்கலாம். எனக்கும் ஒண்ணு கொடுத்திடணும்.'

சரி தான். ஆனால் அவன் கணக்கில் அந்த ஓசிக் காப்பியையும் குடிக்க விடாமல் எலிசபெத் லாட்ஜை எதற்கு இப்போது இழுக்கிறான்?

'எங்கே இருக்கு அது?'

நான் அவசரமாகக் கேட்க, இப்படியும் ஒரு பித்துக்குளியா என்ற ஏளனத்தோடு லெச்சு என்னைக் கண்ணைச் சிறுத்துப் பார்த்தான்.

'நீ எத்தனை காலமா இந்த ஊர்லே இருக்கே?'

'ரெண்டு மாசம்.'

'தூ முவா? தூ ஷுஆர் அசி. நம்ம கொம்யூன் ஹிஸ்த்வொ, யோஹபி, பொட்டனிக் அல்லாம் செய் த்து ச வெ வூ?'

ரொழெப் பொண்ணு ப்ரஞ்சில் பொழிந்தாள். கூட வந்த அமேலி சிரிக்க, ரொழெ என் காதைத் திருகினாள். எலிசபெத் லாட்ஜோடு இவளுடைய பிரெஞ்சுக்கும் கோனார் நோட்ஸ் வேண்டியிருக்கிறது. காதைத் திருகினதுக்கு அவளிடம் தனியாக சிறப்புப் பொருள் விசாரித்துக் கொள்ளலாம். அல்லது அமேலியிடம் அவள் சார்பில் சொல்லச் சொல்லலாம். சிரித்தால் குழி விழும் அமேலியின் பளிங்குக் கன்னமும் பெரிய விழிகளும் மேலே படர்ந்த பட்டாம்பூச்சி போல அழகுக் கண்ணாடியும் எனக்குப் பிரியமானது.

அமேலி ரொழே சொன்னதை மொழிபெயர்க்க ஆரம்பித்து என்னைப் பார்த்து ஏனோ குழறத் தொடங்கினாள். எதுக்கு வெட்கப் படுகிறாய் பெண்ணே?

'ரெண்டு மாசமா? ரெண்டே நாள் போதும். இந்த டவுணோட ஹிஸ்டரி, ஜாக்ரபி, பாட்டனி, மேத்தமெடிக்ஸ், காமர்ஸ், எகனாமிக்ஸ்லாம் தெரிஞ்ச எக்ஸ்பர்ட் ஆகிடலாம். தெரியுமாடா கேணப் பயபுள்ளே?'

சட்டென்று ஆண் குரலில் ரொழே ஒலிபரப்பானாள். சிரிச்ச பேசன் என்று நாங்கள் செல்லமாகக் கூப்பிடும் சிற்சபேசன் வேண்டுமென்றே சீரியஸாக முகத்தை வைத்துக்கொண்டு ரொழே சொன்னதை விட அதிகமாகவே மொழி பெயர்த்தான்.

இருக்கட்டும், அந்த எலிசபெத் லாட்ஜ்?

'ஈஸ்வரன் தருமராஜா கோவில் தெருவும் மிஷன் ஸ்ட்ரீட்டும் வெட்டிக்கற இடத்துலே இருக்கு. மூணு மாடி. குளிக்க வென்னீர் எப்பவும் ரெடியாக் குழாய்லே கொட்டும்.'

லெச்சு விளக்கினான்.

அங்கே போய் ஏன் குளிக்கணும்?

'உங்களை வச்சுக்கிட்டு ஒரு காரியம் முடிவு செய்ய முடியாது'

லெச்சு காப்பி ஹவுஸின் இரைச்சலை மீறிக் கத்த, வெயிட்டர் சவரிராயன் வந்து நின்று எங்களுக்கு மட்டும் கேட்கக் கூடிய குரலில் சொன்னார் –

'இன்னொரு தடவை சத்தம் போட்டா, வெளியே அனுப்பிடுவேன்.'

இங்கிலீஷ் உதவி புரபசர் வல்லூரிக்கு அண்ணன் மாதிரி இவர். வல்லூரி வகுப்பில் இருந்து வெளியே அனுப்பினால் காப்பி ஹவுஸ் வரலாம். ஆனால் காப்பி ஹவுஸில் இருந்து துரத்தப்பட்டால் காலேஜ் போக முடியாது.

இந்த அருமையான தத்துவத்தை ஒரு தடவைக்கு ரெண்டு தடவையாகச் சொல்லி எங்களைப் பிரமிப்படைய வைத்தபடி லெச்சு மறுபடி சப்ஜெக்ட்டுக்கு வந்தான்.

'கமலஹாசன் வரும்போது தங்க வைக்க எலிசபெத் லாட்ஜ்தான் சரிவரும்.'

வெற்றிப் பிரகடனம் செய்கிற பெருமையோடு பக்கத்து டேபிள் பிரெஞ்சுக்கார டூரிஸ்டுகள், ரெண்டு மேஜை தள்ளி மஞ்சக்குப்பம் மாட்டுத் தரகர்கள், ஓரமாக முழுக்கை சட்டை போட்ட கவர்மெண்ட் ஊழியர்கள் என்று இருந்த முழுக் கூட்டத்தையும் மெல்லப் பார்த்தபடி பார்வையை நகர்த்தி லெச்சு சொன்னான்.

'கமல்ஹாசன் யார்?'

ரொழெப் பெண்ணின் கேள்வியை ஒதுக்கித் தள்ளினோம். அவளுக்குத் தெரியாத சமாசாரம் தமிழ் சினிமா.

எலிசபெத் லாட்ஜில் எப்படி, எதற்காக கமலஹாசன்?

'நம்ம கல்லூரிப் பேரவை தொடக்க விழா. அடுத்த மாசம் பத்தாம் தேதி நாள் குறிச்சிருக்கு. சீப் கெஸ்ட் கமலஹாசன் தான்.'

திட்டவட்டமாக அறிவிக்கிறான் லெச்சு என்ற அரியாங்குப்பம் குப்புசாமி லெட்சுமணன். பேரவைச் செயலாளர். தினசரி மெஜந்தா

தியேட்டரில் விசிலடிச்சான் குஞ்சுகளா பாட்டு பார்த்தே கமலஹாசனோடு நட்பு வளர்த்துக் கொண்டு அவரைப் பேரவையைத் திறக்கக் கூட்டி வருகிறான். லெச்சு மாதிரி பெரிய மனுஷர்களோடு சிநேகிதமானது எனக்குப் பெருமை.

'லெச்சு கவுன்சில் பூட்டும். கமல் ஓபன் பண்ணும். சரியா?'

அப்படித்தான் என்று ரொழேயிடம் அடித்துச் சொன்னேன். அடிக்காதே, வலிக்குது என்று விலகி எதிர்ப் பக்கம் உட்கார்ந்தாள் அவள். ரொழெயோடு வந்திருந்த அமேலி என் பக்கம் நகர்ந்து உட்கார்ந்தாள். இதைத் தானே எதிர்பார்த்தேன்.

'மெட்ராஸ் எப்போ போனே?'

வைத்தே லெச்சுவைக் கேட்டான். அவன் பேசும்போது எப்போதும் வெளியிலேயே கண் இருக்கும். அவனுடைய அப்பாவின் மோட்டார் சைக்கிளை எடுத்து வந்திருப்பதால் அந்த ஜாக்கிரதை. ரெட் ரெய்டிங் ஹுட் என்று பெயர் எழுதி, நாலு பேர் சௌகரியமாக உட்கார்ந்து போகிற அளவு பெரிய மோட்டார் சைக்கிள் அது. மேலே ஒரு கூரை மட்டும் இருந்தால் அம்பாசிடர் காருக்கு ஒன்று விட்ட தம்பி ஆகியிருக்கும்.

லெச்சு சென்னை போகவில்லையாம். சொல்லப் போனால் இங்கே வெகு அருகில் இருக்கிற எல்லைப் பிரதேசமான கடலூர் கடந்து கூட அந்தப் பக்கம் போகவில்லை.

அப்புறம் கமலஹாசன் எப்படி இங்கே வந்து கல்லூரிப் பேரவையைத் தொடங்கி வைக்க சம்மதித்தார்?

'நாம கேட்டா மாட்டேன்னு சொல்ல மாட்டார். நம்பிக்கை வேணும். அதான் அடிப்படை.'

லெச்சு எதோ சினிமாவில் அல்லது எல்லா சினிமாவிலும் முத்துராமன் கண்ணை அகலமாக்கிக் கொண்டு பேசுகிறது போல பேசினான்.

இந்த அடிப்படை விஷயம் எப்படி யோசித்தாலும் உதைக்கிறது. என்றாலும் அவன்தான் செயலாளர். நானும் மற்றவர்களும் அவனுக்கு ஓட்டுப் போட்டுத் தேர்ந்தெடுத்த பேரவை சாதா உறுப்பினர்கள். மற்றும் நண்பர்கள். அவனுக்கு ஆதரவாக எப்பவும் இருக்கத்தான் இங்கே அனைவருக்கும் காப்பி உபச்சாரம்.

கையில் வைத்திருந்த ரஃப் நோட்டைத் திறந்து காட்டினான் லெச்சு. அது அவன் எங்கே போனாலும் கூடவே வரும். எந்த வகுப்புப்

பாடமும் அதில் இருக்காது. வகுப்பு நேரத்தில் அவ்வப்போது வரையப்படும் புரபசர்களின் முகம், முதல் வரிசை தேவதைகள் ராட்சசி கெட் அப்பில், என்னவளே என்று ஆரம்பித்து அந்தரத்தில் நிற்கும் புதுக் கவிதை, ராஜா தியேட்டரில் 'சவாலே சமாளி' முதல் நாள் எல்லா காட்சிகளுக்குமான வசூல் விவரம் இப்படிச் செறிவான தகவல் பலதும் உள்ள முக்கியமான ஆவணப் பெட்டகம் அது.

லெச்சு ரஃப் நோட்டில் பிரித்துக் காட்டிய பக்கத்தில், 'சிந்திக்கிறேன், அதனால் உயிர்க்கிறேன்' என்று எழுதிக் கையெழுத்து. சாட்சாத் கமலஹாசன் போட்டுக் கொடுத்தது.

'கமல் நடிக்கற மலையாளப் படம் ஷூட்டிங் பத்து நாள் முந்தி நம்ம பீச்சுலே நடந்துது. அடிச்சுப் பிடிச்சுப் போய் ரஃப் நோட்டை நீட்டினேன். ஸ்கூல் போகலியான்னாரு. ஸ்கூல் எல்லாம் ரெண்டு வருஷமா விட்டாச்சு. இப்போ காலேஜ் தான் போகலேன்னேன். சிரித்தார். ஆட்டோகிராஃப் போடச் சொன்னேன். போட்டுட்டார். மெட்றாஸ் வந்தா பாக்கலாமானு கேட்டேன். வாங்களேன்னு சொல்லியிருக்கார்.'

அந்த நல்லுறவைப் பேணிக் கமலஹாசனைப் பேரவை விழாவுக்கு அழைக்கிறான் லெச்சு.

'இன்னும் ஒரு மாசத்துக்கு மேலே இருக்கு. நாம, முதல்லே கமலஹாசனுக்கு ஒரு லெட்டர் போடுவோம். வந்தே ஆகணும்னு கண்டிப்பா சொல்லிடலாம். எலிசபெத் லாட்ஜ் விஷயம் வந்தபிறகு பாத்துக்கலாம்.'

கட்டாயம் வரச் சொல்லிக் கமலஹாசனுக்கு தமிழில் எழுதுவதா இங்கிலீஷிலா என்று தெரியாமல் இரண்டு மொழியிலும் எழுதி உடனே அனுப்ப முடிவு செய்யப்பட்டது. அது என்ன மாதிரி அழைப்பு என்று சொல்லிவிட்டால் உத்தேசமாக பிரெஞ்சிலும் மொழி பெயர்த்துத் தர ரொழே முன் வந்தாள். அது மட்டுமில்லை, அன்றைய காப்பிச் செலவு, கெத்து டிபான்ஸ் என்ற பிஸ்கட் செலவு எல்லாம் அவள் தருவதாகச் சொல்லி விட்டாள். லெச்சுவுக்கு நண்பன் ஆனதில் கிடைத்த கூடுதல் நன்மை, ரொழே இப்படி அடிக்கடி இலவசங்களின் மழையில் சொட்டச் சொட்ட நனைந்து குளிக்க விடுவதுதான்.

'கமலஹாசன் மட்டும் போதாது. இன்னொருத்தர் ரெண்டு பேர் இருந்தாத்தான் அவை நிறைஞ்சு இருக்கும்.'

வைத்தே சொன்னான். அப்படித்தான் என்று எல்லோருக்குமே பட்டது. லெச்சு தொண்டையைக் கனைத்துக் கொண்டான்.

அவன் ஒப்பித்த பட்டியலில் இந்திய ஜனாதிபதி வி.வி.கிரி, பிரெஞ்சு ஜனாதிபதி பாம்பிடு, இங்கிலாந்து எலிசபெத் ராணி தவிர வேறே பிரமுகர்கள் எல்லோரும் இருந்தார்கள். இத்தனை பேரும் ஒத்துக் கொண்டு புறப்பட்டு வந்து சேர்ந்தால், சவுகரியமாகத் தங்க வைக்க, எலிசபெத் லாட்ஜ் என்ன, இந்த ஊரே காணாது.

வைத்தேயின் அப்பா அவ்வப்போது கட்டுரை எழுதி சென்னை பத்திரிகைகளில் வருமாம். கம்பராமாயணத்தில் காய்கறிகள், திருக்குறளில் பூக்கள் என்று தலைப்பிட்ட அதையெல்லாம் பிரசுரிக்கவும் தமிழில் பத்திரிகைகள் உண்டாம். அந்த பத்திரிகை எடிட்டர்களில் யாரையாவது அப்பா கூப்பிட்டால் அவர் வந்து விடுவார் என்றான் வைத்தே.

இதில் இன்னொரு கொசுறு நன்மையும் உண்டு. அப்படி வரும் பட்சத்தில் அந்த விருந்தாளி வைத்தே வீட்டில் தங்கிக் கொண்டு அங்கேயே மூணு வேளை சாப்பாடு, குளியலும் வைத்துக் கொள்ளலாம். ஆகவே, பத்திரிகை ஆசிரியர் ரெண்டாம் புள்ளியாக அழைக்கப்படுவார். இப்போதைக்கு எக்ஸ் என்று அவருக்குப் பெயரிட்டு அது அங்கீகரிக்கப்பட்டது.

'மூணாவது ஒரு லோக்கல் ஆசாமி இருந்தால் நல்லா இருக்கும்.'

அந்துவான் சொல்ல ஆமோதித்தோம். அதிசயமாக, தடங்கலே இல்லாமல் சொன்னான்.

'மூணாவதாக ஒரு உள்ளூர்ப் பேச்சாளர் வேணும்னா, அது கயல் விழியோட அப்பா பார்வேந்தனார். கறிகாய் வாங்க மார்க்கெட் போனாலும் இலக்கணமாத்தான் பேசுவார்.'

சொல்லி நிறுத்தி என்னைப் பார்த்தான் லெச்சு.

'நீயே போய்க் கூட்டி வந்துடு. மாப்பிள்ளை தானே.'

அபாண்டம். கயல் சாக்லெட் சாப்பிட ஒத்தாசை செய்ததால் பார்வேந்தனார்க்கு மாப்பிள்ளையாகி விட முடியுமா என்ன? கூழாக சாக்லெட் தீற்றிய கயல்விழியின் இதழை விரலால் ஒற்றிச் சுவைத்ததும், அவள் நெற்றியில் புரளும் முடிக் கற்றையை ஒதுக்கி விட்டதும் கூடக் கணக்கில் வரலாம். ஆனால், இந்த ரகசியம் எல்லாம் லெச்சுவுக்கு எப்படித் தெரியும்?

'சும்மா உன்னைக் கிண்டல் பண்ணச் சொன்னேண்டா.'

நான் பலமாக மறுக்கும் முன், லெச்சு அவசரமான சமாதான உடன் படிக்கைக்கு முன்வந்தான். அதானே. அவனுக்கு சேவை செய்யவே

பிறப்பெடுத்த நல்ல நண்பனை பேரவைத் தொடக்க விழா நேரத்தில் இழக்க அவன் தயாராக இல்லை என்று நிச்சயமானது.

'நீ அந்தப் பொண்ணோட மல்லாக்கொட்டை போடறதை கவனிச்சிருக் கேன். அதான் நூல் விட்டுப் பார்த்தேன். அந்துவான், நீ என்ன சொல்றே?'

அந்துவான் இவனுக்கு இவனுக்கு என்று சொல்ல ஆரம்பித்து அபிப்பிராயத்தைத் தெளிவாக வெளியிட்ட திருப்தியில் என்னைப் பார்த்து விரல் சுண்டிச் சிரித்தான். நானும் சிரித்து வைத்தேன். அவன் சர்வரைத் தலையை ஆட்டிக் கூப்பிட்டு, இன்னொரு காப்பிக்கு ஜாடை காட்டினான். ரொழே செலவுதானே, பிஸ்கட்டும் சேர்த்து எல்லோருக்கும் காப்பி பரிமாறப்பட்டது.

சூடான அந்தக் கோப்பை காப்பியில், அந்துவான் தொண்டையில் சிக்கிய வார்த்தை வெளியே வந்து விட்டது.

'இவனுக்கு இவனுக்கு எத்தனை கேர்ள் பிரண்டு தெரியுமா? ஒபிதால் நர்ஸ் ஜோசபின், சீனியர் வைஷ்ணு, கயல்விழி, ஊர்லே ஒரு பொண்ணு அதும் பேர் நினைவு வரல்லே.'

அந்துவான் போட்டு உடைக்க நான் சும்மா இருந்தேன். எதை மறுக்க, எதற்காக மறுக்க? அந்துவானுக்கு கொஞ்சம் போல நன்றி வேண்டு மானால் சொல்லலாம். ஜோசபின் நர்ஸாக வேலை பார்க்கிற விஷயம் எனக்கே இப்போது தான் தெரியும்.

காசனோவா என்றாள் ரொழே, மேஜைக்குக் குறுக்கே என்னோடு கை குலுக்கி. டான் ஜுவான் என்றான் வைத்தே வாசலைப் பார்த்துக் கொண்டு. மதன காமராஜன் என்றான் சிரிச்ச பேசன். இவர்கள் எல்லாரும் யாரென்று தெரியாவிட்டாலும் சிரித்து வைத்தேன்.

பக்கத்தில் இருந்த அமேலி என்னைத் திரும்பிப் பார்த்த பார்வையில், பெண் பித்தா, காமுகா என்று அஞ்சலிதேவி டூரிங் டாக்கிஸ் சினிமாவில் ரீல் அறுந்து போகப் போக ஒட்டி ரங்காராவைத் திட்டி சாபம் கொடுப்பது நினைவு வந்தது. மேஜைக்குக் கீழே அமேலியின் மெத்தென்ற காலடி என் கால் மேல் இதமாகப் படிய ஒரு வினாடி மெய்மறந்து கண் மூடினேன். ஓங்கி உயிர் போகிற மாதிரி மிதித்து விட்டு அவள் எங்கோ பார்த்துக் கொண்டு விஷமமாகச் சிரிக்க, அமேலி அப்பா பிரெஞ்சு ராணுவத்தில் இருப்பது அடுத்து நினைவு வந்தது.

நான் விடிவதற்கு ஒரு மணி நேரம் முன்னால் எழுந்து விக்தொ அங்கிளோடு ஜாகிங்காக இல்லாமல் தனியாக கடற்கரைக்குப்

போனேன். சுங்கச் சாவடி அருகே உள்ளொடுங்கி அலை அவ்வப் போது சிதறும் பாறைச் சுவரில் சாய்ந்து உட்கார்ந்து கடகடவென்று கடிதம் எழுதி முடித்தேன். கமலஹாசனுக்கு அழைப்புக் கடிதம் அது.

பரமக்குடியில் பிறந்தவரே, களத்தூர் கண்ணம்மாவில் குழந்தை நட்சத்திரமாக ஜொலித்தவரே என்று போகிற மெய்க்கீர்த்தி தேவரின் மாணவன் படத்தில் திரும்பியவரே என்று அழைத்து நிறைவு பெற, பேரவைத் தொடக்க விழாவுக்குத் தலைமை வகிக்க அழைப்பு ஆரம்பம்.

'நல்லாத்தான் வந்திருக்குடா. கமலஹாசன் பேசினா மட்டும் போதாது. பேசி முடித்து, விசிலடிச்சான் குஞ்சுகளா நடனமும் ஆட வேண்டும்னு சேர்த்துடுடா. ரெக்கார்ட் போட்டுடலாம். நாம, ரொழெ, அமேலி, கயல் எல்லாரும் கூடவே ஆடலாம்.'

கடிதத்தைத் திருத்திய வடிவத்தில் லெச்சுவிடம் கொடுத்தேன்.

'அட்ரஸ்?'

'கமலஹாசன், மெட்றாஸ்னு போடு.'

அப்புறம் என்னவோ நினைவு வர, போன மாத பொம்மை சினிமாப் பத்திரிகையைப் புரட்டிப் பார்த்து விட்டு, ஆழ்வார்ப் பேட்டை, மெட்றாஸ் என்று விலாசத்தை விரிவாக எழுத வைத்தேன்.

கடிதம் தபாலில் சேர்த்து நான்கே நாளில் பதில் வந்து விட்டது. கமல் தான் எழுதியிருந்தார்.

'உங்கள் அன்பான அழைப்புக்கு நன்றி. எனக்கு அங்கு வந்து உங்கள் எல்லோருடனும் சினிமாவும் இலக்கியமும் பேச ஆசை. எனில், மலையாளப் படத்துக்காக எரணாகுளத்திலும் வேம்பநாட்டுக் காயலிலும் தொடர்ந்த படப்பிடிப்பு அடுத்த மாத இறுதி வரை இருப்பதால் நான் நாளை கேரளம் போகிறேன். உங்கள் கல்லூரிப் பேரவை விழா சிறப்பாக நடக்க வாழ்த்துகள்.'

ஜெண்டில்மேன் என்று காப்பி ஹவுசில் எங்கள் கோஷ்டி மட்டுமில்லாமல் நாங்கள் வலியப் போய்க் கடிதத்தைக் காட்டிய சுற்றமும் நட்பும் பரிச்சயமுமான எல்லாரும் ஒரு மனதாகக் கருத்துத் தெரிவித்தார்கள். காப்பி ஹவுசில் பில்டர் காப்பி வாசனையோடு அவர் புகழும் நீக்கமற நிறைந்திருந்தது கமலஹாசனுக்குத் தெரிந்திருந்தால் ஒருவேளை வந்திருப்பாரோ என்னமோ.

லெச்சு கையில் கமல் கடிதத்தோடு இன்னொரு கடிதமும், இன்லண்ட் லெட்டர் வடிவத்தில் இருந்தது.

இது யார் எழுதியது என்று விசாரிக்க, லெச்சு கடிதத்தை என் கையில் கொடுத்தான்.

'உங்கிட்டே சொல்ல விட்டுப் போச்சுடா. வைத்தேயோட அப்பா பத்திரிகை ஆசிரியர் ப்ரண்டை சம்மதிக்க வச்சிட்டார். அவருக்கும் லெட்டர் போடச் சொன்னார்.'

'சரி, போட்டாச்சு தானே.'

'போட்டேன். அதான் பிரச்னையே.'

அவசரத்துக்கு, நான் கமலஹாசனுக்கு எழுதிய அழைப்புக் கடிதத்தையே ஒரு வார்த்தை விடாமல் காப்பி அடித்துப் பத்திரிகை ஆசிரியருக்குத் தட்டி விட்டிருந்தான் லெச்சு.

இண்லெண்ட் லெட்டரை பிரித்தேன்.

'உங்கள் அழைப்புக்கு நன்றி. நான் பரமக்குடியில் பிறந்தவன் இல்லை. செட்டிநாட்டுக்காரன். நாளது தேதி வரை எந்த சினிமாவிலும் நடித்ததில்லை. உங்கள் பேரவைத் தொடக்க விழாவில் பேச மட்டும் முடியும். நடனம் ஆட முடியாது. எழுபது வயதாகிறது.'

ஒரு பாட்டம் சிரித்துத் தீர்த்தேன். அமேலி கடிதத்தைப் பிடுங்க என் பக்கமாகச் சாய, தரமாட்டேன் என்று கையை வீம்புக்கு உயர்த்தினேன். அவள் முகவாய் என் தோளில் வந்து அழுத்த, நெருக்கமாக சூயிங்கம் வாசனை. அனுபவித்துக்கொண்டு, ஆட முடியாத அந்தப் பத்திரிகை யாசிரியருக்கு மானசீகமாக நன்றி சொன்னேன்.

கயல்விழியின் அப்பாவை அழைக்க நான்தான் போயிருந்தேன். பேச வருவதாக உடனே ஒப்புக்கொண்டார். பிரின்சிபால் ஏற்கெனவே பேசி விட்டாராம். இருந்தும் நான் வந்து கூப்பிட்டது உள்ளபடிக்கே அவருக்கு உவகை அளிக்கும் ஒன்றாம். மூத்தோரைப் போற்றுதல் நம் குமுகாய ஒழுக்கம் என்றார் அவர்.

குமுகாயம்?

'சமுதாயம் என்று வடமொழியில் சொல்கிறீர்களே. அதுதான்.'

'சென்னையில் இருந்து திரைப்பட இசைப் பல்லியம் ஒன்றும் விழாவிற்கு வர இருக்கிறது. பூம்புகார் பேரங்காடி உரிமை யாளருடைய படத்துறை நண்பர் மூலம் ஏற்பாடு ஆனது.'

பல்லியம் என்ன என்று புரியாமல் கயல்விழியைப் பார்த்தேன். இல்லாவிட்டாலும் அவளைத்தான் பார்த்துக் கொண்டிருந்தேன்.

‘பல்லியம்னா சிம்ஃபொனி ஆர்கெஸ்ட்ரா. சங்கர் கணேஷ், டி.எம்.எஸ், சுசீலா எல்லாரும் வராங்க.’

விசிலடித்தான் குஞ்சுகளா குஞ்சுகளா.

கயல்விழியோடு ஆடுகிற கற்பனையில் மனம் றெக்கை கட்டிப் பறந்தது.

‘தம்பி, ஓர் ஐயம்.’

பார்வேந்தனார் என்னிடம் குழைவாகச் சொன்னார். அல்லது எனக்கு அப்படிப் பட்டது.

‘என்ன சார் ஐயம், வியங்கோள் வினைமுற்றா?’

‘இல்லையப்பா, கல்லூரியிலே நம்ம கயலுக்கு.’

சாக்லெட் ஊட்டியது இங்கும் சிறப்புச் செய்தியாக அரங்கேறியிருக்கிறதா? துறைமுகத்தில் புயல் அபாயக் கொடி எண் ஐந்து ஏற்ற வேண்டிய சூழ்நிலையில் மாட்டிக் கொண்டேனோ.

‘கல்லூரியில் பெண்கள் தனியாக அமர்ந்து பகல் உணவருந்த இடம் இல்லையாமே?’

ஆமாம். எனில், நான் எப்படி உதவி செய்ய இயலும்? கயலுக்குக் கை வலிக்காமல் சாப்பாடும் ஊட்டத் தயார் தான்.

சரி, உங்கள் முதல்வரிடம் இதைப் பேசுகிறேன் என்று கயல்விழி கையால் சுமாரான சுவைக் குழம்பி கொடுத்து அனுப்பி விட்டார். கிளம்பும்போது கயல் காதில் கிசுகிசுத்தாள்.

‘மஞ்சள் தாவணி எப்படி இருக்கு?’

டக்கர் என்றேன்.

‘உனக்காகத்தான் போட்டேன்.’

அவள் ஓரக்கண்ணால் பார்த்தாள்.

‘எனக்காக எடுத்துடேன்.’

‘சீய்ய்.’

என் மகிழ்ச்சியை முழுமையாக உள்வாங்கிக் கொண்டு சைக்கிள் பறந்தது.

வீட்டில் அப்பா முன்னறையில் உட்கார்ந்து மும்முரமாக எழுதிக் கொண்டிருந்தார். பக்கத்தில் பாரதியார் கவிதைகள், பார்வேந்தனார் எழுதிய தமிழர் மாண்பு, ஊர் வரலாறு, ஆனந்தரங்கம்பிள்ளை டயரிக் குறிப்பு எல்லாம் திறந்து கிடந்தன.

‘உங்க காலேஜ்லே எத்தனை ஸ்டூடண்ட்ஸ்?’

‘ஏன் கேக்கறீங்கப்பா? ஒரு ஐநூறு, அறுநூறு.’

‘உங்க காலேஜ் பேரவை தொடக்க விழா, நான்தான் தலைமை வகிக்கறேன். பிரின்சிபால் கேட்டுண்டார்.’

கையிலே வெண்ணெயை வைத்துக் கொண்டு நெய்க்காக அலைந்ததை மேகலா நினைவுபடுத்திப் பழிக்க, மஞ்சள் தாவணியில் இன்னொரு அழகியும் உண்டு என்றேன் அவளிடம்.

‘உருப்பட மாட்டே. உருப்படவே மாட்டே.’

மேகலா குரல். மேகலா மட்டுமில்லை. பல்லியமாக அவளோடு கூட ஜோசபின், கயல்விழி, அமேலி. இன்னும் யார்யாரோ அழகான பெண்கள்.

‘யுன் ஃபை தொ ப்ள ஸில்வொ ப்லெ.’

ரொழெ ‘ஒன்ஸ் மோர் ப்ளீஸ்’ கேட்க, நான் ஓடினேன்.

11

சனிக்கிழமை ஏகப்பட்ட சுவாரசியங்களைப் பற்றிய வாக்குறுதி கொடுத்தபடி விடிந்து கொண்டிருந்தது. நான் எழுந்ததும் முதலில் தினசரி காலண்டரைத்தான் பார்த்தேன். முழ நீளத்துக்கும் கூடுதலாக அந்த நாள்காட்டி நீளவாக்கில் தான் எப்போதும் நினைவு வரும். நீலமும் நீளமுமான அதன் அட்டை நெடுக விவேகானந்தர் கம்பீரமாகக் கையைக் கட்டிக் கொண்டு நிற்பார். கீழே கையகலத்துக்கு ஒவ்வொரு தினத்துக்குமான தேதி, கிழமை, ராகுகாலம், எமகண்டம், எல்லா ராசிக்கும் ராசிபலன், பொன் மொழி இதெல்லாம்.

என் ராசிக்கு இந்தத் தினத்தில் என்ன பலன் என்று நோக்கினேன். வாகன யோகம். ராலே சைக்கிள் தகராறு செய்யாமல் ஓடுவதால் இந்தப் பலனை எனக்கு முழு வருடத்துக்குமே போட்டாலும் தப்பே இல்லை. தண்ணீரில் கண்டம் என்று போடாததே பெரிய நிம்மதி.

காரணம் உண்டு. இன்னும் ரெண்டு மணி நேரத்தில் நான் படகு ஓட்டிக் கொண்டு போவேன்.

நேற்று காப்பி ஹவுசில் இருந்து புறப்படும்போது வெள்ளைப் பட்டாம்பூச்சிக் கூட்டமாக ஜோசபின் மற்றும் அவளுடைய மூன்று நர்ஸ் தோழிகள் கலகல வென்று பேசியபடி நுழைந்தார்கள். மற்ற பட்டாம் பூச்சிகளும் கண்ணுக்கு நிறைவாகத் தோன்றினாலும் ஜோசபின் வெள்ளை வெளேரென்ற உத்தியோக

உடுப்பில் வழக்கத்தை விடப் பேரழகியாக இருந்ததால் அவளை விட்டுக் கண்ணை எடுக்க முடியவில்லை.

‘ஒன்பது மணிக்கு ரூ தூமா வந்துடு. போட்டிங் போகலாம். வரும்போது ஒரு பாக்கெட் பிரட் எடுத்துக்கிட்டு வா.’

ஜோசபின் என்னிடம் கிசுகிசுப்பாகச் சொன்னபோது, என்ன ஏது என்றெல்லாம் கேட்கத் தோன்றாமல் அவளையே செயல் மறந்து பார்த்தேன். மின்னல் வெட்டித் திரண்ட வனப்புக்கு வேறே எப்படி பாராட்டு சொல்வது என்று தெரியவில்லை. காப்பி ஹவுஸே சுற்றி நின்று என்னைப் பார்த்து சிரித்தாலும் கவலை இல்லை. இந்த அழகை இப்படித்தான் வணங்க முடியும்.

வயசில் மூத்தவள் தோரணையில், ‘நீ நல்ல பையன்’ என்கிறதாகத் தோளில் தட்டிவிட்டு கடைசி வரிசை மேஜைகளுக்குத் தோழிகளோடு போய் விட்டாள் ஜோசபின். அந்த நேரத்தில் அவள் என்னை விடப் பெரியவள் என்று நிலைநாட்டிக் கொள்ள என்ன அவசியம் என்று தெரியவில்லை.

இதோ, ஒன்பது மணி ஆக இன்னும் பத்தே நிமிடம். ஜோசபின் காத்திருப்பாள். சைக்கிள் சாவியை எடுத்துக் கொண்டு வேகமாகக் கீழே வந்தேன்.

இந்த ரூ துமா எங்கே இருக்கு?

டியூட்டி முடிந்து மாட்டு வண்டி பூட்டிக் கொண்டிருந்த வின்செண்ட் நடராஜனிடம், குரலில் உணர்ச்சி, உற்சாகம் எதுவும் தட்டுப்படாமல் முகத்தைச் சாதாரணமாக வைத்துக் கொண்டு, விசாரித்தேன். அவர் கிழக்கே கையைக் காட்டியபடி குக்கிக்குக் கூளம் அள்ளிக் கொண்டு காம்பவுண்ட் ஓரமாகப் போனார்.

உத்தேசமாக சைக்கிள் மிதித்து வழியில் பட்டீஸெரி என்று பிரெஞ்சில் எழுதிய ரொட்டிக் கடையில் பிரட் வாங்கிக் கொண்டு நோத்ரெ தாம் சர்ச் பக்கம் போய்க் கொண்டிருக்கும்போது பெயரைச் சொல்லிக் கூப்பிடும் குரல். சைக்கிளில் உட்கார்ந்தபடிக்கே சக நர்ஸ் தோழி கூவிக் கொண்டிருக்க, பக்கத்தில் ஜோசபின் கித்தான் பையில் எதையோ ஒழுங்குபடுத்திக் கொண்டிருந்தாள். அவளுடைய சைக்கிள் அவளைப் போலவே ஒயிலாக ஓரமாக நின்றது.

‘போன் ஜூர்’ காலை வணக்கப் பரிமாறுதல் கிரமமாக முடிய ஜோசபின் என்னைக் கேட்டாள் –

‘எங்கே கிளம்பிட்டே?’

‘இதானே வேணாங்கறது. நீ தானே வரச் சொன்னே’

‘ஓ அப்படியா?’

நினைவு படுத்திய மாதிரி சிரித்தாள். என்ன திமிர் இந்தப் பெண்ணுக்கு. தோழி மட்டும் இல்லாமல் இருந்தால். வேண்டாம். இன்ப ஊகங்கள் சனிக்கிழமை காலையில் மனசில் குமிழிட்டுக் கிளம்புகிறவை இல்லை.

‘எங்கே போகலாம் ஏஞ்சலின்?’

தோழியைக் கேட்டாள். ஏஞ்சலின் வசீகரமாகச் சிரித்தாள். ஏஞ்சலின் என்ற பெயர் வைத்த எல்லாப் பெண்களும் வசீகரமாகச் சிரிப்பார்கள் என்று திடமாக நம்பலானேன்.

‘தேங்காத்திட்டு?’ என்று கேட்டாள் ஏஞ்சலின்.

‘ஊஹூம். படகு கிடையாது. பழைய ஹார்பர் தான் இருக்கு அங்கே. சும்மா பீச் பாக்கப் போறது வேஸ்ட். உனக்கு வேணும்னா இன்னொரு நாள் வச்சுக்கலாம் இவளே.’

ஜோசபின் கித்தான் பையைத் தன் சைக்கிள் கூடையில் வைத்தபடி சொன்னாள்.

‘அப்போ ஊசுட்டேரி’ என்றாள் அந்த இவளே.

சாப்பாட்டுப் பதார்த்தங்கள் மாதிரியான பெயர்கள் மனதில் பதிய, பிரட் பொட்டலத்தை ஏஞ்சலினிடம் நீட்டினேன்.

‘பான்?’

பான் என்றால் மற்ற பிரதேசத்தில் நிலவுகிற மாதிரி வெற்றிலை பாக்கு இல்லை போல. இங்கே பிரெஞ்சு வள நாட்டில் பான் என்றால் பிரட் என்று பாடம் கற்றுத்தரப் பட்டது.

அப்படியும் இப்படியும் பொட்டலத்தைத் திருப்பிப் பார்த்து விட்டு என்னைக் கடுமையாகப் பார்த்தாள் ஜோசபின்.

‘தேதி கவனிச்சு வாங்க மாட்டியா?’

அவள் பெரியவள், நான் ரொம்பவே சின்னவன் என்று தோழியிடம் உறுதிப்படுத்திக் கொள்கிற முனைப்பு குரலில் தெரிந்தது.

‘நாளைக்கு செத்துடும்’ என்று விளக்கினாள் ஜோசபின். போன வாரமே காகிதத்தில் பொதிந்து விற்பனைக்கு அனுப்பிய ரொட்டியாம். சாப்பிட இன்றே இறுதி நாளாம்.

‘ஜோசபின், டாக்டர் வர்றார் பாரு.’

ஏஞ்சலின் அவசரமாகச் சுட்டிக் காட்டிய திசையில், ஊரில் உள்ள சொற்பமான பஜாஜ் ஸ்கூட்டர்களில் ஒன்று. என்ன இருந்தாலும் லாம்பிரட்டா கம்பீரம் பஜாஜில் வராது.

வேகமாக வந்த ஸ்கூட்டர் எங்கள் பக்கத்தில் வந்து நின்றது. எனக்குத் தெரிந்த டாக்டர் தான். காலேஜில் என்சிசி சேர்ந்த போது இவர்தான் மெடிக்கல் செக் அப் செய்ய வந்திருந்தார். தினசரி காட்லீவர் ஆயில் காப்ஸ்யூலும் முட்டை அடித்துக் கலக்கிய பசும்பாலும் சாப்பிடச் சொல்லி விட்டுப் போனவர். பாட்டிலில் சுறா மீனோ திமிங்கிலமோ படமாக அச்சடித்து ஒட்டி வரும் அந்த மாத்திரையை இனி என்றும் சாப்பிட மாட்டேன். கழித்தால், நாள் முழுக்க ஏப்பம் விட்டுக் கொண்டு நீலமீன்கள் வயிற்றில் நீந்தும்.

‘ஏஞ்சலின், ஒன் மினிட்.’

நர்ஸ் தோழியைத் தனியே அழைத்துப் பேசும் முன் ஜோசபினிடம் மன்னிப்புக் கோர மறக்கவில்லை அவர். நான் இருப்பதைத் தான் முழுக்க உதாசீனம் செய்து விட்டார். அவர் பேசுவதை முழுக் கவனத்தோடு கேட்டுக் கொண்டிருந்த ஏஞ்சலின் தன் சைக்கிளை லாகவமாக ஒடித்துத் திருப்பினாள்.

‘து அஷான்ஸ் எ ஒப்பிதால். த்ராய் பஷ்யொ நூவெல் மே அத்மி. ரோசாலி ஃபெய் மாலாட்.’

அவசரத்தில் பிரெஞ்சு தவிர வேறேதும் பேச்சாக வராமல் கையைக் காட்டி விட்டு ஏஞ்சலின் போக, நான் ஜோசபினைப் பார்த்தேன். மாலாடு எங்ஙனம் வந்தது பெண்ணே?

‘ஆஸ்பத்திரியிலே எமர்ஜென்சி கேஸ் மூணு நோயாளி அட்மிட் ஆகியிருக்காங்களாம். ரோசாலி தான் டியூட்டி நர்ஸ். சிக் லீவ் போட்டுட்டா அந்தக் கழுதை.’

கழுதைக்கு என்ன பிரெஞ்ச் என்று கேட்டேன். என் பெயரைச் சொல்லி விட்டுச் சிரித்தாள் ஜோசபின். எனக்கு சிரிப்பு வரவில்லை.

‘இப்போ வீட்டுக்குத் திரும்பப் போக வேண்டியது தானா?’

சுவாரசியம் எல்லாம் வடிந்து நான் ஜோசபினைக் கேட்க, அவள் ஒரு வினாடி யோசித்தாள்.

‘சொன்னபடி கேப்பியா?’

‘கேட்பேன்’ என்றேன்.

‘விஷமம் பண்ணாம கையைக் காலை வச்சுக்கிட்டு இருப்பியா?’

‘இருப்பேன்.’

‘என்னைத் தொடமாட்டேன்னு சொல்லு.’

‘உன்னைத் தொடவே மாட்டேன்.’

‘இடுப் இடுப்... ‘

அவள் அழகாகக் குழற ‘இடுப்பைப் பிடிச்சு இறுக்க மாட்டேன்’ என்றேன்.

‘உதட்டுலே வந்து அது அது... ‘.

‘உதட்டுலே முத்தம் கொடுக்க மாட்டேன்.’

‘மூஞ்சி, உன்னைப் பத்தி தெரியாதா என்ன?’

கண்டிப்பாக ஆரம்பித்துச் சிரிப்பில் முடித்தாள் ஜோசபின். ஏஞ்சலின் இல்லாததாலோ என்னமோ அவள் சட்டென்று வயது குறைத்து என் சக வயசுக்கு வந்திருந்தாள், டவுண்ஹால் முத்தம் அவள் நினைவிலும் நிலையாக உறைந்த ஒன்று என்று அவள் சிரிப்பில் கலந்த வெட்கம் சொன்னது.

பொண்ணுக்குக் கோபமில்லை, ரசிக்கிறாள்.

‘சமத்தா வரணும்’ என்றபடி ஜோசபின் சைக்கிளில் முன்னால் போக, கூடவே தொடர்ந்தேன்.

‘ஊசுட்டேரி இங்கே இருந்து ஆறு மைல். உன்னாலே சைக்கிள் ஓட்ட முடியுமா?’

ஜோசபின் விசாரிக்க ஆறு என்ன அறுபது மைல் கூட அவளோடு வரமுடியும் என்றேன்.

‘ரொம்ப டயலாக் விடாதே’

‘ஓகே, லே மேடமாய்சில்லி.’

‘கடவுளே, அது லெ மதாமொசெலி.’

‘உய் மதாமொசெலி, உசுட்டேரியிலே என்ன புரகிராம்?’

‘சொன்னேனே, ஏரியிலே படகு விடப் போறோம்.’ என்றாள் ஜோசபின். ‘எக்ஸ்பீரியன்ஸ் இருக்கா?’ என்று தொடர்ந்தாள்

‘என்.சி.சியிலே கடல்படையாக்கும் நான். படகு ஓட்டியிருக்கேன். கடல்லே எல்லாம் நீச்சல் போட்டிருக்கேன்.’

அவள் அழகாக ஆச்சரியப்பட்டாள். என்.சி.சியில் லெப்ட் ரைட் போட்டு விட்டு பூரி, கிழங்கு சாப்பிட்டேன் என்று நிஜத்தைச் சொன்னால் அந்த அழகு புலப்பட்டிருக்காது.

‘நல்லா சாப்பிடுவியா?’

இதுக்கு என்ன பதில் சொல்வது என்று முழித்தபோது தெரிய வந்தது - மூன்று பேருக்கு என்று உத்தேசமாக சமைத்து அவள் எடுத்து வந்ததை எல்லாம் ஏஞ்சலின் இல்லாததால் நாங்கள் ரெண்டு பேருமே தின்று முடித்து தோணிகள் ஓட்டி விளையாடி வர வேணும்.

‘வேறே யாருமே வர ரெடி இல்லே’ என்று குறைச்சல் பட்டாள் ஜோசபின்.

‘வீராஸ் கூடவா?.’

அவள் மௌனமாக ஒரு நிமிடம் சைக்கிள் மிதித்து வந்தாள். பாதையில் குறுக்கிட்ட ஒரு ஆட்டுக் கூட்டத்தை சைக்கிள் மணி அடித்து ஒதுக்கிப் போனோம் இருவரும்.

‘வீராஸோட இல்லே நான். யார் கூடவும் இல்லே. தனியாத்தான் இருக்கேன். அன்னிக்கு டவுன்ஹால் டான்ஸ் போது அந்தக் குடிகாரனுங்க கிட்டே வேணும்னு தான் வீராஸ் கூட இருக்கேன்னு சொன்னேன். அப்படி யாரும் கிடையாது நிஜத்திலே. சொல்ல ஒரு பெயர் இருந்தா தொல்லை இருக்காது. அதான்’

மூச்சை இழுத்து விட்டேன். என்னமோ இனம் புரியாத சந்தோஷம். ஜோசபின் வேறு யாருக்கும் சொந்தமானவள் இல்லை.

சட்டென்று அவள் சைக்கிளை நிறுத்திக் காலூன்றி நின்றாள். மோதாமல் காலைத் தேய்த்து நானும் நின்றேன். அவளுடைய வண்டியின் முகப்பில் இருந்த கூடையில் விரல் சுண்டினாள்.

‘விழுந்துடும் போல இருக்கு. நீ கொஞ்சம் எடுத்துக்கோ’ என்றவள் ஒரு காஸரோல் பாத்திரத்தை வெளியே எடுத்து என்னைப் பார்த்து, ‘விலொபன்யி?’ என்று விசாரித்தாள். அபிநயத்தில், கூடை எங்கே என்கிறாள்.

‘என் சைக்கிள்லே அந்த அலங்காரம் எல்லாம் கிடையாது. வேணுமென்றால் பையோடு கழுத்தில் மாட்டிக் கொண்டு வரேன்.’

‘போர்தெவேலு?’ என்று சைக்கிளின் பின்னால் காட்டிக் கேட்டாள்

‘கதிர்வேலு எடுத்துப் போயிட்டார்.’ என்றேன்.

அவள் தேடிய பக்கவாட்டுப் பெட்டி என் வண்டியில் இருந்தது. இப்போது இல்லை. சினிமா பார்க்கப் போனபோது காணாமல் போய் விட்டது. அது போன மாதம் நடந்த ஒன்று.

ஜோசபின் கொடுத்த ஒரு பையை அட்ஜெஸ்ட் செய்து ஹாண்டில் பாரிலேயே மாட்டிக் கொண்டு ஓட்டி வந்தேன். அதற்குள் ஊர்வன, நடப்பன, பறப்பன என்று இறந்த காலத்தில் சுவாசித்த எதுவோ, வெங்காயமும் பூண்டும் துணைக்கு வர, உறங்கிக் கொண்டிருந்தது.

சாம்பல் நிறத்தில், பஞ்சுப் பொதி குதித்து நகர்கிறது போல வாத்துக் கூட்டம் ஒன்று பாதை கடந்தது. ஜோசபின் உஷ் உஷ் என்று விசில் அடித்தபடி, விளிம்பில் நகர்ந்த வாத்துகளின் இறக்கையில் உரசுகிற மாதிரி பெடலை அழுத்த, நான் பின்னால் இருந்து அவள் சீட்டை இறுகிப் பிடித்தேன்.

வண்டி கோணலாக நகர்ந்து நிற்க டொப் என்று சின்னச் சத்தம். துள்ளிக் குதித்து ஓடின வாத்துகள். மேய்த்து வந்தவன், ‘பஞ்சராயிடுச்சு’ என அறிவித்தபடி கோலோடு போனான்.

கோபமாக என்னை வெறித்தாள் ஜோசபின். கையை நீள வீசி என் தலையில் நறுக்கென்று குட்டினாள். வு வு வு என்று பிரெஞ்சில் ஆரம்பித்து யூ யூ யூ என்று மொழிமாற்றியபடி தொண்டைப் பக்கம் என் சட்டையைப் பிடித்து இழுக்க, நான் முன்னால் சாய்ந்தேன். விழுந்து விடாமல் அவள் இடுப்பை அணைத்துத் தோளைப் பற்றி இழுத்தேன்.

‘கெட்ட பையன்.’

உதட்டைத் துடைத்துக் கொண்டபடி விலகும்போது முணுமுணுத்தாள்.

‘உன் சத்தியத்தை தண்ணியிலே தான் எழுதணும்’ என்றாள். திசொலி என்று சாரி சொன்னேன். அவள் சொல்லிக் கொடுத்ததுதான். ‘நரகத்துக்குப் போ’ என்றாள். ‘அதுக்கும் சரி’ என்றேன்.

சைக்கிளைத் தள்ளிக்கொண்டு பத்து நிமிடம் நடந்தோம். பாதை ஓரத்தில் யார் வீட்டிலோ வேலிப் படலைத் திறந்து உள்ளே போனாள் ஜோசபின். ஸ்கர்ட் தரித்த ஒரு கோஷ்டி பாட்டியம்மாக்கள் அவளோடு வெளியே வந்து ஒரு வினாடி பங்க்சரான அவள் சைக்கிளையும் தீர்க்கமாக நேரம் எடுத்து என்னையும் பார்வையால் பரிசோதித் தார்கள்.

நான் பாஸ் ஆனேனோ தெரியாது, சைக்கிளை வீட்டு முற்றத்தில் வைத்துப் பூட்டினாள் ஜோசபின். சாப்பாட்டுப் பையைத் தூக்கிக் கொண்டு பிரெஞ்சில் அவர்களிடம் சுருக்கமாகக் கதைத்து விட்டு வெளியே வந்தாள்.

‘பின்னால் உட்கார்ந்துதான் போகணும், ரெடியா?’ என்று கேட்டேன்.

‘வேறே வழி?’ என்றாள்.

‘தொடுவேன்னு சொல்லு.’ பின்னால் திரும்பி அவளிடம் என் நிபந்தனையைச் சொன்னேன்.

‘தொடுவேன்’ என்றாள் தரையைப் பார்த்தபடி.

‘இடுப்பை இறுக்கப் பிடிச்சுப்பேன்னு சொல்லு.’

‘மாட்டேன்.’

‘முத்தம் கொடுப்பேன்னு சொல்லு.’

‘சீ போடா.’

முதுகில் அடித்தாள்.

பின்னால் அவள் உட்கார்ந்து வர அடுத்த முப்பது நிமிடம் போனதை வர்ணிக்க என்னிடம் வார்த்தை இந்த ஜென்மத்தில் வரப் போவதில்லை. வாழ்க்கையிலேயே இனிமையாகக் கழிந்த அந்தப் பொழுதை என்றாவது பெயர்த்தெழுதி விட்டுத்தான் மரிப்பேன்.

கண்ணுக்கெட்டிய தூரம் வரை அமைதியாகப் பரந்து சின்னச் சின்ன அலைகளை வீசிக்கொண்டு ஒரு ஏரி. கொக்கும் நாரையும் கூட்டம் கூட்டமாகத் தண்ணீர்ப் பரப்பில் படிந்து மீனோடு மேலெழும்பி அகல, இன்னொரு கூட்டம் பறவைகள் சூழ்கின்றன.

‘இறங்கு.’

அவள் குதித்து இறங்கினாள். கையில் ஜாக்கிரதையாகப் பிடித்த தீனிப் பை.

சைக்கிளைப் பூட்டி வைத்துவிட்டு, படகுத் துறைக்குள் நுழைந்தோம். சாப்பாட்டுக் கூடையும் பொட்டலமும் எல்லாம் புல் தரையில் வைத்தாயிற்று.

‘என்னப்பா படகையே காணோம்?’ என்றாள் ஏரிப் பரப்பை நோக்கிய ஜோசபின் சலிப்போடு.

‘நான் ஒளிச்சு வைக்கலே பார்த்துக்கோ.’

கையைத் தூக்கினேன். முதுகுப் பக்கம் கையை வளைத்து இறுக்கினாள்.

‘வம்பு பண்ணினா ஏரி ஆழத்துலே கொண்டுபோய் தள்ளிடுவேன்.’

‘எங்கே தள்ளு பார்க்கலாம்’ என்று பதிலுக்கு அவள் கையை நான் இறுகப் பற்றி முறுக்க, படகுத்துறைக் காவல்காரன் வந்து நின்றான்.

‘மூணு படகுமே ஏரியிலே போயிருக்குதே முசியே.’

நாங்கள் பதிலேதும் சொல்லவில்லை.

'எட்டு மணிக்கு ஒரு ஆபீசர் வந்து படகு எடுத்தார். அதைத் தவிர இன்னும் ரெண்டு இங்கேயேதான் கிடந்தது. ஒரு மணி நேரம் முந்தித்தான் டூரிஸ்டு எடுத்துப் போனாங்க.'

'இப்போ என்ன பண்ணலாம், ஏரிக்கரையிலே நின்னு வேடிக்கை பாத்துட்டு திரும்பிடலாமா?'

'அதெல்லாம் வேணாம் தம்பி. சாப்பாடு இருந்தா முடிச்சுக்குங்க. அதுக்குள்ளே ஏதாவது படகு திரும்புதான்னு பார்க்கலாம்.'

பூப்போட்ட சீட்டித் துணியைப் பரப்பி விரித்து நடுவில் இருந்தோம். ஏகப்பட்ட காகங்களும், அணில்களும், ஏதோ மேற்கு தேசத்தில் இருந்து வந்த பெலிகன் பறவைகள் சிலவும் துணைக்கு இருக்க, சாப்பாட்டு மூட்டையை அவிழ்த்தோம். நேர்த்தியாக எல்லாம் பார்த்துப் பார்த்துச் சமைத்து, நேர்த்தியாகப் பாத்திரங்களிலும், ஜாடிகளிலும், போத்தல்களிலும் நிறைத்து எடுத்து வந்திருந்தாள் ஜோசபின்.

பிரட்டும், சோறும், பட்டாணிக் கூட்டும், உருளைக்கிழங்கு ரோஸ்டும், பப்படமும், ரோஜா சர்பத்துமாக வரிசையாக எடுத்து விளம்பினாள் அவள். வறுத்த மீன் துண்டு ஒன்றை எடுத்துக் கடித்தபடி வேணுமா என்றாள். 'இது மட்டும் வேணாம்' என்றேன்.

'வேறே என்ன வேணும்?'

சாப்பிட்டபடி என்னைப் பார்த்துச் சிரித்தாள். மீனை வாயில் இருந்து பிடுங்கி எறிந்துவிட்டு, எதுக்கு பிடுங்க, அது பாட்டுக்கு இருந்து விட்டுப் போகட்டும் என்று விட்டுவிட்டு அப்படியே அந்த உதட்டில்.

'வேணாம், நீ என்ன நினைக்கறேன்னு தெரியுது.'

'ஷெ தெய்மா' என்றேன். பிரெஞ்சில் 'ஐ லவ் யூ' சொல்ல வாழ்க்கையில் முதல் தடவையாகக் கிடைத்த சந்தர்ப்பம் அது.

'தத் து நெசான்ஸ் சொல்லு. பிறந்த நாள், வருஷம்' என்றாள் ஜோசபின்.

வருடம், மாதம், நட்சத்திரத்தோடு டேட் ஆஃப் பர்த் சொன்னேன்.

'நீ எனக்கு அஞ்சு வருஷம் சின்னவன்.' அதிசயம் அறிந்த தொனியில் சொன்னாள் அவள்.

'ஸோ வாட்?'

'நீ படிச்சு நல்ல வேலைக்குப் போகணும். உங்க வகையிலே நல்ல பொண்ணாப் பார்த்து கல்யாணம் பண்ணிக்கணும். பிள்ளை குட்டி, பேரன் பேத்தின்னு வம்சம் வளரணும்.'

'குடுகுடுப்பைக்காரியா வேறே இருக்கியா ஒழிஞ்ச நேரத்திலே!'

அவள் முகவாயில் இடது கையால் வருடியபடி கேட்டேன். சும்மா சிரித்தாள்.

'தெரியலே. என்னன்னு சொல்லத் தெரியலே. வயசு வித்தியாசம் ஒரு நிமிஷம் மனசுலே வருது. அடுத்த நிமிஷம் உன் கண்ணைப் பார்த்தா, காணாமப் போயிடுது. நீ பேசாட்டாலும் கூப்பிட்டு வம்பிழுத்துப் பேசணும்னு இருக்கு. வெறும் பேச்சு மட்டும்தான். ஆனா, நீ தொட்டா என்னன்னு புரியாதபடி வசமிழந்து போயிடறேன். தப்புதான். வயசு, தகுதி, பேக்ரவுண்ட் எல்லாமே உனக்கும் எனக்கும் எவ்வளவோ வித்யாசமா இருக்கு. தெரியுது.'

அவள் கண் நிறைந்து வந்தது. சின்னக் குருவியை வருடுகிறதுபோல் என் விரலால் அவள் இமைகளை நீவித் துடைத்தேன்.

'வாய்க்கலேடா. உனக்கு அப்புறம் பிறந்து செமினார் ஸ்கூல், கல்வே ஹைஸ்கூல்னு படிச்சிருக்கணும். முடியாதா, டவுண்ஹால்லே அவசரமாக் கொடுத்தியே, அந்த முத்தத்தோட என் ஆயுசு முடிஞ்சிருக்கணும். இல்லியா, இப்போ இங்கே வரும்போது நிதானமாக் கொடுத்தியே அதோட நான் சந்தோஷமாப் போய்ச் சேர்ந்திருக்கணும். வெறும் அமிதி... ப்ரண்ட்ஷிப்... அதான் விதிச்சிருக்கு. அதுக்கு மேலே போக முடியாது. போகவும் கூடாது. உன் நல்லதுக்குத்தான் சொல்றேன். ஏன்னா, ஷெ தெய்ம் தொ... ஐ டு லவ் யூ.'

என் பக்கத்தில் நகர்ந்து உட்கார்ந்தாள். அணைக்கத் தோன்றவில்லை. விலக்கவும் தான்.

'எனக்கு ஜோசபின்னு பெயர் வைச்சது சரியாத்தான் இருக்கு.'

'எப்படி' என்று புரியாமல் கேட்டேன்.

'அது பிரெஞ்சு சக்கரவர்த்தி நெப்போலியான் பெண்டாட்டி பேரு.'

'நெப்போலியன் போனபார்ட்?'

'ஆமா, நெப்போலியான் போனபா. அவனுக்கு எந்த விதத்திலும் பொருத்தம் இல்லாத பொண்ணு அந்த ஜோசபின். அவனை விட ஆறு வயசு பெரியவ. ரெண்டு பேரும் உசிருக்கு உசிரா காதலிச்சுட்டு இருந்தாங்க... ஆனாலும் சீக்கிரமே பிரிவு வந்துடுச்சு.'

ஜோசபின் குரல் உடையச் சொன்னாள்.

‘கவலைப் படாதே. நான் எந்தக் காலத்திலேயும் நெப்போலியான் போனபா, வந்தப்பா, சித்தப்பா, பெரியப்பா எல்லாம் ஆக முடியாது!’ என்றேன்.

ஏரியில் பேச்சுக் குரல்கள் மிதந்து வந்தன.

‘போட் வருது, வா கிளம்பலாம்.’

ஜோசபின் கை கழுவியபடி எழுந்தாள், அடுத்த பத்தாவது நிமிடம் துணி சுருட்டி, எச்சில் இலை களைந்து, புல்லை சீராக்கி நானும் அவளும் நகர்ந்து ஏரியில் மிதக்கும் படகில். நிறுத்தி வைத்த மரச் சட்டத்தின் இடைவெளிகளில் துடுப்புகளைப் பொருத்தி வலிக்க ஜோசபின் கற்றுக் கொடுத்தாள்.

‘வாய்ப்பாடு சொல்ல மாட்டியே.’

படகுக்கு வெளியே கை அளாவி உள்ளங்கையில் அள்ளிய நீரை அவள் மீது தெளித்துச் சிரித்தபடி படகு வலித்தேன். வெள்ளிச் சதங்கை அணிந்த அவளுடைய காலில் பார்வை நிலைத்திருக்கத் துடுப்புகளை வேகமாக இயக்க, வாழ்க்கை முழுவதும் நதிக்கரையில் படகுக் காரனாக இருந்ததாகத் தோன்றியது. ஒரே ஒரு பயணியை மட்டும் இக்கரையிலிருந்து அக்கரைக்கும் அக்கரையில் இருந்து இக்கரைக்கும் ஏற்றியும் இறக்கியும் திரும்ப ஏற்றியும் போகிற படகுக்காரன்.

நிமிர்ந்து பார்க்க, நீல வானம் அடர்ந்து சூழ்ந்து கூடவே வந்தது. எவ்விப் பறந்து போகும் கறுப்புப் பறவைத் தொகுதிகளும், நீளமாகக் குரல் எடுத்துக் கரைந்து உயர்ந்து சிறு துளிகளாக நகரும் நீர்ப் பறவைக் கூட்டங்களும் தூய வெளியை நிறைத்தன. காற்று மெதுவாக வீசும் சூழலில் நீர் வாடை ததும்பி ஏரி என்னை ஆட்கொண்டது. எதிரே உட்கார்ந்து ஒரு வினாடி கண்மூடி, மறு வினாடி கண் திறந்து என்னைப் பார்த்து அழகாகச் சிரிக்கிறவள் எனக்கு எல்லாமும் ஆக, காலம் உறைந்து போயிருந்தது.

ஜோசபின் சின்ன உறக்கத்தில் தொடர, எனக்கும் கண்ணைச் சுழற்றிக் கொண்டு தூக்கம். படகு கொஞ்சம் ஆடியது. மண்ணும் மக்கிய இலையுமாகக் கரைசல் ஏதோ ஏரிப் பரப்பில் பரவ,சுருண்டு மடிந்து வரும் அலைகள் படகைச் சுற்றிப் படர்ந்து நீர் வட்டம் போட்டன. அடுத்த வினாடி படகு நிலைகுலைந்து இன்னும் பலமாக இப்படியும் அப்படியும் அசைய, ஏரிக்குள் சாடி விழுந்தேன்.

நான் ஓங்கிக் கத்தினேன். ஜோசபின் கண் திறந்து பார்த்து, அபாயம் முழுக்க அர்த்தமாக, உடனே துடுப்புகளைப் பற்றி வலித்தாள்.

‘நீந்தி வாடா. பதறாதே. ஓரமா போட்டோடு கூட வா.’

‘எனக்கு நீஞ்சத் தெரியாதே.’

அவள் அலற ஆரம்பிப்பதையும், கொஞ்ச தூரத்தில் வந்து கொண்டிருந்த இன்னொரு படகையும் பார்த்தபடி நான் நீர்ப் போக்கில் மிதந்தேன். இமைகள் பாரம் அழுத்தி அசதி கவியக் கண்ணை மூடிக் கொண்டேன்.

பாதி விழித்தபோது பறவைச் சத்தமும், மங்கி வரும் வெளிச்சமும் நினைவில் படிந்து விலகிப் போனது. மூக்குப் பொட்டு அணிந்த கருத்த தேவதையாக ஜோசபின் குனிந்தாள். என் உதடுகளில் அவள் உதடுகள் படிவதைப் பார்த்தபடி மறுபடி கண்ணயர்ந்தேன்.

மீண்டும் விழிக்க, தார்ச்சாலையில் மெல்ல நகரும் வேன். ஆலைக் கரும்பு அடுக்கிய பரப்பு போக மிச்ச இடத்தில் சைக்கிளை கிடத்தி விட்டு, நானும் ஜோசபினும்.

என் தப்புதான். நீந்தத் தெரியாது என்பதைப் படகில் ஏறியதுமே சொல்லியிருக்கலாம்.

எதிர்ப் படகில் வந்தவர்கள் காப்பாற்றி இருக்கிறார்கள். ஜோசபின் என்ற தோழியோடு ஜோசபின் என்ற நர்ஸூம் என்னைப் பிழைக்க வைத்திருக்கிறாள்.

பாதி விழித்தபோது, நர்ஸ் ஜோசபின் எனக்குக் கொடுத்த முத்தத்தில் காதல் இல்லை, காமமும் இல்லை. சாவிலிருந்து என்னைக் காப்பாற்றிய கிஸ் ஆஃப் லைப் அது. உயிர் முத்தம்.

வேன் சத்தத்தைக் காதில் வாங்கியபடி கண்ணைச் சற்றே மூடினேன்.

‘திரும்பவுமா’ என்று பரபரப்பாக விசாரித்தாள் ஜோசபின்.

‘தலை கிறுகிறுன்னு வருது’

‘வரும் வரும்.’

போக்கிரிப் பையனை விசாரிக்கிற வாத்தியார் மாதிரி அவள் எட்டி என் கழுத்தைச் சுற்றிக் கையால் வளைத்துப் பிடித்தாள். நான் விரைவாகச் செயல்பட்டேன்.

அரை நிமிஷம் கழித்து உதட்டைத் துடைத்துக்கொண்டு சொன்னாள் –

‘உன்னை ஏரியிலேயே திரும்ப தள்ளி விட்டிருக்கலாம்.’

12

அவசரமாக எச்சில் முழுங்கினேன். கண் இதுக்கு மேலே விரிந்தால் உள்ளே இருந்து கண்விழிப் பாப்பா, நரம்பு, பெருமூளை, சிறு மூளை எல்லாம் வெளியே வந்து விழுந்து விடும்.

'என்ன தம்பி, காசு எடுத்தாறலியா? பரவாயில்லே பெறகு கொடு.'

நான் நீட்டிய ஜூனியர் ஸ்டேட்ஸ்மேன் பத்திரிகையைத் திரும்ப வாங்கிக்கொள்ளாமல் பெருந் தன்மையாக என்னிடமே தருகிறார் பாரதி வீதி கடைக்காரர்.

பத்திரிகை அட்டை முழுக்க ஈரம் ஜொலிக்கச் சாய்ந்து, ஒய்யாரமாக ரெண்டு துண்டு நீச்சல் உடையில் போஸ் கொடுத்தபடி ஒரு பேரழகி. அவள் மேல் வைத்த கண்ணை என்னால் எடுக்க முடியவில்லை. உள்ளே நடுப் பக்க ப்ளோ அப் படமும் அவள் தான்.

அறுபத்தைந்து பைசா கொடுத்துப் உடனே பத்திரிகையை வாங்கித் தனதாக்கிக் கொள்ள, ஆசை என்றால் அப்படி ஒரு ஆசை. ஆனால் வாங்கினால் சிக்கல்.

அந்தச் சிக்கல், சாவகாசமாக வெற்றிலை போட்டுக் கொண்டு உத்தேசமாகப் பதினைந்து அடி எனக்குப் பின்னால் நிற்கிறது.

ஞாயிற்றுக் கிழமை பிரச்னைகளோடு விடிந்திருக்கிறது.

அப்பா மேனேஜராக இருக்கும் வங்கியின் கருப்பு கோட்டு அக்கெளண்டண்ட். ஞாயிற்றுக்கிழமை என்றாலும் ஆபீஸ் வந்திருக்கிறார். இந்த ஜன்மத்தில் தீராத ஏதோ ஆபீஸ் வேலையை இன்னும் சற்றே முன்னால் நகர்த்திப் பார்த்து விட்டு, எதிரே தம்பீஸ் கபேயில் கடப்பாவோடு இட்லி சாப்பிட்டிருக்கிறார். அடுத்து காளியப்பன் கடையில் நிதானமாக வெற்றிலை போட்டுக்கொண்டு நிற்கிறார். இப்படி சுதி ஏற்றிக் கொண்டு அவர் திரும்ப பேங்கில் கணக்கு சரிபார்க்க உள்ளே புகலாம். அது அவர் பாடு.

ஜே.எஸ். என்ற ஜூனியர் ஸ்டேட்ஸ்மேன் பத்திரிகை வாரா வாரம் ஞாயிற்றுக்கிழமை இந்த ஊருக்கு வரும். என்னயும் சேர்த்த, காலேஜ் படிக்கிற, இந்தியன் கஃபே ஹவுஸில் காப்பியும் அரட்டையுமாகப் பொழுது போக்கும் கூட்டத்தில் எல்லோரும் வாங்குவதால், வந்ததுமே பரபரப்பாக விற்றுப் போகும். ஆவலோடு பாரதி வீதி கடைக்காரரிடம் பத்திரிகை வந்த விவரம் கேட்கும்போது சற்று ஜாக்கிரதையாகக் கேட்க வேண்டும். மியூசியத்தில் படமாகத் தொங்கும் பழைய பிரெஞ்சு திவான் ஆனந்தரங்கம் பிள்ளையின் உடம்புவாகு அவருக்கு. மீசையும் ஆகிருதியும் மாணப் பெரிசு.

‘ஜே எஸ். வரல்லியா’

இப்படிக் கேட்டால் அவருடைய நரைமீசை துடிக்க கண்களை உருட்டி விழித்து முணுமுணுவென்று வாய்க்குள் திட்டுவார். அதில் கடைசியாகக் குரலை உயர்த்திக் கண்டிக்கிற தொனியில் கேட்டவரை ஏசுவார் –

‘ஞாயித்துக் கெளமை. சூரிய தினம். விடிகால நேரம். இல்லியான்னு கேக்கறியே. விளங்குமா? எம்மா பெரிய அவச்சொல்லு...’

ஆனால் இன்றைக்கு அவர் வகையில் பிரச்னை இல்லை என்பதோடு பேச்சும் அன்பும் ஆதரவுமாக இருக்கிறது.

சரி, அவர் கொடுக்கிறாரே என்று நீச்சல் உடை அழகியோடு போய் அக்கவுண்டண்டிடம் மாட்டிக்கொண்டால் வேறே வினையே வேண்டாம்.

போன வாரம் காலேஜில் என் லாகிர்தம் டேபிள் புத்தகம் காணாமல் போய் விட்டது. ரத்தச் சிவப்பு நிறத்தில் அட்டையும் பக்கத்துக்குப் பக்கம் பத்தி பிரித்துப் போட்ட எண்களும் தவிர வேறு எதுவுமில்லாத அந்தப் புத்தகம் கணக்கு வகுப்பில் மட்டும் உபயோகப்படுகிற ஒன்று. அதைத் திருடிப் போய் என்ன செய்வது? வல்லூரி சார் வகுப்பில் ராக்கெட் விடக்கூட நீளம் பத்தாது.

என்றாலும், போனது போகட்டும் என்று இருக்க முடியாதே. நடு வகுப்பில் எள்ளி நகையாடி இன்று போய் நாளை டேபிள்ஸ் புத்தகத்தோடு வா என்று கணக்கய்யா அனுப்புவார். சுருக் என்று அவர் இங்கிலீஷும் பிரெஞ்சுமான மணிப்பிரவாளத்தில் சொல்ல, முதல் வரிசைப் பெண்கள் சிரிப்பார்கள்.

நானும் பார்த்து விட்டேன், முதல் வரிசை தேவதைகளை இம்ப்ரஸ் செய்வதைக் குறிக்கோளாகக் கொண்டே எல்லா ஆண்களும், பிரின்சி பாலில் இருந்து, அட்டெண்டர் மாசிலா உட்பட, செயல்படுகிறோம்.

தியூப்ளே தெரு ஸ்டேஷனரி கடையில் தூங்கிக்கொண்டிருந்த பிரெஞ்சு இந்திய அம்மாளை எழுப்பி, புரிய வைக்க முடியாமல் நானே கடைக்குள் போய் ஒரு டேபிள்ஸ் எடுத்துக் கொண்டு காசு எண்ணிக் கொடுத்து விட்டு வரும்போது அன்றைக்குக் கருப்புக் கோட்டுக் காரரிடம் மாட்டிக் கொண்டேன்.

'என்ன தம்பி, எண்சுவடி வாய்ப்பாடா?'

'இல்லே சார். காலேஜ்லே எதுக்கு வாய்ப்பாடு? க்ளார்க் டேபிள்.'

'படிக்கறதுதான் படிக்கறே. ஆபீசர் டேபிளாப் பாத்து வாங்கக் கூடாதா?'

'இது ட்ரிக்னாமெட்ரி கிளாஸுக்கு சார். தொகுத்தவன் பேரு க்ளார்க்.'

உடனே சுவாதீனமாகக் கையில் வைத்திருந்த டேபிள்ஸைப் பிடுங்கிக் கொண்டு அது என்ன மாதிரிப் புத்தகம் என்று உறுதிப்படுத்திக் கொள்ளவோ என்னமோ அவசரமாகத் தேடினார். மஞ்சள் பத்திரிகை யோடு போகிறபோது கையும் களவுமாகப் பிடிக்க முற்படும் தோரணை அது. கிளார்க் டேபிளில் சிவப்பு அட்டை தவிர வெளியே அல்லது உள்ளே மஞ்சளாக ஒன்றும் இல்லை. ஒன்றுமே இல்லை.

'நான் உன் வயசுலே இருக்கும்போது பிரான்ஸிலே இருந்து கணக்குப் பொஸ்தகம் வரும். வாங்கி ஒரே மாசத்துலே எல்லாக் கணக்கையும் போட்டு முடிச்சுட்டு அடுத்த வருஷம் போற கிளாஸுக்கான புஸ்தகம் வாங்கிடுவேன்.'

நான் அன்றைக்குப் பிய்த்துக் கொண்டு கிளம்பியது இன்று மாட்டிக் கொள்ளத்தான்.

இப்போது கையில் டேபிள்ஸ் இல்லை. நீச்சல் அழகி படம் போட்ட ஜே.எஸ். இப்போதும் வெற்றிலை வாயோடு நிற்கிறார் கருப்புக் கோட்டு, முன் அனுபவ அடிப்படையில் இப்போது என்ன நடக்கும் என்று என்னால் சொல்ல முடியும்.

‘என்ன புஸ்தகம் தம்பி, நோட்ஸா?’ என்று கேட்பார்.

‘இல்லே, பத்திரிகை!’ என்று சொல்வேன்.

‘ஒரு காலத்திலே மாண்டேஷ் பத்திரிகையை பிசாசு மாதிரி படிச்சிருக்கேன், மாண்டேஷ் தெரியுமா, பிரெஞ்சு பத்திரிகை.’ என்பார்.

‘தெரியாது சார்!’ என்பேன்.

‘இதென்ன, பொண்ணு படமா?’

‘ஆமா சார், நீச்சல் போட்டி சாம்பியன்.’

அவர் என்னை மேலும் கீழுமாகப் பார்த்தபடி, தடத்தைச் சற்றே மாற்றுவார்.

‘நான் உன்னைப் போல இருக்கறபோது கொம்யூன் நீச்சல் சாம்பியன். இந்தாண்ட கடலூர், அந்தாண்ட வில்லியனூர், காரைக்கால் வரை அடிச்சுக்க ஆள் கிடையாது!’ என்பார் வெற்றிலை எச்சிலை ஓரமாக உமிழ்ந்து, கடந்து போகிற யாருக்காவது போன்ஷூர் முசியே சொல்லி.

நான் சும்மா இருக்க, திரும்ப உத்வேகத்தோடு ஆரம்பிப்பார்.

‘பிரான்ஸிலே இருந்து அப்போ ஸ்போர்ட்ஸ் பத்திரிகை எல்லாம் வரவழைப்பேன். பக்காவா உடுத்துக்கிட்டு நீஞ்சற, ஓடற, குதிக்கற படமா இருக்கும் அதிலே. இது மாதிரி இல்லே. தெமி நூ போத்தோ இருந்தா சீன்னு தூக்கிப் போட்டுடுவோம். ப்ளெய்ன் ந்யூன்னா கொளுத்திடுவோம்.’

தெமி நூ போத்தோ, ப்ளெய்ன் ந்யூ இதெல்லாம் என்ன என்று கேட்க மாட்டேன். ஏனென்றால் போன வாரம் என் கையில் இருந்த சினிமா பத்திரிகையில் காபரே ஆட்டக்காரியின் நடுப் பக்கப் படத்தைப் பார்த்துவிட்டு ‘சீச்சீ, தெமி நூ போத்தோ’ என்று கிழித்துப் போட்டு விட்டாள் ஜோசபின். ‘இப்படி அரை நிர்வாணமா ஆடறதுக்கு முழுசாவே துணி இல்லாம ப்ளெய்ன் ந்யூவா ஆடலாம். அது ஒண்ணும் அசிங்கமாத் தெரியாது. மறைச்சும் மறைக்காம கள்ளத்தனமா காட்டறது தான் ஆபாசம்’ என்றாள் கோபத்துடன் அப்போது. திசொலெ என்று அவள் ரெண்டு காதிலும் சாரி சொன்னேன்.

வேண்டாம் அதெல்லாம். அக்கவுண்டிடம் நீச்சல் அழகி சிக்கினால், அவர் வழக்கை மேல் மட்டத்துக்கு, நகர்த்தும் அபாயம் உண்டு.

அப்பா வரையிலும் நீச்சல் அழகி போய்க் கஷ்டப்பட வேண்டாம். நாளைக்கு நான் பொழச்சுக் கிடந்து, பத்திரிகையும் விற்றுப் போகாமல் இருந்தால் வாங்கிக் கொள்ளலாம்.

திரும்பப் பத்திரிகையை ஆனந்தரங்கம்பிள்ளை வாரிசுக் கடைக்காரரிடம் நீட்ட உத்தேசித்தபோது, பின்னால் குரல்.

‘டேய், உன்னைத்தான் தேடிக்கிட்டு வந்தேன்.’

சத்தம். திரும்பினால், கையில் பிடித்த சின்ன தோல்பையோடு புரு நிற்கிறான்.

‘கொஞ்சம் என் கூட வா. அரை மணி நேரத்திலே திரும்பிடலாம்.’

புரு என்ற புருஷோத்தமன். முழுக்கச் சொன்னால் வில்லியனூர் பார்த்தசாரதி புருஷோத்தமன். அவன் எழுதும் பிரெஞ்சு ஸ்பெல்லிங்கில் அவன் பெயரை உச்சரித்தால் வினோதமாக நாக்குப் புரண்டு தொண்டைக்குள் போக வைக்கும்.

புரு என் கூடப் படிக்கிறான். ஒரே காலேஜ் கோத்திரம். பிசிக்ஸ் தான். துணைக்கு மேதமெடிக்ஸ் தான். க்ளார்க் டேபிள் தான். காஃபி ஹவுஸ் தான். லாஸ்பேட்டை டெண்ட் கொட்டகையில் கிளாசுக்கு மட்டம் போட்டு விட்டு, காந்தாராவ் நடித்த விட்டலாச்சார்யாவின் மாய மோதிரம் சினிமாதான். கடலைதான். ராலே சைக்கிள் மட்டும் இல்லை.

எந்த சைக்கிளும் ஓட்டியதில்லை புரு. துவிச் சக்கர வண்டியில் கண்டம் என்று ஜோசியன் சொன்னதால், வீட்டில் ரெண்டு சக்கர வாகன வாசனை தவிர்க்கப் பட்டவன். பெரியவனானதும் டிப்பரோடு கூடிய பேபி லாரி வாங்கித் தருவதாக நாயனா வாக்குக் கொடுத்திருக் கிறாராம். செங்கல், மணல் லோடு அடிக்கிற பிசினஸ் அவருக்கு. தொழிலில் புருவுக்கு பிள்ளையார் சுழி போட்டதாக ஆச்சு.

ரொம்ப நல்ல பையன் புரு. மண்ணின் மைந்தன். கொஞ்சம், கொஞ்சம் என்றால் ரவையூண்டு. கிலோ கணக்காக இல்லாமல் நூறு கிராம் ரவையூண்டு வட்டு.

‘பய்யன் தலைக்கு இஸ்ஸி வட்டு கேட்டோ’ என்பார் காலேஜ் கேண்டீன் இன் சார்ஜ் சங்கரன் நம்பியார். அப்போது அவர் சுட்டு விரல் நெற்றிப் பொட்டில் சுழன்று கொண்டிருக்கும். மலையாளத்தில் வட்டு என்றால்? வட்டுன்னா வட்டுதான். புரிஞ்சுக்கணும்.

புரு நல்லாத்தான் பழகுவான். பேசுவான். சாப்பிட்டுத் தூங்கிப் படித்து பாசிங்ஷோ சிகரெட் புகைத்து. என்ன, அவன் யாரிடமாவது ஏதாவது சொல்லி மற்றவர் கேட்காவிட்டால் கோபம் வந்து விடும். கண்ணில் கண்டதை எடுத்து வீசி விடுவான். எப்போவாவது இப்படி. எப்பவும் இல்லை. நாலு வருஷம் முந்தி செமினார் பள்ளிக்கூடத்தில் யார்

மேலேயோ பாம்பைப் போட்டதாகச் சொல்வார்கள். சாரைப் பாம்பா சைக்கிள் பம்ப்பா, சரியாகத் தெரியலை.

'ஒரு இடத்துக்கு போகணும். சைக்கிள் எடுத்துக்கிட்டு வா.'

புரு கட்டுவிரியன் பாம்போடு நின்று என்னிடம் சொன்னதாக நினைத்தேன்.

எங்கே போகணும் என்று கேட்டேன். போனதும் சொல்றேன் என்றான் புரு, பொறுமை இல்லாமல்.

'சரி வரேன்.'

சமாதானமாக நான் சொல்ல, சகஜமாகி என்ன பத்திரிகை என்று கையிலிருந்து ஜே.எஸ்ஸைப் பிடுங்கிப் பார்த்தபடி நடந்தான். கூடவே நான் பம்மிப் பம்மிப் போக, எதிர்பார்த்தபடி எதிரே அக்கவுண்டண்ட்.

'சிநேகிதப் பிள்ளையா?' என்று வெற்றிலை பாக்கோடு விசாரித்தார்.

ஆமா என்றேன். இதுக்கு மேல் புரு பற்றி இவருக்குச் சொல்ல வேண்டாம்.

புருவிடம் பத்திரிகையை வாங்க அக்கவுண்டண்ட் கை நீட்ட அவன் முறைப்போடு இனிப்புப் பண்டம் பிடுங்கப்படும் குழந்தை மாதிரிக் கையைப் பத்திரிகையோடு முதுகுக்குப் பின்னால் இழுத்துக் கொண்டான். 'புடுங்கினா, உன் கண்ணை நோண்டிடுவேன்' என்ற விரோதமான தோரணையைப் பார்த்து அக்கவுண்டண்ட் உடனடியாகப் பின் வாங்கினார். எனக்குப் பழகிய அமைப்பில், இன்னும் சற்றே அதிகமாகத் தன் பிரதாபம் சொன்னார் –

'உங்க வயசிலே நானும் சினிமா பத்திரிகை படிச்சிருக்கேன். லெ அவந்த் சென் தொ சினிமா. உள்ளூர் படமில்லே. பிரான்ஸ்லேருந்து வரும். அழகழகான பொண்ணுங்க. போஸ்ட் கார்ட் எல்லாம் கையெழுத்து போட்டு அனுப்பும்.'

இது நிஜமாக இருக்கலாம். அவர் முகத்தில் தெரிந்த உற்சாகம் கலப்படமில்லாதது.

'சினிமா புஸ்தகம் இல்லே. மற்றது.'

புரு திரும்பி ரோஷத்தோடு கூற, அக்கவுண்டண்ட் அவன் கையிலிருந்து அவன் இடுப்புக்கு முன்புறம் கொண்டு வந்த ஜே.எஸ்ஸைப் பிடுங்கினார். இனம் புரியாத திருப்தி அவர் முகத்தில். சட்டென்று அது வடிந்தது. அவர் கோட் பையில் தேடிக்

கொண்டிருந்த கையை வெளியே எடுத்தபடி ஏமாற்றத்தோடு சொன்னார் –

'கிரகசாரம், கண்ணாடியை ஆபிசிலேயே விட்டுட்டேன் போல.'

'சார், இது கிரகசாரம் இல்லே. இங்கிலீஷ்லே இங்கிலீஷ்லே...'

வாய்க்கு வந்த முதல் வார்த்தையான 'கவிதை' என்றேன்.

'என்னது?'

'பொயட்ரி. பொயஸி.'

'பேஷ். நானும் உங்க வயசுலே பிரெஞ்சு இலக்கியப் பத்திரிகை எல்லாம் படிச்சவன் தான். லெ தெம் மாதன் கேட்டிருக்கியா? மாடர்ன் டைம்ஸ்னு அர்த்தம். அதை.'

'பிரான்ஸிலேருந்து வரவழைச்சு' என்று நான் இடைவெட்டினேன். அவர் சற்றே குரோதமாகப் பார்த்து விட்டுத் தொடர்ந்தார்.

'நாலு பைண்ட் வால்யூம் சேர்த்து வச்சிருந்தேன். போன மாசம் வீட்டுலே பெயிண்ட் அடிக்கற நேரத்துலே வீட்டுக்காரி அதெதுக்கு சும்மா பரண்லே தூங்கணும்னு பழைய புத்தகக் கடையிலே போட்டுட்டா.'

'அடடா!' என்றேன் சம்பிரதாயமாக.

'ஏன் கேக்கறே, அம்பலத்தடியார் மடத்துத் தெருக் கடை. அதிராம பட்டணம் பாய் ஒருத்தர் வச்சிருக்கார். வேகமா அங்கே ஓடினா பாய் இல்லே. பெரிய மசூதிலே தொழுதுட்டிருக்கார்னு கேட்டு தேடிட்டு அங்கே போனேன். சின்ன மசூதிலேன்னாங்க. சரிதான்னு, சின்ன மசூதிக்குப் போனேன். தொழுது முடிச்சுட்டு வந்துட்டிருந்தாரு. சலாம் சொன்னேன். பத்திரிகை பைண்ட் புத்தகத்தை திருப்பிக் கொடுங்க பாய், பத்து ரூபா தரேன்னு கேட்டா, யாரோ அஞ்சு ரூபா கொடுத்து அத்த வாங்கிக்கினு போய்ட்டாங்களாம். அஞ்சே ரூபாய்க்கு பொக்கிஷத்தையே கொடுத்துட்டாரு பாய், ஆள் யாருன்னு தெரியாமலேயே.'

அவர் சோகத்தைச் சுமந்தபடி வங்கிக் கணக்குகளை சமாதானமாக்கி விடுமுறையென்றாலும், இன்றைய தேதிக்கு மங்களகரமாக முடித்து ஏறக்கட்டி வீடு போக நடந்தார்.

நான் காம்பவுண்டுக்குப் போய் சைக்கிளோடு வந்தேன்.

சினிமாவில் முன்னால் போகிற வில்லன் காரைப் பின் தொடரும் இன்ஸ்பெக்டரின் ராஜ்தூத் மோட்டார் சைக்கிள் மாதிரி என் ராலே

சைக்கிளை நான் சீராக மிதித்துப் போக, 'அடுத்த ரைட் போய் உடனே லெப்ட்', 'அங்கே நேரே போய் ரெண்டாவது ரைட்' என்று மிஷின் கன் மாதிரி படபடவென்று ஆணையிட்டபடி என் தோள்பட்டையை அழுத்திக் கொண்டு பின்னால் தோல்பையோடு உட்கார்ந்து வந்தான் புரு. அவன் அடிக்கடி ஏப்பம் விடாமல் இருந்திருந்தால் நான் தலைக்கு வட்டு வராமல் இஸ்ஸி உற்சாகமாகியிருப்பேன்.

'பசியாறிட்டியா?'

புரு திடீரென்று கருணையோடு விசாரித்தான்.

இல்லையே என்றேன் பரிதாபமாக. அவன் நேற்று வைத்த கருவாட்டுக் குழம்போடு வகை தொகை இல்லாமல் இட்லி ஒரு கட்டுக் கட்டி வந்ததாகச் சொன்னான். ஏப்பம் விட்டால் இனி காரணம் தெரியும்.

மரமும் செடியும் கொடியுமாகப் பச்சைப் பசேலென்று ஏதோ இடத்துக்கு வந்து சேர்ந்திருந்தோம்.

நிறுத்தச் சொன்னான் புரு. குதித்து இறங்கினான்.

அதென்னமோ அந்தப் பிரதேசத்தில் வீட்டுப் பின்புறங்கள் மட்டும் இருந்தன. கோடு போட்டது போல தெரு அமைத்து குறுக்கே செங்குத்தாக இன்னொரு வீதியால் வெட்டி இழைத்த ஊரழகைக் கைவிட்டு, நீண்டு வளைந்து போகிற அநேகம் பின் வாசல்களின் தெரு இது.

'நீ இங்கேயே இரு. நான் போய்ட்டு பத்து நிமிஷத்துலே திரும்பிடறேன்.'

எனக்கு கிழக்கு மேற்கு புரியவில்லை.

இது என்ன இடம் என்று வாய் விட்டே கேட்டு விட்டேன். அங்கேயே பிறந்து வளர்ந்தவனுக்குச் சந்து பொந்தெல்லாம் தெரிந்திருக்கும். புதுசாக வந்து எத்தனையைத் தான் பார்த்து, நினைவு வைத்துக் கொள்வது?

'எல்லாம் நம்ம ஊரு தான்.'

எந்த விதத்திலும் திருப்தி தராத பதில். பிசாசை ரிஜிஸ்தர் கல்யாணம் செய்து கொண்ட சர்க்கார் உத்தியோகஸ்தன் மாதிரி. சும்மா பொறுத்துக் கொள்வதே நல்லது. அது என்ன கதை என்று அப்புறம் ஒருநாள் சொல்கிறேன்.

புரு கையில் பிடித்திருந்த தோல்பையை என் சைக்கிள் கூடைக்குள் வைத்தான். அப்புறம் அதைத் திரும்பத் திறந்து ஒரு வெள்ளைப் பேப்பரை உள்ளே இருந்து எடுத்தான். யூதிகோலோன் வாடை.

இந்த வாடை காற்றில் பரவினால், ஜோசபின் நினைவு எங்கே ஏங்கே என்று வரும். வந்தது. இன்றைய கணக்கில் இதுவரை ரெண்டு தடவை அவள் வந்திருக்கிறாள்.

சதிகாரி, நேற்று சாயந்திரம் கடற்கரையில் சுங்கச் சாவடிப் பக்கம் வரேன் என்று சொல்லிக் காத்திருக்க வைத்து விட்டாள் அவள். வரவேயில்லை. ஏழு மணிக்கு ஏமாற்றத்தோடு வீட்டுக்கு வந்தால் அப்பா கதவைப் பூட்டிக் கொண்டு ரோட்டரி கிளப் மீட்டிங்குக்குப் போய் விட்டார்.

அம்மா இல்லாத வீடுகளில், சோகத்தோடு வீடு வந்து, தனிமை கனமாகக் கவிய, சாவியில்லாத கதவுக்கு முன் காத்திருப்பது முதன்மையான துக்கம். காத்திருந்தேன்.

அது நேற்று. இன்றைக்கு வேறு மாதிரித் துயரம். புருவுக்கு ரெண்டு சக்கரத் தேரோட்டிப் போக விதிக்கப்பட்டிருக்கிறது.

சைக்கிள் கூடைக்குள் திரும்பத் தேடி ஜே.எஸ் பத்திரிகையை புரு எடுக்க அட்டையில் நீச்சல் அழகி அங்கிருந்தே என்னைப் பார்த்துச் சிரித்தாள். ஜோசபின் நீச்சல் உடையில் வந்ததாகக் கற்பனை செய்தது மனசு. இதமான, சில்லென்று குளிர வைத்த கற்பனை அது.

'து யே ஃபூ.'

அவள் நாக்கைத் துருத்திப் பழித்துக் காட்டி விட்டு, நனைந்த நர்ஸ் உடையில் நடந்து போவதை மானசீகமாக நான் பார்த்து நிற்க, புரு இடைவெட்டினான்.

'இது என்ன தெரியுமா?'

வெள்ளைப் பேப்பரில் பாதிக்கு நிறுத்தி நிதானமாக எழுதப்பட்ட எழுத்துகள். புஷ்டியாக அழகாக இருந்தன அவை எல்லாம். மொழி தான் புரியவில்லை. பிரெஞ்சாக இருக்கலாம்.

'லவ் லெட்டர்.'

அவன் பிரெஞ்சு புரட்சியைப் பிரகடனம் செய்த தொனியில் நிதானமாகச் சொன்னான்.

வாழ்க்கையில் முதல் தடவையாக ஒரு லவ் லெட்டரை நேரில் இவ்வளவு பக்கத்தில் பார்க்கிறேன். மேகலாவைத் துரத்தித் துரத்தி

ஒரு வருடத்துக்கு மேலாக காதல் என்று சொல்லிச் சொல்லிக் குறுங்கவிதை எழுதிக் கொண்டிருந்த போதிலும் அவளுக்கு இதுவரை ஒரு காதல் கடிதம் எழுதியதில்லை. பொள்ளாச்சிக்கு அவள் பியூசி படிக்கிற காலேஜ் விலாசத்துக்குக் கடிதம் எழுதினபோது கூட சுத்த பத்தமாக அவளுடைய ஹெட்மாஸ்டர் அப்பாவின் இருமல் தொல்லை பற்றிக் கேட்டிருந்தேன். காதல் என்று ஒரு வார்த்தை அதில் குறுக்கோ நெடுக்கோ வந்தது இல்லை. அப்புறம் ஜோசபினுக்கு.

ஜோசபின் ஒயிலாக சைக்கிள் ஓட்டி மறுபடி மனசுக்குள் வந்து கொண்டிருக்க, இன்னொரு முகம் மனதில் படர்ந்து கொண்டிருந்தது.

‘உனக்கு என்ன திமிர் இருந்தா.’

பாதியில் வார்த்தையை முடித்து என் மனதில் மேகலா எழுந்து போன வேகத்தில் ஜோசபின் சைக்கிளைத் திருப்பிக் கொண்டு ஓட்டிப் போய் விட்டாள். மேகலா நீச்சல் உடையில். நாக்கைக் கடித்துக் கொண்டேன். அந்த பயம் இருக்கட்டும் என்று திரும்பிப் பார்த்துச் சொல்லியபடி மறைந்தாள் அவள்.

சரி, மேகலா போகட்டும். கயல்விழி. வேண்டாம். நிலைமை சரியில்லை.

‘நீ சும்மா சுபாவமா இரு. பேக்கு பேக்குன்னு முழிச்சிட்டு நின்னா சங்கடமாயிடும்.’

அவசர உத்தரவு ஒன்றைப் பிறப்பித்தான் புரு. என்ன சங்கடம், யாரால் என்று தெரியவில்லை.

போகிற போக்கில் அவன் சொன்னான் -

‘கயல்விழிக்கு லெட்டர் கொடுக்கப் போயிட்டிருக்கேன்.’

அவசரமாக எச்சில் முழுங்கினேன். கண் இதுக்கு மேலே விரிந்தால் உள்ளே இருந்து கண்விழிப் பாப்பா, நரம்பு, பின்னந்தலைக்குள் சிறு மூளை எல்லாம் வெளியே விழுந்து விடும்.

இதைச் சொல்லித் தானே ஆரம்பிச்சே?

ஜேஎஸ் பத்திரிகை அட்டையில் நீச்சல் அழகி கிண்டலாகச் சிரித்தாள்.

சரி தான், இந்த தினத்தில் மகத்தான அதிர்ச்சி இங்கே காத்திருக்கும் என்று நான் சொப்பனத்திலும் நினைக்கவில்லை. என் கயல்விழி வீட்டுப் பின்புறத்தில் என்னையே அநாதையாக நிற்க வைத்த ஞாயிற்றுக்கிழமைக்காக புருவை என்ன செய்யலாம், தெரியவில்லை.

ஏற்கெனவே ஒரு தடவை கயல் அப்பா பார்வேந்தனாரை காலேஜ் விழாவுக்கு அழைக்க இங்கே வந்திருக்கிறேன். ஆனாலும் வந்த இடம் இப்படியா மறந்து போகும்? பாழாய்ப்போன புருதான் சதி செய்தான். சந்தும் பொந்துமாகப் புகுந்து புறப்பட்டு வந்ததில் பாதை சத்தியமாகத் தெரியவில்லை.

என் கையை வைத்து என் கண்ணையே குத்திக் கொண்டதுபோல, என் தலையில் நானே அட்சதை போட்டுக் கொண்டதுபோல என்றெல்லாம் பழமொழியும் பேச்சு மொழியும் மனதில் இருந்து கை நீட்டி ஓங்கி ஓங்கி அறைந்தன கன்னத்தில்.

ஜோசபின் ஒரு பக்கமும் மேகலா இன்னொரு பக்கமும் பிரம்பு நாற்காலி போட்டு உட்காந்துகொண்டு ‘உனக்கும் கயல்விழிக்கும் உள்ள உறவை நான்கு வரிகளில் சுருக்கமாகக் கூறவும்’ என்று கேட்க, ‘தெரியவில்லை!’ என்றேன்.

சண்டை போடாமல் அவர்கள் சேர்ந்து நடந்து போக, கயல்விழி அதே நாற்காலியில் உட்கார்ந்து ‘இவங்க ரெண்டு பேருக்கும் உன்னோடு உள்ள உறவை நாலடி வெண்பாவில் தளை தட்டாமல் சொல்’ என்று ஆணையிட்டாள். ‘எதுவும் அறியேன் கயல்’ என்றேன். அதுதான் ஈற்றடி என்றாள் அவள்.

கயல்விழி வீட்டுக் காம்பவுண்டுக்குள் ஏதோ நடமாட்டம்.

பின் கதவைத் திறந்துகொண்டு துவைத்த துணிகளோடு வந்தது, கயல்விழிதான்.

நான் அவளை உற்று நோக்கிய அந்த நொடியில் அவளும் என்னைப் பார்த்தாள். பாவாடை தாவணியும், தோளில் ஈரமான துணிகளும், கண்மை தொடாமல் இன்னும் பெரியதாகத் தோன்றும் விழிகளுமாக நின்றாள் கயல்.

படுத்து எழுந்து இன்னும் குளிக்காத, உறக்கச் சுவடு முற்றும் விடைபெற்றுப் போகாத உடம்பின் வனப்பு கண்ணை அள்ளுகிறது. ஓய்வின் ஒப்பனை கலையாத முகத்திலும் சின்ன இடுப்பிலும் எண்ணெய்ச் சுவடுகள் காலை வெய்யிலில் அழகாக மின்னுகிற அற்புதம்.

தலை முடியை எண்ணெய் புரட்ட வாகாக விரித்து விட்டிருக்கிறதைப் பார்க்கவே இன்று மீதி நேரம் முழுவதையும் தாராளமாக எடுத்துக் கொள்ளலாம்.

‘ஏய் இங்கே என்ன பண்றே?’

நான் அவளை முந்திக்கொண்டு கேட்க, அப்படியும் இப்படியும் பார்த்தபடி ஓரமாக மதில் சுவருக்கு அந்தப் பக்கம் வந்து நின்றாள். விடர்ந்த உதடுகளை வருடக் கை துறுதுறுக்கிறது.

‘எங்க வீட்டுலே நான் இல்லாம வேறே எங்கே போவேன்?’

நான் அவளையே பார்த்தபடி நின்றேன்.

‘வீட்டுக்குள்ளே வா. கொல்லையிலே நின்னு பேசினா அப்பா ஏசுவார்.’

‘அப்பா?’

‘அவரும் அம்மாவும் மெட்றாஸ் போயிருக்காங்க.’

‘தனியாவா இருக்கே?’ ஆர்வமாகக் கேட்டேன்.

‘எதுக்கு தனியாவா, உப்பு, மிளகு, சீரகமா இருக்கணும்? தேன்மொழி அக்காவும் மாமாவும் பிரான்ஸிலே இருந்து வந்திருக்காங்க. உறங்கிட்டிருக்காங்க. ரெண்டு பேரும் யுனிவெர்சிடி தெ லியோன் ப்ரொபசராக்கும். அவங்க... அவங்க.’

நான் சும்மா அவள் வாய் பார்த்துக் கொண்டிருந்தேன். அதைவிட வேறே என்ன வேலை இருக்கப் போகிறது.

சற்றே நிறுத்தினாள். ‘அவங்க லவ் மேரேஜ்!’ என்றாள்.

ஒண்ணே முக்கால் அடி வெண்பா மாதிரி வசீகரமாகச் சிரித்தாள் கயல். முழுமையாக இருதயம் கிடந்து துடித்தது.

நான் இப்படி அலை பாய்ந்து நிற்க, ‘முதல்லே நீ உள்ளே வா.’ என்றாள்.

‘இந்தச் சுவரை எப்படித் தாண்டறது?’

‘சீய், வாசல் வழியா வா.’

‘யாரும் பார்த்தா?’

‘சித்தாந்த சாமி கோவில் போற வழியிலே அப்பாவைப் பார்க்க வந்தேன்னு சொல்லிடலாம். பாரதியார் பாடின கோவில்.’

கயல் வீட்டு வாசலில் பயர் இஞ்சின் சத்தம். அழைப்பு மணிதான்.

வாசலில் பொறுமையின்றி காலிங் பெல்லை. ஐயயோ. அது புரு. .

கயல்விழி வேகமாக நகர, நான் ‘புரு வாசலில் அழைப்பு மணி அடிக்கிறான்’ என்றேன்.

‘அவன் எப்படி இங்கே? உன்னோட வந்தானா?’

‘சுத்தானந்த பாரதியார் கோவிலுக்கு வந்தோம்.’

‘உளறாதே.’

கண்டித்தபடி அவள் உள்ளே போக, நான் மெல்ல நடந்து வாசலுக்குப் போனேன்.

என்னைக் கயல்விழி காப்பாற்றிவிடுவாள் என்று திடமான நம்பிக்கை கூட வந்தது.

பிரான்ஸில் இருந்து வந்திருக்கும் கயல்விழியின் அக்கா கணவர் எப்படி இருப்பாரோ. அராஜகமாகப் படி ஏறி, விடாது அழைப்பு மணி ஒலிக்கும் புருவை என்ன செய்வாரோ தெரியவில்லை. போதாக் குறைக்கு கையில் காதல் கடிதத்தையும் கொண்டு வந்திருக்கிறான் அவன்.

கயல்விழி வாசல் கதவைத் திறக்கும் போது நான் அங்கே இருந்தேன்.

‘நீ எதுக்கு?’

புரு என்னைப் பார்த்து ஆரம்பித்த வாக்கியம் பாதியில் நிற்க நான் முதலில் உள்ளே நுழைந்தேன். சாதுவாக அவன் என் பின்னால் இலவச இணைப்புபோல ஒட்டிக்கொண்டு வந்தான்.

யாராவது கேட்டால், கையில் உடனே கொடுக்க வாகாக ஜேஎஸ் பத்திரிகையை நீட்டியபடி இருந்தான் அவன். நல்ல வேளை, பின் அட்டை மேலே இருந்ததால், நீச்சல் அழகி தரையைப் பார்த்தபடி இருந்தாள்.

ரெண்டு பேரையும் உட்காரச் சொன்னாள் கயல். பிரம்பு நாற்காலி களில் இருந்தோம். நெஞ்சு வேகமாக அடித்துக்கொண்டது. புருவைப் பார்த்தேன். வெய்யிலுக்குப் பனை நொங்கு சாப்பிட்ட நிதானத்தில் இருந்தான் அவன்.

உள்ளே இருந்து திரை விலகியது.

சினிமாவில் ஸ்ரீராம் மாதிரி மகா ஒல்லியும் உயரமுமாக ஒருத்தர் உள்ளே இருந்து கண்ணைத் தேய்த்துக்கொண்டே வந்தார். ஸ்ரீராமை ஒரு பழைய சினிமாவில் ஜெயிலில் போட, கம்பிகளுக்கு இடைவெளியில் புகுந்து வெளியே வந்து விடுவார். அப்படியான உடல்வாகோடு இவர் பிரான்ஸ் காலேஜில் எப்படி கிங்கரர்களை சமாளிக்கிறார்? வல்லூரியைக் கிழங்கு என்று கூவி வரவேற்ற மாதிரி அங்கே எப்படி இவரை வரவேற்றிருப்பார்கள்?

‘மாமா, இவன் தான்’ என்று ஆரம்பித்து அவள் என்னை அறிமுகப் படுத்த பக்கத்தில் உட்கார்ந்திருந்த புரு அவசரமாகத் தன்னைத் தானே அறிமுகப்படுத்திக் கொண்டான்.

நான் யாரும் விசாரிக்காமலேயே சித்தானந்த சாமி கோவிலுக்கு வந்த வழியில் கயல்விழியின் அப்பாவைப் பார்த்து வர உத்தேசித்து படியேறியதாகப் பொய் சொன்னேன். கயல்விழி பார்த்த பார்வையில் ஆசுவாசம் தெரிந்தது. அவளுக்காக, அண்டார்டிகா போகிற வழியில் இங்கேயும் படி ஏறினேன் என்று கூடக் குளிர்ச்சியான பொய் சொல்லத் தயார்தான்.

அக்கா கணவர் எல்லாவற்றுக்கும் 'ஆணோ', 'ஆணோ' என்று தொடர்ந்து ஆச்சரியப்பட்டுக் கொண்டிருக்க அவர். பிரான்ஸில் குடியேறும் முன்னால், பூர்வாஸ்ரமத்தில் கேரளா மாஹே பிரதேசத்து மலையாளியாக இருந்திருப்பார் என்று ஊகித்தேன்.

'ஷொகொலா சாப்பிடறீங்களா? மாமா கொண்டு வந்த ப்ரஞ்ச் சாக்லெட்...'

'இட்லியும் மீன் குழம்பும் சாப்பிட்ட ஏப்பமே இன்னும் ஸ்டாக் இருக்கு' என்றேன். அவள் அழகாக என்னைப் பார்த்துச் சிரிக்க, புரு முறைத்தான்.

'கஃபே எடுக்கட்டா எல்லாருக்கும்?'

கயல் கேட்டுக் கொண்டிருந்தபோது அழும் குழந்தையைத் தோளில் சார்த்தியபடி கயலின் அக்கா முன்னறைக்கு வந்தாள்.

'பிள்ளை ராப்பூரா உறங்கலே.'

அவள் சொல்ல, 'இடம் மாறினதாலே இருக்கும்' என்றார் வீட்டுக்காரர்.

குழந்தை வீறிடும் சத்தத்துக்கு மேலே குரல் உயர்த்திப் பேச வேண்டியதாலோ அல்லது சுபாவமாகவே அப்படித்தானோ, தேன்மொழியின் குரல் தேன் மொழியாக இல்லாமல் வால்வ் ரேடியோவில் மீடியம் வேவ் ஒலிபரப்பில் ஷெனாய் வாசிக்கக் கேட்டது போல கரகரவென்று இருந்தது.

மற்றபடி தேன்மொழிக்கு ரொம்ப யோசித்துத்தான் அக்கா என்று அடைமொழி கொடுக்க வேண்டியிருந்தது. இந்த வீட்டில் இன்னொரு சுந்தரி.

'முர்ரா எருமை, கல்யாணம் ஆன பெண்ணைப் பற்றி அப்படி நினைக்காதே.'

மனதில் என்றும் வாழும் என் கலாசாரக் காவலாளி, தெற்றுப்பல் அழகுப் பெண் மேகலா சொன்னாள்.

‘அழகை அழகு என்று ரசிப்பது அழகான அனுபவம்!’ என்றேன் ஜிலேபி பிழிந்த லாஜிக்கில்.

வீட்டுக்காரர் பக்கத்தில் உட்கார்ந்து குழந்தையை மடியில் கிடத்தித் தூங்கச் செய்துகொண்டிருந்தாள் தேன்மொழி அக்கா.

அமைதியான ஞாயிற்றுக்கிழமை காலைப் பொழுது. கயல் கஃபே கொடுத்தால் விழுங்கி விட்டுக் கிளம்பி விடலாம். அதுவரை பக்கத்தில் நின்ற கயலின் ஈரமான மெல்லிய விரல்களை மெதுவாக ரசித்துப் பார்த்துக் கொண்டிருக்கலாம்.

அவளிடம் அடித்த மெல்லிய சன்லைட் சலவை சோப்பு வாசனை காந்தமாக என்னை ஈர்த்தது. கார்பாலிக் சோப் கூட கயல் கையில் எடுத்தால் சந்தன சோப்பாகி விடும் என்று மனதில் அவசரக் கவிதை செய்தபடி, புருவைப் பார்த்துத் தலையசைத்தேன். பிச்சுக்கலாம் என்று அர்த்தம்.

அவன் விஷயம் புரியாமல், நான் எதிர்பார்க்காதபடி அடுத்த நொடியில் சட்டென்று எழுந்து நின்றான். ஜேஎஸ் பத்திரிகைக்குள் இருந்து வெள்ளைத் தாளை உருவி எடுக்க, தேன்மொழி அக்கா பரபரப்பாகச் சொன்னாள்.

‘அந்தப் பத்திரிகையைக் கொஞ்சம் கொடு.’

மாட்டிக்கிட்டேன் என்று மனசு அலறியது, முந்திக் கொண்ட புரு, ‘இது இவன் வாங்கினது’ என்று என்னிடமிருந்து விட்டு விலகி நின்று சொன்னதோடு மட்டுமில்லாமல் பத்திரிகையைத் தேன்மொழி அக்காவிடம் கொடுத்துத் தொலைத்து விட்டான்.

தேன்மொழி அக்கா ஜேஎஸ் பத்திரிகை அட்டைப் படத்தையே பார்த்துக் கொண்டிருந்தாள்.

‘ஆஹா, நஃபீசா அலி போட்டோவை இப்போதான் இத்தனை அழகா பத்திரிகையிலே பார்க்கறேன். எக்ஸலெம். பிரமாதம். தேசிய நீச்சல் வீராங்கனை. நான் அவங்க விசிறி. இங்கே படிச்சபோது நான்தான் யூனிவர்சிட்டி ஸ்விம்மிங் சாம்பியன். அவங்க கையால பரிசு வாங்கியிருக்கேன். அறிவு ஜீவி. நல்ல படிப்பு. இலக்கிய ரசனை. கலை ரசனை.

கண்கள் பனிக்க தேன்மொழி அக்கா ஜேஎஸ் பத்திரிகையை நேசமாக ஒரு கையாலும் குழந்தையை மற்றதாலும் பற்றியபடி சொல்ல, நீச்சல் அழகியை இரண்டு பரிமாண பின் அப் படமாகப் பார்க்காமல் நஃபீசா அலியாகப் பார்த்த அந்தக் கணம் சந்தோஷமாக நீண்டு போனது.

தேன்மொழி அக்காவையே புத்தகத்தை வைத்துக்கொள்ளச் சொல்லி விட்டு நான் கயலைப் பார்க்க, அவளுடைய கண்கள் என்னை வருடி ஒரு வினாடி என் கண்களில் நிலைத்து, பின் வேறெங்கோ பிடிவாத மாகப் பார்வை நிலை கொண்டன.

புரு தன் முயற்சியில் சற்றும் தளராமல் கையில் வைத்திருந்த காகிதத்தோடு கயல்விழியைப் பார்த்து குரலில் மாடுலேஷனே இல்லாமல் சொன்னான் –

நேத்துத்தான் எழுதினேன். போயம் ப்ரான்ஸெ.'

'பிரெஞ்சுக் கவித? ஆணோ?'

தேன்மொழி ஜேஎஸ்ஸை ஒரு கையால் புரட்டியபடி மாமாவிடம் விளக்கினாள்.

' ஒரு ஏழு வருஷம் முந்தி, அப்பா கிட்டே தினம் பிரெஞ்சு கவிதை, தமிழ்க் கவிதைன்னு பயில நிறைய இளையவங்க வருவாங்க. நான் கல்யாணம் ஆகிப் போகிறதுக்கு முந்தைய சமாசாரம் அது. இப்போ மறுபடி ஆரம்பிச்சிருக்கு போல. நல்லதுதான்.'

ஏன் வராமல்? ஏழு வருஷம் முன்பு தேன்மொழி இந்தப் பிரதேசத்தில் கிளியோபாட்ராவாக இருந்திருப்பாள், இப்போது கயல் ஆட்சி நடக்கிறது. கவிதையை ரசிக்க அடுத்த கூட்டம் வராமல் என்ன செய்யும்?

எதிர்பாராத விதமாக, அக்கா வீட்டுக்காரர் புரு கையில் இருந்து காகிதத்தை ஆர்வத்தோடு வாங்கிக்கொண்டார். உரக்கப் படிக்கவும் ஆரம்பித்தார்.

ழெ தெய்மெ உ தெலா துது

யெ உ துலா தெ இத்வால

ழெ நெ பெ ப வா

முதல் மூன்று ரெண்டு வரி சொல்லி நிறுத்தினார். கொல்லாம் என்றார். புரு மருண்டான்.

'கொள்ளாம்'னா மலையாளத்தில் 'நல்லது' என்று தேன்மொழி அக்கா சொல்ல அவனுக்குப் போன உயிர் திரும்பி வந்தது.

அந்த வரிகளுக்கு விளக்கம் சொன்னார்.

எல்லாவற்றையும் விட

நான் காணாத நட்சந்திரங்களையும் விட

உன்னை நேசிக்கிறேன்.

புருவைக் கொல்லாம் என்றே தாராளமாகச் சொல்லியிருக்கலாம். காதலுக்காக இல்லாவிட்டாலும் இந்த மாதிரியான கவிதைக்காக.

தேன்மொழி அக்கா ஆவலோடு அந்தக் காகிதத்தை தன் வீட்டுக்காரரிடம் இருந்து பிடுங்கி அடுத்த வரிகளைப் படிக்க ஆரம்பிக்க, காகிதம் நொடி நேர மழையில் சொட்டச் சொட்ட நனைந்து போனது.

குழந்தை தான். அது முதல் தடவையாகச் சிரித்தது.

'அடடா, கவிதையை முழுக்க ஈரமாக்கிட்டானே.'

தேன்மொழி அக்கா சீரியஸாகச் சொல்லிச் சிரிக்க, நானும் கயலும் அடுத்துத் தொடர்ந்தோம். மாமா நாலு மில்லிமீட்டர் புன்னகைத்தார். புரு புரு வென்று பார்த்தான் புரு.

'நேப்பி மாத்திட்டு வந்திடறேன்.'

ஒரு கையில் குழந்தையும் இன்னொரு பக்கம் சிசு மூத்திரம் நனைத்த கவிதையுமாக நன்றி சொல்லி தேன்மொழி வீட்டுக்குள் போனாள்.

'அப்புறம் சாவகாசமா வரேன்.'

புரு கிளம்ப, நானும் கயலை நோக்கியபடி நகர்ந்தேன். ஒரு பிரச்னையும் இல்லாமல் புருவின் இந்தப் படையெடுப்பு பொடி பொடித்துப் போனதில் எழுந்த மகிழ்ச்சி சொல்லில் அடங்காதது.

'நீ வந்தா புத்தகம் கொடுக்கச் சொல்லியிருக்கார் அப்பா.'

கயல் கண்காட்டி விட்டு உள்ளே போக நான் புரிந்து கொண்டு பின் தொடர்ந்தேன்.

அப்பா பார்வேந்தனார் பாதி வீட்டை நிறைத்துப் புத்தகம் வைத்திருந்தார். அந்த அறையின் கோடியில் அலமாரிப் பக்கம் போக முடிவு செய்தேன்.

சரியான முடிவு என்று சொல்கிறது போல கயலும் அங்கே வந்து நின்றாள். ஒரே நேரத்தில் மனதில் ஏதோ தோன்ற, அணைத்துக் கொண்டோம். இன்னும் குளிக்காத பெண் வசீகரமான வாடை கொண்டிருந்தாள்.

'ஷொகொலா' என்றேன்.

'அதான் அன்னிக்கு உதட்டிலே இருந்து தொடச்சு எடுத்துக் கிட்டியே?'

‘அப்போ விரலாலே எடுத்தேன். இப்போ.’

பற்பசை மணத்த அவள் இதழ்களில் மென்மையாக, முத்தமிட்டேன். விலகினாள்,

என் கன்னத்தை அவசரமாக வருடி விட்டு ஏதோ புத்தகத்தை எடுத்துக் கொடுத்து, சத்தமாக, ‘நச்சினார்க்கினியர் உரை’ என்றாள்.

வாசலுக்கு வந்தபோது காதில் சொன்னாள் -

‘இனிமே தனியா வா.’

நான் சைக்கிள் மிதித்தபோது பின்னால் உட்கார்ந்திருந்த புரு சந்தோஷமாகப் பாடிக் கொண்டிருந்தான். என்ன குஷியோ?

‘கயல் வீட்டுக்கு முதல் கவிதை போயாச்சு. அடுத்து கொஞ்சம் ஆறப்போட்டு அவள் கைக்கு காதல் சொட்டச் சொட்ட அடுத்தது போகும்.’

‘உனக்கு அவ்வளவு பிரெஞ்சு கவிதை வெறியா?’ என்று கேட்டேன்.

‘பின்னே இல்லையா, அம்பலத்தடியார் மடத்து தெரு பழைய புத்தகக் கடையிலே போன வாரம் லாட் ஆக ஒரு பிரெஞ்சு இலக்கியப் பத்திரிகை கெடச்சது. எல்லாம் 1940 சமாசாரம். அதுலே ஒண்ணை அப்படியே எழுதினேன். மிச்சம் நாலு வால்யூம் இருக்கு.’

நான் ஒன்றும் சொல்லாமல் சைக்கிள் மிதித்தேன்.

13

ரத்னா தியேட்டரில் மேட்னி ஷோ. உத்தரவின்றி உள்ளே வா என்று வேண்டி விரும்பிக் கூப்பிட்டதால் என்ன விஷயம் என்று டிக்கெட் எடுத்துப் போய்ப் பார்த்து விட்டு சக்கரம் போகிற போக்கில் சைக்கிள் மிதித்து வந்துகொண்டிருந்தேன்.

ரூ ல போர் என்ற கதவுத் தெரு நான் வந்தது. தெற்கு வசத்தில் அதன் வலது கைப்பக்கம் முண்டாசு தெரு என்று சைக்கிள் ரிக்ஷா ஓட்டும் சகோதரர்கள் சொல்லும் மாண்டார்சியர் தெரு. இதுவரை இந்த ஊரில் புகுந்து புறப்பட்டுப் பார்க்காத மிகச் சில வீதிகளில் அதுவும் ஒன்று. இப்போது போகலாமா என்று யோசனை.

வேண்டாம். இன்னும் நான் புகுந்து பார்க்காத அந்த ஒன்றிரண்டு தெருக்கள் வசீகரமானவை. அங்கே அழகான பெண்கள் நடு வீதியில் வலை கட்டி இறகுப் பந்து வீசி பேட்மிண்டன் ஆடிக் கொண்டிருப்பார்கள். நான் அங்கே மெல்ல நடக்கும்போது கண்கள் சந்திக்கக் கையில் பந்து மட்டையோடு நின்று வழிவிடுவார்கள். மனசே இல்லாமல் கடந்து போவேன். திரும்பிப் பார்த்தால் பந்து தரையில் விழ, அவர்களின் பார்வை என்னையே தொடரும்.

என்ன கண்றாவிடா இது. சினிமா பார்த்துப் படிந்த கனவும் கற்பனையும் எப்போது இறங்கிப் போகுமோ, தெரியலை.

இன்றைக்கு ரத்னா டாக்கீஸில் பகல் காட்சி பார்க்கும் தினம் இல்லை. வெள்ளிக்கிழமை முழுக்க முழுக்க இயற்பியல் தினம். பிசிக்ஸ் லேபில் நியூட்டன் வளையங்களை ஆடிகளைக் கொண்டு உருவாக்கி, நகரும் மைக்ராஸ்கோப் மூலம் ஏகப்பட்ட கணக்கீடுகளைச் செய்வதற்கான நாள் இது.

மற்ற எல்லா விஷயத்திலுமான ஈடுபாட்டை ஒதுக்கிப் புறம் தள்ளி நேரம் முழுக்க ஆராய்ச்சி செய்து, படித்து முன்னுக்கு வந்தால், பெரிய அறிவியல் அறிஞனாக ஆகலாம்.

ஆக வேண்டும் என்று லேப் உள்ளே போகும் ஒவ்வொரு தடவையும் மனது அவசரத் தீர்மானம் எடுக்கும். வேலை முடிந்து லாப்ரட்டரி வாசல்படி கடந்து வெளியே வந்ததும் மனம் வேறு மாதிரி யோசிக்க ஆரம்பித்து விடும்.

நியூட்டன் வளையங்களைத்தான் ஏற்கெனவே கண்டுபிடித்து புரட்டிப் போட்டு அளந்து தள்ளி விட்டார்களே, நாம் என்ன கூடுதலாகச் செய்து கிழிக்கப் போகிறோம் என்று தோன்றும்.

பேங்க் வேலைக்கோ, மாநில அரசு ஜூனியர் அசிஸ்டெண்ட் பணிக்கோ போகத் தேவையான படிப்பு போதும் என்று திடமாக நம்பி, அறிவுத் தேடல் ஏறக் கட்டப்படும். அதோடு, அறிவியல் அறிஞர் பிம்பம் காற்றில் கலைந்து உதிரும்.

தாற்காலிகமான அறிஞர் ஒப்பனைக்கு வழி இல்லாமல், இன்றைக்கு மதியம் எல்லா வகுப்புகளும் ரத்து செய்யப்பட்டன.

அது மட்டுமில்லை. கல்லூரி வளாகத்தில் மாணவர்கள் யாரும் இருக்க வேண்டாம் என்றும் கேட்டுக் கொண்டு பிரின்சிபாலின் அறிவிப்பு வந்த நாள் இது. எல்லாம் ஒரு சின்னஞ்சிறு தகராறில் தொடங்கியது.

ல பொம்னாட் என்ற அழகான கடற்கரைப் பாதையில் சைக்கிள் விட்டுப் போவதில் எழுந்த பூசல் அது. உள்ளூர் வெளியூர் சச்சரவாக போன வாரம் தான் இது வெடித்தது. ஊதிப் பெரிதாக்கியதில் எங்கள் கல்லூரிச் சகாக்களுக்கும் பங்கு உண்டு.

சைக்கிளில் போனவர்கள் வெளி மாநிலத்தில் இருந்து வந்தவர்கள். சமிதி, ஆசிரமம், பர்ணசாலை என்று இங்கே வந்து ஏற்படுத்திக் கொண்டு பல்கிப் பெருகியவர்கள்.

சமிதியைச் சேர்ந்த ஆணும் பெண்ணுமாக அரை நிஜாரை மாட்டிக் கொண்டு நாலைந்து பேர் சேர்ந்து பாதையை அடைத்துக்கொண்டு சைக்கிள் மிதித்துப் போவதால் மற்றவர்கள் பயன்படுத்த சிரமமாக இருக்கிறது என்று குற்றச்சாட்டு.

சமாதி வைத்து சம்பாதிக்கிறார்கள் அவர்கள் என்று உள்ளூர்க்காரர்கள் பொருமுவது இப்போது பாதைத் தகராறாக வெடித்திருக்கிறது.

மடை மாற்றி வாய்க்கால் தகராறைத் தீர்க்கிறது போல இங்கே பிரச்னை ஓய்வது எப்போது என்று தெரியாது.

லெச்சு, நாகநாதன், வைத்திலிங்கம் போன்ற கல்லூரி சீனியர்கள் தெருமுனைகளில், பூங்காவில் கூட்டம் கூட்டி பிரெஞ்சிலும் தமிழிலும் வந்தேறிகளைக் கடுமையாகச் சாடுகிறார்கள். குஜராத்துக்குத் திரும்பிப் போ, வங்காளத்துக்குப் போ, அந்தமானுக்குப் போ, நேபாளத்துக்குப் போ என்று அவ்வப்போது மனதில் வரும் பிரதேசங்களை எல்லாம் உரக்கச் சொல்லி எதிர்த் தரப்பை ஒட்டுமொத்தமாக அங்கே போகச் சொல்கிறார்கள். லெச்சு என்னிடம் இந்திய மாநிலங்கள் மற்றும் உலக நாடுகளின் பட்டியலை கலந்து கட்டியாக ஒரு துண்டு சீட்டில் எழுதித் தரச் சொன்னது இப்படிச் சொற்பொழிய உதவுகிறது என்பதில் சந்தேகமே இல்லை.

குஜராத்தில் இருந்து பத்து பேர் பணமூட்டையோடு வந்தாங்க. கல்கத்தாவிலே இருந்து தாடியோடு இன்னொரு பத்து பேர் வந்து சேர்ந்தாங்க. பணம் கொண்டு வந்தவங்க கிட்டே தாடி இல்லே, புத்தி இல்லே. புத்தி இருக்கற தாடிவாலா கிட்டே டப்பு லேது. சரி வா, கூட்டணி அமைக்கலாம்னு இந்த அவலும் உமியும் சேர்ந்தானுங்க. யார் அவல், யார் உமியா? ரெண்டுமே உமிதான். இவங்க சேர்ந்து, யோகம், தியானம்னு பொரிவிளங்கா உருண்டை பிடிச்சு ஊரை எல்லாம் உலகத்தை எல்லாம் ஏமாத்தினானுங்க. ஏமாத்தறானுங்க. இன்னும் எத்தனையோ வருஷம் கியாரண்டியா ஏமாத்தப் போறாங்க. இவங்க போட்ட ஆட்டத்திலே மதி மயங்கி, யார் யாரோ நிதி அனுப்ப, அங்கே வெளிநாட்டுப் பணம் கொட்டோ கொட்டுன்னு கொட்டுது. காசை வச்சுட்டு என்ன பண்ண? பொரிச்சு திங்கவா முடியும்? மண்ணுலே போடலாம்னு முடிவு பண்ணினானுங்க. என்ன ஆச்சு? இப்போ ஊரிலே ஒரு கட்டடம் விலைக்கு வந்தாப் போதும். நாம கனவிலும் நினைக்காத விலை கொடுத்து வாங்கி, அவனுகளுக்குன்னு இருக்கப்பட்ட அழுக்கு நீல பெயிண்டை குழைச்சுப் பூசறான். உடனே அது சமிதி கட்டிடம் ஆகுது. நிஜார் போட்டுக்கிட்டு இன்னும் பத்து பேர் மூட்டை முடிச்சோட உள்ளாற புகுந்துடறாங்க. ஊரையே வளச்சுப் போட்டு அவனுங்க வளர்ந்துக்கிட்டிருக்காங்க. இப்படியே விட்டா, ஊர் முச்சூடும் அழுக்கு நீலமாக்கி நம்மை எல்லாம் போங்கடா பக்கிகளான்னு வெளியே விரட்டிடுவாங்க.

போகிறவர், வருகிறவர் எல்லாம் நின்று கேட்டு, உரக்கக் கைதட்டி, அதானே என்று ஆமோதிக்க இப்படி அந்தத் தெருமுனைத் தாக்குதல் நீண்டு போகும்.

நேற்று அதுதான் நடந்தது. அதற்கு முன்பாக, கல்லூரி வளாகத்திலேயே, நேற்று சாயந்திரம் நாலு மணிக்கு எல்லோரும் ஒற்றுமையாகக் கடைசி வகுப்பைத் துறந்து, வெளியே கூடி கோஷம் போட்டோம். நான் போகாத எலக்ட்ரானிக்ஸ் வகுப்புக்கான பேராசிரியர் ராபர்ட் சமயவேலு முதல் மாடியில் வாசலை ஒட்டிய ஜன்னல் வழியாக எக்கிப் பார்த்தபோது நான் முஷ்டி மடக்கிக் கத்திக்கொண்டிருந்தேன். கட்டாயம் கண்ணில் பட்டிருக்கும்.

அவரிடமிருந்து பிரின்சிபாலுக்கும், பிரின்சியிடம் இருந்து அப்பாவுக்கும் தகவல் போகும். போகட்டும். அது இப்போதைக்கு நடக்கப் போவது இல்லை.

அப்பா பேங்க் மேனேஜர் மாநாடு என்று நேற்று டில்லி போயிருக்கிறார். அவர் வர அடுத்த சனிக்கிழமை ஆகும். அதற்குள் உலகமே மாறி விடும். காலேஜை கடல் கொண்டு போகும். நான் இனிப்பான கனவுகளோடு மேகலாவைத் தேடி உத்தரவின்றி உள்ளே வா ரவிச்சந்திரன் மாதிரி பாடிக் கொண்டே போய் விடுவேன்.

காலேஜ் கடல்கோளில் போய்த்தான் நீயும் நானும் ஜோடி சேரணும்னா வேணாம் என்று பெருந்தன்மையோடு மேகலா மறுத்து விட்டு மனதுக்குள் திரும்பப் போனாள். அதெல்லாம் நேற்றோடு, காற்றோடு போனது.

இன்றைக்கு மதியத்துக்கு மேல் ஜீவகனின் அண்ணன் நச்சி என்ற நச்சினார்க்கினியன் கல்லூரி வளாகத்தில் தீ குளிக்கப் போவதாக வதந்தி. அது அதிவேகமாகப் பரவ, உடனடி நடவடிக்கையாக இன்று மதியம் எல்லா வகுப்புகளையும் ரத்து செய்து வளாகத்துக்குள்ளே ஈ காக்காய் கூட இல்லாமல் செய்து விட்டார்கள்.

நான் பிற்பகலில் காலேஜில் இருந்து நேரே தியூப்ளே வீதி கஃபே ஹவுஸுக்கு வந்தபோது நச்சி தீக்குளிக்கப் போகிற பரபரப்பு இல்லாமல் காப்பி குடித்துக் கொண்டிருந்ததைப் பார்த்தேன்.

‘நானா, தீ குளிக்கறதா? ப தெ சான்ஷ்... நம்பாதே... சான்ஸே இல்லை. யாரோ கிளப்பி விட்டுட்டாங்க!’ என்றான் நச்சி அலட்சியமாக.

நச்சி வெளியே போய் தன் ஸ்போர்ட்ஸ் சைக்கிளை ஸ்டாண்ட் எடுத்தபோது அவன் அப்பா சைக்கிள் ரிக்‌ஷாவில் வந்து இறங்கி, அவன் சட்டை காலரைப் பிடித்து உலுக்கிக் கொண்டிருந்ததைக் காண நேர்ந்தது.

ஜீவகனை சினிமா தியேட்டரில் துக்கம் விசாரித்தபோது, நச்சியைக் கையோடு அப்பா சிதம்பரத்துக்குக் கூட்டிப் போய் விட்டதாகச்

சொன்னான். அங்கே நிலபுலன்களில் ரெண்டு நாள் அலைந்து திரிந்து வருவதற்குள் ஊர் அமைதியாகி இருக்கும் என்பது அவர் கணக்காம்.

எது எப்படியோ, நானும் நச்சி தம்பி ஜீவகனும் எந்த இடையூறும் இல்லாமல் 'உத்தரவின்றி உள்ளே வா' கலர்ப் படத்தில் காஞ்சனாவை ரசிக்க ஒய்வாக இப்படி இன்று ஒரு பிற்பகல் அமைந்து போனது.

'மாதமோ ஆவணி' போல பாட்டும் இல்லே. காஞ்சனா மாதிரி உலகம் முழுக்க வேறே அழகியும் இல்லே' என்றான் ஜீவகன் படம் முடிந்து எழுந்தபோது. நான் ஆமோதிப்பதை ஜாக்கிரதையாகத் தவிர்த்தேன்.

'சரி வா, ராம் தியேட்டர்லே ஈவினிங் ஷோவுக்கு டயம் ஆயிடுத்து.'

அங்கே 'ரத்தக் காட்டேரியின் விழுப்புண்கள்' என்று நோட்டீஸ் ஒட்டி இருந்தது நினைவில் வந்தது. என்ன படம் என்று விசாரித்தேன்.

'ஸ்கார்ஸ் ஆஃப் டிராகுலா, கிஸ்தோபர் லீ படம். ஆரம்பிச்சுடும், சீக்கிரம் வா.'

அவசரம் காட்டினான் ஜீவகன்.

என்ன ரசனையோ. காஞ்சனாவைப் பருகிய கண்களால், பிசாசுப் பல்லோடு கிறிஸ்டோபர் லீயை எப்படிப் பார்க்க முடியும்?

'அப்பா ஊருக்குப் போய்ட்டார்னு ஒரேயடியா ஆட்டம் போடாதேடா. பாத்து ஆடு.'

என் பங்குக்கு புத்திமதி சொல்லி விட்டு, சொன்னேனே கதவுத் தெரு வழியாக சைக்கிள் மிதித்துக் கொண்டிருந்தேன்.

எதிரில் இருந்து ஒன்வே ஆக இருந்தாலும் கவலைப் படாமல் வேகமாக வந்து கொண்டிருந்தது இன்னொரு சைக்கிள்,

என் வண்டியில் இடித்து அது நின்றது. 'து யே ஃபு' என்று ஆரம்பித்து தெரிந்த வரையில் மும்மொழியில் திட்டத் தயாரானேன்.

யார் அது?

எதிரி பார்ட்டியை ஒரு வினாடி பார்த்தேனா, பனிக்கட்டியாக உருக ஆரம்பித்தேன்.

ஜோசபின்.

மலையாள புளியிலைக்கரை முண்டு போல கரை போட்ட வெள்ளைப் புடவையும், முழங்கை வரை நீண்டு கவிந்த கருப்பு

ரவிக்கையுமாக முதல் தடவையாக, கொள்ளை அழகாக அவளைப் பார்க்கிறேன். காஞ்சனா என்ன காஞ்சனா. நூறு காஞ்சனா ஒரு ஜோசபினுக்கு ஈடாகுமா?

'கோன்ஷெ ப்ரான்ஸெ?'

கொஞ்சுகிறது போல் அவள் விசாரித்தது புரியாமல் ஒன்ஸ் மோர் கோரினேன்.

'காலேஜுக்கு மட்டம் போட்டுட்டு பிரெஞ்ச் லீவான்னு கேட்டேன்.'

அடிக்க ஆரம்பித்த கடற்கரைக் காற்றில் கலைந்து வழியும் தலை முடியை புறங்கையால் ஒதுக்கியபடி என்னைப் பார்த்தாள் ஜோசபின். கட்டி அணைத்துக்கொள்ள முடியாவிட்டாலும், அவளோடு காபி ஹவுஸ் அரையிருட்டிலாவது இப்போது இருந்திருக்கணும்.

'லீவெல்லாம் போடலே. லீவு விட்டுட்டாங்க. அது சரி, நீ எதுக்கு ஒன் வே தெருவிலே தப்பான திசையிலே வந்துட்டு இருக்கே? என் மேல் மோத வேறே மோதிட்டே. ஓரமா ஸ்டாண்ட் போட்டு நிறுத்து. தீர விசாரிக்கணும்.'

'என்னது?'

நான் தெரு ஓரமாக சாயந்திர வெய்யிலுக்கு முதுகைக் காட்டியபடி நிற்க, சிரித்தபடி அவளும் வந்தாள். தீ குளிப்பதில் தொடங்கி சுருக்கமாகச் சொல்லி விரிவாகக் காஞ்சனாவை வர்ணித்தேன்.

கண்ணைக் குத்திவிடுவதாக விரலை நீட்டி மிரட்டினாள்.

மூக்கில் விரல் விட்டுக் குடைந்தபடி எதிரே வீட்டு வாசலில் நின்றிருந்த நீள மூக்கர் உள்ளே போய்த் தொலைந்தால் உடனே விரலைக் கடித்து விடுவேன் என்று ஜோசபினிடம் தெரிவித்தேன்.

சீ, அந்த ஆள் விரல் அசுத்தம் என்று அபிப்பிராயப் பட்டாள் ராட்சசி.

நீ எங்கே போய்ட்டிருக்கே? ஒபிதால் டியூட்டி இல்லையா?'

'திவ அலூப்... விடிகாலையிலேயே டியூட்டி ஆரம்பிச்சு மூணு மணிக்கு ஃபினி. இப்போ மூாக் அங்கிளைப் பார்க்கப் போயிட்டு இருக்கேன்.'

'என்ன பேரு சொன்னே?'

'மூாக்'

மறுபடி மிழற்றினாள் ஜோசபின்.

'உரிச்ச வாழைப்பழத்தை நய்யக் குழச்சு ஊட்டின மாதிரி இருக்கு' என்றேன்.

உரிச்சு உன் தலையிலே தான் தடவணும்.'

சொன்னபடி அவள் சைக்கிளை நகர்த்தி, ஒரு வினாடி பின்னால் திரும்பி என்னைப் பார்த்தாள். ரதி. காமிரா இருந்தால் அந்த வினாடியைச் சிறைப் பிடித்திருக்கலாம் என்று மனம் கிடந்து பதைபதைத்தது. காஞ்சனாவை விட, ஷர்மிளா தாகூரை விட, தீபாவளி மலரில் கோபுலு வண்ணப் படத்தில் வரைந்ததை விடப் பேரழகி, உத்தரவின்றி உள்ளே வந்து நாலு மாதமாகிறது.

'வெட்டியாத்தானே காஞ்சனாவை நெனச்சுக்கிட்டு சுத்திட்டிருக்கே. ழாக் அங்கிளைப் பார்க்க என் கூட வா. புதுசா ஒருத்தரை சந்திச்ச மாதிரியும் இருக்கும். பொழுதும் போகும். காஞ்சனா பயித்தியமும் தெளியும்.'

எனக்கு ஜோசபின் கிறுக்கு. அதை பிரெஞ்சில் மொழிபெயர்த்து சொல்லுங்க காஞ்சனா என்று கேட்டேன். அவர் ரவிச்சந்திரனுடன் ஈவினிங் ஷோவில் ஆடத் திரைக்குத் திரும்பி விட்டிருந்தார்...

'இது ஒன் வே.'

ஜோசபினுக்கு திடீர் ஞாநோதயம் ஏற்பட்டதால், வலது பக்கத் தெருவான சின்னச் சுப்புராயப் பிள்ளை தெருவில் புகுந்து அங்கிருந்து மாண்டார்சியர் தெருவுக்கு வந்தோம். ஒரு பழைய கட்டடத்தின் முன் ஜோசபின் சைக்கிளை நிறுத்தினாள். நின்றேன்.

'ஹாஸ்டல் மாதிரி இருக்கு!' என்றேன்.

'ஆமா, ஹோஸ்பிஸ் த பூன்... புரியலையா. நீயே பாக்கப் போறே இப்போ.'

அந்தக் கட்டடத்தில் ரெண்டே ரெண்டு பேர் தவிர மீதி எல்லாருமே எழுபது வயசுக்கு மேற்பட்டவர்கள். நிறைய ஆண்கள். கொஞ்சம் போல் பாட்டிகளும் உண்டு. வித்தியாசமான ரெண்டு பேரும் கணவன், மனைவி. அசல் பிரெஞ்சுக்காரர்கள். இந்த விடுதியை ஏற்படுத்தி நிர்வகிக்கிறவர்கள் என்று ஜோசபின் காதில் சொன்னாள். அவர்கள் அறுபது வயதைத் தொட்டவர்கள்.

ஜோசபினை ஆர்வமாக வரவேற்றார்கள் அந்தத் தம்பதிகள். உள்ளே சற்றே இருண்டிருந்த கூடத்தைக் காட்டி நீளமாக ஏதோ பேசினார் பிரெஞ்சு அங்கிள். ஜோசபின் புன்சிரிப்போடு எல்லாம் நான் பார்த்துக்கறேன் என்று அபயமளித்தாள். அப்படித்தான் நான் புரிந்து கொண்டேன்.

'லெ பெதித் அமி?'

அந்த பிரெஞ்சு அம்மணி என்னைக் காட்டிக் கேட்க, சற்றே வெட்கத்துடன் உய் என்றாள் ஜோசபின்.

‘பாய் ப்ரண்டான்னு கேக்கறாங்க.’

என்னிடம் ஜோசபின் கிசுகிசுத்த போது அவள் முகத்தில் அலாதியான நாணம் பூத்திருந்தது. புடவை கட்டினால் வரும் போல, அதெல்லாம்.

அம்பலப்புழை அத்தை ஜாடையில் இருந்த பிரெஞ்சு முது பெண்ணின் கைகளைக் கண்ணில் ஒற்றிக்கொள்ளலாம்போல் இருந்தது.

‘பார்த்து வா. இங்கே படி இருக்கு.’

அரையே அரைக்கால் இருளில் நுழையும் முன் ஜோசபின் சொல்ல, அவள் கையை இறுகப் பிடித்துக் கொண்டேன்.

‘லெ ப்யூட்டி அமி?’

‘என்னது?’

‘நீ தான்... அழகான கேர்ள் ப்ரண்ட்.’

‘அய்யே.’

நாக்கைத் துருத்தாதே பெண்ணே. சொன்னால் கேள்...

‘கேர்ள் பிரண்ட்க்கு பிரெஞ்ச் பெத்தி அமி’ என்றபடி அவள் என் கையை ஒரு வினாடி நெருக்கினாள்.

வரிசையான அறைகள் அரையிருட்டில் தெரிந்தன. நடுவில் இருந்த அறைக்கு முன் நின்று கதவை மெல்லத் தட்டினாள் என் பெத்தி அமி. ‘மூாக் அங்கிள்’ என்று மெதுவாகக் கூப்பிட்டபடி என் கையை விடுவித்துக் கொண்டாள்.

‘ஆந்த்தே ஆந்த்தே.’

உள்ளே வரச் சொல்லிக் கூப்பிடுகிற குரல் வரவேற்றது. கூடவே ஒரு மக்கிய வாடையும் மூக்கில் படத் தவறவில்லை.

திறந்திருந்த ஜன்னல் வழியே கடல் காற்று சில்லென்று அறைக்குள் சீராகப் புகுந்து விளையாடிக் கொண்டிருந்தது. நிலக் கடலைத் தோல் இடம் முழுக்கச் சிதறிக் கிடந்தது.

ஜன்னலின் பக்கத்தில் ஈசி சேரில் ஒரு முதியவர் உட்கார்ந்திருந்தார். வயதான அழுக்குக் குழந்தை போல கரடி படம் போட்ட கசங்கிய பச்சை பனியனும், அரை நிஜாருமாக இருந்தவர். மக்கிய வாடை அவரிடம் இருந்துதான் வந்தது என்று திடமாக நம்பினேன்.

அங்கிள் உட்கார்ந்தபடிக்கே ஜோசபினுக்கு முகத்தைத் திருப்பிக் காட்டினார். அவர் கன்னத்தில் மென்மையாக முத்தமிட்டாள் ஜோசபின்.

என்னைக் காட்டி யார் என்று விசாரித்தார். 'பெத்தி அமி' என்றேன் ஜோசபினைக் காட்டி. அவர் தொடர்ந்து ஆச்சரியத்தைப் பிரெஞ்சில் வெளியிட்டார். ஒன்றும் புரியாமல் தோற்றேன் என்று ரெண்டு கையையும் மேலே தூக்கிக் கும்பிட்டேன்.

மூாக் அங்கிள் குழந்தை போல கலகலவென்று சிரித்தார்.

அவனுக்கு பிரெஞ்சு தெரியாது என்று ஜோசபின் சொல்ல இங்கிலீஷுக்கு மாறினார். அழகான உச்சரிப்பும் வேகமுமாக இருந்த அந்த மொழியும் புரியவில்லை என்று சொல்ல வெட்கம். சும்மா இருந்தேன். கவனித்துக் கேட்க அர்த்தமாகியதின் சாரம் இது –

மூாக் அங்கிள் என்ற ஜாக் தானியல் இருதயநாதன் இங்கே பிறந்து வீட்டிலும் வெளியிலும் பிரெஞ்சும் சுமாராகத் தமிழும் பேசுகிறவர். நாலு தலைமுறை முன் பிரெஞ்சுக்காரத் தொடர்பு இருந்த குடும்பம் அவருடையது. ஆனால் அவர் மெட்றாஸில் தான் முழுக்க முழுக்க வேலை பார்த்தது. இருபது வருடம் நியூரோ சர்ஜன் டாக்டர் ஸ்டோன்ஸ் துரையிடமும், அதன் பின் இன்னொரு பதினைந்து வருடம் துரைக்கு சீடராகிய டாக்டர் ராமபத்திரனிடமும் மெடிக்கல் ஆர்டர்லியாக இருந்தவர். மாம்பலம், மைலாப்பூர், மந்தவெளி, கீழ்ப்பாக்கம், சால்ட் கொட்டார்ஸ் என்று சென்னை முழுக்க நண்பர்கள் உண்டு. வயது இந்த டிசம்பர் வந்தால் எழுபத்தேழு. தனிக்கட்டை. மனைவி ரீட்டா தானியல் இறந்து இருபது வருடமாகிறது. ஒரே மகன் ஆல்பர்ட் ஐந்து வயதில் டிப்தீரியாவில் போய் விட்டான். அது நாற்பத்தைந்து வருடம் முந்தி. வேறே சந்ததி கிடையாது.

அவர் சொல்லிக் கொண்டிருக்கும்போதே, ஜோசபின் ஓரமாகப் போட்டிருந்த கட்டிலில் உட்கார்ந்து அங்கே வைத்திருந்த ஏர்மெயில் கடிதத்தை சீராக எழுதி முடித்திருந்தாள்.

'யாருக்கு எழுதறே?' என்று கேட்டேன்.

'மூாக் அங்கிளோட தங்கச்சி மகன் பிரான்ஸிலே இருக்கார். கசாப்புக்கடை வச்சிருக்கார் பரீ-லே. அவருக்கு மாசம் ஒரு லெட்டர் எழுதுவார் அங்கிள். '

சொல்லிவிட்டு கடகடவென்று தான் எழுதிய கடிதத்தைப் படித்தாள் அவள். முழுக்க பிரெஞ்சில் இருந்ததால் அட்சரம் புரியாவிட்டாலும்,

ரொட்டீன் நான் சவுகரியம், நீ சௌக்கியமா, ஞாயிற்றுக்கிழமை எண்ணெய் தேய்த்துக் குளி, ராத்திரி நேரத்துக்கு உறங்கு, லீவுக்கு வந்து போ ரக விஷயங்களாக இருக்கும் என்று ஊகித்தேன்.

கைப்பையைத் திறந்து பவுண்டன் பேனா எடுத்து கடிதத்தில் மூாக் அங்கிளின் கிறுக்கலான கையெழுத்தை வாங்கினாள் ஜோசபின். கையொப்பம் இட்ட அசதியில் அங்கிள் சற்றே கண்ணயர, அவள் பேனாவை ப்ளவுஸில் குத்திக் கொண்டாள்.

‘அங்கே வேணாம். எடுத்து கைப்பையில் வை!’ என்றேன்.

‘ஏய், எதுக்கு அங்கே எல்லாம் பார்க்கறே?’

அவள் பொய்க் கோபம் காட்ட, நான் பதில் சொல்வதற்குள் மூாக் அங்கிள் கண் திறந்தார்.

‘மாத்திரை கொண்டு வந்திருக்கியா குழந்தே?’

குத்தி எழும் இருமலுக்கு நடுவே விசாரித்தார்.

உய் என்றபடி மூாக் அங்கிளின் மேஜையைத் திறந்தாள் ஜோசபின். அங்கே இருந்த மருந்து மாத்திரைகளைக் கவனமாகப் பார்த்து, சிலவற்றைக் குப்பைக் கூடையில் போட்டாள். அதெல்லாம் காலாவதியாகிப் போனவையாம்.

‘அங்கிள் ரொம்ப தூக்க மாத்திரை சாப்பிடறதா தெரியுது. அதையும் பாதி தூக்கிப் போட்டுட்டு அதே மாதிரி சிவப்பு கலர் வைடமின் மாத்திரை வச்சுட்டேன்.’

அவள் என் தோளைப் பற்றி காதில் கிசுகிசுக்க, மூாக் அங்கிளின் தூக்க மாத்திரைக்கு நன்றி சொல்லத் தோன்றியது. வேறு எந்த மருந்தை மாற்றி என்னிடம் சேதி சொல்லப் போகிறாள் என்று காத்திருக்க ஒன்றும் இல்லை.

கைப்பையில் இருந்து ரெண்டு அட்டை வேறு ஏதோ மாத்திரையை எடுத்து, இதெல்லாம் ரத்த அழுத்தம் கம்மி பண்ண, பகல் சாப்பாட்டுக்கு பிறகு தினம் ஒண்ணு போட்டுக்குங்க என்றாள். அந்த மாத்திரைகளை மேஜை டிராயரில் வைத்தபடி, மேலே இருக்கு மஞ்சள் கலர் என்று அவள் தொடர, நல்ல பிள்ளையாக மூாக் அங்கிள் தலையாட்டினார்.

‘குளிக்கறதையே விட்டாச்சு போல அங்கிள். இருங்க. ஸ்பாஞ்ச் பாத் கொடுத்திடறேன். ரெண்டே நிமிஷம்.’

அவள் அறை ஓரமாக இருந்த இரும்பு வாளியோடு வெளியே போகும் முன் புடவையை அள்ளிச் செருகிக்கொண்டு இடுப்பைப் பார்த்துக் கொண்டாள்.

பாக்காதேடா என்று தணிந்த சத்தத்தில் சொல்ல நான் அதையே செய்தேன். என்னை முறைத்தபடி புடவையை இடுப்பைக் கூடிய வரை மறைக்க இழுத்துவிட்டுக் கொண்டு அவள் நகர, ழாக் அங்கிள் இருமல் சத்தம் தொடர்ந்தது. .

'என்னை மெட்றாஸ் கூட்டிப் போறியா?'

ழாக் அங்கிள் கேட்டார். எனக்கு ஒன்றும் புரியவில்லை. ஜோசபின் தண்ணீர் கொண்டு வரப் போயிருப்பதை அவரிடம் சொன்னேன்.

'ஜோசபினை இல்லே, உன்னைத் தான் கேட்டேன் மேட். என்னை மெட்றாஸ் கூட்டிப் போறியா?'

சட்டென்று ழாக் அங்கிள் என் கையை பற்றிக் கொண்டார். கெஞ்சுகிற தோரணையில், அவருடைய வாழ்வே நான் சொல்லப் போகிற பதிலில் இருக்கிறது என்று எதிர்பார்த்ததுபோல் என்னையே பார்த்துக் கொண்டிருந்தார். அவர் கண்கள் கலங்கி, கண்ணீர் வழிய ஆரம்பித்தது.

'கீழ்ப்பாக்கம் சிமெட்ரியிலே ரீட்டா தூங்கிட்டு இருக்கா. அவளைப் போய்ப் பார்த்து இருபது வருஷம் ஆச்சு. ஒரு பூங்கொத்து போதும். ரொம்ப எதிர்பார்க்க மாட்டா. கல்லறையை சுத்தம் பண்ணி பூ வச்சுட்டு அவளும் நானுமா ஆல்பர்ட்டைப் பாக்கணும். பக்கத்திலே தான் உறங்கிட்டு இருக்கான். ரொம்ப விஷமக்காரன். அவனுக்கு எடுத்துப் போக கீ கொடுத்தா ஓடற நாய் வாங்கிட்டு போயிடலாம். கமர்கட்டும் மறக்காம வாங்கிக்கணும்.'

நாற்பத்தைந்து வருடம் முன்னால் இறந்து போன ஆல்பர்ட் இன்று இருந்தால் அவனுக்கு அவருக்கு ஐம்பது வயதாகி இருக்கும். என்றாலும் ழாக் அங்கிள் நினைப்பில் ஆல்பர்ட் இன்னும் கமர்கட்டுக்காகக் காத்திருக்கும் ஐந்து வயதுப் பையன்தான் என்று பட, மனம் கனத்தது.

ஜோசபினோடு இங்கே வந்திருக்கக் கூடாதோ.

ஜோசபின் வாளியில் பாதி நிறைத்த தண்ணீரோடு உள்ளே வந்தாள். என்ன என்று என்னைப் பார்வையால் விசாரித்தாள். ஒன்றுமில்லை என்று தோளைக் குலுக்கித் தெரிவித்தேன்.

'ஜோசபின், நீயாவது என்னை மெட்றாஸ் கூட்டிப் போயேன். மயிலாப்பூர் கோவில் பக்கம் மாடவீதியிலே ஆசை தீர நடக்கணும். கற்பகாம்பாள் மெஸ்ஸிலே இட்லி, காப்பி சாப்பிடணும். காளத்தி கடையிலே ரோஸ்மில்க் குடிக்கணும். அம்மிணி அம்மாள்

தெருவிலே என் சிநேகிதர் ரிடையர்டு பேங்க் ஜெனரல் மேனேஜர் ரங்காச்சாரி யோட உட்கார்ந்து முப்பது வருடப் பழங்கதை பேசணும். பார்டர் தோட்டத்திலே இன்னொரு சிநேகிதன் நாயுடு இருக்கான். வா வான்னு அவனும் கூப்பிடறான். போய்த் தலையைக் காட்டணும். அப்புறம் கீழ்ப்பாக்கம் சிமெட்ரியிலே...'

அவர் தேம்பித் தேம்பி அழ ஆரம்பித்தார்.

'மூாக் அங்கிள், நிச்சயமா நாம போவோம். அடுத்த வாரமே போகப் போறோம்.'

என் குரலில் தெரிந்த உறுதி எனக்கே ஆச்சரியமாக இருந்தது.

மூாக் அங்கிள் கைதட்டி நான் சொன்னதை வரவேற்றார். கைப்பையில் இருந்து ஒரு ஸ்டெயின்லெஸ் டப்பாவை எடுத்தாள் ஜோசபின். அதன் வட்டமான மூடியைத் திறக்க முடியாமல் என்னிடம் நீட்டினாள், திறந்ததும் உள்ளே நீளநீளமாக வாழைக்காய் பஜ்ஜி கண்ணில் பட்டது. நான் ஒன்றைக் கையில் எடுத்துக்கொள்ள, அவள் அவசரமாகப் பிடுங்கினாள்.

'வேணாம்டா. ஃபிஷ் கபாப்.'

நான் விரலை எங்கே துடைக்க என்று பார்க்க, கையை இழுத்துப் புடவைத் தலைப்பால் அழுத்தித் துடைத்து விட்டாள்.

மூாக் அங்கிள் மெட்றாஸ் போகும்போது என்ன எல்லாம் செய்யப் போகிறார் என்று விரிவாக எடுத்துரைத்தபடி உற்சாகமாக ஜோசபின் ஊட்டிய மீன் பஜ்ஜியை ரசித்துத் தின்று கொண்டிருந்தார்.

நாங்கள் வெளியே வரும்போது, பின்னால் இருந்து கூப்பிட்டார் அவர்.

'எனக்கு ஒரு நிக்கரும் சட்டையும் வாங்கிட்டு வந்துடு மேட். பழைய உடுப்போட போனா, ரீட்டா திட்டுவா.'

திரும்பிப் பார்த்து, 'சரி வாங்கிடலாம்.' என்றேன்.

'அடுத்த வாரம் போறோம். மறந்துட மாட்டியே?'

அவர் கேட்க, மாட்டேன் என்று சிரித்தபடி சொன்னேன். ஜோசபின் வாசலுக்குப் போயிருந்தாள். அவள் நடையில் வேகம் தெரிந்தது. கொஞ்சம் நடையை எட்டிப் போட்டு அவளோடு சேர்ந்து கொண்டேன்.

'எதுக்கு அங்கிள் கிட்டே நடக்க முடியாத காரியத்துக்கெல்லாம் பிராமிஸ் பண்றே? உன்னை கூட்டியே வந்திருக்கக் கூடாது.'

என்னைத் தவிர்ப்பதாகக் காட்டிக்கொண்டு ஜோசபின் விலகி நடக்க, நான் வலிந்து கூட நடந்தேன். ஆளாரவம் இல்லாத ஹால் வாசலில் சற்றே நின்றாள். நின்றேன்.

'நடக்கற காரியம்தான் சொல்றேன். நடத்திக் காட்டலாம்' என்று நம்பிக்கையாகச் சொன்னேன்.

'எப்படிச் செய்யறது? யாரு கூட்டிப் போறது? அவரால போகத்தான் முடியுமா? அஞ்சு பத்தில்லை வயசு. எழுபத்தாறு. ஞாபகம் வச்சுக்க. எதோ ஜேசு புண்ணியத்திலே இன்னும் மெல்ல மெல்லவாவது நடமாடிட்டிருக்கார்.'

'சரி, உனக்கு திங்கள்கிழமை டியூட்டி ஆஃப் தானே?'

ஆமா அதுக்கென்ன இப்போ? லீவுன்னு பேரு... யூனிபாரம் துவைச்சுக் காயப் போட்டு, வீடு சுத்தம் பண்ணி, சமையல் செஞ்சு வைக்கவே அது முழுக்க ஓடிடும்... அப்புறம்...மாசாந்திர தொந்தரவு நேரம் வேறே.'

அவள் சங்கடத்துடன் சொன்னது புரிந்தது.

'எனக்காக திங்கள்கிழமை கொஞ்சம் சிரமத்தைப் பொறுத்துக்க சில் வொ ப்லெ' என்றேன். ஜோசபின் பதில் எதுவும் சொல்லவில்லை.

'எனக்கு வரும் திங்கள் கிழமை ஜெனரல் ஸ்ட்ரைக். காலேஜ் கிடையாது. அப்பாவும் ஊருக்குப் போயிருக்கார். நாம ரெண்டு பேரும்.'

'வேணாம். அது வேறே எங்கேயாவது இட்டுப் போயிடும்' என்றாள் அவசரமாக. ஊசுட்டு ஏரிக்குப் போன மாதிரியா என்று அப்பாவியாக விசாரித்தேன்.

'அங்கே நீ தண்ணிக்குள்ளே விழுந்தியோ நான் பிழச்சேனோ. இது தண்ணி இல்லே. கட்டாந்தரை.'

அவள் கண்களில் குறும்பு மின்னியது. கட்டாந்தரையில் என்ன செய்யணும் என்று எதிர்பார்க்கிறாய் பெண்ணே?

'நாம ரெண்டு பேரும் விடிகாலை அஞ்சு மணிக்கு மெட்றாஸ் பஸ் பிடிக்கலாம். அதுக்கு முந்தி, நீ விடுதியிலே சொல்லி அங்கிளை ரெடி பண்ணிடு. ஒரு முழு நாள் மெட்றாஸ்லே. ராத்திரி ஏழுக்கு பஸ் பிடிச்சா பதினோரு மணிக்கு இங்கே. அவர் கொஞ்சம் அட்ஜஸ்ட் பண்ணிட்டா எக்ஸ்பிரஸ் பஸ்ஸிலே...'

'பஸ் எல்லாம் வேணாம்' என்று ஜோசபின் முதல் தடவையாக என் திட்டத்தை ஆமோதித்தாள்.

‘எங்க ஆஸ்பத்திரிக்கு மெட்றாஸ்லே இருந்து பிரட், மெடிசின், பஞ்சு, இப்படிப் பலதும் டெலிவரி பண்ண பெரிய வேன் சென்னையிலே இருந்து ராத்திரி எட்டுக்குக் கிளம்பும். இங்கே டெலிவரி பண்ணிட்டு காலையிலே ஆறு மணிக்கு மெட்றாஸ் திரும்பும். சீஃப் கிட்டே சொல்லி பெர்மிஷன் வாங்கிட்டா அதிலேயே செளகரியமாப் போய்ட்டு வந்துடலாம். அங்கிளும் சமத்தா வருவர். ஆமா, மெட்றாஸ் போய் என்ன செய்ய?’

நான் பூடகமாகச் சிரித்தேன். காம்பவுண்ட் பக்கம் நடந்தோம். ‘கவனமாக் கேளு’ என்று ஆரம்பித்தேன்.

‘ஏய், நீ நம்பியார் மாதிரி பேசறே, மத்த வில்லன்களைக் கூட்டி வச்சு திட்டம் தீட்டற நம்பியார் மாதிரி முழி வேறே. நான் கேட்க மாட்டேன், பார்க்க மாட்டேன்.’

‘கேக்காட்ட, இடுப்பை வளைச்சுப் பிடிச்சு குண்டுக் கட்டா தூக்கிட்டுப் போயிடுவேன்.’

‘எங்கே தூக்குடா பார்க்கலாம்!’ என்று காம்பவுண்ட் சுவர் அருகே உறுதியாக பின்னால் கை கட்டி நிற்க, நான் முயன்றேன். வேண்டு மென்றே தோற்ற சந்தோஷம். அவசரமாக முத்தமிட்ட சந்தோஷம்.

‘அங்கிள் மயிலாப்பூர்லே யாரோ சிநேகிதர் இருக்கார்னு சொன்னாரே அங்கேயோ மந்தவெளியிலே இன்னொருத்தர் பேர் சொன்னாரே அங்கேயோ கொண்டு போய் விட்டுட்டு, சாயந்திரம் கூட்டிப் போறதாச் சொல்லிடுவோம். சாயந்திரம் நேரே சிமெட்ரி. அப்புறம் திரும்ப வேண்டியதுதான்.’

‘அங்கிளுக்கு பொழுது போகும், சரி. நீயும் நானும் என்ன பண்ணறதாம்? லோ லோன்னு வெய்யில் பாழாகாமே, செண்ட்ரல், எக்மோர், மூர் மார்க்கெட், மிருகக் காட்சி சாலை, பீச்சுன்னு அலையப் போறோமா?’

‘உனக்கு இஷ்டம்னா கையைக் கோர்த்துக்கிட்டு அலையலாம்.’

‘கையை எல்லாம் கோர்த்துக்க வேறே பொண்ணைப் பாரு.’

‘இவ்வளவு ஷார்ட் நோட்டீஸ்லே கிடைக்குமான்னு தெரியலே. ட்ரை பண்றேன்’ என்று சொன்னேன். கைப்பையால் தலையில் மொத்தினாள். எச்சில் பாத்திரத்தால் அடித்தது வலித்தது. ‘கடங்காரி’ என்றேன் ஆசையாக. ‘போடா’ என்றாள்.

‘அலைய இஷ்டமில்லைன்னா நாம சினிமா தியேட்டர்லே’ என்று ஆரம்பித்தேன்.

‘இருட்டிலே உன் கூட உக்கார முடியாது.’ ரொம்பவே உஷாராக இருந்தாள்.

‘சரி, வேறே வேறே வரிசையிலே உக்காந்துப்போம். நாள் முழுக்க முடியாத சினிமா.’

அது என்ன சமாசாரம் என்று விசாரித்தபடி பக்கத்தில் சைக்கிள் ஓட்டி வந்தாள் ஜோசபின்.

‘மவுண்ட் ரோட் சபையர் தியேட்டர் தெரியுமா?’

‘கேட்டிருக்கேன்’ என்றாள்.

‘அங்கே மூணு தியேட்டர் இருக்கு. அதுலே நடுவாந்தரமா ப்ளூ டைமண்ட்.’

‘டியமொ ப்லூ?’

‘நான் உன்னை பிரெஞ்சுலே சொல்லச் சொன்னேனா?’

‘இல்லே.’

‘அப்ப கம்முனு கேளு. கேட்காட்ட.’

‘விட்டுட்டுப் போயிடுவியா?’

‘மாட்டேன். ஆனா, தெரு ஓரமாக் கூட்டிப் போய் இடுப்பிலே.’

‘ஏய் சும்மா இருடா’ என்று அவசரமாகப் புடவைத் தலைப்பை ஒரு கையால் இழுத்து விட்டுக்கொண்டாள். ‘ப்ளூ டயமண்டிலே என்ன விசேஷம்?’ என்று கேட்டாள்.

‘காலையிலே பத்து மணி தொடங்கி, ராத்திரி ஒரு மணி வரை சினிமா ஷோ. ஒரே படம். முடிச்சு முடிச்சு திரும்ப ஆரம்பிக்கும். எப்போ வேணும்னாலும் உள்ளே போகலாம். எப்போ வேணும்னாலும் வெளியே வரலாம்.’

நானே தியேட்டர் உரிமையாளர் மாதிரி சினிமா தியேட்டரின் பெருமைகளை அளந்துகொண்டே போக, நிறுத்தினாள்.

‘ப்ளூ டயமண்ட்லே நாலைஞ்சு மணி நேரம் ஏசியில் உட்கார்ந்து படம் பார்த்துட்டு திரும்பப் போறோம்... அதானே.’

திட்டம் அங்கீகரிக்கப்பட்ட திருப்தியில் குஷியாக தியூப்ளே வீதியில் வண்டியைத் திருப்ப, ஜோசபின், ‘சரிடா! பார்த்துப் போ!’ என்று கரிசனம் காட்டியபடி புல்வார்டில் போய் விட்டாள்.

ராத்திரி இன்ப அதிர்ச்சியாக வீட்டு டெலிபோனுக்கு பேசி, அங்கிளிடம் சொல்லி விட்டதாகச் சொன்னாள்.

‘அவர் ரொம்ப எக்சைட் ஆகிட்டார். பயங்கர சந்தோஷம்’ என்றாள்.

‘நீ சந்தோஷமா?’

‘ஆமா.’

‘அப்போ எனக்கு ஒரு கிஸ் கொடு.’

‘ஏய் போன்லே எப்படி... அதுவும் ஒபிதால்லே இருந்து?’

‘உன் டெலிபோன் ரிசீவருக்குக் கொடு. இங்கே எடுத்துக்கறேன்.’

அன்றைக்கு ராத்திரி தூங்கவில்லை. ஜோசபின் கொடுத்த முதல் முத்தம் அது. டெலிபோன் வழியாக இருந்தால் என்ன? எ கிஸ் இஸ் எ கிஸ் இஸ் எ.

சாரி மேட். எல்லாக் கதையும் சுபமாக முடியணும் என்று கட்டாயமா என்ன?

ஞாயிற்றுக்கிழமை காலையில் ஊர்ப் பெரியவர்கள் கூடி வெளியே இருந்து வந்தவர்களோடு தகராறு இருந்தால் அவர்களே கூடி உட்கார்ந்து பேசித் தீர்த்துக்கொள்ள முடிவு செய்தார்கள். படிக்கிற பசங்களை இதில் இழுத்து விட்டுப் படிப்பு பாழாக வேணாம். இவங்க கோடு போட்டா ரோடு போடற புள்ளைங்க. மீட்டிங் பேசு, கோஷம் போடு. சரி. அது எதுக்கு தீக்குளிக்கறது? மகா அல்பமான நடைபாதை தாவா, வாய்க்கால் வரப்பு தகராறு எல்லாம் தீர்த்துக்க உசிரு என்ன மனுஷனுக்கு ஏழெட்டு இருக்கா என்ன? போங்கடா, நாளைக்கு மரியாதையா ஸ்கூலுக்கு காலேஜுக்குப் போங்க. அப்பன் ஆயி கஷ்டப்பட்டு காசு சேர்த்து படிக்க வச்சது நீயும் முன்னுக்கு வரணும் அவங்களுக்கும் பிற்காலத்திலே ஆதரவா இருக்கணுமுன்னு தானே.

ஞாயிற்றுக்கிழமை ஜோசபினுக்கு ராத்திரி ஷிப்ட் என்பதால், ராத்திரியில் வண்டியை எடுத்துக்கொண்டு கிளம்பி ஆஸ்பத்திரி வாசலில் அவளை எப்படித் தொடர்பு கொள்வது என்று தெரியாமல் சுற்றிச் சுற்றி வந்தேன். ஜோசபின் தோழி எமிலி கண்ணில் பட்டாள், அவளிடம் சேதி சொல்லி விட்டேன்.

அவசரமாக வந்த ஜோசபின் என்னடா என்றபோது அவளுடைய ஒரு கால் திரும்பிப் போகப் பின்னால் போயிருந்தது. நோயாளிக்கு டிரிப்ஸ் ஏற்றிக் கொண்டிருக்கிறாளாம்.

‘நாளைக்கு நான் காலேஜ் போக வேண்டியிருக்கு. ஸ்ட்ரைக் ரத்தாம்.’

‘போ.’

‘இல்லே நீ ஏற்பாடு எல்லாம் செஞ்சிருப்பே. நான் காலேஜ் கட் பண்ணட்டா?’

‘உனக்கு அறிவில்லையா? அப்படி படிப்பைக் கெடுத்துக்கிட்டு போகாட்டா மெட்றாஸ் ஒண்ணும் ஓடிப் போகாது. பின்னாலே எப்போவாவது போகலாம்.’

‘மூாக் அங்கிள்?’

‘அவரை விடு. நான் பாத்துக்கறேன்.’

அவள் திரும்பி விட்டிருந்தாள்.

நான் திங்கள் காலை காலேஜ் போக பாரதி தெரு வழியாகப் போய்க் கொண்டிருந்தபோது பின்னால் இருந்து நிறுத்தாமல் மணிச் சத்தம்.

ஜோசபின்.

காலை ஊன்றி, ‘சாரி ஜோசபின்’ என்று மிச்ச சொச்சம் வருத்தத்தைப் பிரகடனப்படுத்தினேன்.

‘இட்ஸ் ஆல்ரைட் டா.’

‘மூாக் அங்கிள் ஏமாந்துட்டார் பாவம்.’

அவள் ஒன்றும் சொல்லாமல் தலையைக் குனிந்தபடி நின்றாள்.

‘வீக்லி லீவு நாள். நீ ஏன் இங்கே சுத்திட்டிருக்கே?’ என்று கேட்டேன்.

ஒரு வினாடி தயங்கினாள்...

‘மூாக் அங்கிள் நேத்து ராத்திரி காலமாயிட்டார்டா.’

என்னது?

‘ஆமா, ஹோஸ்பிஸ் அட்மின் சொன்னாங்க, ரெண்டு நாளா மெட்றாஸ் போறேன் மெட்றாஸ் போறேன்னு ஒருத்தர் விடாமச் சொல்லி எக்சைட்டட் ஆக இருந்தாராம். திருவிழாவுக்குக் கூட்டிட்டுப் போறதா சொல்லியிருந்த குழந்தை மாதிரி எதிர்பார்த்து அதையே நினைச்சு அதையே பேசி ரத்த அழுத்தம் அதிகமாகிடுத்தாம். நேத்து ராத்திரி நெஞ்சடைப்பு. இல் லெ மோர். அவர் இனி இல்லை.’

நான் மவுனமாக நின்றேன். என் தப்புதான். நான் ஆசை காட்டாவிட்டால் மூாக் அங்கிள் மெட்றாஸ் கனவுகளில் உசிரைத் தொலைத்திருக்க மாட்டார்.

‘அப்படி இல்லேடா. அவருக்கு போகிற வயசுதான். நேத்து இல்லாட்ட அடுத்த மாசம் இல்லே அதுக்கு ஒரு பத்து நாள் கழிச்சு கர்த்தர்லே உறங்கியிருப்பார்.’

இரண்டு பேரும் எதுவும் பேசாமல் ஒருத்தரை ஒருத்தர் பார்த்துக் கொண்டிருந்தோம்.

‘சரி, நான் போய்ட்டு வரேன்’ என்று ஜோசபின் கிளம்ப ‘எங்கே?’ என்று கேட்டேன்.

‘மூாக் அங்கிளுக்கு சம்பா கோவில்லே ப்யூனரல் செர்வீஸ். முடிச்சு சிம்தியெ கல்லறையிலே நல்லடக்கம்.’

‘போகலாம் வா’ என்று சைக்கிளைத் திருப்பினேன்.

அவள் எதிர்த் திசையில் கைகாட்டினாள். கண்டிப்பு பார்வையில் நிறைந்து இருந்தது. குரல் கணீரென்று வந்தது.

‘காலேஜுக்கு போற ரோடு அது.’

ஜோசபின் போயிருந்தாள்.

உலகத் தனிமை எல்லாம் ஒன்று சேர்ந்து மேலே கவிய நான் அவள் காட்டிய பாதையில் பயணப் பட்டேன்.

14

காலேஜுக்கு லீவு விட்டால் கையைக் காலை வைத்துக் கொண்டு சும்மா இருக்க வேணும். மாட்டேன் என்கிறார்களே.

என் சகபாடியும் காலேஜில் ரெண்டாம் ஆண்டு பிசிக்ஸ் சக மாணவனுமான வைத்தே என்ற வைத்தியநாதன் தெரியுமில்லையா? அவன், சாதாரணமாக வேலை எதையும் இழுத்துப் போட்டுக்கொண்டு உயிரைக் கொடுத்து மெனக்கெடுகிறவன் இல்லை. காலேஜ் இருந்தாலும் இல்லாவிட்டாலும் அப்படித்தான். ஏதாவது செய்து ஆக வேண்டும் என்ற நிர்பந்தம் ஏற்பட்டால் கடைசி நிமிஷம் வரை தள்ளிப் போட முயற்சி செய்வான். தேவையில்லாமல் கஷ்டப்பட்டு உழைப்புக்கு ஒரு அர்த்தமும் இல்லாமல் பொசுக் கென்று முடிவதை விட, பொறுமையாகக் காத்திருந்து, செய்ய வேண்டிய காரியம் கடைசி நிமிஷத்தில் இல்லாமல் போவதில் அவனுக்கு அலாதியான திருப்தி. உழைக்க வேண்டி வரும்போது உழைப்போம் என்பான். இதுவரை அப்படி சந்தர்ப்பம் வந்து பார்த்ததில்லை. இப்போது? வந்தாச்சு!

வைத்தே. அவனுக்காகத்தான் அடித்துப் பிடித்துக் கொண்டு எழுந்தேன். இன்னும் பத்து நாள் கல்லூரி விடுமுறை என்பதால் இழுத்துப் போர்த்துக் கொண்டு உறங்கி ஏழரை மணிக்குத் தான் எழுந்திருக்க உத்தேசித் திருந்தது. அது காற்றோடு போக, நடுராத்திரியில் எழுப்பப் பட்டேன். ஒட்டிக்கொண்ட இமைகளை

வலுக்கட்டாயமாக விலக்கிப் பார்க்க, கையில் ஏதோ கறுப்பு நிறத்தில் பாளம் பாளமாகப் பிடித்துக் கொண்டு யாரோ நிற்கிறார்கள்.

அப்பாவைப் பார்க்க வந்திருப்பார்கள்.

'அப்பாவை எழுப்பட்டா?' என்று கேட்க ஆரம்பித்தது பாதியில் நின்றது. அவர் நேற்றும் இன்றும், அக்கம் பக்கம் நூறு கிராமங்களில் நேரில் போய் விவசாயிகளைச் சந்தித்து, கரும்பு சாகுபடிக்கு உடனடியாக விவசாயக் கடன் வழங்க சூறாவளி சுற்றுப் பயணம் மேற்கொண்டிருக்கிறார். ஆபீஸ் ஜீப்பில் தான் ரெண்டு நாளாக மேலே தோல் பட்டையைப் பிடித்தபடி பயணம்.

இந்தப் பரபரப்பு போதாதென்று, இன்று சாயந்திரம், அவர் அங்கத்தினராக உள்ள, அவர் போன்ற கனவான்களுக்கான 'சர்வதேசச் சக்கரங்கள்' கிளப் சார்பில் சிறப்பு நிகழ்ச்சி இருக்கிறதாம். சக்கர கவர்னர் என்ற பொறுப்பில் இருக்கும் மகா கனவான் பிரான்சு நாட்டில் இருந்து வருகிறாராம். தத்து எடுத்தல், சேவை மையம் என்றெல்லாம் ஏதோ சொன்னார் அப்பா நேற்று. நான் அரை குறையாகக் காதில் வாங்கிக்கொண்டு, நைசாக நழுவி விட்டேன்.

'இங்கே லோக்கல் மந்திரிகளை விட நம்ம சாருக்கு இப்போ செல்வாக்கு அதிகம்' என்றார்கள் வங்கியில் வேலை செய்கிற அப்பாவின் சிநேகிதர்கள். இருக்கட்டும். நல்லது. இல்லாவிட்டாலும் உள்ளூர் மந்திரிகள் பலரையும் காலை நேரத்தில் வேட்டியை மடித்துக் கட்டிக் கொண்டு தியூப்ளே தெரு நேரு கஃபேயில் ஸ்ட்ராங் காபி, சர்க்கரை தூக்கலாக ஆர்டர் கொடுத்து விட்டுக் காத்திருக்கும் கோலத்தில் சர்வ சாதாரணமாகப் பார்க்கலாம். சின்ன ஊர், சின்ன பிரபலம் போல. ஆனால் இது மனதை உறுத்தாத இதமானது.

'நான்தான் வேணுமா?' எழுப்பிவிட்டு எதிரே நின்றவரை விசாரித்தேன்.

'ஆமா, உன்னியத்தான் கூப்புடுறாங்க', கண்டிப்பாகச் சொன்னார்.

'விடிஞ்சதும் எழுந்திருக்கறேனே' என்றேன் பொறுமையில்லாமல் அவரிடம்.

'இப்போ பொழுது விடிஞ்சு. எட்டு மணி முப்பது நிமிஷம் முப்பது வினாடி' என்றார் வந்த திருமேனி. இலங்கை வானொலியில் 'உங்கள் கே.எஸ். ராஜா' குரல் மாதிரி, எழுப்பாமல் போக மாட்டேன் என்று பிடிவாதமான உற்சாகத்தில் ஒலிக்கும் குரல் இது.

கே.எஸ்.ராஜா இங்கே எதற்கு வந்தார்? அதுவும் கையில் கருப்புப் பாளமாக என்ன எடுத்து வந்திருக்கிறார்?

‘பீரோலே கூவிக்கிட்டு இருக்கு, சீக்கிரம் வா.’

எனக்காக பீரோவில் கூவிக் கொண்டிருக்கும் அந்த வினோதமான குயில் எது என்று அறிந்துகொள்ளப் படுக்கையில் எழுந்து உட்கார்ந்தேன். முன்னால் நிற்கிறவரைக் கூர்ந்து பார்த்தேன். வின்செண்ட் நடராஜன். பேங்க் வாட்ச்மேன்.

பீரோவில் குயில் எல்லாம் இல்லையாம். டெலிபோன் வந்திருக்கு. கீழே ஆபீஸுக்கு, அதாவது, பேங்க் கிளைக்கு. என்னை யாரோ கூப்பிடறாங்களாம்.

‘உனுக்கு அப்பெல் வந்துச்சா, சர்த்தானு மேலே வந்துட்டேன்’

‘காலை மேலே போட்டிருக்கலாமே’ என்றேன். அதெல்லாம் மரியாதை யாகாது என்று அபிப்பிராயப்பட்டார் வின்செண்ட் நடராஜன்.

மாடி எக்ஸ்டென்ஷனுக்கு கால் பார்வேர்ட் செய்யத் தெரியாத எளிய மனிதர்தான் வின்செண்ட். எனக்காகக் கையில் என்ன கொண்டு வந்திருக்கிறார் என்று விசாரித்தபடி அவரோடு மாடிப்படி இறங்கி னேன்.

‘கடலைப் புண்ணாக்கு’ என்று அமைதியாகச் சொன்னார்.

‘நான் என்ன பண்ணப் போறேன் அதை வச்சுக்கிட்டு?’

‘உனுக்கில்லபா. குக்கிக்கு... ஷொகொலா மாதிரி பிரியமா சாப்பிடும்.’

சம்பந்தா சம்பந்தம் இல்லாமல் கயல்விழி ஞாபகம் வர, மனத்தில் அவளைக் கொஞ்சிக் கொண்டு பீரோவுக்குள் போனேன். விசாலமான பேங்கிங் ஹால் கோடியில் என்னை மறுபடி கூவி அழைத்த டெலிபோனை எடுத்தேன்.

‘போன் ழூர் மச்சி.’ சுரத்தே இல்லாமல் யாரோ குட்மார்னிங் சொல்கிறார்கள்.

‘போன் ழூர் மிசியே... யாரு?’ விளங்காமல் கேட்டேன்.

வைத்தே. அவன் குரல் டெலிபோன் வழியே வினோதமாக இருந்தது. மவுத் ஆர்கன் மேல் காகிதம் சுற்றிய மாதிரி பம்ம்ம் என்று ஏகத்துக்கு பிசிறடித்தது.

‘ஆக்சிடெண்ட் ஆச்சு மச்சி’ என்றான் வைத்தே. ஒரு பத்து செகண்ட் இடைவெளி விட்டான். ழூஸு ழூஸு என்று டெலிபோன் ரிசீவரில் ஏதோ சத்தம். மூச்சு திணறிக் கொண்டிருக்கிறானா என்று பயம் எழுந்தது.

‘ஆக்சிடெண்ட் ஆச்சு.’ என்றான் மறுபடியும்.

‘அதான் சொன்னியே, என்ன ஆக்சிடெண்ட்?’ பரபரப்பாகக் கேட்டேன்.

‘ரெட் ரைடிங் ஹூட் மோட்டார் சைக்கிள் ஆக்சிடெண்ட் மச்சி.’

ஐயயோ. ராட்சச வாகனமான புல்லட் மோட்டார் சைக்கிளை விட சுமார் ஒன்றரை மடங்கு பெரிய மகா ராட்சச பைக் இல்லையா அது. அட பாவமே அதுவா விபத்துக்கு உள்ளாகணும் என்று வைத்தே பேரில் உடனடி பரிதாபம் ஏற்பட்டது.

‘ஒபிதால்லே இருந்து பேசறியா?’

‘ஆமா’ என்றான் வைத்தே. பெரிய ஒபிதால் உள்ளே வார்டில் இருக்கிறானாம்.

‘வந்து பார்க்கறேண்டா. இதோ அரை மணி நேரத்துலே அங்கே இருப்பேன்.’ பரபரப்பு குறையாமல் அறிவித்தேன்.

‘சரி மச்சி, வா. வரும்போது கத்திரி வாங்கிட்டு வந்துடு’ என்றான் வைத்தே அழுத்தமாக.

சத்தியமாக ஒன்றும் புரியவில்லை. அவ்வளவு பெரிய மருத்துவ மனையில் ஆபரேஷன் செய்ய கத்திரி, கத்தி, கபடாகூட இல்லாமல் வழியில் பேன்ஸி ஸ்டோரில் படி ஏறி அதெல்லாம் கொள்முதல் செய்து கொண்டு வர வேண்டுமென்று எதிர்பார்க்கிறார்களா என்ன?

‘அந்தக் கத்திரி இல்லேடா... ஒரு பாக்கெட் சிசர்ஸ்.’

வைத்தே விளக்கினான். என்ன கண்றாவி இது.

‘ஆக்சிடண்ட் ஆகி ஹாஸ்பிடல்லே கிடக்கே. சிகரெட் கேக்குதா?’ என்று எகிறினேன். இந்த மடையனுக்காக புண்ணாக்கு சகிதம் மாடியேறி வந்து என்னை எழுப்பி விட்டிருக்கிறார்கள்.

கிளம்பி பாதி தூரம் போனதும் தான் கத்தரி விஷயம் நினைவுக்கு வந்தது. முதலாவதாகத் தட்டுப்பட்ட ரோடு ஓரக் கடையில் சைக்கிளை நிறுத்தி விசாரித்தேன்.

கடைக்காரர் உருட்டி விழித்தார்.

‘இஸ்கூல் பசங்க எல்லாம் சிகரெட்டு பீடின்னு கிளம்பினா சம்சாரி என்ன பண்ணுவான்? படிக்கற நேரத்திலே எதுக்கு அந்த தொபாக் எளவெல்லாம்?’

புத்திமதி, வசவு எல்லாம் இலவச இணைப்பாக வர, ஒரு பாக்கெட் சிகரெட்டோடு நான் கிளம்பியபோது அவர் ஃபூ என்றார். இன்னொரு தடவை சொல்லச் சொன்னேன். ஃபூ என்றார் மறுபடியும். இகழ்ச்சி

யையும் இலவசமாக கொடுப்பதைப் பார்வையால் கண்டித்தபடி சைக்கிளை ஸ்டாண்ட் எடுத்தேன்.

'வத்திப் பெட்டி வேணாமா, பார்த்தே பத்த வச்சிடுவியா?'

ஆர்வமாக விசாரித்த அந்த ரிடயர்ட் பிரெஞ்சு பென்ஷன்கார சோல்தாவுக்கு பதில் சொல்லாமல் ஆஸ்பத்திரிக்குப் பறந்தேன்.

ஆஸ்பத்திரி வளாகத்தில் சைக்கிள் நிறுத்தி டோக்கன் வாங்கிக் கொண்டிருந்தபோது பின்னால் இருந்து தோளில் யாரோ தட்டினார்கள். எனக்குத் தெரியும். மோகினி. யட்சி. அப்சரஸ். தெய்வீக அணங்கு.

ஜோசபின்.

'இங்கே என்ன பண்ணிட்டிருக்கே? காலேஜ் லீவுன்னு ரத்தம் கொடுக்க வந்தியா?'

இடுப்பைக் கவ்விப் பிடித்துக் கச்சிதமாக வழிந்த வெள்ளை ஸ்கர்ட் அணிந்த அழகான டிராகுலா. இந்தப் பெண்பிள்ளை கிறிஸ்டோபர் லீ, வாயைத் திறந்தால் கடைவாயில் கூரான வாள் போல் உள்வளைந்த, கழுத்து நரம்பைக் கடிக்கும் பிசாசுப் பல் இருக்காது. ஆனால் ஆளைக் கிறங்கடித்துக் கொன்று போடும் அழகோடு, முத்துப் பல்வரிசை பளிச்சிடும். இந்த நீலி உடம்பில் ஒரு சொட்டு ரத்தம் மிச்சம் இல்லாமல் உறிஞ்சி எடுத்தாலும் பக்கத்தில் யாரிடமாவது வாங்கி இன்னமும் தருவேன்.

'உனக்கு ரத்தம் கொடுக்கவும் இல்லே. உன் தோழி ஏஞ்சலினுக்கு முத்தம் கொடுக்கவும் இல்லே நான் வந்தது.' ஜோசபினுக்கேயான கிண்டல் தொனிக்கு மாறினேன்.

'நீ? ஏஞ்சலினுக்கு? அவ வீட்டுக்காரனைப் பாத்திருக்கியா?' என்று உடனடியாக எகிறினாள். அந்த அழகுக்குத் தானே சும்மா உசுப்பி விட்டது.

'அவள் புருஷன். அதுக்கு பிரெஞ்சிலே என்ன?'

சோமாரி என்றாள் ஜோசபின். சுந்தரிப் பெண்ணே உன் அழகுக்குப் பொருந்தாத வசைசொல் ஏன் உதிர்க்கிறாய் என்று வருத்தத்தோடு கேட்டேன். பிரெஞ்சில் 'அவள் கணவன்' என்பது 'சோன் மாரி' தானாம். என்ன எழவோ.

'அவன் ஏஞ்சலின் வீட்டுக்காரன்... இழுத்து மூச்சு விட்டா நீ உங்க ஊர்லே, அது என்ன, ரெட்டைத் தெருவிலே போய் விழுவே. போய் ஒழி. போடா.'

சரி சரி சாரி சரிம்மா சரி என்று சரளி வரிசையில் குழையடித்து அவள் கோபம் உடனே மலையேற வைத்த பிறகு நான் ஆஸ்பத்திரிக்கு வந்த காரணம் சொன்னேன்.

'என்னது பெரிய ஆக்சிடெண்டா? நான் தானே டியூட்டி நர்ஸ். எனக்குத் தெரியாம இங்கே அட்மிஷனா?' அழகாக ஆச்சரியப்பட வாகாக என் விரலை கன்னத்தில் வைக்கப் போனேன். விலகிக் கொண்டு, 'ஊர் பார்க்குது' என்றாள்.

'அதெல்லாம் தெரியாது' என்று தோளைக் குலுக்கினேன்

'இது ஒண்ணு தெரிஞ்சு வச்சிருக்கே. பார்த்துப் போ. கண்ட படிக்கு சுத்திட்டிருந்தா கூட்டிப் போய் அறுத்துடுவாங்க, பத்திரம்.'

மருண்டு எதை என்று விசாரித்தேன். களுக்கென்று சிரித்தபடி என் உள்ளங்கையைப் பற்றி தன் சுட்டுவிரல் நகத்தால் குடும்பக் கட்டுப்பாட்டு முக்கோணம் வரைந்து விட்டு அவள் வலது கைப் பக்கம் திரும்பினாள். ஸ்டெதாஸ்கோப் மாலையோடு வந்த சோனியான, மீசை வைக்காத ஒரு வடக்கத்திய டாக்டரோடு சிநேக மாக அருகருகே நடந்தாள். என்னத்துக்கு மமதையோடு என்னைப் பார்க்கிறாய் பெண்ணே? ஏஞ்சலினை நான் சிருங்காரமாக நினைத்ததற்கு பரிகாரமா தேவை?

ஜெனரல் வார்ட் என்று போட்ட மகாப் பெரிய மண்டபத்தில் நுழைந்தேன்.

'சுந்தரி பேஷண்டுக்கு பெட்பேன் வை', 'சங்கரன் பேஷண்ட் தர்மா மீட்டரைக் கடிச்சுட்டார்', 'ஆரிஃப் பேஷண்டுக்கு வீல் சேர் ரெடி பண்ணு...'

செவிலியர்கள் பட்டாம்பூச்சி மாதிரி அலைந்து கொண்டிருந்தார்கள். இங்கே அனுமதிக்கப் பட்டு இருக்கும் எல்லாருடைய பெயருடனும் பேஷண்ட் என்ற வார்த்தையைக் கட்டாயமாகக் கலந்து பேச என்ன காரணமாக இருக்கும்?

'ஏம்பா யாரைப் பாக்கணும்? நீ பாட்டுக்கு போறே?'

அம்பலப்புழை அத்தையின் மாமியார் போல சாயலோடு, வயசான செவிலியார் குறுக்கே மறித்து விசாரிக்க, 'வைத்தே பேஷண்ட்' என்றேன்.

'என்னது?'

அவர் குழம்பித் தெளிவதற்குள் இடது பக்கம் ஜன்னல் ஓரமாக கீகடமான இடத்தில் இருந்து என்னை யாரோ கூப்பிடுகிற சத்தம். வைத்தே தான்.

திம்சு கட்டை மாதிரி பிளாஸ்டிக் ஸ்டூலில் உட்கார்ந்திருந்தான் வைத்தே.

இது என்ன ஒபிதால்? அடிபட்டவனை சர்க்கஸ் கரடி மாதிரி குட்டி ஸ்டூலில் உட்கார வைத்து என்ன மாதிரி சிகிச்சை அளிப்பார்கள்? ஸ்டூல் டெஸ்டிங் என்று சீசாவைக் கொடுத்து பாத்ரூமுக்கு அனுப்புகிற சிகிச்சை இதுதானா?

'கத்தரியை எடுடா.'

வைத்தே அவசரப்பட்டான். அந்த வெள்ளைச் சுருட்டுச் சனியன் அப்படி என்ன அவனை பெண் சிநேகம் கிடைத்த மாதிரி மயக்கி வைத்திருக்கிறதோ தெரியவில்லை. நான் ஒரே ஒரு தடவை ஊதிப் பார்த்தேன். அந்த வாயோடு ஜோசபினிடமோ, கயல்விழியோடோ மட்டுமில்லை மனசுக்குள் உட்கார்ந்திருக்கிற தெற்றுப்பல் அழகியோடும் கதைக்க முடியாது. மேகலாதான் அதட்டி ஒரே இழுப்போடு சிகரெட்டைக் காலடியில் போட்டு நசுக்கச் சொன்னது. ஆயுசுக்கும் அதைத் தொட மாட்டேன் என்று தலையில் அடிக்கச் சொல்லி சத்தியம் வாங்கியிருக்கிறாள். அதற்கு அவளிடமிருந்து கிடைத்த சிறப்பு மானியத்தைப் பற்றிச் சொல்ல முடியாது, மன்னிக்கவும்.

'எடுடா' என்றான் வைத்தே. சுற்றுமுற்றும் பார்த்தபடி சிகரெட் பாக்கெட்டை கையில் கொண்டு போயிருந்த மெய்யப்பன் ஃபேன்சி ஸ்டோர் பெயர் எழுதிய மஞ்சள் துணிப்பையில் இருந்து எடுத்தேன்.

வைத்தேக்கு கத்தரியோடு, உடம்பைத் தேற்றி சீக்கிரம் குணமடையட்டும் என்ற நல்ல நோக்கத்தோடு மேரி பிஸ்கட்டும் வாங்கி வந்திருந்தேன். அதையும் எடுத்து கத்தரியோடு நீட்டினேன்.

'மரி மரி மரி மரி.'

பழக்கமான குரல் கேட்க சுற்றுமுற்றும் பார்த்தேன்.

'அந்துவானுக்குக் கொடுடா!' என்றான் வைத்தே.

எதிரே குறுக்கே போட்ட கட்டிலில் காலில் பேண்டேஜூம், தலையில் முண்டாசு கட்டியதுபோல வெள்ளைத் துணிக் கட்டுமாகப் படுத்திருந்தவன் அந்துவான்தான். சாவகாசமாக வாக்கியத்தை முடித்தான் அந்துவான் -

‘மரி பிஸ்கெ எனக்கு எங்கேடா?’

‘மேரி பிஸ்கோத்தா, ரெண்டு நாலு தள்ளி விடுங்க தம்பி. வாய் வரவரங்குது.’

இந்த சத்தமும் ஜன்னல் பக்கம் இருந்துதான் வந்தது. அந்துவான் இல்லை. அவனுக்கு அடுத்த கட்டிலில் படுத்திருந்த நடுவாந்திர வயது நபரின் தீனமான பசிக் குரல் அது.

ஒரு கண்றாவியும் புரியாமல் வைத்தேயை வைத்த கண் வாங்காமல் பார்க்க, அவன் நாலு பிஸ்கெட்டை அந்துவான்னுக்குக் கொடுத்து அவனுடைய சக நோயாளியிடம் நீட்ட, பாக்கெட் உடனடியாகக் காணாமல் போனது.

வைத்தேயோடு ஏழெட்டு நிமிஷம் நடந்து ஆஸ்பத்திரி வளாகத்துக்கு வெளியே வந்தபோது அவன் கத்தரியைப் பற்ற வைத்து புகைக்கு நடுவிலே சாந்தமாக இருந்தபடி கூறிய முன்கதைச் சுருக்கம் இப்படி இருந்தது –

வைத்தேயும் அந்துவானும் விடிகாலையில் கிளம்பி ஊசுட்டு ஏரிப் பக்கம் போய், அங்கே செம்போத்து முட்டை எடுக்க திட்டம் போட்டிருந்தார்களாம். அபூர்வமான பறவையாம் செம்போத்து. அதன் முட்டையை ஒழுங்காக பதினைந்து தினம் சாப்பிட்டால் உடம்பு சீர்படும். உஷ்ணம் குறையும். அறிவு கூர்மையாகும். மேல்தோல் மினுமினுக்கும். வாயில் வார்த்தை தடங்கல் இல்லாமல் வரும். லிஸ்டில் கடைசி ஐட்டம் அந்துவான் ஸ்பெஷல்.

அந்துவான் அலாரம் வைத்து எழுந்து, புலர்காலை ஐந்தரை மணிக்கே வைத்தே வீட்டு முகப்பில் ஆஜர்.

ஆறு மணிக்கு கிளம்புகிற முன்னால் வைத்தே வண்டியைத் துடைக்க உட்கார்ந்தானாம். அவனை எழுப்பி விட்டுக் குளிக்க அனுப்பிய கையோடு அந்துவான் அந்த ராட்சச வாகனத்தின் ஆசனத்தை உட்கார்ந்தபடிக்கே துடைக்க வண்டி அந்துவான் மேல் சரிய, இன்றைய தினம் விபத்தில் விடிந்தது.

மோட்டார் சைக்கிள் வீதியில் தலை தெறிக்க வேகமாக ஓடும்போது எத்தனையோ விபத்து எங்கெல்லாமோ ஏற்பட்டிருக்கலாம். ஆனால், ரெட் ரைடிங் ஹூட் என்ற பிரம்மாண்டமான மோட்டார் சைக்கிள் ஸ்டாண்ட் போட்டு வைத்த நிலையில் விபத்துக்குள்ளாகி ஒரு நபருக்கு இடுப்பெலும்பு கலகலக்க, நெற்றியில் ஹேண்ட் க்ளட்ச் பலமாக இடித்து ரத்தக் காயம் உண்டாக்கியது அநேகமாக இந்த ஒரு நிகழ்வாகத் தான் இருக்கும்.

அந்துவானின் அப்பா அம்மா பிரான்சில் இருக்கிறார்கள். அவன் இங்கே பரம்பரை சொத்தான குடும்ப வீட்டில் சித்தப்பா, சித்தியோடு இருந்து படிக்கிறான். இவனை வீட்டை பார்த்துக்கொள்ள விட்டு விட்டு அவர்கள் பெங்களூர் ஹனிமூன் போயிருக்கிறார்களாம். சித்தப்பா வயது நாற்பத்தாறு.

தனியனான அந்துவானை மாமண்டூரான் ரிக்‌ஷாவில் ஏற்றி நாலு ரூபாயும் ஐம்பது பைசாவும் கொடுத்து இங்கே இன்று காலை ஏழு மணி பதினெட்டு நிமிஷத்துக்கு கூட்டி வந்திருக்கிறான் வைத்தே. ஜோசபின் மூலம் சிகிச்சையில் சலுகை ஏதாவது கிடைக்குமா என்று முயற்சி செய்யத்தான் அந்துவான்னுக்கு நெருங்கிய, காலேஜில் கடைசி பெஞ்ச் சொந்த பந்தமான எனக்கு ஃபோன் செய்திருக்கிறான் அவன். இதுவரை ரிக்‌ஷா தவிர இதர செலவில்லை. வைத்தே மாதாமாதம் அவன் வீட்டில் பெறும் அலவன்ஸ் ஐம்பது ரூபாயில் இன்னும் இருபத்துநாலு ரூபாய் அறுபது பைசா பாக்கி கைவசம் இருக்கிறது.

வைத்தே சொன்ன தகவல்களின் துல்லியம் அலாதியானது.

‘ஒரு நிமிஷம் பாத்துக்க மச்சி. வீட்டுக்குப் போயிட்டு உடனே ரிடர்ன் ஆயிடறேன்’ என்று வைத்தே என் சைக்கிளில் கிளம்பினான். அவனுடைய ராட்சச வாகனம் அந்துவானை இங்கே படுக்க வைத்து விட்டு, வீட்டில் ஓய்வு எடுத்துக் கொண்டிருக்கும்.

எங்கேயோ மணி பத்து அடித்தது. பசியாறாத வயிறு இரைய, ஆஸ்பிட்டல் கேண்டீன் எங்கே என்று விசாரித்துக்கொண்டு நடந்தேன்.

‘கொட்டிக்கவா?’ ராட்சசி பின்னால் இருந்து கூவினாள்.

‘இல்லேன்னா என்ன பண்ணப் போறே?’

‘இப்போ வெறும் அண்டா குண்டா தான் அங்கே இருக்கும்... என்னோட வா. ஸ்டாப் கேண்டீன்லே வழிச்சுப் போட எதாவது மிஞ்சினதான்னு பார்க்கலாம்.’

ஜோசபினோடு ஊழியர் உணவு விடுதிக்கு நடந்தேன். உக்காருடா என்று ஓரமாகக் கைகாட்டி, உள்ளே சமைக்கிற பகுதிக்கு விசுக் விசுக் என்று போனாள். ஐந்து நிமிடத்தில், கையில் ஒரு தட்டோடு திரும்பினாள்.

அரை இட்லி, கால் மெதுவடை, பாதி தோசை, முழு ஆனால் நடுவில் ஓட்டை விழுந்த பூரி என்று விதவிதமாகப் போட்டு நீர்க்கக் கரைத்து வைத்த சாம்பாரால் திருமுழுக்காட்டி வைத்திருந்த விசேஷ உணவு அது.

‘இதுக்குப் பேரு ப்ரேக்ஃபாஸ்ட் மிக்சர். உள்ளே தள்ளிட்டு வார்டுக்கு வா’ என்றபடி அவள் கிளம்ப உத்தேசித்தாள். ஸ்டாப் கேண்டீனில் எங்களைத் தவிர ஈ காக்காய் இல்லை.

‘இதையெல்லாம் எப்படி சாப்பிட்டு வேலை பார்க்கிறே?’ என்றேன்.

‘ஹை, எனக்கெதுக்கு மிச்ச மீதி. சுடச்சுட வேவிச்சதுமே இட்லி, சுட்டதும் தோசைன்னு காத்திருக்கும்.’ என்று ஜம்பமாகச் சொன்னாள் ஜோசபின்.

ரம்மியமாக் கழுத்துச் சங்கிலியைக் கடித்தபடி என்னைப் பார்த்து, ‘என்ன யோசனை, துண்ணு நைனா’ என்று சீண்டினாள்.

‘இது வாயிலே இறங்கணும்னா ஒரே வழி யாராவது ஊட்டி விடறது தான்’ என்று பிடிவாதமாகச் சொன்னேன். அதில் பத்து விழுக்காடு உண்மை உண்டு.

‘அட பாவி அதெல்லாம் சீரியஸா உடம்பு சரியில்லாத பேஷண்டுக்கு. உன் சிநேகிதனுக்கு ஊட்டுவேன். உனக்கு நோ நோ.’

ஏஞ்சலின் மேல் கண் போட்டதற்காகப் பழி தீர்த்தல் இன்னும் முடியவில்லை போலிருக்கிறது. எது எப்படியோ, அந்துவானுக்கு இந்த ஊட்டும் வரை உறவு அதிர்ஷ்டம் அடிக்காமலே போகட்டும் என்று மனதில் சபித்தேன்.

தன் முயற்சியில் சற்றும் தளராமல், ‘ஒரே ஒரு வாய் தா. மீதி மிக்சரை நானே கலக்கிக் குடிச்சுக்கறேன்’ என்று சலுகை அறிவித்தேன்.

அங்கே இங்கே என்று சுற்றிலும் அவசரமாகப் பார்த்துவிட்டு யாரும் வந்து கொண்டிருக்கவில்லை என்று நிச்சயப்படுத்திக் கொண்ட பிறகு, ஸ்பூனால் நாசுக்காக எடுத்த அந்த தேவாமிர்தத்தை எனக்கு ஒரு வாய் ஊட்டினாள் வெள்ளை உடுப்பு தேவதை. இனிது இனிது நாள் இனிது. இந்த நாளின் இந்த உணவுபோல் வேறேதும் எப்போதும் சுவையானதில்லை.

வார்டில் அந்துவான் தூங்கிக் கொண்டிருந்தான். பக்கத்தில் என்னை ஸ்டூலில் உட்காரச் சொன்னாள் ஜோசபின். அவள் ஓரமாகப் பருந்துப் பார்வை பார்த்தபடி தலைமை நர்ஸாக நின்றாள். கிசுகிசுவென்று என்னோடு பேச்சு.

‘சீரியஸா இருக்கானா?’ என்று விசாரித்தேன்.

‘வண்டியை என்ன ஓட்டிட்டா வந்தான்? ஸ்டாண்ட் போட்ட வண்டி சரிஞ்சிருக்கு. நாளைக்கு பேண்டேஜ் மாத்தி அனுப்பிச்சுடுவோம்.’

இன்றைக்கு ஜெனரல் வார்டில் மேற்பார்வை என்று மாற்றி வாங்கி விட்டதாக ஜோசபின் நமுட்டுச் சிரிப்போடு சொன்னாள். எனக்காகத் தான் என்று நினைக்க இனித்தது. சிரத்தையோடு நன்றி நவின்றேன்.

வைத்தே இப்போதைக்கு திரும்பி வரப் போவதில்லை என்ற நிம்மதியான நினைப்பு கவிந்தது. இன்னும் குறைந்தது ஒரு மணி நேரமாவது இந்த மோட்டார் சைக்கிள் வீரனும் தூக்கம் முழிக்கப் போவதில்லை. மேல் உதட்டில் பூனை முடியோடு பக்கத்தில் நின்ற ஜோசபினை சாவகாசமாக ரசித்துக் கொண்டிருந்தேன்.

'வேறே எங்கேயாவது பாருடா. கூச்சமா இருக்கு' என்றாள் அவள். சொன்னது அனர்த்தமாக ஏற்கெனவே பதிவாகி விட்டது என்று நான் பார்வையால் சொல்ல ஏண்டா அடங்காம ஆடறே என்று தோளில் நூறு கிலோ எடையுள்ள யூதிகோலோன் மணக்கும் மகா கனமான கைக்குட்டையால் அடித்து நோக வைத்தாள். நான் தண்டனையாக அதைப் பிடுங்கி பேண்ட் பாக்கெட்டில் போட்டுக் கொண்டேன். இன்று ராத்திரி தூங்கும் போது துணை இருக்கும் அது.

அந்துவான் தூங்கி விழித்து பொய்த் தூக்கத்தில் இருப்பானோ என்று சந்தேகம். கையை மெல்லத் தொட்டேன். ஊஹூம் அனங்கவே இல்லை.

அவன் பக்கத்து படுக்கை காலியாக இருந்தது. ஜோசபினிடம் கேட்டேன்.

'அந்தாள் செல்ஃப் அட்மிட் ஆனவன். வயித்து வலின்னு ரெண்டு மாசம் ஒரு தடவையாவது வந்துடுவான். வலி எல்லாம் இல்லே. ராட்சசப் பசி. தீரவே தீராது. இங்கே படுத்து இலவசமாக் கிடைக்கிற ரொட்டி, கோதுமை சப்பாத்தி, அவிச்ச முட்டை இது தவிர, தொந்தரவில்லாம மனசுக்குப் பிடிச்சதெல்லாம் வாங்கித் தின்னுட்டு போவான். திரும்பி வருவான். இதே வேலை. இப்போ படி எறங்கி எங்கேயாவது மிலிட்டரி ஓட்டல்லே மொசுக்கப் போயிருப்பான்.'

இந்த மாதிரி ஆட்களை ஏன் சேர்க்கிறார்கள் என்று தெரியாமல் கேட்டேன்.

'என்ன செய்ய, உலகத்திலே எத்தனையோ விஷயங்களுக்கு அட்ஜெஸ்ட் பண்ணிக்க வேண்டியிருக்கு. இந்த நிமிஷம் யார்யாரோ எங்கேயோ அட்ஜஸ்ட் பண்ணிக்கிட்டே இருக்காங்க...'

'எப்படி இவ்வளவு புத்திசாலித் தனமா பேசறே?' என்று கேட்டேன். சிரித்தாள்.

‘உமிக்கரி வைச்சு பல்லு விளக்கறியா? எப்படி இவ்வளவு வெள்ளையா இருக்கு?’

‘ஏய் வேணாம். மைக்ராஸ்கோப்பை கண்ணுலே வச்சுட்டு பக்கப் பதிய வந்து உக்காந்துட்டே. உன் கிட்டே ஜாக்கிரதையா இருக்கணும்’ என்றபடி வார்ட் வலம் வரக் கிளம்பினாள்.

அரை மணி நேரத்தில் திரும்பியபோது கிட்டத்தட்ட வார்டே உறங்கிக் கொண்டிருந்தது.

‘மாணிக்க வீணை ஏந்தும் மாதேவி கலைவாணி தேந்தமிழ் சொல் லெடுத்துப் பாடுகின்றேன் அம்மா பாடுகிறேன்.’

இனிமையான குரல் மிக மெல்லிய சத்தத்தில் காற்றில் மிதந்து வந்தது. படுத்திருக்கும் எந்த பேஷண்ட் பாடுகிறார்?

யாரும் இல்லை. ஆச்சரியத்தோடு ஜோசபினைப் பார்க்க அவள் உதடுகள் மெல்ல அசைந்து கொண்டிருந்தன.

‘நீயா பாடறே?’

‘ஏன் பாடக் கூடாதா?’ என்று திருப்பிக் கேட்டாள்.

‘இந்து அம்மன் பாட்டு ஆச்சே இது…’ என்று இழுத்தேன்.

‘ஒரே அம்மா தான். எனக்கு ரொம்பப் பிடிச்சது. நாளைக்கே நான் போயாகணும்னா இந்தப் பாட்டைக் கேட்டுக்கிட்டே போயிடுவேன்.’

யாரோ வார்ட் முகப்பில் இருந்து கை காட்டினார்கள். அவள் என்னிடம் சொல்லிக் கொள்வதைத் தவிர்த்துக் கிளம்ப நான் ‘இடை விடா சகாய மாதா’ பாட்டை முணுமுணுத்தேன். ஜோசபின் சுருக்கமாகப் புன்னகைத்து, இதுவும் சுசீலாம்மாதான் என்றபடி போனாள்.

சுசீலாம்மா. அப்புறம் எப்போதும் நான் பி.சுசீலா என்று பெயரை முழுவதுமாகச் சொல்லியதே இல்லை.

வைத்தே வந்து சேர்ந்தான்.

ரிலே ரேஸ் போல அவனிடம் என் சைக்கிளைப் பிடுங்கிக்கொண்டு அரக்கப் பரக்க வீடு போய் குளித்துவிட்டு நேரம் பார்த்தால் பகல் ரெண்டு மணி.

அவசரமாக வண்டி மிதித்து வந்தால் லூயி பிரகஸ்ஸன் தெரு திரும்பும்போது டயர் பஞ்சர். சைக்கிள் கடை தேடிக் கண்டுபிடித்து ஒட்டி வருவதற்குள் இன்னும் முக்கால் மணி நேரம் கடந்து போனது. கடையில் இருந்தவன் இதுவரை விமானத்துக்கு மட்டுமே பஞ்சர்

ஓட்டிப் பழக்கப்பட்டவன் என்பதால் சைக்கிளை எப்படி சமாளிப்பது என்று உறுதியாகத் தெரியவில்லை அவனுக்கு. நானே கிட்டத்தட்ட முழுக்க ஈடுபாட்டோடு என் ராலே சைக்கிளுடைய நோக்காடு தீர்த்து விமானிக்குக் காசும் கொடுத்து மருத்துவமனையை நோக்கி நோவாமல் மிதித்தேன்.

ஆஸ்பத்திரி வளாகத்தில் நான் நுழையும்போது, ஜோசபின் டியூட்டி முடிந்து கிளம்பிக் கொண்டிருந்தாள்.

அந்துவான் விழித்துக் கொண்டிருந்தான். வலிக்கிறது என்று அவன் உடலில் வெளியே தெரிந்த மிகக் கொஞ்சம் பகுதி அழுத்தமாகச் சொன்னது.

அந்துவான் வாயில் அவசரமாக ரொட்டியைக் குத்தி அடைத்துக் கொண்டிருந்தான் வைத்தே. என் தலையைப் பார்த்ததும் சைக்கிளைப் பிடுங்கிக்கொண்டு ஓட நான் ஊட்டி விடுவதைத் தொடர்ந்தேன். பசி உயிர் போகிறது. இந்த ஆஸ்பத்திரி ரொட்டி ரெண்டு துண்டு கிடைத்தாலும் போதும்.

‘அந்துவான் பேஷண்ட் கூட நீங்க வந்திருக்கீங்களா?’

ஓரமாக மர அலமாரிகள் வைத்த தடுப்புக்குள் போய் நின்று, திரையைச் சற்றே விலக்கிக் கேட்டாள் ஜோசபின்.

‘இவன் இவன் இவன்’

நான் திரைக்குப் பின்னால் போனேன்.

‘சாப்பிட்டியாடா தங்கம்?’

‘ஆச்சு’

‘எங்கே?’ என் வலது கையைப் பற்றி இழுத்தாள். பின்னால் மறைக்கப் பார்த்தேன். வலுக்கட்டாயமாக இழுத்துக் கையை முகர்ந்து பார்த்தாள்.

‘கிரீஸ் வாடை அடிக்குது’

‘பின்னே பிரான்ஸ் வாடையா அடிக்கும்? நீ பிரெஞ்சுக்காரி உனக்கு வேணும்னா அப்படி இருக்கும்.’

‘ஐயே இது கிரீஸ் நாடு இல்லே சைக்கிள் கிரீஸ்... சிரிக்காதே... சாப்பிட்டியா, நிஜத்தை சொல்லு.’ கண்டிப்புக் காட்டினாள்.

நான் பேசாமல் தரையைப் பார்த்தபடி நின்றேன். மெல்லத் தாடையை நிமிர்த்தி, ‘வர்ற வழியிலே ஏதாவது தின்னுட்டு வந்திருக்கலாமில்லே’ என்றாள்.

‘ஏன் இங்கே இல்லியா?’ என்று கேட்டேன்.

‘ஒரு பருக்கை கூட இல்லாம வழிச்சு முழுங்கிட்டாங்க. ஏன் சாப்பிடாம வந்தே? உன் சிநேகிதன் என்ன எழுந்து வீட்டுக்கா ஓடிப் போயிடுவான்?’

‘உன்னை டியூட்டி முடிஞ்சு போறதுக்குள்ளே பார்த்துடணும்னு தோணிச்சு’ என்று மெதுவாகச் சொன்னேன். அவள் விழிகள் மின்னின. என்னையே வெறித்துப் பார்த்தாள்.

‘வேணாம்டா, இந்த பைத்தியம் நல்லதில்லே. நீ...’ மென்று விழுங்கினாள்.

‘படிச்சு நல்ல பொசிஷனுக்கு வந்து பெரிய எடத்துலே பொண்ணு கட்டி... அதானே?’

‘விளையாட்டா இருக்கா உனக்கு?’ ஜோசபின் குரலை உயர்த்தாமல் சத்தம் போட்டாள்.

‘ஆமா விளையாட்டு தான்’ என்று நெருங்கினேன்.

‘வேணாம், வேலை பார்க்கற இடம்.’ அவள் விலகினாள்.

‘சாப்பிட்டியா கண்ணம்மா?’ .என் குரல் ஆதூரத்துடன் ஒலித்தது.

அவள் ஆச்சு என்று சொல்வதற்கு முன் அவளுடைய வலது கையை பற்றினேன்.

கார்பனேட் மிக்சர் வாடை.

‘நீ போனதும் அவுட் பேஷண்ட்லே செக்கிங் பண்ணப் போயிட்டேன்.’

‘சாப்பிட்டியான்னு கேட்டேன்’ அழுத்தமாகச் சொன்னேன்.

‘உன்னை விட்டுட்டா? அப்படி தின்னு தீர்க்க வேணாம் எனக்கு.’ அவள் தீர்மானம், இறுகிய உதடுகளிலும் கலங்கிய கண்ணிலும் தெரிந்தது.

நான் வெளியே வந்தபோது அந்துவான் என்ன என்று விசாரித்தான். உனக்கு தர வேண்டிய மருந்து பட்டியல் சொன்னாங்க என்றேன். நம்பிய மாதிரி தெரியவில்லை. அவன் முகத்தில் ஒரு கள்ளச் சிரிப்பை நான் தான் கற்பனை செய்திருக்க வேண்டும். இல்லாவிட்டாலும் ஆஸ்பத்திரி வார்ட் மருந்து அலமாரித் தடுப்புக்கு அப்புறம் இரண்டு நிமிடத்தில் என்ன காதல் காட்சி அரங்கேற்ற முடியும்?

‘சிஸ்டர், அந்துவான் பேஷண்ட்க்கு மைல்ட் செடேடிவ் கொடுத்து அரை மணி நேரமாவுது. வலி கொஞ்சம் அதிகம்னார். பாத்துக்குங்க. இப்போ தூங்கிடுவார்.’

ஜோசபின் சீனியர் நர்சிடம் சொல்லியபடி மருந்து அலமாரிக்கு மேல் இருந்து கைப்பையை எடுத்துத் தோளில் மாட்டிக்கொண்டு கிளம்பினாள்.

நான் வாசலுக்குப் போய் நின்றேன்.

'வரேண்டா. உன்னையும் அடுத்து உன் ப்ரண்டையும் கவனிச்சுக்கோ. ரெண்டு ஷிப்ட் சேர்ந்து செஞ்சாச்சு. ரொம்ப டயர்டா இருக்குடா. காலையிலே நீ வந்திருக்காட்ட அப்பவே வீட்டுக்குப் போயிருப்பேன். உன்னை தனியா விட்டுட்டுப் போக மனசு வரல்லே. இன்னொரு ஷிப்ட் இருக்கவும் தயார் தான். ஆனா இங்கே பேசுவாங்க. வேணாமே.'

ஜோசபின் திரும்பித் திரும்பிப் பார்த்தபடி சைக்கிள் ஸ்டாண்டுக்குப் போனாள்.

நான் திரும்ப உள்ளே வந்தபோது ஏக களேபரமாக இருந்தது. அத்தையம்மா போல இருந்த சீனியர் நர்ஸ் பரபரப்பாக சுற்றி வந்தபடி இரைந்து கொண்டிருந்தாள்.

'பெரிய டாக்டர் விசிட் வர நேரம். பிரான்ஸ் டாக்டர் விஐபிகள் கூட வர்றாங்க. விசிட்டர்கள் எல்லாம் வெளியே போங்க.'

கழுத்தைப் பிடித்துத் தள்ளாத குறைதான். அந்துவான் என் கையைக் கெட்டியாகப் பற்றிக்கொண்டான்.

'மச்சான், விட்டுட்டுப் போயிடாதேடா. பயமா இருக்கு. பிரான்ஸ் டாக்டர் பாரீஸ் போய் எங்க அப்பா கிட்டே போட்டுக் கொடுத் துடுவார். காப்பி ஹவுஸ் வர முடியாதுடா.'

அவன் உளற ஆரம்பித்து அதை உடனே கைவிட்டு தூங்கத் தொடங்கினான். ஜோசபின் கொடுத்த லேசான தூக்க மாத்திரை ரொம்ப தாமதமாக வேலை செய்கிறது.

'தம்பி கொஞ்சம் வெளியே போயிடு' எனக்குத்தான் அத்தையம்மா நர்சின் அறிவிப்பு. கேட்காவிட்டால் நாடு கடத்தப்படுவேன் போல.

'இங்கே படுத்திருந்த தீனிக்காரர் எங்கே போனாரு?' நர்ஸம்மா கேட்டாள். யாருக்கும் தெரியவில்லை.

'பெரிய டாக்டர் தெரிஞ்சா ஏசுவாரே' என்றாள் என்னைப் பார்த்தபடி. அவர் ஏசுவாரோ சிவனேன்னு இருப்பாரோ எனக்கு என்ன போச்சு?

வாசலில் ஒரு பெருங் கூட்டம் வரும் ஒலி.

அத்தை நர்ஸ் சட்டென்று என்னை அந்துவானுக்கு அடுத்த, தீனிக்காரன் பெட்டில் படுக்கச் சொல்லிக் கண் காட்டினாள்.

'அஞ்சு பத்து நிமிஷம் தான். வாசல்லே இருந்தே பாத்துட்டு போயிடுவாங்க. கண்ணை மூடிக்கோ.'

நான் பெட் ஓரமாக வைத்திருந்த டெட்டால் பாட்டிலை கவிழ்த்துக் கொண்டு வேகமாகப் படுத்தேன். பாட்டிலை நகர்த்தி வைத்து விட்டு பரபரவென்று பஞ்சை ஒற்றி அதை சரி செய்தாள் அத்தை. தலையில் முண்டாசு போல மீட்டர் கணக்கில் வெள்ளைத் துணி. முகம் பாதி மறைத்து போர்வை. அவசரத்துக்கு பேஷண்ட் ஆனேன். கூட்டம் ஹால் வாசலில் நின்றது.

ஓரக் கண்ணால் பார்க்க, இது என்ன, அப்பா எங்கே இருந்து வந்தார்?

அவரோடு கூட வருகிறவர் பிரெஞ்சு சக்கர க்ளப் கவர்னரா? அவர் டாக்டரும் கூடவா?

அப்பா உட்பட ஊர்க் கனவான்கள் சுற்றி நடக்க பெரிய டாக்டர் கூடவே இருந்த பிரெஞ்சு டாக்டருக்கு இந்த ஹாஸ்பிடலின் அருமை பெருமைகளைச் சொல்லிக்கொண்டு வந்தார். வாசலில் நின்ற பெரிய டாக்டர் சட்டென்று உள்ளே வேகமாக வந்தார். அத்தை நர்ஸிடம் கிசுகிசுப்பாக எகிறினார்

'இந்த ஆளை மதியமே டிஸ்சார்ஜ் செய்யச் சொல்லிட்டேனே. திரும்ப வந்துட்டானா? அவனுக்கு பெரும்பசி தான் சீக்கு. சும்மா இங்கே வச்சுக்கிட்டு தீனி போட இது என்ன சத்திரமா சாவடியா? வெளியே அனுப்புங்க.'

நடுநடுங்கி, நர்ஸ் என் கைத் தண்டையில் அடித்து எழுப்பப் பார்க்க பெரிய டாக்டரைத் தொடர்ந்து பிரமுகர்களின் அணிவகுப்பு என் பெட் பக்கம் நின்றது.

என்னை அப்படியே விட்டுவிட்டு அத்தை கூட்டத்துக்குப் பின்னால் வெலவெலத்துப் போய் நிற்க, அப்பா பார்வை என் மேலேயே இருந்ததாகத் தோன்றியது. வம்பே வேணாம் என்று அந்துவானோடு கூட அனுதாப உறக்கத்தில் ஆழ்ந்தேன்.

ராத்திரி வீட்டுக்குள் புகுந்தபோது அப்பா கேட்டார் –

'ஏண்டா காலையிலெ இருந்து இல்லையாமே. வின்செண்ட் சொன்னார். எங்கே இருந்தே?

'ஜோசபின் கூட'

என்னது?

‘கிளாஸ்மேட் ஜோசஃப் அந்துவானுக்கு உடம்பு சரியில்லை... ஆமா நீங்க எங்கே போயிருந்தீங்க?’

‘பிரெஞ்ச் டாக்டர் தானே சக்கரங்கள் கவர்னர். அவரோடு கூட பெரியாஸ்பத்ரி விஜயம். ப்ரஞ்ச் சக்கரக் கிளப் இங்கே குழந்தைகள் வார்ட் கட்ட நன்கொடை தர்றாங்க. அவங்க சார்பிலே நம்மூர் சக்கரங்கள் கிளை செஞ்சு முடிக்கப் போறோம்’

‘குட் நியூஸ். நான் குளிச்சுட்டு வரேன்பா. ஒரே பசி.’ சொல்லியபடி நகர்ந்தேன்.

அப்பா என் பக்கம் வந்து மூக்கை உறிஞ்சினார்.

‘எங்கேயோ டெட்டால் வாடை அடிக்கற மாதிரி இருக்கே!’ என்று சுற்றுமுற்றும் பார்த்தார்.

‘ஆஸ்பத்திரி போய்ட்டு வந்திருக்கீங்க இல்லே. நாளைக்கு காலையிலே குளிக்கற வரைக்கும் வாடை மனசுலே சுத்திக்கிட்டே இருக்கும்.’

நான் டர்க்கி டவலோடு கிளம்ப, அடிக்க ஆரம்பித்த டெலிபோனை எடுக்க அப்பா போனார்.

15

ஒரு வெப்பமான நடுப்பகலின் தொடர்ச்சியாக மழைக் காலம் ஆரம்பித்தது.

தெர்மோடைனமிக்ஸ் வகுப்பில் எண்ட்ரபி என்ற அதி உன்னதமான சமாச்சாரத்தை விவாதித்துக் கொண்டிருந்தபோது, மூடி வைத்த ஜன்னல்கள் காற்றில் திறக்க, சாரலாக வகுப்புக்குள் சீறி அடித்தது இந்த ஆண்டின் முதல் மழை. அது எல்லோரையும் குழந்தையாக்கி கூகூவென்று கூவ வைத்தது. முதல் கூவல், புரபசர் நெடுமுடி வெர்கீஸ் சாண்டி சார் இட்டது.

வலுத்துப் பெய்த மழையில் தெர்மோடைனமிக்ஸ் விடைபெற்றுப் போய்விட்டது. ரொம்பவே அதிசய மான கூட்டு மௌனம். நின்று பெய்யும் மழையை எல்லோரும் பார்த்தபடி இருக்க கிளாஸ் முடிந்து மணி அடித்தது.

கடைசி வகுப்பு என்பதால் காம்பவுண்டுக்கு வெளியே காத்திருந்த பஸ்கள் கீழே தாழ்வான சமதளத்தில் இருந்து மெல்ல மேடு ஏறி வந்து பிரதானக் கட்டிட வாசலில் நின்றன. யாரும் குடை தேடாத நாள். பொழுது கறுத்து வர, நான் கேண்டீன் நோக்கி வேகமாகப் போனேன். கையில் பிடித்திருந்த ஆப்டிக்ஸ் புத்தகமும் நீள நோட்புக்கும் நனைந்ததைத் தடுக்க முடியவில்லை.

முழுக்கப் பெண்ணாட்சிப் பிரதேசமாக மாறி இருந்த கேண்டீனின் அந்தக் கோடியில் இருந்து மிரண்டபடி பார்த்த இரண்டு கண்களைத் தேடித்தான் நான் அங்கே போனது.

கயல்விழி.

கூட இருந்த சிட்டுகள் சூரிதாரிலும், கார்டுராயிலும், டெனிம் ஸ்கர்ட் ப்ளவுஸிலும் கலகலத்துக்கொண்டிருக்க, என் தேவதை கருப்பு தாவணியும், மஞ்சள் பட்டுப் பாவாடையும் உடுத்து நனைந்த குருவியாக நிற்கிறாள். ஈரமான தலைமுடி நெற்றியை மறைத்து வழிந்து ஒன்றிரண்டாக நீர்த் துளிகள் அவள் முகவாயில் ஒரு விநாடி நிற்கின்றன. உதிரும் முன் ஓடிப் போய் அவளைத் தழுவி அந்தத் துளிகளுக்கு நோகாமல் உள்ளங்கையில் வாங்கிப் பொத்திப் பாதுகாக்க வேண்டும் என்று மனம் கிடந்து அடித்துக் கொள்கிறது.

'இங்கே என்னடா உனக்கு வேலை?'

வைஷ்ணு நான் உள்ளே வரமுடியாதபடி கையை அகலமாக விரித்துக் கத்துகிறாள். அவளுக்குப் பின்னால் ஒருத்தி முதுகு திருப்பி நின்று ஈரமான மேல்சட்டையை எடுத்துப் பிழிகிற மும்முரத்தில் இருப்பது புரிய தலையைக் குனிந்து கொண்டேன்.

வைஷ்ணு எல்லா மொழிகளிலும் கெட் அவுட் சொல்வதை லட்சியம் செய்யாமல் பதுங்கிப் பாய்ந்து இடைவெளிகளில் புகுந்து கயலை அடைந்தேன். கிராதகி அப்போதுதான் திரும்பி என்னைப் பார்த்தாள். சிரிக்கிறாள். என்ன தீனி போட்டு அரைத்தாலும் சோழிப் பல் ஈடு கொடுத்து வனப்பாக பளிச்சிட, எப்போதும் முத்துச்சரம்போல் வெண்மைதான்.

தோழியர், நான் ஏதோ கெட்ட காரியம் செய்ய உத்தேசித்து உள்ளே வந்ததுபோல் வெறுப்போடு பார்த்தபடி முன்னால் நகர்ந்தார்கள். மழை நின்ற சில நிமிஷங்களில் நனையாமல் பஸ் ஏறப் புறப்பட்டுப் போனவர்கள் அவர்கள்.

கயல் தனியாக நிற்கிறாள். இருண்டு வரும் கேண்டீனில் நாங்கள் இருவரும் மட்டும் அந்த மூலையில் .

'போகலாமா?' என்று கிசுகிசுப்பாகக் கேட்டேன். அவள் சிரித்து விட்டாள்.

'தலைமுடி சொய்யினு நனைஞ்சு, சப்பிப் போட்ட மாங்கொட்டை மாதிரி இருக்கே.' என்று என் கோலத்தை வார்த்தையால் வேறு சித்தரித்தாள்.

'பகடி எல்லாம் இருக்கட்டும் பகடே' என்றேன். பகடு என்றால் மாடு என்று அவள்தான் சொல்லியிருக்கிறாள். இப்படி நல்ல தமிழ் கயல் புண்ணியத்திலும், நல்ல ப்ரஞ்சு ஜோசபின் கருணையிலும் தான்

எனக்குப் புகட்டப்பட வேண்டியிருக்கிறது என்று விதித்த தெய்வம் வாழ்த்தப்படட்டும்.

'மாட்டுக்கு ரூட் போடற நீ இன்னொரு மாடு.' என்றாள். மறுபடி சிரித்தாள். 'இன்னும் சரியா வர்ணிக்கணும்னா, ஈரத் துணி போட்டு அமுக்கின கோழி நீ.'

நான் சிரித்தேன் இப்போது.

'கோழின்னு பிரெஞ்சில் சொல்லாம விட்டியே அந்த அளவுக்கு வந்தனம்.'

சீய்ய்ய் என்று பழிப்புச் சொன்ன இதழ்களையே கவனித்துக் கொண்டிருந்தேன். இவளை மில்லி மீட்டர் மில்லி மீட்டராக ரசித்துச் செதுக்கியவன், உதடு வைக்க அதிகமாக ஒரு மாதம் செலவழித்திருப்பான். பார்த்துப் பார்த்துப் பிடித்து நிறுத்திய செப்புச் சிமிழ். கருப்புத் தங்க விக்கிரகம் கயல். வில்லிப்புத்தூர் கோபுரம் போல ஒயிலாக நிற்கிற இந்த அழகுக்கு ஐந்தரை அடி கச்சிதம்.

கயல் இருக்கட்டும். கோழிக்கு ப்ரஞ்சு என்ன? அது எதுக்கு? எனக்கு எப்படி தெரியும்னு சொல்லணுமா? சரி அதை மட்டும் சொல்றேன்.

ஜோசபின் சமையலுக்குக் கோழி மாமிசம் வாங்க தியூப்ளே வீதி மணிக்கூண்டு மார்க்கெட் வந்திருந்தாள். வீட்டுக்கு வெகு அருகில் தான். ஆனால் கத்தரிக்காயும் புடலங்காயும் வாங்கக் கூட நான் இதுவரை அங்கே போனதில்லை. ஜோசபினோடு நடக்கிற சந்தோஷத்துக்காகக் கூடப் போனேன். அது போன மாசம் ஒரு சனிக்கிழமை காலை நேரம்.

ஜோசபினோடு வந்த பக்கத்து வீட்டு பிரெஞ்சுக்காரக் கிழவிக்கு காது மந்தம் என்பதால் தன் குரல் ஓங்கி ஒலிப்பது புரியவில்லை. ஜோசபின் மீன் வாங்கிக் கொண்டிருக்க நாலு கடை தள்ளி நானும் பாட்டியும் அவளுக்காகக் காத்திருந்தோம். அந்தக் கிழவி நாட்டுக் கோழிக் கடையைச் சுட்டிக் காட்டி, என்னிடம் பிரெஞ்சில் ஏதோ கேட்டாள். பக்கத்தில் கூடை சுமந்து வந்த யாரோ சிரித்தபடி உடனே விலகிப் போக, எனக்கே ஒரு மாதிரி இருந்தது.

என்னடா இந்த வயசில் கெட்ட வார்த்தை பேசுகிறாளே என்று அதிர்ந்து தான் போனேன். மீனோடு ஜோசபின் வர, நமட்டுச் சிரிப்போடு அதை அவள் காதில் ஓதினேன். அவள் கூடுதல் அழகாக முகத்தைச் சுளித்து, 'கோழி வேணுமாம்' என்றாள். தொடர்ந்து என்னைத் தூசியாகப் பார்த்து 'காஸன் சாலா' என்றபடி மாமிசம் வாங்க உற்சாகமாக நடந்தாள். ஜோசபின் சொன்னதற்கு டர்ட்டி ஃபெலோ என்று அர்த்தமாம். கிழவி சொன்னது? அது வேணாம்.

இதுதான் பிரச்னை. இப்படி குறுக்கே ஜோசபினைக் கூட்டி வந்து விபத்து உண்டாக்காமல் இருந்தால் நான் பாட்டுக்கு நூல் பிடித்த மாதிரி கயல்விழிக்கு நூல் விட்டுப் பார்த்ததைச் சொல்லிக் கொண்டிருப் பேன்... குறுக்குச் சால் போடாமல் இருக்க வேணும். சரியா? கயலுக்குத் திரும்பலாம்.

காலேஜ் காம்பவுண்டை இடவலமாகச் சுற்றியபடி விரைவாக மலையிறங்கும் பஸ்களைப் பார்த்தபடி கயல்விழி நின்றிருந்தாள். மழை இன்னொரு தடவை வலுக்க ஆரம்பித்திருந்தது. அவள் முகத்தில் பதட்டம் தெரிந்தது.

காலேஜையும் லாஸ்பேட்டையையும் தொட்டும் கடந்து போகும் எந்த பஸ்ஸூம் கயல் வீடு இருக்கும் ஊருக்கு ஒதுக்கமான பேட்டைக்குள் நுழைவதில்லை. ஆனால் நகரத்தில் இருந்து அந்த வழியாக பஸ் போக்குவரத்து தெற்கில் பல சின்ன ஊர்களை இணைக்கிறது. கயல் தன் வீடு போக ஒரே வழி சைக்கிள் தான்.

'சாவியைக் கொடு. வண்டியை எடுத்து வரேன்.'

நான் சாவிக்காகக் கைநீட்ட அவள் ஏக்கமாகப் பார்த்தபடி சொன்னாள், 'வண்டி எடுத்து வரலேடா.'

'புத்தி இருக்க வேணாம்? வண்டி இல்லாட்ட எப்படி வீட்டுக்குப் போவே? கவுந்தி அடிகள் போல பையைத் தோள்லே மாட்டிட்டு நடந்திடுவியா?'

'ஏசாதே. பிரெஞ்சு மேடம் கூட கார்லே வந்தேன். அவங்க சாயந்திரம் பிக் அப் பண்ணிக்கிறேன்னாங்க.' என்றாள் பரிதாபமாக.

'பிரெஞ்சு மிஸ்? அவங்க காரை நான் பார்க்கிங் லாட்லே பாக்கவே இல்லியே.'

அழகான ப்யூக் கார் அது. பிரான்சில் இருந்து போன வருஷம் வந்தபோது கொண்டு வந்தார்கள் என்று கேள்விப்பட்டிருந்தேன்.

'விட்டுட்டுப் போயிட்டாங்கடா.'

உதடு நடுங்கச் சொல்லி, அவள் விசித்து அழ ஆரம்பித்தாள்.

தான் எதற்கும் காரணமில்லை என்று புகார் சொல்லி அழும் குழந்தை யின் முகம் அது. அழாதேடா கண்ணு என்று கண்ணைத் துடைத்து, நெஞ்சோடு அணைத்துத் தேற்ற வேண்டிய குழந்தை. அப்படித்தான் செய்தேன். மழை அனுதாபத்தோடு கனத்துப் பெய்து கொண்டிருந்தது.

கேண்டீன் இன் சார்ஜ் சங்கரன் நம்பூதிரி உள்ளே இருந்து எண்ணெய்ச் சட்டியும் நாலைந்து பொட்டலம் டீத்தூளும் வைத்த மூடியில்லாத மரப் பெட்டியை இழுத்தபடி வந்தார்.

பார்த்திருப்பாரோ! பார்க்கட்டுமே. மலையாளத்தில் சங்கம்புழயின் ரமணனும் பஷீரின் பால்ய கால சகியும் படிக்கச் சொல்லி எனக்குப் புத்தகம் கொடுத்தவர் அவர்தானே. தமிழ்க் காதலும் கொஞ்சம் பார்க்கட்டும்.

‘குட்டி இன்னும் வீடு போயிட்டில்ல?’

மழைச் சத்தத்துக்கு இடையே கயலை விசாரிக்க அவள் வெறுமனே தலையை ஆட்டினாள். நான் மலையாளத்தில் கதைச் சுருக்கம் சொன்னேன்.

‘அப்போ நீ உன் சைக்கிள்லே கூட்டிப் போய் விடு.’ என்று யோசனை கொடுத்தார் நம்பூத்ரி. பதிலை எதிர்பார்க்காமல் திரும்ப உள்ளே போனார்.

கயலைப் பார்த்தேன். அவள் கூட வரச் சம்மதிப்பாள் என்றுதான் தோன்றியது. ஆனால் அடித்துப் பெய்யும் பெருமழையில் ரெண்டு பேர் எப்படிப் பாதையே இல்லாத பாதையில், வயல் வரப்பும், சதுப்பு நிலமும் கடந்து சைக்கிளில் போவது?

‘பின்னால் உட்கார்ந்து வர்றியா?’

கயலைக் கேட்டேன்.

‘நீ கீழே தள்ளாம கூட்டிப் போக ரெடியா?’

கட்டை விரல் உயர்த்திக் காட்டினேன். உர்ரென்று பார்த்தாள். உதட்டைக் குவித்தேன். ‘அதுக்கு வேறே யாரையாவது பாரு’ என்றாள்.

மழையை எப்படி முத்தமிடணும்? தெரியாது. மழைக்கு நன்றியாவது சொல்வேன்.

‘லூஸ்டா நீ. இன்னொரு தடவை சொல்லட்டா? முழுக்க நனைஞ்சு, உரிச்சு மௌகா விழுது தடவின கோழி மாதிரி இருக்கே.’

அடக்க மாட்டாமல் சிரித்தாள் கயல். கூடவே நானும் என் ஈரத் தலைமுடியை முன்னால் இழுத்து விட்டபடி சிரித்தேன்.

‘சொல்லிக்கோ. என்ன போச்சு. என்னை விட்டு ஓடிப் போக முடியுமா?’

பாட்டு நிற்க, உள்ளே இருந்து திருச்சூர் பூரத்தில் யானை மேல் வைத்த திடம்பு என்ற விக்கிரகச் சின்னங்களுக்குப் பாதுகாப்பாகப் பிடிக்கிற

வண்ணக் குடை போல பெரிய ஒரு கருப்புக் குடையோடு நம்பூதிரி வந்தார்.

'தா... குடை சூடிப் போ குட்டி.'

கயல் இன்னொரு தடவை வாய்விட்டுச் சிரித்தாள்.

'மல்லிப்பூ சூடுவாங்க. முல்லைப் பூ சூடுவாங்க. குடையை எப்படி சூடறது?'

என்னைக் கேட்டாள்.

'அது மலையாளம். வா, கொஞ்சம் மழை விட்டிருக்கு... கிளம்பலாம்.'

என் ராலே சைக்கிள் காலேஜ் காம்பவுண்டில் இறங்கிக் கொண்டிருந்த போது, கயல் என் தோளைப் பற்றிக் கொண்டாள்.

'சிரமமா இருக்காடா?'

'ஒரு சிரமமும் இல்லை. நீ பூச்சுமைடா கண்ணம்மா.'

மழைக்கு நடுவே குரல் உயர்த்திப் பேச சந்தோஷமாக இருந்தது.

கலங்கிய நீரும், தேங்கிய நீரும், நகர்ந்து விரையும் நீரே உருவான நீண்டு பரந்த பரப்புகளும், சிவந்து கரைத்த மண் ஓடி அடைத்த சால்களும், மழையில் குளிக்கும் மரங்களின் அணிவகுப்பும் ஆள் அரவம் அற்ற கள்ளுக்கடை வாசல்களில் கூடை போட்டு மூடி வைத்த வியஞ்சனங்களும், குளிருக்கு அடக்கமாக, கவிழ்த்துப் போட்ட கூடைக்குள் முடங்கிய கோழிச் சத்தமும், பட்டியடைத்த புறாக்களின் ஹுக்கும் ஹுக்கும் கனைப்பும் கடந்து கயல் வீட்டை அடைந்தோம். தெருக் கோடியில் இறக்கி விடட்டா என்று ஒரு பேச்சுக்காகக் கேட்டேன். கனவான் தோரணை அது. ஒட்டாமல் உதிர்ந்தது.

'வீட்டுக்கு வா. தேத்தண்ணி எடுக்கறேன்'

சைக்கிளை உருட்டிக்கொண்டு, சிணுங்கும் மழையில் நனைந்தபடி கயல் வீட்டு வாசலில் நின்றோம். சைக்கிளை ஓரமாக நிறுத்தினேன்.

நிம்மதியா கோபமா வருத்தமா என்று தெளிவாகத் தெரியாத முகபாவத்தோடு கயல் அப்பா பார்வேந்தனார் வரவேற்றார். கயல் அம்மா முகத்தில் அழுத்தமான மகிழ்ச்சியும் உற்சாகமும் கண்டேன். கயலை ஆரத் தழுவிய அவள், 'நல்லா இருப்பா' என்று என்னையும் தலையில் அன்பாகத் தடவினாள். பார்வேந்தனார் 'விளக்கு கூட்டல் எள் கூட்டல் நெய்' ஒன்றாக்கி விழுங்கிய மாதிரி சங்கடத்தோடு

மறுபடி ஈசிசேரில் உட்கார்ந்து, காலையில் வந்து விழுந்து ஆறிப் போன இந்து பத்திரிகையில் நிஜலிங்கப்பா பேட்டியைப் படிக்க ஆரம்பித்தார். அதை எல்லாம் படிக்கிற ஒருத்தர் வாழ்க்கையின் ஓரத்துக்குப் போனவராகத் தான் இருக்க முடியும்.

கயல் அம்மா அவரைப் பார்த்துக்கொண்டே சமையல் அறையில் புகுந்து அங்கிருந்து முழங்கினாள் –

'ஏங்க, கருப்பட்டி காப்பி போடு போடுன்னு உயிரை வாங்கினீங்க. கலந்து வச்சு பத்து நிமிஷம் ஆச்சு. வந்து குடிச்சுட்டுப் போங்க.'

பார்வேந்தனார் கையில் பிடித்த இந்துவோடு சமையலறை ஏகினார். என்னைக் கடக்கும்போது காலேஜில் பிசிக்ஸ் லேபில் வெர்னியர் காலிப்பர் வைத்து அளந்த மாதிரி காலே அரைக்கால் மில்லிமீட்டர் புன்னகையோடு உள்ளே போனவர் ஐந்து நிமிஷம் கழித்து வெளியே வந்தபோது முகமலர்ச்சியோடு வந்தார். சமையலறையில் பக்குவ மானார் போல.

என் கை இரண்டையும் அன்போடு பற்றிக் கொண்டார். 'தம்பி, எவ்வளவு... எவ்வளவு துன்பப்பட்டு இந்த மழையிலே கயலை நலமாக நம் இல்லத்தில் கொண்டு வந்து சேர்க்க, ஈருருளி மிதித்து வந்திருக்கீங்க. வாழ்த்தச் சொற்களே இல்லை. மிக்க நன்றி.'

சந்தேகமே இல்லை. கயல் அம்மா இவருக்குக் கையில் கொடுத்த அல்லது வலுக் கட்டாயமாகச் சங்கில் வைத்துப் புகட்டிய கருப்பட்டி காப்பியில், கொஞ்சம் மிரட்டல், கொஞ்சம் வசவு, கொஞ்சம் கோரிக்கை, கொஞ்சம் புத்திமதி என்று கலந்து குடிக்க வைத்து வெளியே அனுப்பியிருக்கிறாள்.

சமையல் கட்டில் சொல்லிக் கொடுத்து அனுப்பிய கடமையை மனதுக்கு நிறைவாக ஆற்றிய நிம்மதியோடு ஈசி சேரில் இருந்து நிஜலிங்கப்பாவைத் தொடர்ந்தார் பார்வேந்தனார். கயல் அம்மா குரல் சமையல் அறையில் இருந்து சென்னை வானொலி செய்தியாளர் பத்மநாபன் செய்தி படிப்பதுபோல அழுத்தந் திருத்தமாக ஒலிபரப்பானது.

'ராத்திரி எண்பது கிலோமீட்டர் வேகத்தில் புயல் வருமாம். நம்ம ஊர் பக்கம் தான் விடிகாலை மூணு மணிக்குள் கரையைக் கடக்குமாம். உஷாரா இருக்கணுமாம். ரேடியோவிலே வாய் ஓயாமச் சொல்லிட்டே இருக்காங்க.'

அதற்குள் நான் வீட்டுக்குப் போகணும் என்று கோடி காட்டுகிறதாக நினைத்தேன். அதுக்கு ஏற்ற மாதிரி ஒலிபரப்பு தொடர்ந்தது –

‘பாவம் தம்பி, தலையை துவட்டச் சொல்லு கயலு. பரிதாபமா நிக்குது… நீ பாட்டுக்கு தலையை ஆத்தக் கிளம்பிட்டே.’

கயல் ஈர உடுப்பில் இருந்து மாறி, சிக்கட சிக் என்று இடுப்பைக் கௌவிப் பிடித்த கத்தரிப்பூ நிற ஸ்கர்ட்டும், காலர் வைத்த பொம்மைச் சட்டையும் உடுத்து, டோண்ட் கேர் மாஸ்டராக தலையை விரித்து விட்டு ஆற்றியபடி உள்ளே இருந்து வந்தாள். என்னைக் கவனிக்காதது போல் முன் வாசல் கொடியில் எவ்வி எடுத்த டர்க்கி டவலோடு அவசரமாக நடந்து பின்னறைக்குப் போனாள்.

‘ஏம்மா, நானா நனையச் சொன்னேன். இவன்தான் கொண்டு விடறேன் கொண்டு விடறேன்னான். மெத்தப் படிச்ச மூஞ்சூறு… முழுக்க நனைஞ்சா நான் என்ன பண்றதாம். ஏற்கெனவே நரிவெறூத் தலையார் மாதிரி மண்டை. ஈரம் வேறே இப்போ.’

என்னை வெறுப்பும் கோபமுமாகப் பார்த்து பின்னறை வாசலில் நின்று, தோளில் போட்ட டவலோடு அரசியல்வாதிபோல் முழங்கினாள் கயல். அது யார் நரிவெறூத் தலையான் என்று அவள் சாந்தமாக இருக்கும் சந்தர்ப்பத்தில் விசாரிக்க வேண்டும். அவளுக்கு ரூட் விடுகிற கும்பல் நாளுக்கு நாள் பெருகிக்கொண்டு போகிறது.

‘இந்தா, துவாலை. இதை வச்சு நல்லா கரகரன்னு தொடச்சுக்கிட்டு போ.’

அலட்சியமாகக் கை அசைத்து வேண்டா வெறுப்பாக என்னை கயல் அழைக்க, நான் அந்தப் பின்னறைக்கு நடந்தேன்… அதற்குள், ‘சீக்கிரம் வா, ஆயிரம் வேலை கிடக்கு’ என்று எரிந்து விழுந்தாள். என்ன ஆச்சு இவளுக்கு?

‘தோ அந்த ஓரமா நின்னு துவட்டு’

சிடுசிடுத்தபடி என் பின்னால் வந்தாள் அவள்.

ஒரு வினாடி நின்று திரும்பிப் பார்த்தேன். கயல் என்னை ஆவி சேரத் தழுவினாள். ஈரம் இன்னும் மணக்கும் விழிகளை நிமிர்த்தி என் உதடுகளைத் தேடிய அவளுடைய இதழ்களுக்கு ஏமாற்றம் எதுவும் இருக்கவில்லை.

‘எனக்காக எவ்வளவு கஷ்டப்படறே. சாரிடா. ரொம்ப சாரி. நான் சைக்கிள் எடுத்துப் போயிருந்திருக்கணும். உன்னை வெகுவா படுத்தி வச்சுட்டேன்.’

கண்ணை ஒரு கணம் மூடி அவள் என் மார்பில் சாய, சுட்டு விரலால் இமைகளை நீவித் திறந்தேன்.

‘சைக்கிள் எடுத்துப் போயிருந்தா இப்படி இருப்போமா?’

மறு முத்தமிட்டுக் கேட்டேன்.

தெரியலை என்றவளைத் திரும்ப வளைக்க வாசல் பார்த்து விலகினாள்.

இந்தத் தினத்துக்கு இப்படி ஒரு சிறப்பு வரும் என்று தெரிந்திருந்தால் இன்னும் துடிப்பாக இருந்திருப்பேன். கயலுக்காக அவளுக்குப் பிடித்த தேங்காய்ப்பூ ஷொகொலாவும் மில்ஸ் அண்ட் பூன் அடுத்த நாவலும் வாங்கி வைத்திருந்து மழைக்கு நடுவே ஊட்டியிருப்பேன். முத்தம் எதிர்பார்த்து மீசை திருத்திக் கன்னம் மழித்திருப்பேன். வடிவேலன் முடியழகு நிலையத்தில் காலையில் புகுந்து தலைமுடி சீராக்கி இருப்பேன்.

இனி அடுத்த மழைக்குத் தான் அதெல்லாம் வாய்க்கக் கூடும்.

வீட்டுக்குப் போய்ச் சேர்ந்தபோது அப்பா சாப்பிடாமல் காத்திருந்தார்.

‘பார்வேந்தனார் வீட்டுக்குப் போயிருந்தியோ?’

சமாளிக்க எல்லாம் முடியாது. நேரடியாக விஷயத்துக்கு வந்துவிட்டார்.

‘ஆமாப்பா. அவர் பொண்ணும்...’

‘பிரின்சிபால் சொன்னார். இன்னும் வரலியே, ஜீப் எடுத்துப் போய்க் கூட்டி வரட்டுமான்னு போன் பண்ணினேன். நீ அந்தப் பொண்ணை பின்னாடி கேரியர்லே வச்சுக்கிட்டு சைக்கிள்லே போனதா சொன்னார்.’

பிரின்சிபால் பார்க்கவா மழையோடு காதல் பயணம் போயிருக்கிறேன்! வேறே யாரெல்லாம் கண்டு களித்தார்களோ.

‘இனிமே இப்படி எல்லாம் செய்யாதே. உனக்கு சிரமம் மட்டுமில்லே, அந்தப் பொண்ணுக்கு உன்னை விட கஷ்டம், ரிஸ்க்.’

நான் என்ன ரிஸ்க் என்று பார்க்க, அவசரமாகச் சொன்னார் அப்பா –

‘ஆளில்லாத பாதையிலே அதுவும் ஊருக்கு வெளியே, சின்ன வயசுப் பொண்ணு இப்படி சைக்கிள்லே போறது சரியில்லே. ஏண்டா காலேஜ்லே இருந்து எனக்கு ஒரு டெலிபோன் பண்ணியிருந்தா அந்தப் பொண்ணை அவங்க வீட்டிலே விட்டுட்டு உன்னையும் நனையாம, சொதசொதன்னு வந்து நிக்காம, சுக்கா உலர்த்திக் கூட்டி வந்திருப்பேனேடா. ஒரே ஒரு டெலிபோன்.’

‘தோணலை அப்பா’ என்றேன். உண்மையும் அதுதான். கொஞ்சம் போல்.

ஜீப் முன் சீட்டில் அப்பாவும் டிரைவர் வேல்சாமியும் இருக்க, பின்சீட்டில் கயலோடு என்ன கடலை போட முடியும்!

‘சாப்பிட்டியோ?’

‘இல்லேப்பா, கயல்விழி வீட்டுலே வற்புறுத்தினாங்க. அடுத்த மழைக்கு முந்தி இங்கே வந்து சேரணுமே. அதான், வேணாம்னு கௌம்பி வந்துட்டேன்.’

‘சரி, சாப்பாட்டுக் கடையை முடிச்சுடலாம், வா.’ என்று எழுந்தார் அப்பா.

‘அப்பா, தம்பீஸ் கஃபேயிலே இட்லி பொட்டலம் கட்டி வாங்கிட்டு வரட்டா?’

‘தம்பீஸா?’ அப்பா சிரித்தார்.

‘தம்பீஸ், நேரு கஃபே, காந்தி வீதியை ஒட்டி மாருதி எல்லாம் அடைச்சுப் பூட்டிப் போயாச்சு. புயல் வந்துட்டிருக்கு. தெரியுமில்லையா?’

அப்பா கேட்டார்.

கயல்விழி அம்மா சொன்னதுதான். கயல்விழியோடு சேர்ந்து நினைவில் வருவதாலோ, இதுவரை புயலைப் பார்க்காமல் வளர்ந்து இப்போது சந்தர்ப்பம் கிடைக்கப் போவதாலோ, நிலைமைக்குப் பொருந்தாத சந்தோஷம் எட்டிப் பார்த்தது. மானசீகமாக மேகலாவிடம் மன்னிப்புக் கேட்டுக் கொண்டேன். மழை என்றாலும் மனதில் உட்கார்ந்த அந்தக் கலாசாரக் காவலாளி மன்னித்து, ‘ஒழிஞ்சு போ, கயல் கிட்டே முத்தம் கம்மி பண்ணு’ என்றாள்.

‘கோதுமை ரவை உப்புமா பண்ணி வச்சிருக்கேன். எனக்கு ஒரு ஸ்கூப் அள்ளி சக்கரை போட்டு கொடு. நீயும் எடுத்துக்கோ. என்னமோ ஞாபகத்துலே நாலு ஆழாக்கு போட்டுட்டேன். ஏகப்பட்ட உப்புமா இருக்கு. முடிஞ்ச வரைக்கும் சாப்பிடு. பொழச்சுக் கிடந்தா வேறே நல்லதா சமைச்சு சாப்பிடலாம்.’

அப்பா ஓங்கார ஒலி என்ற உள்ளூர்ப் பத்திரிகையில் இருந்து பார்வையை நகர்த்திச் சிரித்தார். ஆபீஸ் நிர்வாகத்தில் முழு நேரமும் செலவிட்டு அடுத்து வீட்டுக் காரியத்திலும் ஈடுபடும் அவருக்கு எந்த உதவியும் செய்யாமல், கோவில் காளை மாதிரி சுற்றி வந்து கொண்டிருக்கிறேன். காலேஜ் என்ற சௌகரியமான சாக்கைத்

தவிர்த்தால் ஒரு வாரத்தில் ஒரு மணி நேரம் கூட, விழித்திருக்கும் நேரத்தில் அவரோடு உட்கார்ந்து பேசியதில்லை.

'மழை அடுத்த பாட்டம் ஆரம்பம்.'

அறைக்குள் கடந்து வந்த மழை வாசனையை தீர்க்கமாக முகர்ந்தபடி அப்பா சொன்னார்.

தெருவை முழுக்க ஒளிரச் செய்து இதுவரை காணாத வெளிச்சத்தோடு நீண்டு படரும் கொடியாக மின்னல் ஊர்ந்தது. இடைவெளி விட்டு, மிகப் பெரும் சத்தத்தோடு இடிகள் சூழ்ந்து ஒலிகள் பெருக்கி நடுங்க வைத்தன.

கொட்டு கொட்டென்று அடுத்த மழை இறுக நெய்த மழைத் தாரைகளை வானத்துக்கும் பூமிக்குமாக நிறுத்திப் பொழிய ஆரம்பித்தது. பிரெஞ்சு ஜன்னலும் மேற்கூரையும் பதித்த மாடி முகப்பில் விசிறி விழுந்த மழை தொம்தொம் என்று இரும்புக் கூரையில் நடமிட்டு சத்தத்தோடு கூரை விட்டு எல்லாத் திசையிலும் விழுந்து, வழிந்து பெருகியது.

சட்டென்று எல்லா விளக்கும் அணைய வீட்டில் மின்சாரம் போனது. அடுத்த வினாடி தெருவிலும் விளக்குகள் அணைய முழு இருள்.

மழைச் சத்தம் வேறு எதையும் நினைக்க முடியாதபடி அழுத்தமாக நினைவில் உட்கார்ந்தது. இடிகள், நாகரிகம் இன்னும் வந்து சேராத ஏதோ இனமாக எல்லோரையும் மாற்றிப் பயமுறுத்திப் பேச்சின்று அமர வைத்தன.

'சட்டச்சட சட்டச்சட என்று தாளங்கள் கொட்ட மழை எங்கனம் வந்ததடா தம்பி வீரா'

அப்பா நடு ஹாலில் இருட்டில் கை கட்டி நின்று உரக்க பாரதியார் கவிதை சொன்னார். புது மின்னல் வெளிச்சம் போட்டு ரசிக்க, தொடர்ந்த இடிகள் கைதட்டி ஆரவாரம் செய்தன. இந்த இரவுக்கும் மழைக்கும் நன்றி சொல்ல இன்னும் கூடக் காரணங்கள் இருக்கக் கூடும்.

கீழே இருந்து மழை இரைச்சலை மீறிக்கொண்டு வாட்ச்மேன் வின்செண்ட் நடராஜன் குரல்.

'தம்பி, உனக்கு அப்பெல்.'

அப்பா உப்புமா எடுத்து வைக்க சமையலறைக்குப் போயிருந்ததால் அவர் காதில் விழுந்திருக்காது.

'ஆபீஸ்லே மெழுகு வர்த்தி இருக்கான்னு பார்த்துட்டு வரேன்.'

என் மன சமாதானத்துக்காக உரக்கச் சொல்லி மாடிப்படி இறங்கினேன். 'பார்த்து பார்த்து இருட்டுலே படி இருக்கறது தெரியாது' என்று வின்செண்ட் முணுக் முணுக் என்று எரிந்த டார்ச் விளக்கை அடித்து வழி காட்டினார்.

இன்னும் சிணுங்கிக் கொண்டிருந்த ஃபோனை எடுத்தேன்.

'என்ன செய்யறேடா?'

ஜோசபின்.

இந்தப் பெருமழை, புயல் நேரத்தில் அவளை எப்படி மறந்தேன்? கயல் வீட்டில் இருந்தாவது ஒரு தடவை போனில் கூப்பிட்டு எப்படி இருக்கிறாள் என்று விசாரித்திருக்கலாம். என் மேல் எனக்கே வெறுப்பாக வந்தது. என்னிடம் எந்தப் பிரதியுபகாரமும் எதிர்பார்க்காமல் நேசம் வைத்தவளை நான் நடத்தும் விதத்துக்காக வெட்கப் பட்டேன்.

'இன்னிக்கும் நைட் டியூட்டியா? பார்த்து இரு. புயல் வருதுன்னு...'

நான் முடிக்கும் முன் அவள் அவசரமாகச் சொன்னாள் –

'ஒபிதால் வேலையா நானும் ஏஞ்சலினும் விசாலியும் அரியாங் குப்பத்துக்குப் போக வேண்டி வந்ததுடா. பகல்லே கிளம்பி வரும் போது மழையும் காற்றும் வலுத்துது. சூறைக் காற்றிலே மரம் விழுந்து மேலே போக முடியாதபடி ரோடு அடைப்பு.'

'அடடா, எப்படி திரும்பினே?' படபடப்போடு கேட்டேன்.

'எங்கே திரும்ப? ஒபிதால் வேன் எஞ்சின் ப்ராப்ளம். ஓரமா நிறுத்தி டிரைவர் பாக்கற முன்னே அங்கே இருந்த மரக் கிளை விழுந்து கூரை நசுங்கிடுத்து.'

'இப்ப என்ன பண்றே?'

என் படபடப்பு அதிகமானது. டார்ச்சோடு என்ன என்று பார்க்க வந்த வின்செண்ட் நடராஜன் பக்கத்தில் நின்றபோது சத்தத்தைக் குறைத்தேன். 'ஒண்ணுமிலே ஃப்ரண்ட்' என்று ரிசீவரைப் பொத்திக் கொண்டு சொல்லி அவரை அனுப்பி விட்டுத் தொடர்ந்தேன்.

'நேஷனல் ஹைவே அறுபத்தாறு இருக்கு இல்லே.'

ஜோசபின் பிரெஞ்சில் சொல்லாவிட்டாலும், எனக்கு தெரியாத பல விஷயங்களில் இதுவும் ஒன்று. கூடுதல் தகவல் வேண்டியிருக்கிறது.

'அதாண்டா, கிருஷ்ணகிரிலேருந்து நம்ம ஊருக்கு வர்ற ரோடு. அங்கே முசாபரி பங்களாவிலே தங்கி இருக்கோம். நாங்க மட்டும்தான் இருக்கோம். வாட்ச்மேன் சாப்பாடு கிடைக்குமான்னு பார்த்து வரேன்னு மதியம் போனவர் போனவர்தான். குடிதண்ணீர் கூட இல்லே இங்கே. ஏன் கேக்கறே.'

ஜோசபின் மதியத்தில் இருந்து சோறு தண்ணீர் இல்லாமல் எங்கேயோ ஒரு பேய் பங்களாவில் மழைக்கு ஒண்டியிருக்க, நான் கயலுக்கு முத்தம் கொடுத்துக் கொண்டு, கோதுமை ரவை உப்புமா சாப்பிட்டுக் கொண்டு…

'எனக்கு ஃபோன் பண்ணியிருக்கலாமே'

எங்கே போன் செய்ய? யாருக்கு? தெரியவில்லை. ஆனாலும் சும்மா சொன்னேன்.

ஜோசபின் இருந்த இடத்துக்குப் பக்கம் எங்கோ இடி இறங்கி இருக்க வேண்டும். சத்தம் வலுத்துக் குறைய அவள் குரல் மெல்லக் கேட்டது.

'செஞ்சேனே. இங்கே ஒரு டெலிபோன் டைரக்டரி பழசா கிடந்தது. அதைப் பார்த்து உங்க காலேஜுக்கு போன் செஞ்சு உன் பேர், அடையாளம் எல்லாம் சொன்னேன்.'

'என்னன்னு?

'ஸ்மார்ட்டா துருதுருன்னு இருப்பான். கெச்சலான பையன் அப்படீன்னு. அது இப்போ ரொம்ப அவசியமா?'

இல்லைதான். நேரம் காலம் தெரியாமல் வந்த சந்தோஷத்தை முனை முறித்து வீசி எறிந்தேன்.

பேங்க் ஹால் சுவரில் மேல் வரிசை ஜன்னல் வழியே ஒரு வினாடி விளக்குப் போட்டுப் போனது கொடி மின்னல். பேங்குக் கணக்கு லெட்ஜர் அடுக்கிய மேஜைகள் உடனே ஆபீஸை உருவாக்க முயன்று, இடி அதிகாரமாக ஒலிக்க, ஓய்ந்தன.

'காலேஜில் யாருமே இல்லை. எல்லோரும் புயலுக்கு பயந்து வீட்டுக்குப் போயாச்சு' என்று பயப்படாமல் அங்கேயே இருந்த யாரோ சொல்லி போனை வைத்து விட்டார்களாம்.

'நீ வந்து கூட்டிப் போகணும்னு இல்லடா. பதட்டமா இருக்கற நேரத்திலே உன் குரலையாவது கேட்டிட்டிருக்கலாம்னுதான் கூப்பிட்டேன்.'

கரைந்து போனேன். எவ்வளவு அற்புதமான சிநேகிதி. இதை மட்டும் திரும்பத் திரும்பச் சொல்லி ஆனந்தப்பட்டு, ஒரு நிமிடம் அணைத்து, ஒரு நிமிடம் முத்தமிட்டு, ஒரு நிமிடம் சிரிக்க வைத்து சைக்கிள் மிதித்து அகன்று போகிற வெறும் சிநேகிதன் நான்.

'தண்ணி மட்டும் கிடைச்சா போதும் இல்லேன்னாலும் இதுவும் கடந்து தான் போகும். கர்த்தருக்கு ஸ்தோத்ரம்.'

முணுமுணுப்பாக ஜோசபின் சொன்னாள். நானும் ஸ்தோத்ரம் சொன்னேன்.

'தண்ணி இல்லாததும் ஒரு விதத்துலே நல்லதுடா. பாத்ரூம் எங்கேயோ இருட்டிலே ரொம்ப தொலைவில் இருக்குபோல. அடக்கற நேரம்.'

அவள் சிரிக்க என்னால் ஜோசபின் ஜோசபின் என்பது தவிர வேறு ஏதும் சொல்ல முடியவில்லை.

'சரி வச்சுடறேண்டா, விசாலி வந்துட்டிருக்கா'

'அங்கே என்ன போன் நம்பர் எழுதியிருக்கு?' அவசரமாகக் கேட்டேன். சொன்னால் இருட்டில் எங்கே பேப்பரும் பேனாவும் தேடி எழுதுவது?

'இங்கேயா? இரு டார்ச் லை அடிச்சுப் பார்க்கறேன்... அதுவும் பேட்டரி டவுன்... நம்பர் 3942' என்றபடி அவள் குரல் தேய்ந்து மறைந்தது.

த்ரீ த்ரீ ஸ்கொயர்ட் ஃபோர் ரூட் ஃபோர் என்று சூத்திரம் போன்று நிமோனிக் ஆக உருமாற்றி மனதில் அந்தத் தொலைபேசி எண்ணைப் பிடித்து வைத்தேன். இனி இது ஆயுசுக்கும் மறக்கப் போவதில்லை.

படுக்கையில் தூக்கம் இல்லாமல் புரண்டு கொண்டிருந்தேன். ஜோசபின் என்ன சாப்பிட்டாளோ, தண்ணீர் கூட இல்லாமல் எவ்வளவு கஷ்டப்படுகிறாளோ. பாத்ரூம் போக முடியாத கொடுமை வேறு.

அழகுப் பெண் என்றால் பளிங்குப் பதுமையா என்ன? உடல் குறையும், அசுத்தமும், உபாதையுமாக வருகிற சக உயிரல்லவா அவள். அந்த அன்புதான் பரிசுத்தம். மனசு தான் மருவில்லாத பளிங்கு. அது போதும் என் ஜோசபினை எப்போதும் போற்றிக் கொண்டாடி மகிழ்ந்திருக்க.

ஆமா என்றது அடுத்து முழங்கிய இடி.

நடு ராத்திரிக்கு ஊ ஊ ஊ என்று காற்று தீனமாக ஊளையிட்டு ஆவேசம் கொண்டது. அது அடுத்து மிகப்பெரிய இரைச்சலாக ஹம்ம்ம்ம் என்று நீண்டு, உச்ச ஸ்தாயியில் அதட்டியது. அலைகளின் சத்தம் தியூப்ளே வீதி வரை கேட்டவண்ணம் பொங்கிய கடலை உதாசீனத்தோடு ஒதுக்கி நகரம் புகுந்தது காற்று.

'புயல் கரை கடக்குது!' என்றார் அப்பா.

சார்த்தி வைத்த ஜன்னல்கள் திறந்து அடித்துக் கொண்டு, காற்றுக்கட்டை தெறித்து சடசடவென்று தரையில் சரிந்தன. எட்டு பேர் தூக்கி நிறுத்தி ஆணிகள் கொண்டு அரைந்து கட்டிட முகப்பில் நிறுத்திய பேங்கின் பெயர்ப் பலகை பிய்த்துக்கொண்டு தரைக்கு வேகத்தோடு வந்து விழுந்ததை நானும் அப்பாவும் மாடி முன்னறையில் நின்று பார்த்தோம். தகரக் கூரைகளும், நீண்ட பனை ஓலை வேய்ந்த குடிசைகளின் மேற்பகுதியும், தெருவெங்கும் தூக்கி நிறுத்தியிருந்த விளம்பர பலகைகளும் பெயர்ப் பலகைகளும் புயல் காற்று அளித்த அபூர்வமான இறக்கைகள் கொண்டு பறந்து, காற்று செலுத்திய திசையில் ஒதுங்கி விழுந்தன. குழல் விளக்குகள் ஒலி எழுப்பிச் சிதற எங்கோ கட்டிடச் சுவர் சரியும் ஓசை காற்றை மீறிக் காதில் கேட்டது. 'மணிக் கூண்டு மார்க்கெட் வெளிச்சுவர்!' என்றார் அப்பா. நான் ஆச்சரியம் தீராமல் காற்றின் தாண்டவம் கேட்டபடி இருட்டில் உட்கார்ந்திருந்தேன்.

ஜோசபின். ஜோசபின் என்ன செய்கிறாள்?

மெல்ல கீழே இறங்கினேன். வின்செண்ட் நடராஜனைக் காணோம். பேங்க் உள்ளே போய் டெலிபோனில் எண்களைச் சுழற்றினேன். 3942.

'ஜோசபின்'

'ஜோசபின் தான் பேசறேன். நீ பத்திரமா இருடா. புயல் அடிக்கற...'

ஜோசபின் குரல் உயர்த்திய பாதிப் பேச்சில் நின்று போக அப்புறம் தொலைபேசிக்குள் தீர்க்கமான மௌனம் வளைந்து கவிந்து நிரம்பியது.

விடிகாலை ஐந்து மணிக்கு நான் கீழே வந்தேன். அப்பா சற்றே கண் அயர்ந்திருந்த நேரம். வின்செண்ட் நடராஜன் வங்கி வாடிக்கையாளர் காத்திருக்கும் பகுதியில் தரையில் விழுந்து உடைந்த சுவர்க் கடியாரத்துக்குப் பக்கம் தரையில் பழைய லெட்ஜர்களை வைத்து உறங்கிக் கொண்டிருந்தார். வாசல் முன் ஹால் ஓரமாக அவருடைய வண்டியை இழுத்துப் போகும் குக்கி படுத்து கூளம் மென்று கொண்டிருந்தது.

சைக்கிளை எடுக்க வேண்டாம். ஓட்டிப் போவதை விட, உருட்டிப் போகத்தான் வாய்ப்பு இருக்கும்.

கையில் பற்றியிருந்த துணிப் பைக்குள் தூக்குப் பாத்திரத்தில் அடைத்த கோதுமை உப்புமா. முகர்ந்து பார்க்க, கெட்ட வாடை எதுவும் இல்லை.

போக வேண்டும். உடனே போயாக வேண்டும்.

சைக்கிளோ நடையோ பஸ்ஸோ. அரியாங்குப்பம் பக்கம் தேசிய நெடுஞ்சாலை அறுபத்தாறில் ஒரு பயணியர் மாளிகை. ஜோசபின்.

தெருவெல்லாம் கண்ணாடித் துண்டும், காகிதமும், பாதி மடங்கிய தகரப் பலகைகளுமாகப் பரவிக் கிடந்தது. மணிக்கூண்டு மார்க்கெட் சுவர் தவிர அருகிலேயே இன்னும் நாலு இதர சுவர்கள் அனுதாபம் தெரிவித்து தரையில் சிதறிப் படர்ந்திருந்தன. வேரோடு சாய்ந்த மரங்களின் உள்ளே சிக்கிய பறவைகள் தீனமாகக் குரல் கொடுத்தன. நின்று ஏதாவது செய்யலாமா?

ஒரு மனசு கேட்க, இன்னொன்று அரியாங்குப்பம் என்றது. அந்தக் குரல் வலுக்க நான் கடற்கரைக்கு வந்திருந்தேன்.

கருப்பு நீர்த் தோல் போர்த்தி எந்த சத்தமும் இல்லாமல் சின்ன அலைகளை விட்டெறிந்து அமைதியாக இருந்தது கடல். காற்றின் நேற்றைய பேயாட்டத்தை அலைகள் பேசிப் பேசி ஆச்சரியப்பட்டுத் தரையில் அறைந்து திரும்பின.

கடகடவென்று நாலைந்து ஜீப்கள் வந்து நிற்பதைப் பார்த்தேன். ரோட்டரி, லயன், இன்னர்வீல் என்று அப்பா இடம் பெறும் சகல க்ளப்களின் உறுப்பினர்கள் அங்கே.

குரல்கள் பரபரப்பாக எழுந்தன.

‘அரியாங்குப்பத்திலே தான் புயல் சேதம் அதிகமாம். முதல்லே சோறும் தண்ணியும். அப்புறம் மருந்து மாத்திரை. பிறகு உடுப்பு.’

‘உழைக்க விருப்பமிருந்தா வாங்க. வழியிலே பாதை இருக்காது. பொறுமையா மரத்தை அப்புறப்படுத்திட்டுப் போகணும். கஷ்டம் தான். ஆனா அங்கே ஜனங்கள் படற கஷ்டத்தோட கம்பேர் செஞ்சா ஒண்ணுமில்லே.’

நான் எதுவும் பேசாமல் மடியில் துணிப் பையோடு ஒரு ஜீப்பில் உட்கார்ந்தேன். அப்பா என்ன செய்யறார், ஆபீஸ் ஜீப் என்ன ஆச்சு, பேங்க் பெயர்ப் பலகை விழுந்ததா, வேறே என்ன சேதம் என்று

என்னை இன்னார் என்று தெரிந்த யார் கேட்ட எந்தக் கேள்விக்கும் பதில் சொல்லவில்லை.

பத்தே நிமிடத்தில் போக வேண்டிய அரியாங்குப்பம் போய்ச் சேர ஒரு மணி நேரம் ஆனது. வழியில் குறைந்தது பத்து மரமாவது நகர்த்தி அப்பால் வைத்திருப்போம். கை காய்த்துப் போக அரியாங்குப்பம் நுழைந்தபோது காலை ஏழு மணி. மழை விட்ட வானம் சுத்தமாக, மேகம் இன்றி மெல்லிய வெயில் பூசி இருந்தது. புயல் கடந்து போன பூமி வெய்யிலில் எல்லோரும் பார்க்க சேதம் மிகுந்து கிடந்தது.

சிட்டாகச் சுழன்று குழந்தைகளுக்கு சாப்பாடு கொடுத்துக் கொண்டிருந்த மூன்று செவிலியரில் ஜோசபின் இருந்தாள்.

வரிசையில் நிற்கிறவர்களுக்கு கொண்டு போன உப்புமா, பிஸ்கட், பிரட் என்று பார்த்துப் பார்த்து வழங்குகிற அந்த தேவதையின் அருகே போய் பெயர் சொல்லிக் கூப்பிட்டேன். ஜோசபின் திரும்பிப் பார்த்துச் சிரித்தாள். கை கூப்பினேன். அதுதான் செய்ய முடியும் என்னால்.

'என்னடா கும்பிடு எல்லாம் போடறே?'

சிரித்தபடி ஜோசபின் பிஸ்கட்கள் பரத்திய தட்டை என்னிடம் நீட்டினாள்.

'நீ சாப்பிட்டியா?'

அவள் சிரித்தாள். சாப்பிட்டிருக்க மாட்டாள். எனக்கு மட்டும் எதற்கு? 'அப்புறம் எடுத்துக்கறேன் வேலை இருந்தா கொடு.' என்றேன்.

என் கையில் பிரட் அடுக்கிய தட்டைக் கொடுத்தாள் ஏஞ்சலின்.

'இந்தப் பொண்ணு பின்னாடி போ.'

அவள் நமட்டுச் சிரிப்போடு ஜோசபினைக் காட்ட, நான் மந்த புத்திக்காரனாக விழித்து விட்டு ஜோசபினை ஒட்டி ரொட்டித் தட்டோடு நடந்தேன்.

'ரொட்டி ரொட்டின்னு உரக்கச் சொல்லு. அப்பத்தான் வேணும்னு கேட்பாங்க.'

ரொட்டிக்காரன் மாதிரி கூவினேன். தலையில் கம்பு விழுந்து சற்றே அடிபட்ட முதியவருக்கு ஜோசபின் கட்டுப் போட, நான் வலைத் துணி நறுக்கி கொடுத்தேன். காய்ச்சல் மாத்திரை அவள் கொடுக்க, டம்ளரில் தண்ணீரை நீட்டினேன்.

அவள் இன்னும் கொஞ்சம் ரொட்டி எடுக்க சுகாதார நிலையத்துக்குள் நுழைந்தபோதும் பின்னால் போனேன்.

‘என்னடா? கையிலே வச்சிருந்தியே ஏதோ பை. அது வேணுமா. ஏஞ்சலின் இங்கே வச்சிருக்கா பாரு.’

‘பக்கத்துலே வா’ என்றேன். ‘இப்பவா!’ என்று கண் விரிய ஆச்சரியப் பட்டாள். களைத்த கண்கள் சிரித்தபடி இருந்தன. வாயைக் கையால் மறைத்தாள்.

‘ஏய் அது இல்லே. வாயைத் திற.’

அவசரமாக பாத்திரத்தில் இருந்து எடுத்த கோதுமை உப்புமாவை ஒரு கவளமாக உருட்டி அவளுக்கு ஊட்டினேன். பாதி சாப்பிட்டுப் போதும் என்று நகர, மிச்சத்தை நான் உண்டேன். இன்றைய நாள் இனிதாக விடிந்திருக்கிறது.

ஜீப் வந்து நிற்கும் சத்தம். தலையைத் தூக்கிப் பார்த்தேன். அப்பாவும், பார்வேந்தனாரும். இன்னும் வின்செண்ட் நடராஜனும், விக்தொ சாரும்.

கீக்கீ என்று இரைந்தபடி விக்தொ ஒரு பெரிய ஸ்டெயின்லெஸ் பாத்திரத்தை அலட்சியமாகக் காதைப் பிடித்து ஜீப்பில் இருந்து இறக்கினார். பார்வேந்தனார் கொண்டு வந்த தேனீர். எப்படியோ பால் சேகரித்து டீ போட்டு வந்திருக்கிறார். கயல் கைவண்ணம் என்று தெரிந்தது. அந்தச் சின்னப் பெண்ணை மறந்தே போயிருந்தேன். மெல்ல சாவகாசமாக போய்ப் பார்க்கலாம்.

ஜோசபின் ஒரு கோப்பை டீயை நிறைத்து எடுத்து வந்தாள். வாங்கக் கை நீட்டினேன்.

அவள் என்னைத் தவிர்த்துவிட்டு அப்பாவிடம் குவளையை நீட்டினாள்.

‘போன் ஷுர் மிஸ்யெ. சில் வொ ப்ளே பொந்த்ர லு தெ.’

அப்பா நன்றி சொல்லி வாங்கிக்கொள்ள ஓரக் கண்ணால் என்னைப் பார்த்துச் சிரித்தபடி போனவளையே பார்த்துக் கொண்டிருந்தேன்.

16

பிற்பகல் ஒரு மணியில் இருந்து ரெண்டு வரை அங்கலாய்ப்புக் காலம். இப்படி படுத்தறாங்களே என்று சகல தரப்புக்களின் மேலும் ஆத்திரம் வரும் பொழுது.ஆணும் பெண்ணும் கலந்து பழகத் தடை அமுலில் இருக்கும் நேரம்.

போன மாதம் வரை இந்தத் தொந்தரவில்லை. ஆண்களும் பெண்களு மாக எல்லா மாணவர்களும் ஒரே கூரையின் கீழ் இருந்து கீழ்த் தளத்து வகுப்பறைகளில் பகல் உணவு கழிக்க முடிந்தது. சரியாக ரெண்டு மணி பத்து நிமிடத்துக்கு காலேஜ் எழுத்தர் பஸ்ஸர் ஒலிக்க, துப்புரவுத் தோழர்கள் சவரிராயலு தலைமையில் வந்து வகுப்புகளை சுத்தம் செய்து போவார்கள். கதம்பமாக சாப்பாட்டு வாடையும் தலையில் வைத்த மல்லிகைப் பூ வாடையும் மிச்சமிருக்கும் அந்த வகுப்புகளில் பிற்பகல் வகுப்புகள் தொடரும்போது, கண்ணைச் சுழற்றிக் கொண்டு சுகமாக ஓர் உறக்கம் வரும்.

கூட்டுப் பந்தியாக சாப்பிட உட்காருவதில் நிறைய சௌகரியம் இருந்தது. பகிர்ந்து கொள்ள இன்னும் அதிகமாக பேச்சு இருக்கும். கூடுதல் லஞ்ச் பாக்ஸ்களும் இருக்கும். நான் பார்த்த வரைக்கும் பெண்கள் பெரும்பாலும் தயிர் சாதம் நாலு தேக்கரண்டி அளவுக்கு எடுத்து பெரிய குங்குமச் சிமிழ் போன்ற டப்பாவில் அடைத்து வருவார்கள். ஆண்கள் என்ன காரணத்தாலோ எலுமிச்சை சாதம்தான் கொண்டு

வருவார்கள். மொடமொடவென்று காய்ந்து போயிருக்கும் எலுமிச்சைச் சோற்றைப் பதப்படுத்த குங்குமச் சிமிழ் தயிர் சோறு பயன்படும், சிமிழைத் திறக்க முடிந்தால்.

இத்தணூண்டு சாப்பிடுகிற பெண்கள் பிற்பகல் முதல் வகுப்பு முடிந்ததும் காண்டீனில் தோசை, போண்டா வகையறாவை கிட்டத்தட்ட முழுக்கக் காலி பண்ணி விடுவார்கள். இதை என்னைத் தவிர யாரும் கவனிக்காததால், சரிவரச் சோறு சாப்பிடாத அவர் களுடைய உடம்பு பலவீனம் பற்றி பொதுவாக உருகுவது, அதுவும் அந்த தோசை ப்ராடுகள் பார்க்க அனுதாபப்படுவது வாடிக்கை.

எனக்கு தம்பீஸ் கபேயில் இருந்து எடுப்புச் சாப்பாடு வந்து விடும். ஒரே பிரச்னை, காலேஜ் இருக்கிற குன்றேறுவதற்குள் எடுத்து வரும் தோழரின் சைக்கிள் குலுங்கி, சகல ஐட்டமும் கலந்த கலவைச் சாப்பாடு தான் வருவது வாடிக்கை. அவ்வப்போது இந்த வழியாகப் போகிற வேனில் ஏற்றி அலுங்காமல் நலுங்காமல் அனுப்பும்போது, அதெல்லாம் அப்படி அப்படியே வந்து கண்ணுக்கு விருந்து அளிக்கும். அப்போதெல்லாம், ருழே பொண்ணும் கூடவே அழகான அமேலியும் டிபன் காரியரைப் பிடுங்கிக்கொண்டு விடுவது வழக்கம். அவர்களோடு வந்து வரிசைக் கடைசியில் உட்கார்ந்து சாப்பிடும் கயல்விழிக்கு அதில் ஏதாவது போய்ச் சேருமானால் சந்தோஷப்படுவேன். அவளுடைய டிபன் பாக்ஸ் கைகள் மாறி வந்து புளித்த தயிர் சோறும் கடுகு இட்ட மாங்காயும் ஒரு ஸ்பூன் கிடைப்பது அபூர்வமாக நிகழும்.

ரசனை உச்சத்தில், 'கயல் பிரமாதம்' என்று போன மாதம் ஒரு நாள் எக்கச்சக்கமாக நான் உணர்ச்சி வசப்பட, ருழே பிரெஞ்சில் எகத்தாளம் பண்ணினாள். அமேலி உடனே சர்வலகு தாளமாக அதை மொழி பெயர்த்தாள் :

'பொண்ணு பிரமாதம்னா அவ கிட்டே சொல்லு. சோறு நல்லாருக்குன்னா அவ அம்மா கிட்டே சொல்லு.'

நான் அமேலி கொண்டு வந்த ஆம்லெட்டைக் கிள்ளித் தின்று விட்டு அவளிடம் சொன்னேன் –

'ஆம்லெட் நல்லா இருக்கு. உங்க வீட்டுக் கோழி கிட்டே சொல்லு!'

'அது நாளைக்கு டிபன் பாக்ஸ்லே வரும், நீயே சொல்லிடு!' என்றாள் அமேலி கச்சிதமாகச் சிரித்து. கயல்விழி முறைத்ததைக் கண்டு கொள்ளாது நான் அமேலியின் எச்சில் கையைப் பற்றிக் குலுக்கியது மட்டுமில்லாமல் எச்சில் கலப்போடு சாப்பாட்டை 'சந்தோஷமாகத் தொடர்ந்ததால்' ரெண்டு நாள் கயல் முகத்தைத் திருப்பிக்கொண்டு போனது எல்லாம் வேறே கதை.

'போ போ அவ கடிச்சு ஷொகொலா தருவா. பக்கி மாதிரி வாங்கித் தின்னு.'

பழிப்புக் காட்டிய கயல் பின்னால் விசுவாசமான நாய்க் குட்டி மாதிரி போய், நாக்கு சுளுக்கிக் கொள்ளும் அளவு ஆயிரம் தடவை 'ஷெஸ்யூயீ திசொலி' என்று 'ஐயாம் சாரி' சொன்னேன். பட்டிஸ்ஸெரியில் இனிப்பான க்ராய்ஸான் பன்னும் டார்ட்டும் வாங்கிப் போய் கப்பம் கட்டி, கயல் தூக்கி எறியத் திரும்பப் பொறுக்கி வந்து தண்ணீர்த் தொட்டிக்குப் பின்னால் வைத்து ஊட்டி, அவள் கோபத்தைக் குறைத்தேன். அதற்கு அப்புறம் கயல் கண்ணில் படுகிற மாதிரி அமேலியோடு இழைவது இல்லை.

அமேலி இருக்கட்டும், புது வரவு. கயலோடு கூடப் பகல் உணவு நேரத்தில் அப்புறம் பேச முடியாமல் போய்விட்டது.

போன மாதம் கயல்விழியின் அப்பா பார்வேந்தனார் பெற்றோர் சங்கம் சார்பில் பிரின்சிபாலை சந்தித்துப் பெண்களுக்கு மதிய உணவு உண்ண தனியாக இடம் அமைத்துத் தரவேண்டும் என்று கோரியிருக்கிறார். கேண்டீனுக்கு அடுத்து, சங்கரன் நம்பூதிரி வைத்திருந்த உருளை வெங்காயச் சுரங்கத்தை ஆக்கிரமித்து ப்ளைவுட் சுவர் எழுப்பி மேலே 'பெண்கள் உண்ணும் அறை' என்று எழுதி, லேடீஸ் லஞ்ச் ரூம் ஏற்படுத்தப்பட்டது. அதற்குப் பின் பெண்கள் ஆண்களோடு ஒன்றாக அமர்ந்திருந்து சாப்பிடுவது பழங் கதையாகப் போனது.

கேண்டீன் பக்கத்து லேடீஸ் லஞ்ச் ரூம் அறிவிப்பில், பெண்கள் என்பதில் வரும் ள் மேல் சாக்பீஸால் யாரோ கொம்பு போட்டு அதை 'பெண்களை உண்ணும் அறை' என்று பழந்தமிழ் எழுத்தில் ராட்சசத்தனமாக மாற்றியும் விமோசனமில்லை. சாப்பிட்டு விட்டு கயலோடு கதைக்க, அமேலியை கயல் பார்க்காத பொழுதில் நோட்டம் விட, விஷ்ணுவோடு சண்டை போட, ருழேயை குழலாக நீண்ட சூட மிட்டாய் பாக்கெட் வாங்கித்தரச் சொல்லி நச்சரிக்க பகல் நேர வாய்ப்பு எல்லாம் காலாவதியாகிப் போனது. கால் கடுக்க வெய்யிலில் அந்த அந்நிய நாட்டுக்கு நடந்தாலும், ரெண்டு மணி வரை நோ அட்மிஷன். வாசலிலேயே பிச்சைக்காரன் மாதிரி மனதுக்கு இனியவர்கள் வருவதை எதிர்பார்த்துக் காத்திருக்க, பிற்பகல் முதல் வகுப்பு மணி அடித்து விடும்.

ஒரு மாதமாக அங்கலாய்ப்புகளில் காலம் நீண்டு போவது இப்படித்தான்.

இன்றைக்குச் சாப்பிட்டு விட்டு கயல் எப்படியாவது கண்ணில் பட மாட்டாளா என ஏங்கி நடைப் பயணம் தொடங்கியபோது அந்த்வான்

வழி மறித்தான். கூடவே கடைசி வரிசை கோஷ்டி அங்கத்தினரான ஜெராமன், ப்ரான்ஸ்வா.

‘மச்சான் மச்சான் மச்சான்’ என்று எஸ்.ஜானகி மாதிரி அந்த்வான் கூவிக் கொண்டிருக்க, ‘மச்சான், படிச்சுட்டியா?’ என்று ஜெராமன் முடித்து வைத்தான்.

‘தமிழ்க் கிளாஸுக்கு என்னடா படிக்கணும்? கேள்வி கேட்டு ப்ரபசர் தமிழன்னை பெஞ்சிலே ஏத்தப் போறாங்களா என்னா? ஏத்தினா புஷ்பகலாவை சிறப்புப் பார்வை பார்க்கலாம். ஓகேடா கண்ணா?.’

நான் காலேஜ் கோவில் மாடு டயலாக் உதிர்த்தேன். பிசிக்ஸ், கணக்கு வகுப்புகளை நினைத்தாலே அடிவயிற்றில் தேர்வு பயம் உண்டாகி கப்சிப் என்று வாலைச் சுருட்டிக் கொண்டு போய் உட்காரும் நாங்கள் வார்த்தைச் சிலம்பு சுற்றுவது கூட்டு வகுப்பான இங்கிலீஷ், தமிழ், ப்ரஞ்ச் பற்றித்தான்.

‘இடியட். அபெசில், மாங்கா மடையா, நீ முந்தாநாள் படிக்க வாங்கிட்டுப் போனியே எஸ்.தேவி எழுதின பாடப் புத்தகம், அதை எடுத்து வந்திருக்கியா?’

ப்ரான்ஸ்வா தோளில் கை போட்டு நேசம் காட்டி, நாவில் நஞ்சு பூசி மும்மொழியில் திட்டி விட்டு விசாரித்தான்.

சத்தியமாக, சிறுகுடலும் பெருங்குடலும் ஒன்றாக வாயில் எழும்பி வர பயம் எட்டிப் பார்த்தது.

இன்றைக்கு வகையாக மாட்டிக் கொள்ளப் போகிறேன். கட்டாயம் அப்பாவிடம். அப்புறம் யாரிடம் மானம் போகுமோ தெரியவில்லை.

முந்தாநாள் சாயந்திரம் காலேஜ் முடிந்து வந்து தியூப்ளே வீதி காஃபி ஹவுஸில் அரட்டை போட்டுக் கொண்டிருந்தபோது ருழே பொண்ணு என்னைக் கேட்டாள் –

‘பொர்க்வா லெச்சு வெர்த தெ?’

நான் ஆஸ்தான மொழிபெயர்ப்பு அழகி அமேலியைக் குளிரக் குளிரப் பார்த்தேன். பெரிய கண்களோடு அடிக்கடி உதடை நாவால் ஈரப்படுத்திக் கொள்ளும் அந்த யட்சி இங்கிருந்து இறங்கிப் போனால் காப்பி ஹவுஸே ஃப்யூஸ் போன பல்பு மாதிரி ஒளி இல்லாமல் போய்விடும்.

‘ஏன் லெச்சு மண்ணுபாம்பு’ என்று குழறி அமேலி நீண்டு சிவந்த விரலை இப்படி அப்படி வனப்பாக நெளித்து விரல் நடனத்தில் முடித்தாள்.

லகரி ஏறியது போல் கிறங்கி நான் பார்வையை அவளிடமிருந்து மீட்டு, லெச்சுவை அந்தப் பெண்கள் சார்பில் கேட்டேன் –

'மண்புழு மாதிரி ஏன் நெளியறேன்னு உன்னக் கேக்கறாங்க லெச்சு, சரிதானா?'

அமேலி உய் என்றாள். இந்த வார்த்தையைக் கிழவி சொன்னாலும் அழகாக இருக்கும். அமேலி சொல்லக் கேட்பானேன்?

எழுந்தபடி, 'சல்தெ ரெபொ' என்று பாத்ரூமைக் காட்டினான் லெச்சு. அவனோடு ஜெராமனும் ப்ரான்ஸுவாவும் எழுந்திருக்க, மூணு வெர் த தெ என்று விரல் மடக்கி மண்புழுக் கணக்கு சொன்னாள் அமேலி.

அவள் கேட்டாள் என்று எல்லாருக்கும் கேக் ஆர்டர் செய்திருந்தாள் எங்கள் பொம்பளைக் கர்ணன்.

'அமேலி, கணக்குலே ஒண்ணு சேர்த்துக்கோ.'

மெத்துமெத்தென்றிருந்த அந்த நீளமான மோதிர விரலை அழுத்திப் பிடித்து மடக்க ஒரு சாக்கு. நான் மடக்கியதை பிரிக்காமல் அப்படியே வைத்துக்கொள்ளச் சொல்லிவிட்டு நானும் நடந்தவர்களோடு கூடப் போனேன்.

ரெஸ்ட் ரூம் வாசலில் லெச்சு சட்டையை உயர்த்த, முதுகில் செருகி இருந்த ஒரு புத்தகம் ஈரத் தரையில் விழுந்தது. கைக்கு அடக்கமானது. மகா பழசாக, பக்கம் எல்லாம் நாய்க் காது போல மடங்கியது. பழுப்புக் காகிதக் குப்பை போல இருந்த அந்தப் புத்தகத்தை நான் குனிந்து எடுக்க, 'வேணாம்டா, பேய் அடிச்ச மாதிரி பயந்துடுவே!' என்றான் லெச்சு.

அப்படியும் நான் ஈரத் தரையில் இருந்து புத்தகத்தை எடுத்துப் பார்க்க, 'மறைடா! மறைடா!' என்றான் லெச்சு அவசரமாக.

தாடியும் மூக்குக் கண்ணாடியும் மூலக் கச்ச வேட்டியுமாக யாரோ ரெஸ்ட் ரூம் பக்கம் வந்து கொண்டிருந்தார்கள். வங்காளி அறிவுஜீவி அப்படித்தான் இருப்பார் என்று இந்த ஊருக்கு வந்து கிடைத்த அனுபவத்தில் அறிந்திருக்கிறேன். மேகலாவுக்குப் பிடித்த புருஷ லட்சணம்.

'மறைடா.' திரும்ப மெதுவான அடிக்குரலில் மிரட்டும் லெச்சு.

நான் வேறு வழியின்றி, நாய்க் காதுப் புத்தகத்தை சட்டைக்குள் போட்டுக்கொண்டேன். லெச்சு சொன்னபடி அப்படியே திரும்பி மேஜைக்கு நடந்தேன்.

ருழே உபயத்தில் இலவசச் சத்துணவாக வழங்கப்பட்ட ஃப்ளம் கேக் சாப்பிட உட்கார, அதன் மெல்லிய புளிப்பு கலந்த இனிப்பை ருசிக்க விடாமல், புத்தகம் சட்டைக்குள் இருந்து விழாமல் தடுப்பதிலேயே முழுக் கவனமும் போனது.

'சீக்கிரம் போகணும். இல்லேன்னா லேடீஸ் ஹாஸ்டல்லே உள்ளே போறது சிரமமா இருக்கு.'

அமேலி எழுந்து நின்று ஒரு விரலை மட்டும் நான் பற்றிக் கைகுலுக்க நீட்டினாள். அதெல்லாம் ஏற்றுக் கொள்ளப்பட மாட்டாது என்று மறுத்தேன். கள்ளச் சிரிப்போடு முழுக் கை முன்னால் வர நான் எழுந்து ஆர்வத்தோடு ஒன்றுக்கு ரெண்டாக அவள் கைத்தலம் பற்றினேன். சொல்லி வைத்தாற்போல், என் நெஞ்சோடு சேர்த்து வைத்த புத்தகம் கீழே விழுந்தது.

'ஏதோ விழுந்த மாதிரி சத்தம் கேட்டுது.' அமேலி ப்ளம்கேக் இனிமை சொட்டச் சொன்னாள்

'என் இதயம் தான்!' என்றேன் மெதுவாக.

பழிப்புக் காட்டி விட்டு அமேலி என்னவென்று பார்க்கக் குனிய வேறு வழியில்லாமல் அவளுடைய உருண்ட தோளை இறுகப் பற்றி நிறுத்தினேன்.

'அரைஞாண் கயிறு அறுந்து விழுந்துடுத்து. அவசியம் பார்க்கணுமா?'

'ஏய்! நீ... நீ... நீ...' என்று தீ விழித்து, 'சீய்ய்!' என்று அது பூவாக மாறிச் சொரியச் சிரித்து அமேலி நடந்தாள்.

ருழே ஆண்கள் ஓட்டும் மோட்டார் சைக்கிள்தான் வைத்திருந்தாள். அமேலி அதில் கன கம்பீரமாகப் பின்னால் உட்கார்ந்து விரல் உயர்த்திக் காட்டிப் போக, வழியனுப்பிய பின்னர், மிச்சம் மீதி கேக்குகளைத் தின்று தீர்ப்பதில் மும்முரமானோம்.

கிளம்பும் முன்னால் லெச்சுவிடம் நான் பதுக்கி வைத்திருந்த புத்தகத்தைக் கொடுத்தேன்.

'வைச்சுக்கோடா. சூழ்நிலை இங்கே சரியா இல்லே. தியூப்ளே சிலைக்கு வாங்க.'

சொல்லி விட்டு அவன் வைத்தேயின் அசுர வாகனமான மோட்டார் சைக்கிளில் கொசு மாதிரி பின்னால் ஈஷிக்கொண்டு போக, நாங்கள் லொங்குலொங்கென்று சைக்கிளில் பின் தொடர்ந்தோம்.

பெரிய தாடையைத் துருத்திக் கொண்டு பிரம்மாண்டமாக நின்று தியூப்ளே எங்களை அற்பப் பதர்களா என்று கீழே பார்த்து முறைத்துக் கொண்டிருக்க, நான் லெச்சுவிடம் திரும்பவும் புத்தகத்தைக் கொடுத்தேன். அதிகாரத்தோடு, அக்கவுண்டண்ட் மாதிரி தியூப்ளே பிடுங்கிக் கொள்வார் என்று தேவையற்ற பயம் எழுந்தது.

அது எல்லாம் முந்தாநாள் சாயந்திர நிகழ்ச்சிகள்.

நான் அமேலியிடம் இருந்தும் தியூப்ளேயிடம் இருந்தும் முந்தாநாள் ஜாக்கிரதையாக மறைத்த புத்தகம் எங்கே? நினைவைக் குடைந்து குடைந்து எங்கே போனது என்று யோசித்தேன். ஒரு தடமும் புலப்படவில்லை.

அன்றைக்கு என்னிடம் இருந்து தியூப்ளே சிலை சாட்சியாக லெச்சு புத்தகத்தை வாங்கிக் கொண்டான். அடுத்து அவன் செய்த காரியம் மகா ஆச்சரியகரமானது.

அந்தப் பழுப்புப் புத்தகத்தை நடுவில் பிடித்துக் கிழிப்பது போல் சுழற்றினான். ரூபாய் நோட்டுக் கட்டில் அடித்திருக்கும் ஸ்டாப்ளர் பின்னை அச்சாக வைத்துத் திருகி முதல் பத்து நோட்டுகளை அநாயசமாக எடுத்துத் தரும் பேங்க் கேஷியர் பழநியப்பன் மாதிரி முகத்தில் ஒரு சாவதானம் லெச்சுவுக்கு.

இந்தா அந்துவான் இது உனக்கு, ஜெராமா உனக்கு இது, பிரான்ஸ்வா கையை நீட்டுடா.

சுண்டல் விநியோகம் செய்கிற மாதிரி லெச்சு ஆளுக்குக் கொஞ்சம் வழங்கினான் காலமான அந்தப் புத்தகத்தின் பகுதிகளை.

ப்ரான்ஸ்வா ஒரு வினாடி முழித்து இது என்னடா தெலுங்கா என்று விசாரித்தான். அவனுக்குத் தமிழ் எழுதத் தெரியாதுதான்.

‘அப்புறம் ஏண்டா எனக்கு எனக்குன்னு பறந்தே?’

லெச்சு பிரான்சுவாவிடம் இருந்து காகிதங்களைக் கைப்பற்றி எனக்கு இன்னொரு ஈடு வழங்கினான்.

‘அந்த்வான் படிச்சுச் சொன்னா கேக்கலாமேன்னுதான்’ என்று ப்ரான்சுவா விளக்க உரை அளிக்க, நான் நான் நான் என்று ஆரம்பித் தான் அந்த்வான். எனக்குக் கிட்டிய கூடுதல் பக்கங்களை நான் இழக்க, அவற்றைப் பெற்ற ப்ரான்ஸ்வா முகத்தில் அலாதி மகிழ்ச்சி.

‘லெச்சு, முழுப் புத்தகம் கொடுத்தாலும் என்னன்னு பார்க்கலாம். பத்து பக்கத்தைக் கொடுத்திருக்கியே. நான் கேட்டபடி அந்த விலக்கப்பட்ட காகிதப் பாவத்தைக் கைநீட்டி வாங்கிக் கொண்டேன்.

‘பத்து இல்லேடா, பதினாறு. ஒரு ஃபாரம்’ என்று பிழை திருத்தினான் லெச்சு.

நான் அந்தப் பலதுறை அனுபவசாலியை மதிப்போடு பார்க்கத் தொடர்ந்தான்:

‘முன்னெப் பின்னே ச.தேவி படிச்சிருந்தாத் தானே தெரியும். அந்தக் கதையில் நாலு பக்கத்துக்கு ஒரு தடவை ஏற்கெனவே வந்தது தான் திரும்பி வரும். ஆள் பெயர், வர்ணனை மட்டும் மாறி இருக்கும்.’

முக்கியமான விளக்கத்தைச் சொன்ன திருப்தியோடு அவன் சைக்கிளை எடுக்கும் முன் திரும்பிப் பார்த்துச் சொன்னான் –

‘அவனவன் படிச்சுட்டு அப்படி அப்படி எக்சேஞ்ச் பண்ணிக்குங்க. சனிக்கிழமை ஹாஸ்டல்லே வச்சு ஆளுக்குக் கொஞ்சமா கதை சொல்லணும். படிக்காம கதை விட்டா ச.தேவி கிட்டே பிடிச்சுக் கொடுப்பேன், புரிஞ்சுதா.’

எனக்குக் கிட்டியதில் மேலே இருந்த பக்கத்தை அவசரமாக பார்த்தேன். ‘வீட்டுக்கு வீடு சங்கமம்’ வினோதமாகத் தலைப்புப் போட்டிருந்தது. .

எங்கே அந்தப் பதினாறு பக்கச் சங்கமம்? கையில் வாங்கி எங்கே வைத்தேன்?

முந்தாநாள் அதற்கு அப்புறம் என்ன செய்தேன்?

புத்தகத்தோடு சைக்கிள் மிதித்துப் போனபோது மனம் முழுக்க இனம் புரியாத படபடப்பு. முதல் தடவை சிகரெட் பிடித்தபோது இருந்ததை விட இது எவ்வளவோ அதிகம். அந்தப் புத்தகத்தில், சரியாகச் சொன்னால் என்னிடம் வந்த பதினாறு பக்கத்தில் என்ன எல்லாம் எழுதி வைத்திருப்பார்கள்? ஒரு தடவை புரட்ட, மூணாம் பக்கத்தில், அதாவது என் மூணாம் பக்கத்தில் ‘ரமேஷ் சரசாவின் பின்னால் மெல்ல வந்து அவளுடைய’ என்று முடிந்திருந்தது நினைவு வந்தது. அந்த ரெண்டு பேரும் என்ன செய்து கொண்டிருக்கிறார்களோ. இப்போது எங்கே இருக்கிறார்களோ!

சரசு. பெயரே கிறக்கடிக்கிறது. ரமேஷ் அவளை. சே, எக்கேடும் கெட்டு ஒழிந்து போகட்டும் அந்தத் தடியன். முந்தாநாள் அப்புறம் என்ன செய்தேன்?

முந்தாநாள், இன்னும் சாயந்திர வெய்யில் தகதகவென படிந்திருக்க, புஸ்ஸே தெரு வழியாக வந்தேன். அது நினைவு இருக்கிறது. அந்தக் கடன்காரப் பாதிக் கதை ரமேஷூம் சரசாவும் மனசில் மங்கலாக

மறைய, ஜோசபின் நினைவு வந்ததும் நினைவில்தான் இருக்கிறது. வழக்கத்துக்கு மாறாக யுதிகொலன் மணமாக இல்லாமல் ஆஸ்பத்திரி டெட்டால் வாடையாக மிரட்டுகிற ஜோசபின்.

அவள் இந்தப் பக்கம் வந்துவிடக் கூடாது என்று அப்போது தோன்றியது. ஏதோ செய்தே தீர வேண்டிய வேலை இருப்பதாகவும் அதைச் செய்து தீர்த்து அப்புறம் உலகில் எனக்காக ஏற்படுத்தப்பட்ட தலை போகிற காரியம் ஏதாவது இருந்தால் அதை எடுத்துக் கொள்ளலாம் என்றும் வேகமாக சைக்கிள் மிதித்தேன்.

அப்போது பதினாறு பக்கம் எங்கே இருந்தது? பையிலா?

இல்லை என்று நினைக்கிறேன். கையில் வாங்கி கை மறதியாகச் சட்டைப்பையில் வைத்திருந்தால் தெரிந்திருக்குமே.

எனக்கு இல்லாவிட்டாலும் அப்பாவுக்கு அல்லது கதவு திறந்த வின்செண்ட் நடராஜனுக்கு அல்லது தம்பீஸ் கபேயில் வெங்காய ஊத்தப்பம் பரிமாறிய சர்வர் சோமுவுக்கு.

யாரும் கேட்கவில்லை என்பதால் சட்டைப் பையில் துருத்திக் கொண்டு ரமேஷ் வகையறா இருந்திருக்க வாய்ப்பு இல்லை.

வீட்டுக்கு வருவதற்கு முந்தி வேறு எங்கே போனேன்? அது ஞாபகம் வந்தால், எங்கே தான் வைத்தேன் என் பதினாறு பக்கத்தை என்று தெரியும். ப்ரான்ஸ்வா கேட்கிறான். அவனுக்குப் படிக்கத் தெரியா விட்டாலும் தெரிந்தவர்கள் படித்துச் சொல்ல சந்தோஷமாகக் கேட்கணுமாம். போடா.

பைத்தியம் பிடித்த மாதிரி இருந்தது. ஒரே சிந்தனை தான். முந்தாநாள் மாலை வேறு என்ன எல்லாம் செய்தேன்? ஊர் சுற்றுகிறதும் ஒழுங்காக ஒரே மாதிரி சுற்றித் தொலைக்கக் கூடாதா? தினம் ஒரு தினுசாக வலம் வந்தால் என்ன நினைவில் வரும்? பொறு, வந்துகொண்டிருக்கிறது.

அன்று புஸ்ஸே தெருவில் போனபோது ஜோசபின் குறுக்கே வரவில்லைதான். ஆனால் எதிர்ப் பக்கம் தங்கம் பூசிய வெய்யிலில் தகதகத்துக் கொண்டு சைக்கிளில் போனது அவளுடைய சக நர்ஸ் விசாலி.

பக்கம் பதினாறு பெற்ற போதையோ என்னமோ முந்தாநாள் அவள் இருந்த வசீகரமான இருப்பு அவளைப் பிடித்து நிறுத்தி அவளோடு ஒரு வார்த்தையாவது பேச வேண்டும் என்று தோன்றியது. எல்லா அழகிய பெண்களும் என் பாதையில் எதிரில் வருகிறார்கள்.

குறுக்கே போய் மோதுகிறதாகப் பாவனை செய்து மெல்ல சைக்கிள் மணி அடித்தேன். விசாலி அவசரமாகக் கால் ஊன்றி நிறுத்த அந்தச் சிவந்த பாதத்தைப் பார்த்த கண் எடுக்க முடியவில்லை.

மெல்ல நிமிர 'எங்கே போய்ட்டிருக்கீங்க சார்?' என்றாள் விசாலி. என்னைக் கூட மரியாதையோடு கூப்பிடுகிற பெண். ஜோசபின் கூட வந்திருந்தால், இவனுக்கு எதுக்குடி சாரும் மோரும் என்று உடனடியாக ரத்து செய்திருப்பாள்.

'ஜோசபின் வரலியா?'

அப்பாவித்தனமாகக் கேட்டேன் விசாலியை.

அப்பாவித்தனமாவது ஒன்றாவது, விசாலியிடம் பேச்சு வளர்க்க நான் உத்தேசித்திருக்கிறேன், அவள் சிநேகிதம் எனக்கு வேண்டி யிருக்கிறது என்று விசாலிக்குத் தெரிய வைக்க இந்த வெகுளியான தொடக்கம்.

'ஜோசபின் இன்னும் டியூட்டியிலே இருக்கா... ஆமா. என்ன அவளுக்கு மலையாளம் சொல்லிக் கொடுக்கறீங்களாமே, எங்களுக் கெல்லாம் கிடையாதா?'

விசாலிக்கு மலையாளம் என்ன ப்ரஞ்சு, ஜப்பானிய மொழி, ரஷ்யன் எல்லாமே சொல்லிக் கொடுக்கத் தயார் தான். ஜோசபின் என்னைக் கொன்றே போட்டுவிடுவாள். என்றாலும் அதெல்லாம் எனக்குத் தெரியாது என்றாலும், என்னமோ அந்த நிமிஷத்தில் விசாலி மேல் அப்படி ஒரு ஈர்ப்பு வந்தது.

'உங்களுக்கும் சொல்லித் தரணும்னா சொல்லுங்க. நாளைக்கே ஆரம்பிச்சுடலாம். தட்சணை என்ன தருவீங்க?' அவள் சைக்கிள் மணியைப் பற்றி மெல்ல அடித்தபடி கேட்டேன். சத்தம் வராமல் விசாலி பொத்தியது என் கையையும் சேர்த்துத்தான்.

'ஜோசபின் என்ன கொடுத்தாளோ அதே தருவேன். சரியா?'

ஜில்லென்று இருந்தது மனதுக்குள். வேணாம். அதை ஜோசபின் மட்டும் தான் தரணும்.

நான் பதில் சொல்வதற்குள் விசாலி கிளம்பி விட்டாள்.

அதோடு விட்டிருக்கலாம். விசாலியிடம் இன்னும் ஒரு வார்த்தை யாவது பேச மனம் ஏங்கியது.

'ஜோசபின் கிட்டே இந்த மலையாளம் ஒண்ணாம் கிளாஸ் புத்தகத்தைக் கொடுத்திடுங்களேன் விசா.' அவள் பெயரில்

உரிமையோடு கடைசி எழுத்தை வெட்டி விசா ஆக்கியதைக் கேட்டிருப்பாள். முந்தாநாள் சாயந்திரம் அதுவும் பொன்னான பொழுதுகளில் சேர்ந்தது. அதற்கு அப்புறம்?

அடடா, நான் விசாலி மூலம் ஜோசபினுக்குக் கொடுத்து விட்ட அந்தப் புத்தகம் என் சைக்கிள் கூடையில் இருந்தது. நான் போன வருஷம் அம்பலப்புழை போனபோது வாங்கினது. லெச்சுவிடம் இருந்து வாங்கி, வீட்டுக்கு வீடு சங்கமத்தை அந்தப் புத்தகத்தில் அவசரமாகச் செருகி இருந்திருப்பேனோ!

ஒரு நிமிஷம் உலகமே சரிந்து காலடியில் விழுந்து என்னையும் உள்ளே இழுக்கிற மாதிரி தெரிந்தது. ஜோசபின் அந்த இடுபாடுகளுக்கு இடையே நடந்து வந்து, என் முகத்தில் மலையாளப் புத்தகத்தைத் தூக்கி வீசுகிறாள். அதற்குள் கெட்ட காரியம் செய்யத் தயாராக ஒண்டி இருந்த ரமேஷ¬ம் சரசாவும் கீழே விழுந்து பதறித் தறிகெட்டு ஓடுகிறார்கள்.

ஜோசபின் பிரெஞ்சில் என்ன திட்டுவாள் என்று தெரியாது. உத்தேசமாகச் சொல்லச் சொல்லி மேகலாவிடம் கேட்டேன்.

‘வாயை கார்பாலிக் சோப் போட்டு அலம்பு. இல்லாட்ட சன்லைட் சவுக்காரம் கயல் கிட்டே கடன் வாங்கிப் போடு. என் கிட்டே இந்த ஜன்மத்திலே மட்டும் இல்லே அடுத்ததிலும் பேசாதே.’

ரிஷிபத்தினிகள் பின்னால் சாய்ந்து போஸ் கொடுத்தபடி காமுகர்களைச் சபிப்பது போல் திட்டித் தீர்த்து விட்டு மேகலா காணாமல் போக, ஜோசபின் மாட்டுக்குப் போடுகிற பெரிய ஊசியோடு வந்தாள். என் உடம்பு நடுங்கியது.

‘ப்ளாஷ்பேக் ஓவர்!’ என்றான் ப்ரான்ஸ்வா.

பிற்பகல் முதல் வகுப்புக்கு மணி அடிக்க அழகிகள் அணிவகுப்பு கேண்டீனில் இருந்து புறப்பட்டு மெயின் ஹால் படி ஏறியது. வழக்கமான குதூகலத்தோடு ரசிக்காமல் நான் பேயறைந்தது போல் நின்றிருந்தேன்.

‘என்னடா டிசம்பர் குளிர்லே குளிக்காம நிக்கறவன் மாதிரி நடுங்கறே. புக் எங்கே வச்சே?’

ப்ரான்ஸ¬வா கெல்லித் துளைக்க, நான் ‘தெரியலேடா’ என்று தோளைக் குலுக்கினேன். இதை இதை இதை என்றான் அந்துவான். இதை மட்டும் தெரிஞ்சு வச்சிருக்கே என்று இடித்தது அவன் முடிக்காமலேயே புரிந்தது.

‘கொஞ்சம் கூட பொறுப்பே இல்லே. நாளைக்கு லெச்சு கேட்டா என்ன சொல்லப் போறே?’ ஜெராமன் எகிறினான்.

‘லெச்சு என்ன சுப்ரீம் கோர்டா? அவன் கேட்டா எனக்கென்ன பயம்?’

‘எல்லாம் படிச்சாச்சு. உங்கிட்டே மாட்டிக்கிட்ட பக்கம்தான் படிக்கலே. அதுதான் கடைசி பதினாறு பக்கம். அமர்க்களமா இருக்கும்!’

ப்ரான்ஸ்வா சொன்னான். ஏதோ தமிழில் இலக்கியம், இலக்கணம் எல்லாம் கரைத்துக் குடித்து இது மட்டும் மிச்சம் இருக்கிற ஏமாற்றத்தைச் சுமந்து அலைகிறவன்போல அங்கலாய்க்கிறான் வொலா. என்றால் திருடன்.

‘அதிலே என்ன பெரிசா இருக்கப் போறது? முதல் லாட்டையும் அப்புறம் ரெண்டாம் லாட்டையும் இன்னொரு தடவை பெயரை மாத்திப் படிங்கடா.’

வழி சொன்ன பெருமையோடு தெர்மோடைனமிக்ஸ் வகுப்பில் நுழைய விட்ட இடத்தில் இருந்து நெடுமுடி ப்ரபசர் ‘யெண்ற்றபி’ என்று அழுத்தமாக உச்சரித்து வகுப்பை மேள தாளத்தோடு ஆரம்பித்தார்.

பாதி வகுப்பில் இன்னொரு சிந்தனை. ஜோசபினுக்குக் கொடுத்த மலையாளப் பாடப் புத்தகத்தில் ச.தேவி ஏன் சங்கமமாகி இருக்க வேண்டும்?

இந்த நினைப்பே இனிப்பாக இருந்தது. ஆனால் அது தொடர விடாமல், மற்றப் புத்தகத்தோடு கலந்திருந்தால் என்று அடுத்த நினைப்பு.

முந்தாநாள் காலேஜுக்கு எடுத்துப் போன புத்தகம் என்ன எல்லாம்?

பகீரென்று அடுத்த கத்தி வயிற்றில் இறங்கியது. எல்லாப் புத்தகமும் தினசரி வீட்டுக்குப் போனதும் விட்டெறிவது டிராயிங் ரூம் நீளவச குட்டை மேஜையில் தான். வாரம் ஒரு தடவை சனிக்கிழமை அவை புத்தக அலமாரிக்குப் போகும். திங்கள் அன்று திரும்ப கந்தர்கோளம் ஆரம்பமாகி விடும்.

முந்தாநாள் புத்தகம் மேஜையிலேயெ இருக்கும் பட்சத்தில் அங்கே அப்பா உட்கார்ந்து பேப்பரோ ஆபீஸ் பைலோ படிக்கும்போது கண்ணில் பட வாய்ப்பு உண்டே.

நெடுமுடி பாடத்தை நிறுத்தினார்.

‘கூரை முகட்டில் வல்ல கள்ளியங்காட்டு யட்சி காவு கொள்ள நில்கிறாளா அதோ (ட்)றாகுளாவா? ஏன் இப்படி அம்பரன்னு நோக்கறே?’

தமிழோ மலையாளமோ அல்லது ரெண்டு மொழியுமோ தெரிந்த யாருக்கும் விளங்காத விதத்தில் என்னைக் கேட்டார். அசட்டுச் சிரிப்பே பதிலாகத் தலையைக் குனிந்து கொண்டேன். 'யெண்ற்றபி' முடிந்து தான் எல்லாம்.

ஆனால், மனம் என்னமோ வீட்டு டிராயிங் ரூம் மேஜை மேல் தான்.

போன வாரம் இப்படித்தான். ச.தேவி புத்தகம் இல்லை. இங்கிலீஷ் பத்திரிகை. பாரதி தெரு பத்திரிகைக் கடையில் பிளிட்ஸ் பத்திரிகை யைப் பார்த்தேன். ஏப்ரல் ஒண்ணு முட்டாள் தினம் என்று போட்டு இந்திரா காந்தி தோற்றுப் போக, நிஜலிங்கப்பா, மொரார்ஜி போன்ற ஸ்தாபன காங்கிரஸ் பெரிசுகளின் அரசு ஏற்படுவதாக பத்திரிகை முழுக்க கிண்டல் செய்திருந்தார் பிளிட்ஸ் ஆசிரியரான கரஞ்சியா. அவர் அவ்வப்போது ஈரானுக்கு அரசர் ரேஸா ஃபலவியின் அரண்மனை விருந்தினராகப் போய் டேரா அடித்து மன்னர் வாழ்கவே மன்னி வாழ்கவே என்று புகழ்ந்து தள்ளாத நேரத்தில் இதெல்லாம்.

அந்தப் பத்திரிகையை ரோலண்ட் நூலகத்தில் பார்த்தபோது கடைசி பக்கத்தில் இங்க் அபிஷேகம் செய்து வைக்கப் பட்டிருந்த கிட்டத் தட்ட ப்ளெயின் நூ பிறந்த மேனி அழகி, பாரதி தெரு கடை டியூப் லைட் வெளிச்சத்தில் நானும் வரட்டா என்று கண் அடித்தாள். 'பின் அப்' படத்துக்காகவே பிறந்த அழகி.

அன்றைக்கு நான் வீட்டுக்குப் போனபோது அப்பா முன்னால் குறிப்பிட்ட மேஜையை ஒட்டிய சோபாவில் உட்கார்ந்து காலையில் வந்து விழுந்த இந்து பத்திரிகையில், கிழக்கு பாகிஸ்தானில் வெள்ளச் சேதம் பற்றிப் படித்துக் கொண்டிருந்தார்.

'ஏற்கெனவே சுதந்திரம் கேட்டு போராடற வங்காளிகளை பாகிஸ்தான் அடக்கி ஒடுக்கி சித்ரவதை பண்றது. இப்போ இயற்கையும் சேர்ந்துடுத்து. பாவம்'

அப்பா என்னைக் கண்டதும் சொன்னார். அவருக்கு வங்காளிகளை ரொம்பவும் பிடிக்கும். கிழக்கு பாகிஸ்தான் வங்காளிகள் தனி நாடு கேட்பதைப் பற்றி, அதற்கான அவசியத்தைப் பற்றி எல்லாம் உணர்ச்சிவசப்பட்டு பேசுவார். கல்கத்தாவில் நீண்ட வாழ்க்கை அவரையும் பாதி வங்காளி ஆக்கியிருந்தது. மீன் மட்டும் சாப்பிட்டால் முழு வங்காளிதான். இனிமேல் ஆக முடியும் என்று தோன்றவில்லை.

'என்ன பத்திரிகை அது?'

கையில் இருந்த ப்ளிட்ஸை வாங்கிப் பார்க்க, தலைகீழாக விரிந்த அந்த டேப்ளாயிட் பத்திரிகையில் கடைசிப் பக்க பின் – அப் அழகி தான் முதலில் கண்ணில் பட்டிருக்கும்.

அவர் தப்பாக நினைத்து விடப் போகிறாரே என்ற படபடப்பில் நான் மென்று முழுங்கிச் சொன்னேன் –

‘இல்லேப்பா. கிண்டல்... பேரடின்னு போட்டிருந்தது. என்ன மாதிரி அங்கதம்னு புரிஞ்சுக்க ஒரு பக்கம் லைப்ரரியிலே படிச்சேன். நல்லா இருந்த மாதிரி பட்டது. அதான்.’

‘தாராளமா படி. நான் ஏன் இந்தப் படத்தோட வாங்கினேன்னா கேட்டேன்? அதுக்காக வாங்கினா தப்புன்னு சொல்ல மாட்டேன். ஆனா, ஒரு பொண்ணை மதிக்கத் தெரியலேன்னு தான் சொல்வேன். இந்த உறுப்பு, அந்த உறுப்புன்னு கூறு கட்டிப் பார்க்கறது சக மனுஷிக்கு நாம செய்யற அவமரியாதை.’

இவ்வளவு முற்போக்குத் தனமான அதே நேரத்தில் மது அருந்தக் கூடாது, சிகரெட் பிடிக்கக் கூடாது என்று மதிப்பீடுகளை கவனமாக உயர்த்திப் பிடிக்கிற ஆசான் என் அப்பா. அவர் இருக்கும் இடத்தில் ஞானம் தான் இருக்கும். அஞ்ஞானமும் ஆபாசமும் அங்கே அண்டாது. வீட்டுக்கு வீடு சங்கமம் அங்கே இருந்தால், என் தவறுதான். தப்பை ஒப்புக் கொள்ளத்தான் வேண்டும். எவ்வளவு சீக்கிரம் வீட்டுக்குப் போக முடியுமோ அவ்வளவு சீக்கிரம்.

அந்த வகுப்பு முடிந்து ஆப்டிக்ஸ். எழுந்திருக்கவே முடியாத இன்னொரு சப்ஜெக்ட் அது. வேவ் தியரி ஆஃப் லைட் என்று சுவாரசியமாக சங்கரநாராயணன் ஆரம்பிக்க, பதினாறு பக்க ரமேஷையும் சரசாவையும் சங்கமத்தையும் கொஞ்சம் ஒதுக்கி வைத்து விட்டுப் பாடத்தில் ஆழ்ந்தேன்.

நல்ல விஷயம் எதுவும் தொடராது என்பதால் நாலே முக்காலுக்கு எல்லாம் ஏறக்கட்டப்பட்டு நான் வீடு திரும்ப சைக்கிள் எடுக்க ஸ்டாண்டுக்கு ஓடினேன். கயல்விழி அவசரமாகக் கூப்பிட்டாள்.

‘சைக்கிள் ஹாண்டில் பாரை யாரோ ஸ்டாண்ட்லே நிக்கறபோது கன்னாபின்னான்னு வளைச்சு வச்சுட்டுப் போயிருக்காங்கடா. எப்படி வீட்டுக்குப் போறது?’

அவள் பரிதாபமாகச் சொல்ல, என் அவசரம் எனக்கு.

‘ஏதாவது புத்தின்னு தலைக்குள்ளே இருக்கா உனக்கு? சைக்கிள் ஹேண்டில் பார் கோட்டியானா எப்படி சரி பண்றதுன்னு தெரியாம எதுக்கு சைக்கிள் வாங்கி ஓட்டிட்டு வரே?’

‘ஐயே பெரிய இவரு. ஏரோனாடிக்கல் சீப் இஞ்சினியர். மூஞ்சைப் பாரு. நீ இல்லாட்ட எனக்கு ஆளா இல்லே.’

தடாலென்று சரணடைந்தேன். பழிகாரி. செய்வாள். நரிவெறுத்தலை யான் மாதிரி ஆட்கள் சதா வலை விரித்துத் திரிகிறார்கள்.

நான் கயல்விழியின் சைக்கிள் முன் சக்கரத்தில் ஆரோகணித்து ஹாண்டில் பாரை கச்சிதமாக இயல்பு நிலைக்குத் திருப்ப முயற்சி செய்து கொண்டிருக்க, லாம்ப்ரட்டா ஸ்கூட்டரை ஒரு வினாடி நிறுத்தி வைஷ்ணு சொன்னாள் –

'வேறே எதுவும் அமையலேன்னாலும் கையிலே தொழில் இருக்கு. பிழைச்சுக்குவே.'

இலவச கருத்துச் சொல்லி விட்டு வைஷ்ணு நகர நான் கயல்விழியைப் பார்த்தேன். சைக்கிள் பங்க்சர் ஒட்டி கோட்டி திருத்தி, லொங்கு லொங்கென்று பம்ஃப்பை நிறுத்திக் காற்றடித்துக் கொடுத்து, செயின் மாற்றி வரும் வருமானத்தில், கயல்விழியைக் கல்யாணம் செய்து கொண்டு எப்படி வாழ முடியும்? அவளுக்கு தினசரி நொறுக்குத் தீனிக்காக சொத்தையே விற்க வேண்டி வருமோ.

'என்ன யோசிக்கிறே?' என்று பக்கத்தில் நின்று ஆதரவாகக் கேட்டாள் கயல்.

இந்தப் பொண்ணு கால் நகம் கூட அளவாகத் திருத்தி சாயம் தீட்டி நிற்கிறாள். மெத்தென்று இலவம்பஞ்சுக் கால்கள். கலிங்கத்துப் பரணியில் இப்படியான காலை வைத்துத்தான் சோழர் காலப் பெண்கள் காதலர் மார்பில் உதைப்பார்கள் என்று ஸ்டாலின் வெள்ளித்துரை வகுப்பில் சொன்னாரே.

இன்னும் உதைக்காத பாதங்களை உற்று நோக்கினேன்.

'ஏய், உன் பார்வை சரியில்லை. நான் போறேன்.' போயே போய் விட்டாள்.

நான் தியூப்ளே தெருவில் திரும்பி காம்பவுண்டில் வந்து இறங்கிய போது மொத்த பேங்க் ஊழியர்கள் அப்பா தலைமையில் வாசலில் நின்றிருந்தார்கள்.

'ப்யாவென்யூ ப்யாவென்யூ'

பிரம்மாண்டமாக நின்று கீசுகீசென்று முழங்கினார் விக்தொ.

என்ன துயரம் கயல்!

இனிமேல் ஆயுசுக்கும் சிருங்காரத்தை அப்பட்டமாகச் சொல்லும் கழிசடை புத்தகம் எதுவும் படிக்க மாட்டேன். முழு ஆபீசுக்கே நான் அந்தக் கண்றாவியை எல்லாம் படிப்பது தெரிந்து விட்டது. வேறே

யாருக்கெல்லாம் தெரியுமோ. இனிமேல் யார் என்னை மதிக்கப் போகிறார்கள்?

கருப்பு கோட்டு அக்கவுண்டண்ட் சார் இருக்கிறாரா? இல்லாமல் என்ன? கண்ணாடியைத் துடைத்துப் போட்டுக்கொண்டு பார்க்கிறார். கேஷியர் கேசவனும் பக்கத்தில்.

ஆப்டிக்ஸ் புத்தத்தோடோ தெர்மோடைனமிக்ஸ் புத்தகத்தோடோ இவர்களை இனிமேல் கடந்து போனாலும் பிடுங்கி பக்கத்துக்கு நடுவே வீட்டுக்கு வீடு சங்கமம் போல ஏதாவது இருக்கா என்று தேடுவார்கள். விக்தொ அடுத்த டவுண்ஹால் நடனத்தில் போட்டு உடைக்க ஜோசபின் தவிர எல்லோரும் பரிகாசம் செய்து துரத்தி விடுவார்கள். ஜோசபின் என்னோடு வெளியே வந்து கடற்கரை சுங்கச் சாவடிப் பக்கம் நிறுத்தி ஒரு மணி நேரம் என்னை விடாமல் திட்டித் தீர்ப்பாள். அழுவாள்.

எனக்கும் கண்ணீர் பொங்க ஆரம்பித்தது.

‘நான் தப்பு பண்ணிட்டேன்னு தெரியும். அந்த அந்த’ என் குரல் தழுதழுத்ததை உணர்ந்தேன்.

‘இது எல்லோருக்கும் வர்ற மறதிதான். சின்னப் பையன் தானே. இனி வராமப் பாத்துக்கிட்டா போதும்.’

அக்கவுண்டண்ட் கோட்டுப் பையில் கை விட்டுக் கொண்டு சொன்ன வசனம் இந்தக் காட்சியோடு இணையாமல் இருந்ததைக் கவனித்தேன்.

‘அயர்ன் பாக்ஸ் எல்லாம் பயன்படுத்தினா, இஸ்திரி போட்டு முடிஞ்சதும் ஞாபகமா ப்ளக்கை பிடுங்கி மட்டுமாவது விடணும்.’

கேஷியர் சொன்ன டயலாகும் தலைக்கு மேல் எங்கோ போனது.

என்ன ஆச்சு எல்லோருக்கும்?

ஒருவேளை இவர்கள் எல்லோரும், அப்பாவையும் சேர்த்து, அந்தப் பதினாறு பக்கத்தை ஆபீஸ் ஹாலில் உரக்கப் படித்து ஒருவழி ஆகியிருப்பார்களோ.

‘காலையிலே என்ன அயர்ன் பண்ணினே?’ அப்பா விசாரித்தார்.

‘எப்பவும் போல சட்டையும் பேண்டும் தான். அதுக்கு என்ன?’

‘ஏண்டா என்னன்னு சாதாரணமா கேட்டுட்டே. அயர்ன் பாக்ஸை ஆஃப் பண்ணாமலே போயிட்டே. பகல்லே எல்லோரும் ஆபீஸ்லே எங்கிட்ட ஓடி வந்து மேலே இருந்து புகை வருதுன்னாங்க. ஓடிப் போய்ப் பார்த்தா இது... ஜன்னல் திரையிலே உஷ்ணம் படர்ந்து தீ

பிடிச்சிருக்கு. நல்ல வேளை அணைச்சாச்சு. இல்லியோ பேங்கும் சேர்ந்து எரிஞ்சு போயிருக்கும்.'

என்ன பதில் சொல்வது என்று தெரியாமல் நின்றேன்.

இப்படிப் பண்ணிட்டியே என்று மேகலா சொன்னது உள் காதில் கேட்க, வேறு எதுவும் தோன்றாமல் அப்பாவையும் அங்கே இருந்த எல்லோரையும் சட்டென்று ஒரு கணம் தரையில் விழுந்து சாஷ்டாங்கமாக வணங்கினேன்.

'மன்னிச்சுடுங்க ப்ளீஸ் எல்லோரும். ஷெ ஸ்யுயி திஸ்ஸொலி.'

'ஐயே என்ன தம்பி இதெல்லாம் எதுக்கு? பாவம், வீட்டுலே அம்மா இல்லாம எவ்வளவு கஷ்டம்னு தெரியாதா என்ன? இனிமேல் வராம பாத்துக்கிட்டா போதும். நாங்க எல்லாம் உங்க மனுஷா. விட்டுக் கொடுத்துடுவோமா என்ன?'

கருப்புக் கோட்டு அக்கவுண்டண்ட் என்னை எழுப்பி அணைத்துக் கொள்ள வெட்கமே இல்லாமல் அவர் தோளில் சாய்ந்து அழுதேன். எவ்வளவு நல்ல மனிதர்கள் என்னைச் சுற்றி. இவர்களுக்காக எதுவும் செய்யலாம்.

கண்ணைத் துடைத்துக் கொண்டு மாடி ஏறிப் போய் ஓரம் கருகின ஜன்னல் திரையை எடுத்து வைத்து விட்டு இன்னொரு திரை கோர்த்தேன். சாவகாசமாக நினைவு வர மேஜையில் பதினாறு பக்கத்தைத் தேட அது அங்கே இல்லை.

ராத்திரி ஜோசபினுக்கு ஆபீஸில் இருந்து ஃபோன் செய்தேன். அவள் ஐ.சி.யூவில் இருப்பதாகச் சொன்னது விசாலிதான்.

'நான் அந்த மலையாள புஸ்தகம்.' வாக்கியத்தை முடிக்காமல் தடுமாறினேன்.

என் கிட்டே தான் இருக்கு என்றாள் விசாலி. ரெண்டு நாளாக ஜோசபின் ஐ.சி.யூ. டியூட்டி என்பதால் பிசியாம். புத்தகம் எல்லாம் இப்போது வேணாமாம்.

'விசா, உங்க கிட்டே இருந்தா சரிதான். அந்த புத்தகத்துக்குள்ளே ஏதாவது பேப்பர்.'

'ஆமா, எக்ஸாம் ஸ்கெட்யூல்னு போட்டிருந்தது. பத்திரமா எடுத்து வச்சிருக்கேன். ஜோசபின் கிட்ட காலையிலே கொடுத்துடறேன். அவ கிட்டே இருந்து வாங்கிக்குங்க. ஓகே... டாக்டர் வர்றார். ஸ்வீட் ட்ரீம்ஸ்.'

நிம்மதியோ நிம்மதி. ஆமா, எங்கேதான் போச்சு அந்த அமர காவியம் வீட்டுக்கு வீடு சங்கமம்?

விசாலி வாழ்த்திய இனிய கனவில் அவளே வந்தாள். கயல்விழி உதைத்து விட்டுப் போன நெஞ்சில் போரிக் பவுடரைப் பொழிந்தாள். நீங்க ஐசியு போங்க, நான் கயலோடு தியூப்ளே சிலைக்குக் கீழே நின்னு வணங்கிட்டு வரேன் என்றேன் விசாலியிடம். ஜோசபின் சைக்கிளில் மணி அடித்துக் கொண்டே வந்து துயெ ஃபூ என்று என்னைப் பார்த்துச் சொல்லி விட்டு ஊசி மருந்தை எடுத்தாள். பிரம்மாண்டமான ஊசி. வந்துடு வந்துடு என்று கூப்பிட்டு ஜோசபின் அழகாகச் சிரிக்க, நான் விழித்துக் கொண்டேன்.

காலையில் விக்தொ வாசலில் நின்று கடற்கரையில் ஓடப் போக பலமாக சத்தம் எழுப்பிக் கீசினார்.

ஷார்ட்ஸும் கான்வாஸ் ஷூவுமாக கீழே வந்தபோது குக்கி காம்பவுண்ட் மூலையில் எள்ளுப் புண்ணாக்குச் சில்லுகளை ஷொகொலாவாக ருசித்து கூளத்தோடு மென்றபடி என்னையே பார்த்தது.

கான்வாஸ் ஷூ முடியக் குனிந்து தரையில் உட்கார்ந்தபோது தான் குக்கி வாய்க்குள் போய்க்கொண்டிருக்கும் காகிதம் கண்ணில் பட்டது.

தலையில் வீட்டுக்கு வீடு சங்கமம் என்று அடித்த பேப்பர்.

அந்தக் காகிதம் அடுத்த வினாடி வைக்கோல், புண்ணாக்கு, காய்ந்த பசும்புல் இதெல்லாம் கம்பெனி கொடுக்க குக்கி வாய்க்குள் புகுந்து அரைபட்டுக் காணாமல் போனது.

பக்கத்தில் வைத்த சைக்கிள் கேரியரில் இருந்து முந்தாநாள் ராத்திரி நான் கவனிக்காமல், குக்கிக்குக் குவித்து வைத்த கூளத்தில் விழுந்திருக்க வேண்டும். பதினாறில் சில பக்கம் காற்றில் அடித்துப் போயிருக்கலாம்.

தரையில் இருந்த கூளத்தில் கலந்த மிச்சம் காகிதத்தில் ரமேஷும் சரசாவும் என்ன செய்கிறார்கள் என்று தெரியவில்லை. சகலமும் குக்கி வாயில் போக பீச்சுக்குக் கிளம்பினேன்.

திடீரென்று குக்கி நினைவு. அது இன்றைக்கு சிறப்பு விருந்தாக வீட்டுக்கு வீடு சங்கமம் காகிதம் சாப்பிட்டு முறுக்கேறி இருக்குமோ.

டியூட்டி முடிந்து வின்செண்ட் நடராஜன் ஓட்டிப் போகிறபோது, குக்கி வழியில் ஏதாவது பசுவைப் பார்த்து விட்டால்?

எத்தனை விஷயத்துக்குத்தான் கவலைப்படுவது?

கடல் அலைகள் சேர்ந்து சிரிக்க, ஓடலானேன்.

17

பாக்கெட்டில் வைத்து எடுத்துப் போகிறது போல சின்னதாக ஒரு பிளாஸ்டிக் சீப்பு. அதைவிடப் பெரியதாக, அதே பாக்கெட்டுக்கு வெளியே ஐந்து செண்டிமீட்டர் துருத்திக் கொண்டு தெரியும் நீளத்தில் இன்னொரு பிளாஸ்டிக் சீப்பு. இந்த ரெண்டையும் வைத்துக் கொண்டு என்ன செய்ய முடியும்?

ஒரு மனிதனின், வேணாம் ஒரு ஆணின், அதுவும் சரிப்படாது, மீசை அரும்பி வரும் ஒரு பதினெட்டு வயசுப் புது இளைஞனின் இருப்பையே கெல்லி அசைத்துப் பார்க்கலாம். ஒரேயடியாகப் பயப் படுத்தலாம். படுத்தப்பட்டேன்.

பங்களூரில் ஒரு பிரபலமான கம்பெனி. அப்படித்தான் தினசரிப் பத்திரிகையில் விளம்பரம் பார்த்தேன். வினோதமான பெங்களூர்த் தமிழில். கட்டம் கட்டிய விளம்பரமாக வந்தது இப்படி ஆரம்பித்திருந்தது. -

நீங்கள் மயிர் வெட்ட ஜாஸ்தி பைசா செலவு பண்றீகள். ஆமாவா?

ஆமா என்று சொல்ல முடியாது. மாசம் பிறந்து கதிர்வேலு முடி திருத்தும் நிலையத்தில் கத்தரி கத்தரி என்று மூளைச் சலவை செய்கிற மாதிரி சொல்லிக் கொண்டே கத்தரி மட்டும் போடச் சொல்லித் தலையைக் கொடுத்தால் கதிர்வேலு சுறுசுறுப்பாக பணியை ஆரம்பித்து விடுவார். கொசுறாக அவர் வாயில் இருந்து எச்சில் தூறலோடு, நிற்காமல் சினிமா தகவலும் வரும்.

‘சின்னவர் உலகம் சுற்றும் வாலிபன் ஷூட்டிங் முடிச்சுட்டாரு தம்பி. இதுவரைக்கும் வராத ஊர் எல்லாம் போய்ப் படம் பிடிச்சிருக்கார். மூணு ஹீரோயின் தெரியுமில்லே? அஞ்சு டூயட் பாட்டு அம்சமா வந்திருக்காம்.’

நான் முகத்தைத் துடைத்தபடி தெரியும் என்பேன். மேகலாவும், ஜோசபினும் கயல்விழியும் அஞ்சு டூயட்டுக்கும் ஆடலாம் வா என்பார்கள். மூணு பேருக்கு அஞ்சு பாட்டை எப்படிப் பகிர்ந்து தருவது என்று நான் மயங்கி இருக்கும் போது பின்னந்தலையில் ஒரு குட்டி புல்டோசரால் சரசரவென்று உழுது விடுவார் கதிர்வேலு. அதைப் போடாட்ட வணங்காமுடி போல பின்னம் மண்டையில் முடி அசிங்கமா துருத்திக்கிட்டு நிற்கும் என்பது அவர் வாதம். என் தலையில் மெஷின் போடும் முன் என்னிடம் சொல்ல வேணடாமா என்று முகத்தைத் தூக்கினால், இதெல்லாம் ஒரு தொழிலாளி தன் தொழில்லே வைச்சிருக்கற நம்பிக்கை காரணமா எடுத்துக்கற உரிமை என்று மல்லியம் ராஜகோபால் படத்தில் வருகிறது போல் பொதுவுடமை பேசுவார்.

கதிர்வேலுவின் ஏகாதிபத்தியத்துக்கு முடிவு தேவை. ஆமாவா? ஆமா ஆமா...

நானாகச் சேர்த்துக்கொண்ட அந்த வரிக்கு அப்புறம் பெங்களூர் விளம்பரம் இப்படிப் போனது -

லட்சக் கணக்கான புருஷர்களின் சந்தோஷத்துக்கே கார்யம்.

ஒரு பெரிய ஜனக் கூட்டத்தின் சந்தோஷத்துக்கு எள்ளும் தண்ணீரும் இரைத்துக் காரியம் பண்ணி வைப்பதில் இந்தப் பிரபல கம்பெனிக்கு என்ன லாபம்? தெரியவில்லை.

நீங்கள் கூந்தல் நறுக்க யாதொரு தினமும் கடைக்குப் போக வேண்டாம்.

இது அடுத்த வரியில் அறிவிக்கப்படும் சலுகை. தமிழ் ஒரு மாதிரி இருந்தாலும் இதில் ஏதோ உண்மை இருக்கலாம்.

விளம்பரத்தில் நட்ட நடுவாக காலமானார் நியூஸ் மாதிரி சுற்றிலும் பூ போட்டு ஒரு சிறிய யந்திரத்தின் படம். கீழே, ஹேர் டிரிம்மர் என்று பெயர். ஒரு பார்வைக்கு, பிசிக்ஸ் லேபரட்டரியில் செப்புத் தகட்டின் நீளம் அளக்க உதவும் வெர்னியர் காலிப்பர் மாதிரி இருந்தது அந்த ஹேர் டிரிம்மர். பெங்களூர் தமிழ் அல்லாத மொழியில் சொன்னால் முடி குறைக்கும் கருவி.

விளம்பரத்தின் கடைசி வரிகள் இதெல்லாம் –

திருப்தியாகி நீங்களே நீங்களுடைய மயிர் வெட்ட புது யந்திரம் பண்ணி வந்திருக்கிறோம். ஹேர் டிரிம்மர். வாங்கி பிரயோஜன மாடுங்கள். சகாய விலை ரூ 45. திருப்தி இல்லாகித்தோர் காசு வாப்பஸ். விபிபி செய்ய நம்ம அட்ரஸ்...

வேணாம், இதை மொழி பெயர்க்கிற நேரத்தில் விபிபியில் அந்த 'யந்திரத்தை' வாங்கலாம் என்று முடிவு செய்து கம்பெனிக்கு கடிதம் எழுதிப் போட்டேன். அந்த வினாடிதான் ஏதோ தேவதை சபித்துப் போட்டது என்னை.

எனக்கு பெங்களூர் தமிழ் தெரியாத காரணத்தால், விபிபியில் யந்திரத்தை அனுப்பவும் என்று மட்டும் இங்கிலீஷில் எழுதி என் விலாசம் குறிப்பிட்டு ஒரு போஸ்ட் கார்ட் போட்டேன். கிட்டத்தட்ட ரெண்டு மாதம் அந்தப் பிரபல கம்பெனியின் எந்த அதிகாரியும் ஊழியரும் ஏன் கருடா என்று விசாரிக்கக்கூட இல்லை. நானும் இவர்கள் இன்றைக்கு யந்திரம் அனுப்புவார்கள், ரெண்டு நாள் கழித்து அனுப்பு வார்கள் என்று திடமாக நம்பி கதிர்வேலு கடையில் படியேறாமல் பிடிவாதத்தோடு முடி வளர்த்துக் கொண்டிருந்தேன்.

'அப்படியே ஊதா ரிப்பன் வச்சுக் கட்டி வந்துடலாமே' என்று ருழே பிரெஞ்சில் யோசனை சொன்னாள். சுங்கச் சாவடிப் பக்கம் அவளுக்குக் கிளிஞ்சல் பொறுக்கப் போயிருந்த ஆள் அரவமில்லாத லீவு நாள் பகல் நேரம் அது.

ருழே சொன்னதை அமேலி ஆக்க பூர்வமாக மொழிபெயர்த்தாள். அது மட்டுமில்லை, தன் தலையில் குறுக்கே நெகிழலாகக் கட்டி இருந்த ஊதா ரிப்பனை எடுத்து, என்னைத் திரும்பிக் கொள்ளச் சொல்லித் தலையில் கட்டி விடவும் முன் வந்தாள்.

'நீ கொடு, நான் தேவையானால் உன்னையோ அதையோ கட்டிக்கறேன்!' என்றேன். 'உன்னைக் கட்டிக்கறதுக்குப் பதில் தேங்காய்த் திட்டு போய் கடல்லேயே விழுந்துடலாம்' என்றாள் அமேலி படு சீரியஸாக.

அவள் கன்னத்தில் முளை விட்டிருந்த சின்ன முகப் பருவை ரசித்துக் கொண்டே, 'தேங்காய்த் திட்டெல்லாம் போய் அலைந்து திரிந்து கஷ்டப்பட வேண்டாம், தியூப்ளே சிலைக்குப் பக்கத்தில் நல்ல ஆழம் இருப்பதால் ஞாயிற்றுக் கிழமையாகப் பார்த்து அங்கேயே போய் விழு.' என்றேன்.

அவள் கண் கலங்கியதைப் பார்த்து மேலே அவளை இம்சிக்க ஆர்வம் இல்லாமல் ரெண்டு கையையும் பற்றிக் குலுக்கி திசொலி என்று சாரி சொன்னேன். கண்ணீரைத் துடைத்துக் கொண்டாள். பிறந்த

குழந்தைக்கு இருப்பது போலப் பூப்போன்ற அவள் உள்ளங்கைகளில் மெதுவாக முத்தினேன். அவள் பெருந்தன்மையான சிரிப்பால் மன்னித்தாள்.

கள்ளமில்லாத அந்த சிண்ட்ரெல்லா பெண்ணையா தியூப்ளே சிலைக்குப் பின்னால் கடலில் விழச் சொன்னேன். என்ன கொடூரமான மனம் எனக்கு! மேகலாவை என்னைக் கண்டபடி, காணாதபடி திட்டச் சொன்னேன். உன்னை வைய மாட்டேன். அன்பு இருந்தால் தானே திட்டும் பிறக்கும்? உனக்கு இதுவே தண்டனை என்றாள் அவள் என் மனதில் வந்து.

‘சாஸ்திரிகள் மாதிரி குடுமியா கூந்தல் முடிஞ்சுக்கலாம்’ என்றான் வைத்தே. யார் கண்டது, குடுமியும் ஒரு காலத்தில் பேஷனாகலாம் என்று ஆருடம் சொல்லி அவன் கிண்டலைப் பெரிய மனதோடு ஏற்றுக் கொண்டேன்.

தலையலங்காரம் புறப்பட்டதே என்று கவிதை பாடினாள் கயல். காளமேகப் புலவர் வெண்பா சொல்லி, குட்டாமலுக்கு என்று முடித்து முடியைப் பிடித்து இழுத்துத் தலையில் குட்டினாள். தாராளமா குட்டு, ஒரு குட்டுக்கு ஒரு முத்தம் என்று விலை பேசிவிட்டு உடனே அந்த ஈர உதடுகளை ஒத்தினேன்.

‘இப்படியே விட்டா தாடி மீசை சடை முடி எல்லாம் வளர்ந்திடும். கையிலே ஒரு கமண்டலத்தை எடுத்துக்கிட்டு நேரா இமய மலைக்குப் போயிடு.’ என்றாள் கயல்.

‘திகம்பர சாமியாரா, உன்னையும் இட்டுப் போயிடுவேன்’ என்று அவள் மூக்கை நிமிண்டிச் சொன்னேன். அவள் கேட்டபடி விளக்க, கெட்ட பயடா நீ என்று திட்டி விட்டு விருட்டென்று போய் விட்டாள்.

‘ஜோசபின்தான் மருத்துவக் கண்ணோட்டத்தில் நீள முடியைப் பார்த்தாள்.

‘நீ வச்சுக்கோ இல்லே வெட்டிப் போடு. ஆனா, தலைமுடி சுத்தமா இல்லேன்னா அழுக்கு குடியேறி சிக்குப் பிடிக்கும். ஈரும் பேனும் பொடுகும் எங்கே எங்கேன்னு வரும். ஷாம்பு போட்டு ஹெட் பாத் எடுத்துக்கிறியா?’

ஷாம்பு எல்லாம் சினிமா ஆரம்பிக்கும் முன்னால் பானுரேகா தலையில் போட்டு நுரை பறக்கத் தேய்த்துக்கொண்டு கூந்தலின் அழகுக்கு கோகனட் ஷாம்பு என்று சிரிக்கிற சமாசாரமாகக் கருதியிருந்தேன்.

‘எனக்கு ஹொட் பாத் எல்லாம் தெரியாது. பகுதி மலையாளி. ஷவரில் நின்னா முழுக்க நனைச்சுத்தான் குளியல். ஹொட் பாத், ஹேண்ட் பாத்துனு இன்ஸ்டால்மெண்டுலே குளிக்க முடியாது!’ என்றேன்.

ஜேசு என்றபடி என்னை அழகான வியப்போடு பார்த்தாள் ஜோசபின். தினசரி தலை குளிக்கிறவன் அதிசயப் பிறவியான ஊராக்கும் இது.

பிசிக்ஸ் லாபரட்டரியில் அட்டெண்டரான கலீமுல்லா கான், ‘டேய் கண்ணா நீ சர்க்யூட் முடுக்கறபோது முடியையும் சேர்த்து ஸ்குரூ பண்ணப் போறே பார்த்துட்டே இரு. கார் பேட்டரி முழு டிஸார்ஜும் உன் தலை முடியிலே தான் ஆவும். முடி எல்லாம் நாஞ்சில் பி.டி சாமி பேய்க்கதை, படிச்ச மாதிரி நட்டக் குத்தலா நிக்கும்’ என்று அபிப்பிராயம் தெரிவித்தார். ‘அதெல்லாம் ஆகாது அண்ணே, தலைக்கு உள்ளே நிறையக் களிமண் இருக்கறதாலே ஜரூரா எர்த் ஆயிடும்’ என்றேன்.

‘சகிக்கலே போய் வெட்டிக்கோ’ என்று ஒரு வாக்கியத்தில் ஒரே ஒரு தடவை மட்டும் சொன்னார் அப்பா. நமகாகி முடி வெட்டும் யந்திரம் விபியில் வந்து கொண்டிருக்கிறதாகச் சொல்ல அவர் விவசாயக் கடன் தரப் போய்விட்டார்.

எந்தவிதப் பரபரப்பும் இல்லாமல் தியூப்ளே தெருவும் சுற்றுப்புறமும் காலேஜும் காப்பி ஹவுஸும் இயங்கிக்கொண்டிருக்க, காலேஜ் முடிந்து சைக்கிளை எடுக்க ஸ்டாண்டுக்குப் போனபோது கயல்விழி ஸ்டைலாகத் தன் சைக்கிளில் உட்கார்ந்து ஒரு காலை ஊன்றிக் கொண்டு நிற்பதைப் பார்த்தேன்.

‘கல்யாண பரிசு சரோஜா தேவி மாதிரி இருக்கே’ என்றேன் அவளிடம்.

‘அது கல்யாணப் பரிசு. ரெண்டு சொல்லுக்கும் நடுவிலே மெய்யெழுத்து வரும்.’ என்று பிழை திருத்தினாள் கயல். நீ இதை சரோஜாதேவிக்குத்தான் சொல்ல வேண்டும் என்று கருத்துத் தெரிவித்தேன்.

கயலுக்கு சரோஜா தேவி சாயல் இருந்ததென்னமோ உண்மைதான். வெள்ளை வெளேர் சல்வாரும், நீல கமீஸும், வாடிக்கை மறந்ததும் ஏனோ பாடத் தயாரானது போல் ஸ்டைலான அவளுடைய இருப்பும் கடல் காற்று அடிக்கத் தொடங்கிய மாலை நேரத்தை ரம்மியமாக மாற்றிக் கொண்டிருந்தன. இந்தப் பெண் எப்படியெல்லாம் வசியம் செய்கிறாள் என்னை.

இன்றைக்கு நேரமானாலும் சரி, கயலோடு பேசியபடி சைக்கிள் ஓட்டி அவள் வீட்டில் விட்டுவிட்டு அங்கிருந்து தியூப்ளே தெரு திரும்பத்

தீர்மானம் செய்து கொண்டேன். கூடுதலாக ஒன்றரை மணி நேரம் எடுத்து, ஏகப்பட்ட அலைச்சல். கயலோடு இருக்கும் ஆனந்தத்துக் காகச் சோறு தண்ணீர் இல்லாமல் அலையலாம். ஜெமினி கணேசன் மாதிரி தண்ணீர்த் தொட்டிப் படி ஏறி மேலே போய், 'காலங்களில் கயல் வசந்தம்' என்று பாடலாம்.

சைக்கிள் பாதையில் முன்னால் அவள் போக, கொஞ்சம் இடம் விட்டுத் தொடர்ந்து நான் போய்க் கொண்டிருந்தேன். கல்லூரி வளாகம் இறங்கி வலது பக்கம் மெயின் ரோட்டில் வந்து பஸ் நிறுத்தத்தை ஒட்டிப் பிரியும் கிளைச் சாலையில் வண்டிகளைத் திருப்பியதும் தென்னை மரங்களின் அணிவகுப்பு இரண்டு பக்கமும் ஓங்கி வளர்ந்து நின்று குசலம் விசாரித்தது.

நான் பெடலை அழுத்தி முன்னால் போனேன். இடித்துக்கொண்டு இரண்டு சைக்கிள் போகும் அளவு இருந்த மண் தடம் அது. கயல் தலையில் சூடியிருந்த வாடிய மல்லிகைச் சரத்தை முகர்ந்தேன். இது போதும் எனக்கு.

'கிர்ர்ர்ருனு இருக்கு செல்லக் குட்டி.'

அவள் எகத்தாளமாகச் சிரித்தாள்.

'உனக்கு புத்தம்புது மல்லிகைப் பூ வாசனைக்கும் வாடின சரத்தோட வாடைக்கும் வித்தியாசம் தெரியாதுடா!' என்றாள்.

'தெரியும். ஆனா உன்னைச் செல்லக் குட்டின்னு கூப்பிடறதுக்கு முன்பாரம் பின்பாரமா ஏதாவது பேச வேணாமா அதான்' என்றேன்.

'நீ மதுரைக்காரக் கள்ளன்' என்று நன்னடத்தை சர்ட்டிபிகேட் கொடுத்தாள். மெர்சி சொல்லும் முன்னால் நேரே பார்த்து வண்டி மிதித்துக் கொண்டே 'ஒரு சின்ன உதவி செய்வியாடா?' என்று கேட்டாள்.

'சொல்லு. புத்தம்புதுசா மதுரை மல்லிப் பூ வாங்கிட்டு வரணுமா?'

'நோ-டா. நாளைக்கு வரும்போது' என்று கொஞ்சினாள்.

நாளைக்கு வரும்போது? சோன்பப்டி, காராபூந்தி, இந்திரஜால் காமிக்ஸ், தேங்காய்ப்பூ ஷொகொலா, மு.வ எழுதிய கரித்துண்டு, ஸ்ரீவில்லிபுத்தூர் பால்கோவா, நாலடியார் மூலமும் உரையும், ஆர்யவைத்யசாலை சியவனபிரகாஷ், மிட்டாய்க்கடை ஜாங்கிரி, ஃபெமினா பத்திரிகை, பூப்போட்ட கைக்குட்டை?

'ஊஹூம். நாளைக்கு வரும்போது பாட்டில்லே...'

'ஆவக்கா ஊறுகா எடுத்துட்டு வரணுமா?'

‘இல்லேடா. நாலு கரப்பான் பூச்சி வேணும்!’ அவள் குழறினாள்.

நான் கிட்டத்தட்ட சைக்கிளைப் போட்டுக்கொண்டு விழுந்து விட்டேன். காதலிக்கிற எந்தப் பெண்ணாவது பையனிடம் கரப்பான் பூச்சி கேட்டிருக்கிறாளா?

அவள் கால் ஊன்றி நின்று நானும் சமநிலைக்கு வரக் கை கொடுத்தாள். அடர்ந்த தோப்பு துரவுகள் வழியே அந்தப் பதினைந்து நிமிடப் பயணத்தில் அவளுக்குக் கொடுத்த ஐந்து முத்தத்தில் முதல் முத்தம் அப்போது ஈந்தது தான்.

‘உயிரியல் சோதனைக் கூடத்தில் அறுவை நடத்த வேண்டியிருக்கு’ சைக்கிளைத் தொடர்ந்து ஓட்டியபடி சொன்னாள் கயல்...

‘தமிழ்லே சொல்லு’ இடித்துக் கொண்டு பக்கத்தில் என் ராலே சைக்கிள் ஓடியது.

‘ஜுவாலஜி லேபில் டிசக்‌ஷன் நடத்தணும். கரப்பான் பூச்சியை அறுத்து உள்ளே இருக்கற பாகங்களை எல்லாம் வெளியே எடுத்து... உவ்வே... காகிதத்தில் பின் குத்தி வைக்கணும்.’

உள்ளபடிக்கே பரிதாபப் பட்டேன். ‘நீ வேணா பிசிக்ஸ் வந்துடு நான் விலங்கியல் போய் அந்த கருமாந்த்ரத்தைப் பார்த்துக்கறேன்’ என்று எந்த லாஜிக்கும் இல்லாமல் வீரமாக மொழிய பெண் மயங்கினாள். இன்னொரு தடவை வண்டியை நிறுத்தி நேசத்தை எல்லாம் திரட்டிப் பெரிய கண்ணில் சுமந்து என்னைப் பார்த்தாள். ஆள் அரவமற்ற வழியில் ரெண்டாவது. வேணாம். இது என்ன வருடாந்திரக் கணக்கு அறிக்கையா?

ஆய்வுக்கூட மேஜையில் பூச்சியைப் போட்டு அறுக்கும் முன் நகர்ந்த மாதிரி இருந்ததாம். பறக்குமோ என்ற பயம் வேறு. கவனமாக அறுக்க முடியாமல் ஏதோ ஒப்பேற்றி விட்டுத் திட்டு வாங்கினாளாம். நான் உதவி செய்து கரப்பு பிடித்து வந்து கொடுத்தால் வீட்டில் அறுத்து அறுத்துப் பரிசோதனை செய்து அப்படியே பாடத்தில் நல்ல தெளிவு வருமாம்.

தியூப்ளே வீதி பேங்க் கட்டிடத்தில் கடல் காற்று சிண்டைப் பிய்த்துக் கொண்டு போகும் அளவு பிற்பகலில் தொடங்கி ராத்திரி முழுக்க அடிக்கும். அதே போல் வெய்யிலோ, மழையோ, பனியோ, ராத்திரி பத்து மணிக்கு மேல் கரப்பான் பூச்சிகளின் நடமாட்டமும் அங்கே உண்டு. அவை அவ்வப்போது ஹெலிகாப்டர் மாதிரி ரன்வே இல்லாமலேயே டேக் ஆஃப் ஆகிப் பறப்பதும் சகஜம். இந்தப் பூச்சி உலகில் இருந்து நாலைந்தை கயலுக்குக் காணிக்கையாகக் கொண்டு வர வேண்டும் நாளை.

ராத்திரி தம்பீஸ் கபேயில் வெங்காய ஊத்தப்பத்துக்கு அப்புறம் சூடாக ஒரு டீ குடித்து ராத்திரி கரப்பான் வேட்டைக்குத் தயார்ப்படுத்திக் கொண்டேன். பத்தரை மணிக்கு அப்பா தூங்கிய பிறகு ஸ்டோர் ரூமுக்குள் நுழைந்தேன். கரப்பு தர்பார் அங்கே தான் அடிக்கடி நடக்கும். ஆனால் இன்றைக்கு ஏனோ எனக்கு அதிர்ஷ்டமில்லை. துடைத்து விட்டாற்போல் மொறிச்சென்று இருந்த ஸ்டோர் ரூமில் சின்ன எறும்பு கூட இல்லை.

கீழே போய் வாட்ச்மேன் வின்செண்ட் நடராஜனிடம் கொஞ்ச நேரம் வம்படித்துக் கொண்டிருந்தேன். கடலைப் பருப்பு விலையும் புண்ணாக்கு விலையும் உயர்ந்து கொண்டே போவது பற்றி வெகுவாகக் கவலை தெரிவித்தார் அவர். ராத்திரி ஏன் தூங்கலே என்ற அவர் கரிசனத்துக்கு நன்றி சொல்லி வெளியே போய் த்ரீ ஸ்டார் டீக்கடையில் இன்னொரு டீயும் கழித்து மாடி ஏற, ஸ்டோர் ரூமில் விருந்துக்கு வந்த பூச்சி வர்க்கமே தென்படவில்லை.

'துஷ்டன் நம்மில் நாலு பேரை சீசாவில் எடுத்துப் போய் சிநேகிதி கொலை செய்யக் கொடுப்பானாம். நாம அதுக்கு ஒத்துழைக் கணுமாம். ஓடுங்கப்பா ஓடுங்க. ராட்சசன் வந்துட்டு இருக்கான்.' கரப்புகள் பேச்சு இப்படியிருக்கலாம்.

பனிரெண்டரை மணிக்கு கரப்பான் பூச்சிகள் என்னைக் கட்டி இழுத்துப் போவதாகப் பேய்க் கனவு கண்டு விழிக்க, ஸ்டோர் ரூம் தரையில் படுத்து நித்திரை போயிருந்தது தெரிந்தது. தலை முடியை யாரோ இழுக்கிறதாகத் தோன்றியது. உடனே எழுந்து உட்கார்ந்து தலை முடியைத் தட்டி விட, வஞ்சனை இல்லாமல் வளர்ந்த நாலு கரப்பான் பூச்சிகள் உதிர்ந்தன. அவை பறப்பதற்கு முன் தயாராக அருகில் நான் வைத்திருந்த பூந்துடைப்பத்தால் அவற்றைக் குற்றுயிரும் குலையுயிருமாக்கி பக்கத்தில் எடுத்து வைத்த கோட்டக்கல் ஆர்ய வைத்ய சாலை சியவனப்ரகாஷ் பாட்டிலில் அடைத்தேன்.

காலையில் வகுப்பு ஆரம்பிக்கும் முன்பே வேட்டையாடி வந்ததை கயல்விழியிடம் கொடுக்க, அவள் சாயந்திரம் வாங்கிக் கொள்வதாகச் சொன்னாள். திருப்பாதிரிப்புலியூர் டவுண் பஸ் பிடிக்க ஓடுகிற, டீக்கடைக்கு பன் சப்ளை செய்யும் அண்ணாச்சி மாதிரி கையில் துணிப்பையோடு வகுப்பு வகுப்பாகப் போய் எல்லாக் கிண்டலையும் சமாளித்தேன்.

'சைக்கிள் ஓட்டிப் போகும்போது பாட்டில் தொறந்து கையிலே ஏறிடும்னு பயமா இருக்குடா. நீயே வீட்டுக்கு வந்து கொடுத்திடு, கண்ணு இல்லே.'

'கண்ணுதான். எனக்கென்ன கஷ்டம். இன்னிக்கு மீட்டருக்கு மேலே கட்டணம்.'

'என்ன கட்டணம்?' ஆவலோடு விசாரித்தாள்.

'நேத்து நான் அஞ்சு கொடுத்தேன். இன்னிக்கு நீ கூடுதலா ரெண்டு...'

அவள் பதில் சொல்லவில்லை. கயல் வீட்டு வாசலில் சைக்கிள் நின்றது.

'நீயே பூச்சியை பேப்பர்லே வச்சு ஆணியடிச்சுக் கொடு.' எனக் கெஞ்சினாள்.

கயலுடைய அடிமையாக மகிழ்ச்சியோடு அவள் கட்டளைகளை எல்லாம் நிறைவேற்றி விட்டு, சொல்லுங்கள் ராணி சாகிபா என்று கைகட்டி நின்றேன்.

கயல் அம்மா கொடுத்த சுவைக் குழம்பிக்காக அம்மாவுக்கு முகலாய பாணியில் சலாம் சொன்னேன்.

'அப்பா எங்கே கயல்?'

'திருச்சியிலே பட்டிமன்றம். கும்பகர்ணனா, கர்ணனா?'

அழைத்தவர்களை வாழ்த்தி அவளுடைய அறைக்குக் கரப்பான் பூச்சிகளோடும் கழுவேற்றிய காகிதங்களோடும் நடந்தேன். செம்புலப் பெயல்நீர் தான். அன்புடை நெஞ்சம் தான். அன்புடை உதடுகள் தான். அன்புடைத் தோள்கள் தான். கலந்தனவே தான். கடிக்க இல்லேடா உதடு என்ற செல்லமான கண்டிப்பும் தான்.

சிலீர் என்று பெய்யும் மழையாக ஒரே தடவையில் முழுக் கட்டணம் செலுத்தித் திக்குமுக்காட வைத்தாள் கயல். கரப்பு வர்க்கத்துக்கு நன்றி சொன்னேன்.

இரண்டே நாளில் நான் கரப்பு வேட்டையில் ஸ்பெஷலிஸ்ட் ஆக, கயல் டிசக்‌ஷன் பாக்ஸ் கருவிகளைப் பயமில்லாமல் பிடித்து நான் கொண்டு வந்த பூச்சிகளை ஒரு விதமாக அறுத்து வெட்டிக் கீறி அறிவு தேடினாள்.

'போதும்டா இதை வச்சு எக்ஸாம் பிராக்டிக்கல்ஸ்லே நல்லா செஞ்சிடுவேன்.'

பட்டிமன்றம் ஏறிப் புகழ் மொண்டு வந்த பார்வேந்தனார் மதிப்பில், இந்தக் குற்றேவல் புரிந்தே பெரிய இடத்தைப் பிடித்தேன். தலைமுடியை இப்பிகள் போல – ஹிப்பிகள் போல் - நீள வளர்த்திருப்பதை அவர் விரும்பவில்லை எனினும் என்றாவது மழித்தலும் நீட்டலும் வேண்டா என்று தெளிந்து அது களையப்படும் என்று மாறா நம்பிக்கை தெரிவித்தார் அவர்.

டிசக்ஷன் பாக்ஸ் சாமக்ரியைகளைக் கழுவித் துடைத்து வைக்கக் கயலுக்கு உதவி, அவள் உருகியதை காதல் கணக்கில் வரவு வைத்தேன். முத்தக் கணக்கு செக் செய்யப்படாத எலக்ட்ரிசிட்டி மீட்டர் அளவு போல் எகிறி இருந்தது. கொடுத்ததை விட வாங்கினது அதிகமோ என்று சந்தேகம்.

பார்வேந்தனார் சலுகை காட்டும் செயலாக, கும்பகர்ணன் அணிக்குப் பேசியதை என்னிடம் ஒப்பிக்க நான் பலமாகத் தலையாட்டி ரசித்தேன். கும்பகருணனின் அருள் எனக்கும் வந்து சேர, அப்பா சமையலறைக்குப் போன போது கயல் தோளில் தட்டி எழுப்பினாள்.

அவர் திரும்ப வந்து சாய்வு நாற்காலியில் ஆரோகணிக்க நான் தைரியத்தை வரவழைத்துக்கொண்டு கோரிக்கை விடுத்தேன்.

'சவுண்ட் ஆஃப் மியூசிக் படம் திரும்ப வந்திருக்கு. அருமையான பாட்டுகள். நீங்க பாத்திருப்பீங்களே!' என்று அவரைக் கேட்டேன்.

திரைப்படம் எல்லாம் அரிதாகவே காணுவதாகச் சொன்னார் அவர். பெற்றோர் சங்கத்துக்காக சீவனாம்சம் திரையிட்டதே இந்த ஐந்தாண்டில் பார்த்துக் களித்த ஒரே ஒளித்திரைப் படம் என்று தெரிவித்தார்.

'நான்... வந்து... நான் கயலை சவுண்ட் ஆஃப் மியூசிக் கூட்டிப் போகட்டா?'

ரொம்ப யோசித்து பல விஷயங்களையும் சீர் தூக்கி, சமையலறையில் மந்திர உபதேசமும் பெற்றுத் தெளிவடைந்து வந்து என்னிடம் ஒப்புதல் தெரிவித்தார் அவர்.

ஆனாலும் விதி வலியது ஆயிற்றே. அடுத்த நாளே சவுண்ட் ஆஃப் மியூசிக் ஓடிப்போய் அதன் இடத்தில் பிராங்கோ ஸெஃபிரலியின் ரோமியோ அண்ட் ஜூலியட்.

'அப்பா கிட்டே கேட்கட்டுமா' என்று காலேஜில் வைத்துக் கயலிடம் கேட்டேன். தாராளமாக் கேளு என்றாள். சாயந்திரம் வேலை மெனக்கெட்டு அவளோடு வீட்டுக்குப் போய் பார்வேந்தனாரிடம் மனு தாக்கல் செய்ய உடனே நிராகரித்தார்.

'இல்லே தம்பி நம்ம குலப் பெருமைக்கு ஏலாது. உங்க வீட்டு நல்ல பேருக்கும் சரிப்படாது. காதல் கண்றாவி எல்லாம் உருப்படாத பொருள்... முதல்லே இந்த இப்பிப் பயக்கள் மாதிரி தலைமுடியை காடாட்டம் வளர்த்துக்கறதெ நிறுத்துங்க. அந்தத் தறுதலைகளோட நீங்க எதுக்கு சேரணும்? நமக்குன்னு மரபு இல்லியா? விழுமியங்கள்

இல்லையா? நீங்களும் சரி, கயலும் சரி, படிக்கற காலத்திலே இந்த எழவெல்லாம் கலக்காமல் படிப்பைக் கண்ணினும் அரிதாக எடுத்துப் படிச்சு முன்னுக்கு வாங்க... அப்புறம் யார் யாருக்கு எப்படின்னு ஆண்டவன் சொல்லுவான்.'.

'ஏண்டா அவர் கிட்டே திரும்பப் போய்க் கேட்டே?' என்று வெடித்தாள் கயல்.

'அப்பா கிட்டே நீ தானே கேக்கச் சொன்னே?'

'அட கிரகமே. உங்க அப்பா கிட்டே கேக்கப் போறியோன்னு பார்த்தேன்' .

ரெண்டு நாள் மூட் அவுட்டாகத் திரிய தலைமுடி வேறே வளர்ந்து குனியும்போதெல்லாம் கண்ணை மறைத்தது. சைக்கிள் ஓட்டக் கூட கஷ்டம்.

'ஏண்டா ஒரு வாரமா ஆளே காணோம்? உடம்பு சரியில்லையா?'

ஜோசபின் தேடிக் கொண்டு காபி ஹவுஸுக்கு வந்து விட்டாள். அவளோடு கடற்கரைக்குப் போனேன்.

கடற்கரையில் இருட்டும் வரை உட்கார்ந்து அன்போடு கையைப் பற்றி இழுத்து, விரல்களோடு விரல்களைக் கோர்த்துப் பிரித்தபடி, 'உடம்புக்கு ஒண்ணும் இல்லியேடா' என்றாள்.

'வேலை இருந்தது' என்றேன். 'அப்படி என்னடா ஒரு ஹலோ கூட சொல்ல முடியாத வேலை!' என்று கேட்டாள் உயிரில் கலந்த அந்தப் பிரியமான சிநேகிதி. சும்மா இருந்தேன்.

'நாலு நாளா என்னடா பண்ணினே?'

கயலுக்கு கரப்பான் பூச்சி பிடித்து வந்து கொடுத்ததை இரண்டு வரிகளில் சொல்ல அடக்க முடியாமல் சிரித்தாள், சிரித்துச் சிரித்து அவள் கண்ணில் கண்ணீர் வழிந்தது. விரலால் ஒற்றி எடுத்துக் கரிப்பை இனிப்பாகச் சுவைத்தேன்.

'லூஸ்டா நீ. உன்னை விட கோட்டி அந்தப் பொண்ணு. லவ் பண்றிங்களாக்கும்.'

நான் மௌனமாக இருந்தேன். ஆமா என்றோ இல்லை என்றோ பதில் சொல்லி எதிர்பார்க்காத விளைவு எதையும் சந்திக்க நான் அப்போது தயாராக இல்லை என்பதே காரணம்.

'ஒரு நாள் அந்தப் பொண்ணை காபி ஹவுஸுக்கோ என் ஹவுஸுக்கோ கூட்டி வாடா. ஷோ த்வலா யெகாந்திர்.'

அப்படீன்னா?

'அந்தப் பெண்ணைப் பாத்துப் பேசணும்...'

'நீ என்னைக் கூட உன் வீட்டுக்கு இதுவரைக்கும் கூப்பிட்டதில்லே. கயலைக் கூப்பிடறே. அவளுக்கு வந்த வாழ்வு.' ஏக்கத்தோடு ஜோசபினிடம் சொன்னேன்.

'அது உன்னோடன்னா எனக்கு சந்தோஷம்!' என்று சினிமாவில் மூத்த கதாநாயகி மாதிரி என் தலையைத் தடவியபடி கூறினாள் ஜோசபின் -

'ஏதாவது சாமிக்கு, கோவிலுக்கு வளர்த்தாலும் சரிங்கலாம். முடி வெட்டக் கடைக்குப் போக மாட்டேன்னு ஒரு பிடிவாதமா? அது என்னடா ஒரு அடம்?'

கரப்பான் பூச்சி தலை முழுக்க ஊர்ந்ததைச் சொல்ல வெலவெலத்து விலகினாள். ஆக இவளுக்கும் பயத்தை உண்டாக்கும் ஒரே பிறவி அதுதான்.

'தலையைப் பாரு. கமெ லெசாத்... பல்லி மாதிரி... நேன்னு. மூஞ்சி ஒட்டிப் போய்த் தெரியுது... ஆமா, தலைக்கு ஷாம்பு போட்டுக்கச் சொன்னேனே செஞ்சியா? இதென்ன பொடுகு தானே?'

என் தலையில் அவள் தட்ட சின்னத் துகள்களாகப் பறந்ததை உணர்ந்தேன்.

'உ யெ ல ஃபான்?'

கையை நீட்டி, 'என்னதான் முடிவு இதுக்கெல்லாம்?' என்று ஏற்ற இறக்கத்தோடு கேட்டாள்.

'யந்திரம் வந்துதான் இனிமே முடி வெட்டு.'

நான் சூளுரைக்க, அவள் கலகலவென்று சிரித்தாள். இந்தச் சிரிப்புக்காகவே அசோகன், ராஜேந்திர சோழன், அலெக்சாண்டர், சாணக்கியன் என்று சூளுரைக்கும் அவதாரம் ஏதாவது டெம்பரவரியாக எடுக்கலாம்.

'சரி, உனக்கு ஞாயிற்றுக்கிழமை வரைக்கும் கெடு. அப்பவும் வெட்டியாகலேன்னா, திங்கள் எனக்கு டியூட்டி லீவ். நீ காலேஜ் போகாட்டாலும் பரவாயில்லே. வழி மறிச்சு இழுத்துட்டுப் போய் நானே கூ தெ ஷெவொ... முடி வெட்டி விட்டுடுவேன். ஜாக்கிரதை.'

அன்போடு மிரட்டி, தாடையைப் பிடித்து சில் வொ ப்ளே சொல்லி விட்டு ஜோசபின் புறப்பட மலையாள ஆர்ட் சினிமா முடிந்தது போல சோகம்.

'தினம் லேட்டா வர்றே... சாயந்திரம் எல்லாம் எங்கே போனே?' அப்பா ஆதூரத்தோடு கேட்க, ஏதோ சொல்லி சமாளித்தேன்.

டிராயிங் ரூம் டேபிளில் பச்சை, மஞ்சள் என்று சின்னச் சின்னதாக அட்டைகள். எடுத்துப் பார்க்க, வரும் சனிக்கிழமை டவுண்ஹாலில் சிட்டிபாபு வீணைக் கச்சேரி. உள்ளூர் இன்னிசை நாடக இயல் மன்றம் ஏற்பாடு செய்வது. அட்டைக்குப் பின்னால் சபா நிர்வாகிகள் பட்டியல். அப்பா தான் பொருளாளர். அவருக்கு ஐந்து காம்ப்ளி மெண்டரி டிக்கட்கள். பக்கத்தில் தனிக் கவரில் அதெல்லாம்.

'இந்த காம்ப்ளிமெண்டரியை எல்லாம் உன் சிநேகிதர்கள்லே மியூசிக் இண்ட்ரஸ்ட் உள்ளவங்க கிட்டே கொடு. பாப் ம்யூசிக் பிடிச்சாலும் சரிதான். நிச்சயம் சிட்டிபாபுவோட வீணை பிடிக்கும்.'

அப்பா எல்லா டிக்கெட்டையும் என்னிடம் கொடுத்தார். அவர் நாளை கடலூரில் வங்கி அதிகாரிகள் சங்கக் கூட்டத்தில் பேச இருப்பதால் வர முடியாமல் போனதென்றார்.

சிட்டிபாபு வீணை இசை நிகழ்ச்சி. சிநேகிதர்களோடு. வெய்ட்... கயலோடு உட்கார்ந்து கச்சேரி...

மூளை பரபரவென்று செயல்பட, நாளைக் காலை சனிக்கிழமை, விடுமுறை என்று நினைவு வந்தது.

காலையில் கயல் வீட்டுக்குப் போய்... வெயிட்... பார்வேந்தனார் என் தலையைப் பார்த்த பார்வை சரியில்லை. ஊர் முழுக்க, சகல தரப்பிலும் கருத்துப் பரிமாற்றங்கள் நிகழ என் தலைமுடி நாளொரு மில்லிமீட்டர் வளர்ந்து வந்ததை அவரும் விரும்புவதில்லை. மறு பேச்சு வார்த்தைக்குப் போகிறபோது கண்ணியமாகக் காட்சி அளிக்க வேண்டும்.

தோல்வியை விழுங்கி விட்டு, கதிர்வேலன் கடைக்குத் போய் மிஷின் கட்டிங் அவமானம் அடையத் தயார். நாளை பட்டாபிஷேகம் முடிந்து கயல் வீட்டுக்கு.

மேஜை ஓரமாக இருந்த சின்ன பார்சல் கண்ணில் பட்டது. தபாலில் விபிபி ஆக வந்தது. எனக்குத்தான் வந்திருக்கிறது. அப்பா பணம் கட்டி வாங்கி வைத்திருக்கிறார். கெம்பராஜ் இண்டஸ்ட்ரீஸ் மெஷின் டெலிவரி என்று கைக்கடக்கமான அந்த பார்சல் மேல் எழுதியிருந்தது. என் முடி குறைப்பான் வந்தே விட்டது.

காலையில் விக்தொ வாசலில் நின்று சைரன் ஒலிப்பதைக் கிரமமாகச் செய்தாலும் கடற்கரையில் ஓடப் போகாமல் சள்ளைக் கடுப்பு என்று

தட்டிக் கழித்தேன். அதற்கு பிரெஞ்சில் 'செ செண்ட்ய பீவஹெறா' என்று சொல்லணுமாம். டேக் ரெஸ்ட்-க்கு என்ன என்று முந்திரிக் கொட்டையாகக் கேட்க, 'பாந்த்ரெ து ரெபொ' என்று சொல்லிக் காணாமல் போனார் அவர்.

அலமாரியில் பத்திரமாக வைத்திருந்த யந்திரத்தை எடுத்தேன். அட்டைப் பெட்டி கொளகொளவென்று இருந்ததால் திறந்ததுமே டிரிம்மர் தரையில் விழுந்தது. எலக்ட்ரானிக் மைக்ராஸ்கோப் விழுந்தது போல பதற்றத்தோடு எடுத்துப் பார்த்தேன். அந்த பிளாஸ்டிக் யந்திரம் கருப்பு நிறத்தில் கல்லுக் குண்டாகவே இருந்தது.

அவர்களே மிகுந்த முன்யோசனையோடு ஒரு புது பிளேட் அனுப்பி இருந்தர்கள். அந்த புலி மார்க் பிளேடை அதற்கு முன்போ அப்புறமோ நான் பார்க்கவில்லை

ரெண்டு சீப்புகளுக்கும் நடுவில் பிளேடை உட்கார வைத்து மேலே லாக்கைத் தள்ளியதும் டிரிம்மர் உபயோகத்துக்குத் தயாராக நின்றது. பிளக் வைத்துச் செருகி கரண்டில் ஓட வைக்க ஏதாவது ஏற்பாடு உண்டா என்று நாலு தடவை யந்திரத்தைக் கையில் சுழற்றிப் பார்த்தேன். ஒன்றும் கிடையாது.

ஆமா, நீ கொடுக்கற நாற்பத்தைஞ்சு ரூபாய்க்கு எலக்ட்ரிக் ஆப்பரேஷன் ஒண்ணு தான் குறைச்சல்' என்று மேகலா சிரிக்க, முடி வெட்டுற இடத்துலே உனக்கு என்ன வேலை என்று எகிறி மனசுக்குள் போகச் சொன்னேன்.

பொடி எழுத்தில் எல்லா மொழியிலும் எழுதிய உபயோகத்துக்கான குறிப்புகளை மேலோட்டமாக மேய்ந்தேன். தலையை தினசரி சீப்பு போட்டு வாருகிறது போல் டிரிம்மரால் வாரினால் போதுமானது. அங்கே இங்கே என்று வளர்ந்த உபரியான முடி எல்லாம் வெங்காயச் சுருள் மாதிரி தனியே வந்து விடும். முதுகுப் பக்கம் பார்க்க முடியாவிட்டாலும், பின்னந்தலையை வாரிக் கொள்கிற மாதிரி டிரிம்மர் கொண்டு படிய வாரி விட, வெட்டித் தள்ளி விடும் பங்களூர் யந்திரம்.

யந்திரத்தைத் பின்னந்தலையில் மெல்ல மேலே இருந்து கீழே கொண்டு வர, ஒன்றும் நடக்கவில்லை. நான் அழுத்தம் கொடுத்தது போதுமானதாக இல்லாமல் இருக்கக் கூடும். அடுத்து. நடு மண்டையில் வைத்துக் கொஞ்சம் கூடுதலாக அழுத்தி ஒரு இழுப்பு இழுத்த அப்புறம் தான் நினைவு வந்தது, இதை முகம் பார்க்கும் கண்ணாடி முன் செய்தால் சரியாக இருக்கும் என்று.

கையில் வந்து விழுந்த சவுரி முடிக்குக் காலே அரைக்கால் கனத்தில் இருந்த முடிக் கற்றைகளைக் களைந்து விட்டு வாஷ்பேசின் மேல் அடித்து வைத்த கண்ணாடிக்கு முன் நின்று சிரிக்க முயற்சி செய்தேன்.

என்ன இது? கண்ணாடிக்குள் முன் தலையில் சொட்டை விழுந்த பதற்றத்தோடு நிற்கிற சிறுவன்? நானே தான்...

ஓரத் தலையில் இருக்கும் முடியை இழுத்து விட்டு ட்ரிம்மர் ஆழ உழுததை மூடி மறைக்கப் பார்க்க, தலையே கோணலாகி கண்ணாடிக்குள் பிம்பம் மிரட்சியோடு பார்த்தது. பின்னால் ஏதோ விழுகிற சத்தம். அங்கே டிரிம்மரை வைத்து ஆரம்பித்ததன் விளைவு ஐந்து நிமிடம் தாமதமாகத் தெரிய கிட்டத்தட்ட பாதிப் பின் தலைமுடி விடுவிக்கப்பட்டு அண்டங்காக்காய் உட்கார்ந்த மாதிரி தரையைத் தொட்டது. இனி யந்திரத்தால் அறுவடை செய்ய மொத்தமாக எவ்வளவு முடி மிச்சம் இருக்கும் என்று தெரியவில்லை.

கரப்பு அரித்தது போல் யந்திரம் பிறாண்டித் தள்ளிய தலை பழைய நிலைக்குத் திரும்புமா? எத்தனை நாள், மாசம் பிடிக்கும்? வளராமலே போனால்? பூச்சி வெட்டு தலையில் இருந்து உடம்புக்கும் பரவி, கெட்ட நோயாகி விடுமோ? இது ஒரு கொடிய நோய் மருந்தே இல்லை என்று டாக்டர் சொல்லி விட்டுக் கண்ணாடியைத் துடைத்துப் போட்டுக் கொண்டு போயே போய் விட்டால்?

எவ்வளவு நேரம் அரண்டு போய் நின்றிருந்தேனோ தெரியாது.

'போயும் போயும் தலை முடி. விட்டா அது தானே ரெண்டு வாரத்திலே காடு மாதிரி திரும்ப மண்டிடும். வேலையைப் பாருடா.'

தெற்றுப் பல் அழகி, மனசாட்சி மேகலா என்ற கன்யகையை மானசீகமாகத் தொழுதேன். நீ இருப்பதால்தானே நான் இருக்கிறேன் தங்கமே தங்கம்.

வியத்னாம் வைக்கோல் தொப்பி என்று ஒரு மாதம் முன்பு அங்கிருந்து அத்தையோ சித்தப்பாவோ வந்தபோது ருழே பொண்ணு எனக்கு ஒரு மிகப் பெரிய வைக்கோல் தொப்பியை வழங்கி இருந்தாள். பீரோவில் இருந்து அதை எடுத்துத் தலையில் கவிழ்த்தேன். தொப்பி தலையை மறைத்து, கண்ணையும் மறைத்தாலும், கச்சிதமாகக் கை கொடுத்தது

கீழே சைக்கிள் எடுத்தபோது, வின்செண்ட் நடராஜன் 'யாருப்பா நீ பாட்டுக்கு நுழைஞ்சு வண்டியை எடுத்திட்டு இருக்கே' என்று சத்தம் போட்டார். கண்ணுக்குக் கீழே வழிந்த தொப்பியைத் தூக்கிப் பார்த்தேன். ரெட்டை வேட எம்.ஜி.ஆர் கதாநாயகிக்குக் கோடி காட்டி ஆறுதல் சொல்வது போல் கண்ணடித்துச் சிரித்தேன். லெகோல்

போனா இப்படியா ஆகணும் என்று அங்கலாய்த்தபடி வாசல் கதவைத் திறந்தார் அவர். வெளியே சைக்கிளை ஸ்டாண்ட் போட்டு விட்டு ஞாபகமாகத் திரும்பி வந்து அவரிடம் லெகோல் என்றால் என்ன என்று விசாரித்தேன். இஸ்கூலுப்பா.

சைக்கிள் ஓட்ட இடைஞ்சலாக தொப்பி இறங்கி வந்து வந்து மறைக்க, சேணம் மாட்டிய குதிரை போல பழக்க தோஷத்தில் வண்டி ஓட்டிப் போனேன்.

இது கயல் இருக்கும் பேட்டை. முன்வாசலை ஜாக்கிரதையாகத் தவிர்த்தேன். சுற்றிப் பின்னால் போனேன்.

பத்து நிமிடம் அவளையும், தேன்மொழி அக்காவையும் பற்றி நினைத்தபடி காத்திருக்க, தோட்டப் பக்கம் கயல் தலை தெரிந்தது. ஒவ்வொரு தினமும் தூங்கி விழித்து எழுந்து வருகிற நேரத்தில் அவள் அதி உன்னதமான அழகியாகிறாள் என்று திடமாக நம்பலானேன்.

சைக்கிளை காம்பவுண்ட் சுவருக்கு அடுத்தாற்போல் நிறுத்திக் கொண்டு உஸ் உஸ் என்று இரையெடுத்த பாம்பு போல் மெல்ல இரைந்தேன்.

‘சாணைக்காரா, வாசல்லே வந்து நில்லு. கத்தி, அரிவாமணை எல்லாம் எடுத்து வச்சிருக்கு.’

கயல் அலட்சியமாக ஒரு வினாடி பார்த்து விட்டு நகர, நான் பதற்றத்தோடு கயல் என்று விளித்தேன். கத்தி தீட்டும் சாணைக்காரன் தன் பெயரைச் சொல்லிக் கூப்பிடுவதை நினைத்து அவள் கத்தியிருப்பாள். தொப்பியை உடனே கழற்றிச் சிரித்தேன். இதற்குத்தான் அதிகம் மிரண்டு போனாள்.

‘ராத்திரியோட ராத்திரியா உன் தலை இப்படி ஆயிடுத்தா?’

ரத்தக்காட்டேரி டிராகுலாவைப் பார்த்த திகிலோடு அவள் என்னை விசாரித்தாள். ‘இதெல்லாம் சகஜம்!’ என்றேன். நடுங்கினாள் பேதை.

சுருக்கமான முன்கதை சொல்லி, வேறே யாரும் வருவதற்குள் கையில் கொண்டு வந்திருந்த காம்ப்ளிமெண்டரி டிக்கட்டைக் கயலிடம் கொடுத்தேன்.

ஐந்து காம்ப்ளிமெண்டரி டிக்கட் உண்டுதான் என்றாலும், எல்லா வற்றையும் கயலிடம் கொடுத்தால் சுற்றமும் நட்பும் புடைசூழ்ந்து கிளம்பி வருவார்கள் என்பதால் ஒரே ஒரு டிக்கட் தான் அவளுக்கு. அதையும் நேற்றே கல்லூரியில் வைத்துக் கொடுத்ததாகவும், காலேஜ் சிநேகிதர்களான இன்னும் ரெண்டு பசங்களுக்கும் ரெண்டு

பெண்களுக்கும்கூட நான் காம்ப்ளிமெண்டரி டிக்கட் கொடுத்த தாகவும் கயல் தன் அப்பாவிடம் சொல்ல வேண்டியது. தமிழர் பெருமைக்குரிய யாழ் இசை நிகழ்ச்சி என்று எடுத்தோதி அனுமதி பெற்று சாயந்திரம் ஆறு மணிக்கு டவுண்ஹால் வந்துவிட்டால் மிச்சத்தை நான் பார்த்துக் கொள்வேன். அந்த கடைசி நாலு வார்த்தை தான் லகரி ஏற்றிக் கொண்டிருந்தது.

சைக்கிள் ரிக்‌ஷாக்களிலும் சைக்கிளிலும் அபூர்வமாக ஸ்கூட்டரிலும் கூட்டம் வந்து கொண்டிருந்தது. வைஷ்ணுவின் லாம்ப்ரட்டா டவுண்ஹாலுக்குள் வந்ததைப் பார்த்து தவிர்ப்பதற்காக விலகிப் போனேன். ‘வாட்ச்மேன், வண்டியை எங்கே விடலாம்?’ என்று இரைச்சலாக அவள் விசாரித்தாள். பொறுக்க முடியாமல் தொப்பியைக் கழற்ற, வைஷ்ணு ‘வாவ்!’ என்றாள்.

‘கை வசம் எத்தனை தொழில்டா வச்சிருக்கே. சைக்கிள் கடை, செக்யூரிட்டி அததுக்குன்னு ஹேர் ஸ்டைல் வேறே. கலக்கறேடா பையா.’

அவளுக்குப் பதில் சொல்வதற்குள் என்னை உரசிக்கொண்டு ஒரு சைக்கிள் ரிக்‌ஷா வந்து நின்றது. கயல்.

டவுண் ஹாலில் அவை நிரம்பி இருந்தது. ‘வந்துட்டிருக்கார். ஹோட்டலே இருந்து கிளம்பியாச்சு. மதியச் சாப்பாடு ஒத்துக்காமே தலை சுத்தி விழுந்துட்டாராம் பாவம்’ என்று நாலு பேர் தாமதத்திற்குக் காரணம் விளக்கிக் கொண்டிருக்க, நமட்டுச் சிரிப்புச் சிரித்தவர்களை நான் கயலோடு முதல் வரிசையில் உட்கார்ந்து பார்த்துக் கொண்டிருந்தேன். சிட்டிபாபு வந்தார்.

ஒன்றுக்கு இரண்டாக வீணைகள் பக்கத்தில் இருக்க, ஒவ்வொன்றாக மீட்டியபடி அவர் அவையைக் கவனித்துப் பார்த்தார். கயல்விழி மேல் அவர் பார்வை விழுந்தது. மேடைக்கு வரச் சொல்லிக் கூப்பிட்டார்.

தேவதூதன் அழைத்தது போல் கயல் புல்லரித்துப் போனாள். ரம்மண்டி என்றார் அவர் ச்விட்ச் ஆன் செய்த மைக்கில். ரம் வேணும்னு கேட்கறார் என்ற பின் சீட்டு மாமியைக் குழப்பத்தோடு பார்த்தபடி கயல் மேடை ஏறி சிட்டிபாபுவிடம் குனிந்து ஏதோ பேசினாள்.

எனக்கு சிட்டிபாபு மேல் கொஞ்சம் மனஸ்தாபம் ஏற்பட்டது. எப்படியோ தேத்தி கயலை இங்கே என்னோடு இருக்கக் கூட்டி வந்திருக்கேன். இவர் வீணையோடு வந்து அவளை மேடைக்குக் கூப்பிட்டால் என்ன அர்த்தம்?

போன சுவட்டிலேயே கயல் திரும்பி வந்தாள். சிட்டிபாபு சிரிக்க, தேவ ஆசிர்வாதம் கிடைத்ததுபோல் கயலும் சிரித்தபடி நடந்து வந்து பக்கத்தில் வந்து உட்கார்ந்தாள். என்ன கேட்டார் என்று விசாரித்தேன். ஷொகலா கேட்டிருக்க மாட்டார் தெரியும்.

'தம்புரா போடுவியா?'ன்னு கேட்டார்!' என்றாள்.

'நீ என்ன சொன்னே?'

'யார் மேலே?'ன்னு கேட்டேன். அதோ கீழே தொப்பி போட்டுட்டு ஒருத்தன் உக்காந்திருக்கானே அவன் தலையிலே.'

நான் கையைப் பின்னால் மடக்கி அவள் முதுகில் குத்தினேன். தஞ்சாவூர் உபேந்திரன் மிருதங்கத்தைப் பரீட்சை செய்து கும்கி கொடுத்துக் கொண்டு என்னைப் பார்த்துச் சிரித்தார்.

தொப்பியைக் கழட்டி மடியிலே வச்சுண்டா பின்னாலே இருக்கப் பட்ட வாளுக்கு மறைக்காது என்று பின்சீட் மாமி கோரிக்கை விடுத்தாள்.

'மடியில் இருத்திக் கொள்ள தொப்பியை விட ஓசத்தியான சமாசாரம் உண்டு!' என்று மெல்லச் சொல்லியபடி எழுந்தேன். 'நீ ஒரு செலிரா.' என்றாள் கயல்.

ஸ்க்வுண்ட்ரல் அவளோடு பின் வரிசைக்கு நடந்தேன்.

கமாஸ் வர்ணத்தில் அட்டகாசமாக சிட்டிபாபு ஆரம்பிக்க அவையில் மிதமான விளக்குகள் ஒளிர்ந்தன. ரஞ்சன மாலா என்று சொல்லி ரஞ்சனி, சிவரஞ்சனி, ஸ்ரீரஞ்சனி என்று ஒரு அபூர்வமான கலந்திசை. மோட்சமு கலதா என்று சாரமதியில் சிட்டிபாபு உயிரைக் கலந்து கரைய, கயல் என் விரல்களைப் பற்றி சுடக்குப் போட முயன்று கொண்டிருந்தாள். தெலியரேது ராம என்று வீணை தேனுகாவில் உருக, கயல் கைக்கடியாரத்தைப் பார்த்தாள். நான் வாங்கி வந்திருந்த முறுக்குப் பாக்கெட்டில் கடைசி முறுக்கு நாலு தடவை மாறி மாறிக் கடிக்கப்பட்டு தேவாமிருதமாக ரெண்டு பேருக்கும் நடுவே பரிமாற்றமாகிக் கொண்டிருந்தது. மாண்ட் ராகத்தில் ராகம் தானம் பல்லவி அள்ளிக் கொண்டு போக மெய்மறந்து நான் இருக்க, என் தோளில் இதமாகச் சாய்ந்தாள் சின்னப் பெண். உறங்கிப் போனாள் கயல். தலையில் வைத்திருந்த புத்தம்புது மல்லிகைச் சரத்தின் வாசனை கிறுகிறுக்க அவள் முதுகை வருடியபடி அரையிருட்டில் இருந்தேன். வீணையில் சிட்டிபாபு அப்புறம் என்ன வாசித்தார் என்று நினைவு இல்லை.

கயலை ரிக்‌ஷாவில் வீட்டுக்குக் கொண்டுபோய் விட்டு வந்தேன். காலையில் முதல் வேலையாக கதிர்வேலன் கடைக்குப் போய் அவருடைய அனுதாபங்களோடு ஒட்ட முடி வெட்டி வந்தேன். ‘இன்னும் ஒரு மாசம் உங்க தலையை மறந்துடுங்க, தானே நேராயிடும், முதலாளித்துவ கம்பெனி விற்பனைக்கு இறக்கற யந்திரம் எதுவும் இனி வாங்காதீங்க தோழர்’ என்று அவர் புத்திமதி ஒரு கிலோ பார்சல் செய்து கொடுத்தனுப்பினார்.

சைக்கிள் ஸ்டாண்டில் சாயந்திரம் காலேஜ் முடிந்து வண்டி எடுக்கும்போது பின்னால் இருந்து கயல் கூப்பிட்டாள்.

‘நேத்திக்கு கச்சேரி தானே. நோ மென்ஷன். உனக்கு பிடிச்சா எனக்கும் சந்தோஷம்.’

தொப்பியை தலையில் இறுக்கியபடி சொன்னேன். சிட்டிபாபுவே இன்னொரு தடவை வந்து வாசித்தாலும் நேற்று எனக்குக் கிடைத்த நீண்ட மகிழ்ச்சி இன்னொரு தடவை கிடைக்கப் போவதில்லை.

‘அது இல்லேடா. விலங்கியல்... ஜுவாலஜி லேப்லே அடுத்த டிசக்‌ஷன் ஆரம்பிக்குது’ என்றாள் கயல் என் சைக்கிள் ஹேண்ட் பாரைப் பற்றியபடி குறுகுறுவென்று என்னைக் கண்ணில் பார்த்தாள்.

‘ஊர்லே ஒரு கரப்பு இல்லே இப்போ தெரியுமா. எல்லாம் உனக்குப் பிடிச்சு வந்து கொடுத்திட்டேன்.’

‘ஹய், கரப்பான் பூச்சி யாருக்கு வேணும்? நாளையிலேருந்து தவளை அறுக்கப் போறோம்.’

அவள் பெருமையோடு சொன்னாள்.

ஓடிடலாம் என்றது என் ராலே சைக்கிள். அடுத்த நிமிடம் நான் அங்கே இல்லை.

18

'நாளைக்கு ஹால் டிக்கெட் வருது.'

ஒரு மாறுதலுக்காக ருழே பொண்ணு பிரெஞ்சில் சொன்னதைத் தமிழ்ப் படுத்தாமல் அமேலி நேரடியாக அறிவித்தாள்.

படிக்க வேண்டும். இது பிசிக்ஸையும், கணிதத்தையும், கெமிஸ்ட்ரியையும் பற்றி இல்லை. அதெல்லாம் குறித்து அடுத்த வருஷம் கவலைப்பட்டால் போதும். இப்போதைக்கு ரெண்டு பேப்பர் தமிழிலும், இன்னும் ரெண்டு இங்கிலீஷிலும் எழுதி நாலும் ஜெயிக்க வேண்டும்.

'எழுதணும்னு ஒண்ணும் இல்லே.'

வைத்தே பரீட்சையைச் சந்திக்காமலே வெற்றி கொள்ள வழி சொல்கிற நிபுணன் போல் காப்பிக் கோப்பையை மெல்லச் சுழற்றிச் சூடாற்றிக் கொண்டு தெரிவித்தான். லெச்சு அவனை ஆதரவோடு பார்த்தான்.

'ஒண்ணும் ஒண்ணும் ஒண்ணும்.'

அந்த்வான் அந்தக் கருத்தை வெட்டியோ ஒட்டியோ ஏதோ பேச ஆரம்பிக்க, காபி ஹவுஸ் சர்வர் சவரிராயன் வந்து நின்று ராத்திரி கடை அடைக்க வேண்டிய நேரம் வந்தாயிற்று என்று சந்தோஷ சமாசாரம் தெரிவித்தார்.

'அஞ்சே நிமிஷம். தலை போகிற விஷயம்.'

லெச்சு கருணை மனு போட அதை நிராகரித்த சவரிராயன் பக்கத்தில் காலியாக இருந்த நாலு நாற்காலிகளை அடுத்த மேஜை மேல் அலங்கார மாகத் தூக்கி நிறுத்தினார்.

'தெ லெஸ்ஸி அலெ' என்று கைப்பையைத் தூக்கிக் கொண்டு கிளம்பிய ருழேயைத் தொடர்ந்து நாங்கள் வெளியேற ஷட்டர் விழுந்தது.

எல்லோரும் புறப்பட்டுப் போக, ருழே தன் மோட்டார்பைக்கை ஸ்டார்ட் செய்தபடி என்னைக் கேட்டாள் –

'பெடியா, வர்றியா?'

'ஏன் நீ அமேலியைக் கூட்டிப் போக மாட்டியா?' ஆச்சரியத்தோடு கேட்டேன்.

'நான் போகுது ரூ வின்செண்ட் தெ பால். செ பூப்பே... குட்டி' அமேலி பக்கம் கை காட்டினாள் ருழே.

குட்டியை ஏற இறங்கப் பார்க்க அவள் தலை குனிந்து கொண்டாள்.

'ரெண்டு பிசாசும் ஒரே புளியமரம்... ஒரே ஹாஸ்டல் தானே'

நான் கேட்டு முடிப்பதற்கு முன் ருழே அவள் மோட்டார் சைக்கிளால் என் ராலேயின் முன் சக்கரத்தில் மோதினாள்.

'ஓலி ஓலி'

அவள் சொல்லியபடி நகர, 'சனியனே அது ஒழி என்று நேரம் கெட்ட நேரத்தில் நல்ல தமிழ் கற்றுக் கொடுத்தேன்.

நானும் அமேலியும் மட்டும் அடைத்த கடைக்கு வெளியே நின்று கொண்டிருந்தோம்.

'நீ எங்கே போகணும் மோனாஷ்?'

கயல் சொல்லிக் கொடுத்த வார்த்தை. 'என் தேவதையே' என்று அர்த்தமாம். இந்த நிமிடம் பிரான்சில் முப்பத்தைந்தாயிரத்து முன்னூற்று நாற்பத்தெட்டுக் காதலர்கள் காதலிக்குச் சொல்லி முத்தம் கொடுக்க நெருங்கிக் கொண்டிருக்கிறார்கள். அதே எண்ணிக்கையில் சிநேகிதர்கள் சிநேகிதளோடு மேலும் நெருக்கமாகத் துடித்து இப்படி விளிக்கிறார்கள்.

அமேலி ஏதும் சொல்லவில்லை. மௌனம் சம்மதமா இல்லையா?

'நேத்து பிரெஞ்ச் ஃபெயரி டேல்ஸ் படிச்சது... தேவதைக் கதை.' ஒரு வேகத்திலே.'

எதற்கும் இருக்கட்டும் என்று கொஞ்சம் பின் வாங்கினேன். அமேலி ஒரு வினாடி என்னைப் பார்த்தாள்

‘திசொலி.’ சாரி சொல்லிச் சரணாகதி அடைந்தேன் அவளிடம்.

உஷ்! என்று உதட்டில் கை வைத்து அமைதி காக்கச் சொன்னாள்.

‘திசொலி மோன் ஆஷ்.’

குறுகுறு என்று அமைதியாகப் புன்னகைத்தபடி, கை கட்டி வாய் பொத்தச் சொன்னாள் அமேலி. செய்தேன். இப்படிக் கட்டிப் போட்டால் இந்த ராத்திரி முழுக்க இங்கேயே நின்று கொண்டிருப்பேன்.

‘இதென்ன தண்டனையா இல்லே சன்மானம் கொடுக்கப் போறியா?’

அவள் கைப்பையில் இருந்து தேடி ஒரு புத்தகத்தை எடுத்தாள்.

‘இந்தா ஒழுங்கா பிரெஞ்சு படி. ஒண்ணு ரெண்டு வார்த்தை படிச்சுட்டு இஷ்டத்துக்கு அடிச்சு விடாதே.’

மெர்சி சொல்லியபடி நின்றேன். ‘வாங்கிக்கயேன்.’ ‘கையைக் கட்டிட்டு எப்படி வாங்கறது?’ அவள் சிரித்தபடி அருகில் வந்து என் கையைப் பறித்து புத்தகத்தை வைத்து திரும்பக் கை மடக்க, அவள் பக்கம் திரும்பி நான்.

‘எதுக்கு? கயல் காதில் விழுந்தால் வேறே வினையே வேண்டாம்.’

‘ஒரு சின்ன உதவி. புத்தகம் கொடுத்துட்டு உடனே ஹெல்ப் கேக்கறேன்னு நினச்சுக்காதே.’ அமேலி என் சைக்கிள் ஹேண்ட்பாரைப் பிடித்தபடி நின்றாள்

புத்தகத்தைப் பார்த்தேன். உலகில் இருக்கும் அழகான பெண்கள் எல்லோரிடமும் பிதற்ற அதில் போதுமான வார்த்தைகள் இருக்காது என்று தோன்றியது.

‘என்னை லலி தொலெந்தால் தெருவிலே கொண்டுபோய் விடுவியா? சிரமம்னா வேணாம்’, என்றாள் அமேலி.

‘ஒரு சிரமமுமில்லை அமீ. தொலெந்தால் தெருவிலே என்ன விசேஷம்?’ என்று விசாரித்தேன்.

‘அப்பா ஃப்ரண்ட் வீடு இருக்கு. அங்கே இன்னிலேருந்து பேயிங் கெஸ்ட்டா தங்க வச்சுட்டார். எக்ஸாம் வர்றது இல்லே. படிக்கற நேரத்துலே கவனிச்சுக்க ஆள் வேணுமாம். கஸின் வீடு சரிப்படலே.’

படிக்க வேணும். அடுத்த மாதம் அந்த நாலு பேப்பரும் பாஸ் ஆகியே தீர வேண்டும். இல்லையென்றால் அரியர்ஸ் என்ற பெரும்பழி

என்னோடு ஒட்டிக் கொள்ளும். அதைச் சுமந்துகொண்டு ஜோசபினோடு சின்ன சந்தோஷங்களையும் இதமான வருடலையும், கயலோடு எச்சில் பண்ணிய ஷொகொலாவையும் வினாடி நேர அணைப்பையும் பகிர்ந்து கொள்ள முடியாது.

'என்னோடு பகிர்ந்துக்க எதுவும் இல்லையா? பரவாயில்லே, அவுட் ஆஃப் சைட், அவுட் ஆஃப் மைண்ட்.'

மேகலா தெற்றுப்பல் தெரியாமல் வாயை இறுக மூடி கண்ணீரைக் கட்டுப்படுத்த முயன்றபடி காணாமல் போனாள். மேகலா, ஏய், நீ நீ நீ.

'என்ன நீ நீ நீன்னு... எதாவது சொல்லணுமா?.'

சைக்கிளில் எனக்கு முன்னால் பாரில் உட்கார்ந்து வந்த அமேலி கேட்டாள், பின்னால் உட்காரச் சொன்னால், குதித்து முன்னே உட்கார்ந்து விட்டாள். விழுந்து விடாமல் இருக்க அவளை ரெண்டு கையாலும் வளைத்துப் பிடித்து வண்டி ஓட்டிப் போக வேண்டி யிருக்கிறது. சுகமான சுமை. கயலோ ஜோசபினோ வராத வீதியாக இருக்கட்டும் இது.

அப்படியே ஆனது. லலி தொலெந்தால் தெருவும் ஈஸ்வரன் தர்மராஜா கோவில் தெருவும் சந்திக்கும் முனையில் இறங்கிக் கொண்டாள் அமேலி.

'வீட்டுக்கு வர்றியா?' என்று உபசாரத்துக்குக் கூப்பிட்டாள். அவளுக்கே புதிய சூழ்நிலை. 'பழகிய பிறகு பார்க்கலாம்' என்றேன். 'எப்படியும் அப்பப்போ யாராவது ஊர்லே இருந்து வந்தா இந்தத் தர்மராஜா தெருவிலே பாரதியார் இருந்த வீட்டைக் காட்ட கூட்டி வருவேன். அப்போ ஹலோ சொல்றேன்.'

அமேலி நின்று திரும்பிக் கை காட்டினாள். திரும்ப கை கட்டி வாய்ப் பொத்தணுமா என்ன?

'நாளைக்கு சாயந்திரம் காலேஜ்லே இருந்து கொஞ்சம் சீக்கிரம் கிளம்பி வரலாமா?'

'ஓ எஸ்!' என்றேன். என்ன ஏது என்று ஒரு வார்த்தை கேட்பேனா என்ன?

மனசுக்குள் ஜில் என்று உற்சாகம் பொங்கி வந்தது. தப்பு தான் என்று எல்லா நியாயமும் சொல்ல, எல்லாமே நட்பு தான் இதிலே தப்பு எது சரி எது என்று அதே மனம் கட்சி கட்டியது.

'எங்கேன்னு சொல்லலியே.' அமேலி ஞாபகப்படுத்தினாள்.

‘காப்பி ஹவுஸ் தானே’ என்று வேண்டுமென்றே விட்டேத்தியாகப் பதில் சொன்னேன்.

‘ம ஷெரி, நான் கேட்டது புக்ஸ்டாலுக்கு. நோட்ஸ் வாங்கப் போகலாமான்னு.’

ராத்திரி பூரா உறங்காத நாட்கள் அதிகரித்துக் கொண்டே போகின்றன. இந்த இரவும் அப்படித்தான்.

காலேஜில் கயலைப் பார்த்த உடனே கேட்டேன்.

‘ஷெரின்னா என்ன கயல்?’

‘சீ! போ!’ என்று நாணத்தோடு சிரித்தாள். ‘காலங்கார்த்தாலே இதானா?’ எனக்கு மட்டும் கேட்கிற மாதிரி உச்சரித்தபடி கடந்து போக நான் அவசரமாகக் குறுக்கே போனேன்.

‘சகுனமே சரியில்லே... நரி வலம் போகுது... பூனை குறுக்கே வர்றது’ மை எழுதிய கண்ணழகி சீண்டினாள்.

‘குட்டிக் குரங்கே, சொல்லிட்டுப் போய்த் தொலையேன்.’

சுற்றுமுற்றும் பார்த்து விட்டுச் சொன்னாள்-

‘மை டார்லிங்.’

என் முகத்தைக் கூர்ந்து பார்த்து, ‘சந்தோஷம் தானே!’ என்று சிரித்தாள்.

ரெட்டைச் சந்தோஷம் என்று சொல்லலாமா? வேணாம்.

‘அப்புறம், சொல்ல மறந்துடுச்சு... அம்மா இன்னிக்கு சாயந்திரம் உன்னைக் கூட்டி வரச் சொன்னாங்க. வரலட்சுமி நோன்பு பலகாரம் தரணுமாம். உனக்கு மிஞ்சினா மாட்டுக்குப் போட்டுடலாம்.’

சின்னப் பொண்ணு வாயைக் கிண்டி வேடிக்கை பார்க்கிறாள். மற்ற நாளாக இருந்தால், ஐந்து பத்து நிமிஷம் வகுப்புக்கு தாமதமாகப் போய் வாங்கிக் கட்டிக் கொண்டால் கூட பரவாயில்லை என்று விஸ்தாரமாகக் கடலை போட்டிருப்பேன்.

‘கயல், சாரிடா, இன்னிக்கு நான் நோட்ஸ் வாங்க போய்க்கிட்டிருக் கேன். இங்கிலீஷ், தமிழ் ரெண்டும். உனக்கும் வாங்கி வந்துடட்டா?’

‘சாப்பிட்டுட்டு போய் வாங்கேன்.’ ஆசையோடு கூறினாள் கயல்.

‘ரொம்ப டயம் ஆயிடும்’

‘யாரெல்லாம் போறீங்க?’

யாரெல்லாம்? அமேலியோடு என்று உண்மையைச் சொல்லி விடலாமா? அப்புறம் வரும் கடற்கோளையும், நில நடுக்கத்தையும்

யார் சமாளிப்பது? லெச்சுவோடு, அந்துவானோடு என்று பொய்? ராட்சசி அவர்களையே நேரே குறுக்கு விசாரணை செய்து விடுவாள்.

‘நானும் ஜோசபினும் போறோம்.’

ஏற இறங்க என்னை ஒரு வினாடி பார்த்துவிட்டுப் போய்விட்டாள் கயல்.

மதியம் சாப்பாட்டு நேரத்தில் தேடி வந்து விட்டாள். சாப்பிட்டிருக்க மாட்டாள் என்று தோன்றியது. ‘உட்காரேன்’ என்றேன். லெச்சுவும், அந்துவானும் அவ்வண்ணமே சொன்னார்கள். ‘வேணாம்’ என்றபடி என்னைக் கண் காட்டி எழுந்திருக்கச் சொன்னாள். எல்லாவற்றையும் எடுத்துக் கூடையில் திணித்து விட்டு எச்சில் கையோடு நாய்க்குட்டி போல கயல் பின்னால் போனேன்.

கேண்டீனில் கோரமாக நறுக்கிய பெங்களூர்க் கத்தரிக்காய் கூட்டும், பீர்க்கங்காய்ப் பொறியலுமாகப் பரிதாபமாகச் சாப்பிட்டுக் கொண்டிருந்த ஹாஸ்டல் சிநேகிதர்களைக் கடந்து ஓரமாக ஆளில்லாத மேஜைக்கு வந்தோம்.

‘கயல், கை கழுவிட்டு வந்துடட்டா?’

அவள் உருட்டி விழித்தாள். ‘எனக்கு நேரம் இல்லே...போனேன் வந்தேன்னு வா’ என்று உறுமினாள். போய்த் திரும்பி வந்தேன். அவள் நான் இருந்த நாற்காலியைப் பார்த்து தீவிழித்தபடி இருந்தாள்.

‘வந்துட்டேன் கண்ணு.’ ஈரக் கையால் அவளுடைய கண்ணாடி வளைகளை நீவக் கை நீட்டினேன். விலக்கிக் கண்டிப்பாகச் சொன்னாள் – ‘கட் பண்ணு... செல்லம் கொஞ்சறதெல்லாம் என் கிட்டே வேணாம்.’

‘கோவிச்சுக்காதேடா பொம்முக்குட்டி’

‘ஏய் வேணாம்னு சொன்னேனில்லே’

கைகட்டி வாய் பொத்தினேன். அமேலி நினைவு வந்தாள். சாயந்திரம் அவளோடு தனியாக.

‘என்ன ஜோசபினோட கனவுப் பாடலா?’

கயல் எகத்தாளமாகச் சிரித்தாள்.

‘ஏன்பா அந்தப் பொண்ணை வம்புக்கிழுக்கறே’ என்றேன் ஆதுரத்தோடு.

‘அந்தப் பொண்ணா? அந்த அக்கான்னு சொல்லணும். உன்னை விட நாலு வயசு பெரிசு இல்லே’ என்று வெந்த புண்ணில் வேல் பாய்ச்சினாள் கயல்.

‘நாலு வயசு பெரியவளா இருந்தால் என்ன. எங்க ஊர்ப் பக்கம் முறைப் பெண், இளந்தாரிப் பையனை விட வயசுலே பெரியவளாக இருந்தா, எத்தனை வயது பெரியவளோ அத்தனை நெல்லை வெல்லத்தில் வச்சு பையன் முழுங்கினால் வயசு வித்தியாசம் போயிடுமாம். ஜோசபினுக்காக நாலு நெல் என்ன, நாலு கிலோ அரிசியே முழுங்க ரெடி’ என்றேன். சும்மா.

‘முழுங்கு, அரிசி மூட்டையையே முழுங்கு. கட்டிக்கிட்டு கை கால் பிடிச்சு விடு.’ கயல் கிண்டலாகப் பார்த்துச் சிரித்தபடி சொன்னாள்.

‘நான் போறேன். என் சிநேகிதி பற்றி அவமரியாதையாப் பேச உனக்கு உரிமை இல்லே.’ என் குரல் உயர்ந்தது எனக்கே தெரிந்தது. ஆறுவது சினம். ஆற மாட்டேன். ரௌத்திரம் பழகு. யார் மேலே? இந்தப் பூ மேலேயா?

‘ஃப்ளாரன்ஸ் நைட்டிங்கேல் கூட காலேஜ் புக் வாங்க ஷாப்பிங் போகறீங்களாக்கும் . எப்பவும் அவங்கதான் இதெல்லாம் வாங்கித் தருவாங்க போலே... சொல்லவே இல்லியே’, கிண்டல் தொடர்ந்தது.

‘போகவும் வரவும் உன் கிட்டே பெர்மிஷன் வாங்கணுமா என்ன?’

‘நர்ஸ் எல்லாம் டிகிரி படிக்கற சின்னப் பசங்களை வளைச்சுப் போட வந்துட்டா, ஆஸ்பத்திரியிலே ஊசி போட, டெம்பரேச்சர் பாக்க எல்லாம் யாரு போவாங்க? ஸ்கூல் டீச்சரம்மாவா?’

நான் அவளை வாயை மூடச் சொன்னேன். இன்னும் பேசினால் பொது இடம் என்று பார்க்காமல் அறைந்து விடுவேன் என்றபடி இறங்கி வந்துவிட்டேன்.

சாயந்திரம் சீக்கிரம் அமேலியோடு கிளம்ப வேண்டும் என்பதால் சைக்கிள் எடுத்து வரவில்லை. கூட்டமான மொஃபசல் பஸ்ஸில் அடுத்தடுத்து அமர்ந்து வந்தோம். கயலோடு வஞ்சம் தீர்க்க அமேலியின் துப்பட்டா மறைத்த நீள விரல்களை மெதுவாக வருடிக் கொண்டிருந் தேன். கயலோடு பழி தீர்க்க அமேலியின் பெர்ப்யூம் வாசனை போல் இதுவரை சொர்க்கத்தை முகர்ந்ததில்லை என்று அவள் காதில் சொன்னேன். கயலை மட்டம் தட்டுவதற்காக அமேலி போன்ற பேரழகி இந்தக் கல்லூரியில் வேறு யாருமே இல்லை என்றேன். இந்தியா காஃபி ஹவுஸ் இருட்டு மூலையில், கயலுக்குப் பாடம் புகட்ட, அமேலியின் உதடுகளில்... ‘வேணாம், பயமா இருக்கு’ என்று அமேலி எழுந்தாள். ‘இரு, ஆரஞ்ச் ஸ்க்வாஷ் சொல்லியிருக்கேன்... சாப்பிட்டுப் போகலாம்.’ என்றேன்.

சவரிராயன் ஒரு கிளாஸ் டம்ளர் ஜூஸோடு வந்தார். 'இது மட்டும் தான் பாக்கி இருக்கு.' என்றார்.

ரெண்டு ஸ்ட்ரா கேட்டு வாங்கி அமேலியோடு ஒரே கிளாஸில் ஆரஞ்ச் ஸ்க்வாஷ் பருகினேன். இது கயலைப் பழிவாங்க இல்லை. என் சந்தோஷத்துக்காக.

'அமேலியோடு சந்தோஷமா இருக்க இதையெல்லாம் செஞ்சிட்டு கயலை வச்சு நியாயப்படுத்திக்கப் பார்க்கறே? நீ நல்லா இருக்க மாட்டேடா.'

இன்னொரு தடவை பேசினால் உன்னையும் தூக்கிப் போட்டு விடுவேன் என்று மேகலாவிடம் சொல்ல அவள் விசித்து அழுதபடி மனதில் கரைந்தாள்.

'ஹேய், சீக்கிரமே காலேஜ் முடிஞ்சு வந்தாச்சா?'

திரும்பவில்லை. யாரென்று தெரியும்.

ஜோசபின்.

அந்த யுதிகோலன் வாசனைக்கு வானத்தில் இருந்து தேவதைகளும் இறங்கி வந்து அவளுக்குப் பணி செய்யும். ஏலம் மணக்கும் அவள் மூச்சுக் காற்றை நான் உள்ளிழுத்து சுவாசிப்பேன். அவள் கூந்தலில் முகம் புதைத்து நான் அவளில் கரைவேன். உலகம் எனக்கு ஜோசபினால் ஆனது. ஜோசபினால் மட்டும் ஆனது.

ஜோசபின். என் உயிர் ஜோசபின்.

ஜோசபின் முன்னால் வந்து, 'கயல்?' என்றாள் அமேலிக்குக் கை கொடுத்தபடி.

நிலைமையின் அபத்தம் அப்போதுதான் புலப்பட்டது. தலையில் தலை இடிக்க, உதடுகள் வெகு அருகே நீர்ப் பூச்சோடு மினுமினுக்க நெருங்கி இருந்து நானும் அமேலியும் ஒரே குவளையில் பானம் பருகிக் கொண்டிருக்கிறோம்... அவள் கயல் என்று நினைத்து விட்டாள் ஜோசபின்.

என்னையும் கயலையும் சேர்த்துப் பார்த்த மகிழ்ச்சியைக் கொண்டாட ஆர்வத்தோடு கை நீட்டிய ஜோசபினைக் கலவரத்தோடு பார்த்தாள் அமேலி. குழந்தை விழிகளில் பயம் தெரிய அவள் சற்றே எழுந்து கையில் எடுத்த ஸ்ட்ராவோடு குழறினாள் –

'மேம், நான் நான் அமேலி.'

'ஓ ஓ... சந்தோஷம் அன்ஷாந்தெ.'

ஜோசபின் சற்றே ஏமாற்றத்தைக் காட்டும் சிரிப்போடு பின் வாங்கினாள். ‘திசொலி... ஐயம் சாரி.’ ஜாக்கிரதையாக என்னைத் தவிர்த்து அமேலியிடம் மட்டும் மன்னிப்புக் கோரினாள். அவள் வேகமாக இறங்கிப் போக, அமேலி கேட்டாள் - யாரு அவங்க?

வேறு சொல் நினைவு வராமல், ‘என் பெதித் அமி’ என்றேன் பெருமையோடு.

‘கம் ஸெ ‘மூாண்டி... comme c'est gentil என்ன க்ரேஸ்புல்லா இருக்காங்க. இப்படி ஒரு அழகான கேர்ள் ப்ரண்டை வச்சுட்டா எனக்கு ரூட் போடறே?’

அமேலி ரெண்டு ஸ்ட்ராவையும் ஒட்டிப் பிடித்துச் சிரித்தபடி காலி க்ளாஸில் இட்டாள்.

‘ஏய் அது வேறே. இது... சொல்லத் தெரியலே.’ சமாதானம் சொன்னேன்.

ஜோசபின் என்ன நினைத்துப் போனாளோ தெரியவில்லை. கண்ணில் படுகிற பெண்களை எல்லாம் காமம் மீதூறப் பார்த்துக் கருத்தழிகிற கயவன்? ஊஹூம். அவ்வளவு இலக்கண சுத்தமாக எதுகை மோனையோடு நினைக்கத் தெரியாது அவளுக்கு. பொறுக்கி என்று பிரெஞ்சில் நினைத்திருப்பாள்.

அமேலி என் சைக்கிள் பாரில் பூத்தாற்போல் உட்கார அவள் விழுந்து விடாமல் நேற்று இருந்ததை விட அதிக கரிசனத்தோடு நெருக்கி அணைத்து ஓட்டிப் போனேன். கயலைப் பழிக்கிற சாக்கு எல்லாம் வேணாம். எனக்கே அமேலியின் அண்மை வேண்டி இருந்தது. அமேலிக்கு? தெரியாது. என்றாலும், நேற்று இருந்த கள்ளமற்ற சந்தோஷம்போய் முகத்தில் கொஞ்சம் குழப்பமும் மிரட்சியும் தெரிந்தன.

அரவிந்தோ வீதி, புஸ்ஸே தெரு, ரூ லா போர்துன்னே என்று தெருத் தெருவாகப் புத்தகக் கடை தேடிப்போய் ஏகப்பட்ட புத்தகத்தைப் புரட்டிப் பார்த்து, தேவையான நோட்ஸ் எல்லாம் வாங்கினோம். நான் கயலுக்கும் ஒரு செட் வாங்கிக் கொண்டேன். அடித்தாலும் பிடித்தாலும் அவளில்லாமல் இனி நானில்லை என்று அசரீரியாக சீர்காழி கோவிந்தராஜன் பாடுகிற சத்தம் கயலுக்கும் கேட்டிருக்கும். கூடவே ஒரு இந்திரஜால் காமிக்ஸ் முகமூடி கதைப் புத்தகமும் வாங்கினேன். படிப்பியா என்று கேட்டாள் அமேலி. இது ஜோசபினுக்கு என்று சொல்ல நினைத்துச் சொல்லாமல் விட்டேன்.

ராத்திரி எதிர்பார்த்ததுபோல் பேங்க் தொலைபேசியில் அழைப்பு வந்தது. அப்பேல் வந்திருக்கு என்று மேலே பார்த்து கூச்சல் போட்டார் வாட்ச்மேன் வின்செண்ட் நடராஜன். மேலே டிரான்ஸ்பர் செய்யுங்களேன் என்று ஜாடை காட்ட, அதெல்லாம் தெரியாது என்று கை விரித்து விட்டார் அவர்.

கீழே போனேன். ஜோசபின் தான்.

'இது உன் சுதந்திரம். நீ வரம்பு மீற மாட்டேன்னு தெரியும். ஆனாலும், புதுசு புதுசா இப்படி சிநேகிதம்... என்ன சொல்றதுன்னு தெரியலே... நானும் ஒரு வருஷம் முந்தி புது சிநேகம். எனக்கு நீ மட்டும் தான் அப்படி... உனக்கு?'

நான் ஒன்றும் சொல்லாமல் காதில் வைத்த ரிசிவரோடு இருந்தேன்.

'உன்னைத்தான். என் கிட்டே பேச பிடிக்கலியா?' ஜோசபின் குரல் இடறியது.

அழக் கூடாது. ரெட்டைத் தெருவில் இருந்த சின்னப் பையன் அழுவான். அவனுக்கு சிநேகிதிகள் கிடையாது. நேசத்தை அவன் வேறொரு மொழியில் புரிந்து கொண்டிருந்தான். இங்கே நான் இன்னொரு மொழியில். இது நட்பு, பிள்ளைக் காதல், ஈர்ப்பு, லயிப்பு, பிரியத்தைப் பகிர்தல் எல்லாம் தான்.

ஜோசபினுக்கு எப்படிப் புரிய வைப்பேன்? பெண் பித்தனாக என்னைப் பார்க்கக் கூடாது என்றால் எப்படி அவள் இதை எல்லாம் எடுத்துக் கொள்ள வேண்டும்? அழகாகச் சொன்னாள் – எனக்கு நீ மட்டும் தான் இப்படி சிநேகம். உனக்கு?

'அமேலியை உனக்குப் பிடிச்சிருக்கா?'

'பிடிச்சிருக்கு' .

'கயல்விழியை?'

'பிடிச்சிருக்கு'

'என்னை?'

'பிடிச்சிருக்கு. இதை முதல்லே கேட்டிருக்கணும்.'

'எல்லாரையும் பிடிச்சிருக்குன்னா எப்படிடா?'

'லெச்சு, அந்த்வான், வைத்தே, ப்ரான்ஸ்வா, சிற்சபேசன்... அது போல, ஜோசபின், மேகலா, கயல், ருழே, அமேலி.'

'அந்த்வானுக்கு முத்தம் கொடுப்பியா? லெச்சுவை இடுப்பிலே இறுக்கிப் பிடிப்பியா?'

‘சீய்ய்ய்.’

‘என்னதான் சிநேகம்ன்னாலும் ஆணும் பெண்ணும் வைக்கற நேசத்துலே கொஞ்சம் போலவாவது இனக் கவர்ச்சி இருக்கத்தான் செய்யும். இது தப்பு இல்லே. நாம விலங்கா இருந்து மனுஷர்களா பரிமாண சே... அது என்ன உன்னைத் தான்... அது...’

‘எது என்ன ம ஷெரி?’ அன்போடு விசாரித்தேன்.

‘ஏய்ய், நான் உனக்கு டார்லிங்கா?’

‘வேணாமா, சரி, நான் உனக்கு டார்லிங்கா இருந்துட்டுப் போறேன்’ என்றேன்.

‘சட்டு சட்டுன்னு இப்படி தெறிக்கற பேச்சு தாண்டா எல்லாரையும் விழுத்தாட்டுது.’

ஃபோனில் ஜோசபின் கிண்கிணி கிணிகிணி என்று அழகாகக் சிரித்ததை மீறி, கொல்லுக் கொல்லு என்று இருமல் சத்தம் பக்கத்தில் கேட்டது. வின்செண்ட் நடராஜன்தான். சட்டென்று கியரை மாற்றினேன்...

‘போறுண்டா அந்த்வான். மீதி காட்சி எல்லாம் நாளைக்கு ரிஹர்சல் வச்சுக்கலாம். வசனத்தை படிச்சுட்டு வந்துடு. லெச்சு, ப்ரான்ஸ்வா கிட்டேயும் சொல்லிடு.’

வின்செண்ட் அந்தப் பக்கம் போக, ‘அப்பாவா?’ என்று விசாரித்தாள் பயத்தோடு ஜோசபின்.

‘அவர் உறங்கியாச்சு. இல்லேன்னாலும் புரிஞ்சுப்பார். இது மிஸ்டர் வாட்ச்மேன்.’

‘சரிடா, ரவுண்ட்ஸ் போகணும்’ என்று கிளம்பும் முன் ஜோசபின் சொன்னது –

‘நீ கயல் மேலே ஆசைப்பட்டா, அமேலியோடு இவ்வளவு நெருக்கம் காட்டணுமான்னு யோசிச்சுப் பாரு. சொல்லப் போனா என்னோடு கூடவும் தான்.’

‘நீ என்ன பைத்தியமா? வேறே யார் இல்லாமலும் நான் இருப்பேன். உன்னை மட்டும் எப்பவும் இழக்க மாட்டேன். நிச்சயமா...ஷெ தைம் ம ஷெரி’ அவசரமாகச் சொன்னேன்.

ஜோசபின் போயிருந்தாள்.

காலையில் வகுப்பு ஆரம்பிக்கும் முன்னால் இன்னொரு தடவை சமாதான நடவடிக்கைகளை மேற்கொள்ளலாமே என்று முந்தைய

நாள் கயலுக்காக வாங்கிய நோட்ஸ்களோடு அவளைத் தேடிப் போனேன். கேண்டீனில் என்னைப் பார்த்ததுமே முகத்தைத் திருப்பிக் கொண்டு விட்டாள். அதைக்கூட மன்னித்து விடலாம், பக்கத்து மேஜையில் காப்பி குடித்துக் கொண்டிருந்த நெட்டையன் வாசுதேவன் நாயரைப் பார்த்துப் பார்த்து செயற்கையாக வரவழைத்துக் கொண்ட சிரிப்போடு ஏதோ பிரியத்துடன் விசாரித்துக் கொண்டிருந்தாள். எங்களுக்கு ஒரு வருடம் ஜூனியரான நாயர் அந்தக் கால மலையாள சினிமா ஹீரோவான பிரேம் நசீர் போலவோ செம்மீன் மது போலவோ கம்பீரமாக இருந்தான் என்று அடுத்த வரியை எதிர்பார்த்திருந்தால் ஏமாற்றம் காத்திருக்கிறது. ரொம்ப சுமாராக, சின்ன வயசில் சங்கராடி, எஸ்.பி.பிள்ளை போன்ற அப்பா வேட மலையாள நடிகர்கள் போல, அவன் வயசுக்கு ரொம்பவே அட்வான்ஸ் ஆன சொட்டைத் தலையோடு திரிகிற பேர்வழி. ஆனால் என்ன, என்னை இடிக்க அவன் மதி.

‘யூ ஆர் ஸோ டால்…’

இது என்னை மறைமுகமாக பலவீனமான இடத்தில் தாக்க எய்யப்பட்ட அஸ்திரம். ஐந்தரை அடி இருக்கிறேன். பத்தொன்பது வயதில் இன்னும் ரெண்டு அங்குலம் அதிக உயரம் எதிர்பார்க்கலாம். எப்படியும் ஐந்து ஏழுக்குக் கீழே இருக்கப்பட்ட சராசரி இந்தியனாகத்தான் இனி என்றுமிருப்பேன். ஆறடி அடி வாசு நாயருக்கு இன்னும் கூடுதலாக உயர்கிற யோகம் இருக்கும் என்பதால் ஆறேகால் அடிக்கு இங்கிலாந்து கிரிக்கெட் அணி கேப்டன் டோனி க்ரெக் போல வருவான் என்பதில் சந்தேகமில்லை. சொல்லாமல் சொல்லி, போடா குள்ளா என்கிறாள் என்னை.

இப்படியே விட்டால் கடுப்படித்தபடிதான் இந்த யுகம் முழுக்க இருப்பாள் என்று ஆத்திரம் வர, பக்கத்தில் காபி குடித்துக் கொண்டிருந்த அமேலியிடம் சத்தமாகச் சொன்னேன் –

‘அமீ இன்னிக்கு கம்பைண்ட் ஸ்டடி ஆரம்பிச்சுடலாம். ஓகேவா?’

அமேலி கொஞ்சம் திகைப்போடு பார்த்து, ஒரு வினாடியில் திரும்ப முகம் மலர்ந்து உய் என்றாள். கயல் முகத்தில் கடுகு வெடித்ததை ஒரு குரூர திருப்தியோடு நான் பார்த்துக்கொண்டிருக்க முதல் வகுப்புக்கான மணி அடித்தது.

மதியம் சாப்பிட உட்கார்ந்தபோது அமேலி வந்து நின்றாள். முகம் வாடி இருந்தது. வீட்டுக்குப் போகிறேன் என்றாள். நான் எழுந்து அவளை விலங்கியல் லேபரட்டரி பக்கம் தொடர்ந்தேன்.

உள்ளே போய் வாசல் பக்கம் இருந்த அட்டெண்டர் முக்காலியில் உட்கார்ந்து அவள் கரகரவென்று கண்ணீர் விட ஆரம்பித்தாள்.

'அமீ, இட்ஸ் ஆல் ரைட்... ப்ரபசர் திட்டினாங்களா?' நான் அவள் கண்ணைத் துடைக்க, அடுத்த அணை உடைப்பெடுக்க, விரல் மேலும் நனைந்தது. அவளை யாரோ குத்திக் கிழித்திருக்கிறார்கள். கயல்?

அமேலி நிமிர்ந்து பார்த்து உடனே தலை கவிழ்ந்தாள். எழுந்து நின்று என் தோளில் தொட்டு, 'சாயந்திரம் வீட்டுக்கு வா, சேர்ந்து படிக்கலாம்' என்றாள். லலி தொலெந்தால் தெருவில் கதவிலக்கம் சொன்னாள். மனதில் உடனே குழூக்குறியாகச் சேமித்துக் கொண்டேன். விரல் சுழல நின்ற என் கையைப் பறித்து விரல் சேர்த்துப் பிடித்து அழுத்திவிட்டு வெளியே போக முற்பட்டாள். 'கயல் என்ன செஞ்சா?' நான் கேட்டதும் வேகமாகத் திரும்பி 'சொல்றேன், வா' என்றபடி முகம் சுருங்கப் போனாள். எனக்குப் பழக்கமான, மெல்லிய உணர்வுகள் கொண்ட பூப்பெண் அமேலி இல்லை இவள்.

என்னமோ தோன்ற சாயந்திரம் பிஸ்கெயும், ஆப்பிள் பழங்களும் வாங்கிக் கொண்டு லலி தொலெந்தால் தெருவுக்குப் போனேன். இந்த வீடுதான். அமேலி பேயிங் கெஸ்ட் ஆக இருக்கும் வீடு. வாசலில் பெயர்ப் பலகை கர்னல் செல்லத்துரை தேவநாதென் என்றது. இவரா? நம்மாள் ஆச்சே.

கர்னல் அப்பாவுக்குப் பழக்கமானவர் என்பதால் புது அறிமுகம் தேவையில்லாமல் போனது. சக்கர கிளப்பிலோ ரோட்டரியிலோ சிங்கக் கிளப்பிலோ அப்பாவோடு தோளோடு தோள் நின்று கூட்டம் நடத்திப் பேசுகிறவர். என் வகுப்புத் தோழி கட்டண விருந்தாளியாக இருக்கும் வீட்டுச் சொந்தக்காரர் என்று தனியாகப் பிரித்துப் பார்க்க முடியாது என்று தோன்றியது. அதை எல்லாம் எதுக்கு இப்போது மயிர் பிளக்க வேண்டும்?

அமேலி சாயந்திரமாக இருந்தாலும் தூங்கி விழித்த களைப்போடு வந்தாள்.

'உனக்கு டயர்டா இருந்தா நாளைக்கு இங்கிலீஷ் சேர்ந்து படிக்கலாம்' என்றேன் எழுந்து புறப்பட்டபடி.

'ஐயோ, அடுத்த மாசம் பரீட்சை வருது. இதுவே லேட்' என்றபடி அமேலி கர்னலைப் பார்த்துச் சிரித்தாள்.

'ஒங்கிள், எதுதி என்ஸாம்பிள்' இப்படி சில வார்த்தைகள் நினைவு இருக்க அவள் கர்னலிடம் கேட்டது சேர்ந்து படிக்கப் போவதற்காக நான் அங்கே இருக்க அனுமதியாக இருக்கலாம்.

‘இ அடொ லெ பொம்’

தனக்கு ஆப்பிள் பிடிக்கும் என்று சொல்லி கர்னல் நான் கொண்டு போயிருந்த கப்பத்தை ஏற்றுக்கொண்டு சின்னப் பெண்ணோடு சேர்ந்து இருந்து கல்வி கற்க உடனடி அனுமதி வழங்கினார்.

‘ஆண்ட்டி உடம்பு சரியில்லே. உள்ளே படுத்திருக்கு. க்யூசின்யி சமையல் செஞ்சு வச்சுட்டு இப்போதான் போனாங்க. சாரி நோ கபே. நோ தெ. இன்னொரு நாள் வா விருந்தே வைக்கறேன்.’

அன்புக் கரம் நீட்டிய கர்னலிடம் நன்றி சொல்லிக் கை குலுக்கி, இங்கிதமான வார்த்தைகள் பரிமாறி இரண்டு நிமிடம் வரவேற்பறை சோபாவில் இருந்தேன். ‘என் ரூமிலே போய்ப் படிக்கலாமா’ என்று கேட்டாள் அமேலி. போ என்று கை காட்டி விட்டு ஒரு ஹவானா சிகாரைப் பற்ற வைத்துக் கொண்டார் கர்னல். அது கிளப்பிய புகையில் வரவேற்பு அறைக்குள் ஃபயர் இஞ்சின் எந்த நிமிஷமும் வந்துவிடும் என்று தோன்றியது.

நோட்ஸைப் பிரித்து வைத்துக்கொண்டு நான் பத்து நிமிஷம் படித்து விளக்கினேன். ஷேக்ஸ்பியரின் லியர் அரசன் நாடகத்தின் தொடக்கக் காட்சிகளும் அவை மனதில் எழுப்பும் படிமங்களும், மற்ற ஷேக்ஸ்பியர் நாடகங்களில் அவர் துன்பியலைக் கையாள்வதற்கும் கிங் லியரில் கையாள்வதற்கும் உள்ள வேற்றுமைகளும் தெளிவாகப் புரிந்தன. இதில் சுவாரசியமானது என்னவென்றால் நான் ஷேக்ஸ்பியர் நாடகத்தின் மூலப் பிரதியைப் படித்ததே இல்லை. புரபசர் பார்த்தசாரதி நோட்ஸ் அருளால், ஷேக்ஸ்பியரே வந்தால் கூட நாற்காலி போட்டு அருகில் உட்கார்ந்து ‘க்வில்லர் கௌச்’ என்ற விமர்சகர் கார்டீல்யா பாத்திரச் சிறப்பை இப்படிச் சொல்கிறார் படித்தீர்களா என்று சகஜமாக உரையாட முடியும்.

நேரம் போனதே தெரியவில்லை. கடியாரம் எட்டு அடித்தபோது கர்னல் வாசல் கதவில் மெல்லத் தட்டி விட்டு உள்ளே வந்தார்.

‘ராச்சாப்பாடு எப்படி?’ அவர் என்னைக் கேட்க, ‘ஒன்பது அடிச்சா நேரு கபேயிலோ தம்பீஸ் கபேயிலோ, வெந்தும் வேகாத தோசை சாப்பிடணும்’ என்றேன். ‘என்னோடு சாப்பிடேன்’ என்றாள் அமேலி. ‘ஆமா, எக் ஃப்ரைட் ரைஸூம் போன்லெஸ் சிக்கனும்... நல்லா செஞ்சிருக்காங்க சமையல்கார அம்மா. சாப்பிட்டுப் படிங்க தம்பி’ என்றார் கர்னல். ‘இன்னொரு நாளைக்கு’ என்றேன்.

‘சரி, நான் பக்கத்துலே பொம்னாட்லே நடந்துட்டு வர்றேன். நீங்க போகும்போது தோட்டக் கதவை மறக்காம மூடி வச்சுட்டுப் போங்க.’

அவர் வாக்கிங் ஸ்டிக்கை சுழற்றியபடி கடற்கரைப் பாதையில் நடக்கக் கிளம்ப, நாங்கள் ஷேக்ஸ்பியரைத் தொடர்ந்து வதைத்துக் கொண்டிருந்தோம்.

அமேலி சோம்பல் முறித்தபடி எழுந்தாள். சட்டென்று சூழ்நிலை மாறிப் போனது. திமிறி நின்ற அவள் உடலைப் பார்க்கக் கூடாதென்று முயற்சி எடுத்துக் கண்ணைக் கவிந்து கொண்டேன். ஒரு வினாடி தான். விழிகள் மேலே உயர்ந்தன. அவை நோக்கியது முகத்தை இல்லை.

'உள்ளே போய் பிஸ்கெ எடுத்துட்டு வரேன்'

தழைத்த அங்கி அணிந்து நடக்கும் அமேலியைப் பின்னால் இருந்து வெறித்தவன் நான் இல்லை. உடலிலும் மனசிலும் வந்து ஏறிய பிசாசு அது.

அவள் திரும்பிப் பார்த்தாள்

'வீட்டைப் பார்க்கலேயே நீ... வாயேன்.'

பிஸ்கட்கள் எடுக்க என்ற சாக்கும் சமாதானமுமாய் அவளோடு புறப்பட்டேன். சமையலறையில் திருகும் மூடி போட்டுப் பொத்தி வைத்த அழகான பிரெஞ்சுப் பெட்டியில் இருந்தன அவை. பெட்டியோடு என்னை எடுத்து வரச் சொன்னாள் அமேலி.

'இதுதான் என் பெட்ரூம்'

நான் தயங்க, சும்மா வா என்றாள். அழகாக மிதமாக அலங்கரித்து, பெரிய கட்டிலும் அழுத்தமான காட்டுப் பூக்கள் நிறைந்த தலையணைகளும், மெல்லிய நீல நிறத்தில் படுக்கை விரிப்பும் சுவரில் அருவியும் கடலும் மலையும் விரியும் ஓவியங்களுமாக மிக அழகாக இருந்த படுக்கை அறை. மெல்லிய நீல விளக்கொளி நெருடாமல் இதமான இருட்டை அடிக்கோடிட்டுக் காட்டிக் கொண்டிருந்தது. எனக்கு இப்படி ஒரு படுக்கை அறை இருந்தால், அதை அழகு கெடாமல் அப்படியே வைத்து விட்டு வெளியே தரையில் குற்றாலத் துண்டை வீசி விரித்துப் போட்டுப் படுத்து நித்திரை போவேன்.

அமேலி எதற்கோ தயங்கினாள். ஒரு வினாடியில் தெளிந்து படுக்கையில் அமர்ந்தாள். நான் பக்கத்தில் பிஸ்கெ பெட்டியோடு வேலைக்காரன்போல நின்று கொண்டிருந்தேன். பெட்டியை வாங்கிப் பக்கத்தில் குட்டி ஸ்டூலில் வைத்தாள் அவள். அங்கே இருந்த ஆரஞ்சுகளை மெல்லத் தொட அவை தரையில் உருண்டன. கீழே குனிந்து, உருண்ட பழங்களை அமேலி எடுக்க என் கண்கள் மறுபடியும் தப்பு செய்தன. இறக்கித் தைக்கப்பட்ட அவளுடைய ராத்திரி அங்கிக்குத்தான் எல்லாப் பழியும் போய்ச் சேரணும்.

போ போ போ போ. மனதில் மேகலா பயமுறுத்தினாள். ஓடுடா என்று தீவிழித்தாள் ஜோசபின். கயல் வந்து பார்த்துவிட்டு முகத்தைத் திருப்பிக் கொண்டு போய்விட்டாள்.

'பொஸ்தித்யூ?'

படுக்கையில் இருந்தபடி அமேலி என்னைக் கேட்டாள். அவள் மறுபடி அழ ஆரம்பித்தாள். புரியாமல் அவளை அனுதாபத்தோடு பார்க்க, ஏறி இறங்கிய கனத்த மார்பு மறுபடி பார்வையை விழுங்கியது. இது நானில்லை. என்னில் படர்ந்து என்னைச் சுட்டுத் தகித்து ஒன்றுமில்லாமல் போக வைக்கும் பிசாசு.

பக்கத்தில் உட்காரச் சொல்லிக் கை காட்டினாள். ஒரு வினாடி தயக்கம். அமர்ந்தேன்.

'நான் கால் கேர்ளா?'

அதிர்ந்தேன். பொஸ்தித்யூ என்ற சொல்? பிராஸ்டிட்யூட்னு இங்கிலீஷ்.

'கயல் சொன்னாளா?' குரலில் கோபம் ஏறியிருந்தது. அமேலி பதில் சொல்லாமல் வழக்கம்போல் தலையைக் குனிந்தாள்.

நான் அவள் அருகே நகர்ந்து கை நடுங்க அவள் மார்பைத் தொட்டேன். என் கை மேல் அமேலி கை பதிந்து நின்றது. அமீ ம ஷெரி என்று மிருதுவாக அழைத்தேன். படு என்றான் சாத்தான். அமேலியை என்னோடு இறுக அணைத்து இழுத்தபடி நான் படுக்கையில் சரிந்தேன்.

சுவர்க்கோழிகள் கூக்குரல் எழுப்பி ஊரைக் கூட்ட முற்பட, அமேலி என்னைத் தழுவினாள். அவள் முகத்தில் எதையோ வெற்றிகொண்ட சந்தோஷம் படிந்து பரிசுத்தத்தின் நிரந்தரச் சாயலை அழிக்க முற்பட்டுக் கொண்டிருந்தது. துடிக்கும் அவள் உதட்டில், என்னைச் சிறையெடுத்த அழகான கண் இமைகளில், சின்னஞ்சிறு மரு முளைவிட்ட கன்னத்தில், வியர்வை துளிக்கும் நெற்றியில் நெருப்பாக முத்தமிட்டேன். நொடிகள் காலமற்ற வெளியில் நிலைத்து நிற்க, ஈர்ப்பும், பயமும், எதிர்பார்ப்பும் கரைந்து கலந்து ஆசை நுரைத்துப் பொங்கி வெள்ளமாகப் பெருக, உடல்களே தோணிகளாக ஓட்டி விளையாடலானோம். கைகள், இது விலக்கப்பட்டது என்ற பேதம் கடந்து அரவங்களாக எங்கும் நெளிந்து அரவமின்றி ஊர்ந்தன. 'விளக்கை அணைச்சுடு!' என்றாள் அமேலி. நான் எழ, திரும்பத் தழுவி, 'இருக்கட்டும்' என்றாள். உடுப்புகள் விடை பெற முனைந்த வினாடியில் வெளியே அழைப்பு மணி. பதறி விலகினோம்.

நான் வெளியே ஓடிக் கதவைத் திறந்தேன். கர்னல் தான்.

‘நிலாவும் இல்லாம, முனிசிபல் விளக்கும் இல்லாம இருளோன்னு கிடக்கு தெரு எல்லாம். திரும்பிட்டேன். இருட்டுக்கு பயப்பட வேணாம். ஜாக்கிரதையா இருக்கணும் இல்லையா?’

படுக்கை அறையில் இருந்து மெல்ல வெளியே வந்த அமேலி என்னையே பார்த்தாள். காமம் தீ விதைத்துப் பற்றிப் படர்ந்த நெருப்பு உயிர் தகித்துத் தொடர விடாமல் நிறுத்தியதில் ஆசுவாசமும், தொடங்கியதை முடிக்க முடியாமல் போனதில் பசித்தே நின்ற உடலும் மனமும் ஒருசேர எழுப்பிய ஏமாற்றமும் அவள் முகத்திலும் என் முகம் போல் ஆழமாகச் சுவடு விட்டுப் படர்ந்திருந்தது. அவளைப் பார்ப்பதைத் தவிர்க்க முடியவில்லை. பார்வையை விலக்கினால், மனதில் அவளை நக்னமாக்கி, மேலேறி உள்ளில் எங்கும் தறி கெட்டு ஓடும் மோகத்தைக் கொல்ல முடியவில்லை.

போய்ட்டு வரேன் என்று ஒப்புக்குச் சொல்லிக்கொண்டு சைக்கிள் மிதித்துப் புறப்பட்டேன். அகோரமான பசி. உடலும் வெட்கமின்றி அதேதான் சொன்னது. நேரமில்லா நேரத்தில் குளித்து வந்தேன். திருவாசகம் படித்துக் கொண்டிருந்த அப்பா ‘என்னடா எதுக்கு இப்போ குளியல்’ என்றார். ஈரம் நனைந்த தலையோடு அவர் பக்கத்தில் உட்கார்ந்தேன். ‘என்ன ஆச்சு?’ என்று கேட்டார். ‘தெரியலே யாரோ துரத்திக் குளிக்கச் சொன்ன மாதிரி இருந்துது’ என்றேன். ‘நெறைய அலைச்சல், படிக்கறதுலே ஸ்ட்ரெஸ்... பரீட்சை வேறே வருது... இப்படித்தான் சமயத்திலே ஆகும். அதுக்காகக் கண்ட நேரத்துலே குளிக்கக் கூடாது’ என்றார்.

‘குளிச்சா தூக்கம் வரும் அப்பா. அதான் தேவையா இருக்கு.’

குளித்தும் உறக்கம் வராத ராத்திரி. விடிவதற்கு வெகு முன் எழுந்தேன். சைக்கிளை எடுத்துக்கொண்டு கிளம்பினேன். பெரியாஸ்பத்திரி கட்டிடம் சகல விளக்குகளோடும் நெருங்கி வந்துகொண்டிருந்தது.

‘ஜோசபின், பேசலாமா?’

விடிகாலை அவள் டியூட்டி முடிந்து புறபட்ட ஐந்தரைக்கு இருளில் நின்று கூப்பிட்டேன்.

‘என்னடா என்ன ஆச்சு?’

அவள் பயத்தோடு வந்தாள். ‘கேண்டீன் போகலாமா?’ என்று கேட்டேன்.

‘வேணாம், இப்பொ தெறந்திருககாது. இரு காக்கா கடையிலே சூடா டீ சாப்பிட்டு பீச்சுக்குப் போயிடலாம்.’

இருட்டு இன்னும் விலகாத கடற்கரையில் நானும் வர்றேன், நானும் வர்றேன் என்று வம்பு கேட்க ஓடி வந்த அலைகளைப் புறக்கணித்து நானும் ஜோசபினும் அருகருகே அமர்ந்தோம்...

‘சொல்லுடா.’

மனத்தில் அடக்கி வைத்ததை எல்லாம் அவளிடம் கொட்டிக் கவிழ்த்தேன். சொல்லும்போதே அழுதேன்.

அவள் அதிர்ந்தாள். ‘எப்படிடா அதுக்கு மனசு வந்தது?’

‘தெரியலே ஜோசபின். உடம்பு வழி நடத்திப் போச்சு. அறிவு முடங்கிடுத்து.’

‘ஆதிப் பாவம்டா இது. அந்தப் பொண்ணு சம்மதிச்சாலும் தப்பு தப்பு தான்... இந்த வயசு எல்லாம் செய்யச் சொல்லும்... எனக்கு இருபது வயசுலே, அதான் நாலு வருஷம் முந்தி என் வாழ்க்கையிலேயும் ஒரு கருப்பு அத்தியாயம் வந்துது. உடம்பும் மனசும் புத்தியும் அதிலேருந்து மீள ரொம்பக் கஷ்டப்பட்டேன்.’

ஜோசபின் கண் கலங்கினாள்...

அவள் மெளனமாக என் கைகளைப் பற்றியபடி இருந்தாள். இரண்டு உள்ளங்கையிலும் மென்மையாக முத்தமிட்டேன்.

‘இதான், இதான்... நாலு வருஷம் மனசு அடங்கி இருந்தது. உன் பிரியம் என்னை இழுத்துப் போட்டுடுத்து. நான் உடல் ரீதியா உன் கிட்டே எதுவும் கேட்கலே. நீயும்... சின்னச் சின்ன அத்துமீறல்... இது போல... அது ஒரு சுகம்தான்... தப்பு இல்லேன்னு சொல்ல மாட்டேன்... ஒரு பெண்ணை இச்சிக்கிற எவனும் அவளோடு மனசில் விபசாரம் செய்கிறான்னு ஜேசு சொன்னாரே.’

அவள் தன் தோள்களில் குரிசு வரைந்து தலை தாழ்த்தி வணங்க நானும் வணங்கினேன்.

‘இனக் கவர்ச்சி மனசில் ஆட்டம் போடாம, கன்னுக்குட்டி மாதிரி குறும்போடு, இயல்பாக நேசத்தை வெளிப்படுத்த செய்யறது இதெல்லாம்... ஆனா நாம இதைக் கடந்து போகலே. போக விட மாட்டேன்... நீயானா...’

நிறுத்தி என்னைப் பார்த்தாள் ஜோசபின்.

‘தப்பு செஞ்சுட்டேன் ஜோசபின். உன் கிட்டேயோ கயல் கிட்டேயோ பழகும்போது பிரியமும் சிநேகமும் சின்னச் சின்ன அத்துமீறலும் இயல்பா வரும். உன் கிட்டே சொல்றதுக்கு என்ன, கயலோடு நான் நிறையவே இப்படி அத்து மீறியிருக்கேன். எல்லாம் முத்தம், அணைப்பு அதோட முடிஞ்சுடும்... உன்னோட சீண்டவும் பொய்ச் சண்டை பிடிக்கவும், அவ்வப்போது நீ என்னை விடச் சின்னவள்னு எனக்கு நிரூபிச்சுக்கறதுக்காக முத்தம் கொடுக்கறதும் தப்புன்னா... அது தப்புன்னாலும் விட மாட்டேன்... அதெல்லாம் இருந்தாத் தான் என் வாழ்க்கை முழுசாகும்... ஆனா இது... நேத்திக்கு நடந்தது... அது வேறே யாராவது பையனா, வேறே பொண்ணா இருக்கக் கூடாதா.’

என் குரல் உடைந்தது...

‘அது இருக்கட்டும். காண்டோம் உபயோகிச்சீங்களா? அதாண்டா, நிரோத்?’

நான் மறுபடி தலையைக் குனிந்தேன். இதை எங்கே போய் வாங்குவது, எப்படிக் கேட்டு வாங்குவது? தெரியாது என்றேன்.

‘இது தெரியாது, ஆனா அது மட்டும் தெரியும், அப்படித்தானே?’ ஜோசபின் சிரித்தாள்.

‘காண்டோம் இல்லேன்னா?’ நான் கலவரமாக்க் கேட்டேன்

‘எதுவரைக்கும் நீங்க போனீங்கங்கறதைப் பொறுத்தது அது.’

வேறு யாரும் இல்லாவிட்டாலும் நான் அவளிடம் ரகசியமாகக் காதில் சொன்னேன்.

‘நிறையத் தொட்டோம். டிரஸ் எதுக்குன்னு... எடுக்க முந்தி காலிங் பெல் அடிச்சு... விலகிட்டோம்.’

‘நீ சொன்னதைத் தவிர வேறே எதுவும்?’

‘சத்தியமாப் பண்ணலே உன் சத்தியமா.’

அவள் தலையில் அடித்துச் சொன்னேன். வருத்தமும் சங்கடமும் பயமும் கலவரமும் கலந்து இருக்க, எந்தத் தர்க்கத்துக்கும் உட்படாமல் விவரிக்க முடியாதபடி ஏதோ பெருமையும் எட்டிப் பார்த்தது.

‘ஒண்ணும் இருக்காதுன்னு தான் தோணறது. எதுக்கும் நான் அமேலி கிட்டேயும் பேசறேன். நீ குளிச்சுட்டு காலேஜ் போ... இதையே நினைச்சுக்கிட்டிருக்காதே.’

ஆறரை மணிக்குத் திரும்பி வந்து நீண்ட நேரம் எடுத்துக் குளிக்க, அப்பா சொன்னார் – ஆறு மணி நேரத்திலே ரெண்டு தடவை இப்படி குருவாயூர் கோவில் மேல்சாந்தி மாதிரி குளிச்சா என்னத்துக்காகறது? குளிக்கறதுன்னு வச்சாச்சு, இதமான சூட்டுலே இமர்ஷன் ஹீட்டரை போட்டு தண்ணி சுட வைச்சு எடுத்துப் போயிருக்கலாமே? பிடிச்சு வச்சு குளிர்ந்த தண்ணியிலே இப்படி பிடிவாதமாக் குளிச்சா எங்கே எங்கேன்னு ஜலதோஷம் வரும், காய்ச்சல் வரும்…

காய்ச்சல் அமேலிக்கு வந்தது. கடுமையான டைபாயிட் ஜுரம்.

அவளால் பரீட்சை எழுத முடியவில்லை. ஒரு மாதம் படுத்த படுக்கையாக இருந்தாள். நானும், கயலும், ஜோசபினும் அவளைக் கண்போல் கருத்தாகப் பார்த்துக்கொண்டோம்.

காலையில் ஜோசபின் அவளுக்கு உடம்பு துடைத்துவிட்டு துவைத்த உடுப்புகளை உடுத்தி விடுவாள். கர்னல் வீட்டில் தொந்தரவு படுத்தாமல் நான் நேரு கஃபேயில் சொல்லி வைத்து தினம் இரண்டு இட்லியும் சர்க்கரையும் சுத்தமான பூவரசு இலையில் பொதிந்து அமேலிக்கு எடுத்துப் போவேன்.

ஜோசபின் எப்படி என்று சொல்ல நான் அமேலிக்கு உணவை ஊட்டி விடுவேன். புரை ஏறாமல் கொஞ்சம்போல் தண்ணீர் புகட்டி மாத்திரை விழுங்கக் கொடுப்பேன். ஜோசபின் சொல்லிக் கொடுத்ததுபோல் நான் இஞ்செக்ஷன் போடக்கூட தயாராக இருந்தேன். அவள்தான் வேண்டாம் என்று சொல்லி விட்டாள்.

மதியம் அமேலிக்குக் கஞ்சியும் ரொட்டியும் ஜோசபின் கொடுத்து விட்டு இஞ்செக்ஷன் போட்டுப் போவாள்.

கயலும் ஜோசபினும் பெரும்பாலும் சேர்ந்தேதான் சாயந்திரம் வருவார்கள். கயல் வீட்டில் இருந்து எண்ணெய் தொடாத ரொட்டிகளும் பாலும் வரும். ஒரே சைக்கிளில் அவர்கள் இருவரும் வந்து இறங்கி சாப்பாடு கொடுத்து அமேலியோடு பேசிக் கொண்டிருந்து விட்டுப் போவார்கள்.

முதல் ஒரு வாரம் காய்ச்சலின் தீவிரத்தில் அமேலி துடிக்க, நான்தான் காரணம் என்று திடமாக நம்பினேன். அவளுக்குள் அக்னி மேலெழத் தூண்டிப் பின் விலகி வந்தபோது உணர்ச்சி நிலைகள் எதிரும் புதிருமான முனைகளில் தொடர்ந்து மாறிமாறிச் சஞ்சரித்து அமேலியின் மனதை யும் உடலையும் ஆயாசப்படுத்தி நோய் கொள்ளச் செய்திருக்கலாம். கயல் சொன்ன சுடுசொல் அமேலியைத் தன்னையே என்னிடம் இழந்து கயலோடு நடத்திய நிழல் யுத்தத்தில் வெற்றி காணத் தூண்டி இருக்கலாம்.

அமேலி கண் திறந்து ஒரு வார்த்தை இரு வார்த்தை பேச ஆரம்பித்த போது ரெண்டு பேருமே ஒருத்தரை ஒருத்தர் எதிர்கொள்ளப் பயந்தோம். ஜோசபின் தான் அந்தச் சங்கடத்தைக் களைய வைத்தாள். நானும் அமேலியும் சகஜமாகப் பேசிக்கொண்டாலும் என் பார்வை அவள் மேல் அவ்வப்போது ரகசியம் பேசிக் கவிவதையும் அவள் அதைப் புரிந்து கொண்டு ஏற்று வாங்கி ஆதரவாகப் பார்வையில் பதில் சொல்லித் திருப்பி அனுப்புவதையும் தவிர்க்க முடியவில்லை. அவளால் என்னை அதற்கப்புறம் ஒரு முறையும் டா என்று விளித்துப் பேச முடியவில்லை.

'இன்னொரு தடவை சந்தர்ப்பம் கிடைத்தால்?'

ஜோசபின் கேட்டாள்.

'மறுபடியும் கெட்டுத்தான் போயிருப்போம், முழுக்க முழுக்க' என்றேன். அவள் சிரித்தாள். வேறேதும் சொல்லவில்லை.

அமேலியும் கயலும் மறுபடி சிநேகமாக ருழே பொண்ணு படாத பாடுபட்டாள். கயல் என்ற குழந்தை என்னோடு பேச, உரிமை எடுத்துச் சண்டை போட, நான் அவளுக்கு ஷொகொலா ஊட்டி விட, விட்ட இடத்தில் இருந்து முத்தக் கணக்கைத் தொடர... எல்லாம் யாரும் உதவாமல் தானே இயல்பாக நடந்தது.

அமேலி ரெண்டு மாசம் ஓய்வெடுக்க பிரான்ஸ் போனபோது நானும், ஜோசபினும், கயலும், ருழேயும் லெச்சுவும், அந்துவானும் அவளைச் சென்னையில் விமானம் ஏறக் கொண்டுபோய் விட்டுவந்தோம்.

ஏர்போர்ட் போகிற வழியில் கயல் கவனிக்காத நேரத்தில் நான் அமேலிக்காக வாங்கி வந்த சிறிய தந்தச் சிற்பமாக தாஜ்மகாலைப் பரிசளித்தேன். 'திரும்பி வந்து உனக்கு மறக்கவே முடியாத பரிசு தர்றேன்!' என்றாள் அமேலி. என்ன என்று சொல்வதற்குள் மற்றவர்கள் வந்து விட்டார்கள்.

சென்னையில் இருந்து திரும்பும்போது ஜோசபினும் நானும் பஸ்ஸில் கடைசி வரிசையில் இருந்தோம். காலையில் இருந்து அலைந்த களைப்பு கண் இமையை அழுத்தும் உறக்கமாகச் சுழன்று அடித்தது.

நான் ஜோசபின் தோளில் சாய்ந்து அவளுடைய யூதிகோலோன் மணத்தை தீர்க்கமாக முகர்ந்தபடி கண் மூடினேன்.

'இப்படித்தான் சிலது சில நேரம் ஆரம்பிக்கும்' என்றாள் ஜோசபின். எது என்று கேட்பதற்குள் அமேலியின் படுக்கை அறை நினைவில் இதமாகச் சூழ நான் உறங்கிப் போனேன்.

19

நான் சுவர்க்கத்தில் காலாற உலவியபடி தேவதைகளை நினைத்துக் கொண்டிருக்கும்போது இதைத் தொடங்கலாம்.

தியூப்ளே வீதியில் பழைய கருக்கு அழியாமல் இருக்கும் அழகான கட்டடங்களைத் தேர்ந்தெடுத்து பரிசு கொடுத்தால், மேலே எங்களுடைய இருப்பிடமும், நேர் கீழே, அப்பா மேனேஜராக இருந்த பேங்கும் அமைந்த கட்டிடம் சிறப்புப் பரிசைப் பெறத் தகுந்தது. விஸ்தாரமான கீழ்த் தளம். அதற்கு ஈடு கொடுக்கும் விதத்தில் உயர்ந்த மாடி. நுழைந்ததும், நீண்டு நிமிர்ந்த வைரம் ஏறிய மரத் தூண்கள் கம்பீரமாகக் கட்டிடத்தை முன்னிலைப்படுத்தும். மேல் தளத்தில் வரிசையாக அமைந்த பிரெஞ்சு ஜன்னல்கள் இந்த இடத்தை இன்னும் தியூப்ளே ஆட்சிக் காலத்தில் இறுகப் பிடித்து நிறுத்தி வைத்திருக்கும். சுண்ணாம்பு கூட தியூப்ளே காலத்தில் பூசியதாக இருக்கும்.

கீழ்த் தளத்தையும் மேல் தளத்தையும் விட மனதை அள்ளுகிற இடம் மொட்டை மாடி. மரத்தால் வேய்ந்த கூரை மலையாளக் கரைக் கோவில்கள் போல சீராக இறங்கி இருக்கும். கதவுகள் இல்லாத இரண்டு முற்றங்கள் அடுத்தடுத்து விரிந்து வெய்யில் காய்ந்து கொண்டிருக்கும்., மார்பு திறந்த வீனஸ் சிலையும், பறக்கும் தேவதைகளுமாகப் புடைப்பு சிற்பங்கள் சுவரில் இருந்து வரவேற்க, பச்சைக் கண்ணாடிச்

சில்லுகள் ஜன்னல்களில் அடைத்த ஒரு பின்னறையும் மொட்டை மாடியில் அடக்கம்.

பின்னறை, இந்தக் கட்டிடம் முப்பது வருஷம் முன்னால் ஹோட்டலாக இருந்தபோது, உரிமையாளரான பிரெஞ்சு துரை சாயந்திரம் மாடியில் லாந்தி விட்டு உள்ளே சிநேகிதர்களோடோ சிநேகிதிகளோடோ உட்கார்ந்து ஒயின் சாப்பிட என்று தெரிகிறது. இப்போது பிரெஞ்சு துரையும் இல்லாமல், ஹோட்டலும் போய் பேங்க் வந்து அந்த அழகான அறை முழுக்க பேங்கின் பழைய லெட்ஜர், வவுச்சர் சமாசாரங்கள் தூசி படித்து கிடக்கின்றன.

சுற்றி இருக்கும் வலிமையான கைப்பிடிச் சுவருக்கு அருகில் நின்று பார்த்தால் கிழக்கே அதிக தூரத்தில் இல்லாமல் அலையடித்துக் கொண்டு கடல் கிடக்கும். மேகம் இல்லாத பொழுதுகளில் கடலைத் தொட்டு விரியும் நீல வானத்தில் ஒட்டிப் பறக்கும் பறவைக் கூட்டங்கள் கூட தட்டுப்படும். கடல் காற்று வீசும் மாலை நேரத்தில் மொட்டை மாடி தான் சுவர்க்கம்.

மாடியில் காலாற உலவியபடி நான் ஜோசபினை நினைத்துக் கொண்டேன்.

காரைக்கால் போய் வருகிறதாகப் புறப்பட்டுப் போனவள் ஒரு வாரமாகத் திரும்ப வரவேயில்லை. கசினுக்கு கல்யாணமாம். பிரான்ஸில் பெரிய நகரமான மார்செய்லியில் இருந்து கல்யாணத்துக்கு ஜோசபினுடைய அத்தை வரப் போகிறாளாம்.

அப்புறம் உனக்கு ஒண்ணு தெரியுமா, உன்னோட ஷெர் அமி... டியர் ப்ரண்ட் மிசியே விக்தொ ப்ரான்ஸ்வா பூமோ... அவரும் வரப் போறார்.

விக்தொ கூட நீ எதுக்குப் போகணும்?

எரிந்து விழுந்தேன். விக்தொ இல்லை என்றால் நான் டவுண்ஹாலில் நடனத்துக்கே போயிருக்க மாட்டேன். என் ஜோசபின் எனக்குக் கிடைத்திருக்க மாட்டாள். ஆனாலும் என்ன, அவரோடு ஏன் ஜோசபின் பயணம் போகணும்?

‘சாருக்கு கோபத்தைப் பாரு. ஜிவ்வுனு முகமெல்லாம் சிவந்து போய்...’

ஜோசபின் என் நெற்றியில் திருஷ்டி கழித்து விட்டுச் சிரித்தாள். கையைத் தட்டி விட்டேன்.

‘பின்னே ஏன் விக்தொ கூடப் போறேன்னு சொன்னே?’

ஜேசு. இந்தப் பிள்ளைக்கு கொஞ்சம் புத்தி கொடு. விக்தொ அங்கிள் என் அத்தைக்கு அவங்க ஹஸ்பெண்ட் வழி உறவுன்னு இவன் கிட்டே சொல்லு. கல்யாண மாப்பிள்ளைக்கும் உறவுன்னும் மறக்காம சொல்லு. மிசியே விக்தொ அவர் பாட்டுக்கு காரைக்கால் போறார், நல்ல பொண்ணு ஜோசபின் பாவம், அவ பாட்டுக்கு போறா, ஒரே பஸ் கூட இல்லேன்னு சொல்லு ஜேசப்பா. ஸ்தோத்ரம்.'

அந்த 'சொல்லு ஜேசப்பா'வில் இருந்த செல்லமான கெஞ்சலுக்கு, நானாக இருந்தால் ஓடிவந்து சொன்னபடி செய்திருப்பேன். போகட்டும். சமாதானமாகி அவளோடு இருந்து குரிசு வரைந்து கொண்டேன்.

'கசின்ங்கறே, உன்னைக் கட்டிக்க மாட்டேனுட்டானா?'

அவள் வாயைப் பிடுங்கினேன். சுங்கச் சாவடிக்குப் பின்னால் ஆள் வராத கடல்புரத்தில் உட்கார்ந்திருந்தோம்.

'ஹேய், என்னைக் கல்யாணம் கட்டிக்க ஒரு ராஜகுமாரன் தங்கத் தேர்லே வருவான். எம்,ஜி.ஆர் சினிமா மாதிரி தூக்கிப் போட்டுக் கிட்டு கிளம்பிடுவான்.'

டொக் டொக் என்று வாயால் குளம்பு சத்தம் ஒலித்துத் திமிர்த்து வரும் பஞ்சகல்யாணிக் குதிரை. அடக்க வேண்டாம். பார்த்து அனுபவிக்க வேணும்.

'சரியா?' கட்டை விரல் உயர்த்திக் காட்டினாள். பற்றிக்கொண்டேன்.

'தங்கத்தேர் ஆர்டர் கொடுத்திருக்கு. இப்போதைக்கு ராலே சைக்கிள் போதும். கேரியர்லே கடத்திப் போகலாமா? இல்லே, மார்க் கெட்டுக்கு காய்கறி கொண்டு வர்ற டெம்போவிலே கைகாலைக் கட்டித் தூக்கிப் போகட்டுமா?'

'எங்கேடா?'

'அது உனக்கு அனாவசியம். ஐயர், மாலை, தேங்கா, பழம், தாலி எல்லாம் ரெடியா இருக்கும். நீ அதுலே ஃபிட் ஆக மாட்டியா? சரி வேணாம். சர்ச் பாதர் கையிலே பைபிளைப் பிடிச்சுட்டு 'மண்ணிலிருந்து மண்ணுக்கு'ன்னு மந்திரம் சொல்வார்.'

'டேய் அது செத்தா சவ அடக்கத்துக்குச் சொல்றது.'

அவள் என் காதைத் திருகினாள். உனக்கு திமிர் ஜாஸ்தியாப் போச்சு என்று கன்னத்தில் எச்சில் பட அழுத்தி முத்தினேன். ஏண்டா இப்படிச் செஞ்சே என்று என் கையை எடுத்துக் கன்னத்தைத் துடைத்துக் கொள்வதாக ஈரம் பரத்திக் கோபம் காட்டினாள்.

‘முகலாய ராஜகுமாரி மாதிரி தழையத் தழைய வெள்ளை பைஜாமாவும் மேலே கிச்சுன்னு கருப்பு சட்டையுமா இருக்கற பொண்ணுக்குக் கன்னத்திலே முத்தம் கொடுத்து அணைச்சுக்கணும்னு நள வெண்பா சொல்லுது’ என்றேன்.

நள வெண்பாவிலே ஏது சல்வார் கமீஸ் என்று அழகு காட்டினாள். நாக்கைத் துருத்தி அழகு காட்டும் பெண்ணுக்கு அந்தச் சிவந்த நாக்கில், முடியாவிட்டால் உதட்டில், பாராட்டை எழுதணும்னு கூட நள வெண்பா சொல்லுது.

நான் நெருங்கி உட்கார்ந்தேன். அவள் என் தோளைப் பிடித்துத் தள்ள மறுபடியும் அப்படியே அமர்ந்தேன். தள்ளிய கைகளை ஈர மண்ணில் தாழ்த்தி வலுவாகப் பிடித்துக்கொண்டேன். பக்கவாட்டில் திரும்பி என்னைப் பார்த்தாள். உயிர்தான் விலை இந்தப் பார்வைக்கு. வருடி அணைக்கும் கருவிழிகளில் கரைந்து கரைந்து ஒன்றுமில்லாமல் போகச் சொன்னால் மறு பேச்சின்றி சந்தோஷமாகப் போய் விடுவேன்.

‘நீயும் யூதிகோலன் போட்டுக்க ஆரம்பிச்சிட்டியா?’ என்றாள் முகர்ந்தபடி.

‘ஆமா, எப்பவும் உன்னோட இருக்கற மாதிரி இந்த வாசனை இதமா இருக்கு. ராத்திரிகூட புதுசாப் போட்டுக்கிட்டுத்தான் உறங்கப் போறேன்.’

குட்டி நட்சத்திரம்போல வட்டமாக ஒட்டியிருந்த அவளுடைய மூக்குப் பொட்டை அழுத்தியபடி சொன்னேன்.

‘போடா’ என்றாள் செல்லமாக.

‘எங்கே போக?’

‘என்னைக் கேட்டா?’ மூக்கு விடைக்கக் கேட்டாள்.

தங்க மூக்குப் பொட்டுக்கு அழகு சேர்த்த அந்தத் துறுதுறு மூக்குக்கு அடுத்த அபராதம் விதித்தேன்.

‘முழுசாக் கடிச்சுத் துப்பிடு. மண்டோதரி மாதிரி ஆயிடுவேன்.’ என்றாள்.

‘அது சூர்ப்பனகை. தப்பா சொன்ன வாய்க்கு அடுத்த...’

‘நீ வர வர ராட்சசனா ஆயிட்டிருக்கே. நான் போறேன்.’

அவள் எழுந்தாள். உட்காரச் சொல்லி அவள் கையைப் பற்றி இழுத்தேன். சரிந்து மிக நெருக்கமாக முகத்தில் முகம் இழையக் கால் மண்டியிட்டு அமர்ந்தாள்.

‘ஜோஸ்ஸி...’

‘என்னடா?’

‘ஜோசபின்’

‘சொல்லுடா’

‘ராஜாத்த்தீ, எண்டெ ஸ்வந்தம் கள்ளியங்காட்டு யக்ஷி, கரளிண்டெ கரளே, கருத்தம்மா, ம ஷெரி...உன்னை நான் எப்படிக் கல்யாணம் செஞ்சுக்கணும்?’

வேடிக்கையாகத்தான் சொல்ல உத்தேசித்திருந்தேன். ஆனாலும் குரல் கம்மி உருக்கமாக அது வெளிவந்தது. ஏன் என்று தெரியாமல் என் கண் நிறைந்தது.

அவள் ஆச்சரியத்தோடு பார்த்தாள். இது வேண்டாம் என்று அழுத்த மாகச் சொன்னாள். விலகி அமர்ந்தாள்.

தூரத்தில் கரையிலிருந்து சமுத்திரத்துக்குள் நீண்டு கிடந்த கடல் பாலத்தைப் பார்த்தபடி அமைதியாக இருந்தோம். எங்கேயும் இட்டுப் போகாத பாலம். கப்பல் வந்தால் ஏறிக் கண் காணாத கடலின் அக்கரை போகலாம். காத்திருக்க வேணும். வருமோ?

இருட்டத் தொடங்கியது. என்னையும் இழுத்து நிறுத்தியபடி மறுபடி எழுந்தாள் ஜோசபின். ‘சாரிடா’ என்றாள். ‘எதுக்கு?’ என்று கேட்டேன். பதில் வரவில்லை.

சைக்கிள்களை எடுத்துக்கொள்ள அலைகள் மோதிப் போகும் சுவர் ஓரமாக நடந்தோம்.

‘நானும் காரைக்கால் வரட்டா? உன் கசின் கல்யாணம் முடிஞ்சதும் அதே சர்ச், அதே கெஸ்ட், அதே பாதர், அதே பிரதர், அதே சிஸ்டர் அதே கெட் அப்பிலே நம்ம மேரேஜ் வச்சுக்கலாம்.’

‘கஞ்சப் பிசுனாரி... உ ஸ்தேத் அன் அவ, விட்டா அதே மாலையைப் பறிச்சு போட்டுக்கலாம்னு சொல்வே போலே இருக்கே...’ ஜோசபின் சிரித்தாள்.

‘ஆமா அதே வீட்டுலே ரிசப்ஷன். அதே ரூம்லே.’, நிறுத்தாமல் சொன்னேன்.

‘ஏய்... வேண்டாம். நீ விவகாரமான பையன்... ஸ்டாப்.’ ஜோசபின் கையமர்த்திச் சிரித்தபடி சைக்கிளில் அமர்ந்தாள்.

‘எப்ப காரைக்கால்லே இருந்து திரும்பி வருவே?’

அழும் குழந்தைக்கும் எனக்கும் வித்தியாசமில்லை.

'சீக்கிரம் வந்து என்ன பண்ணனும்? புருஷனா, பிள்ளைகுட்டியா? மெதுவா வர்றேன்.'

என்னைச் சீண்டி வேடிக்கை பார்க்கிறாள்.

'ரெண்டே நாள் மட்டும் லீவு தர்றேன். திங்கள்கிழமை இதே இடம். இதே நேரம். வரலேன்னா...'

'வந்துடறேண்டா. எனக்கும் அங்கே ஓடாது.' உண்மையைச் சொன்னாள்.

'ரெண்டு நாள் என்ன பண்ண?' முறையிட்டேன்.

'உனக்குத்தான் கயல் இருக்காளே. அழகுப் பொண்ணு. பெல் ஃபிலே... நல்ல ஜோடி.'

'நான் உன்கிட்டே அதெல்லாம் கேட்டேனா? போனோம் வந்தோம்னு இரு. இல்லையோ நானும் காரைக்கால் வந்து, அதே வீட்டிலே...'

குலுங்கிச் சிரித்தபடி சைக்கிள் மிதித்து ஜோசபின் அப்பால் போனது போன வாரம். நேற்று விடிகாலைக் கனவில்கூட அந்தச் சிரிப்பு கேட்டது. அவள் இன்னும் தான் திரும்ப வந்து கொண்டிருக்கிறாள்.

தூறல் விழ ஆரம்பிக்க சுழன்றடிக்கும் காற்றும் கூடவே சேர்ந்து கொண்டது. தீர்க்கமான மண் வாசனை வெளியெங்கும் சூழ்ந்து சுழல ஆரம்பித்தது. அந்த சுகந்தத்தை சுவாசித்தபடி நான் தூறல் மேலே விழுந்து நனைக்க கைப்பிடிச் சுவருக்குப் பக்கமாக நின்று கொண்டிருந்தேன்.

கடல் காற்று வலுவடைய சின்னஞ்சிறு இலைகள் எங்கிருந்தோ பறந்து வந்து சிதறி விழுந்தன. பின்னறையின் ஜன்னல்கள் காற்றில் அடித்துக் கொள்ள கதவு கரகரவென்று நகர்ந்து, அப்புறம் சார்த்திக் கொண்டது. அடுத்த காற்று கதவை விரியத் திறக்க, உள்ளே லெட்ஜர்களோ ஃபைல் கட்டுக்களோ சரிந்து விழுந்தன. பெரிய சத்தமாக இருந்தது அங்கே.

என்ன என்று பார்க்க பின்னறக்குள் போனேன். மறுபடி தொடங்கிய சூறாவளி அலையில் ஜன்னல்கள் திரும்ப அடித்துக்கொண்டு திறக்க, கட்டுப் பிரிந்து விரிந்த ஃபைலின் பக்கங்கள் பறக்கத் தொடங்கின.

என் காலில் வந்து மோதி விழும் காகிதங்களை அடுக்கி ஃபைலுக்குள் வைத்தபடி பார்த்தேன். டிரெயினிங் கிளார்க் விக்தொ ஃப்ரான்ஸ்வா

பூமோ என்று டைப் அடித்து 'மிஸ்யூ ரெஸ்பெக்டெ- ரெஸ்பெக்டெட் சார்' என்று தொடங்கும் கடிதம்.

பேங்க் மேனேஜருக்கு ஆயிரத்துத் தொளாயிரத்து நாற்பத்தைந்தில் ஃப்ரான்ஸ்வா பூமோ சீனியர் எழுதிய கடிதம் அது. அவர் மகன் விக்தொ பற்றியது. பெர்சனல் என்று போட்டு அடித்து ஒஃபிஷியல் என்று போட்டது. ரகசியம் என்று அடிக்கோடு இடப்பட்டிருந்ததும் கூட அது.

விக்தொ பெயரைப் பார்த்ததும் படிக்கத் தோன்றியது. கொடுத்து வைத்த மனுஷர். வயதானவர் என்ற சலுகையில் காரைக்காலில் ஜோசபினோடு மணிக் கணக்காக அரட்டை அடித்துக்கொண்டு விருந்து சாப்பிடுவாராக இருக்கும். அவர் மேல் காரணமே இல்லாமல், இல்லாமல் என்ன, ஜோசபின் தான் காரணம், எரிச்சல் வந்தது.

அடுத்தவருக்கு வந்த கடிதம். அதுவும் இருபத்தைந்து வருஷம் முன்னால் வந்தது. பறந்து வந்த வெள்ளிவிழாக் கடிதத்தின் பக்கத்தைத் திரும்ப ஃபைலில் வைத்தேன். அந்த ஃபைலையும் தூசி தட்டி ஒரு ஓரமாகத் தனியாகப் போட்டு விட்டுப் படி இறங்கினேன்.

கீழே வீட்டுக்குள் நாலைந்து பேர் காக்கி உடுப்பில் வந்து ஒயர் இழுத்து வேலை செய்து கொண்டிருந்தார்கள். அவர்களோடு, இங்கே இனிமே தனி டெலிஃபோன் லைன் என்ற சந்தோஷ செய்தியைக் கீசுகீசென்று எனக்குத் தெரிவிக்க மேலே வார் வைத்துத் தைத்த கால்சராய் அணிந்து விக்தொவும் நின்று கொண்டிருந்தார்.

'இனிமேலே ஒரு சிநேகிதியை கூப்பிடாம விட மாட்டியே'

தோளைத் தட்டி சிநேகிதமாகச் சிரித்தார் வில்லன் விக்தொ.

'சார், ஃப்ரண்ட் காமன் ஜெண்டர்.' என்றேன்.

'நீ ஜெண்டர் பெண்டர்...உனக்கு ஸ்பெஷலா அது கேர்ள் ப்ரண்ட் மட்டும்னு திருத்திட்டு இருக்காங்களாம்.'

அவரோடு சிரித்து அவரோடு நடந்து வளைவு திரும்பிக் கீழே இறங்கும்போது குரலில் எந்த ஆர்வமும் தெரியாமல் ஜாக்கிரதையாகக் கேட்டேன்.

'சார், ஒரு வாரமாப் பார்க்கவே இல்லியே. லீவா?'

'ஆமா, காரைக்கால்லே ஒரு கல்யாணம். க்ராண்ந் மாரியாஷ்.'

'எனக்கும் ஒரு கத்தோலிக்க கிறிஸ்துவர் வீட்டுக் கல்யாணம் பார்க்க ஆசையா இருக்கு.' என்றேன்.

வெள்ளை உடை புரள இரண்டு பெண் குழந்தைகள் தாங்கிப் பிடித்துக் கூட வர, ஜோசபின் மணமகளாக நடந்து வரும் கல்யாணம். நான் பட்டு வேட்டி உடுத்தி தென்னங்குலை அலங்கரித்த கதிர் மண்டபத்தில் தானியம் நிறைத்த மரக்கால் பின்னே காத்திருக்கிறேன்.

'கிறிஸ்தியன் கல்யாணம்தானே... சீக்கிரம் ஜோசபின் கல்யாணம் வருது.'

யட்சிணி வேலை மாதிரி நான் நினைத்ததைச் சொல்கிறார். ஆச்சரியத்தோடு விக்தொவைப் பார்த்தேன்.

'என்ன அப்படிப் பார்க்கறே? யாரைக் கூப்பிடலைன்னாலும் உன்னை அழைக்காம விட மாட்டா. ஃப்ரண்ட் ஆச்சே... போய்ப் பாரு.'

விக்தொ ரகசியம் பகிரும் குரலில் சொல்லிப் படி இறங்கி லெட்ஜர்களும் கரன்சி நோட்டுக்களுமான பேங்க் உலகத்திற்குள் நுழைந்து விட்டார்.

ஜோசபினுக்கு கல்யாணம் வருதா? நான் சொல்லாமல் எப்படி வரும்?

ஜோசபின் என்னுடையவள். நடு மண்டபத்தில் நின்று சொல்வாள்.

விக்தொ மனம் புழுங்கட்டும். டௌண்ஹாலுக்கு நடனம் ஆட வரும் அவருடைய சேக்காளிக் கிழடுகளும் இளையவர்களும் ஏங்கிச் சாகட்டும்.

திரும்பப் படியேறி வீட்டுக்குள் போகும்போது டெலிபோனும் புதிய கருப்பில் மின்னிக் கொண்டிருப்பதைப் பார்த்தேன். புது எண் வேறே அதன் டயலுக்குள் செருகி இருந்தது.

ஜோசபின் இருந்தால் அவளுக்கு டெலிபோன் செய்து புது இணைப்பு வந்த சந்தோஷத்தைப் பகிர்ந்திருப்பேன். காரைக்காலில் என்ன செய்து கொண்டிருக்கிறாய் பெண்ணே? அங்கே தொலைபேசி உண்டா?

'உனக்குத்தான் கயல் இருக்காளே. அழகுப் பொண்ணு. பெல் ஃபிலே... நல்ல ஜோடி.'

ஜோசபின் சைக்கிள் ஓட்டிப் போக கயல் மனமெங்கும் நிறைந்தாள்.

'புதுத் தொலைபேசி எண்ணைச் சற்றே குறித்துக் கொள் உயிரே.'

கயலுக்கு நல்ல தமிழில் தொலைபேசிச் சொன்னேன்.

'அது வேறேயா ஏத்தம் தான்.'

நாலு தடவை நம்பரைச் சொல்லச் சொல்லி முன்னுக்குப்பின் முரணில்லாமல் இருப்பதைச் சரி பார்த்து நோட்டுப் புத்தகத்தில் பதிந்து கொண்டாள்.

‘என்ன பண்ணிட்டிருக்கே?

‘நாளை நவராத்திரி வருது இல்லே. பொம்மை எடுத்து வச்சிட்டு இருக்கேன்.’

‘நீயே பொம்முக்குட்டி தான். மேல் படியிலே போய் உக்காந்துடு. காலேஜூம் லீவுதானே?’ வம்புக்கு இழுத்தேன.

‘நீ வந்து அடுத்த படியிலே உக்காரு’ என்றாள். ‘சீய்ய் அது வேண்டாம் கீழே இருந்து மேலே பார்ப்பே.’

உடனே திருத்திக் கயல் சிரிக்க எனக்கும் சிரிப்பு வந்தது.

‘ஷொகொலா தின்னுன்னு, அல்லே குட்டி?’

‘எப்படிடா தெரியும்? மில்க் சாக்லெட்.’

‘காதெல்லாம் நனைஞ்சு போச்சுடி கழுதே’ என்றேன்.

‘ரொம்பத்தான் செல்லம் கொஞ்சாதே’,

‘கொஞ்சினா?’

புது டெலிபோனுக்குக் கொடுத்து வைத்திருக்கிறது... காக்கி சட்டை டெலிபோன் ஊழியர் வயர் சுருள் எடுக்கத் திரும்பவும் உள்ளே வந்திருக்காவிட்டால் நானும் அவளுக்கு ஒரு முத்தம் அனுப்பியிருப்பேன்.

இன்னும் ஒரு மணி நேரத்திலே டவுணுக்கு வரேன். பொம்மை வாங்கணும். கூட வர்றியா?’ கயல் கேட்டாள்.

‘வேறே என்ன வேலை?

‘பட்டீஸ்ஸரி வாசல்லே நில்லு’ என்றாள் கயல்.

‘அங்கே பன் தான் கிடைக்கும். பண்ருட்டி பொம்மை வாங்க இங்கே தியூப்ளே வீதி தான் வரணும்.’ என்றேன்.

‘ஐய்யே அதை நேரு வீதின்னு மாத்தி அஞ்சு வருஷம் ஆச்சு. தெரியாதா?’

‘நேரு பேர்லே இந்தியாவிலே ஆயிரம் வீதி இருக்கு. தியூப்ளே பெயர்லே இது ஒண்ணு தானே? அப்படியே இருக்கட்டும். விடு.’

‘பெட்டிஷன் போடு திரும்ப மாத்தச் சொல்லி!’ என்று டெலிபோனை வைத்தாள் கயல்.

பட்டீஸ்ஸரி வாசலில் அரை மணி நேரம் முன்பே போய் நின்று விட்டேன். சமிதிப் பெண்கள் சைக்கிள் விட்டுப் போகும் நேர்த்தியை

வியந்து கொண்டிருக்க, சைக்கிள் ரிக்ஷாவில் இருந்து இறங்கி வந்தாள் கயல்.

‘இந்திக்காரப் பொண்ணுங்களை சைட் அடிச்சிட்டிருக்கியா?’

‘இல்லவே இல்லை’ என்றேன். ‘இந்தி இல்லே, குஜராத்திப் பெண்கள்.’

‘ஒழி. ஆமா, என்னடா எல்லாரும் சர்க்கஸ்லே பார் ஆடப் போற மாதிரி டிரவுசரைப் போட்டுக்கிட்டு. தப்பெல்லாம் இல்லே... உடுத்திக்க சௌகரியம்...’

சொல்லி நிறுத்தி என்னைப் பார்த்தாள் கயல்.

‘என் கிட்டேயும் ஷார்ட்ஸ் இருக்கு. எப்பவாவது வீட்டிலே இருக்கற போது போட்டுட்டு உள்ளேயே சுத்தறது உண்டுதான்.’ தன்னிலை விளக்கம் தந்தாள்.

‘இதைத்தான், இதையேதான் எதிர்பார்த்தேன். உன்கிட்டே என் புது நம்பர் இருக்குதானே. நாளைக்கே ஷார்ட்ஸோட எனக்கு ஃபோன் பண்ணிச் சொல்லிடு. டாண்ணு வந்துடறேன்.’

‘அவசியம் பார்த்தே ஆகணும்னா ஷார்ட்ஸ் மட்டும் கொடியிலே போடறேன். வந்து பார்த்துட்டுப் போ’ என்று கடுப்படித்தாள்... ‘நோ ப்ராப்ளம் அங்கே ஆரம்பிச்சுக்கலாம்’ என்று சொல்லித் திட்டு வாங்கி அவள் வேகமாக நடக்க, நாய்க்குட்டியாக கூடவே ஓடினேன். சைக்கிள் வேணாம் என்று கண்டிப்பாகத் தவிர்த்து விட்டிருந்தாள் கயல்.

‘எங்கே போகணும்?’

வளை அணிந்த கையைப் பற்றிக் கேட்டேன், செயிண்ட் லாரன் தெருவுக்காம்.

‘அங்கே எல்லாம் படம், லாக்கெட், ஊதுபத்திதான் கிடைக்கும். ஆமா, கொலு வைக்க படி எல்லாம் வேணாமா?’

என் நியாயமான சந்தேகத்தையும் கேட்டேன்.

‘நீ முன்னே பின்னே நவராத்திரிக்கு கொலுப்படி எடுத்து வச்சிருக்கியா, கோலம் போட்டிருக்கியா, பொம்மை வாங்கி யிருக்கியா?’ என்று கட்டபொம்மியாக உறுமினாள் கயல்.

‘எல்லாம் செஞ்சிருக்கேன்’ என்றேன் கர்வத்தோடு. கிழிச்சே என்று ஒரு வார்த்தையில் என் மமதையைக் கெல்லி எறிந்தவள் எனக்குப் பிரியமானவள்.

ரெட்டைத் தெரு மகிமை இந்தச் சின்னப் பெண்ணுக்கு என்ன தெரியும்? ராத்திரி பத்து மணிக்கு வெங்கலப் பாத்திரம் அடைத்த சதுரமும் செவ்வகமுமான கள்ளிக்கோட்டைப் பெட்டிகள், மாடியில் அடுக்கிய தேக்குப் பலகை, வாசல் பெஞ்ச், தாத்தா காலத்து மேஜை என்று வீட்டில் அங்கங்கே இருக்கிறவை இடம் பெயர்ந்து கூடத்துக்கு வந்து, மேலே பளீரென்று சலவை செய்த எட்டு முழ வேட்டிகளைத் தழையத்தழைய விரித்ததும் அழகான ஏழு கொலுப்படிகள் ஆகிற மாயம் சொல்லிப் புரியவைக்கிற சமாசாரம் இல்லை.

'கொலுப்படி அசெம்பிள் பண்ணணுமா?' என்று கேட்டேன்.

'அதெல்லாம் மேலே லாஃப்ட்லே போட்டிருக்கு. அப்பா எடுத்து நிறுத்தி வச்சிருப்பார்... பொம்மை வாங்கிட்டு நேரா வீட்டுக்குப் போகணும். நெறைய வேலை இருக்கு.'

'எனக்கா உனக்கா?'

'ஏன் எனக்குன்னா செய்ய மாட்டியா?'

'உன் விசுவாசமுள்ள ஊழியன்' என்று குனிந்து ஜப்பானிய பாணியில் வணங்கினேன். சைக்கிள் ஓட்டி வந்த சமிதிப் பெண்கள் களுக்கென்று சிரித்து பேசியபடி கடந்தார்கள். அருகே வந்து விலகிப் போன வழுவழுப்பான அந்தக் கால்கள்...

'என்ன கால் கண்டார் காலே கண்டாரா?'

என் கண் போன திசையைப் பார்த்து, கவிதாயினி வம்புக்கிழுக்க நான் வாயை இறுக மூடி அவள் பின் போனேன். சமிதி வாடை கவியும் தெருக்கள். இது தியூப்ளே தெரு இருக்கும் ஊர் இல்லை. பிரெஞ்சுக்காரர்கள் விட்டுப் போன பழைய நகரமும் இல்லை. வேறே நிலம். வேறே மொழி. வேறே மனிதர்கள். கடல் மட்டும் எதிரே எல்லோருக்கும் பொதுவாக அலையடித்துக் கொண்டு கிடக்கிறது.

பிரம்மாண்டமான கட்டிடங்களும், இதமான மஞ்சள் வெளிச்சம் தரும் சோடியம் விளக்குகளும், அங்கங்கே ஜன்னல் ஊடாகத் தெரியும் நீள மெழுகுவர்த்தி ஒளியை இன்னும் மென்மைப்படுத்திக்கொண்டு மேல் தளத்தில் இருந்து கசிந்து வரும் பியானோ இசையும், தோ ரொ மி என்று திரும்பத் திரும்ப எந்தக் குழந்தையோ வயலினில் வாசித்துப் பழகும் மேற்கத்திய இசையின் அடிப்படையும் கவிய வேறு உலகத்தில் இருந்த தெரு.

கயலும் நானும் இந்த நிமிடத்தில் இப்படித்தான் இருக்க வேண்டும் என்று பேசி வைத்து முடிவெடுத்த மாதிரி ஆளரவமற்ற அந்தத்

தெருவில் கை கோர்த்து நடந்து கொண்டிருந்தோம். கடல் காற்று கூடவே வந்தது.

'என்ன பெயர்டா கயல்?'

'நளினிகாந்த் சட்டார்ஜி.'

வேகமான கடல்காற்றில் தலை கலைய, அவள் கையை விலக்கிக் கொண்டு தோளில் மாட்டி இருந்த கைப்பையில் எதையோ நடந்தபடி எடுக்க சிரமப்பட்டாள்.

'சீப்பு உள்ளே கிடக்கு. கையிலே தட்டுப்பட மாட்டேங்குது...'

நான் சர்வ சுதந்திரமாக அவளுடைய கைப்பைக்குள் கை விட்டுத் தட்டுப்பட்டதை எடுத்தேன். பார்த்து முகம் சிவந்து போனாள்.

'நீ லவ் பண்ணு மண்ணாங்கட்டியும் பண்ணு. ஒரு பொண்ணோட கைப்பையிலே கை விடறது நாகரீகம் இல்லாத விஷயம். உனக்கு இல்லாத கஷ்டம் எல்லாம் எனக்கு உண்டு. அதைச் சகிச்சுக்கிட்டுத் தான் சிரிக்கிறேன். சைக்கிள் விடறேன். சமைக்கறேன். சாப்பிடறேன். ஊட்டி விடறேன். கிஸ் பண்ணினா ரசிக்கறேன். திரும்பத் தரேன். கஷ்டம்டா. புரிஞ்சிக்கோ. இப்படி பஞ்சும் துணியுமா நீ எந்தக் காலத்திலேயும் வெளியே போக வேண்டி யிருக்காது. ஆணாச்சே.' கயல் குமுறினாள்.

அவள் என் கையில் இருந்து சானிட்டரி நாப்கின்னைப் பறித்துத் திரும்பவும் கைப்பையில் எறிந்தாள்... தப்பு செய்ததை உணர்ந்து மனப் பூர்வமாக திசொலி டியர் என்றேன்.

அவள் சட்டென்று நின்று எதிர்ப்பட்ட வீட்டில் பெயர்ப்பலகையைச் சுட்டிக் காட்டினாள். வங்காளியில் எழுதி இருந்தது அது.

'நொளினிகாந்த் சட்டோபாத்யாயா. சட்டோபாத்யாயாதான் சாட்டர்ஜி. முகோபாத்யாயா முகர்ஜி. பாந்தோபாத்யாயா பானர்ஜி.'

நான் படித்து விளக்க, கயல் திகைப்போடு பார்த்து, வங்காளி தெரியுமாடா உனக்கு என்றாள். ஏதோ எழுத்துக் கூட்டி பிரெஞ்சு மாதிரிப் படிப்பேன் என்று உள்ளதைச் சொன்னேன். கீழேயே இங்கிலீஷிலும் இருந்ததை அவள் கவனிக்கவில்லை போல.

'பக்கத்துக் கட்டிடம் பெண்கள் பள்ளிக்கூடம். இவங்களுக்கு மட்டும்.' அந்தப் பெயர்ப் பலகையையும் படித்தேன்.

'இங்கே சமிதிப் பொண்ணு யாரையாவது தேத்தறியா?'

அவள் திரும்ப ஃபார்முக்கு வந்திருந்தாள்...

‘ஷர்மிளா தாகூர், மௌஷுமி சாட்டர்ஜி மாதிரி கிடைச்சா ஆட்சேபம் இல்லை. பானுரேகாவும் ஓகே தான். அப்புறம் ஃபரீதா ஜலால், ராக்கி...’

‘அடபாவி ஊர்லே ஒரு பொண்ணு கூட விட மாட்டியா?’

என் முதுகில் அடித்து விட்டு காலிங் பெல்லில் கை வைக்கப் போனாள்.

‘ஒரு நிமிஷம் வெயிட் பண்ணு’ என்று அவள் கையைப் பிடித்தேன்.

‘என்னடா, முத்தம் கொடுக்கப் போறியா?’

‘சர்வ சாதாரணமாகப் போயிடுச்சு உனக்கு.’

சிரித்தேன். வேறென்ன செய்ய?

‘பின்னே, அஞ்சு நிமிஷம் நாம தனியா இருந்து, இப்படி ஒரு வீதியும் ஆள் இல்லாம கிடைச்சா நீ சும்மா இருப்பியா?’

‘எதுக்கு வம்பு? நான் மாட்டேன். யாராவது வீட்டு மாடியில் இருந்து பார்த்தா?’

‘நீயா அதெல்லாம் யோசிக்க மாட்டே? பூட்டி வச்ச அந்த ஓர வீட்டு வாசலை ஒட்டி ஜோடியாப் பவழமல்லி மரம் ரெண்டு மறைச்சுக் கிட்டிருக்கே, அங்கே போகலாம்னு நினைப்பியே?’

‘பின்னே இல்லியா?’

கயல் சொன்னபடி பவழமல்லி மரங்களின் கீழ் இதழ் கலந்தோம். கொடுத்தும் பெற்றும் மகிழ்ந்த முத்தங்களில் பூ வாசனை அடிக்கிறவை அவை...

‘யாரோ பார்க்கறாங்கன்னு தோணறுதுடா.’

ரகசியம் சொல்ல நெருங்கினாள் பெண். முகம் தோளில் பட்டு விலகியது. கயல் என் சட்டையில் ஒற்றிய இடத்தில் லிப்ஸ்டிக்கைப் பார்க்க சந்தோஷமாக இருந்தது.

‘யாரோ பார்க்கற மாதிரி இருக்கு.’ திரும்ப முனகினாள்.

தெருவுக்கு முதுகைக் காட்டி நிற்கிறாள். அவளுக்கு என்ன தெரிந்தது?

‘உனக்கு என்ன முதுகிலே கண்ணா?’ அவள் உதட்டை நிமிண்டினேன்.

என் மனதில் ஏதோ நெருட கயலை விலக்கித் தலை தூக்கிப் பார்த்தேன். தெருமுனையில் சைக்கிள் ரிக்‌ஷாவில் இருந்தபடி யாரோ என்னையும் கயலையும் உற்றுப் பார்த்துக் கொண்டிருபபது

தெரிந்தது. என் கண்ணை சந்திக்க மறுத்து வந்தவர் திரும்ப ஏறி உட்கார ரிக்ஷா திரும்பிப் போனது.

யாராக இருக்கும்? யார்? டூரிஸ்டுகள் பார்த்த ஊர் வனப்பில் நானும் கயலும் எங்கள் பவழமல்லி முத்தமும் சேர்ந்து கொண்டதா? ஃபோட்டோ எடுத்திருப்பார்களோ? ஃபிரெஞ்சு பத்திரிகை அட்டையில் வருமோ? பாரதி தெருவில் ஜே.எஸ்ஸோடு வாங்கக் கிடைக்குமோ?

கயல் திரும்பித் திரும்பிப் பார்த்தபடி காலிங் பெல்லை அடித்தாள்.

ஆரோகணத்தில் மட்டும் பாடிய அந்த அழைப்பு மணி ஒலித்து நிற்க, ‘ஆஷோன்’ என்று வரவேற்பு.

ஆறரை அடி உயரமும் மூலக் கச்ச வேட்டியும் நீளமான காவிக் கதர் ஜிப்பாவும், வாயில் இன்னும் கொளுத்தாத புகைச் சுருட்டுமாக வாசலுக்கு வந்து வரவேற்ற பெரியவர் நொளினிகாந்த் சாட்டர்ஜி என்று ஊகிக்க சிரமம் இல்லை.

‘காயல், வா.’

‘அங்கிள், நான் காயல் இல்ல, கயல். இவன் என் காலேஜ் மேட்.’

‘சாரி சாரி, நெக்ஸ்ட் டைம் சரியா சொல்றேன்!’ என்று சுருட்டை மேஜையில் வைத்தார்.

‘ரொபீந்தர் சின்ன வயசிலே இருந்த மாதிரி இருக்கே’ அவர் என் கையைக் குலுக்கும்போது சொன்னார்.

‘எந்த ரொபீந்தர்?’

‘ரொபீந்தர் நாத் தாகூர்.’

பெருமையோடு விளக்கினார். உட்காரச் சொல்லி உள்ளே போனார்.

வரவேற்பு அறையில் மிதமான வண்ணங்களும் கோடுகளுமாக ஓவியங்கள். மேஜையில் மொகஞ்சோதாரோ பிரதிமைகள் போல, சுட்ட சிறு களிமண் சிற்பங்கள்.

‘ஏ ரொபீந்தர்நாத் தாகூர், தாடி எங்கேடா?’

கயல் எதிர் நாற்காலியில் இருந்து சீண்டுகிறாள்.

சும்மா சிரித்தேன்.

‘ரவீந்த்ரநாத் தாகூரைச் சொன்னா ஷர்மிளா தாகூரை நினைச் சிட்டிருப்பியே, களவாணிடா நீ.’

இந்தப் பெண்களுக்கு மனசில் இருப்பது எப்படியோ தெரிகிறது. அதுவும் பித்துப் பிடித்து கூடவே வரும் பையன்கள் பற்றி ஒரு இழை பிசகாமல்.

‘நீதான் என் ஷர்மிளா. நாணும் நங்கைன்னு அர்த்தம் அந்தப் பெயருக்கு.’

‘மெர்சி பெகூ’ என்று அவசர நன்றி நவின்றாள்.

பழைய இங்கிலீஷ் வீடுகள் போல் வரவேற்பறையில் கணப்பு வைத்த வீட்டில் கணப்புக்குள் அனல் துண்டங்கள் போல் மின் விளக்குகள் ஒளிர்ந்தன.

பக்கத்து நாற்காலியில் கால் மேல் கால் போட்டு அமர்ந்திருந்த கயலை ஒரு சிற்பமாகவோ ஓவியமாகவோ செய்யச் சொல்லி நொளினிகாந்த் மோஷாயைக் கேட்கணும்.

20

நாளினிகாந்த் சட்டர்ஜி மோஷாய் உள்ளே இருந்து காகிதமும் பென்சிலுமாகத் திரும்பி வந்தார்.

‘உனக்கு செஞ்சு வச்ச பொம்மை இன்னும் வர்ணம் காயலே. அடுப்பு பக்கம் வச்சிருக்கேன். கொஞ்சம் பொறு.’

கயலை நோக்கிச் சொல்லி விட்டு, என்னை எழுந்திருக்கச் சொன்னார்.

பவழமல்லி மரத்தடியில் கயலோடு தப்புக் காரியம் செய்து விட்டதாக சந்தேகப்படுகிறாரோ. ஆமா, செய்தேன். அதற்குத் தண்டிக்க இந்த சுருட்டு சுந்தரம் பிள்ளை யார்?

‘இப்படி வந்து இந்த பூக்கூடை பக்கமா நில்லு.’

வாட ஆரம்பித்த பூக்கள் நிறைந்த அந்தப் பூக்குடலைக்கு அருகே நின்றேன். உள்ளே இருந்து கொசுக்கள் கிளம்பி முகத்தில் மோதிப் பறந்தன.

‘சிரிச்சுக்கிட்டே பாரு’ என்றார். சோகம் காக்கச் சொல்லியிருந்தால் தான் எனக்குக் கஷ்டம்.

‘அங்கிள், நானும் போஸ் கொடுக்கட்டா?’ என்றாள் கயல்.

‘ஓ, அடுத்த படத்துக்கு’ என்றார். நான் நகர்ந்தேன்.

‘நீயுந்தான்’ என்றார் மோஷாய்,

பத்து நிமிடம் அவர் காகிதத்தில் பார்த்து வரைய, சிலைகள் போல் நானும் கயலும் அருகருகே நின்றோம். மோஷாய், இந்தப் பெண்ணின் துடுத்த உதடுகளைக் கவனமாக வரைந்து சிலை செய்யுங்கள். என் உயிர் இவற்றின் இடையில் தான் உறங்குகிறது.

அன்னப் பறவைபோல் வளைந்து மூக்கு வைத்த மண் கூஜாவில் இருந்து ஏலமும் வெட்டிவேரும் மணக்கும் நன்னாரி சர்பத் எங்களுக்கு மண் குவளைகளில் குடிக்கக் கொடுத்தார் மோஷாய். மானாமதுரை மண் பாண்டம் என்றார். எங்க ஊருக்குப் பக்கம்தான் என்று பெருமையோடு கயலைப் பார்த்தேன்.

சட்டர்ஜி மோஷாய் மேஜையில் இருந்து எடுத்த சுருட்டைப் பற்ற வைத்துக் கொண்டு உள்ளே போக, நான் கயலைக் கேட்டேன் – எப்படி சமிதிக்காரராக இருந்துக்கிட்டு குட்ஸ் ரயில் எஞ்சின் மாதிரி புகை விட்டுட்டிருக்கார்?

‘இந்த சுருட்டாலே தான் அவரை சமிதியை விட்டுத் தள்ளி வச்சாங்களாம். அப்பா சொன்னார். பெரிய ஆர்ட்டிஸ்டாம்.’

உள்ளிருந்து சட்டர்ஜி கூப்பிட்டார். சிறிய மண் அடுப்புகள் வரிசையாக இருக்க, அவற்றின் உள்ளே சுடப்பட்டுக் கொண்டிருந்த சிறு பொம்மைகளை ஒவ்வொன்றாக வெளியே எடுத்தார் அவர்.

எல்லாம் சேர்த்து மேஜையில் வைத்ததும் விரிந்த அற்புதமான காட்சியை வர்ணிக்க வார்த்தைகள் கிடையாது. கல்கத்தா மாநகரின் முக்கியமான தெருவாகிய ராஷ்பிகாரி அவன்யூ அது. ப்ரியா சினிமா தியேட்டர், தேசப்ரியா பூங்கா, கரியகட் மார்க்கெட் போன்ற அந்தச் சாலையின் முக்கியமான அடையாளங்கள் கச்சிதமாக வடிக்கப்பட்டு வர்ணம் பூசப்பட்டு பளீரிட்டன. தெரு வியாபாரிகள், நகரும் டிராம், கை ரிக்‌ஷா, சைக்கிள்கள், கையில் மீனும் ப்ரீப் கேசுமாகப் போகிற ஆபீஸ் அதிகாரி, இனிப்பு சாப்பிடும் முதியவர்கள் என்று ராஷ்பிகாரி அவென்யூ சின்னச் சின்ன பொம்மைகளாக அற்புதமாக விரிந்திருந்தது.

என் சந்தோஷத்தை அடக்க முடியாமல் கயலிடம் சொன்னேன்.

‘நான் கல்கத்தா பார்த்ததில்லேடா, கூட்டிப் போறியா?’ ஏக்கத்தோடு கேட்டாள் அவள்.

‘நிச்சயமா, ஆனா அங்கே போய் நான் உன்னைத் தான் பார்த்துட்டிருப் பேன், நீ என்னைப் பார்த்துட்டிருப்பே. சரியா?.’

அவள் சிரிக்க, விஷயம் புரியாமலேயே மோஷாயும் சிரிப்பில் கலந்து கொண்டார். தம்பூரா மீட்டிப் பாடும் மீரா, கிளியைத் தூது விடும்

ஆண்டாள், யோசித்தபடி சத்யஜித் ராய் என்று இன்னும் சில நேர்த்தியான பொம்மைகளையும் அலமாரியில் இருந்து எடுத்து கயலிடம் கொடுத்தார். எனக்கு ஏனோ பொறாமையாக இருந்தது.

கயல் சின்ன பர்ஸில் குழந்தை மாதிரி சுருட்டி காய்ந்த ரோஜா இதழ்களோடு வைத்திருந்த நூறு ரூபாயை ஜாக்கிரதையாகக் கொடுக்க, அந்த அற்புதமான கலைஞர் மகிழ்ச்சியோடு வாங்கிக் கொண்டார். மீதி பொம்மைகளுக்கு நாளைக்கு வாங்க ரெண்டு பேரும் என்று என்னையும் கணக்காக்கிச் சொன்ன அவர் மேல் என் அபிமானம் கூடியது.

'அப்பாவும் ப்ரண்ட்ஸும் இவர் கிட்டே போன வருஷமும் கேட்டிருந்தாங்கடா. எல்லா வீட்டு கொலுவிலும் இவர் பொம்மை தவறாம இருக்கும், அருமையா தங்கந்தங்கமா இருக்கு இல்லே'

கயல் ஒவ்வொரு பொம்மையாக எடுத்துப் பார்த்து என்னோடு மகிழ்ச்சியைப் பகிர்ந்து கொண்டாள்.

ரெட்டைத் தெரு கொலு ஓய்ந்து அங்கே வீடு பூட்டி வைத்திருக்கிறது. என் கொண்டாட்டம் அம்மாவோடு போனது. இனி இதெல்லாம் கயல் மூலம் தான் என்று விதிக்கப்பட்டது போல...

'என்னடா சைலண்ட் ஆயிட்டே?'

வெளியே வரும்போது கயல் கேட்டாள்.

சணல் பைகளில் பத்திரமாக வைத்துத் தூக்கி வந்த பொம்மை உலகத்தைப் பவழ மல்லி மரத்தடியில் வைத்தோம்.

'இந்த சந்தோஷம் எல்லாம் அம்மா இருந்தபோது, ரெட்டைத் தெருவிலே எனக்கும் கிடைச்சது கயல்.' என்றேன் அந்தப் பைகளைப் பார்த்தபடி.

அம்மா நினைவு மேலெழுந்து வர, கண் கலங்கி பவழமல்லி மரத்தடியில் நின்றேன்.

'அழாதே... என் செல்லம் இல்லே... நான் இருக்கேன் உனக்கு.'

சந்தன டால்கம் பவுடர் மணக்கும் கைக்குட்டையால் கயல் என் கண்ணைத் துடைத்தாள்.

'தேன்மொழி அக்கா நேத்து பிரான்ஸிலே இருந்து போன் பண்ணிச்சு. உன்னை ரொம்ப கேட்டுது.'

அவள் பேச்சை மாற்றுகிறாள் என்று தெரிந்தாலும் அது வேண்டித் தான் இருந்தது.

சின்னத் தூறலாக வானம் கண் திறந்திருந்தது. பூச் செரியும் திவலைகள் மேலே சிதற இரண்டு குழந்தைகளாக நின்றிருந்தோம்.

'அக்கா என்ன சொல்லிச்சு தெரியுமா?'

'என்ன சொல்றாங்க?'

'பையன் ராஜா மாதிரி இருக்கான். உனக்கு சரியான ஜோடிதான். இவர் மாதிரி ஒல்லி... மீனும் முட்டையும் ஊட்டினா சதை பிடிச்சுடுவான்...'

நான் முஷ்டி மடக்கிப் புஜபலம் காட்டினேன். உன்னை விட நான் பலசாலி என்று கை மடக்கி என் கையோடு ஒட்டி நிறுத்திக் காட்டினாள் பதிலுக்கு.

'தேன்மொழி அக்கா வேறே என்ன சொல்லிச்சு?'

'அவசரப்பட்டுடாதீங்க. நல்லா படிச்சு, போஸ்ட் கிராஜுவேஷன் முடிச்சு வேலையும் கிடைக்கட்டும் அப்புறமா கல்யாணம்... முக்கியமா ஒண்ணு'

'என்னவாம்?'

'அது வந்து,... பீரோ பின்னாடி கிஸ் அடிக்கறதெல்லாம் வேணாம். பூச்சி பொட்டு கிடக்கும்.'

நான் வாய் விட்டுச் சிரித்தேன்.

கயல் முகம் நாணத்தில் சிவந்தது. உதட்டை அழுத்தக் கடித்தபடி தலையைக் குனிந்து கொண்டாள். இவளோடுதான் இனி வாழ்க்கையா?

இனித்தது. அது வேறே மாதிரி வாழ்க்கையாக இருக்கும். இனிப்பு மட்டும் அனுபவப்படாது. பசியும் காதலும் காமமும் தவிரவும் சேர்ந்து இருந்து அனுபவிக்க, பிணங்கிப் பிரிந்து மீண்டும் இறுக அணைத்து இணைய, கண்ணீர் விட, சேர்ந்து ஆட, குரல் எடுத்துப் பாட, கவிதை சொல்லி ரசிக்க, குழந்தை சுமக்க, ஆஸ்பத்திரிக்கு ப்ளாஸ்கில் காப்பி எடுத்துப் போக, வீடு சுத்தம் செய்ய, துவைத்த துணி உலர்த்த, ரேடியோ கேட்க, ஞாபகமாக ஒரு சாஃப்ட்டும் ஒரு மீடியமும் என்று பல்துலக்க ரெண்டு பிரஷ் வாங்கி வர, அறுந்த செருப்பைத் தைத்து வந்து தர, புடவைக்கு ஃபால்ஸ் அடிக்க எடுத்துப் போக, இன்னும்தான்.

ஜோசபின் மீது என் ஈர்ப்பு என்ன ஆகும்? அது நட்பு மட்டும் என்று என்னை நானும் தன்னை ஜோசபினும் ஏமாற்றிக் கொண்டாக வேண்டுமா? அவளுக்கு நானும் எனக்கு அவளும் யார்?

மேகலா?

கல்யாணத்துக்கு வந்து பால் குக்கர் பரிசு கொடுத்துவிட்டு, விருந்து கொறித்து, புகைப்படத்தில் தலை காட்டிப் போகும் சிநேகிதர்களா ஜோசபினும், மேகலாவும்?

ஒன்றும் புலப்படவில்லை. வழக்கம்போல் மேகலாதான் உதவிக்கு வந்தாள்.

'அதெல்லாம் நடக்கறபோது பார்த்துக்கலாம். Cross the bridge when you come to it... இப்போ கயலை பத்திரமா வீட்டுக்கு அனுப்பிட்டு நீயும் போய்ச் சேரு.'

வாரக் கடைசியில் மேகலாவைப் பார்க்க பொள்ளாச்சி போனால் என்ன?

'நேரம் ஆயிட்டிருக்கு.'

கயல் சொன்னாள். பொறுப்புள்ள எதிர்காலக் கணவனாக அவளுக்காக எல்லா துணிப் பைகளையும் கையில் எடுத்துக் கொண்டேன். ராஷ்பிஹாரி அவென்யுவும் சத்யஜித் ராயும் கனமாகப் புறப்பட்டார்கள்...

'போகலாம், தூறல் நின்னுடுச்சு.' என்றேன் என் ராணியிடம்.

வந்து நின்ற சைக்கிள் ரிக்ஷாவில் அவள் ஏறி உட்கார்ந்தாள்.

'நானும் வரணுமா?' என்றேன்.

'இல்லேடா, நானும் அம்மாவும் எடுத்து வச்சிடறோம். நாளைக்கு அந்தப் பக்கம் வருவியா?'

ரிக்ஷாக்காரர் பார்த்துக் கொண்டிருந்தார். இல்லாவிட்டால், வருவேன் என்று ஒற்றை வார்த்தை பதிலோடு மட்டும் அவளை அனுப்பி இருக்க மாட்டேன்.

சுஃப்ரன் தெரு வழியே நடந்து வரும்போது பின்னால் இருந்து சைக்கிள் மணி சத்தம். ஜோசபின். உடம்பு சிலிர்க்கத் திரும்பினேன். அது விசாலி.

ஜோசபின்.

ரெண்டு பேரும் அந்த வார்த்தையைத்தான் சொன்னோம்.

விசாலி பக்கத்தில் சைக்கிளில் நின்றபடியே என்னிடம் ரகசியம் பேசும் குரலில் சொன்னாள் -

'மதியம் ஊர்லே இருந்து திரும்பி வந்தா. எங்க குவாட்டர்ஸ்லேதான் இருக்கா. நீ வந்து பார்க்கறது நல்லதுன்னு நினைக்கறேன்.'

சொல்லி விட்டுச் சிட்டாகப் பறந்து விட்டாள் விசாலி. போன மாதம் தான் விசாலியோடும் இரண்டு பெண் ஹவுஸ் சர்ஜன்களோடும், எல்லையம்மன் கோவில் தெருவில் அந்த வீட்டை வாடகைக்கு எடுத்திருந்தாள் ஜோசபின். தெருவைச் சொன்னவள் எங்கே வரப் போகிறேன் என்றோ என்னவோ. வீட்டு முகவரியைச் சொல்லவில்லை.

'விசாலி... விசாலி.'

அவள் முன்னால் போய்க்கொண்டிருந்தாள். இதற்கு மேல் அவள் பெயரைச் சத்தமாகக் கூப்பிட மனம் வரவில்லை. சைக்கிள் பின்னால் கொஞ்ச தூரம் ஓடினேன். ஏதோ குறுக்குத் தெருவில் அவள் புகுந்து போக, பின்னால் வந்த லாரிகள் போன தடத்தை அழித்தன.

நினைப்பு எல்லாம் ஜோசபின் ஜோசபின் என்று முழுவதுமாக நிறைந்து அலையடித்துக் கொண்டிருந்தது. வீட்டுக்குப் போய் சைக்கிளை எடுத்துப் போகலாமா என்று யோசித்தேன். போக மனம் வரவில்லை.

ஜோசபினைப் பார்த்த பிறகுதான் மற்ற எல்லாம். ஓட்டமும் நடையுமாக தெற்கு புல்வார்ட் வழியாக எல்லையம்மன் கோவில் தெருவுக்கு நடந்து போகவே அரை மணி நேரமானது. வாசல் பலகைகளை திரும்ப அடைத்துக் கடைகளை எடுத்து வைத்துக் கொண்டிருந்தது கண்ணில் பட்டது. தெரு விளக்குகள் ஒரு கம்பம் விட்டு மறு கம்பம் என்று ஏற்பாடு செய்த மாதிரி எரிந்தன. தெரு நாய்கள் அதட்டியபடி கூட வர, குரலை நீள வீசியபடி ஒரு ராப்பிச்சைக்காரன் எனக்கு முன்னே நடந்து போய்க் கொண்டிருந்தான். ஒரு வீட்டு வாசலில் கட்டிய ஆடு, அறுத்துக் கறி வைக்கும் காலம் வருவதை உணர்ந்தோ என்னமோ நேரம் காலம் இல்லாமல் கத்திக் கொண்டிருந்தது. வீட்டு வாசல் திண்ணைகளில் சைக்கிள்கள் நின்றன. அழைக்காதே என்று யாரோ திரும்பத் திரும்ப புல்புல்தாராவில் வாசித்துப் பழகிக் கொண்டிருந்தது கேட்டது. யாரும் வாங்காமல் சோன்பப்டிக்காரன் கடந்து போக, அழுகிற குழந்தைகள் நிறைந்த தெரு.

ஜோசபின் வீட்டை எப்படித் தேடிக் கண்டுபிடிப்பது?

வீட்டு வாசல் திண்ணையில் சாய்ந்து உட்கார்ந்து டிரான்சிஸ்டரில் அகில பாரத நாடகம் கேட்டுக்கொண்டிருந்த கிழவரைக் கடந்து போனேன். இரண்டு வீடு தள்ளி, திண்ணையில் பாடம் படித்துக் கொண்டிருந்த சிறுவர்கள் எட்டி எட்டி உள்ளே பார்த்து புத்தகத்தை மூடி வைத்தார்கள். ஒரு வீட்டு வாசலில் நாலைந்து பெண்கள் கூடி

நின்று சுவாரசியமாகப் பேசிக் கொண்டிருந்தார்கள். ராத்திரி ஒன்பது மணிக்கு, வீட்டுக் காரியம் முடித்துப் பேசிக் கொண்டிருக் கிறவர்களாக இருக்க வேண்டும்.

சுற்றும் பார்த்தேன். தகவல் தரக்கூடியவர்களாக வேறு யாருமே தெரியவில்லை. நடப்பது நடக்கட்டும் என்று அந்தப் பெண்கள் பக்கம் நடந்தேன்.

பகலில் சரியாகச் சாப்பிடாமல் இருந்து, ஏற்கெனவே நீள நடந்து அலைந்து விட்டு, நடந்தே இங்கே வந்து சேர்ந்தது அசதியாகக் கண்ணிலும் நடையிலும் தெரிய, அசதியைத் தள்ளி ஒதுக்கினேன். ஜோசபின்தான் என்னைக் கொண்டு செலுத்திக்கொண்டிருந்தாள்.

இந்தப் பெண்கள் அம்மாவா அக்காவா? அக்காதான் சரிப்படும். வயது அதிகம் என்றாலும் பரவாயில்லை. சந்தோஷமாக உணர வைக்கும்.

‘அக்கா, ஹாஸ்பிடல் லேடி ஹவுஸ் சர்ஜன், நர்ஸ் இங்கே குடி வந்திருக்கற வீடு எது?’

‘நீ யாரு?’

ஒக்கலில் குழந்தை வைத்திருந்த பெண் கேட்டாள். நேரடியாகப் பார்த்துக் கேட்கப்பட்ட கேள்வி. நிலை குலைந்துதான் போனேன்.

‘காரைக்கால்லே இருந்து... நர்ஸ்... என்னோட...’

வார்த்தையில் பாதி வாய்க்குள்ளேயே நின்றது.

‘எதிர்த்த வீடுதான் தம்பி. வாசல்லே பெல் இருக்கு. அடிக்கலேன்னா, கதவுத் தாழ்ப்பாளை நாலு தடவை தட்டு...’

காலிங்பெல் அடித்தது. திறந்தவள் விசாலி.

‘உள்ளே போங்க, ரூம்லே இருக்கா. நல்ல வேளை நீங்க வந்துட்டீங்க.’

உள்ளே கை காட்டினாள்.

‘ட்யூட்டி டைம். கிளம்பறேன். ரோஸாலி ட்யூட்டி. பத்து மணி முடிஞ்சு வருவா... சொல்றேன். வந்ததும் போங்க, சரியா?. எனக்காக. ப்ளீஸ்’

அவள் தந்தி மொழியில் கூறியபடி வெளியே கிளம்பிக் கொண்டிருந்தாள். நைட் டியூட்டியாம்.

சாப்பிட்டீங்களா? போகிற அவசரத்தில் நின்று கேட்டாள். ஆச்சு என்று பொய் சொன்னேன். ஜோசபினா, நிஜமா என்று சோதித்துப் பார்க்க?

‘கதவைச் சாத்திக்குங்க.’

விசாலி புறப்பட்டுப் போக கதவை சாத்திவிட்டு, இருண்டு கிடந்த அறை வாசலில் நின்றேன். மெல்ல உள்ளே போனேன். இருட்டு பழக ஆரம்பிக்க, ஜோசபின் என்று மெதுவாகக் கூப்பிட்டேன்.

சத்தம் கூட்டாமல் விசும்பி அழும் ஒலி. தட்டுத் தடுமாறி சுவிட்சைப் போட, நாற்பது வாட்ஸ் பல்பின் மங்கிய வெளிச்சத்தில் ஜோசபின்

வெறும் தரை. பழைய தலையணை தலையை ஒட்டி நனைந்து கிடக்கிறது. கணுக்காலுக்கு வரும் நைட்டி தொளதொளவென்று மேலே பொருத்தமே இல்லாமல் வழிகிறது. ஃபேன் இல்லாத அறையில் புழுக்கம் அதிகமாகத் தெரிகிறது. வெள்ளைப் பட்டுத் துணியைக் கட்டாந்தரையில் அலங்கோலமாகப் பரத்திய மாதிரி என் ஜோசபின் நிலைகுலைந்து கிடக்கிறாள்.

ஜோசபின்.

அவள் என் காலடிகளில் கை வைத்துப் பற்றியபடி என்னையே பார்த்தாள்

நான் எந்த சிந்தனையும் இன்றிக் கீழே உட்கார்ந்து அவள் தலையை என் மடியில் தாங்கி வைத்துக்கொள்கிறேன். கை வளைத்து, முடிந்தவரை அந்தச் சித்திர வீணையைத் தழுவிக்கொண்டு, ‘அழாதேடா நான் வந்துட்டேண்டா’ என்று பித்துப் பிடித்தவனாகத் தேம்புகிறேன். ஜோசபினுடைய கண்ணீர் மடி நனைக்க, குனிந்து அந்த இமைகளில் தீர்க்கமாக முத்தமிடுகிறேன். கண்ணம்மா கண்ணம்மா கண்ணம்மா என்றதல்லாமல் மற்றது ஏதும் எனக்கு நாவில் புரண்டு வரவில்லை.

ஐந்து நிமிடம் போயிருக்கும். அதற்கு மேலும் கடந்திருக்கும்.

‘சாப்பிட்டியா?’

ரெண்டு பேரும் ஒருத்தரை ஒருத்தர் பார்த்து அதுதான் கேட்கிறோம். எழ முயற்சி செய்தவளைத் திரும்பத் தழுவி அப்படியே அமர்ந்து இருக்கிறேன். எல்லாம் சரியாகிப் போகும் என்கிறது மனம்.

ஜோசபின் மெல்ல விலகிச் சுவரில் சாய்ந்து உட்கார்ந்தாள். அளவு சரியில்லாத அங்கிக்குக் கீழே அவளுடைய கணுக்கால்களை, கணுக்காலில் பூட்டியிருந்த வெள்ளிச் சதங்கையை எந்த மனக் கிளர்ச்சியும் இன்றிப் பார்த்துக் கொண்டிருந்தேன். அந்த மென்மை யான பாதங்கள் சற்றே வீங்கியிருந்ததாகத் தோன்றியது.

ஜோசபின் குனிந்து நைட்டியை இழுத்து விட முயன்று, முடியாமல் போக அப்படியே விட்டுவிட்டு, ‘ரோஸாலியோடது மூட்டுக்குத்தான் வருது’ என்றாள்.

‘என்ன ஆச்சுப்பா?’ நான் மெல்லக் கேட்டேன்.

தோளில் தலை சாய்த்து, ‘ஒண்ணுமில்லேடா!’ என்றாள்.

அடுத்த அழுகைக்குக் கண்கள் தளம் கட்ட, பிடிவாதமாக உதடுகளை இறுக அடைத்துக்கொண்டதைப் பார்த்தேன்.

அவற்றை நெருங்க, அவசரமாகத் தலை திருப்பினாள்.

‘வேணாம்டா, அவசரத்திலே பல்பொடி கூட இல்லே பல்லு விளக்கலே. கெட்ட வாடையா இருக்கும்’ என்றாள்.

‘அதனாலே?’

‘குளிக்கவும் இல்லேடா. கசகசன்னு கழுத்தெல்லாம் முதுகெல்லாம் வியர்வை. தலைமுடி சிக்கு பிடிச்சு கிடக்கு.’

சொன்னபடி இன்னும் விலகினாள். தலையை முடிந்துகொண்டு எழுந்தாள். இரு வந்துட்டேன் என்று சொல்லி உள்ளே போனாள்.

போர்முனையில் இருந்து தன் அன்பு மனைவி ஜோசபினுக்குக் கடிதம் எழுதிய பிரெஞ்சு சக்கரவர்த்தி நெப்போலியன் நினைவு வந்தான் –

அன்பே நான் திரும்ப வந்துகொண்டிருக்கிறேன். குளிக்காதே, பல் துலக்காதே. உன் உடலின் இயற்கையான வாடையோடு உன்னைத் தழுவ நான் வந்துகொண்டிருக்கிறேன்.

நெப்போலியன் சொன்னதா இப்போ முக்கியம்?

அடுத்த நிமிடம் கையில் இரண்டு பூவரச இலைப் பொட்டலங்களோடு திரும்பினாள் ஜோசபின்.

‘இட்லிடா. ’

‘ரெண்டு பொட்டலம் எப்படி?’

‘நீ வருவேன்னு தெரியும். விசாலி அதான் ரெண்டா வாங்கி வந்திருக்கா’

‘நீ ஏன் இன்னும் சாப்பிடாம இருக்கே?’

‘சாப்பிடப் பிடிக்காம எடுத்து வச்சுட்டேன்டா. நீ சாப்பிடு...’ பூவரசு இலைப் பொட்டலத்தைப் பிரித்து என் கையில் கொடுத்தாள்.

‘சட்னி உரைக்கும்னா ஷுகர் தொட்டுச் சாப்பிடறியா?’

‘உன்னைத் தொட்டுச் சாப்பிடறேன்’ என்றேன்.

அந்தப் புன்னகை ஒரு வினாடி ஒளிர்ந்து உடனே அணைந்து போனது.

‘ரொம்ப டயர்டா இருக்கே பாக்கறதுக்கு.’ அவளுடைய கலைந்த தலைமுடியை கை கொண்டு ஒதுக்கினேன். ‘முடி அழுக்குடா’ என்று கையைத் தட்டி விட்டாள். அதுனாலே? திரும்பக் கையளைந்தேன்.

‘எத்தனை நாளா பட்டினி ஜோஸ்ஸி?’

‘நேத்து காலையிலே ரெண்டு இட்லி, அப்புறம் உன் கையாலே தான்.’

நான் ஊட்டி விட மென்றபடி சொன்னாள். சமையல்கட்டுக்குப் போய் சக்கரை போத்தலை எடுத்து வரவேண்டும் என்று தோன்றியது. ஜோசபின் எழுந்து விடுவாள் என்று பட போகாமல் இருந்தேன்.

‘கல்யாணம் நாலு நாள் முன்பே முடிஞ்சுடுத்தில்லே?’

நான் அவள் முகத்தைக் கூர்ந்து பார்த்துக் கேட்டேன். அவள் தலையில் தத்தி ஏறி உட்கார்ந்த சின்ன வெட்டுக் கிளியை அவளுக்கு நோவாமல் எடுத்து ஜன்னலை நோக்கி வீசிப் போட்டேன். அதை அடிக்க மனம் வரவில்லை. அவளுக்குப் பிடிக்காது.

விலகி, உடலின் எல்லா வாடைகளோடும் அடுத்திருந்த அவளை எப்போதையும் விட நேசத்துக்கும் பிரியத்துக்கும் உரிய சிநேகிதியாக உணர்ந்தேன். யூதிகோலன் நறுமணம் மட்டுமில்லை ஜோசபின்.

‘கல்யாணம் ஆரம்பிக்க முந்தியே எனக்கு கஷ்டம் ஆரம்பிச்சுடுச்சுடா. அத்தை வராங்கன்னு சொன்னேனே. ராஷல் அத்தை... அவங்க தனியா வரல்லே. கல்யாணப் பையனுக்கு... பையன் என்ன... உன்னைப் போல ரெண்டு மடங்கு வயசு... அந்தாளோடு கூட பெஸ்ட் மேன்... அதாண்டா உங்க கல்யாணத்திலே தோழன்னு சொல்வீங்களே... மாப்பிள்ளைத் தோழன்... அந்த பெஸ்ட் மேன் தடியனும் மார்செயில்ஸ்லே இருந்து ராஷல் அத்தை கூடவே வந்துட்டான். அத்தைக்கு என்னைக் கண்டதும் ஒரே பிடிவாதம். அவனை நான் கட்டிக்கணுமாம். நாம அன்னிக்கு வேடிக்கையாப் பேசினோமே அதே மேடையிலே அதே பூமாலை போட்டு அதே பாதர் அதே சிஸ்டர் அதே பிரதர்னு... அப்படியே ஆகிடும்போல பயமா இருந்துச்சுடா... அத்தை அந்த ஹென்ரியை அதான் பெஸ்ட் மேன் எல்லா ஏற்பாடும் செஞ்சு உடனே நான் கட்டிக்கணும்னு ஒத்தக் கால்லே நிக்குறாங்க. அந்த ஆள் பிரான்ஸ் போய் எனக்கு விசா அனுப்புவானாம். புறப்பட்டுப் போய் ஆயுசு பூரா அங்கேதானாம். எங்கப்பாவுக்கு ஒண்ணும் செய்ய முடியாட்டாலும் எனக்குச் செஞ்சே ஆகணுமாம். அத்தை நெருக்கறாங்க. இந்த விக்தொ அங்கிள் அவங்களுக்கு சப்போர்ட். எனக்கு எது நல்லதுன்னு எனக்குத் தெரியாதாம். சும்மா வேறே மத விடலைப் பசங்களோடு

திரிஞ்சிட்டிருக்கறது நல்லது இல்லையாம். அத்தை சொல்லுறாங்க மலையாளத்து சூனியம் வச்சுடுவியாம். வச்சுடுவாங்களாம். ஜேசப்பா.'

அவள் ஒரு வினாடி சும்மா இருந்து என்னைப் பார்த்து அடக்க முடியாமல் சிரிக்க ஆரம்பித்தாள். 'எதுக்கு சிரிக்கறே ஜோஸ்?' என்று கேட்டேன். 'கையிலே எலுமிச்சம்பழம், சேவல் எல்லாம் வச்சுக்கிட்டு நீ என்னை வசியம் பண்ணற மாதிரி நினைக்கவே தமாஷா இருக்கு.'

'என்னை வசியம் பண்ண அதெல்லாம் எதுக்கு? நீ பார்த்தா போதாதா?'

என் கைகளை மெதுவாகப் பற்றி முத்தமிட்டு முகம் புதைத்துக் கொண்டாள். மறுபடி அழத் தொடங்கினாள்.

கல்யாணம் ஒரு பக்கம் நடக்க, இவள் மேல் பிரியம் கொண்டவர்களே இவளுக்கு நல்லது செய்கிறதாக நினைத்துக் கட்டாயப்படுத்த, தொடர்ந்து மறுத்திருக்கிறாள் ஜோசபின்.

நயமாச் சொன்னா கேக்க மாட்டே, உன் நல்லதுக்குத்தானே, பயமாச் சொல்றேன் என்று அவளை அறையில் பூட்டி வைக்கவும் அத்தை முயற்சி செய்தாளாம். பால்ய கால சிநேகிதி உதவி செய்ய விடிகாலையில் தப்பித்து எதிர்த் திசையில் பஸ்ஸில் போய் இருபது கிலோமீட்டர் வந்ததும் இறங்கி வேறு வழியில் வந்து சேர்ந்திருக் கிறாளாம். இன்னும் இங்கேயும் தொந்தரவு தொடரும் என்று நினைப்ப தால் டியூட்டிக்குப் போகக் கூடப் பயமாக இருக்கிறதாம். வந்தது முதல் படுத்தபடி அழுதுகொண்டிருக்கிறாளாம்.

'ரெண்டே ரெண்டு நிமிஷம் தோள் கொடுடா. என் சுகத்துக்கும் துக்கத்துக்கும் நீதான் உயிர்த் தோழன்.'

நெகிழ்ந்து போனேன். இந்த உறவு எனக்குப் புரிகிறது. ஜோசபினுக்குப் புரிகிறது. வேறே யாருக்கும் புரிந்தென்ன, புரியாமல் போனால் என்ன?

முழுக்கச் சாப்பிடாமல் என் தோளில் முகம் புதைத்தாள் ஜோசபின். உறங்கியும் போனாள். அவள் பின்தலையில் கைவைத்து ஆதரவாகக் குழந்தை போல பிடித்திருந்தேன். களைப்பு தீர்க்கமாக எழுதிய முகம். கடைவாயில் வழியும் உமிழ்நீரில் என் தோள் நனைய அந்த நிமிடம் நிம்மதி கிடைத்த என் சிநேகிதியோடு மௌனமாக எத்தனை நேரம் இருந்தேனோ.

வாசலில் தாழ்ப்பாள் படபடக்கும் சத்தம். நாற்காலியில் போட்டிருந்த டர்க்கி டவலை விரித்து ஜோசபினை பூப்போல அங்கே தாழ இட்டுப்

படுக்க வைத்தேன். வாசலுக்கு விரைவாக நடந்து ஒருக்களித்துக் கதவைத் திறந்தேன்.

'நான் தான். பய்ந்துட்டியா?' ரோஸாலி உள்ளே வந்தாள்.

அவளைத் தள்ளிக்கொண்டு நுழைந்த உயரமும் கனமும் கூடியவன், நான் கயல்விழியோடு பவழமல்லி மரச் சுவட்டில் இருக்கும்போது பார்த்தவன்.

'ஒன் மினிட். நோ டைம். ஜோசபின் ஜெசிந்தா லூர்த. ராஷல் அத்தை.'

வந்தவன் ரோஸாலியைப் பார்த்துத் தணிந்த குரலில் சொன்னான். அப்புறமும் ஏதோ சொன்னான். அவன் பேசினது பிரெஞ்சு மாதிரியும் இருந்தது. இல்லாமலும் இருந்தது. அது க்ரியோலாக இருக்கலாம்...

ரோஸாலி அவனை நிற்கச் சொல்லிக் கை காட்டினாள்.

'பொண்ணுங்க இருக்கற இடம். நீ அத்து மீறி இங்கே வந்திருக்கே. இனியும் இருந்தா சத்தம் போட்டு அக்கம் பக்கத்திலே இருக்கறவங்களைக் கூப்பிடுவேன். அப்புறம் என்ன ஆகும்னு சொல்ல முடியாது.'

ஒரு வருடம் படித்த பலனாக, அவளுடைய பிரெஞ்ச் எனக்குப் புரிந்தது.

'நான் கயானாவிலே இருந்து வந்துருக்கேன்.' அவனும் பிரெஞ்சுக்கு மாறினான்.

'சந்திரன்லே இருந்து வந்தாலும் சரிதான். வெளியே போ.'

அவன் தயங்கினான். என்னைப் பார்த்து, எய்தெ மா ஃபெரெ என்றான். எனக்கு அவன் மொழி புரியாது என்று பட, அதை மொழி பெயர்க்கவும் முற்பட்டான். வேண்டாம் என்று நிறுத்தினாள் ரோஸாலி. அவனைக் கவனித்துப் பார்த்தேன். என்ன உதவி கேட்கிறான் இந்தத் தம்பியிடம்?

பார்வையில் தெரிந்த முரட்டுத்தனத்துக்கு மீசை இல்லாத முகத்தில் கொத்தாக எழுந்து நின்ற அடர்ந்த புருவங்களும் காரணம். அந்த உயரத்தை அவமதிக்கிற மாதிரி அவன் போட்டிருந்த பத்திக் வேலைப்பாடு கொண்ட சட்டையில் பெரிசு பெரிசாகத் தாமரைப் பூக்கள் பூத்திருந்தன. இப்படிக் கலம் அழுக்கோடு ஒரு காக்கி கார்டுராய் கால் சராய் என்னிடம் இருந்தால் அதை நெருப்பு வைத்துக் கொளுத்தி விட்டு டர்க்கி டவலைச் சுற்றிக்கொண்டு நிற்பேன்.

'தம்பி' என்னைத் திரும்ப அழைத்தான்.

‘அவன் என் தம்பி, எனக்கு ஒத்தாசையா இருக்கத்தான் வந்திருக்கான். நீ அவன் உதவிக்கு வருவான்னு காத்திருந்து பிரயோஜனமில்லே. போயிடு.’

ரோஸாலி என்னை ஆதரவாகப் பிடித்து முன்னால் நிறுத்திக்கொண்டு உறுதியாகச் சொல்ல, அவன் திரும்பத் திரும்ப பார்த்துக்கொண்டு வெளியே போனான்.

ராத்திரி பத்து மணி என்று மார்க்கெட் மணிக் கூண்டு சத்தம் முதல் முறையாகத் தெரு ஒலிகள் தேய்த்து அழிக்காமல் தெளிவாகக் கேட்டது.

‘ஜோசபின்?’

ரோஸாலி என்னைப் பார்த்தாள்.

‘அக்கா, அவ உறங்கிட்டு இருக்கா. கொஞ்சம் போல சாப்பிட்டா.’

‘கை நனைச்சாளே, அதுவே போதும். பகல்லே ஒண்ணும் வேண்டாம் னுட்டாளாம்… விசாலி சொன்னா… பாவம் அறியாப் பொண்ணு. ஜேசு தான் விரசா அந்தப் பிள்ளை துன்பத்தை தீர்க்கணும். யாருக்கும், பூச்சி பொட்டுக்குக் கூட கெடுதல் நெனக்கத் தெரியாதவ.’

நான் ஒன்றும் பேசாமல் ரோஸாலியைப் பார்த்தேன். எனக்கு அக்கா இருந்தால் இப்படித்தான் இருந்திருப்பாள். முகவாய்க் கட்டையைப் பிடித்து தலை வாரி விட்டுக்கொண்டு, வாசலில் மாக்கோலம் போட்டுக் கொண்டு, கால் நகம் பிய்ந்து நான் அழுதால், வலிக்காமல் மருந்து போட்டுக்கொண்டு. ரெட்டைத் தெருவிலேயே கற்பனை செய்து வைத்திருந்தேன் ரோஸாலியை.

‘கதவைச் சாத்திட்டு வா… சாப்பிட்டியாப்பா?’

ரோஸாலி உள்ளே போகத் திரும்பினாள்.

‘ஆச்சு. நான் போறேன் அக்கா. காலையிலே வர்றேன்.’

‘சொன்னாக் கேளு. பத்து நிமிஷம் கழிச்சுப் போகலாம். நான் வேணும்னா கொண்டுபோய் விடறேன்’

‘இல்லே அக்கா, நான் போய்க்கறேன்… பத்திரமா இருங்க.’

ஆள் இல்லாத தெருவில் நடக்கும்போது அவனை எதிர்பார்த்தேன். விட்டு விட்டுச் சிதறிய தூறல்தான் வீடு வரை கூட வந்தது.

21

தியூப்ளே வீதி உறங்கத் தொடங்கியிருந்தது. நேரு கஃபேயில் இந்த ராத்திரிக்குக் கடைசி கடைசியாகச் சாப்பிட்ட நாலு பேர், வாசலில் பாதி இறக்கி வைத்திருந்த ஷட்டருக்குக் கீழே குனிந்து வெளியே வந்து கொண்டிருந்தார்கள். மாதா பழச்சாறு நிலையத்தில் பயபத்திரமாக மிக்சியைக் கழுவி, பட்டுத் துணியால் துடைத்து ஈரம் போக்குவது கண்ணில் பட்டது. தெருமுனை குப்பைத் தொட்டியில் கதம்ப மாக வாசனை வீசும் பழத் தோலை அம்பாரமாகக் கொட்டிய கடைப் பையன் என்னைப் பார்த்துச் சிரித்தான்.

'வருகிறான் உலகம் சுற்றும் வாலிபன்.' சுவரில் ஒட்டியிருந்த ரசிகர் மன்ற நோட்டீஸைச் சத்தம் போட்டுப் படித்தான் அவன்.

நானா?

இன்னொரு பையனும் இவனும் ரகசியம் பகிர்கிற மாதிரி ஒரு வினாடி நமுட்டுச் சிரிப்போடு ஒருத்தரை ஒருத்தர் பார்த்தார்கள். 'நீ இல்லேப்பா, எம்.ஜி.ஆர். புதுப் படம்' என்றான் இவன். ராம் தியேட்டரில் ஆடப் போகிறதாம்.

தினம் ஒரு பெண்ணோடு ஊர் சுற்றும் பையன். இப்படி இவர்கள் மனதில் என்னைப் பற்றி நினைத்திருக்கலாம். கடையில் ஜோசபின், கயல், அமேலி, ருழே என்று வித்தியாசமில்லாமல் எல்லா சிநேகிதி களோடும் ஐஸ்

கட்டி உடைத்துப் போட்ட ஆரஞ்சு ஜூஸ் குடிக்க வந்திருப்பதுதான் இவர்களுக்கு மனசில் நிற்கும். லெச்சுவோடோ அந்துவானோடோ வைத்தேயோடோ அப்படி வந்ததை சௌகரியமாக மறந்து விடுவார்கள்.

போகட்டும். ஆரஞ்சு ஜூஸ் இல்லாத உலகத்தில் சிநேகிதிகளோடு நா வரண்டு அலைவதை விட, இப்படி ஒரு மெய்க்கீர்த்தியும் ஐஸ் மிதக்கும் பழச்சாறு சகிதம் அவர்களோடு இதமாகப் பேசிக்கொண்டு திரிவதும் சுகம்.

எங்கள் கட்டிடம் இருளடைந்து கிடந்தது. ஃப்யூஸ் போயிருக்கலாம். அதுதான் முதல் நினைப்பு. போயிருந்தால், வின்செண்ட் நடராஜன் கார்த்திகைப் பண்டிகை போல வரிசையாக வாசல் முழுக்க, உள்ளே எல்லாம் மெழுகு திரி ஏற்றி வைத்திருப்பாரே. கேரளக் கோவில் கர்ப்பகிரஹங்களுக்கே சொந்தமான அந்த மஞ்சள் வெளிச்சத்தில் பேங்கு கட்டிடத்தைப் பார்ப்பவர்கள் கன்னத்தில் போட்டுக்கொண்டு சாமி சரணம் விளித்து அப்பால் போகும் விதத்தில் பக்தி மயமான சூழ்நிலை கவிந்திருக்கும். அதன் சுவடே தெரியவில்லை இப்போது.

இருட்டிலேயே படி ஏறி மாடிக்குப் போகும்போது கவனித்தேன், பேங்க் வாசல் கதவு பூட்டப்பட்டு குறுக்குத் தாழ்ப்பாள் போட்டு அங்கே ஸீரோ வாட் பல்ப் ஒப்புக்குச் சப்பாணியாக எரிந்து கொண்டிருந்தது. ஆகவே, கரண்ட் இருக்கிறது. வாட்ச்மேன் வின்செண்ட் நடராஜன் தான் பிரெஞ்ச் லீவ் அடித்து விட்டார் போலிருக்கிறது.

மாடியிலும் வழக்கத்துக்கு மாறுதலாக விளக்கு அணைத்து வைத்திருந்தது. அப்பா இன்னும் வரலியா?

இருட்டுக்குள் இருமல் சத்தம். அவர்தான்.

தெருவில் ஹெட்லைட் பிரகாசமும் ராத்திரிக்குத் தேவையே இல்லாத ஹார்ன் சத்தமுமாகக் கடந்து போனது ஒரு டூரிஸ்ட் பஸ். சுவரில் சதுரம் கட்டிப் போன வெளிச்சத்தில் அப்பா தெரிந்தார். பால்கனியில் உட்கார்ந்து, படி ஏறி வரும் என்னையே பார்த்தபடி இருந்தார். பஸ் விலகி ஊர்ந்து அகல, அவர் திரும்பவும் இருட்டில்.

‘தூங்கப் போகலியாப்பா?’

அவர் பதில் எதுவும் சொல்லவில்லை.

‘உடம்பு சரியில்லையா அப்பா?’

பக்கத்தில் போய் நெற்றியில் கை வைத்தபோது சட்டென்று அழுத்தமாக என் கையைப் பிடித்துக்கொண்டார். அவர் கை நடுங்கிய மாதிரி இருந்தது.

'ஏண்டா இப்படி பண்றே? என்னைப் பிடிக்கலேன்னா வேண்டாம். அதுக்காக இப்படி...'

அவர் குரல் உடைந்து போயிற்று. என் கை மேல் சூடான ஒரு துளி கண்ணீர் விழுந்தது. அப்பா அழுவது அபூர்வம். சொல்லப் போனால், எனக்குத் தெரிந்து, ரெண்டாவது தடவை இது. இரண்டு வருஷம் முன்னால் அம்மா போய்ச் சேர்ந்தபோது வாய்விட்டு அழுது துக்கத்தை ஆற்ற முடியாமல் என்னைக் கட்டிப் பிடித்துக்கொண்டு நிலைகுலைந்து விழுந்தார் அவர். அந்த இழப்பைத் தொடர்ந்து வந்த பொங்கல் பண்டிகை நாள் விடிந்தபோது ஈசிசேரில் உட்கார்ந்து விதும்பிக் கொண்டிருக்கப் பார்த்தேன் அவரை. சுதாரித்துக்கொண்டு நாட்டரசன்கோட்டைக்கு எட்டு கிலோமீட்டர் நடந்தே அன்றைக்குக் கிளம்பிப் போய்விட்டார் அப்பா. கண்ணாத்தாள் கோவிலிலும், கம்பர் சமாதியிலும் அவரைப் பார்த்தாக யார்யாரோ சொல்ல, இப்போது நான் வந்திருப்பது போல் ராத்திரி வெகு நேரம் சென்று தான் திரும்பி வந்தார்.

'அப்பா நீங்க என்னைவிட்டு விலகிப் போயிடுவீங்கன்னு பயமா இருக்கு.'

அப்போது சொல்லாமல் விட்டதை இப்போது சொன்னேன்.

அவர் மெல்ல எழுந்தார். என் கையைப் பற்றியபடியே உள்ளே நடந்தார். சுவர்க் கோழி சத்தம் பெருகிச் சரசரவென்று மங்கி ஓய்ந்து போன ராத்திரி.

'முதல்லே ஆகாரம் பண்ணு.'

விளக்கைப் போட்டு என்னை சாப்பாட்டு மேஜைக்கு முன் அமர்த்தினார்.

'நீங்க முடிச்சாச்சா அப்பா?

நேர் முன்னால் கம்பி அடைத்த வெளிக்கு மேலே நிலாக் காய்வதைப் பார்த்தபடி எனக்குப் பின்னால் நின்றிருந்தார். 'சாப்பிடு' என்றார் திரும்ப.

ஒரு சப்பாத்தியும் காய்கறிக் கூட்டுமாக எடுத்து வைத்துச் சாப்பிட முயற்சி செய்தேன். அங்கே ஊருக்கு ஒதுக்குப்புறமான ஒரு தெருவில், நிராதரவாக ஜோசபின் வெறுந்தரையில் படுத்து, மனசெல்லாம் துன்பம் கவிந்து அழுத்த, அழுதுகொண்டிருப்பது நினைவு வந்தது. கடித்து மெல்வதற்கு ஆரம்பித்த சப்பாத்தி தொண்டைக்குள் இறங்கவே இல்லை.

‘கழிக்கு மோனே.’

அப்பா என் முதுகை வருடினார். பிறந்ததில் இருந்து, யார் கண்டது, அம்மா வயிற்றில் இருந்தபோதே என்னை இவர் நேசிக்க ஆரம்பித்திருப்பார். இந்த மகத்தான அன்பை மதிக்காமல், இங்கே வந்து பழகிப் புது சிநேகிதம் கொண்டவர்களுக்கு உயிரையும் கொடுக்க ஓடுகிறேனே அது தப்பில்லையா? ஜோசபின் கொண்ட நேசம் நிஜமில்லையா பின்னே? என்னுடைய சந்தோஷம் அவளைத் தொற்றுவதும், அவளுடைய துன்பம் என்னைப் பாதிப்பதும் மெய்யானதில்லையா? வீட்டுக்கு வெளியே சகலரிடமும் உபசார வார்த்தைகள் மட்டும் உதிர்த்து, அன்பும் நேசமும் எனக்குப் புரிந்த காதலும், மெல்லப் புரிந்து கொண்டிருக்கும் காமமும் விலக்கி வைத்து, யந்திரமாக ஓடி நடந்து கொண்டிருப்பதே செய்ய வேண்டியதா? யாருக்காக சுவாசிக்கணும்?

‘நான் விலகலே.. நீதான் விட்டு விலகிப் போறே…’

அப்பா முன்னால் வந்து நாற்காலியில் உட்கார்ந்தார். நாற்காலிச் சாய்வில் மடித்துப் போட்டிருந்த கதர்த் துண்டால் முகம் துடைத்தபடி தொடர்ந்தார் –

‘எங்கே வேணும்னாலும் போ. யாரோட வேணும்னாலும் பழகு. எனக்குத் தெரியும். நீ முறை தவறிப் போக மாட்டே. நான் வளர்த்த விதமும் நீ வளர்ந்த விதமும் அப்படி.. ஆனா அது மட்டும் போதாது. , உன் ஸ்பேஸ்லே .. உன்னோட வெளியிலே புழங்க உனக்கு சுதந்திரம் உண்டுதான். அது அடுத்தவங்க ஸ்பேஸை ஆக்கிரமிக்காமலும் இருக்கணும். முக்கியமா பெண்களோடு பழகறது…’

அப்பா எங்கோ பார்த்தபடி இருந்தார். என்ன சொல்லப் போகிறார் என்று கையில் எடுத்த சப்பாத்தி விள்ளலோடு எதிர்பார்த்து இருந்தேன்.

‘அறுதப் பழசு உவமையா இருந்தாலும் எப்பவும் பொருந்தி வரும்.. பஞ்சும் நெருப்பும்தான் அந்த சிநேகம். உனக்குச் சொல்ல வேண்டியதில்லே.. சுதந்திரத்தோட கூட நியதிகளும் வரும்… புரிஞ்சு செயல்படணும், சரியா?’

அப்பா இப்படி அந்நியப்படுத்திப் பேசிக் கேட்டதில்லை என்பதால் பயமாக இருந்தது. அவரை விட்டு நான்தான் விலகிப் போய்க் கொண்டிருக்கிறேன்.

இப்போது பேசாமல் இருப்பது என் முறை. இல்லை, நான் பேச வேண்டும்.

‘அப்பா, உங்க அத்தாழம் கழிஞ்சுதோ?’

‘நாம ரெண்டு பேரும் சாதாரணமா ஒண்ணா இருந்து ராச்சாப்பாடு சாப்பிடற ராத்திரி ஒன்பது மணிக்கு இந்தக் கேள்வி உன் மனசிலே வந்துதா? அப்போ என்ன நினைச்சுட்டிருந்தே? சொல்லலாம்னா சொல்லு. இல்லே வேணாம்.’

தலையைக் குனிந்துகொண்டு உட்கார்ந்திருந்தேன். என்னிடம் பதில் இல்லை.

‘பரவாயில்லே.. ஆகாரம் கழிச்சு விளக்கை அணைச்சுட்டுப் போய்ப் படுத்துக்கோ. நேரா நேரத்துக்கு சாப்பிடாமல் வல்லாத்த ஷீணம் வந்துடும். இங்கே வந்ததுக்கு இப்போ ரொம்ப ஷீணிச்சுப் போயிருக்கே. சம்சயம்னா கண்ணாடியிலே பார்த்துக்கோ. கன்னம் ஒட்டிப் போய், எல்லு தெரியறது.’

அவர் போய் ரொம்ப நேரம் அவர் வார்த்தைகள் காதில் ஒலித்துக் கொண்டிருந்தன. சாப்பாடு பற்றி மட்டுமில்லை. சுதந்திரமும் ஸ்பேஸூம் கூட.

சிநேகிதம் எல்லாம் களைந்து, வீட்டோடு இருந்து விடலாமா என்று திரும்ப தோன்றியது. அப்பா என்ற நல்ல ஆத்மாவின் மனதைப் புண்படுத்தியா சிநேகிதமும் பிரியமும் காதலும் பரிமாறிக்கொள்ள வேண்டும்?

நான் சாப்பிட்டுப் படுக்கப் போனபோது தூக்கம் வராமல் ராத்திரி முழுக்கப் புரண்டு கொண்டிருப்பேன் என்று நினைத்தேன். ஆனால், பத்தே நிமிடத்தில் ஆழ்ந்த, கனவே வராத உறக்கத்தில் ஆழ்ந்து போனேன்.

எழுந்தபோது சூரிய வெளிச்சம் துலக்கமாகப் படிந்து, உறுத்தாத வெப்பம் மெல்ல மேலேறத் தொடக்கம் குறித்துக் கொண்டிருந்தது. மிஸ்யே விக்தொ ஃப்ரான்ஸ்வா பூமோவோடு நான் கடற்கரையில் ஓடும் விடிகாலைப் பொழுது கடந்து போய் இரண்டு மணி நேரமாவது ஆகியிருக்க வேண்டும்.

அவர் வந்து மணி அடித்திருக்கலாம். வின்செண்ட் நடராஜன் லீவில் போனதால் என் சிரத்தையில் படாமலேயே போயிருக்கலாம். அல்லது விக்தொ வராமலேயே இருந்திருக்கலாம். ஜோசபினுக்கு உடனே கல்யாணம் முடிக்க, யாரோடாவது பரபரப்பாக ஓடி அலைந்து கொண்டிருக்கக் கூடும்.

வெயில் ஏறுகிற நேரத்தில் பீச்சில் ஓட வேண்டாம் என்று மொட்டைமாடி வெட்டவெளி மைதானத்தில் சுற்றிச் சுற்றி ஓட

ஆரம்பித்தேன். பத்து தடவை சுற்றி வந்த பிறகு அங்கே ஓடக் கடைப்பிடிக்க வேண்டிய ஒழுங்கு கால்வசமானது. சுவரிலும், கீழே வெளிச்சம் வரக் கண்ணாடிச் சில் பதித்து சிமெண்ட் கட்டம் கட்டிய தரையிலும் காலை இடித்துக் கொள்ளாமல் விலகி ஓட வேண்டி நான் சுயமாக ஏற்படுத்திக் கொண்ட நியதிகள். எல்லா வெளிகளும் நியதிகளோடு தான் கிடைக்கின்றன.

பதினாலாவது சுற்றில் பின்னறைப் பக்கம் கூடுதலாக நகர்ந்தபோது கதவு மட்ட மல்லாக்கத் திறந்து கிடந்தது புத்தியில் உறைத்தது.

வாசலுக்கும் உள்ளுக்குமாக ஒரு பழைய பச்சை நிற ஃபைல் அல்லாடிக் கொண்டு அங்கே கிடந்தது. அதைக் கடைத்தேற்றி பத்திரமாகப் பாதுகாக்காவிட்டால், சாயந்திரம் அடிக்கும் கடல் காற்றில் சமுத்திரத்துக்குள் பக்கம் பக்கமாக அந்த ஃபைல் பறந்து போய்க் குடியேறி விடலாம்.

ஓட்டத்தை நிறுத்தி ஃபைலைக் கையில் எடுத்தேன்.

எந்த ஃபைலை அப்புறம் சாவதானமாகப் பார்க்கலாம் என்று பத்திரமாக ஒரு ஓரத்தில் எடுத்து வைத்திருந்தேனோ அதேதான். விக்தொ விவகாரம். இருபத்தைந்து வருஷத்துக்கு முந்திய கட் அண்ட் ரைட்டான இங்கிலீஷும் அதேபடி இருக்கக்கூடும் என்று யூகிக்க வைக்கிற பிரெஞ்சுமாக டைப் அடித்தும் கையால் இடது பக்கம் சாய்த்துச் சாய்த்து எழுதியும் தொகுத்த பழைய காகிதங்கள். மொத்தமாகப் பார்க்க அது ஒரு வாழ்க்கைச் சாசனம்.

என்னதான் இதெல்லாம் என்று தெரிந்துகொள்ள ஆவல். கீரைக் கட்டாகப் பொலபொலவென்று உதிரும் காகிதங்களும், கழுவேறினாலும் இன்னும் பறக்கத் தயாராக இருக்கும் மொட மொடப்பு விடைபெற்ற பழைய பழுப்புப் பேப்பருமாக அள்ளிக் கொண்டுவந்து வெளியே சுவர் ஓரமாக உட்கார்ந்து புரட்டினேன். பேங்க் குமாஸ்தாவான விக்தொ ஃப்ரான்ஸ்வா பூமோ என்ற மாதச் சம்பளக்கார இளைஞர் கொஞ்சம் கொஞ்சமாக மனதில் உருவாகத் தொடங்க, *1950*-களுக்கு அவரோடு போனேன். கதைச் சுருக்கம் இது தான் –

விக்தொ ஃப்ரான்ஸ்வா பூமோ காதலில் விழுந்த வருடம் இந்த ஊருக்கு விடுதலை கிடைத்த அதே ஆண்டு. பிரெஞ்சுக்காரர்களிடம் இருந்து சுதந்திரம் வாங்க ஊருக்குப் பொருத்தமான தோதில் போராட்டம், மறியல், வேலை நிறுத்தம் எல்லாம் நடந்திருக்கிறது.

போராட்டத் தியாகி ஒருவரின் மகள் தவுலத் உன்னிசா பேகம். அடுத்த வீட்டில் இருந்த விக்தொ, பேகத்தைக் காதலித்தபோது இரண்டு

தரப்பிலும் எதிர்ப்பு. பேகத்தின் தகப்பனார் பகதூர் சாயிபு திருச்சியில் தலைமறைவாக இருந்தபோது விக்தொ, பேகத்தைப் பதிவுத் திருமணம் செய்துகொண்டு தனிக் குடித்தனம் வைத்துவிட்டார். இதில் இருவீட்டாருக்கும் மனஸ்தாபம்.

ஒரே பிள்ளையான விக்தொ வயதான காலத்தில் தங்களைக் காப்பாற்றாமல் காதல் வசப்பட்டு ஓடியதால் தாங்கள் பட்டினி கிடந்து இறக்க வேண்டிய நிலைமைக்குத் தள்ளப் பட்டதாக விக்தொ சீனியரும், மனைவி திரேசாளும் பேங்க் மேனேஜருக்கும், மேனேஜிங் டைரக்டருக்கும் மனுச் செய்திருக்கிறார்கள், தன் மகன் சம்பளத்தில் மாதம் ஐம்பது ரூபாய் பிடித்துத் தனக்கு அனுப்ப வேண்டும் என்று சுவாரசியமான கோரிக்கையையும் சீனியர் விக்தொ வைத்திருக்கிறார்.

இது போதாதென்று, பேங்க் ஏஜெண்டாக அப்போது இருந்த துளசிங்க ராயர் இப்படி குமாஸ்தாக்கள் காதல் வசப்பட்டு பக்கத்து வீட்டுப் பெண்டுகளை இழுத்துக் கொண்டுபோய்க் கல்யாணம் செய்தால், பேங்கு பற்றிய நம்பிக்கை ஜனங்கள் இடையே ஒரேயடியாகக் குறையும் என்று பயம் தெரிவித்து மதராஸ் தலைமைக் காரியாலயத்துக்கு எழுதியதோடு அல்லாமல் விக்தொவுக்கு ஒழுங்கு நடவடிக்கையாக மெமோ வேறு கொடுத்திருக்கிறார்,

‘பொறுப்பான பேங்க் உத்தியோகஸ்தரான நீங்கள் பேங்கின் பெயரை உங்கள் நடத்தை மூலம் கெடுப்பதாகவும் உங்கள் உத்தியோகத்தை அகௌரவப்படுத்துவதாகவும் பரவலான புகார்கள் வந்துள்ளன. எனவே, ஏன் உங்கள் மீது நடவடிக்கை எடுக்கக் கூடாது என்று தன்னிலை விளக்கம் கோருகிறேன். வரும் எட்டாம் தேதி நள்ளிரவு 12 மணிக்குள் உங்கள் திருப்திகரமான பதில் வந்து சேராவிட்டால், மேற்படி நடத்தை காரணமாக, உங்கள் அடுத்த சம்பள உயர்வான பதினெட்டு ரூபாய் உங்களுக்குக் கிடைக்காமல் உடனடியாகத் தள்ளி வைக்கப்படும். மற்றும் உங்கள் உத்தியோகம் தொடர்வதும் மறு பரிசீலனை செய்யப்படும். ராயர் இப்படி மெமோவில் ரென் அண்ட் மார்ட்டின் இலக்கணப் புத்தக இங்கிலீஷில் விக்தொவை மிரட்டி இருக்கிறார்.

இன்க்ரிமெண்ட் தொகையான கேவலம் பதினெட்டு ரூபாயைக் காதலுக்கு விலையாகக் கற்பித்து, ஏன் காதலித்தீர்கள், ஓடிப் போய்க் கல்யாணம் செய்துகொண்டீர்கள் என விளக்காவிட்டால் அந்த இன்க்ரிமெண்ட் தரமாட்டோம் என்று உலகின் பல நாடுகளில் இயங்கும் ஒரு பேங்க் தங்கள் கடைநிலை குமாஸ்தாவை மிரட்டிய ஒரே சம்பவம் அதுவாகத்தான் இருக்கும்.

இனி வருவது விக்தொவின் பதில். மனுஷன் பின்னிட்டார். அவர் எழுதினாரோ, இங்கிலீஷ் வாத்தியார், ப்ரஞ்ச் மதாம், தமிழாசிரியர் என்று கமிட்டி போட்டுக் காசு கொடுத்து எழுதி வாங்கினாரோ, பழைய சினிமா டயலாக் மாதிரி சரம்சரமாக கவிதை, உரைநடை, வசனம் என்று மூன்று மொழியிலும் காதலின் மகிமை, விரும்பியவள் மேல் நேசம் செலுத்தத் தனக்கு உள்ள தனிமனித உரிமை, பெற்றோருக்கும், ஊழியம் செய்யும் பேங்குக்கும் தான் செய்ய வேண்டிய கடமை குறித்து தனக்குள்ள பிரக்ஞை என்று அந்த பத்துப் பக்கக் கடிதத்தில் எழுதித் தள்ளியிருக்கிறார் விக்தொ.

மாதம் ஐம்பது ரூபாய் மட்டும் எதற்காகத் தன் சம்பளத்தில் பிடித்து அப்பா விக்தொ சீனியருக்கு பேங்க் அனுப்ப வேண்டும் என்றும் கேள்வி வைக்கிறார் அவர். என்னை பெற்று வளர்த்து ஆளாக்கிய பெற்றோருக்கு என் முழுச் சம்பளத்தையும் அனுப்பி வைக்கக் கோருகிறேன். அவர்கள் மனம் உவந்து தரும் காசில் நானும் என் அன்பு மனைவி உன்னிஸா பேகமும் சந்தோஷமாக வாழ்க்கை நடத்துவோம். தனிக் குடித்தனம் போனது இரண்டு வீடு தள்ளித்தான். பேகமும் விக்தொ சீனியர் தம்பதிகளும் சீக்கிரம் ஒருவரை ஒருவர் புரிந்து கொண்டதும் எல்லோரும் ஒரே வீட்டில் குடியிருக்கத் திட்டம் என்று சொல்லி, இறைவன் சேர்த்து வைத்ததை மனிதனும் பேங்கும் பிரிக்காதிருக்கட்டும் என்று பைபிள் வரியைக் கடன் வாங்கிக் கொஞ்சம் தட்டிக் கொட்டிக் கம்பீரமாக முடித்திருக்கிறார் விக்தொ. இந்த நூற்றாண்டின் சிறந்த கடித இலக்கியம் என்று பாடம் இருந்தால் கட்டாயம் விக்தொ கடிதத்தைப் பரிந்துரை செய்வேன்.

ஃபைலை மூடிப் பத்திரமாக வைத்துவிட்டுக் கீழே வந்தேன். எனக்குத் தெரியாத, ஆனால் நான் இன்னும் அதிகமாகப் புரிந்துகொண்ட விக்தொ என்ற ஒரு நண்பரைப் பற்றி நினைத்தபடி கீழே வந்தேன்.

குளித்து விட்டுக் கிளம்பும்போது அப்பா சகஜமாகி இருந்தார்.

‘ஈரத் தலையைத் துவட்டாம அப்படி அப்படியே வாரிச் சீவிண்டு கிளம்பித்தான் எப்பவும் ஜலதோஷம், சைனஸ். வாடா, துவட்டி விடறேன்.’

எத்தனை வயது அப்பா தலை துவட்டி விட்டாலும் டவலுக்குத் தலையசைத்து இருக்கும் பிள்ளை நாலு வயசுக் குழந்தைதான். நானும்.

சின்ன மார்க்கெட் கடியாரம் எட்டு அடித்தது. ஜோசபினைப் பார்க்க வேணும்.

‘ஃப்ரேக்பாஸ்ட் முடிச்சுப் போயேண்டா. பிரட் டோஸ்ட் பண்ணித் தரேன்.’

‘இல்லேப்பா. அப்புறம் வந்து கழிக்கறேன்.’

சைக்கிள் சாவியை எடுக்கும்போது போன் அடித்தது. அப்பா எடுத்து ஹலோ சொல்லி விட்டு உடனே ‘வணக்கம் பல’ சொன்னார். ‘இருங்கள், கூப்பிடுகிறேன்’ என்றார். சொல்லைச் சிதைக்காமல் முழுக்கச் சொன்னதில் இருந்து அந்தப் பக்கம் பார்வேந்தனார் உரையாடுகிறார் என்று நிச்சயமாயிற்று.

‘உன்னைத் தாண்டா கூப்பிடறார் புலவர்’

அட கடவுளே... பீரோ பின்னாடி கிஸ் அடிக்கறதெல்லாம் வேணாம். பூச்சி பொட்டு கிடக்கும்’ - தேன்மொழி அக்கா போட்டுக் கொடுத்துட்டாங்களா? இல்லை கயல் பயத்தில் சொல்லி விட்டாளா? மண்டகப்படிதான் இன்னிக்கு.

அப்பா ஃபோனைக் கொடுத்து விட்டு சர்க்கஸ் வீரன்போல் தொளதொளப்பான சில்க் பேண்டைக் கணுக்காலில் உலோக வளையம் போட்டு இறுக்கிக்கொண்டு படி இறங்கிப் போய்விட்டார். ஆபீஸ் ஜீப்பில், சைக்கிளில் போக வேண்டி இருந்தால் இப்படி ஒரு ஆயத்தம் அவருக்குக் கட்டாயம் தேவை. சக்கரத்தில் கால்சராய் மாட்டாமல் இருக்கவாம். இப்படி வளையத்தை மாட்டி அவஸ்தைப் படாமல், கால் பக்கம் கொஞ்சம் இறுக்கமாகத் தைத்திருக்கலாமே என்று யோசனை சொன்னால் பதிலே வராது.

‘தம்பி காலைச் சிற்றுண்டி அருந்தினீர்களா?’

பார்வேந்தனார் பலமாக முஸ்தீபு போட்டார். இலக்கிய இலக்கணப் புத்தகங்களின் பின்னணியில் கயல்விழிக்குக் கொடுத்த முத்தம் அடுத்து வரலாம். ஃபோன் சுடும் அளவு உருட்டித் தீவிழித்துத் திட்டி வடமொழி கலக்காமல் சாபம் கொடுப்பார். வீட்டுப் படி ஏறாதே இனிமேல்.

‘அவசியம் வீட்டுக்கு வாங்க தம்பி. உங்களை எதிர்பார்த்து ஒருத்தி காத்திருக்கிறாள்.’

எக்கி ஜன்னலில் பார்த்தேன். மழை மேகங்கள் எதுவும் திரண்டிருக்க வில்லை.

ஃபோனில் ஏதாவது பிசகு இருந்து பேசினது ஒன்று கேட்பது ஒன்றாக இருக்கக் கூடும். ‘சார் புரியலை’ என்றேன்.

‘ஒன்பது புனித இரவுகளுக்காகக் கலைமகள், பொன்மகள், மலைமகள் துதியாகச் சில விருத்தப் பாக்கள் எழுதியிருக்கிறேன்.’

கொஞ்சம் முழித்து, ‘நவராத்திரிக்குப் பாட்டு எழுதியிருக்கீங்களா சார், நல்லது’ என்றேன். ஏண்டா இவன் கிட்டே சொன்னோம் என்று நொந்து போயிருப்பார்.

‘அந்தப் பாடல்களை செவ்வியல் பண்ணமைத்துத் தர நீங்கள்தான் வரணும்.’

‘மியூசிக் போட நான் தான் வரணுமா?’

‘என் மனைவி மிக விரும்புகிறாள். அவள் அவற்றைப் பாடி மகிழவும் மகிழ்விக்கவும் ஆவலாக இருக்கிறாள்.’

கயலுக்கு வாழ்க்கைப்பட்டால் கரப்பான் பூச்சி பிடித்தால் மட்டும் போதாதுபோல. அவள் அம்மாவுக்குப் பாட்டுச் சொல்லித் தர வேண்டும். என் அரைகுறை சங்கீத ஞானத்துக்கு இப்படியும் ஒரு சோதனையா?

‘பத்து மணிக்கு மேல் வர முடியுமா? நீங்கள் அங்கே வர முடியா தென்றால் நான் மதிமுகத்தாளையும் கயல்விழியையும் உங்கள் இல்லத்துக்கு அனுப்பி வைக்கிறேன்’ என்றார் பார்வேந்தனார். சரித்திரக் கதையில் இருந்து பிய்த்தெடுத்த இரண்டு கதா பாத்திரங்கள் கச்சையணிந்து என் வீட்டில் நுழைந்து இன்னலுற வேணாம். கயல் மட்டுமானால் பரவாயில்லை.

‘பகலில் வருகிறேன்’ என்று சொல்லி வண்டியை மிதித்துக் கிளம்பி னேன்.

போகும் வழியில் ஜோசபினுக்குக் காலை ஆகாரம் வாங்கிக்கொள்ள நாதன் ஓட்டலில் வண்டி நின்றது.

ஜோசபினுக்கு என்ன பிடிக்கும்? கல்லாவில் நின்று யோசிக்க ஒரு தடயமும் சிக்கவில்லை.

‘என்ன வேணும் தம்பி, பூரி கிழங்கு சுடச் சுடப் போட்டிருக்கு. சாப்பிடறீங்களா?’ கல்லாவில் இருந்த பெரியவர் அன்போடு கேட்க, ஒரு செட் பார்சல் கொடுங்க என்று வெளிவராந்தா மேசைக்கு முன்னால் உட்கார்ந்தேன்.

‘ரெண்டு செட். ஒண்ணு பார்சல், இன்னொன்னு இங்கே.’ சற்றே மாற்றினேன்.

சாப்பாட்டு வாசனை வந்ததும் வயிறு புகார் சொல்ல ஆரம்பித்து விட்டது.

வீட்டில் ரோஸாலி இருப்பாளே. 'சாரி, மூணு செட் பூரி.'

'தம்பி ஒரு முடிவுக்கு வந்து அப்புறம் சொல்லுங்க. வேணும்னா வீட்டுக்குப்போய் பெரிவங்களைக் கலந்துக்கிட்டு ஒரு காகிதத்துலே எழுதிட்டு வாங்க!'

கல்லா பெரியவர் திரும்பி அவருக்குப் பின்னால் சுவரில் பூமாலையோடு இருந்த வள்ளலார் படத்தை சிரத்தையாக வணங்கிய படி சொன்னார்.

விசாலி டியூட்டி முடிந்து வந்திருக்கலாம். நாலு செட் பூரி கிழங்கு. நானும் அங்கே போய்ச் சாப்பிட்டுக் கொள்ளலாம்.

'நாலு செட் பூரி. எல்லாம் பார்சல்.'

விட்டால் இந்தப் பகாசுரன் சுட்டு அடுக்கிய பூரியை எல்லாம் கவர்ந்து போய்விடுவான் என்று நினைத்தோ என்னவோ கடகடவென்று பார்சல் கட்டிக் கொடுத்து என்னை அனுப்பி வைத்தார்கள்.

ஜோசபின் வீட்டு வாசலில் சைக்கிளை நிறுத்த முடியாமல் வரிசையாக எருமை மாடு கட்டிப் பால் கறந்து கொண்டிருக்கிற காட்சி. கறந்து முடித்து குவளை நிரம்பப் பால் எடுத்துப் போன மத்திய வயசுப் பெண் 'என்ன வேணும்?' என்று கொஞ்சம் மிரட்டலாகக் கேட்டாள்.

'சைக்கிள் விடணும்.'

'தெருவிலே விடு.'

'லாரி வந்தா?'

'ஓரமா விட்டுக்கிட்டுப் போ.. இல்லேன்னா எப்படிப் பழகறது?'

அவள் சட்டென்று சிரித்தாள். ஆக பகடி செய்திருக்கிறாள்..

எல்லாப் பெண்களும் என்னை ஏதோ ஒரு விதத்தில் சீண்டிப் பார்க்க ஆசை கொண்டவர்களாகவே இருக்கிறார்கள். இந்த நினைவு வந்ததும் ஏதோ சாதித்த தெம்பில் வண்டியை சாதுவாகத் தெரிந்த எருமை மாட்டுக்குப் பக்கம் நிறுத்திவிட்டு பூரி கிழங்கோடு உள்ளே போனேன்.

ரோஸாலி, 'என்னப்பா?' என்றாள் என் கையில் இருந்த காகித மூட்டையைப் பார்த்து. விவரம் சொன்னேன். கண்கள் ஜோசபினைத் தேடின.

‘தெருவுக்கே சப்ளை பண்ணப் போறியா?’ என்று சிரித்தாள் ரோஸாலி. ‘நாதன்ஸ் பூரியை விட ஆர்யாஸ் பூரி மொறுமொறுப்பா இருக்கும்!’ என்றாள். ‘அதிலே சோடா போட்டிருக்கும்’ என்றபடி சுற்றி வரப் பார்த்தபடி நின்றேன்..

‘ஆமா, நீ ரொம்ப கண்டே’ என்று ரோஸாலி சமையலறைக்குப் போனாள். ஜோசபின் எங்கே? குரல் உயர்த்தி ரோஸாலியைக் கேட்க உத்தேசித்த நொடியில் பாத்ரூம் கதவு திறந்து உள்ளே இருந்து என் தேவதை வந்தாள்.

முகத்தில் களைப்பும் தீனமும் போன இடம் தெரியவில்லை. குளிரக் குளிரக் குளித்து, குளிர்ந்து இருந்தாள் ஜோசபின். அந்தச் சிரிப்பு வழக்கம்போல் அவளைச் சூழ்ந்த வெளியை ஒளியாக்கியது. தலை குளித்து வெள்ளைத் துண்டை வேடு கட்டி, கூடவே என் மனதையும் சேர்த்து அள்ளி முடிந்திருந்தாள். மேலே அலங்காரமாகத் தோளை முடிந்தவரை தழுவி ஒரு குற்றாலத் துண்டு. பிடிவாதமாகப் பார்வையைத் தாழ்த்தினேன். இதென்ன, சேலை உடுக்காமல் காலடிகளைப் பகுதி தழைத்து மூடிச் சந்தன நிறத்தில்.;..

‘ஐயோ, நீ வந்திருக்கியா?’

அவள் சட்டென்று அடுத்த அறைக்குள் மறைய சந்தன நிற உள்பாவாடையின் லேஸ் ஒரு வினாடி பளிச்சிட்டு ஓடியது. சிரிப்பு வந்தது. பெருமையும் கூட.

‘சாரிடி இவன் வரான்னு நான் சொல்லியிருக்கணும் விட்டுப் போச்சு’

ரோஸாலி, குழைவாகச் சொன்னது மட்டுமில்லை, அறைக்கு உள்ளே இருந்து கேட்ட சின்னச் சிரிப்பும் மனதுக்கு இதமாக இருந்தது. நான் பார்த்ததை ஜோசபின் தப்பாக நினைக்கவில்லை. ஒரு வினாடி குறுகுறுவென்று இருந்து, ரோஸாலி தோளில் தட்ட சமநிலைக்கு வந்தேன்.

‘கொடு, நான் சாப்பிட்டு டியூட்டிக்குப் போகணும்.’ ரோஸாலி சிற்றுண்டிப் பையை என் கையில் இருந்து வாங்கிக்கொண்டாள்.

‘நானும்தான் ட்யூட்டிக்குப் போகணும்.’ உள்ளே இருந்து ஜோசபின் குரல்.

நான் ரோஸாலியைப் பார்த்தேன். உள்ளே போகலாமா? விரல் நீட்டினேன்.

‘ஜோஸி, உன் தோழன் வரலாமாங்கறான்.’

‘உம்.’

அந்த உம் கொடுத்த பலத்தில் அடுத்த வினாடி உள்ளே இருந்தேன்.

'ஜோஸ்ஸ்ஸி ஜோஸ்ஸ்ஸி..'

என்னடா? தலையைக் குலுக்க ஈரமுடி என் கன்னத்தில் இதமாகப் படிந்தது. அவள் தோள்களைப் பற்றியபடி கண்ணுக்குள் நோக்கினேன். இந்த வினாடி என் இறுதி மூச்சு வரை மனதில் சிறைப் பிடிக்கப்பட்டு உயிர்த்து இருக்கும்.

ஜோசபின் என் தலையில் மென்மையாக முத்தமிட்டாள். அப்பா தலை துவட்டுகிற வாத்சல்யம் போல ஆனால் அடிப்படையில் ஒரு ஆண் பெண்ணுக்கு ஆட்படும் மாயாஜாலமாக நான் அதில் ஆழ்ந்தேன். ஏதோ தவறைச் சரி செய்கிற பாவத்தில் ஜோசபினை இறுகத் தழுவி அவள் இதழ்களில் தீர்க்கமாக இதழ் பதிக்க அருகே நகர்ந்தேன்.

'வேண்டாம்டா', அவள் அவசரமாக விலகினாள். தலையில் வேடு கட்டியிருந்த துணி கழன்று விழக் கையில் எடுத்து அவள் தலையை மெல்லத் துவட்டி விட்டேன். இந்தப் பெண் என்னுடையவள். உடமை இல்லை. என்னின் இன்னொரு வடிவம். உறவு தெரியாமல் உறவு தேடி உறவு யாசித்து உறவு சொல்லி உறவு கொண்டு உறவு பெற்று உற்றோம் ஆனோம்.

அவள் கண்கள் மூடியிருந்தன. விலகிப் போயிருந்த களைப்பு திரும்பக் கவிந்ததாகத் தோன்றியது. குழைந்து விழப் போனவளைத் தாங்கிக் கொண்டேன். அப்படியே அணைத்தாற்போல் ஹாலுக்கு கூட்டி வந்தேன். ரோஸாலி ஓடி வந்து அவளைக் கைத்தாங்கலாகப் பிடித்துக் கொண்டாள்.

'இப்போ நீ டியூட்டிக்கு வரவேணாம் ஜோஸி. இன்னிக்கும் ரெஸ்ட் எடுத்துட்டு நாளைக்கு வா. நான் சொல்லிக்கறேன் சீஃப் கிட்டே' என்றாள் ரோஸாலி.

ரோஸாலியும் நானும் ஜோசபினை கைத்தாங்கலாக அந்த வீட்டில் இருந்த ஒரே கட்டிலில் படுக்க வைத்தோம். எண்ணெய்க் கறை அப்பிய இரண்டு தலையணைகளை ரோஸாலி பரிசோதித்து, உறை அகற்றி, சலவை செய்த ஒரு பருத்திப் புடவையை மேலே விரித்துச் சுத்தமாக ஜோசபின் தலைக்கு அணையாக வைத்தாள்.

'நீ கொஞ்ச நேரம் இரு. விசாலி வந்துடுவா.'

எனக்கு சொல்லி விட்டு ரோஸாலி போனபிறகு கதவைச் சார்த்தப் போனேன்.

தெரு ஓரம் கண் தற்செயலாக நகர்ந்தது. சைக்கிள்கள் ஒன்றின் பின் ஒன்றாக ஊர்ந்து போக, மணியடித்துப் போகிற பள்ளிப் பிள்ளைகள்.

தெருவைப் பெரிய வாரியல்கள் கொண்டு இரண்டு பெண்கள் வேகவேகமாகப் பெருக்கிக்கொண்டிருந்தார்கள். தெரு ஓரம் ஈரம் சுவடு விட்ட மண்ணில் பசுக்கள் படுத்து இளைப்பாறிக் கொண்டிருந்தன. நிறைய நகை அணிந்து, ஸ்கர்ட் தரித்த உயரமான ஒரு பெண் சைக்கிள் ரிக்ஷாவில் வந்து தெருமுனையில் இறங்குவதைப் பார்த்தேன். எங்கேயோ அவளைப் பார்த்த ஞாபகம். இவ்வளவு தாட்டியான, உசரமான பெண்பிள்ளை எங்கே என் பாதையில் குறுக்கிட்டிருப்பாள்? ஏதாவது இங்கிலீஷ் படத்தில் வந்திருக்கலாம்.

உள்ளே ஜோசபின் தலையணை சரியில்லாமல் புரண்டபடி இருந்தாள். நான் முந்திய தினம் போல என் மடியில் அவள் தலையை அணைவாக வைத்துப் பிடித்தபடி இருந்தேன். வாங்கி வந்த சிற்றுண்டி ஆறிப் போய்க் கொண்டிருந்தது. மூன்று பூவரசு இலைப் பொட்டலங்கள் முக்காலி மேல் சணல் கயிறு சுற்றிக் கிடந்தன. சுற்றி வரும் ஈக்கள் மேலே அமராமல் இருக்க நான் கையசைத்து விலக்கியது மேலே பட, ஜோசபின் கண் விழித்தாள். முதுகில் கை வைத்து அமர்த்தித் திரும்பப் படுக்க வைத்தேன்.

குளித்து வரும்போது இருந்த உற்சாகமும் சந்தோஷமும் ஜோசபின் முகத்தில் இப்போது இல்லை. பயந்திருக்கிறாள். வகைதொகை இன்றிப் பயந்திருக்கிறாள். உடலில் உடல் திசுவில் எல்லாம் களிம்பாகப் படிந்து அவள் சுமந்து நடக்கும் களிப்பையும் சிரிப்பையும் அரித்து விழுங்கிய பயம் அது.

அக்னியாக வயிற்றில் பசி எழுந்தது. பூவரசு இலைப் பொட்டலங் களை எடுத்து வந்தேன். ஜோசபின் எழுந்து உட்கார்ந்தாள்.

'வா ரெண்டு பேரும் சாப்பிடலாம். ஊசுட்டேரி போனோமே அது மாதிரி.'

அடுத்த நிமிஷம் எங்கள் சிரிப்பால் அந்த அறை நிறைந்தது. சைக்கிள் பங்க்சர் ஆனது முதல் ப்ரேம் ப்ரேமாக அந்தக் காட்சி ரெண்டு பேரின் மனதிலும் பேச்சிலும் விரிந்துகொண்டு போனது.

'டேய், நீ இந்த ஆல்பம் பாத்திருக்கியா?'

ஜோசபின் துள்ளி எழுந்து அறைக்கு வெளியே ஓடுகிற அழகை ரசித்துக் கொண்டிருந்தேன்.

'ஆமா, நீ எதோ தினம் வாவான்னு ஆரத்தி கரைச்சு வைச்சுக் கூப்பிட்ட மாதிரி... விசாலி என்மேல் பிரியம் வச்சு வரச் சொல்லி அட்ரஸ் கொடுத்துதோ பிழைச்சேனோ... விசாலியைப் பார்க்க வந்த இடத்திலே உன்னையும் பார்த்து...'

தொப்பென்று தலையில் ஒரு போட்டோ ஆல்பம் விழுந்தது. கூடவே முதுகில் சுளீரென்று வலிக்க வலிக்க மனசுக்கு இதமான ஓர் அடியும்.

அவள் ஆல்பத்தை மடியில் வைத்துக்கொண்டு நெருங்கி உட்கார, பூரியும் கிழங்கும் ஊட்டிவிட்டபடி, எடுத்து உண்டபடி நான் பார்க்க ஆரம்பித்தேன்.

'இந்த முதல் படத்தை மட்டும் பாத்துடாதே.'

ஜோசபின் அவசரமாகப் பக்கத்தைத் திருப்ப, அவள் கையைத் தட்டி விட்டு ஆல்பத்தைப் பறித்தேன். ஜோசபின் குனிந்து ஆல்பத்தின் மேல் கிட்டத்தட்ட படுத்து மறைத்தாள். நான் எக்கி, ஊன்றியிருந்த அவள் வலது கையைப் பற்றி மேலே இழுக்க, அவள் திரும்ப என் மடி மேல் சரிந்தாள்.

'டேய் வேணாம்! வேறே எங்கேயாவது போயிடும்.'

விலகி உட்கார்ந்தாள். அதற்குள் அந்த முதல் பக்கப் படத்தைப் பார்த்தாகி விட்டது. தலை முடியைப் பின்னால் தள்ளித் தலை சீவி இருந்த டுவீட் கோட்டும் தொளதொளப்பான கால்சராயும் தரித்த ஒரு கனவான் தோரணை மனிதரின் கையைப் பிடித்தபடி சின்ன ஃப்ராக் போட்ட பெண் குழந்தை.

'நீதானே?'

அவள் வெட்கத்தோடு தலை குனிந்து என் கையைக் கிள்ளினாள்.

'சின்னப் பாப்பாதானே, அதான் ஃப்ராக் வெளியே ஜட் ஜட்.. ஜட்டி...'

அவள் குழறியபடி முகத்தைப் பொத்திக்கொள்ள புகைப்படத்தில் குழந்தை ஷேம் ஷேம் பப்பி ஷேம் என்றது ரெண்டு பேரையும் பார்த்து.

'சைக்கிளில் பள்ளிக்கூடம் போகிற ஜோசபின். அழகா இல்லே?'

'இப்போ இவ்வளவு அழகா ஏது லேடீஸ் சைக்கிள்?'

கடுப்படித்தேன். அவள் காதைத் திருகினாள்.

இதுக்கு சுங்கச்சாவடி வாசல்லே கொடுத்த அதே தண்டனைதான். அவள் கன்னத்தைத் திருப்பிக் கொள்வதற்குள் நிறைவேற்றியானது.

'மடியிலே சுரீர்னு அடிச்சா விட்டுடுவோமா?' நான் கேட்டபடி இன்னொரு விள்ளலை அவளுக்கு ஊட்டினேன். குழந்தை மாதிரி சாப்பிட்டாள்.

அப்பாவோடு சர்ச் படி ஏறும் ஜோசபின். அவர் பார்த்து நிற்க தழையத் தழைய வெள்ளை பாவாடை அணிந்து தலையில் சந்திரப் பிரபை

போல் ஸ்லைடு சூடி, பிறந்த நாள் கேக் வெட்டும் அழகான பதினைந்து வயது பெண்

'பதினாலு வயசு'

ஜோசபின் திருத்தினாள். நான் ரெட்டைத் தெருவில் தீபாவளி பட்டாசு விற்பனையாளனாக பத்து வயசில் தீபாவளி கொண்டாடியபோது இங்கே ஒரு ரோஜாச்செடி பூத்து வந்திருக்கிறது.

'படம் இவ்வளவு அழகா இருக்கே, போட்டோ கிராபர் யார்?'

'அப்பாதான். ஊர்லே போட்டோ ஸ்டூடியோ வச்சிருந்தார்.'

'உங்க அம்மா?'

நான் கேட்டு முடிக்கும் முன் கல்லறையில் ஜோசபின், மலர் வைக்கிற படம்.

'அம்மாடா' என்று கண் கலங்கியவளைத் தோளோடு அணைத்துக் கொண்டேன். பூரி கிழங்கு வாடையும் தூக்கலான வெங்காய வாடையும் சந்திரிகா சோப்பு வாடையும் எங்களுக்குப் பொதுவானது. அவளுடைய துக்கமும், சந்தோஷமும் கூட.

அப்பாவும் கல்யாண உடுப்பில் நடுவயதைத் தொடும் ஒரு பெண்ணுமாக நிறம் மங்கிய படம் ஒன்று. சித்தியாம். அம்மாவும், சித்தியும் ஏன் ஜோசபினுடைய பாட்டி கூட நர்ஸ் தானாம். 'நமக்குப் பிள்ளை பிறந்தா டாக்டருக்குப் படிக்க வைக்கணும்' என்றேன்.

டேய் என்று உரக்க விளித்து என் தலையில் தலைகாணியால் மொத்தி ஜோசபின் மனம் நிறையச் சிரிக்க, நான் புன்சிரிப்போடு அவளையே பார்த்துக்கொண்டிருந்தேன்.

சித்தியும் அப்பாவும் அப்பா மடியில் அடுத்த பெண் குழந்தையுமாக இன்னொரு படம்.

ஹைஸ்கூல் முடித்து இந்த ஊரில்தான் ஹாஸ்டலில் தங்கியிருக்கிறாள் பதினெட்டு வயசு ஜோசபின். இருப்பதிலேயே மிக அழகான படம் அது.

'நல்ல வேளை, எங்க மம்மி இறக்கும்போது என் பேர்லே பேங்குலே பணம் போட்டு வச்சு சர்ச் பாதர் கிட்டே பேங்க் டிபாசிட் ரசீது கொடுத்து வச்சிருந்தாங்க. அதான் யார் கையையும் எதிர்பார்க்காம நர்சிங் காலேஜ் சேர முடிஞ்சது.'

நாலைந்து பக்கங்களில் படம் பிய்த்து எடுக்கப்பட்டு வெறுமையாக சதுரங்கள் காட்சி அளித்தன.

அப்பா இறந்தபோது சித்தி கேட்டுச்சுன்னு கொடுத்தேன். அங்கங்கே இருந்த அவர் படம் மட்டுமில்லே, வீடு, அப்பா சேர்த்து வைச்ச பணம் எல்லாம் எடுத்துக்கிட்டாங்க. இந்த ஆல்பத்தை திரும்ப வாங்க நான் பட்ட பாடு…'

பக்கத்தைத் திருப்ப, அழகான வெள்ளை உடுப்பில் என் செல்ல சிநேகிதி நிற்கும் படம்.

'நல்ல வேளை எனக்கு படிச்சு முடிச்சதும் இங்கே ஜேசு கிருபையிலே நர்ஸ் வேலை கிடைச்சுது. நாலு வருஷம் முந்தி அது. ஆஸ்பிடல் ஆண்டுவிழா நேரத்தில் பெஸ்ட் சர்வீஸ் அவார்ட் கிடைச்ச போது.'

அடுத்த படத்தில் மாலையும் கழுத்துமாக ஜோசபின். பக்கத்தில் தீர்க்கமான மூக்கும் மீசை மழித்த மொழுக்கென்ற வடக்கிந்திய சாயலுமாக யாரோ.

'ஜோஸ், இதுவும் ஆஸ்பத்திரி ஆண்டு விழா… டிராமாவா இருக்கும். சரியா?'

'டிராமாதான். ரெண்டே வருஷம். டைவர்ஸ் ஆயிடுச்சு…' ஜோசபின் என்னைக் கூர்ந்து பார்த்தபடி சொன்னாள். என் கையில் பொத்திப் பிடித்திருந்த அவள் கை நடுங்கியபடி இருந்தது.

வாசல் கதவை அவசரமாகத் தட்டும் சத்தம்.

விசாலி வேகமாக உள்ளே நுழைந்தாள்.

'டெய்ஸி மனோ சந்திரான்னு உனக்கு உறவு யாராவது உண்டா ஜோசபின்?'

இல்லையென்று தலையசைத்தாள் ஜோசபின். அவள் கண்ணில் பயம்.

'உனக்கு அத்தை வழி உறவுன்னாங்க அந்தப் பொண்ணு… அதுக்குள்ளே அடுத்த வீட்டு அம்மா வந்து நீ திரும்ப ஊருக்குப் போயிட்டேன்னு சொல்லி அனுப்பிடுச்சு… ரோஸாலி அதுங்கிட்டே சொல்லி வைச்சிருக்கா போல…'

அவள் ஜன்னல் வழியாக ஓரமாக நின்று பார்க்க, நானும் எக்கிப் பார்த்தேன். சைக்கிள் ரிக்ஷாவில் தாட்டியான பெண் போகிறாள்.

'இவங்கதான்.'

விசாலி சொல்லாமலேயே எனக்குத் தெரிந்தது.

திரும்பிப் பார்த்தேன். ஜோசபின்?

ஐந்து நிமிடத்தில் கதவு திறந்து அவள் வந்தாள். சலவை செய்த நர்ஸ் உடுப்பு. பளபளப்பாக பாலீஷ் ஏற்றிய ஷூக்கள்.

'ரெஸ்ட் எடுத்துக்கலியா ஜோசபின்?'

'இல்லை விசாலி. இங்கேயே உக்காந்திருந்தா தேவையில்லாத பயம்தான் வருது. வேலையில் போய் இருக்கேன். மனசும் நிம்மதி. நம்ம ராஜ்ஜியம் அது. யாரும் அத்து மீறி நுழைய முடியாது.'

'அது சரி ஜோசபின், ஆனா... உன்... சைக்கிள்... பங்க்சர் இன்னும் ஒட்டலியே... இப்போ போட்டு வரட்டா...' விசாலி தயக்கத்தோடு சொன்னாள்.

'பரவாயில்லே. நீ வாடா. என்னைக் கொண்டு விட்டுட்டுப் போ.'

ஜோசபின் கூட வர, நான் பெருமிதத்தோடு சைக்கிளை நோக்கி நகர்ந்தேன்.

22

செயிண்ட் லாரன் தெருவில் நுழைந்தபோது யாரோ மணி கேட்டார்கள்.

'ஒன்பது மணி முப்பது நிமிடம்.'

இலங்கை வானொலிக் குரலில், இதைச் சொல்வதை விட இஷ்டமான காரியம் வேறெதுவும் இல்லை என்ற சிரத்தையோடு சைக்கிளை நிறுத்திச் சொன்னேன். அவர் ஒரு சிகரெட் பற்ற வைத்துக்கொண்டு அப்பால் போனார். ஒன்பது மணி முப்பது நிமிடம் ஆகும் பொழுது சிகரெட் பற்ற வைக்க வேண்டுமென்று ஏற்கெனவே முடிவு செய்திருக்கலாம்.

நொளினிகாந்த் மொஷாய் வீட்டு வாசல், தூரத்தில் இருந்தே அழகாகத் தெரிந்தது. அன்னப் பறவைபோல வடிவமைத்த, வெளிர் நீலம் பூசிய சிறிய சுவர்கள் அணையாக, நாலு படிகள் நெருக்கமாக ஏறிப் போகும் படிக்கட்டு. தரையில் போடும் கோலத்தை அதே வெண்மையில் எண்ணெய்ச் சாயம் கொண்டு வரைந்த கதவுகள். அடைத்திருந்த அந்தக் கதவுகளுக்கு முன், மேல் படியில் வீட்டையே துலங்க வைக்கும் அழகோடு ஒரு மயில். கயல்.

தூரத்தில் நின்று பார்க்கும்போதே மனதை அள்ளியது அவள் இருந்த சிங்காரமான இருப்பு. அருகில் போனால் அந்தக் காட்சியின் ஒழுங்கும், ஒருமித்து உயரும் அழகும் குலைந்து போகலாம். நின்ற இடத்தில்

அசங்காமல் நின்று படிக்கட்டில் இருந்த மயிலைக் கண்குளிரப் பார்த்தேன்.

கருப்பு தாவணியும் வெள்ளைப் பட்டுப் பாவாடையுமாக அடர்ந்த கருங்கூந்தல் முகத்தை மறைக்க அமர்ந்திருக்கிறாள் சிட்டுப்பெண். மை எழுதிய பெரிய கண்கள் தரையில் படிந்து அங்கே எதையோ விழுங்கி விடத் துடித்து இமைக்காது பார்க்கின்றன. இடது முழங்கையை இடது தொடையில் அமர்த்தி, வலது கையால் இடது பாதத்தைத் தொட்டபடி இருக்கிறாள். துடுப்புப் போட்டுப் படகு ஓட்டிப் போகிற தேவ கன்யகையின் வண்ண ஓவியத்துக்கு உயிர் கொடுத்த மாதிரி இருந்தவளைப் பெயர் சொல்லிக் கூப்பிடக் கூட தயக்கமாக இருந்தது. அந்த உலகம் கலைந்து போகலாம்.

'வந்தா வந்தாச்சுன்னு சொல்ல மாட்டியா? வேஸ்ட்டா நீ.'

அவள் சிரித்தபோது கண் கலங்கியிருந்ததைக் கவனித்தேன்.

சைக்கிளை அவசரமாக சுவருக்கு அருகே நிறுத்தினேன். சுவரில் வரைந்திருந்த யாளி சீக்கிரம் திரும்ப எடுக்காவிட்டால் சைக்கிளை டயர், ரிம், பெடல் கட்டை விடாமல் முழுசாக முழுங்கி சுக்குக் கஷாயம் சாப்பிட்டு விடுவேன் என்று பயமுறுத்தியது. பக்கத்தில் நின்ற யானை தும்பிக்கை உயர்த்தி, 'நீ பாட்டுக்குப் போ நானாச்சு சைக்கிள் பத்திரமாக இருக்க!' என்றது.

'என்ன ஆச்சுடா, என் செல்லம்?

மேல்படியில் கயல் பக்கத்தில் உட்கார்ந்து அவள் பார்வை போன திக்கில் பார்த்தேன். இடது கால் சுண்டுவிரல் குங்குமக் குழம்பாகச் சிவந்திருந்தது. ரத்தம்.

'கண்ணம்மா, என்னடா ஆச்சு?'

குனிந்து அவள் பாதம் பற்றினேன். மெல்ல அந்தத் தாமரையை என் இரண்டு உள்ளங்கைகளின் நடுவே தாங்கினேன்.

'காலை விடுடா .. எல்லாரும் பார்க்கறாங்க!'

கயல் அவசரமாகக் காலை விடுவித்துக் கொள்ளச் செய்த முயற்சி தோல்வியில் முடிந்தது.

'என்ன ஆச்சு சொல்லு.'

பெருமாள் எழுந்தருளும் உற்சவத்தில் பல்லக்கு சுமக்கும் ஸ்ரீபாதம் தாங்கியாக, ஸ்த்ரிபாதம் தாங்கியாகக் கேட்டேன் மறுபடியும்.

‘ஒண்ணுமில்லேடா .. வரும்போது தெருக் கோடியிலே ஒரு பாரவண்டி கொஞ்சம் இடிச்சுப் போனதா.. இந்தக் கால் கைப்பிடிச் சுவர்லே பட்டுது. அதான். ஆஸ்பிடல் போக வேணாம் இல்லே?’

இல்லை என்ற பதிலில்தான் எதிர்காலம் முழுவதும் தொங்கி இருக்கிறது என்பதுபோல் ஆர்வமாக என் முகத்தையே பார்த்துக் கொண்டிருந்தாள் கயல். காலில் மெலிசாக இருந்த ரத்தக் கசிவு இன்னும் சில நிமிடத்தில் காய்ந்து விடும் என்று தெரிந்தது. ஆனாலும் இது எனக்கு விளையாடும் நேரம்.

‘எதுக்கும் ஆஸ்பத்திரி போகறது நல்லது. கொஞ்சம் போல டிங்சர் எடுத்து வைச்சா பரபரன்னு எரியும். பொறுத்துக்கிட்டா ஒரு வாரம் விரல் வீங்கி இருக்கும். தினமும் டிங்க்சர் போட்டும் வீக்கம் வத்தலேன்னா விரலை சீவி.’

ஓ என்று கயல் போட்ட கூச்சலில் வீட்டு வாசல் கதவு திறந்து உள்ளே இருந்து வேலைக்கார அம்மா ஓடி வந்தாள்.

உலகம் அது பாட்டுக்கு சீராகப் போய்க்கொண்டிருக்கிறது. இந்தப் பெண் அவசரப்பட்டு ஊரைக் கூட்டி விட்டாள் என்று புரிய வைத்தபடி எழுந்தேன். கயல் என் தோளைப் பிடித்துக்கொண்டு மிரண்டு போய்ப் பின்னால் நின்றாள்.

‘பாபு மொஷாய் நீங்க ரெண்டும் ஜதையா வருவீங்கன்னாரு. உள்ளாற வாங்க.’

வித்தியாசமான தமிழும் முகம் முழுக்கச் சிரிப்புமாக, கதவு திறந்த அந்தம்மா உள்ளே கூப்பிட்டாள்.

என் ஜதையைப் பெருமையோடு பார்த்தேன். தாவணியைத் தேவையே இல்லாமல் கால் செண்டிமீட்டர் இழுத்து நேராக்கி, உதட்டைச் சுழித்துப் பழித்துவிட்டு உள்ளே போனவளைச் சத்தமே போடாமல் தொடர்ந்தேன்.

‘பாபு மொஷாய் மண்பானை சொல்லி வச்சிருந்தாரு. வாங்கிட்டு வர காலையிலேயே போயாச்சு. வர நேரம்தான். தெ குடிக்கறீங்களா?’

‘சரி’ என்றேன். ‘வேண்டாம் உங்களுக்கு ஏன் சிரமம்’ என்றாள் கயல்.

‘ஒரு சிரமமும் இல்லைம்மாடி. பால் காய்ச்ச அஞ்சு நிமிஷமாகும்.. பொறுங்க.. சுடச்சுட எடுத்து வரேன்’

கயலைப் பார்த்துக் கனிவாகச் சொல்லியபடி சமையலறைக்குள் போனவள் முதுகு மறைந்ததும் சட்டென்று கயலுக்கு அருகே

தரையில் உட்கார்ந்தேன். கால் சராய் பாக்கெட்டில் இருந்து கைக்குட்டையை எடுத்தேன். மெத்தென்றிருந்த அவள் பாதத்தை மெல்ல என் தொடையில் எடுத்து வைத்தேன். எதற்காக என்றே ஒரு வினாடி மறந்து போனது.

'என்னடா பண்ண போறே?'

கைக்குட்டையால் ரத்தத் துளிகளைப் பதமாக ஒற்றி எடுத்தேன்.

'மருந்து?' அவள் கேட்டாள். அந்தக் காலைச் சற்றே உயர்த்தியபடி குனிந்தேன்

'இப்போதைக்கு இது போதும்.'

என் எச்சில் நனைத்த சுண்டுவிரலை அவள் பார்த்தபடி இருக்க என் உதடுகளில் படிந்த உப்புச் சுவையை நாவால் ரசித்தபடி எழுந்து அமர்ந்தேன். கயல் கண் இன்னும் கலங்கி இருந்தது. அவள் விழிகளை ஊடுருவினேன்.

'இவ்வளவு என் மேலே அன்பு வச்சிருக்கியா?'

கிசுகிசுவென்ற அவள் குரல் போதையேற்றியது. நான் துடிக்கும் அவள் இதழ்களையே பார்த்திருந்தேன்.

'பின்னே, இல்லையா?'

'அப்புறம் ஏண்டா அப்படி..'

எப்படி என்று கேட்கவில்லை. எனக்கு அவள் சொல்ல வந்ததும் நான் பதில் சொல்ல முடியாது இருப்பதை அவள் புரிந்து கொண்டதும் ஒரே நேரத்தில் நிகழ்ந்தது. இந்த நொடியில் பிரான்சில் பொழுது விடிந்து கொண்டிருக்கும். அமேலி தும்மியபடியே படுக்கையில் புரண்டு கொண்டிருப்பாள்.

'அங்கே பாரு.'

கயலைப் பார்த்த விழி அவளிலேயே நிலைத்தது. இந்தக் கொல்லிப் பாவையை விட்டுவிட்டு வேறே எங்கே பார்க்க? அவளே சொன்னாலும்.

'பாரேன்.'

அவள் தலை சாய்த்து நோக்கி செல்லமாகச் சொன்னாள். இதோ என் அன்பே.

கயல் காட்டிய திசையில் மர பீரோ மேல் காய்ந்துகொண்டிருந்த களிமண் பொம்மைகளாக இரண்டு காதலர்கள். கயலும் நானும்.

அவள் கையைப் பற்றி இழுத்தபடி பீரோ பக்கம் நகர்ந்தேன்.

‘கண்ணைப் பாரு. திராட்சைப் பழம் மாதிரி. உதடு? ஆரஞ்சு சுளையை உருட்டி வச்ச மாதிரி என்ன சிவப்பு... உன்னை விட்டுட்டு அவளுக்கு முத்தம் கொடுக்கப் போறேன் இனிமேல்.’

‘கொடுப்பே கொடுப்பே. நானும் அவனை.’

அவள் மண்சுதையாக நின்ற என்னைக் கைகாட்டிச் சிரித்தாள்.

‘அவனை?’ அவள் தோளில் தலை சாய்த்துக் கேட்டேன்.

‘போடா’ என்று தலை குனிந்தாள் சிரித்தபடி.

நெருங்கி நின்று ஒருவரில் ஒருவர் ஆழ்ந்துபோய், ஒப்புக்கு ஏதோ பேசிக்கொண்டிருக்கும் ஜோடி அது. நொளினி மொஷாய் என்னையும் கயலையும் சித்திரமாக வரைந்தது மண்ணாக உயிர்த்திருக் கிறது. நான் அந்தச் சுதைச் சிற்பத்தில் கயலுக்குக் கணவன். அந்த உரிமை பார்வையில் தெரிகிறது. சிற்பத்தில் என்னை அடுத்து என் கயல் புதிதாகக் கல்யாணமான பெண் போல் சோபையோடு நாணம் கொண்டு மலர்ந்து நிற்கிறாள். இவர்கள் குடும்ப வாழ்க்கையை ருசி பார்த்தவர்கள். சேர்ந்து அனுபவிக்கத் தொடங்கியவர்கள்.

திரும்பிப் பார்த்து கயலிடம் அதே சொன்னேன். அவள் மறுபடி என் கையைப் பற்றினாள். எதற்கோ அந்தக் கரம் நடுங்கியபடி இருந்தது. மனதில் உணர்ச்சிகள் பொங்கிப் பிரவகிக்க சின்னப் பெண் திகைத்து வியர்க்கிறாள்.

பையன் தலையில் சிவப்பு முண்டாசும் பெண் வடக்கத்திய சாயலில் முக்காடு கொண்டு தலையைப் பாதி மூடியும் இல்லாவிட்டால் இந்த ரெண்டு பொம்மைகளையும் பார்க்கிற யாரும் இது நானும் கயலும் என்று உடனே சொல்லிவிட முடியும். வித்தியாசம் கொஞ்சம் போலவாவது காட்டிய மோஷய்க்கு நன்றி சொன்னேன் மனதில்.

‘ஆஷோன்’

வரவேற்றபடி நொளினிகாந்த் மொஷாய் நுழையவும், உள்ளே இருந்து வேலைக்கு நிற்கிற அந்த அம்மா சாயாவோடு வரவும் சரியாக இருந்தது.

‘இருங்க, உங்களுக்கும் சாய் எடுக்கறேன்.’

நல்ல ஆங்கிலத்தில் சொன்னாள் அவள். திடுக்கிட்டுப் போய் நானும் கயலும் அவளைப் பார்த்தோம். தப்பாக நினைத்து விட்டோம். மனைவியா?

எங்கள் திகைப்பைப் புரிந்துகொண்டவராக மொஷாய் சொன்னார் – இவங்க மாதுரி தேவி என் தோழி. என்னோட இருக்காங்க. ஐ மீன் நாங்க சேர்ந்து இருக்கோம். லிவிங் டுகெதர்.

முதல் தடவையாக இப்படிக் கல்யாணம் செய்துகொள்ளாமல் சேர்ந்து வாழ்கிற ஒரு ஜோடியைப் பார்க்கிறேன். நான் படித்ததும், பழகியதும், எனக்குக் கற்பிக்கப்பட்டதும் எல்லாம் இது பாவம் மகா பாவம் என்கிற மனநிலையைத் தருவது. அமேலியோடு நான் முடிந்திருக்க வேண்டிய சூழ்நிலையில் இவர் மனசறிந்து ஈடுபடுகிறார். ஆதிப் பாவம்டா என்று ஜோசபின் சொன்னது நினைவில் மோதுகிறது. பாவம்தானே? இல்லையா?

முதுமை மெல்ல முகத்தில் கவிந்துகொண்டிருக்கும் அந்த ஜோடி கள்ள மில்லாமல் எங்களைப் பார்த்துச் சிரிக்க, எல்லாம் இயல்பாகப் போனது.

‘அங்கிள் உங்க அனுமதி இல்லாம நாங்க இந்த சிலையை பார்த்துட்டோம்.’

கயல் மெல்லச் சொன்னாள். அவள் காதைப் பிடித்துத் திருகுவது போல் நொளினிகாந்த் மொஷாய் அபிநயிக்க அவர் தோழி பலமாகச் சிரித்தாள்.

‘பொருத்தமான ஜோடி ரெண்டு பேரும்.’

அவள் சிலாகிக்க, கயல் வெட்கமும் சங்கடமுமாக மொஷாயின் தோழி வாயைப் பொத்தினாள்.

‘வாயைப் பொத்தினா சொல்ல முடியாதா என்ன?’

அவள் சிரிப்பும் எங்கள் ரெண்டு பேர் மேலும் மாறி மாறி விழுந்த பார்வையுமாக அந்தச் சிற்பங்களைச் சுட்டிக் காட்டினாள்.

‘அது போல் இருங்க எப்பவும்’ என்றாள்.

எனக்குக் கயலோடு கல்யாணமே முடிந்து விட்ட பிரமை. அவளைப் பார்த்தேன். கண் கிறங்கியிருந்தது. ரொம்பச் சின்னப் பெண். சேர்ந்து எழும் கற்பனையின் செழுமையை, உக்ரத்தைத் தாங்க முடியாது தவிக்கிறாள். எல்லாம் வேணுமென்று மனம் கற்பனை செய்கிறது. இதெல்லாம் நடக்குமா என்று உடனே மருகுகிறது. இப்படி நினைக்கலாமா? எனக்கும் தெரியாது.

‘இதெல்லாம் உங்களுக்குத்தான்.’

ஒரு வரிசை நிறைய இருந்த சுதைச் சிற்பங்களைக் காட்டி விட்டு, அறைக் கோடியில் போட்டிருந்த திரைக்குப் பின் மறைந்தார் மொஷாய்.

எங்களுக்கு உதவி செய்ய வந்த அந்த முதியதோழி, கயலை அணைத்த படி பாடம் எடுக்கிறது போல் நிறுத்தி நிதானமாகச் சொன்னாள் –

‘இது ரொம்ப சின்ன வயசு. மனசில் அன்பும் காதலும் மட்டும் பொங்கி வந்து ரெண்டு பேரும் ஒருத்தரோடு ஒருத்தர் போட்டி போட்டு அன்பைக் காட்டுங்க. செக்ஸ் இப்போ குறுக்கே வரக் கூடாது. கல்யாணம் செஞ்சுப்பீங்க. எங்க மாதிரி இருக்க மாட்டீங்க. எப்படி இருந்தாலும் பொறுப்பான ஜோடியா இருக்கறதுதான் வாழ்க்கை. ஒருத்தருக்கு ஒருத்தர் உண்மையாக இருக்கணும். விட்டுக் கொடுக்கணும். அதை இப்பவே பழகி வச்சுக்கலாமே.’

நானும் கயலும் நொளினிகாந்த் மொஷாய் காட்டிய பொம்மைகளை பத்திரமாக எடுத்துக்கொண்டோம்.

திரைக்குப் பின்னால் இருந்து மொஷாய், ‘எடுத்தாச்சா?’ என்றார்.

‘நீங்க என்ன பண்றீங்க அங்கிள்?’ என்று கயல் கேட்க, ‘போய்த்தான் பாருங்களேன்’ என்றார் அவருடைய தோழி.

திரைக்குப் பின்னால் இன்னொரு உலகம் விரிந்துகொண்டிருந்தது.

பிரம்மாண்டமாக ஒரு காளி சிலை. ரௌத்ரமும் காருண்யமும் ஒருங்கே கலந்த காளி அவள். கருப்பு நிறம் தூக்கலாக, முகத்தில் சிவப்பு பூசி கை உயர்த்தி கால் பதித்து உறுதியோடு, சுட்ட களிமண்ணில் எழுந்த காளி.

காளியின் முகம் இந்திரா காந்தியுடையதாக இருந்தது.

நாடு முழுக்க இந்திரா பெயரை பிரமிப்போடும் அன்போடும் உச்சரித்த எழுபதுகளின் முதல் ஆண்டின் நவராத்திரி நேரம் அது.

‘ஏன் இந்திரா காந்தி போல காளி?’ மொஷாயைக் கேட்டேன்.

‘பங்களாதேஷ்ங்கிற புத்தம்புது நாடு இந்திரா மேல் ஜனங்கள் வச்ச நம்பிக்கையோடு கூட புதுசாப் பிறந்திருக்கே தெரியும்தானே? அந்த தேசம் பிறந்த எட்டு மாசத்தில் உலகத்திலே பல நாடுகள் அதை அங்கீகரிச்சிருக்காங்க. அங்கே விடுதலை எல்லா விதத்திலும் மலர்ச்சி காணுது... உலகமே பார்த்திருக்க பங்களாதேஷை முதன்முதலாக அங்கீகரிச்ச பெருமையும் அவங்க போராட்டத்துக்குப் பின்துணை கொடுத்து முன்னெடுத்துப் போகிற வீரமும் விவேகமும் இந்திரா காட்டறது. நல்லதைக் கொண்டுவந்து கெடுதலை அழிக்கப் புறப்பட்ட சக்தி. நான் பெருமையோடு வணங்கறேன் இந்திராவை. இந்த வருஷம் காளியோட அம்சம் இந்திராதான்.’

மொஷாய் சுருட்டை மேஜையில் வைத்துவிட்டு நெஞ்சு நிமிர்த்திச் சொன்னார். இந்திராவைக் காளியாக ஏற்றுக்கொள்வதில் எனக்கு எந்த விரோதமும் இருக்கவில்லை.

இந்திராவைத் தொடர்ந்து வங்கத் தந்தை பங்க பந்து முஜீபுர் ரஹ்மானும், ஜனாதிபதி நஸ்ருல் இஸ்லாமும் சுட்ட மண் சிற்பங்களாக முன்னேறிக் கொண்டிருந்தார்கள். புதிதாக அறிவித்திருந்த வங்காளதேசக் கொடி தத்ரூபமாகச் செய்து, அவர்கள் கையில் இருந்தது. காற்றில் மடங்கும் கொடி.

‘இந்த வருஷம் முடியறதுக்குள்ளே பாகிஸ்தான் ராணுவம் தோற்றுப் போகும். பங்களாதேஷோடு இந்தியா பெயரும் இந்திரா பெயரும் உலக அரங்கில் முழங்கும்... பார்த்துக்கிட்டே இருங்க.’

ஆருடம் சொன்னார் மொஷாய். கேட்டுத் தலையாட்டியபடி நானும் கயலும் பொம்மைகளோடு வெளியே வந்தோம்.

‘நம்ம பொம்மை எங்கே?’

கயல் கேட்டாள். அவள் சொன்னது இனித்தது. என்றாலும் சந்தேகம் கேட்டேன்.

‘நம்ம பொம்மைன்னா?’

‘லூசு, நீயும் நானும் நிக்கறது... மொஷாய் சொன்னாரே... புருஷன் பொண்டாட்டி. சீ அதெல்லாம் கெட்ட வார்த்தை... நான் சொல்ல மாட்டேம்பா.’

‘ஹஸ்பண்ட் ஒய்ஃப் கெட்ட காரியம் செய்வாங்க இல்லே.. நின்னு ஜூஸ் குடிக்கறது, உக்காந்து பேசறது, படுத்து...’ நான் இழுத்தேன்.

‘ஏய் வேணாம்.. நீ எங்கே வரேன்னு தெரியும்.’ கயல் விரட்ட நான் திரும்ப ஓடி நொளினிகாந்த் மொஷாயைச் சரணடைந்தேன்.

‘அதையும் கொடுங்க மொஷாய்.. எனக்கு வேணும்’

மொஷாயிடம் மண் சுதைச் சிற்பத்தைக் காட்டி வெட்கமின்றிக் கேட்டேன்.

‘அது உங்க ரெண்டு பேருக்கும் இல்லே. எங்க வங்காளி கொலுவுக்கு. பந்தல்லே காளியோடு கூட வைக்கணும். காலனிக்கு வந்தா பார்க்கலாம்.’

அப்புறம் சாவகாசமாக கயலைக் கூட்டிக்கொண்டு அந்த வங்காளி கொலு பார்க்கப் போகலாம் என்று நிச்சயித்து பவழமல்லி மரத்தடியில் ரெண்டு பேரும் ஒரு நிமிஷம் நின்றோம்.

இன்றைக்கு பவழமல்லி வாசனையாகப் பூத்திருக்கவில்லை. முத்தங்களும்.

சைக்கிள்கள் இணைந்து உருள, நாங்கள் மௌனமாக பயண மானோம்.

ஜோசபின் என்ன செய்துகொண்டிருப்பாள்?

போகும்போதே மனதில் அவள் நினைவு பலமாகக் கவிந்தது. அவள் வேலையில் இருப்பதால் மனசு லேசாகி பயமோ துக்கமோ எல்லாம் மறந்து வார்டுகளுக்கு ஊடே நடந்தும் ஓடியும் கொண்டிருப்பாள். கயல் வீட்டில் இருந்து ஒரு அவசர தொலைபேசி அழைப்பு கொடுத்து சாப்பிட்டாளா என்று கேட்க வேண்டும். அவள் பட்டினி கிடக்க நான் ஒருபோதும் சாப்பிட மாட்டேன். கயலுக்கு அந்த அன்பை இன்னும் தெளிவாக எடுத்துச் சொல்ல வேண்டும். எனக்கே முழுக்கப் புரிபடாத ஒன்று அது. கயலோடு கல்யாணம் ஆனதும் ஜோசபினைப் பார்க்கப் போகக்கூடாது என்று கட்டுப்பாடு விதிப்பாளோ? அது இருக்கு இன்னும் ஏழெட்டு வருஷம்... படித்து, மேல்படிப்பும் முடித்து, வேலை தேடிக் கிடைத்து... சம்பாதித்து, சேமித்து...

'அம்மா வடை சுட்டுட்டிருக்காங்க.'

கயல் சொல்ல வேண்டிய அவசியமே இல்லாமல் அவள் வீடு முழுக்க சுட்டெண்ணெய் வாடை நிரம்பி இருந்தது. மதிமுகத்தம்மாள் அமாவாசைக்கு அமாவாசை தான் வீட்டில் வறுக்க, பொறிக்க எண்ணெய் புதியதாக மாற்றுவாள் என்று தோன்றியது.

'அது என்ன கவிதையிலே வர்ற மாதிரி மதிமுகத்தாள்? அப்பா எப்போவும் லவ்விக்கிட்டே இருப்பாரா?'

'கையை எடுடா. அம்மா வந்துடும்.'

கயல் அபாய எச்சரிக்கை விட்டபடி என் கையை முழுவதுமாக விலக்காமல், 'அவங்க பேரு சந்திரவதனா' என்றாள்.

'அது பார்வேந்தனார் வச்ச பெயர்.. உனக்கு வீட்டுலே வம்ச விளக்கா ஒரு ஒரிஜினல் பெயர் வச்சிருப்பாங்களே, அது என்ன?'

'மீனாட்சி.'

வெட்கத்தோடு சொன்னாள். 'எங்க அம்மா பெயர்' என்றேன் மெய் மறந்து.

மேகலா, கயல், ஜோசபின். எல்லாத் தோழிகளிடமும் கொஞ்சமாவது அம்மா இருக்கிறாள். அந்த அடிப்படை கனிவும், கருணையும்,

செல்லமும், பிரியமுடனான கண்டிப்பும் சுபாவமாகவே அமைந்த பெண்களே என் தோழிகள். அவர்கள் மேல் காதலும், நேசமும் எல்லாம் அப்புறம் வந்தவை.

'உக்காந்து பேப்பர் படிச்சுட்டு இரு, அம்மா வருவாங்க.. இங்க்லீஷ் பத்திரிகை எல்லாம் படிப்பியா?.'

நாற்காலி மேல் இசகுபிசகாக மடித்துப் போட்ட இந்தியன் எக்ஸ்பிரஸ் பேப்பரைக் காட்டியபடி சத்தமாகச் சொன்னாள். ஷேக் முஜிபுர் ரெஹ்மான் படமும் பாகிஸ்தானிய மக்கள் கட்சித் தலைவர் புட்டோ படமும் பெரியதாக அடித்த பத்திரிகை.

'காலையிலேயே படிச்சாச்சு' என்று ஜம்பமாக அறிவித்தேன்.

நாடகத்தில் நடிப்பதுபோல் குரலை உயர்த்திக் கயல் சொன்னாள் –

'என்ன காலையிலேயே படிச்சாச்சா? ஆமா லீவு நாள்ளே வெட்டியாத் தானே இருக்கே.. நீ என்ன படிப்பேன்னு தெரியாதா? ஸ்போர்ட்ஸ், சினிமா...'

நான் கையை ஓங்க, அவள் சத்தமாகத் தொடர்ந்தாள் -

'சரி புத்தகமாவது படி... நளவெண்பா கேட்டியே... உள்ளே தேடறேன்!'

என்னைக் கண்காட்டி கூட வரச்சொல்லி புத்தக அலமாரிகளின் உலகத்துக்கு இட்டுப் போனாள்..

'பெரிய இசைச் சக்கரவர்த்தி. உன்னைப் போய் எங்கப்பா கூப்பிட்டு... ஆமா, உனக்கு என்னடா தெரியும்? படிப்பே... சைக்கிள் ஓட்டுவே... சைட் அடிப்பே!'

நெருங்கி வந்து தழுவி அணைத்து, விழுங்கி விடுவதுபோல் பார்த்தாள்.

'நான் தனியா மாட்டிக்கிட்டா இப்படி இறுக்கக் கட்டிப்பே. அப்புறம்'

அவள் ஆசையைக் கெடுப்பானேன்?

உதட்டைத் துடைத்துக்கொண்டு வெளியே ஓடிய அந்த இன்னிசை வெண்பா திரும்ப வந்து எடுத்துக் கொடுத்த புத்தகம் பத்திரகிரியார் ஞானப் புலம்பல்.

'தம்பி, மெட்டு போடணும்னு கூப்பிட்டு காக்க வச்சுட்டேன்... மன்னிக்கணும்... வடை சுட்டுட்டிருந்தேன்... நவராத்திரி ஆச்சே'

குரு தட்சிணையாக ஒரு தட்டு நிறையச் சுட்ட வடைகளோடு வந்தாள் மதிமுகத்தம்மாள். எப்போதும் சிரித்த முகமாக இருக்கிறவள். கயலுக்குக் கூட கண்டிப்பு அவ்வப்போது முகத்தில் ஏறி விடும்.

கயல் ஒரு சுருதிப் பெட்டியை என் பக்கத்தில் வைத்தாள். 'உக்காருங்க வித்வான் சார்' என்றாள் என்னை கிண்டலாகப் பார்த்து.

'சும்மா இருடி. உனக்குக் கத்துக் கொடுக்கவா வந்திருக்கார்? எனக்கில்லே?'

கயலுக்கு நான் கற்றுக் கொடுக்க நினைத்ததை எல்லாம் பட்டியல் போட்டால் இங்கே படி ஏற்றி சாப்பிட வடை கொடுத்து உபசரிக்க மாட்டார்கள் என்று புத்தியில் பட சங்கடத்தோடு கயலைப் பார்த்தேன்.

இத்தனை வடை சாப்பிட்டால் அஜீரணம் கடுமையாகி ஆஸ்பத்திரியில் புக வேண்டி இருக்கும். ஜோசபின் அங்கே இருக்கிறாள் என்ற நிம்மதி. ஒரு வடையைக் கிள்ளித் தின்றபடி என் சிஷ்யையைப் பார்த்தேன்.

'பிரமாதம்.. எங்க வீட்டுலே செய்யற மாதிரி இருக்கு.'

கயல் நொடித்துக்கொண்டு போக, மதிமுகத்தம்மாள் திரும்ப முகம் மலர்ந்து, 'இன்னிக்கு நம்ம வீட்டுலே சாப்பிடுங்க தம்பி' என்றாள். நன்றி கூறினேன்.

'இன்னொரு நாள் நிச்சயமா... கயலைக் கல்யாணம் செஞ்சுக்கிட்டு மறுவீடு வரும்போது சாப்பிடறேன்.' இதில் முன் பாதியை மட்டும் சொன்னேன்.

'பாட்டு எழுதின பேப்பர் கொடுங்க' வந்த வேலைக்குத் தயாரானேன்.

மதிமுகத்தம்மாள் கயலைக் கூப்பிட அவள் ஒரு நோட்புக்கை கொண்டு வந்து பெண்கள் விளையாடும் ரிங் டென்னிகாய்ட் ரப்பர் வளையம் போல் வீசினாள்.

'உனக்கேண்டி அசூய நான் பாடறதிலே... நீ உடுத்திக்கிட்டு சைக்கிள்லே போனா நான் ஏன்னு கேக்கறேனா?' அம்மாள் சிரித்தாள்.

'வேணும்னா நீயும் ஸ்கர்ட் போட்டுக்கிட்டு சைக்கிள் விடேன்'

கயல் சொன்னதைக் கற்பனை செய்து மிரண்டேன். பேயறைந்தது போலானது முகம்.

பின்னால் கையைக் கட்டிக்கொண்டு ஒயிலாக நின்று, 'அம்மா இவன் மாங்கா மடையன்' என்று சர்ட்டிபிகேட் கொடுத்து உள்ளே போனாள்

ராட்சசி. திரும்பி வருவாள். நான் இங்கே இருக்கும்போது அவள் அங்கே இருக்க முடியாது.

வந்தாள். சுவரில் சாய்ந்து தரையில் கால் நீட்டி உட்கார்ந்தாள். மதிமுகத்தம்மாள் இருப்பதையும் பாராமல் ஓடிப் போய் கயலைத் தழுவ மனம் துடித்தது. இந்த லட்சணத்தில் நான் என்ன பாட்டுக்கு மெட்டுப்போட?

'தம்பி இந்தப் பாட்டு கணபதியே வருவாய் மெட்டுலே பாடலாமா?'

மதிமுகத்தம்மாள் கேட்ட பாட்டுக்கு உடனே நாட்டை ராகம் குறித்தேன். பார்வேந்தருக்கு இல்லாத கற்பூர புத்தி அம்மாளுக்கு. சங்கீதத்தை ரசிப்பதில் கயலை விடக்கூட ஒரு படி அதிகம் தான். பாடிக் காட்டினேன்.

இடதுகால் சுண்டுவிரலை நீவிக்கொண்டு கயல் சிரித்தாள். நான் ஒத்தடம் கொடுத்த தலம். மதிமுகம் இல்லாமலிருந்தால் மருந்து போட்டிருப்பேன்.

'சிவகங்கைச் சீமையிலே வருமே கனவு கண்டேன் நான் கனவு கண்டேன்... அது சரியா இருக்குமோ தம்பி... ஏதோ தோணிச்சு... தப்புன்னா வேணாம்.'

எனக்கே தோன்றாத சரியான ராகம் அடுத்த பாட்டுக்கு. முகாரி. சுருதி சுத்தமாக உடனே ராகம் சொல்லி சுமாராக – அப்படித்தான் நினைக்கிறேன் – மறுபடி பாடிக் காட்டினேன். கயல் இஷ்டத்துக்கு அழகு காட்டினாள்.

மதிமுகத்தம்மாள் சாமி மேலே வந்த பக்தையின் பரவசத்தில் இருந்தாள். 'மூன்று வரம் தருகிறேன், என்ன வேணும் சொல்லு' என்று எந்த நிமிடமும் கேட்பாள் என்று தோன்றியது. கேட்டால் கயல் கயல் கயல் என்பேன்.

மூன்று தேவியரையும் பற்றிய பாட்டுக்கு சாவேரி, மோகனம், ஆனந்த பைரவி, கல்யாணி, மலயமாருதம் என்று இசைக் குறிப்பு சொல்லி, அமர்க்களமாக சிந்து பைரவியில் முடிக்க, அம்மாள் மதிமுகத்தாளாக மகிழ்ச்சியோடு உள்ளே போனாள். கயல் எழுந்து ஓடி வந்து என் கையைப் பற்றிக் குலுக்கி உள்ளே பார்த்தபடி உதடு ஒற்றிவிட்டுக் காலித் தட்டோடு திரும்பவும் ஓடினாள். இன்றைக்கு இது போதும். வடையைச் சொன்னேன்.

'நான் புறப்படட்டா' என்று வாசலுக்கும் உள்ளுக்குமாக நின்று கேட்டேன். மனதில் திரும்ப ஜோசபின் வந்திருந்தாள்.

சாப்பிட்டுப் போகச் சொல்லி ஏகப்பட்ட வற்புறுத்தல். ஊரில் இல்லாத அவசரமாக ஏன் உடனே கிளம்பணும் என்று விசாரித்தாள் கயலின் அம்மா.

‘இவங்க பச்சரிசிச் சோறு, மோர்க் குழம்பு, கத்தரிக்காய்ப் பொரியல். நாம புழுங்கலரிசி, மீன் குழம்பு, முட்டைப் பொரியல்’ என்றாள் கயல்.

‘பண்டிகை நேரத்திலே கவிச்சி ஏது, நம்மளும் சைவம் தான்.’ என்றாள் அம்மா.

எதை இலையில் போட்டாலும் கயலுக்காகச் சாப்பிட்டு விடத் தயாராக இருந்தாலும், இன்றைக்கு உணவில் மனம் செல்லவில்லை என்பது உண்மை.

‘பாயாசமாவது குடிச்சுட்டுப் போங்க தம்பி, எங்க திருநாரையூர் கோவில்லே தினசரி படைக்கறதுக்காகச் செய்யற பக்குவம் இது. ரொம்ப ரசமா இருக்கும்.’

தென்னை மரத்தில் இருந்து தேங்காய் பறித்துப் போட யாரோ வர, எந்த மரம் எல்லாம் என்று சொல்லணும் நான் இதோ வரேன் என்று அவள் வெளியே போனாள்.

கயல் ஒரு பெரிய கிண்ணம் வழிய வழிய எடுத்து வந்து நீட்டிய பாயசத்தை அவள் கையில் இருந்தபடிக்கே கொஞ்சம் குடித்தேன். திருநாரையூர் பெருமாளுக்கு ஏகப்பட்ட பொறுமை இருக்க வேண்டும்.

‘என்னடா சக்கரை பத்தலியா?’

இந்தப் பெண் எதைக் கேட்டாலும் கிசுகிசுப்பாகக் குரல் எழுப்பி மனசைப் பிடித்துப் போடுகிறாள்.

‘நீ எச்சில் வச்சு குடிச்சுக் கொடு’ என்றேன். அப்படியே செய்தாள். பிறகு ஏகத்துக்கு இனித்த அந்தப் பாயசத்தை ரசித்துக் குடிக்கத் தடை ஏதுமில்லை.

‘மிச்சம் இருக்கறதைக் கொடுடா’ என்று பிடுங்கிக் குடித்தாள் கயல்.

‘நான் குடிச்ச மீதியை நீ குடிச்சா அழகான பெண் குழந்தை பிறக்கும் நமக்கு!’

காலிக் கிண்ணத்தை அவள் சட்டென்று கீழே போட்டு நிஜமாகவே அதிர்ந்து என்னைப் பார்த்தாள். அப்பாடா, ஜன்ம சாபல்யம். என்னதான் அறிவியலும் உயிரியலும் படித்தாலும், எவ்வளவு எளிதாக இப்படிப் பயப்படுத்த முடிகிறது.

‘கை தவறி விழுந்துடுச்சும்மா.’

சத்தம் கேட்டுத் திரும்ப வந்த மதிமுகத்தம்மாளிடம் சொன்னேன்.

'இந்தக் குரங்கையும் மரம் ஏறச் சொல்லலாம். வடையும் பாயசமும் நல்லா கொட்டிட்டிருக்கே.'

கயல் நொடித்தாள். நிஜமான கோபம் என்று நினைக்கிறேன். அவளுக்கு சாவகாசமாக உயிரியல் பாடம் எடுக்க வேண்டும். குட்டி போட்டுப் பால் தரும் உயிரினங்கள், முட்டையிட்டுக் குஞ்சு பொறிப்பவை பற்றி எல்லாம்… எதுவும் பாயசம் குடித்து வம்ச விருத்தி செய்வதில்லை என்பதையும்…

நான் வெளியே போகும் போது கயல் காதில் சொன்னேன் –

'நிச்சயமா நமக்கு ரெட்டைதான் ஒரு ஆண் ஒரு பொண்ணு. தெரியுது பாரு.'

நான் அவள் வயிற்றை சிரத்தையோடு பார்க்க, அவசரமாக தாவணியால் மறைத்து ஒழிஞ்சு போ பிசாசே என்று விரட்டினாள்.

எவ்வளவு விரைவாகப் போக முடியுமோ அவ்வளவு வேகமாக சைக்கிள் மிதித்துக்கொண்டிருந்தேன். முதலியார்பேட்டை கடக்கும் போது தாரை தப்பட்டை முழங்குகிற சத்தம். ஊர்வலமாகப் போய்க் கொண்டிருந்த கூட்டத்தில் மூலக்கச்ச வேட்டி அணிந்த ஆண்களும், மூக்கில் நத்து போட்ட பெரிய கண்களோடு கூடிய அழகான பெண்களும் அதிகம். எந்த விக்ரகத்தையோ பல்லக்கில் சுமந்து ஆடிக்கொண்டே வருகிறார்கள்.

'நீயும் வா, ஆடலாம்.'

நொளினிகாந்த் மொஷய் என் கையைப் பிடித்து இழுத்து சைக்கிளில் இருந்து இறங்க வைத்தார்.

காலையில் அவர் வீட்டில் பார்த்த இந்திராகாந்தி முகத்தோடு இருந்த காளியை பூஜா பந்தலில் பிரதிஷ்டை செய்ய எடுத்துப் போகிறார்களாம்.

சைக்கிளை ஓரமாக ஸ்டாண்ட் போட்டு நிறுத்தி விட்டு அவர்களோடு கூத்தாட, என் கையைப் பற்றியபடி சுழன்றாடிய பெண்ணை நான் அறிவேன். ஜோசபின் வீட்டு வாசல் வரை வந்து போனவள்.

அவள் என்னை என்னவோ கேட்டது மேளச் சத்தத்தில் காதில் விழவில்லை. ஆனாலும் அந்த ஆறடிப் பெண் உதடு அசைத்து உச்சரித்த பெயரை அறிவேன்.

ஜோசபின்.

23

மேகத்தைத் துடைத்த வானம் நீலப் பரப்பு விரித்து விதானம் அமைத்த பெருவெளியில் நான் ஓடிக்கொண்டிருந்தேன். மிக அருகே கடல் அலைகள் குதித்து உயர்ந்து வந்து வந்து கரை தொட்டுத் திரும்பிய படி இருந்தன. சிறு நண்டுகள் மண்ணில் குழித்து உள்புகுந்து திரும்ப அலையில் கலக்கும் நேரம் அவற்றை நசுக்காமல் காலடி வைப்பது இயல்பாகப் படிந்திருந்தது. இந்தக் கடலும், கொஞ்சமே என்றாலும் மணல் தடம் விரித்த வழியும் இல்லா விட்டால் என் காலை நேரம் முழுக்க அர்த்தமின்றிக் கழிந்திருக்கும். கூடவே ஓடி வரும் முதிய சிநேகிதர் விக்தொ இல்லாமல் போயிருந்தாலும்.

விக்தொ மூச்சு இரைக்க வேகத்தை மட்டுப்படுத்தினார்.

நிழற்சாலையை அடுத்து இருந்த மாதாக் கோவில் மணிகள் ஒருசேர ஒலிக்கலாயின. காலை ஆறு மணிக்குக் கடற்கரைச் சாலையில் ஓடிக் கொண்டிருக் கிறவர்களும் வேக நடையில் நகர்ந்து கொண்டி ருப்பவர் களும் அபூர்வமாகத்தான் தட்டுப்பட்டார்கள். எல்லா வனப்பையும் தன்னிடத்தில் வைத்துக்கொண்டு ராத்திரி முட்ட முட்டச் சாராயம் குடித்துக் கவிழ்ந்து படுத்து, வெயில் சுரீர் என்று மேலேறுகிறவரை உறங்கி விழிக்கும் ஊர் இது.

‘ஒரு அஞ்சு நிமிஷம் மேலே போய் கைப்பிடிச் சுவர்லே உட்காரலாம்.’

விக்தொ அலையோடு சேர்ந்து கூவினார்.

எனக்கும் ஷூ லேஸ் அவிழ்ந்து கொண்டிருந்ததால் திரும்பக் கட்டிக் கொள்ள வேண்டிய கட்டாயம். சரிவில் சரசரவென்று மேலே ஏறி நின்று கீழே பார்த்தேன். விக்தொ சிரித்தபடி மெல்லச் சரிவைக் கடந்து கொண்டிருந்தார்.

'வொலா.'

நான் கூவியபடி கையை நீட்ட, விக்தொ கீச்சுக் குரலில் அதையே சத்தமாக சொல்லிவிட்டு என் கையைப் பற்றிக் கொண்டார். நான் அவரையே பார்த்தேன். ஆறடி உயரமும் ஐம்பது வயதிலும் வசீகரமுமாக முகத்தில் வெகுளித்தனமும் பிரியமும் பொங்கி வழிகிற மனிதர். இந்தக் குரல் மட்டும் காத்திரமாக உயரத்துக்குப் பொருத்த மாக இருந்தால் உலகத்தையே வளைத்துப் போட்டு ஏறி நின்று வென்றிருப்பார்.

ஆனால் என்ன, இந்தக் குரலோடுதான் காதலித்திருக்கிறார், கட்டுப்பாடு மீறியிருக்கிறார், கல்யாணம் செய்து கொண்டிருக்கிறார். அவருடைய அந்தக்கால பெர்சனல் ஃபைல் அதற்கெல்லாம் சாட்சி சொல்லிக் கொண்டு தூசியிலும் புழுதியிலும் மொட்டைமாடி பின்னறையில் கிடக்கிறது. ஒரு காலத்தில் சாதனை வீரர் இவர்... மரியாதையோடு விக்தொவைப் பார்த்தேன்.

'உன்னை மாதிரி இளந்தாரிப் பிள்ளையா? ஐம்பத்து நாலாவுது. இன்னும் நாலே வருஷத்துலே ரிடையர்மெண்ட்.'

'உங்களைப் பார்த்தா அப்படி ஒண்ணும் தெரியலே சார்' என்றேன்.

'தெரிஞ்சிருந்தா இப்படிக் கஷ்டப்பட மாட்டேன்' என்றார் நெஞ்சு எழுந்து தாழ.

'உங்களுக்கு என்ன சார்? நல்ல ஆரோக்கியம், நல்ல உத்தியோகம், அருமையான மோட்டார் பைக், பிரெஞ்ச் ஷூ, பிரெஞ்சு கருப்புக் கண்ணாடி.'

'அதெல்லாம் இருந்தா போதுமா? சொன்னேனே. வயசு துலக்கமா வெளியே தெரியணும். அபபத்தான் மரியாதை கிடைக்கும்... நான் முடிவு செஞ்சுட்டேன்... தலைக்கு இனிமே டை போட மாட்டேன். அப்புறம் வேலைக்கு வரும்போது அக்கவுண்டண்ட் சார் மாதிரி லூஸா வழியற கருப்பு கோட், டைட்டா இல்லாம தொளக்கான் தொளக்கான் பேண்ட், ஓடும்போது... கிழவன் எதுக்கு ஓடணும்... நடக்கும்போது கையிலே மடக்கி விரிக்கற வாக்கிங் ஸ்டிக்...'

ஓடியதை விட அதிகமாக மூச்சு வாங்கியது அவருக்கு.

'கற்பனை செய்யவே சகிக்கலே... சூ மந்திரக்காளி... இப்படியே இருங்க எப்பவும்.' நான் காற்றில் கை அசைத்து மந்திரக்கோலைச் சுழற்றினேன்.

'அப்படியே என் பிரச்னை எல்லாம் உடனே காணாமப் போகணும்னும் மந்திரம் போட்டுடேன் சில் வொ ப்ளே.'

'உங்களுக்கு என்ன சார் பிரச்னை?'

'அடுத்தவங்க நல்லதுக்குச் சொன்னா அவங்க என் வயசுக்கு மதிப்பு கொடுத்து நடந்துக்க மாட்டேங்கறாங்க. கூட வர்ற உற்ற தோழன்கூட என்னைப் புரிஞ்சுக்காம, தேவையில்லாம குழப்பத்தை உண்டாக்கிட்டு இருக்கான்.'

'யார் சார் அது?'

'நீதான்.'

அவர் தூரத்தில் அலை அடிக்கும் கடலைப் பார்த்தபடிச் சொன்னார்.

எனக்குச் சுரீர் என்று பிடரிக்கு மத்தியில் சிலிர்த்துக்கொண்டு புறப்பட்டது.

'ஆமா சார், நான் வெளி ஆள். நான் இங்கே வர்றதுக்கு முன்பு ஊரே நேராப் போச்சு. வேதியர்கள் நாள் முழுக்க மறை ஓதினாங்க. பாதிரியார்கள் நேரம் முடங்காம பூசை வச்சாங்க... மழை தவறாமப் பெய்தது. ஆணுக்கும் பெண்ணுக்கும் சுதந்திரம் இருந்தது. அடுத்தவங்க வாழ்க்கையிலே மூக்கை நுழைக்கலாகாதுன்னு கண்ணியம் இருந்தது. பெரியவங்க சிறியவங்க மேலே அதிகாரம் செலுத்தி அது அன்பாலேன்னு ஒரேயடியா கட்டுப்படுத்தலே. யாரும் யாரையும் கட்டாயப்படுத்திக் கல்யாணம் செஞ்சுக்கச் சொல்லலே. அப்படி கல்யாணம் நடத்தறதுக்காக வீட்டுக்குள்ளே சிறை வைக்கலே. தப்பி வந்தவங்களைப் பின் தொடர்ந்து துரத்தித் துரத்தி இடைஞ்சல் செய்யலே. அடுத்தவங்களுக்கும் மனசுன்னு ஒண்ணு இருக்கும்னு தெரிஞ்சிருந்தது. வேறே மதத்துலே வந்தவன்னா சூனியம் வைப்பான்னு முட்டாள்தனமா யாரும் நினைக்கலே. நான் வந்து இதெல்லாம் மாற்றி வச்சுட்டேன். நானே ஒரே ஒருத்தனா இருந்து எல்லாரையும் கூறு மாத்திட்டேன்.. நல்லது கெட்டது தெரியாம புத்தியை மழுங்கடிச்சுட்டேன். அப்படித்தானே சார்?'

விக்தொ நம்ப முடியாத ஆச்சரியத்தோடு என்னைப் பார்த்தார். என் உருவத்துக்கும் இருப்புக்கும் இப்படி எல்லாம் நான் பேசுவேன் என்று

அவர் எதிர்பார்த்திருக்கவில்லை என்று அவருடைய முகம் சொன்னது. அக்கார்டியன் வாசிக்கக் கற்றுக் கொடுங்க அங்கிள் என்று சைக்கிளில் வீட்டுக்கு வந்து வந்து நச்சரித்த சின்னப் பையன். சரிக்கு சரியாக உட்கார்ந்து பேசுகிறான் என்று அவர் நினைத்திருக்கலாம். விக்தொ முகத்தில் சிநேகிதமான சிரிப்பு. அவரால் என்னைக் கோபித்துக் கொள்ளவே முடியாது.

'தம்பி ஊர் கெட்டுப் போனதுக்கும் உலகம் கெட்டுப் போனதுக்கும் உங்க மேலே ஒரேயடியாப் பழி போட மாட்டேன். நீங்க நீ என் பிள்ளை மாதிரி. எனக்குக் குழந்தைங்க இருந்தா உன் வயசுலே பையனோ பொண்ணோ இருப்பாங்க. என்னோடு கூட இப்படி காலையிலே பீச்சுலே ஓட வருவாங்க. சொன்னது பிடிக்கலேன்னா இதேபோல உரிமையோடு சண்டை போடுவாங்க. நான் பார்த்து வளர்ற பிள்ளை பெரிசாயிட்டிருக்குங்கற சந்தோஷத்தோட அதை எல்லாம் பார்த்து இப்படி சகிச்சுக்கிட்டிருப்பேன்... ரசிச்சுக் கிட்டிருப்பேன்.' விக்தொ குரல் தழதழத்தது.

'ஆனா, என் உசிருக்கு உசிரான தோழி ஜோசபின் மேலே நான் பிரியம் வைச்சா அதை மட்டும், அங்கிள், நீங்க சகிச்சுக்க மாட்டீங்க.'

நான், என் இந்த வார்த்தைகளில் நான் கொடுத்த அழுத்தம் தானாகவே வந்து விழுந்தது. ஜோசபினை நினைக்கும்போது தன்னால் வருகிற உரிமை அது.

விக்தொ சிரிப்பு மாறாமல் பார்த்தார்.

'உன் ஜோசபினாகவே இருக்கட்டும் அந்தப் பொண்ணு.. அதுனாலேயே அவளுக்கு நல்ல எதிர்காலம் வரும்போது வேணாம்னு விலக்கிட்டு ஓடணுமா? முதல் கல்யாணம்தான் அவளா செஞ்சுக் கிட்டு சீரழிஞ்சு போனா, பாவம். பெரியவங்க நாங்க சொல்றபடி இப்போ லைஃப்லே ஒரு துணை சேர்த்துக்கிட்டு வாழ்நாள் பூரா சந்தோஷமா இருக்கலாமே.'

உன் கருத்தை எடுத்துச் சொல்ல இனி அடுத்த நிமிஷம் உனக்கு ஒதுக்கப் பட்டுள்ளது என்றது அவர் பார்வை.

'ஜோசபின் சந்தோஷத்தை ஜோசபின்தானே முடிவு செய்யணும் அங்கிள்?'

'நீ அவளை கல்யாணம் செஞ்சுப்பியா?' என்னை நேரே பார்த்துக் கேட்டார். 'உனக்கு என்ன பதினாறு வயசு இருக்குமா?'

'பத்தொன்பது அங்கிள்!'

'ஜோசபினுக்கு இருபத்து நாலு. உனக்கு அஞ்சு வயசு பெரியவ.'

'இல்லே நாலு வருஷம் ஆறு மாசம் ஏழு நாள்தான்.'

அவருக்குச் சிரிப்பு வந்துவிட்டது. அடக்க முடியாமல் சிரித்தார். ஓடியும் நடந்தும் பொம்னாட்டில் போய்க் கொண்டிருந்தவர்கள் ஒரு வினாடி நின்று நோக்கி அப்பால் போகச் சிரித்தார். சுவருக்கு நேர்கீழே கடல் அலைகள் ஒரு அடி உயர்ந்து குதித்து அவரோடு சேர்ந்து என்னைக் களியாக்கிச் சிரித்து நுரைப்பூ தூவின. கடல் வாடை இதமாக எங்கும் சூழ மனம் சாந்தமாகிக் கொண்டிருந்தது. பேசப் பேச இன்னும் சாந்தமும் சமாதானமும் கிட்டட்டும்.

'சரி அப்படியே இருக்கட்டும்.. இன்னும் ஒரு வருஷம் டிகிரி முடிக்க. அப்புறம் போஸ்ட் க்ராஜுவேஷன் செய்யணும்.. வேலை தேடணும். நல்ல வேலையா வந்து செட்டில் ஆகி... அஞ்சு வருஷம் மொத்தமா வச்சுக்கலாம்... சரியா... அப்பா சம்மதிச்ச பெண்ணா பார்க்கணும்... மதம், ஜாதி எல்லாம் இருக்கட்டும்... அஞ்சு வருஷம் கழிச்சு ஜோசபின் முப்பது வயசா ஆகியிருப்பா'

'இருபத்தொன்பது'

'சரி நீ தான் எல்லாக் கணக்கிலேயும் புலி.. முப்பது வயசு கிறிஸ்துவப் பொண்ணை நீங்க அய்யிருங்க உங்க சம்பிரதாயத்திலே சேத்து கோயில் ஐயருங்க மாதிரி கச்சமெல்லாம் வச்சு புடவை கட்டிக் கல்யாணம் செய்யணும்... அப்பா சம்மதிக்க வீட்டுலே கூட்டி வரணும்.. ஜோசபின் சமையல் செஞ்சு... அப்பாவுக்கு மீன் ஒத்துக்குமா? உனக்கு? ஜோசபினுக்கு மீனும் முட்டையும் இல்லேன்னா சோறு இறங்காதே. என்ன பண்ணுவீங்க.'

'சார் நான் சோத்தாலே அடிச்ச பிண்டம் இல்லே. சோறு மட்டும் இல்லே இதெல்லாம். ரொம்ப சிம்பிளா இந்த ஆர்க்யூமெண்ட் வச்சு அடிக்கறதுலே ஒரு நேர்மையும் இல்லே.'

'சரி உன் நேர்மையே அசலானதா இருக்கட்டும். நீ முப்பது வயசு ஜோசபினைக் கட்டிக்கிட்டு வாழ்க்கை நடத்துவியா?'

'நடத்துவேன், அதுக்கான சந்தர்ப்பம் வந்தா. ஜோசபின் கேட்டாள்ன்னா... நான் மதம் மாற மாட்டேன். ஜோசபினையும் மாறச் சொல்ல மாட்டேன். ஜோசபின் சொல்லட்டும்... அவளைக் கல்யாணம் செஞ்சுப்பேன்... இப்பவேகூட ரெடிதான். ஆனா அவள் எது செய்யணும்னு முடிவு செய்ய அவளை விட மாட்டேங்கறீங்களே நீங்க? ஜோசபினை வீட்டுலே அடைச்சு வச்சு யாரையோ கூட்டி வந்து கல்யாணம் செஞ்சுக்கச் சொல்றது என்ன நியாயம்?'

‘கல்யாணம்னா அப்படித்தான். ஆயிரம் காரியம் சின்னதாப் பெரிசா செஞ்சு முடிச்சுதான் அது நடக்கணும்னு இருந்தா அப்படியே ஆகட்டும். ஆமென்.’

‘நீங்க ஆமென் சொல்லிட்டா ஆச்சா அங்கிள்? எனக்குத் தெரிஞ்சு இருபத்தைஞ்சு வருஷம் முந்தி இங்கே ஒரு நல்ல மனுஷருக்கு இப்படி ஒரு சிக்கல் வந்தது. காதலிச்சுக் கல்யாணம் செஞ்சுக்கிட்ட வேறே மதத்துப் பொண்ணா, உத்தியோகமான்னு பிரச்னை... அவரோட அப்பா அம்மா அவருக்கு எதிராக நின்னாங்க. அவர் அசரலே... காதலோட மகிமை, விரும்பியவள் மேல் நேசம் செலுத்தத் தனக்கு உள்ள தனிமனித உரிமை, பெற்றோருக்கும், ஊழியம் செய்யும் இடத்துக்கும் தான் செய்ய வேண்டிய கடமை குறித்து தனக்குள்ள கான்ஷியஸ்னஸ் எல்லாத்தையும் பத்தி அவர் பத்து பக்கம் கடிதமாசு எழுதினார் சார். இன்கிரிமெண்ட் தர முடியாது, வேலையை விட்டு நீக்குவோம்னு பேங்க் சொல்லுது. விக்தொ சீனியர் சரி ஏதோ பெயர்.. அதுவா முக்கியம்.. அந்த நல்ல மனுஷரோட அப்பா சம்பளத்துலே மாசம் ஐம்பது ரூபா பிடிச்சு அனுப்பச் சொல்லி பேங்குக்கு மனு போடறார். அப்ப என் ஹீரோ சொல்றார், ஐம்பது என்ன முழுச் சம்பளத்தையும் எங்க அப்பா கிட்டேயே கொடுங்க.. நானும் பேகமும் அவர் கிட்டே சந்தோஷமா வாங்கிக்கறோம். அதுக்கான உரிமை, நானும் என் காதலியும் சேர்ந்து அப்படித் தீர்மானிக்க, செய்யறதுக்கான உரிமை எனக்கு உண்டு. என்னோடு சேர்ந்து என் காதலிக்கும் அது உண்டுன்னு உரிமைப் போராட்டம் நடத்தினார்..ஹேட்ஸ் ஆஃப் டு ஹிம்... ஹீரோ சார் அவர்...’

நான் உட்கார்ந்தபடியே சல்யூட் செய்ய கண் கலங்கி விக்தொ எழுந்து நின்றார். விரைப்பாக நின்று, ஷூவை ஓங்கி நிலத்தில் தேய்த்து எனக்கு பளிச்சென்று ஒரு மிலிட்டரி சல்யூட் வைத்தார். அவர் கன்னக் கதுப்புகள் துடித்துக் கொண்டிருந்தன.

‘உனக்குத் தெரியுமா? எப்படி? அப்பா சொன்னாரா? அவருக்கே தெரிஞ்சிருக்காதே? யார் சொன்னாங்க? வின்செண்ட் நடராஜனா?’

‘காத்து பறஞ்ஞ கத .. கடல் பறஞ்ஞ கத .. கடலாசு பறஞ்ஞ கத’ மலையாளப் படம் டைட்டில் முடிந்து பேசுகிற குரலில் சொன்னேன்.

‘எனக்கு தெலுங்கு எல்லாம் தெரியாதுப்பா. சிலோன்லே பேசுவாங்க அதானே.’

‘சார்.. இது நம்ம பேங்க் கட்டடம் சொன்ன விஷயம்.’

அவருக்கு மொட்டைமாடி பின்னறை பழைய ஃபைல்கள் பற்றிச் சொன்னேன்.

‘ஓ மோன் த்யூ.. இன்னூயி. பான் வ்யூ ட்ரக்.. து ஷொ லா?’

வாழ்க்கையிலேயே இதைவிட அதிக ஆச்சரியம் அடைந்திருக்க முடியாது என்று பிரெஞ்சில் கொட்டி, முகத்தில் காட்டினார். வாக்கிங் போன நாலைந்து பேர் ஓடி வந்து நின்று அவருக்கு ஒன்று மில்லையே என்று விசாரித்து உறுதி செய்துகொண்டு கடற்கரைப் பாதையில் திரும்ப ஓடினார்கள்.

‘சார், கொள்கைக்கும் நம்பிக்கைக்கும் தனி மனுஷ சுதந்திரத்துக்கும் குரல் கொடுத்த அந்த மிஸ்யே விக்தொ இருந்தா கூப்பிடுங்க... அவர் கூடத்தான் இன்னிக்கு மிச்சம் ரவுண்டு ஓடப் போறேன்... இன்னும் நாலு ரவுண்ட் பாக்கி...’

நான் குனிந்து காலில் ஷூ லேஸை முடிந்து கொண்டு இருக்கும் போது தோளில் உறுதியாக ஒரு பிடி.

‘ஓடலாம் வா... விக்தொ வந்தாச்சு. நீ சொன்ன அதே விக்தொ.’

நான் குளித்துப் பசியாறி விட்டுக் கிளம்பும்போது அப்பா சொன்னார்–

‘இன்னிக்கு சரஸ்வதி பூஜை. கொலு ஒண்ணும் வைக்க மாட்டோம் தான். என்னிட்டும், நாலு புத்தகத்தை எடுத்து வச்சு மேலே ரவிவர்மா சரஸ்வதி படம் சார்த்தணும். ஓர்மை இருக்கோல்லியோ மறந்துடாதே... சரியா?.’

‘நிச்சயம் அப்பா. எல்லாம் முடிச்சு வச்சு நானே பூஜை பண்றேன்...’ என்றேன். அப்பா சொல்லி இதைக்கூட நான் செய்ய மாட்டேனா?

‘வேலைக்கார அம்மா ஊர்லே யாரோ உடம்பு சரியில்லேன்னு நேத்து மரக்காணம் போயிருக்காங்க. அவங்க ஞாயித்துக்கிழமை திரும்பற வரை இருக்கற சுத்தம் மதி. நேத்து சாயரட்சை தரை அடிச்சு தூர்த்து வச்சுட்டேன் ..நீ முடிஞ்சா இன்னிக்கு செய்... புஸ்தகம் அடுக்கு... பாப் இஸ் யுவர் அங்கிள்..’

எளிதான காரியம் என்று பிரிட்டீஷ் சொலவடையில் சந்தோஷமாக சொல்லியபடி அப்பா வெளியே போகும்போது டெலிபோன் சிணுங்கியது.

ஆச்சரியமாகக் காலை நேரத்தில் ஜோசபின்.

‘என்னமோ மாயம் போட்ட மாதிரி இருக்குடா. உன் கிட்டே சொல்லணும்னு தோணிச்சு. அதான். சாரி தொந்தரவு செஞ்சுட்டேண்டா ராஜா.’

அப்பா படி இறங்கிக் கீழே போவதைப் பார்த்துக்கொண்டே சொன்னேன் –

'நீ பேசறதா இருந்தா ஃபோன் பக்கத்திலேயே குடி இருப்பேன் கண்ணம்மா... ரிசீவரை உதடு பக்கமா வச்சுக்க... உதட்டைக் கடிச்சு ஒண்ணு தரேன்...'

'டேய் இதானே சந்தர்ப்பம் கிடச்சா சந்துலே புகுந்து சைக்கிள் ஓட்டுவே நீ...'

'உன்னையும் கேரியர்லே வச்சு உன் மேலே நல்லா சாஞ்சுக் கிட்டுத்தான் அது!'

'சார் ரொமாண்டிக் மூட்லே இருக்கறாப்பலே இருக்கு... எனக்கு ட்யூட்டி மூட்... என்ன சொல்ல வந்தேன்னு கேளேன்.'

கேட்டேன். விக்தொ அவளுக்கு தொலைபேசி தன்னால், அத்தையால் நேர்ந்த எல்லா தொந்தரவுக்கும் மன்னிப்பு கேட்டாராம். ஹென்றி அவளை இனியும் பின் தொடராமல் இருக்க அவனோடு பேசுவதாகவும் சொல்லியிருக்கிறார்.

'உன் மனசுப்படி உன் எதிர்காலம்... உதவி செய்ய வேணும்னு நீ கேட்டுக்கிட்டா உடனே வருவேன். தவிர உபத்திரவப்படுத்த மாட்டேன்னார்.'

'எக்ஸலெண்ட்' என்றேன்

'எனக்கே ஒரு மாதிரியாப் போச்சுடா... என்ன இருந்தாலும் பெரிய மனுஷர்...'

'வேறே என்ன சொன்னார்?'

'அதுவா, நீ இன்னும் நாலு வயசு பெரியவனா இருந்தா உங்கப்பா கிட்டே பேசி உனக்கும் எனக்கும்...'

'உனக்கும் எனக்கும்?'

'அதாண்டா.. காரைக்கால் போனேனே அப்படி எல்லாம் முடிச்சு...'

'அது கல்யாணம்... முடிச்சா ஜாம்ஜாம்னு பாலும் பழமுமா... ஹைய்யா... அதுக்கு அப்பா கிட்டே என்ன கேக்கணும்... நமக்குத் தான்... நாமே தான்...'

'டேய்ய்ய்...' டெலிபோனை வைத்து விட்டாள் ஜோசபின்.

சைக்கிள் மிதித்துக்கொண்டு இலக்கு இல்லாமல் சுற்ற இந்த ஊரை விட்டால் வேறே இடம் கிடையாது. ரோமன் ரோலண்ட் நூலகம்

பக்கம் போகும்போது பின்னால் யாரோ விடாமல் ஹாரன் ஒலிக்கிற சத்தம்.

வண்டியை ஓரம் கட்டி விட்டுத் திரும்பி பார்த்தேன்.

ஒரு விண்டேஜ் கார். ரெண்டாம் உலக யுத்த காலத்தில் டெட்ராய்டில் செய்து இறக்கியதோ என்னவோ... ஸ்டீரிங் பிடித்து ஓட்டி வந்தவன் வைத்தே. அவனுக்குப் பினனால் கலவரமாக லெச்சு, ப்ரான்ஸுவா, அந்துவான்.

வழக்கம் போல் அந்துவான் தான் சுப சமாசாரம் சொல்ல ஆரம்பித்தது–

'மச்சான் லீவு விட்டா விட்டா விட்டா '

எப்போ விடுவான் என்று தெரியாமல் லெச்சுவைப் பார்க்க, அவன் 'சொல்லுடா' என்று ஃப்ரான்ஸ்வாவுக்கு அன்புக் கட்டளை இட்டான். மகிழ்ச்சி பொங்க, குழுவினர் என்னைப் பற்றி இளக்கார மாக நினைப்பதை வார்த்தை விடாமல் நல்ல, அல்லாத சொற்களில் அப்படியே புட்டு வைத்தான் ஃப்ரான்ஸ்வா. அதை நாலு தடவை வடிகட்டிச் சுத்தம் செய்தால் தேறுவது -

லீவு விட்டது முதல் நான் ஜோசபின், கயல், காஞ்சனா, சைராபானு, அமேலி, விசாலி என்று பொம்பளை வாடை பிடித்துக் கொண்டு வேறே வேலையே இல்லாமல் விதவிதமான அழகிகள் பின்னா லேயே சதா திரிந்து கொண்டிருக்கிறேனாம். பெண்பித்து பிடித்து கார்த்திகை மாத நாலுகால் ஜீவனாக ஓடியவர்கள் யாரும் உருப்பட்டது இல்லையாம். உலகில் அது தவிர அனுபவிக்கவும் நேரம் கழிக்கவும் மற்றதும் நிறைய உண்டாம்.

எல்லாம் சரிதான். நான் மோப்பம் பிடித்துப் பின்னால் அலைகிற பட்டியலில் இங்கே இல்லாத காஞ்சனாவும் சைராபானுவும் எப்படி வந்தார்கள்?

'நாங்க இருக்கோமா செத்தோமான்னு கூடக் கேட்கலே பார்த்தியா?'

லெச்சு செண்டிமெண்ட் காட்ட நான் உடனே சரணடைந்தேன். நாளைக்கு வரேன் என்று வாக்குறுதி தந்தேன். எங்கே, எதற்கு கேள்வி அனாவசியம்.

'அமேலியை என்னடா பண்ணினே?'

ஒண்ணுமில்லே என்ற பதிலில் கூட்டம் திருப்தி அடையாததால் நான் நழுவத் தொடங்க, லெச்சு சைக்கிள் கேரியரைப் பிடித்து நிறுத்திச் சொன்னது –

‘அடுத்த மாசம் எட்டாம் தேதி மாரியம்மன் பண்டிகைக்கு கோட்டகுப் பத்திலே நம்ம டிராமா போடறோம். நீ இன்னும் ஒரு வாரத்துலே எழுதித் தரே...’

ஒப்புக்கொண்டு பிரியாவிடை பெற்று ல தெ லூரிஸ்டா தெருவில் திரும்பினேன்.

இனிமையான பாட்டு சத்தம். தப்லாவும் டோலக்கும் பக்வாஜுமாக தாளம் தட்டிக்கொண்டு குழல் ஊதியபடி தணிந்த குரலில் பாடிக் கொண்டு குஜராத்திப் பெண்கள். பவானி தயானி என்று மிஸ்ர பைரவி ராகப் பாட்டு. உச்சக் குரலில் முழங்கிக்கொண்டிருக்க நடுவில் சிறு ரதத்தில் சரஸ்வதி, லட்சுமி மற்றும் பார்வதி. அடுத்த ரதத்தில் நகரும் கொலு. ஒன்பது படிகளில் இருந்த பொம்மைகளில் எல்லோர் கவனத்தையும் கவர்ந்தது நானும் கயலும்.

நொளினிகாந்த் மோஷாய் வடித்த சுதைச் சிற்பங்கள் குஜராத்தி கொலுப் பந்தலுக்கு வந்ததில் ஆச்சரியமில்லை. எல்லோரும் எல்லோருக்கும் பரிச்சயமான ஊர். சின்னப் பிணக்குகள் கரைந்து போகும் விழாக்காலம் இது.

ஆனாலும் நானும் கயலும் குஜராத்திப் பந்தலில் என்ன செய்து கொண்டிருக்கிறோம்? நான் கொலுப்படியில் பொம்மைக் கயலைப் பார்த்தேன்.

‘குட்டி, ரொம்ப அழகா இருக்கேடீ செல்லம்... வா, ஓடிடலாம்.’

சைக்கிளை ஓட்டிப் போக முடியாததால் கூடவே தள்ளிக்கொண்டு தெருவை அடைத்துப் போட்ட பந்தலைக் கடக்க, பாந்தமாகப் புடவை அணிந்த நடுவயதுப் பெண்கள், ‘தம்பி டோக்லா சாப்பிடுங்க’, ‘பையாஜி கசோடி டேஸ்ட் பாருங்க’ ‘பாய்சாப் பூந்திலட்டு எடுத்துக்குங்க’ என்று இலைத் தொன்னையில் வைத்து பிரியத்தோடும் குளிர்ந்த சிரிப்போடும் நீட்டினார்கள்.

பந்தலின் நடுவே மூன்று தேவியர் திருவுருவங்களுக்கும் வணக்கம் சொல்லி, பக்கத்தில் இருந்த முரசை நான் குஷியாக அறைய, இதற்காகவே காத்திருந்த மாதிரி அடுத்த பாட்டுக்கு உடனே கோலாட்டம் போட ஆரம்பித்தார்கள்.

கசோரி தின்றபடி அதை ரசித்துக்கொண்டிருந்தேன். தோளில் யாரோ தொட்ட உணர்வு. பின்னால் பார்க்க, நெருக்கமான தொலைவில் விசாலி. அவள் கையை அப்படியே தோளில் இருத்திக்கொண்டேன். நடனத்துக்கும் பாட்டுக்கும் விசாலியின் நெருக்கத்துக்கும் நன்றி சொல்லி அந்த நிமிடங்கள் எல்லாம் இனிய கனவாக ஆடியபடி இசைத்தபடி மிகமிக மெதுவாக நகர்ந்தது.

‘நீ இங்கே என்ன பண்றே?’ விசாலியைக் கேட்டேன். தானாக ஒருமை விளி உரிமையோடு விழுந்திருந்தது. விசாலியும் அசராமல் பதில் சொன்னாள் – நீ என்ன பண்றேயோ அதே தான் நானும் பண்றேன்.’

டோக்லாவை புளிமிளகாயில் தொட்டு விழுங்கிவிட்டு விசாலியை நோக்க, அவளுடைய இலைக் கிண்ணத்தில் பாதி கடித்த கசோரியைக் களையத் தயாராக ஒதுக்கி வைத்திருந்தாள் அவள்.

‘எவ்வளவு டேஸ்டா இருக்கு’ என்று பொதுவாகச் சொல்லி அதையும் கையில் எடுத்துக்கொண்டேன். லெச்சுவும் கோஷ்டியும் எச்சில் வாசா, பொம்பளை தாசா என்று பின்னால் டப்பா கார் ஹாரன் அடித்துப் பாடுகிற பிரமை.

போங்கடா, பெண்ணுங்கதான் என் உலகம். அவங்க சிநேகிதத்துக்கு எதுவும் கொடுப்பேன். என் பலமும் அதுதான், பலவீனமும் அதுதான்.

‘கொலு பொம்மை வாங்க வந்தேன்... கொலு வச்சிருக்கோம் இல்லே...’ என்றாள் விசாலி கண்ணால் சிரித்து. .

‘ஆஸ்பத்திரியில் இதெல்லாம் வேறே செய்யறீங்களா? சரிதான். கொலு பாக்க வந்தா அவுன்ஸ் கிளாஸ்லே கார்பனேட் மிக்சர் கொடுப்பீங்களா?’

முத்துப்பல் பளிச்சிட வாய்விட்டுச் சிரித்தாள் எங்க ஊர்ப் புன்னகை அரசி.

‘ஆஸ்பத்திரியிலே எதுக்கு கொலு வைக்க, எங்க வீட்டுலேதான்’ என்றாள்.

‘என்னது உங்க வீட்டுலே கொலுவா?’

‘ஏன் நாங்க வைக்கக் கூடாதா? நான், ஜோசபின், ரோஸாலி, எமிலி எல்லோரும் சேர்ந்து அமர்க்களப்படுத்தியிருக்கோம்... வந்து பார்.’

சம்மதித்தேன். அது மட்டும் போதாது, பொம்மை வாங்கக் கூட வா என்றாள்.

எனக்கு நளினிகாந்த் மொஷாய் ஞாபகத்துக்கு வந்தார். அவரிடம் இருந்து அழகான பொம்மைகளை வாங்கி விசாலிக்குத் தரலாம் என்று தோன்றியது. கயலும் மொஷாயிடம் மிஞ்சி இருந்தால் ஒன்றிரண்டு பூங்கா பொம்மைகள் எடுத்துப் போக வருவதாகச் சொல்லி யிருக்கிறாள்.

விசாலியின் ஒயிலான லேடீஸ் சைக்கிள் இடித்துக்கொண்டு வர, என் ராலே புது உற்சாகத்தோடு லலி தொலந்தர் தெருவில் திரும்பியது.

ஒரு பயம். கயல் இந்த சிநேகிதத்தைத் தப்பாக நினைப்பாளோ?

அவளும் இந்த ஆறு மாசத்தில் அனுபவ முதிர்ச்சி அடைந் திருக்கிறாள். அப்படி எதுவும் நிகழ வாய்ப்பில்லை என்று நம்பினேன். வேறே வழி?

கயல் அங்கே வந்திருக்கவில்லை. விசாலிக்கு எடுத்துத் தரக் கடைசி சில பொம்மைகளே மொஷாயிடம் இருந்தன. அவரும் கூடவே வசிக்கும் சிநேகிதியும் வங்காளி நவராத்திரிப் பந்தலுக்குப் போகிற அவசரத்தில் இருந்ததால், பத்தே நிமிஷத்தில் வநத வேலை முடிந்தது. வாசலுக்குப் போனபோது தொலைபேசி மணி. எடுத்துப் பேசிவிட்டு மொஷாய் கூப்பிட்டார் –'ரொபீந்தர், உனக்குத்தான்... உன் சிநேகிதி.' அவருக்கு நான் ரொபீந்தர்தான்..

கயல் அழைக்கிறாள். கபே ஹவுஸில் இருக்கிறாளாம். என்னைப் பார்க்க முக்கியமான யாரோ அவளோடு காத்திருக்கிறார்களாம். உடனே வரணுமாம்.

'நீ கிளம்பு. ஜோசபின் தனியா இருக்கா.' என்றேன் விசாலியிடம்.

'ஐயே, பாசம் பொங்கி வழியுது. நீ வந்து அங்கே இருக்க வேண்டியது தானே?'

'எனக்கென்ன கஷ்டம். நீயும் ஜோசபினும் சரின்னு சொன்னா பாய் தலகாணியோட வந்துடுவேன்.'

'ஆமா, அதுக்குத்தானே வீடு பிடிச்சு வச்சிருக்கோம்!' என்று நொடித்தாள்

'நீதானே வரச் சொன்னே?' அவள் கையை மெல்ல வருடினேன். இன்னொரு அழகான தோழமை உருவாகிக் கொண்டிருக்கிற மகிழ்ச்சி எனக்கு.

'ஜோஸ்ஸி தனியா இருக்க விட்டுட்டு வர நான் என்ன மடச்சியா? எமிலியும் ரோசாலியும் இன்னிக்கு லீவுன்னு கூடவே இருக்காங்க' என்றபடி விசாலி கையை விடுவித்துக்கொண்டு பூஞ்சிட்டாகப் பறந்து போனாள்.

ஐந்தே நிமிடத்தில் நான் காபி ஹவுஸ் வாசலில் இருந்தேன்.

காபி ஹவுஸில் நுழையும்போது நான் ஆச்சரியப்பட்டுப் பார்க்க, கயல், லெச்சு, ஃப்ரான்ஸுவா, வைத்தே, அந்துவான். அப்புறம் ஆறடி உயரமாக வாட்ட சாட்டமாக, கருத்த பெண் ஒருத்தி. இந்தியச் சாயல் தான் அவளுக்கு.

அந்தப் பெண் என்னைக் கண்டதும் முகத்தில் மகிழ்ச்சி காட்டினாள். எனக்கு அவளைத் தெரியும். எல்லையம்மன் கோவில் தெருவில் ஏதோ பெயர் சொல்லி ஜோசபினைத் தேடி வந்தவள். ஜோசபினை கட்டாயக் கல்யாணம் செய்து வெளிநாடு அனுப்பப் புறப்பட்ட கும்பலில் இவள் உண்டு.

'டெய்ஸி மனோ சந்திரா' அந்தப் பெண் கைகுலுக்கக் கை நீட்டினாள். நான் ஜாக்கிரதையாக வணக்கம் சொன்னேன்.

'புதுப் பழக்கமா இருக்கு மச்சான், வணக்கம் எல்லாம் சொல்றே இன்க்ரயபில்...' தடங்கலே இல்லாமல் முழுசாகச் சொன்னான் அந்த்வான்.

சிரித்தேன். இத்தனை நண்பர்கள் சேர்ந்து கூடிய இடத்தில் இருக்கும் பாதுகாப்பும் குழுவால் ஏற்படும் வலிமையும் அசாத்தியமானது. தாமதம் ஆக்காமல் எல்லாவற்றையும் போட்டு உடைக்க வேண்டியது தான். கலகமோ என்னமோ, ஏற்பட்டால்தான் நியாயம் பின்னாடியே ஓடி வரும்.

'இவங்க யார்னு தெரியணும்னா நான் ஜோசபின் பற்றி சொல்லணும்...'

நான் சாங்கோபாங்கமாக ஆரம்பிக்க லெச்சு கைகாட்டி அமர்த்தினான்.

'அவங்க ஏற்கெனவே சொல்லிட்டாங்க. கயல் கிட்டே சொல்லித் தான் அவ கூட வந்திருக்காங்க.'

எல்லோரும் கயல் உட்பட எதிர்க்கட்சி ஆனதுபோல ஒரு வினாடி உணர்வு. இருக்காது. இவர்கள் என் சிநேகிதர்கள், கயல் என் பிரியமான காதலி.

'மேடம் நீங்க யார்னு எனக்குத் தெரியாது. ஆனா ஜோசபினைக் கட்டாயப்படுத்தி, மிரட்டி பிரான்ஸ்லே மார்செயில்ஸ்லே இருந்து வந்த ஒருத்தரோடு கல்யாணம் கட்டி அனுப்ப கும்பலாக வேலை செய்யறாங்கன்னு தெரியும். அவங்களுக்கு நீங்க வேண்டியவங் கன்னா நான் உங்க கிட்டே சொல்ல ஒண்ணே ஒண்ணுதான் இருக்கு. ஜோசபின் வாழ்க்கையிலே குறுக்கிட்டா நண்பர்களான நாங்க எல்லோரும், அவ வேலை பார்க்கிற ஹாஸ்பிடல் டாக்டர், நர்ஸ்களும் ஒண்ணாச் சேர்ந்து எதிர்க்க வருவோம்.'

அந்த்வான் சந்தோஷமாக, விவா லா என்று கோஷம் போட ஆரம்பிக்க நான் அடக்கினேன்.

அந்தப் பெண் அளவாகச் சிரித்தபடி நிமிர்ந்து உட்கார்ந்திருந்தாள். கயலோ, லெச்சுவோ எல்லோருக்கும், அவளுக்கும் சேர்த்து, காபி

ஆர்டர் செய்திருந்ததை சவரிராயன் கொண்டு வந்து வைத்தார். நான் தொடர்ந்தேன்.

‘வங்காளி நவராத்திரி பந்தல்லே நான் இருக்கேன்னு தெரிஞ்சு கூடவே வந்தீங்க இல்லே? எதுக்கு? என்னை மிரட்டினா நான் பயந்து ஜோசபினையும் பயப்படுத்துவேன்னுதானே? அந்த மாதிரி ஆசையெல்லாம் வேணாம். யார்க்கும் பயப்பட மாட்டா ஜோசபின். பயப்பட மாட்டோம் நாங்க எல்லாம்.’

அவள் இத்தனைக்கும் அசராமல், சிரிப்பு மாறாமல் இருந்தாள்.

‘தம்பி நீங்க முடிச்சுட்டீங்களா? நான் பேசலாமா?’

அவள் கேட்டபடி காப்பி கோப்பையை உயர்த்த என்னையும் கயலையும் தவிர மற்றவர்கள் கோப்பை உயர்த்தினார்கள். சியர்ஸ் எல்லாம் கயல் அறியாள்.

‘இன்னும் முடிக்கலே மேடம். நீங்க அந்த... மார்செய்ல்ஸ்லே இருந்து காரைக்கால் கல்யாணத்துக்கு வந்த மாப்பிள்ளைத் தோழன்... பெஸ்ட் மேன்... பெயர் என்ன... ஜோசப்... கிறிஸ்டி.. ஜார்ஜ்... எதோ ஒண்ணு...’

‘ஹென்றி’ என்றாள் அவள் அமைதியாக.

‘நீங்க ஹென்றிக்கு என்ன வேணும்?’

நான் குரலை உயர்த்த வேண்டாம் என்று கவனமாக இருந்தாலும் அது உயர்ந்தே வந்தது. ஒரு பெண்ணிடம் கடுமை காட்டுவது தப்பு என்றது மனம். செய்து கொண்டிருப்பதற்கு நியாயம் கற்பித்து இன்னொரு மனம் பேசியது. .

அவள் ஒரு வாய் காப்பி குடித்தாள். அதன் சூடான சுவையை அனுபவிக்கிறது போல் கண்கள் செருக ஒரு நிமிடம் இமை மூடி இருந்தாள். தன்னோடும் உலகத்தோடும் சமாதானமாக இருப்பதைச் சொல்லும் புன்னகை விரிந்தது..

‘நான் தான் ஹென்றி.’

நான் நம்ப முடியாமல் பார்த்தேன். நாடகம் பார்க்கிறவர்களாக மனம் விலகி இருந்து காப்பி அருந்திக்கொண்டிருந்தார்கள் லெச்சுவும் அந்த்வானும். கயல் என் அருகில் நெருங்கி உட்கார்ந்து ஆதரவாக என் கையை அழுத்தினாள்.

அடுத்த சில நிமிடங்கள் விசேஷமானவை. ஒரு துன்பியல் நாடகம் திசை மாறிய நேரம் அது. டெய்ஸி மனோ சந்திரா என்ற ஹென்றி சொன்னது இது-

கீர்த்திராயன் முத்தப்பா ஹென்றி ரெண்டாம் தலைமுறை பிரெஞ்ச் இந்தியன். இந்திய உடம்பில் பிரெஞ்சு முற்போக்கு ரத்தம் கொண்டவனாக வளர்ந்தவன்.

'பகலூயிய ஸ்கூல் பைனல் படிக்கறபோதே நான் பையன் இல்லே, மனசாலே பொண்ணுன்னு தெளிவாப் புரிஞ்சுக்கிட்டேன்... ஆபரேஷன் செஞ்சு பெண்ணாக மாறணும்னு வெறி... ஆனா வீட்டுலே இதைப் புரிஞ்சுக்கலே... இந்தியாவிலே எங்கேயாவது ஒரு பொண்ணு கிடச்சா, அவளை எனக்குக் கட்டி வைச்சுடலாம்... அப்புறம் பிரச்னையே இல்லாம போயிடும்னு அப்பாவித்தனமா நினைச்சாங்க.'

ப்ரஞ்சு கயானாக்காரனான கருப்பின சிநேகிதனைத் தன் வாழ்க்கைத் துணையாகப் போகிறவன் என்று போன மாதம் வீட்டில் அறிமுகப் படுத்த பிரச்னை பூதாகாரமாக உருவெடுத்து விட்டது.

'எங்க அப்பா மார்செயில்ஸ்லே நாலு முடிதிருத்தகம் வச்சிருக்கார். நல்லா போயிட்டு இருக்கற பிசினஸ் அது. அப்பாவுக்கு ஒரே மகன் நான். அவர் சொன்னபடி இந்தியாவிலே பொண்ணு கட்டிக்காம இப்படி ஒரு தடியனைக் கட்டிப்பேன்னு போனால், வீடு, பிசினஸை அதில் வர்ற, வந்த வருமானம்... எல்லாம் சர்ச்சுக்கு எழுதி வச்சுடுவேன்னு அப்பா பயமுறுத்தினார்.'

மார்செயில்ஸில் இருந்து தன் உறவுக்காரப் பையன் கல்யாணத்துக்காக ஜோசபினுடைய அத்தை ரேஷல் ஜார்ஜ் கனகராயன் காரைக்கால் வரும்போது இன்னொரு உறவினனான ஹென்றியும் எந்தத் திட்டமும் இல்லாமல் கல்யாண மகிழ்ச்சியில் பங்கெடுக்க மாப்பிள்ளைத் தோழனாக இங்கே வந்திருக்கிறான்.

'ஆனா, இங்கே பாவம், அந்த அப்பாவிப் பொண்ணு ஜோசபினை கட்டாயப்படுத்தி எனக்கு கல்யாணம் கட்டி வைக்க ஏற்பாடு செஞ்சதைப் பார்த்து ஷாக் ஆயிட்டேன். அந்தப் பொண்ணை வீட்டுக்குள்ளே பூட்டி அடைச்சு வச்சு கட்டாயப்படுத்தறாங்கன்னு தெரிஞ்சு மெய்யாலுமே மிரண்டுதான் போனேன்... ஜோசபின் கிட்டே என்னைப் பத்தி எல்லா உண்மையும் சொல்லணும், நான் அவள் லைஃப்லே குறுக்கிட மாட்டேன்னு புரிய வைக்கணும்னுதான் ஜோசபினை தொடர்ந்து வந்தேனே தவிர அவளை மிரட்டிக் கல்யாணம் செய்ய இல்லே...'

மன அழுத்தம் காரணமாக பெண்ணாக உடனே மாற உடம்பும் மனமும் விருப்பப்படுவது அதிகரிக்க, அதை சமாளிக்கவே சுபாவமாக பெண்ணாக வலம் வருகிறான். அது சிரிப்புக்கு உரியதாக இங்கே யாரும் நினைத்தாலும் அவனுக்கு – அவளுக்குக் கவலை ஏதும் இல்லை.

‘அடுத்த வாரம் நான் பிரான்ஸ் திரும்பறேன்... அடுத்த மாசம் செக்ஸ் மாற்ற ஆப்பரேஷன்... இப்போதான் அங்கேயே வந்துட்டு இருக்கு. செலவுதான்... ரிஸ்க்தான்... பார்த்தா முடியுமா... ஆப்பரேஷன் முடிஞ்சு ஆறு மாசத்திலே என் பாய் பிரண்டை கல்யாணம் செஞ்சுப்பேன்... அப்புறம் ஆயுசு பூரா அவன் மனைவி நான்... கர்த்தர சேர்த்ததை மனுஷர் பிரிக்காமல் இருக்கட்டும்.’

இதையெல்லாம் ஜோசபினுக்கு அவள் - அவன் சார்பில் சொல்ல வேண்டும். என்னிடம் ஹென்றி எதிர்பார்க்கும் உதவி இதுதான்.

மழை பெய்து ஓய்ந்ததுபோல் ஹென்றி சொல்லி நிறுத்தினான். லெச்சு எல்லோருக்கும் இன்னொரு காப்பியும் பிஸ்கெயும் ஆர்டர் செய்தான். கூட்டத்தின் முழு ஆதரவும் ஹென்றிக்கு இருந்ததாக உணர்ந்து கொண்டேன்,

‘கவலையேபடாதீங்க டெய்ஸி மனோ ஹென்றி...’ ஜோசபின் கிட்டே இவன் எடுத்துச் சொல்வான். அந்த்வானே செய்வான், ஆனா அவனுக்கு இவ்வளவு பெரிய டயலாக் கொடுத்தா அடுத்த வருஷம் தான் பேசி முடிப்பான்.’

லெச்சு சொல்ல எல்லோரும் சிரித்தார்கள். ஹென்றி என்ற டெய்ஸி மனோ சந்திரா அவர்கள் சிரிப்பால் தன் மனசு லேசானதாகச் சொன்னாள். இந்த ஆஜானுபாகுவான உடம்பில் மெல்லிய மனசைச் சுமந்துகொண்டு சீக்கிரம் காதலனைக் கைப்பிடிக்க எல்லோரும் வாழ்த்து சொன்னோம்.

தேவைப்பட்டால் பிரான்சுக்கு வந்து ஹென்றியின் வீட்டில் பேசி அந்த நாலு முடிதிருத்தும் கடைகளும் வீடும் ஹென்றிக்கே கிடைக்க உதவி செய்வதாகச் வாக்குறுதி கொடுத்தான் அந்துவான். ரொம்ப உணர்ச்சிவசப்பட்டான் அவன்.

மெர்சி பெகு என்று, காபி கொண்டு வந்த சவரிராயன் உட்பட, சகலருக்கும், நன்றி சொல்லி எழுந்து போனாள் டெய்சி மனோ சந்திரா. போகலாம் என்று கயலிடம் சொல்லி நான் அடுத்து எழ, வைத்தே நமட்டுச் சிரிப்புச் சிரித்தான்.

‘கயல், இந்தப் பயலை கண்ணைக் கட்டிக் கூட்டிட்டுப் போ... விட்டா உங்க அடுத்த வீட்டுப் பொண்ணுக்கு ஸ்கொயர் ரூட் போட்டுடுவான்.’

காண்டாக்ட் சர்ட்டிபிகேட் கிடைத்த சந்தோஷத்தில் நான் மிதக்க, காலை மிதித்து, ‘அடங்குடா!’ என்றாள் எனக்கு மட்டும் கேட்கும் குரலில் என் எஜமானி.

‘முதல்லே ட்யூப்ளெக்ஸ் வீதிக்கு போடா.’ சைக்கிள்களை எடுத்த போது சக்ரவர்த்தினி உத்தரவிட்டாள்.

‘அய்யே அது தியூப்ளே வீதி’ என்றேன்.

‘பிரெஞ்சு படிச்சா அப்படிச் சொல்ல மாட்டே. ட்யூப்ளெக்ஸ் வீதிதான் சரி.’

அவள் தீர்மானமாகச் சொல்ல, நான் அதே தீர்மானத்தோடு சைக்கிளில் அமர்ந்தேன்.

‘தப்போ ரைட்டோ, பல பேரும் சொல்றதாலே, இங்கே வந்தது முதலே கேட்டு மனசுலே பதிஞ்சதாலே இது எப்பவும் தியூப்ளே வீதிதான் எனக்கு… அது கிடக்கு… தியூப்ளே வீதியிலே எங்கே போகணும் உனக்கு?’

அவள் சொன்ன விலாசம் எனக்கு ரொம்பப் பழக்கமானது. நான் வசிப்பது.

‘சரஸ்வதி பூசை வருது. நானும் அவனும்தான் வீட்டை எடுத்து சரியாக வைச்சு சாமி கும்பிடணும். அவங்க அம்மா இல்லாத வெறுமை அசாத்தியமாக இருக்கு!’

அப்பா முந்தாநாள் பார்வேந்தனாரிடம் பகிர்ந்து கொண்டபோது கயலும் கூட இருந்திருக்கிறாள்.

‘நீங்க… நீ தனியா இல்லே. நான் இருக்கேன் உன் கூட.’

கயல் சைக்கிளை நிறுத்திவிட்டு துப்பட்டாவை இழுத்து முடிச்சுப் போட்டுக்கொண்டு வீட்டுக்குள் நுழையக் களைகட்டி விட்டது.

ஒவ்வொரு அறையாக அலமாரிகளை சுத்தம் செய்து புது பேப்பர் விரிக்க, புத்தகம் பழையபடி அடுக்க, கிரமமாக தூசி தட்டித் துடைக்க, கதவை, ஜன்னலை எல்லாம் ஈரத்துணி கொண்டு துடைக்க, தரையெல்லாம் பினாயில் கலந்து அலம்ப என்று என்னோடு பம்பரமாகச் சுழன்றாள் கயல்.

மஞ்சள் பைஜாமாவும் அடர்ந்த நீல நிற துப்பட்டாவுமாகப் பறந்து பறந்து வேலை செய்த அந்தப் பட்டாம்பூச்சியை இடைக்கிடையே எத்தனையோ தடவை ஆசை தீரச் சின்னச் சின்னதாக அவசர முத்தமிட்டேன்.

முடித்தோம். களைத்தோம். முகத்தில் கூந்தல் நெகிழ, வியர்த்து வந்தவளை மொட்டை மாடிப் பின்னறைத் தனிமையில் இடையில் கை சேர்த்து இறுக அணைத்துக்கொண்டேன். அவள் வியர்வை என்

கன்னத்தில் இதமாகப் படிந்து கடல் காற்றில் உலர, நிமிடங்கள் நீண்ட இதமான அணைப்பு அது.

கீழே வந்தபோது தரையும் சுவரும் கதவும் அலமாரிகளும் தூய்மை பூசி நின்றன. ஹாலில் மேஜை மேல் வெண்பட்டு விரித்து கலைமகள் படம் வைத்து அடுத்து நாலைந்து புத்தகங்கள் தமிழிலும் மலையாளத்திலும் இங்கிலீஷிலுமாக எடுத்து வைத்தாள் கயல். அமேலி பரிசாகக் கொடுத்த பிரெஞ்சு கற்பிக்கும் புத்தகத்தைப் புரட்டிப் பார்த்துவிட்டு எடுத்து வைக்க ரெண்டு பேருக்கும் அமேலி நினைவில் வந்தாள். எப்போ வருவாளோ இனி.

அப்பா மாடிப்படி ஏறி உள்ளே நுழைந்தபோது நாங்கள் முகம் கழுவி திருநீறு அணிந்து ஹாலில் நின்று திருப்தியோடு பார்த்துக் கொண்டிருந் தோம்.

'இத்தனை வேலையும் நீ செஞ்சியாம்மா.. என்னமா வீடு மாறி இருக்கு?'

அன்போடு கயலை விசாரித்து அவள் தலையில் கை வைத்து ஆசி சொல்லி வாழ்த்தினார் அப்பா.

'குழந்தைக்கு ஸ்வீட் வாங்கிக் கொடுடா. அதோடு என் கட்டுரைகள் புத்தகமா வந்திருக்கே அதுவும் ஒரு பிரதி எடுத்துக் கொடு...'

அப்பா யார் மேலாவது ரொம்பப் பிரியமாக உணர்ந்தால் மட்டுமே அவருடைய கட்டுரைத் தொகுதி அளிக்கப்படும். கயல் விசேஷமானவள்.

'அப்பா இந்தக் கொழந்தை ஷொகொலாதான் சாப்பிடும். வாங்கித் தரட்டா?'

'பிடிச்சதை சாப்பிடட்டுமே உனக்கு என்ன போச்சு?'

அப்பா கணீரென்று பீம்பிளாஸ் ராகத்தில் 'வெள்ளைத் தாமரைப் பூவில் இருப்பாள்' என்று பாரதி பாடலைப் பாட ஆரம்பிக்க நான் கூடவே சேர்ந்துகொண்டேன். பாட்டு முடியும்வரை கயல் கை கூப்பி என்னையே பார்த்தபடி நின்றாள்.

அப்பா கை சுட்ட, கயல் தீபாரதனை விளக்கைச் சுழற்றி தீபம் காட்டினாள். நான் 'வீதி தோறும் இரண்டொரு பள்ளி' வரிகளை உரக்கச் சொன்னேன்.

பூஜை முடித்து அப்பா கீழே போய்விட்டார். சரஸ்வதி பூஜைக்கு ஆபீஸ் லீவு என்றாலும் இன்ஸ்பெக்ஷன் நடக்கிறபடியால் அவர் கிட்டத்தட்ட முழு நேரமும் ஆபீஸில் தான் பாவம்.

‘தம்பீஸ்லே சாப்பிட்டுப் போயிடலாமா?.’ கயலைக் கேட்டேன்.

‘வேணாம்டா. கசகசன்னு இருக்கு. குளிச்சுட்டுத்தான்.’

‘இங்கேயே குளியேன். பாத்ரூம்லே கதவு இருக்கு. பயம் இல்லே.’

‘என்ன பயம் இல்லே. உன் பார்வை கதவை எல்லாம் துளைச்சுட்டு வருமே. வேண்டாம். ஏய்... இதைத்தான் சொன்னேன். எக்ஸ்ரே கண்ணா.’

அவள் துப்பட்டாவை அவசரமாக இழுத்துப் போர்த்திக்கொண்டு என் கையை உதறிக் கீழே ஓடினாள். தொடர்ந்தேன்.

‘இரேன்.. கொஞ்சம் லேட்டா போனா ஒண்ணும் ஆகாது.’

‘அம்மா ஏசும். நல்ல நாள் பெரிய நாள் வீட்டுலே இல்லாம போயிட்டேன்னு’

‘என்னோடு இருக்கேன்னு சொன்னா ஏசாது’ என்றேன். பாட்டு சொல்லிக் கொடுத்து வாங்கிய நல்ல பெயர் இன்னும் பல நாள் கைவசம் உண்டு.

‘வீட்டுலே பெண்களுக்கு நவராத்திரி விருந்து. அம்மா ஆள் போட்டு சமைக்குது. பூஜைக்காவது போயிடணும். வா நேரமாச்சு.’

‘நான் அங்கே வந்து என்ன பண்ணப் போறேன்?’

‘ராஜா மாதிரி கால் மேலே கால் போட்டு உக்காந்து போட்டதைத் தின்னுட்டு...’

‘என் ராணிக்கு பீரோ பின்னாடி கிஸ் கொடுத்துட்டு...’

‘ஏன் இங்கே கொடுத்ததெல்லாம் போதாதா?’

ஜோசபினிடம் ஹென்றி பற்றிச் சொல்லவில்லையே. இது நினைவு வந்தபோது பாதி தூரம் சைக்கிளில் கயல் வீட்டுக்குப் போய்க் கொண்டிருந்தோம். சரி, அங்கே போய்த்தான் டெலிபோன் செய்யணும்.

கயல் வீட்டில் சின்னக் கூட்டம், ஹாலில் ஜோசபின், விசாலி, ரோஸாலி, எமிலி.

‘ஆஸ்பத்திரியே ஆஜராயிடுச்சே. அம்மா சமையல் நல்லா இருக்கும் தானே?’

நான் உள்ளே நுழைந்ததும் சத்தமாகக் கேட்க, விசாலி முதுகில் அடித்தாள். நான் அவள் பக்கம் நெருங்க ஜோசபின் ஒரு சின்னச்

சிரிப்போடு கயலைப் பார்த்தாள். கயல் இன்னொரு சிரிப்பால் பதில் சொன்னாள். ரெண்டு சிரிப்புக்கும் எனக்கு அர்த்தம் தெரியும். புதுசா ஒருத்தியா? வழியறான் பாரு.

ஹென்றி வந்ததையும் நடந்ததையும் எங்கள் வீட்டில் இருந்தே ஜோசபினுக்கு கயல் சொல்லி விட்டாள். அது மட்டும் இல்லை, அவள் அம்மாவிடம் பேசி சரஸ்வதி பூஜை மதிய விருந்துக்கு நர்ஸ் அணங்குகளை அழைத்ததும் அவளே. முழுக்க முழுக்கப் பெண்கள் அணி அரசோச்ச, நான் நேற்றைய பேப்பர் படித்துக்கொண்டு, கயல் குளித்து விட்டு வரக் காத்திருந்தேன்.

வெள்ளைப் பட்டுப் பாவாடையும் கருப்பு தாவணியும் தாழ வாரி நுனி முடிச்சுப்போட்ட தலைமுடியுமாக சரஸ்வதி சாயலில் வந்த பெண்ணை அணைத்துக் கொள்வதா ஆராதனை செய்வதா தெரியவில்லை.

'இலை போட்டாச்சு வாங்க தம்பி.' மதிமுகத்தம்மாள் கனிவாக அழைத்தாள்.

கொஞ்சம்போல் ஓரம் வேகாத மொறுமொறுப்பான பருப்பு வடை, உப்பு சற்றே அதிகமான குழம்பு, கொழுக்கட்டை பிடிக்க முயன்று தோல்வியடைந்து மொத்தமாக வைத்த தேங்காய்ப் பூரணம், எண்ணெய் குடித்த பப்படம், குற்றம் சொல்ல முடியாத எலுமிச்சை ரசம், புழுங்கரிசி வடிக்கும் பதத்தில் பச்சரிசிச் சாதம். எல்லாக் குறையும் போயொழிய கலம் கலமாக அன்பு. கயல் அம்மா தனிதான். சாப்பிட்டு முடித்த பெண்களுக்கு பழமும், பூவும், திலகமும், பணமும், ரவிக்கைத் துணியுமாக ஸ்டெயின்லெஸ் தட்டில் வைத்து அவள் அளித்தாள். தட்டும் கொடுத்ததில் சேர்த்தியாம். எடுத்துப் போக துணிப்பையும்.

'சாயந்திரம் எங்க வீட்டுலே கயல் அம்மா கொலுக் கச்சேரி.'

விசாலி சொல்ல நான் எல்லோரோடும் சேர்ந்து கை தட்டினேன். எம்.எஸ். அம்மாவே வந்து பாடினாலும் கச்சேரி கேட்கும் மூட் இல்லை இன்றைக்கு.

'ஒரு கெஸ்ட் மட்டும் வரலே' கயல் வாசலைப் பார்க்க வெளியே சத்தம்...

'சாரி மிஸ் கயல்... ஊருக்கு போக ஏற்பாடு செய்ய கொஞ்சம் நேரமாச்சு.'

டெய்ஸி மனோ சந்திரா கையில் ஒரு கூடை நிறைய ஆரஞ்சும் ஆப்பிளும் முகத்தில் கள்ளமில்லாத சிரிப்புமாக உள்ளே நுழைய

ஜோசபின் அவளைத் தழுவிக்கொண்டாள். அவள் முகத்தில் அலாதியான ஒரு நிம்மதி தெரிந்தது.

‘சாப்பிடலாம் டெய்ஸி... முடிச்சு மறக்காம மஞ்சள் குங்குமம் வாங்கிட்டுப் போங்க.’ கயல் அம்மா பரிமாற, நூல் நிலையத்தில் இருந்து கயல் குரல்.

‘குற்றாலக் குறவஞ்சியா, நளவெண்பாவா எது வேணும்... பார்த்து சொல்லு...’

‘ரெண்டும் வேணுமாம்.’

ஜோசபின் சின்னச் சிரிப்போடு என்னை உள்ளே போகச் சொன்னாள்.

24

ஏமி ஏமி ஏமி ஏமி என்று தெலுங்கு கே.பி.சுந்தராம்பாளாக அந்துவான் கேட்டுக் கொண்டிருந்தான். அவனுக்கு எதிரே, உலகப் பிரச்னைகளை எல்லாம் தானே ஒற்றையாகத் தீர்க்க வேண்டிய கட்டாயத்தில் இருக்கிறவராக, பதட்டம் முகத்தில் தெரிய புரபசர் வல்லூரி அமர்ந்து சாயா குடித்துக்கொண்டிருந்தார். கூட்டம் குறைவான, வெள்ளிக்கிழமை சாயந்திர காலேஜ் கேண்டீன்.

'ஏமி பிராப்ளமு பொபஸே காரு? செப்பண்டி!' அந்துவான் பிரெஞ்சு-தெலுங்கு கேள்விக் கணையை ஒருவாறு தொடுத்தான்.

'பாவம்டா' என்றான் லெச்சு. வல்லூரி எடுத்த வகுப்புக் களுக்கு எல்லாம் அவன் வந்திருக்காவிட்டாலும், அவர் மேல் அவனுக்குப் பூரண அனுதாபம். இத்தனைக்கும், வல்லூரி புதிதாகப் போன வருடம் சேர்ந்தபோது அவரை லெச்சு ரேகிங் செய்தது புரபசர், அசிஸ்டெண்ட் புரபசர், லெக்சரர், டெமோ என்ற டெமான்ஸ்ட்ரேடர், லேப் அசிஸ்டண்ட் இப்படிப் பலதரப்பட்ட கல்லூரி ஊழியர்கள் மத்தியிலும் பிரசித்தமானது.

'அந்த்வான், க்ளாஸ்லேதான் வல்லூரி சாரை நீ விட மாட்டேன்னா கேண்டீன்லே டீ குடிக்க வந்தாலும் நச்சரிக்கறியே.'

வைத்தே கேட்க, வல்லூரி அப்படி இல்லை என்று திடமாகத் தலையசைத்து, அந்த்வானின் தோளில்

செல்லமாகத் தட்டினார். அவன் கையில் பிடித்த காபிக் கோப்பை தவறித் தறிகெட்டு ரெண்டு பேர் மேலும் அபிஷேகமாக வழிய, நடந்ததை எல்லாம் வழக்கமான ஆச்சரியத்தோடு பார்த்தார் வல்லூரி. அவருக்கு மட்டும் சதா விபத்தும் விபரீதமுமாக உலகம் விரிந்திருக்கிறது.

ஈரச் சட்டையும் உடம்பெல்லாம் கேண்டீன் சிக்கரிக் காப்பி மணமுமாக அவர்கள் ரெண்டு பேரும் கேண்டீன் மேஜைக்குத் திரும்பி வர அவசர அவசரமாக லெச்சு வல்லூரியோடு பேச்சு வார்த்தையை ஆரம்பித்தான்,

இருக்கற வீட்டை விட்டுட்டு இன்னொரு வீடு பார்க்கணுமாம்? அதுதான் தன் பிரச்னை என்றார் வல்லூரி மிச்சம் சில சொட்டு இருந்த சாயாவைக் குடிக்க முயற்சி செய்துகொண்டு. லெச்சு அதை பிடுங்கி வைத்து விட்டுக் கேட்டான்

‘ஏன் சார் வீடு பார்க்கணும்? இருக்கற வீட்டை என்ன செய்யப் போறீங்க? கொளுத்திடுவீங்களா இன்னொரு தடவை ப்யூஸை பிடுங்கி?’

அவர் இல்லை என்றார். வீட்டுக்கெல்லாம் ஒரு கேடும் இல்லை. ஊரில் இருந்து பெண்டாட்டியை இங்கே கொண்டு வந்து வைத்துக் கொள்ளச் சொல்லி வெடித்த வற்புறுத்தல் நடப்பாகிறதாம். குடித்தனம் வைக்க இந்த வாரக் கடைசியில் இங்கே புறப்பட்டு வரப் போகிறாராம் மிசஸ் வல்லூரி.

‘இதுலே என்ன சார் கஷ்டம், இப்போ உங்க வீட்டுலே கூட இருக்கற ஈப்பன் வெர்கீஸ், அப்துல் ரசாக், கோலப்பன் இந்த மூணு டெமோக்களையும் வேறே இடம் பார்த்துக்கச் சொன்னா போதுமே.. நீங்க இங்கேயே இருக்கலாமே.’

‘பாவம் அவங்க எங்கே போவாங்க? சம்பளம் கொறச்சல். வேலை அதிகம்... அவங்களுக்கு யாரு காலையிலே பிரட் ஆம்லெட் போட்டுக் கொடுப்பாங்க?’

‘அதுக்காக, நீங்க ஊர்லே இருந்து வல்லூரி மாமியைக் கொண்டு வந்து குடித்தனம் வைக்கறபோது இவங்களும் கொத்தனார் கொழுந்தனார்னு ஆம்லட் தின்னபடிக்கு அங்கேயே இருப்பாங்களா?’ அடாவடியா இருக்கே.’

நியாயமான சந்தேகத்தை லெச்சு எழுப்ப, இன்னும் ரெண்டு மாசத்தில் அந்த டெமான்ஸ்ட்ரேட்டர் கிளிகளுக்கும் றெக்கை முளைச்சுடும். கூட்டை விட்டுப் பறந்து போயிடும் என்றார் அவர். சிவாஜி படம் கௌரவம் பார்த்த பாதிப்பு...

அப்படிப் போகாமல் மாமி சமையல் சுகங் கண்டு அவர்கள் அங்கேயே தொடர்ந்து இருக்கவும் கூடும் என்று இன்னொரு சந்தேகத்தை அந்துவான் முன் வைத்தான்.

'அதுவும் நடக்கலாம் தான்... அதான் சொல்றேன்.. அவங்களுக்கு ஏன் சிரமம், நானே வெளியே போயிடறேன்' என்றார் வல்லூரி கொஞ்சம் யோசித்து. கண்டசாலா தமிழில் பாடுகிற மாதிரி கனமாக இருந்தது அவர் குரல்.

இப்படியாக, வல்லூரிக்காக வீடு தேடும் படலம் ஆரம்பமானது.

சாயந்திரம் காபி ஹவுஸில் வல்லூரியும் எங்களோடு இருந்தார். உடனே அவருக்கு வீடு அமையாவிட்டால் கஷ்டம் என்று புரிந்ததால் எந்தத் தெருவில் வீடு காலி அட்டை தொங்குகிறது என்று தேடி ஒரு தெரு, சந்து பொந்து சாவடி விடாமல் அலைய முடிவெடுத்திருந்தோம்.

'சோன்பப்டிக்காரன் மாதிரி தெருத் தெருவா மணியடிச்சுக்கிட்டுப் போறது சிரமம்டா. ஏழெட்டு சைக்கிள் இப்படி சேர்ந்து வந்தா, டிராபிக் போலீஸ்காரங்க எல்லாம் டென்ஷனாயிடுவாங்க. பூங்காவிலே யாராவது அடுக்கடுக்காகத் தும்மறதை நாலு பேர் நின்னு வேடிக்கை பார்த்தாக்கூட, ஜனக் கூட்டம் கூடுது, வேறே எங்கேயாவது போய்த் தும்முங்கன்னு அனுப்பறவங்க அவங்க... பத்து சைக்கிள் சேர்ந்து போனால் அது சைக்கிள் ஊர்வலமாயிடும்.'

லெச்சு சொல்லிக்கொண்டிருக்க கையில் குடையோடு அந்த இடத்துக்கு ஒரு விதத்திலும் சம்பந்தமில்லாத ஒரு கெச்சலான நபர் படியேறி வந்தார்.

லெச்சுங்கறது? என்னைக் கேட்டார் அவர். மாறுகண் இல்லாவிட்டால் வல்லூரி சாரை இப்படிக் கேட்டிருப்பார். அல்லது லெச்சுவை.

குடைக்காரரை ஆற்றுப்படுத்தி என் அருகில் உட்காரச் சொன்னேன். அமேலியும், கயலும், ஜோசபினும் உட்கார்ந்து சிறப்பிக்கும் இடம் அது.

தான் ஒரு வீட்டு புரோக்கர் என்றார் மூக்குப்பொடி மணத்தோடு வந்தவர். எந்தப் பகுதியிலும் எந்த வாடகை வரம்பிலும் உடனே வீடு பார்த்து முடித்துக் கொடுத்து விடுவாராம். ஒரு மாச வாடகை அவருக்கு கமிஷன்.. வீட்டுக்குப் போய்ப் பால் காய்ச்சிக் குடிக்கும் போதே கமிஷன் கையில் வரணும் என்று நிபந்தனையும் சொன்னார்.

'எந்தத் தெருவில் வீடு வேணும்?'

ஊரே சொந்தமான தொனியில் கேட்க, நான் தியூப்ளே வீதி என்று நூல் விட்டுப் பார்த்தேன். அவர் காலியாக இருக்கும் வீடுகள் பட்டியலில் முதலில் சொன்ன கதவிலக்கம் நேரு கபே, அடுத்து எங்க வீடு. தவறான தகவல் என்று சுட்டிக் காட்டினேன். அவர் பட்டியல் சரிதானாம். நேரு கபே பின் போர்ஷனிலும் எங்க வீட்டு மொட்டை மாடியிலும் குடியிருக்க இடம் பிடித்துத் தருவதாக படு கேஷுவலாக புரோக்கர் சொல்ல மிரண்டு போய் என்னை நோக்கினார் வல்லூரி சார்.

புரோக்கரை நம்பி வல்லூரியும் கோஷ்டியும் கிளம்பக் கையசைத்து விட்டு நான் புறப்படப் பார்த்தேன். ஜோசபின் வரும் நேரம்.

'இன்னும் ஒரு வாரம் உனக்கு அகப் பத்தியம்!' என்றான் சிற்சபேசன்.

அப்படின்னா?

'எங்க சித்தப்பாவை விதை வீங்கிப் போய், நாட்டு வைத்தியர் கிட்டே கூட்டிப் போனபோது அவர் சொன்னது இந்த அகப் பத்தியம்.' என்றான் ப்ரான்ஸ்வா.

அகப் பத்தியம்னா பொம்பளை சகவாசம் கூடாதுன்னு அர்த்தம் என்று யாரும் கேட்காமலேயே உபரி தகவல் கொடுத்த குடைக்கார புரோக்கர் தொடர்ந்து உங்க சித்தப்பாவுக்கு என்ன வயசு என்று வைத்தேயைப் பார்த்துக் கேட்டார்.

'இவர் வயசுதான், நாற்பது சொச்சம்' என்று வல்லூரியைக் காட்டிச் சொன்னான் லெச்சு.

'நாப்பதா?' திருப்தியில்லாதவராகத் தலையாட்டினார் ப்ரோக்கர்.

'அப்போ வீடு கிடைக்காதா?' வல்லூரி தொடர்ந்து கேட்க, புரோக்கர் குழம்பித்தான் போனார். என்ன மாதிரியான மேதைகள் கிட்டே மாட்டிக் கிட்டோம் என்று பயந்தோ என்னமோ மடியில் இருந்து சின்ன மரச் சிமிழை எடுத்து டொப் என்று அடித்துத் திருகித் திறந்தார். மணி அடித்துக் கொண்டே திறந்த பெட்டியில் இருந்து ஒரு கணிசமான சிட்டிகை மூக்குப் பொடி எடுத்துப் போட்டுக்கொண்டு கையை உதறினார். காபி ஹவுசில் எல்லோர் கண்ணிலும் பறந்து எரிய, வாங்க என்று குடையாடக் கிளம்பினார்.

'இப்போவே போகணுமா? நாளைக்கு சனிக்கிழமைதானே?'

வைத்தே கேட்க, அவர் தீர்மானமாகத் தலையாட்டினார். இன்னிக்குத் தான் இந்த சீசன்லே கடைசி நல்ல நாள்.. காலையிலே முகூர்த்தம் ஆச்சு. இன்னும் கொஞ்ச நேரத்திலே ஜாம்ஜாம்னு சாந்தி முகூர்த்தமும் ஆரம்பிச்சுடும்.

வல்லூரி என்ன என்ன என்று விசாரிக்க, லொடலொடக்காமல் சும்மா இருக்கச் சொன்னான் லெச்சு. இது என்ன கிளாஸா சும்மா ஏதாவது அர்த்தமில்லாம புலம்பிட்டிருக்க என்று அவன் சொன்னதை வல்லூரிக்கு மொழிபெயர்க்க நான் முற்பட வைத்தே காலில் ஓங்கி மிதித்து நிறுத்தினான்.

நேர்ந்து விட்ட ஆடுபோல மிரண்டு போய் அவர் பின்னாடியே வர எங்கள் ஊர்வலம் மெல்ல ஊர்ந்து போனது. யாருப்பா போய்ச் சேர்ந்தது என்று விசாரித்து விட்டு, யாரும் இன்னும் போகலே என்று அந்துவான் நிறுத்தி நிதானமாகச் சொன்னதைக் காதில் வாங்காமல், நாங்கள் கடந்து போவதற்காக எதிர்த் திசை போக்குவரத்தை சற்றே நிறுத்தினார் போக்குவரத்துக் காவலர்.

ரங்கப்பிள்ளை தெருவில் மங்கலாக டியூப்லைட் வெளிச்சம் போட்டுக் கொண்டிருந்த வெங்காய மண்டி போன்ற வீட்டுத் திண்ணையில் எங்களை கோஷ்டியாக ஏற வைத்தார் தரகர். வீட்டுக்குள் இருந்து ப்ரஞ்சு மழை. அது பெண் குரலில் மட்டும் இருந்தது. நடுநடுவே உய் உய் என்று தாழ்ந்த ஸ்வரத்தில் பின்பாட்டு. அது பயந்து நடுங்கிக் கொண்டிருக்கும் ஆண் குரலில்.

உள்ளே இருந்து கிட்டத்தட்ட ஆயிரம் பக்கம் இருக்கும் பிரெஞ்சு வரலாறு புத்தகம் தொப்பென்று வாசலில் வந்து விழுந்தது. அட்டையில் இருந்த எத்தனையாவதோ பிரெஞ்சு லூயி அரசர் தலை திண்ணை மரத்தூணில் மோதி அலற வல்லூரி நடுநடுங்கினார்.. அவ்வளவு தூரம் அதை வீச நிச்சயம் பழக்கமும் வலிமையும் வேண்டும். தூணையும் பறித்து வீசக்கூடிய வலிமை.

உள்ளே இருந்து என்ன வேண்டும் என்று அதிகாரமாகக் கேட்டபடி வந்த நாலரை அடி சோனி அம்மாள் நாற்பத்தைந்து வயதாவது காணுவாள். தொடர்ந்து பதற்றமாகப் பார்த்தபடி வந்த ஆறடி பிரெஞ்சு இந்தியர் வல்லூரியையும் தொடர்ந்து லெச்சுவையும் பார்த்து ரொம்ப சந்தோஷப் பட்டார். வல்லூரியிடம் தமிழில் குசலம் விசாரிக்கவும், லெச்சுவிடம் அவன் முழி பிதுங்கி நிற்க ஏதோ தெலுங்கில் சரமாரியாக மாட்லாடவுமாக உணர்ச்சி வசப்பட்டவர் மெல்ல சமநிலைக்கு வந்து ஆளுக்கேற்ற மொழி மாற்றினார்.

லெச்சுவுக்கு ஒன்றோ இரண்டோ விட்ட மாமா உறவு என்று அவன் என்னிடம் சொல்லியதை முடிக்கக்கூட விடாமல் அவனை முடிந்தவரை கட்டிக்கொண்டு குடும்ப நிலவரம், ஊர், உலக நிலவரம் எல்லாம் விசாரிக்கத் தலைப்பட்டார் அவர். இதே யூனியன் பிரதேசமான தெலுங்கு பேசும் ஏனாம் பகுதியில் நிரந்தரமாகத் தங்கி

பிரெஞ்சுத் தெலுங்கராகவே போய் விட்டார் என்று லெச்சு சொல்ல, அவர் உய் என்றார். தன்னோடு கூட ஏனாம் பக்கத்து கல்லூரியில் படித்தவர் அவர் என்றார் வல்லூரி அவருக்கு மட்டும் உரித்தான சந்தோஷத்தோடு. அதற்கும் இன்னொரு உய் ஆதரவாக வந்து விழுந்தது.

பொறுமையாக நின்ற வீட்டம்மா, வீடு அமைதிப் பூங்காவாகவே இருக்கிறது என்பதை எங்களுக்கு நிரூபிக்க, திண்ணையில் கிடந்த வரலாற்றை நிதானமாகக் குனிந்து எடுத்தாள். 'ஆனாலும் உங்களுக்கு இவ்வளவு கோபம் ஆகாது; நெப்போலியன் பத்தி தப்பா எழுதியிருக்குன்னா நீங்க திருத்தி இன்னொரு புத்தகம் எழுதுங்களேன்... விட்டெறிவானேன்' என்று ஏனாம் மாமாவிடம் நைச்சியமாகச் சொன்னாள். அவள் ஒரு சண்டைக்கோழி என்று யார் சொன்னாலும் இனி நான் மட்டுமில்லை எங்கள் குழுவே நம்பாது.

வல்லூரி தெரிந்தவராக இருந்ததாலும் அவரும் மனைவியும் மட்டுமே வீட்டில் இருப்பார்கள் என்பதாலும் ஏனாம் மாமா வீட்டை அவருக்கு வாடகைக்குக் கொடுப்பதில் சிரமம் இல்லை. ஏனாம் மாமா வருடம் ரெண்டு தடவை இங்கே வந்து ஒரு வாரம் இருப்பாராம். மேல் மாடியில் வல்லூரி வசிக்க, கீழே பெரும்பாலும் அடைத்து வைத்த வீடாக அது இருக்கும்.

சனிக்கிழமை பிற்பகலுக்கு எங்கள் சைக்கிள்கள் ரங்கப்பிள்ளை தெருவுக்குப் படையெடுக்க, வல்லூரி வந்து சேரவே இல்லை. அந்தி சாயும்போது அவர் வந்தார். முழங்கையில் புதியதாகக் கட்டிய பேண்டேஜோடு காணப்பட்டார்.

'ஸ்கூட்டர்லே பின்னாடி பாத்திரம் பண்டம் எல்லாம் போட்ட பெட்டியை வச்சுக்கிட்டு இங்கே வந்துட்டிருந்தேன்.. வண்டி ப்ரேக் பிடிக்காம ஓடி ஸ்கிட் ஆகிடுத்து. நல்ல வேளை ஆஸ்பத்திரி வாசல்லே விழுந்தேனா, உன் தோஸ்த் நர்ஸா அங்கே இருக்குதே, அந்தப் பொண்ணு உடனே கவனிச்சு ஏடிஎஸ் போட்டு ஏதோ மருந்து கொடுத்து, போதாக்குறைக்கு பேண்டேஜும் வலுவாச் சுத்தி விட்டுச்சு... குட் கேர்ள்' என்னிடம் பெருமையாக பேண்டேஜை காட்டினார்.

நல்ல பெண்ணு கட்டி விட்ட பேண்டேஜை பார்வையிட்டேன். அதன்மேல் சீக்கிரம் குணமடையவும் என்று ஆரஞ்சு பட்டை பேனாவால் எழுதி இருந்த கையெழுத்து எனக்கு பரிச்சயமானது. மிகச் சிறிய பொடி எழுத்தில் கீழே வேறே ஏதோ எழுதியிருந்தது. கண்ணை இடுக்கிக் கொண்டு படித்தேன்.

'நாளை மாலை கடற்கரைக்கு வா.'

எனக்குத்தான். ஜோசபின் அனுப்பிய சங்கேதச் செய்தி அது.

‘அடுத்து எப்போது ஆஸ்பத்திரி வரச் சொல்லி இருக்காங்க சார்?’ என்று வல்லூரியை ஆவலோடு விசாரித்தேன்.

‘ஏன்? நாளைக்கு!’ என்றார் அவர். அதற்குள் இந்தச் செய்திக்கு பதில் எழுதி ஆக வேண்டும், இதே இடத்தில்.

வல்லூரி முகம் வாடி இருந்ததைக் கவனித்தோம். வலிக்கிறதோ என்னமோ.

‘ஏன் சார் இத்தனை நண்பர்கள் உங்களுக்காக இங்கே வந்து கூடி இருக்கோம். நீங்க என்னடான்னா தெலுங்குப் படத்துலே அப்பா கேரக்டர் மாதிரி சோகமா நிக்கறீங்களே. இதெல்லாம் ஆக்சிடெண்ட்லே சேர்த்தியா? காலேஜ் எலெக்‌ஷன் நேரத்திலே பில்டிங்கே சரிய வச்சீங்க, தெருவுக்கே ப்யூஸை பிடுங்கி பத்தி எரிய வச்சீங்க.. காலேஜ் கெமிஸ்ட்ரி லேபில் காப்பர் சல்பேட் ஆறு பாய வைச்சீங்க.. அதை விடவா இதெல்லாம்.’

அனுமனுக்குத் தன் பலம் தெரியாமல் மயக்கம். வல்லூரிக்கு தன் விபத்துச் சரித்திரம் அவ்வப்போது மறந்து போவதால் குழப்பம். எடுத்துச் சொன்னோம்.

வல்லூரி கஷ்டப்பட்டு சிரித்தார்.

‘இந்த வீடு நல்ல இடம் தான். நீங்க வந்ததாலேதான் உடனே முடிஞ்சது. ஆனா, வேறே ஒரு நியூஸ் கேட்டேன்.. அதான் கொஞ்சம் பீதியாக இருக்கு.’

என்ன என்று புரியாமல் அவரைப் பார்க்க, அவர் தயங்கியபடி சொன்னார் -

‘இந்த வீட்டுலே முனி ஓட்டம் இருக்காம். நடு ராத்திரிக்கு மொட்டை மாடியிலே முனி தடதடன்னு ஓடுறதை கேட்க முடியுமாம்.’

லெச்சுவும் நானும் சிரித்தோம். வேறே யாரும் கூடச் சேராததால் சங்கடத்தோடு அடுத்த நிமிடம் அந்தச் சிரிப்பு நின்றது. ஒரு வேளை முனி ஓடுமோ? ஏன் மொட்டை மாடியில் ஓடணும்? எங்கேயிருந்து எங்கே?

‘வா! போய் பார்த்துட்டு வரலாம்!’ என்று லெச்சு கூப்பிட நான் மட்டும் தான் வாலண்டியர் ஆனேன். வல்லூரி நம்ம வீட்டு விஷயத்துக்கு நாமே இல்லாவிட்டால் எப்படி என்பதுபோல சகஜ பாவத்தோடு மொட்டை மாடிக்கு எங்களோடு படி ஏறினார்.

ஸ்கூட்டர் ஸ்கிட் ஆகிறபோது அந்த முனி... அதான்னு நினைக்கறேன் குறுக்கே ஓடின மாதிரி தெரிஞ்சுது. இதுவரை இப்படி அனுபவப் பட்டதில்லே.

வல்லூரி முனிக்கு பகல் நேர ஓட்ட வேலையும் கொடுத்திருந்தார்.

மொட்டை மாடி ரம்மியமாக இருந்தது. தழையத் தழைய தென்னந் தட்டி வேய்ந்த கூரையில் சின்னச் செடிகொடிகளும் புல்லும் படர்ந்து ஏறியிருந்தன. பர்ணசாலை மாதிரி ஒரு தோற்றம். சூழ்நிலைக்காக ரெண்டு மான்களையும் நாலு முயலையும் அப்படி இப்படி அலைய விட்டால் கன கச்சிதமாக பர்ணசாலையேதான். கடல் காற்று வேறு சிண்டைப் பிய்க்கிறது. எங்கள் வீட்டு விஸ்தாரமான மொட்டை மாடி கூட இப்படி வல்லூரி வீடு மாதிரிக் கவிதையாக இல்லை. இருட்டும் காற்றும் இதமாக அணைக்கிற இடம் அது.

'ஆஹா! இப்படி எங்க வீட்டுலே இருந்தா நான் ஜூடோ பழகியிருப் பேனே!' என்றான் பிரான்ஸ்வா. வல்லூரி பறந்து பறந்து உதைத்து முனியோடு ஜூடோ யுத்தம் புரிவதாகக் கற்பனை செய்ய ரசமாக இருந்தது.

வல்லூரி ரொம்ப யோசனையாக நின்றார். கூரை தாழ்வாகச் சரியும் இடத்தில் அவர் நிற்பதை நான் பயத்தோடு கவனிப்பதற்குள் அவர் எக்கி என்ன கண்றாவிக்காகவோ கூரைக்குக் குறுக்கே ஓடிய மூங்கிலைக் கையில் பிடித்தார். சடசட என்று எட்டு ஊருக்குச் சத்தம் போட்டுக் கொண்டு கூரை சரிந்து விழுந்தது. கீழே இருந்து ஏனாம் மாமாவும் மாமியும் ஓடி வந்து விட்டார்கள். வீடே இடிந்து விழுந்து கொண்டிருக்கிறது என்ற பயமாக்கும்.

கூரையை எடுத்து ஓரமாக அடுக்கினோம். மூங்கில் கழிகளை சுவரில் சார்த்தி வைத்து விட்டுக் கீழே இறங்கினோம். போகிற வழியில் வைத்தே கூரை போடுகிற அந்தோணிசாமியை ஏற்பாடு செய்வதாகச் சொல்லிப் பிரச்சனையின் உக்கிரத்தைக் குறைத்தான்.

'முனிக்கு நாம வந்தது பிடிக்கலே' மெல்லச் சொன்னார் வல்லூரி.

'நான் இன்னிக்கு ராத்திரி இங்கேதான் தங்கப் போறேன். முனி கிட்டே பேச வேண்டியிருக்கு. பேசினா உங்க பயம் போயிடும்' என்றான் லெச்சு. எதையோ கண்டடைந்த சந்தோஷம் மின்னியது அவன் முகத்தில்.

முனிக்கு அரவம் மாட்லாடத் தெரியுமோ என்னமோ என்ற கேள்வியை வல்லூரி எழுப்ப, அந்த்வானும் ப்ரான்ஸுவாவும், இந்த மலையாளச் சிறுவனும் (நான் தான்) வேறு மொழி எல்லாம்

மொழிபெயர்ப்பார்கள் என்று விளக்கம் கொடுத்தான் லெச்சு. அவன் வேறே எதற்கோ அடி போடுகிறான் என்று எனக்குப் புரிந்து போனது. எதற்கு என்று தான் புரியவில்லை.

'முனி கிட்டே வல்லூரி சார் ஏன் எப்பவும் ஆக்சிடெண்ட்லே மாட்டிக் கறார்னு கேக்கணும்.' சிற்சபேசன் சொல்ல, அவர் பலமாக ஆட்சேபித் தார்.

'அடிக்கடி எல்லாம் இல்லே என்னிக்காவது கொஞ்சமா அடி பட்டுடுது.'

அவர் பூசணித் தோட்டத்தையே பிடியரிசிச் சோற்றில் மறைக்க, பக்கத்து மிலிட்டரி ஓட்டலில் பிரியாணி ஆர்டர் செய்யப் போனான் லெச்சு.

'டெமான்ஸ்ட்ரேட்டர்கள் லாஸ்ட் சப்பர் அவங்களோடு சாப்பிடணும்னு வற்புறத்தறாங்க... நீங்க இருங்க... நான் போறேன்' என்று கிளம்பினார் வல்லூரி.

கட்டாய பிரம்மச்சாரி வாழ்க்கையின் கடைசி தினமாம். பரொட்டா சாப்பிட்டுக் கொண்டாடப் போகிறார்களாம்.

ராத்திரி அங்கேயே இருந்துவிட்டு ரயில்வே ஸ்டேஷனுக்கு விடிகாலையிலேபோய் மனைவியோடு இங்கே வருவதாகச் சொல்லிப் புறப்பட்டார் வல்லூரி. பத்திரமா இருங்க. முனி பேசாட்ட பரவாயில்லே என்று எங்களுக்கு தைரியம் ஊட்டவும் தவறவில்லை அவர்..

லெச்சு கொஞ்சம் தாமதமாகவே வந்தான். வந்தவன் நேரே மொட்டைமாடி ஏற ஆரம்பிக்க நான், 'இருட்டா இருக்கு, மெழுகுதிரி எடுத்துப் போ' என்றேன்.

'ஏண்டா என்ன ப்ரேயருக்கா போறேன்?' என்று நக்கலாகக் கேட்டான் லெச்சு.

'அதெல்லாம் நீ செய்வியா என்ன?'

புரியாமல் பார்த்தேன். அந்துவான் சொன்னான் - மச்சான் பியர் பியர் பியர்

'தொலைஞ்சது. இவன் ஒருத்தனே போதும் ஊரெல்லாம் ஒலிபரப்ப.' லெச்சு கித்தான் பையோடு மொட்டை மாடி படியில் கால் வைத்தவன் கீழே வந்தான்

‘ஒரே ஒரு பியர் சாப்பிட்டு சமத்தா உன் தோழிகளைத் தேடிப் போயிட்டு நாளைக்கு வா தப்பா நினைக்கலே. ஜோசபினை ரொம்ப கேட்டதா சொல்லு.’

‘வாடா மச்சான்’ என்று பிரான்ஸ்வா இறங்கி வந்து பின்னால் இருந்து தள்ள, அந்துவான் முதல் படியில் ஏறி நின்று இழுத்தான். நான் இந்தப் படிக்கு நானே எதிர்பார்க்காதபடி மொட்டைமாடிக்குக் கொண்டு செலுத்தப் பட்டேன்.

மொட்டைமாடியில் பார்த்த சூழ்நிலைக்கும் காலேஜ் விட்டு வரும்போது வழியில் கள்ளுக்கடையில் பார்ப்பதற்கும் பெரிய வித்தியாசமில்லை. நாலு பாட்டில் பியரை கித்தான் பையில் இருந்து எடுத்து வைத்தான் லெச்சு.

இன்னொரு சின்னப் பையில் இருந்து கொஞ்சம் சிறியதாக வைத்தே எடுத்து வைத்தது விஸ்கி என்று அவன் சொல்லித் தெரிந்து கொண்டேன்.

சிரிச்சபேசன் மகா பெரிய சணல் பையோடு மாடியேறி வந்து கொடுத்தது கோலி மற்றும் வெறும் சோடா. ஒரு சோடா கலரும் ஆரஞ்சு நிறத்தில் நுரை தப்பிக்கொண்டு அவற்றோடு இருந்தது.

‘உனக்குத் தாண்டா!’ என்று லெச்சு எனக்குத் தர, குழந்தை மாதிரி ஏக்கத்தோடு பார்த்தான் சிற்சபேசன். ‘உனக்கும் ஒரு வாய் தரேண்டா’ என்று சொல்லி அவன் முகத்தில் சிரிப்பை வரவழைத்தேன்.

ஆப்பிரிக்க ஊடு மந்திரவாதி பேயோட்டுகிற சடங்கு செய்கிற மாதிரி உப்பு, எலுமிச்சை பழத்தை அரிந்த பாதி மூடி, வறுத்த மல்லாக் கொட்டை, பொரித்த அப்பளப்பூ, நீள மூக்கு கோப்பைகள் என்று ஜமுக்காளத்தில் எடுத்து வைத்தான் லெச்சு.

பியர் அடிக்க இம்புட்டு ஆர்ப்பாட்டமா?

அந்துவான் சிரித்தான். உப்பை எல்லாம் விழுங்கி விட்டு இதைக் குடிக்க வேண்டுமா? உலகம் பூரா இந்த நிமிடம் எத்தனை பேர் பியர் சாப்பிடுகிறார்களோ? அதில் ஐக்கியமாக நானும் வரிசைக் கடைசியில் இதோ.

‘இவனுக்கு கோப்பை இல்லைடா’

என்னைக் காட்டி வைத்தே சொல்ல, லெச்சு கீழே போய் ஒரு எவர்சில்வர் டம்ளரை எடுத்து வந்தான். ‘இதில் ஊத்திக் குடிச்சா ப்ளாக் காப்பி சாப்பிட்ட மாதிரி இருக்கும்’ என்றான். வேணாம் என்று மறுத்து பார்த்தேன்.

‘அட அவசரத்துக்கு இதாவது இருக்கே… நான் என்ன பாட்டிலைத் திறந்து வாயிலே அப்படியே தொரதொரன்னு ஊத்தறேன்னா சொன்னேன்? நாளைக்கே இன்னொரு பியர் மக் கெடச்சதும் உனக்கு அதுலே லேகர் பியர் இல்லாட்டாலும் கிர்ருனு ஜிஞ்சர் பீர் ஊத்தித் தரேன்… காலையிலே கலகலன்னு வெளியே போய் உடம்பே இறகு மாதிரி லேசாயிடும்… நம்பு.’

லெச்சு தேர்தல் வாக்குறுதி மாதிரி கொடுத்துவிட்டு என்னை உலகக் குடிகாரர்களின் கும்பலில் முறையாகச் சேர்த்து உட்கார வைத்தான். சியர்ஸ் சொன்னதும் குடி என்று சிறப்புக் கட்டளை எனக்காக மட்டும் இடப்பட்டது.

எல்லோரும் வாயில் கவிழ்த்துக்கொள்ள நானும் குடிக்கலானேன். கசந்து வழியும் இந்தக் கண்றாவியையா இப்படி ஊரோடு உலகத்தோடு ராப்பகலாக குடித்துத் தீர்க்கிறார்கள்? இதில் என்ன சுகம்? சிற்சபேசனைக் கேட்டேன்.

ஒவ்வொரு சிநேகிதியும் ஒரு மாதிரி இல்லையா அது மாதிரிதான் பியரும் விஸ்கியும் ரம்மும் ஜின்னும் ஒயினும் ஷாம்பேனும்… உனக்கு இப்போ புரிஞ்சிருக்கணுமே… ஆமா, எத்தனை ஜி எப் டா உனக்கு நிஜத்திலே?

அந்த அசடனுக்கு கோப்பையை முகர்ந்து பார்த்ததுமே வந்தேன் வந்தேன் என்று எல்லா போதையும் சேர்ந்து உள்ளே மூண்டெழுந்து வர, என் தோழிகளை இப்படி வம்புக்கிழுத்தது எனக்குச் சற்றும் விருப்பமாக இல்லாததால் அவனை விட்டு விலகி ஓரமாக மாடிப் படியில் இருந்தேன்.

அரையிருட்டில் ஏதோ வாயில் அவ்வப்போது திரவமாக விழுந்து தீயாக உள்ளே போக, மூளைக்கு உள்ளே ஜிவ்வென்று ஏதோ பற்றி ஏற, இன்னொரு பக்கம் சாவதானமான உலகம் என்னோடு சேர்ந்து உருண்டு கொண்டிருந்தது.

எலுமிச்சை பிழிந்த கடலை, ஊறுகாயில் தொட்ட சின்னச் சின்ன உப்பு பிஸ்கட், வாடை பிடிக்காவிட்டாலும் விடாப்பிடியாகத் தின்று மேலே விஸ்கியை ஊற்றி உள்ளே அனுப்பிய மாமிச பஜ்ஜி என்று தலை சுற்றியது.

வேறு யாரோ குடிகாரன் என் அச்சு அசலான ஜாடையில் ரொம்பவே தைரியசாலியாக, வாயைத் திறந்தால் கெட்ட வார்த்தை பொழிகிறவனாக அந்த ராத்திரியில் சும்மா நேரம் போக்கிக் கொண்டிருந்ததை நான் பார்த்தேன்,

கட்டைவிரலுக்கும் ஆள்காட்டி விரலுக்கும் நடுவிலே நல்ல இடைவெளி இருக்கற மாதிரி கையை வச்சுக்கங்கடா. கொஞ்சம் டெக்கிலா அடிக்கலாம்.'

லெச்சு சடங்குகளைச் செய்ய நியமிக்கப்பட்ட ஆராதகனாக குழுவுக்கு உத்தரவிட்டான். அவன் அவ்வப்போது ஒரு மடக்கும் இரண்டு மடக்குமாகக் குடித்தது எதுவுமே செய்யவில்லை என்பது மட்டு மில்லை, குரல் கூட சாதாரணமாகத்தான் இருந்தது. நான் அவனிடம் அதைச் சொன்னேன்.

'சத்தம் போடாதேடா பக்கத்துலே எல்லாம் வீடு இருக்கு தெரியலே.'

நான் உச்சக் குரலில் பேசுகிறேன் என்பதே லெச்சு சொல்லித்தான் தெரியும்.

கையை மருதாணி போட்ட மாதிரி அவன் சொன்னபடி நீட்ட கெமிஸ்ட்ரி லாபரேட்டரி அட்டெண்டர் மாதிரி ஒவ்வொருத்தர் கையிலும் கட்டை விரலுக்கும் ஆள்காட்டி விரலுக்கும் நடுவில் கொஞ்சம் உப்பை வைத்தான். நான் உச்ச கட்ட போதையில் அதை உடனே சாப்பிட்டு பியர் கேட்டேன்.

'கிழிஞ்சுது போ. குடிக்கணும்னு ஆசை இருக்கு. எதை எப்படிக் குடிக்கறதுன்னு கத்துக்க பொறுமை இல்லியே.' லெச்சு கண்டித்தான்.

சாரி சொல்லச் சொன்னான். சொன்னேன். எனக்கு என்ன போச்சு. இன்னொரு குவளை லாகர் பியர் உள்ளே போக மூத்திரம் முட்டிக் கொண்டு வந்தது. கீழே போகலாமா இல்லை இங்கேயே ஓரமாகக் குத்த வைத்து விடலாமா?

யார் கீழே கூட்டிப் போனது, எப்போது என்ன சாப்பிட்டேன், எப்படி படுக்கையில் விழுந்து அடித்துப் போட்டதுபோல் தூங்கினேன் என்று தெரியாது. லெச்சு உலுக்கி எழுப்பக் கண் விழித்தேன்.

'வல்லூரி சாரும் மேடமும் ரயில்வே ஸ்டேஷன்லே இருந்து வந்துட்டு இருக்காங்க. எழுந்திருங்கடா. வீட்டை கொஞ்சம் க்ளீன் பண்ணிடலாம்'

'நேத்திக்கு சாயந்திரம்தானே அலம்பி விட்டு நீட்டா இருக்கே!' என்றேன்.

லெச்சு என் தோளை இறுகப் பற்றிக் கேட்டது –

'ஏண்டா நேத்து குடிச்ச பாட்டில் எல்லாம் மொட்டைமாடியில் கொட்டிக் கிடக்கே, அதை எடுக்க வேணாம்?'

போய் கோணிச் சாக்கில் வாரி எடுத்துக்கொண்டிருக்கும்போது பிரான்சுவா என்னிடம் சொன்னான் –

'நேத்து ராத்திரி நீ கீழே போய் தூங்கிட்டியே. அப்புறம் முனி இங்கே ஓடிச்சு.'

அந்துவான் சற்றே கூட்டிச் சேர்த்தான் -

'வல்லூரி சார் கூரையை பிடுங்கிப் போட்டுட்டாரா? ஓட முடியாம முனி கால் தடுக்கி விழுந்துடுச்சு பாவம். அடுத்த வீட்டுல ஒரு முனியம்மா இருக்கு. அதைத் தேடி வருதாம்... சீக்கிரமே கூட்டிட்டு ஓடிடும்னு நினைக்கறேன்...'

லெச்சு நக்கலாகச் சிரித்தபடி கோணிச்சாக்கை என் தோளிலும் அவன் தோளிலுமாகச் சுமக்கக் கொடுத்தான்.

'நிஜமாவாடா?' நான் நம்பாமல் கேட்டேன்.

'உனக்குத்தான் எல்லாக் கதையும் நறுக்குனு முடியணுமே... வேணும்னா எடுத்துக்கோ இல்லைன்னா விடு.'

வல்லூரி மேடம் வந்ததும் ஆச்சரியங்கள் நிறைய ஏற்பட்டன

முதலாவது, அவள் மேடம் இல்லை. சதா சிரித்த முகத்தோடு வந்த அந்தம்மா எங்களைவிட பத்து வயது பெரியவள் என்பதால் தன்னை லதா தீதி என்று மூத்த சகோதரியாக நினைத்துக் கூப்பிடச் சொன்னாள்.

இரண்டாவது லதா தீதிக்கு பேய் பிசாசு முனி இதிலெல்லாம் நம்பிக்கை இல்லை. முதல் மாடி வீடு விஸ்தாரமாக இருக்கு, தண்ணி கொட்டு கொட்டுன்னு கொட்டறது குழாயிலே. காத்து சல்ல காலி தென்றல்னா அசல் சமுத்திரத் தென்றல். இதுவே சொர்க்கம் என்று அடித்துச் சொல்லி, வல்லூரிக்கு நம்பிக்கை டானிக் ஊட்டி அங்கேயே தங்க வைத்து விட்டாள்.

மூன்றாவது ஆச்சரியம், அவள் வந்ததற்கு அப்புறம் வல்லூரிக்கு ஒரு தடவைகூட ஸ்கூட்டர் விபத்து, சின்னதோ பெரியதோ எதுவும் ஏற்படவில்லை.

லதா தீதி வந்ததற்கு அடுத்த நாள் கல்லூரிச் சாலைச் சரிவில் நல்ல வேகத்தோடு ஒயிலாக முன்னேறிக்கொண்டிருந்த வல்லூரி சாரின் ஸ்கூட்டரை தீதிதான் ஓட்டிக்கொண்டிருந்தாள்.

பின்னால் பில்லியனில் கௌதம புத்தன் மாதிரி சாந்தமும் அமைதியுமாக வல்லூரி.

25

டெலிபோன் ரொம்ப அழகாகச் சிணுங்கியது. கயலாக இருக்கும். அவள் கூப்பிட்டால் ஃபோனுக்குக் கூட குஷி தான்.

'என்ன பண்ணிட்டு இருக்கே?' கிண்கிணி கிணிகிணி யென்று குளிரக் குளிரத் தெறிக்கும் குரல்.

'நாடகம் எழுத பிள்ளையார் சுழி போட்டேன் தேனே.'

'தேனா? அது எங்க அக்கா.'

'சரி அவங்களையே கூப்பிட்டதா இருக்கட்டும்!' என்றேன் சாவதானமாக.

'கூப்பிட மாட்டே.. பல்லைத் தட்டிக் கையிலே கொடுத் திடுவேன்.'

'செய்... நமக்கு பிரெஞ்சு கிஸ் பண்ண வசதியா இருக்கும்.'

'உவ்வே... ஏண்டா இப்படி புத்தி போகுது? என் கிட்டே பேசாதே...'

'நீதான் போன் பண்ணினே?.'

'சரி நான்தான் கூப்பிட்டேன். அதுக்காக பிரெஞ்ச் கிஸ் அது இதுன்னு...?'

'காதல்னா அப்படித்தான்... முத்தம்னா இப்படித் தான்...' நாக்கைத் துளாவிச் சத்தம் எழுப்பினேன்

'நாக்குலே டெட்டால் போட்டுக் கழுவு!'

‘கழுவிட்டு சுத்த பத்தமா நம்மூரு முத்தம் மட்டும் இனிமே தர்றேன்... நீ சொன்னா அப்பீலே இல்லே என் குள்ள வாத்தே.’ வழக்கம் போல் அந்த மோகினிப் பிசாசைச் சரணடைந்தேன்.

‘ஆமா. நீ ஆறடி ஆகிருதி... டேய் என்.டி.ராமாராவூ... ஒரு உதவி செய்’

‘செய்கிறேன் கண்ணே. ஆனா, நோ மோர் கரப்பான் பூச்சி.’

‘அது எல்லாம் வேணாம். எனக்கு ஒரு நல்ல பூட்டு வாங்கித் தா.’

‘எங்கே பூட்டுப் போடணும்?’

‘உன் வாயிலே, அப்புறம்...’

‘நீ எங்கே வரேன்னு தெரியுது...’ ஒரு சேஞ்சுக்காக அவள் டயலாக்கை எடுத்து விட்டேன்.

‘நான் நினைக்கலே, ஆனா நீயே கரெக்டா சொல்லிட்டே.... சரி... அங்கேயும் இருக்கட்டும்... அதோடு முக்கியமா எங்க வீட்டு சமையல் கட்டுக்கு பெரிசா ஒரு பூட்டுப் போடணும்...’

‘என்ன ஆச்சு?’ டெலிபோன் ஒரு அடி எழும்பிக் குதிக்கக் கேட்டேன்.

‘அது பெரிய கதை. நேர்லேதான் சொல்லணும்... பூட்டோடு வா.’ இக்கு வைத்தாள் கயல்.

‘ஓகே, முன் பாரம் பின்பாரமா உங்க வீட்டுலே ரொம்ப சுமாரா ஒரு காபி சாப்பிட்டுக்கிட்டே கேட்கறேன்... மிசஸ் மதியை போட்டு வைக்கச் சொல்லு’

‘காப்பியா, அதெல்லாம் தடை செய்யப்பட்டுள்ளது... மதிமுகம் சோர்ந்து போச்சு... மத்த முகமெல்லாம் வாடிப் போச்சு...’ கயல் பேச்சு பிடிபடவில்லை. வீட்டில் காப்பிக் குடியை ஒழித்திருப்பாங்க போலே.

‘நோ காபி நோ ப்ராப்ளம்... வேணும்னா, முன்பாரம் பின்பாரமா முத்தம் கொடுத்துக்கலாம்.’

‘ஆரம்பிச்சுட்டியா. உலகத்திலே உதடே யாருக்கும் இல்லேன்னா என்னடா செஞ்சிருப்பே?’ அவள் ஆக்ரோஷமாக விசாரித்தாள்.

‘சொன்னால் நீ கோபப்படுவே.’

‘மாட்டேன் சொல்லு’

‘பிரெஞ்ச் கிஸ்தான் கொடுப்பேன், வேறே என்ன?.’

அந்த முனையில் டெலிபோனைத் தரையில் வீசியிருப்பாள் போல. காது வலித்தது.

அரை மணி நேரம் சென்று கயல் வீட்டுக்குப் போய்ச் சேர்ந்ததும் தான் நிலைமையின் தீவிரம் புலப்பட்டது.

‘அம்மா சத்சங்கம் போயிருக்கு’ என்று வரவேற்றாள் கயல். அப்பா? பச்சைக் காய்கறி கொள்முதல் செய்ய ஏரிக்கரைத் தோட்டத்துக்குப் போயிருக்கிறாராம். ஏதோ போனால் சரிதான். மெல்லவே வரட்டும்.

சோபாவில் சாய்ந்து உட்கார்ந்து ‘வா’ என்றேன். நெருங்கி அமர்ந்தாள்.

இடையைச் சுற்றிப் படர்ந்த என் கையை ஊர விடாமல் இறுகப் பற்றி இருந்தாள் கயல். கேசவர்த்தினியும் சந்தன சோப்பும் ரெமி ஸ்னோவும் கொஞ்சம் வியர்வையுமாகக் கலந்து அவளிடமிருந்து வந்த மணம் போதையேற்ற சொர்க்கத்தில் இருந்தேன். காதலின் மணம் அது.

‘கஷ்டம் எல்லாம் பத்து நாள் முந்தி ஆரம்பிச்சதுடா.’

கயல் சோகமாகச் சொன்னாள். வளைத்த இடையில், வளைந்த கரத்தில், குளிர்ந்த குரலில், விரிந்த விழிகளில் இருந்த களைப்பு இதுவரை நான் காணாதது.

‘தண்ணி குடி. இல்லேன்னா டீஹைட்ரேட் ஆயிடும்’ என்றேன்.

ம்ண்பானைத் தண்ணீர் மொண்டு ஒரு வாய் குடித்தாள் கயல். எனக்கும் தாகம் எடுத்ததாகச் சொன்னேன்.

‘நினைச்சேன்.’ அவள் திரும்ப வந்து பக்கத்தில் உட்கார்ந்து குவளையை ஒரு சுற்று சுழற்றி நீட்டினாள். ‘என்ன பார்க்கிறே நான் வாய் வச்சுக் குடிச்ச இடம் இப்போ தெரியாதே என்ன செய்வே?.’

குவளையை வாங்கி மேஜையில் வைத்தேன்.

‘அங்கே தெரியாட்ட என்ன, இங்கே தெரியுமே’ ஈர இதழ்களை ஒற்றினேன். அவள் வெட்கப்பட்டது ரொம்ப இயல்பாக இருந்தது.

‘ரெண்டு நாளா சோறு சாப்பிடலே’ என்றாள்.

பார்வேந்தனார் வீட்டில் அப்படித் திடீரென்று கொடிய வறுமை எங்கிருந்து வந்தது என்று அதிர்ச்சியாக இருந்தது. வாய் விட்டுச் சொல்லியும் விட்டேன்,

‘அதெல்லாம் ஒண்ணும் இல்லேடா. சாப்பாடு கிடையாது. அவ்வளவு தான்.’

எதுக்காக எல்லோருமா சேர்ந்து உண்ணாவிரதம் இருக்கீங்க என்று விசாரித்தேன். வீட்டுக்குள் கொண்டுவந்து போராட என்ன பிரச்னை?

‘போராட்டம் எல்லாம் ஒண்ணும் இல்லே’ என்றாள் கயல் என் தோளை அணைத்து அந்த ஆதரவில் சாய்ந்து கண் மூடிக் கொண்டு.

‘விரதமா? உனக்கு தம்பிப் பாப்பா பிறக்கப் போகுது. சரியா?’

‘ஏண்டா எங்கம்மாவைப் பார்த்தா பிள்ளைத் தாச்சியா வந்து நிக்கற மாதிரியா தெரியுது? இந்த ஆகஸ்டுக்கு அவங்க ஐம்பத்து மூணு வயசு. அப்பா அறுபத்து ஒண்ணு. இங்கே தேன்மொழி அக்காவும் நானும் பெத்து போட்டாத்தான் உண்டு’

‘தேன்மொழி அக்கா கதையை சாவகாசமா கவனிச்சுக்கலாம். மத்தப்படிக்கு உனக்கு என் முழு ஆதரவு உண்டு..

‘ஈசா, இவனுக்கு புத்தி கொடேன்’ களைத்த குரலில் இருகரமும் கூப்பிப் பிரார்த்தனை செய்தாள். மூடிய இமைகளை மெல்ல நீவியபடி சொன்னேன் - ‘ஜேசப்பா பேச வந்த விஷயத்தை உடனே சொல்றது எப்படின்னு இந்தச் சிறுமிக்குப் புத்தி தாரும்... உம் ராஜ்ஜியமே வருக.’

என் கைகளை உடனே விலக்கி எழுந்து நின்றாள் கயல். பார்வையில் வெப்பம் படர்ந்தது.

‘என்ன, மதம் மாறியாச்சா? புதுப் பெயர் என்ன? ஜியார்ஜ் கோஷியா, ஜோஸ் வெர்கீஸா? கல்யாணம் என்னிக்கு? எந்த சர்ச்? நான் பொண்ணுக்குத் தோழியா தரையிலே புரளப் புரள வெள்ளை சேடின் பாவாடை கட்டிக்கிட்டு வரட்டா? ஜோசபினுக்கும் உனக்கும் என்ன கிப்ட் தரணும்? சோபா கம் பெட்? மிக்சி? பத்தமடைப் பாய், தலகாணி?’

கோபமே இல்லாமல் சொன்னாள். ஆனாலும் உஷ்ணம் தகித்தது.

‘சர்ச், கோவில், மசூதி... நல்லதே கொடுத்துக்கிட்டு இருக்கட்டும். கல்யாணமும், பேப்டிஸமும், அன்னப் பிரஸ்னமும், மார்க்கக் கல்யாணமும், வித்யாப்யாசமும், நிக்காவும், துலாபாரமும் நடத்தி எல்லோரும் நல்லா இருக்கட்டும். சர்வே ஜனா சுகினோ பவந்து.’

‘அடடா, பகவத்கீதை எல்லாம் சொல்றியே’ பழித்தாள் உதடு சுழித்து. இதுவும் ஓர் அழகுதான் இவளிடம். இன்னும் எத்தனை உண்டோ.

‘வேணாம் இது இப்போதைக்கு முடியாது... நீ பத்து வரிகளுக்கு மிகாமல், பூட்டோடு என்னை வரச் சொல்லிக் கட்டளை பிறப்பித்ததற்கு முன்கதை சொல் உயிரே.’

‘மிகுந்தால் என்ன பண்ணுவே?’

‘வரிக்கு அஞ்சுன்னு.’

‘கொடுப்பியா?’

‘இல்லே மடியிலே படுக்க வைச்சு நீ தரணும்.’

‘வேறே பொண்ணைப் பாரு.’

‘இது முடிச்சதுக்கு அப்புறம் போகறேன்... இந்தத் தெருவிலேயே ரெண்டு பார்த்து வச்சிருக்கேன்... முக்கியமா அந்தக் கோடி வீட்டுலே சுருட்டை முடியும் காதிலே ஜிமிக்கியுமா ஒரு ரெட்டை ஜடை.’

கயல் பளாரென்று அறைந்தாள். ‘ரத்தக் கண்ணீர் எம் ஆர் ராதா மாதிரி கையும் காலும் அழுகி அலஞ்சு அலஞ்சு சாகப் போறே’ என்று சபித்தாள்... மனம் சிரித்தாலும் கன்னம் வலித்தது.

நான் மொழுமொழுவென்று கயலுக்கு வாய்த்த அவள் கையையும் கொலுசு கவ்விய கணுக்காலையும் பார்த்தபடி நின்றேன்.

‘எண்ணெய் தேச்சுக் குளிச்சியாடி? கண்ணைப் பறிக்குது கையும் காலும்.’

‘இனிமே உனக்கு முன்னாடி கோஷா தான் போட்டுட்டு வரணும். கண்ணாலேயே நீ நீ.. கர்ப்பமாக்கிடுவே.’

அவள் இரண்டு கையாலும் முகத்தைப் பொத்திக்கொள்ளக் கைகளை விலக்கி இன்னொரு தடவை அந்த உதடுகளைச் சிறைப் பிடித்தேன்.

விஷயத்துக்கு ஒருவழியாக வந்தாள் கயல். அதாவது நான் வர அனுமதித்தேன்.

‘கல்லாடச் சித்தர்னு கேள்விப்பட்டிருக்கியா’ என்றாள் கயல்.

‘இப்பத்தான் கேக்கறேன்.’

‘திடீர்னு போன மாசம் ஒரு ஞாயித்துக்கிழமை சித்தாந்த சாமி மடத்துலே போய் உக்கார்ந்துக்கிட்டார்டா.’

‘பத்மாசனம் போட்டா?’

‘பத்மா ஆசனம் போடலே அவரே தான் போட்டுக்கிட்டு உக்காந்தது.’

‘எங்கே இருந்து வந்தார்?’

‘தெரியாது.’

‘கேட்கலாமில்லே?’

‘எதுக்கு?’ எனக்குப் பதில் தெரியவில்லை.

‘இங்கே யார் வேண்டப்பட்டவங்க?’

'ரிடையர்ட் ஜட்ஜ் நாலு வீடு தள்ளி இருக்கார். அவர் பெயரைச் சொன்னார்.'

ஜட்ஜ் கிட்டே கேட்க வேண்டியதுதானே.'

'எங்கே... அவர் நைஸூக்குப் போய் நாலு மாசமாச்சு.'

'எங்கே போனார்னு சொன்னே?'

பேச்சை அந்தரத்தில் விட்டுவிட்டு கயல் பாய்ந்து வந்தாள்.

'டேய் நீ இப்போ பார்த்தே இல்லே... இல்லேன்னு சொல்லு பார்க்கலாம்.' அவள் என் கண்ணைக் குத்துகிற மாதிரி விரல் நீட்டினாள். அவளுடைய இடையில் வைத்த கண்ணை அவசரமாக நகர்த்தினேன்..

'எங்கே பார்த்தேன்?' விடாப்பிடியாகக் கேட்டேன்.

'உனக்கே தெரியும்.'

'தெரிஞ்சா பாக்காம எப்படி இருக்கறது?'

அந்தக் கறுப்பு தாவணிக்கு வாய் இருந்தால் சிரிக்கும். இடுப்பை இன்னும் இறுக்கி மேலே சாக்லெட் உறை போல சிக்கென்று பரவிப் படர்ந்து அவளை இன்னும் எடுப்பாகக் காட்டியது. கயல் ஓ கயல்.

சரி, கல்லாடச் சித்தர் ஒரு ஞாயிற்றுக்கிழமை சித்தாந்தசாமி மடத்துக்கு வந்தார். அப்புறம்?

'பசிக்குதுடா.'

கயல் பரிதாபமாகச் சொல்ல மேற்கொண்டு கதை கேட்க விருப்பம் இல்லை. அவளை என்ன காரணத்துக்காகவோ பட்டினி போட்டு நிலவறையில் தள்ளிச் சாட்டையால் அடிக்கிறதாகக் கற்பனை செய்து, அந்தப் போலிச் சாமியாரை சற்றே என் காலால் உதைத்தேன். கயலின் பசித்த முகம் பார்த்து, உதைத்தது போதாது என்று பட ஓங்கி சொல்லக் கூடாத இடத்தில் மிதித்தேன். கல்லாடச் சித்தா, நைந்து ஒழிந்து போ.

சைக்கிளில் பின்னால் வைத்து கயலை நான் ஓட்டி வந்து நிறுத்தியது கேளு நாயர் ஐயப்பா அஞ்சு நட்சத்திர ஓட்டல் என்று பெயர் மரக் கதவில் எழுதிய இடத்துக்கு. ஆப்பாயில் முட்டை, ஆப்பம், ஸ்டூ, புட்டு கடலை என்று கதவிலேயே எழுதி இருந்த மெனு.

ஒரு புட்டும் கடலையும் ஓர்டர் செய்தேன் கேளு நாயரிடம். 'இவிடெ வச்சுக் கழிக்க' என்று சொல்லிக் கயல் முகத்தைப் பார்க்க, அடக்க முடியாமல் சிரிப்பு பொங்கி வழிந்தது அவளுக்கு. 'இப்போ என்ன,

நீங்க சாப்பிடுவீங்க, நாங்க கழிப்போம்' என்றேன். சிரிப்பு ஓயவே இல்லை.

நாயர் சுடச்சுடப் புட்டும் கடலையும் வைத்துவிட்டு உள்ளே போனார்.

'பலகாரம் வேண்டாம்டா அப்பாவுக்குத் தெரிஞ்சா ஏசுவார்.'

'எதுக்காக ஏசுவார்? சாப்பிட்டாவா?'

'சாப்பிட்டா தப்பில்லே. ஆனா அது இயற்கை உணவா இருக்கணும்.'

'இது இயற்கையா விளைஞ்ச அரிசியை அரைச்சு இயற்கையான தண்ணியைக் கலந்து அசல் நாயர் செஞ்ச புட்டு, சாப்பிடு' என்றேன்.

கயல் ஆவலோடு நீளக் குழலாக இருந்த புட்டை உதிர்த்து எடுத்து வாயில் இட்டாள். அவள் முகவாயிலும் உதட்டிலும் தங்கிய துகள்களை ஒற்றி எடுத்து உண்டபடி கேட்டேன்.

'இயற்கை உணவா? அப்படீன்னா?'

'எப்படி சொல்றது.. சரி.. கேளு .. எங்க வீட்டுலே ரெண்டு நாளா இதுதான் மெனு – காலையிலே எழுந்ததும் தேங்காயைத் துருவிப் பிழிஞ்சு ஏலக்காய் பொடிச்சுப் போட்ட, காய்ச்சாத தேங்காய்ப் பால்.'

'எப்போவாவது குடிக்கலாம். தினமும் குடின்னா குமட்டுமே?'

'என்ன பண்ண? அதுதான் தினசரி நடைமுறை இனிமே.'

'அட கண்றாவியே அப்புறம்?'

'குளிர்ந்த தண்ணீர்லே முடிஞ்ச மட்டும் சோப் கூட போடாம குளிச்சிட்டு ஆளுக்கு நூறு கிராம் வெண்டைக்காய், ஐம்பது கிராம் புடலங்காய், ஒரு தேக்கரண்டி மொச்சை, அதே அளவு ஊற வச்ச கொண்டைக்கடலை, ஒரு பச்சை மிளகாய், ஒரு பூவன் வாழைப்பழம்... காலையிலே பசியாற... ப்ரேக்பாஸ்ட் இது!'

'இத்தனையும் கலந்து போட்டு சமைச்சா எப்படிச் சாப்பிடறது?'

'சமையலா? அடுப்பு கிட்டேயே போகக் கூடாது.. பச்சையாத் திங்கணும். அதுவும் வாயிலே போட்டதை நல்லா ரெண்டு நிமிஷம் சவச்சு இறக்கணும்.'

அவள் என் கைக்குட்டையை உருவி சாவதானமாக எச்சில் கையைத் துடைத்து விட்டு எழுந்தாள்.

'இது யாருக்கு? காக்காய்க்கா?' மிச்சம் இருந்த புட்டையும் கடலையையும் காட்டிக் கேட்டேன்.

‘உனக்குத்தான்.’

‘சொன்னாலும் சொல்லாவிட்டாலும் அப்படித்தான். பொண்டாட்டி சாப்பிட்ட எச்சலை புருஷன் தின்னா ரெண்டு பேருக்கும் சொர்க்கமாம்!’

‘நீ ஜோசபினைக் கட்டிட்டு கிறிஸ்துவ சொர்க்கத்துக்கு போ... நான் தனியா எங்க ஜாதிஜனம் இருக்கற சொர்க்கத்துக்குப் போறேன்.’

‘அப்படி ஒண்ணு இருக்காது... இருந்தாலும் காலியா இருக்கும்’ என்றேன். எதிரே நின்றபடி சிரித்தாள்.

‘‘உட்கார்ந்து மீதிக் கதையைச் சொல்லு. இத முடிச்சுடலாம்.’

நான் கிள்ளித் தின்றேன். கல்லாடச் சித்தர் ஞாயிற்றுக்கிழமை பகல் பொழுது ராகுகாலம் கழிந்து ஏழெட்டு ஊர்ப் பெருமக்களைச் சந்தித்து இயற்கை உணவு பற்றி சொல்லி நோட்டீசும் கொடுத்தாராம். சமையலறையே சாத்தான். சமைத்து உண்பது விஷத்தை உண்பது. இயற்கையை உண்ணுவீர் உடல் நலம் பேணுவீர் என்று போட்ட பிட் நோட்டீஸ்களாம் அதில் பலதும்.

நாயர் கொண்டு வைத்த டீயை ஆளுக்குக் கொஞ்சமாகக் குடித்தோம்.

‘ஏன் கேக்கறே. அந்த சித்தர்...’ கயல் சிரிக்க ஆரம்பித்தாள்

சித்தர் காலையிலே டாய்லெட் போய் வந்தால் கம்மென்று மணக்க மணக்க மல்லிகைப் பூ வாசனையாக இருக்குமாம்

உவ்வே என்றேன். அதை எல்லாமா ஒருத்தன் சாதனையாகச் சொல்வான்?

‘அவர் சொல்றாரோ இல்லையோ, அவரோட சிஷ்யகோடிகள் அதைச் செஞ்சுடறாங்க. தெரு முழுக்க, எங்க பேட்டை முழுக்க அவருக்கு ஆட்பட்டாச்சு. தினம் ஒரு வீட்டுலே சத்சங்கம்.’

‘சத்து மாவு திங்கறதுக்கா?’

‘உனக்கு சிரிப்பா இருக்கும்டா. சின்னப் பிள்ளைகளுக்கு மட்டும் அதாவது பத்து வயசுக்குக் கீழே இருக்கற பசங்களுக்காக காய்ச்சின பால்லே கலந்த சத்து மாவு உருட்டித் தரலாம். மத்தவங்க, காய்ச்சாத பாலோடுதான் அதை சாப்பிடணும்.’

‘கொடுமையோ கொடுமை கண்ணம்மா.’

இந்தக் கூத்துக்கு சட்டம் எடுத்துக் கொள்வது என்று சடங்குப் பெயராம். அடுப்பே சாத்தான் என்று நாலு தடவை முழங்கி ஸ்டவ்

அடுப்பை உடைத்துப்போட்டு, அது ஒரு ரகளையாம். கயல் வீட்டில் அந்தப் பேட்டைக்கே முதல்முதலாக சமையல் எரிவாயுவுக்குப் போயிருந்த தால் உடைக்க ஏதுமில்லையாம். மற்றபடி ஊருக்கு முதல் குடும்பமாக பார்வேந்தனார் ஏற்பாடு செய்து சட்டம் எடுத்தானது.

'சத்சங்கம் முடிச்சு அம்மா வந்திருப்பாங்க'

தெருமுனையில் இறங்கி எனக்கு முன்னால் கயல் அவசரமாக நடக்க, நான் சைக்கிளில் பின் தொடர்ந்தேன். மதிமுகத்தம்மாள் வந்திருக்க வில்லை.

கயல் கதவைத் திறந்து என்னை உள்ளே அழைத்தபோது அம்மா வந்தாள்.

மதிமுகம் வாடியிருந்ததைக் கவனித்தேன். உடம்பும் தளர்ச்சி கூடி இருந்தது. உடம்பு சரியில்லாதவர்கள் நல்ல ஆரோக்கியத்தோடு நான் இருக்கிறேன் என்று காட்டிக்கொள்ள வலிந்து சிரிக்கும் சிரிப்பும் மிகையாகக் கையைக் காலை ஆட்டுவதுமாக இருப்பார்களே, மதிமுகத்தம்மாளைப் பார்க்க அதுதான் நினைவு வந்தது.

'ஆண்ட்டி, ரொம்ப உற்சாகமா இருக்கீங்களே, நெல்லிக்கனி ஏதாவது உண்டீர்களா?'

'நீ ஒண்ணு தம்பி, அது ஒண்ணு தான் பாக்கி. ஞாபகம் இல்லே போலே. சொன்னா அதையும் மார்க்கெட்டுலே வாங்கி மூட்டை கட்டிக் கொண்டுவந்து கொட்டி, பகல் சாப்பாட்டுக்கு வச்சுக் கோன்னுடுவாரு.'

'அட பாவமே, ஏன் இப்படி ஆச்சு? வாய்க்கு ருசியாச் சாப்பிடக் கட்டுப்பாடாமே'

'கட்டுப்பாடு எல்லாம் இல்லே. நல்லதைத் தின்னு நல்லதைப் பேசி நல்லதை நினைச்சு நல்லா இருப்போமேன்னுதான்.'

'ஆண்ட்டி பாருங்க நீங்களே மேடையிலே பேசற மாதிரி அழகா அடுக்கறீங்க... நெல்லிக்கனி எபக்டே தான்.'

சாதா நாளாக இருந்தால் இந்தக் குளிர்ச்சியில் சிலிர்த்து சூடான காப்பியோ எலுமிச்சம்பழ ஷர்பத்தோ கொடுத்திருப்பாள்.

'இரு கொஞ்சம் முருங்கை இலைச் சாறு எடுத்து வரேன். ஒரு அரை மூடி தேங்காய் தரட்டுமா இல்லே உடச்ச காயைத் தரேன் நீ பல்லாலே துருவித் தின்னுக்கறியா?' கயல் அம்மா என்னை உபசரித்தாள்.

பல்லால் தேங்காய் மூடியைத் துருவித் தின்ன நான் என்ன அனுமான் அவதாரமா? சட்டென்று மனதில் வந்த ஓவியக் காட்சியில் கயல்

வீட்டுத் தோட்டத்தில் ஆளுக்கொரு தென்னை மரமாக ஏறிப்போய் உட்கார்ந்து மட்டைத் தேங்காய் உரித்து தலையில் மோதி உடைத்து நீண்டு வளைந்த பல்லால் துருவித் துருவித் துருவித் தின்கிற பார்வேந்தனார் குடும்பம் ஒரு வினாடி கடந்து வந்தது. கச்சையும் இடுப்பில் மேகலையும் பல்லவமும் இன்னும் ஏதோ சங்க கால நகையுமாக அந்தக் கோலத்திலும் கயல் டக்கராகத்தான் இருந்தாள்.

'வாடா இந்த மரம் காலியா இருக்கு.' கயல் கை காட்ட நான் பக்கத்து மரத்தில் ஏறும்போது எனக்கு வால் முளைத்துக் கொண்டிருந்தது.

'இன்னும் எத்தனை நாள் ஆண்ட்டீ இந்த விரதம்?'

'விரதம் இல்லேப்பா. சட்டம் எடுத்துட்டிருக்கோம். இனிமேல் எப்பவும் இப்படித்தான்.'

'ஐயையோ கயலும் கூடவா?'

'அவளுக்கு கல்யாணம் ஆகி உங்க வீட்டுலே என்ன சொல்றீங்கன்னு பொறுத்தது அது'

நான் உச்ச பட்ச சந்தோஷத்தில் திக்குமுக்காடிக் கொண்டிருந்தேன்.

கயலை இருபத்து நாலு மணி நேரமும் பக்கத்திலேயே உட்கார வைத்துப் பார்த்துப் பசியாறினாலும் இந்த சந்தோஷம் கும்மாளி கொட்டிக் கொப்பளித்து வராது. மதிமுகத்து அம்மாளுக்கு மனதில் ஆயிரம் நன்றி சொன்னேன். அத்தை என்று கூப்பிடத் துடித்தேன்.

இவ்வளவு பிரியமும் எதிர்பார்ப்பும் நம்பிக்கையும் இருக்கிறவர்கள் இப்போதே கயலை என் பொறுப்பில் விடலாம் என்று தோன்றியது. ஐந்தாறு வருஷம் தேங்காய் தின்று கல்யாண நேரத்தில் அவள் பல்லெல்லாம் உள்ளே வளைந்து போகுமோ. அல்லது பச்சை வெண்டைக்காயும் மிளகாயும் புடலங்காயும் தின்று தின்று காய்கறி வாசனை கமகமக்க வருவாளோ.

சட்டம் ஏற்பதின் மகிமையை என்னிடம் சாங்கோபாங்கமாக விளக்க மதிமுகத்தம்மாள் முற்பட்டபோது 'ஆண்ட்டி ஏற்கெனவே நீங்க சரியாச் சாப்பிடலே இதுலே ரொம்ப பேசினா சிரமமா இருக்கும். நான் வீட்டுக்குப் போறேன்' என்று கிளம்பினேன்.

'அடுத்த வாரம் காலேஜ் திறக்கறாங்க. கடைசி வருஷமாச்சே படிப்புலே கவனம் வைக்கப் போறீங்கதானே ரெண்டு பேரும்?'

'நிச்சயம் ஆண்ட்டி.'

'நல்லா படியுங்க. நல்லா வரணும். தேன்மொழிதான் வாய் ஓயாமச் சொல்லிட்டு இருக்கா. எனக்கு இஷ்டம் தான்... கயல் அப்பாதான்

எப்படின்னு தெரியாது. கடிப்பார்னு போனா கட்டிப்பார். கொஞ்சுவார்னு நின்னா கொட்டுவார்' கயல் அம்மா கனிவாகப் பார்த்தபடி சொன்னாள்..

'உங்களை கொஞ்சிட்டுக் கட்டிப்பாரா, கட்டிக்கிட்டுக் கொஞ்சு வாரா?'

'போங்க தம்பி.' நாணுகிற மதிமுகத்தம்மாள் கயலை விடப் பேரழகு.

காபி ஹவுசில் லெச்சுவும் சகாக்களும் கடுங்காப்பி குடித்துக் கொண்டு உட்கார்ந்திருந்தார்கள்.

'பால் வந்து சேரலையாம் மச்சி. அநியாயத்தைப் பாரு. கஷாயம் மாதிரி ப்ளாக் காபி. அதுக்கும் ரெண்டு ஸ்பூன் மேலே சக்கரை கிடையாதாம். சவரிராயன் அண்ணாச்சி சர்வாதிகாரம் ஒழிக.'

ப்ரான்ஸ்வாவைத் தொடந்து கோஷ்டியாக ஒழிக போட, வெயிட்டர் சவரிராயன் ரெண்டு கையையும் கருடாழ்வார் மாதிரிப் பரத்தி நின்று அறிவித்தார் –

'என் தங்கக் குடங்களா, பால் வந்தாச்சு. சத்தம் போடாம உக்காருங்க. தரச் சொல்றேன்.'

'நாடகம் எத்தனை பக்கம் வந்திருக்கு?'

லெச்சு என்னைக் கேட்க, பகீர் என்றது. காலையில்தான் மணல் பூக்கள் என்று தலைப்பு மட்டும் எழுதி ஆரம்பித்தேன். ஜோசபின் விஷயமாக அலைந்து கொண்டிருந்தபோது அவன் சொன்னதை நான் முழுக்க மறந்திருந்தேன். ஜோசபினிடமாவது சொல்லி வைத்திருக்கலாம். அடிக்கடி மென்மையாக ஞாபகப்படுத்துவது மட்டுமில்லை, பிரியமாக செல்லக் குரலில் நச்சரித்து எழுத வைத்திருப்பாள் அந்த வனமோகினி.

ஜோசபின் நினைவு வந்ததுமே இருப்புக் கொள்ளவில்லை. அவளிடம் நிறையப் பேச வேணும். முக்கியமாக கயல் அம்மா சொன்னதை ஒரு வார்த்தை, கமா, புள்ளி விடாமல் சொல்ல வேண்டும். நிச்சயம் ரசிப்பாள். நாம எப்போ கல்யாணம் கட்டிக்கிறது என்று கேட்பேன்.

'என்னடா நாடகம் பத்தி கேட்டா பிரமை பிடிச்ச மாதிரி உக்கார்ந்துட்டே. கதை என்ன அதையாவது சொல்லு.'

லெச்சு கேட்க, அந்துவான் 'மச்சான் மச்சான்' என்று எதற்கோ அடிபோட்டுக் கொண்டிருந்தான்.

கதைச் சுருக்கம் சொல்லுடா என்று திரும்ப வற்புறுத்தினான் லெச்சு. எழுதினால் இல்லே சொல்ல? காலையில் பிள்ளையார் சுழி போட்டு எழுத ஆரம்பித்த நேரம் கயல் டெலிபோன் செய்து என்னையும் என் எழுத்தையும் கடத்திப் போய்விட்டாள். போதாக்குறைக்கு இந்த கல்லாடச் சித்தர் விஷயம்.

'பசங்க எத்தனை கதாபாத்திரம் இருந்தாலும் பிரச்னை இல்லே. பொண்ணுங்கதான் லிமிடெட் ஆக வைக்கணும். ஆள் பிடிச்சு நடிக்க வைக்கறதுக்குள்ளே மூச்சு முட்டிப் போயிடும்.'

வைத்தே சொல்ல எல்லோரும் ஆதரித்தார்கள்.

'கொஞ்சமா டயலாக், பார்க்க லட்சணமா இருக்கற பொண்ணு அப்படி வர்ற மாதிரி எழுது' என்று சிற்சபேசன் யோசனை சொன்னான். 'நல்லா வாட்ட சாட்டமா எடுப்பா இருக்கற பொண்ணா வேணும்' என்றான் பிரான்ஸ்வா. 'கருப்பா இருக்கட்டும், அப்போ தான் ஸ்டேஜ் விளக்கிலே அம்சமா வரும்' என்றான் வைத்தே.

'இவன் கேர்ள் பிரண்ட்கள் மாதிரி வரணும்' என்னைக் காட்டி லெச்சு சொன்னான். ரொம்பப் பெருமையாக இருந்தது.

யாரைக் கதாநாயகியாக நடிக்கச் சொல்லிக் கேட்டுக் கொள்ளலாம் என்று பேச்சு திரும்ப நான் எதிர்பார்த்தபடியே. ஜோசபினையும், கயலையும் கேட்டுப் பார்க்கச் சொல்லி யோசனைகள். பிடிவாதமாக நிராகரித்தேன்.

'நானே வேணும்னா ஸ்திரி பார்ட் போடறேன்... அவங்களைக் கேட்காதே' என்று மன்றாடி அவர்களைப் பேச்சில் இருந்து விடுவித்தேன்.

'ஹீரோயின் வந்தாச்சு'

திடீரென்று லெச்சு சத்தமாக அறிவிக்க எல்லோரும் வாசலைப் பார்த்தோம்.

மோட்டார்பைக்கை நிறுத்திவிட்டு ருழேப் பொண்ணு வந்து கொண்டிருந்தாள். கூடவே அமேலி.

என் நெஞ்சு படபடவென்று அடித்துக் கொண்டது. நாலு நாள் ஜோசபினைச் சந்திக்காமல் இருந்து அவள் வரும்போது தூரத்தில் இருந்து பார்க்கிற உணர்வில்லை இது. அங்கே பீரிட்டுப் பொங்கும் நேசம் முகம் இல்லாதது. அந்த அன்புக்கு நிறைவான விளக்கம் தர முடியாது. அவள் நானாகவும் நான் ஜோசபினாகவும் இருந்துதான் அதை இன்னொரு முறை நிகழ்த்த முடியும்.

ஒரு வாரம் ஏதேதோ காரணத்தால் என் கயலைச் சந்திக்க முடியாமல் போய் கண்ணுக்குள்ளேயே இருக்கும் அவள் தெருமுனையில் சைக்கிளில் மிதந்து வரும்போது மனது தளும்பிப் பிரவாகம் கொள்ளும் பாசமும் இல்லை இது. பிள்ளைக் காதலும், நம்பிக்கையும், சின்ன ரகசியங்களைப் பகிர்ந்துகொள்வதில் சந்தோஷமும், சிறு பூசலும், சமாதானமுமாக பொங்கிப் பிரவகிக்கும் அன்பின் வெளிப்பாடு அது.

அமேலியைப் பார்க்கும்போது எனக்கு ஏற்படும் அற்புதமான உணர்ச்சிக்கு என்ன பெயர்? அவள் ஏவாள், நான் ஆதம். இது ஈடன் தோட்டம். முதல் தடவையாகச் சந்திக்கிறோம். ஒவ்வொரு சந்திப்பும் முதல் சந்திப்புதான். சேர்ந்து எரிந்துதான் இந்தத் தீ தணியுமோ.

அமேலி என்னைத்தான் பார்த்தபடி வந்துகொண்டிருந்தாள். ஒரு வினாடி காலடியில் பதிந்த அந்த விழிகள் மறுபடி உயரும். உயர்ந்து என்னை விழுங்குவதுபோல் பார்க்கும் மீண்டும் மீண்டும் மீண்டும். மெலிந்திருக்கிறாள். என் கனவுகளைக் காவு கொள்ளப் போகும் உடல் அவளுக்கு. மனதில் எழும் மிருகத்தைத் துரத்திவிட்டு, அலாதி சோபையோடு நடந்து வரும் அமேலியை எதிர்கொள்ள ஓடினேன்.

எப்படி இருக்கே? கண்ணால் விசாரித்தாள். அவள்

வைத்த கண் எடுக்காமல் பார்க்கும்போது ருழே பட்டென்று என் முன் கை சொடுக்கி உறங்கிட்டியா என்றாள். அமேலி என்ற கொல்லிப்பாவையை நினைத்தாலே உறக்கம் போயொழியாதோ?

அரசவைக்குப் பேரரசியைக் கூட்டி வரும் ராஜ ஆராதகனாக அமேலி கைபற்றி அழைத்துக் கொண்டு நான் உள்ளே மெல்ல நடக்க, லெச்சுவும் மற்ற சகாக்களும் உற்சாகமாகக் கை தட்டினார்கள். காபி சாப்பிட்டுக் கொண்டிருந்த பிரெஞ்ச் முதிய தம்பதியும், லுமும்பா பல்கலைக் கழகம் கலாசாரத் துறை என்று எழுதிய கருப்பு ஸ்போர்ட்ஸ் சட்டை போட்ட கருப்பர் இனக் கல்லூரிப் பெண்களும், சவரிராயன் மற்றும் இதர வெயிட்டர்களும் கூடக் கைதட்ட ராணி கம்பீரமாகக் கை அசைத்து வந்து என் பக்கத்து நாற்காலியில் அமர்ந்தாள்.

அமேலிக்கும் ருழேக்கும் காப்பி சொன்னபோது… அமேலி திரும்பக் கையசைத்து பிளாக் காபி என்றாள். 'கொஞ்ச நேரம் முன்பு வரைக்கும் அதான் எல்லோருமே குடிச்சிட்டிருந்தோம்' என்றான் லெச்சு.

அமேலியை உற்றுப் பார்த்தேன். அவளிடம் ஏதோ மாற்றம் தெரிந்தது. தழையத் தழைய இருந்த கருங்கூந்தலைச் சின்னதாகச்

செதுக்கி சற்றே சிவப்பாக ஒரு சாயமும் தோய்ந்திருந்ததாகத் தோன்றியது. கண்கள் இன்னும் காந்தமாக இன்னும் பெரியதாக இன்னும் கூர்மையாகத் துளைக்கிறவையாக உற்று நோக்கின. செழுமையாகத் திரண்ட செவ்விதழ்களையும் துடித்தெழுந்து நின்ற கனத்த மார்பையும் பார்க்கக் கூடாது என்று கட்டுப்படுத்தினாலும் கண் அங்கேதான் நிலைக்கிறது. என் தவிப்பை அமேலி ரசிக்கிறாள் என்று தெரியும்.

'இளைச்சுப் போயிட்டே அமீ' என்றேன். பொய் என்றது அந்த மார்பு.

'இளைச்சுட்டேனா? ஈபில் டவர்லே தினம் ஏறி இறங்கிட்டிருந்தேன் அதான்...'

அவள் என்னைப் பார்த்துச் சிரித்ததற்கு அர்த்தம் புரியவில்லை என்றாலும் மற்றவர்கள் சிரித்ததால் நானும் சிரித்து வைத்தேன்.

'நீ வரமாட்டேன்னு நினைச்சோம்' என்றான் ப்ரான்ஸ்வா.

'எதுக்கு வந்தா இவன்னு இருக்கும் சில பேருக்கு. அதுக்காகத்தான் வந்தேன்.'

அவள் சுவாதீனமாக என் தோளில் தலை சாய்த்துக்கொண்டாள். விரலால் சதுரம் அமைத்து என் முகத்தை அதனூடே பார்த்தாள்.

'நீ இந்த கோணத்திலே அட்டகாசமா இருக்கே ஷான் கானரி மாதிரி.'

ருழே பொண்ணு தவிர மற்றவர்கள் காதிலிருந்து கரி ரயில் இஞ்சின் மாதிரி புகை வர, கிறங்கடிக்கும் பார்வையோடு என்னைப் பார்த்துச் சொன்னாள். மெர்சி சொன்னேன். மேஜைக்குக் கீழே என் உள்ளங்கையை நகத்தால் சுரண்டினாள்.

'எனக்கு ஷொகொலா எடுத்து வந்திருக்கியா?' என்று கேட்டேன். பதிலாக என் காதில் ரகசியமாக அவள் கிசுகிசுத்ததோடு ஒப்பிட்டால் பிரெஞ்ச் கிஸ் சுத்த சைவம்.

அமைதியான அழகு சுடர்விட்ட பழைய அமேலி எங்கே போனாள்?

அவள் காப்பி அருந்த, அந்துவான்தான் மெல்லத் தொடங்கினான்.

'அமேலி டிராமாவிலே நீ ஹீரோயினா நடிக்கணும்னு நாங்க எல்லோரும் விரும்பறோம்'

எல்லோரும் ஓங்கிக் கைதட்டினார்கள். அந்த்வான் முழு வாக்கியத்தை நிறுத்தாமல் பேசியதற்கும் சேர்த்து ஏற்பட்ட மகிழ்ச்சி அது.

'ஐயோ, எனக்கு எல்லா சப்ஜெக்டும் அரியர்ஸ் விழுந்திருக்கு. ஒரு நண்பன் எல்லா உதவியும் செய்வான். நினைச்சது முழுக்கச்

சாதிக்கலாம்ன்னு கிரிஸ்டல் பார்த்து பாரீஸ் ஈபில் கோபுரம் கிட்டே ஒரு மந்திரக்காரி ஜோசியம் சொன்னா. மும்முரமா இனி படிப்புதான்.'

அமேலி சொல்லியபடி என்னைப் பார்த்தாள். எனக்குப் புரிந்தது.

'சரி அமேலி அரியர்ஸை க்ளியர் பண்ணட்டும். ருழே நீ எப்படி?' லெச்சு கேட்டுக்கொண்டே இருக்க ருழே எங்கேயோ பார்த்தாள்.

'உன்னைத் தான் சாந்தி ரோஜர்' என்றேன் நான் வேணுமென்றே.

'ரோஜர்னு ஒரு பிள்ளையும் இல்லே. நான் சாந்தி ருழே.'

அவள் பாய்ந்து வர, நான் எழுந்து அவள் தோளில் அழுத்திக் கிடுக்குப் பிடி போட்டு உட்கார வைத்தேன்.

'இந்தப் பையன் இருந்தா இனிமே வரமாட்டேன்' என்று பொய்க் கோபம் காட்டினாள் ருழே. சாரி சொன்னேன். 'காவாலே போடு' என்றாள். அதாவது? அமேலியைப் பார்க்க அவள் சாக்கடையில் போடச் சொல்றா என்றாள். அமேலியின் கால் விரல்கள் டேபிளுக்குக் கீழே மெத்தென்று என் கால் விரல்களோடு பிணைந்து விளையாடிக் கொண்டிருந்தன்.

'யாராச்சும் ப்ரஞ்ச்லே தமில் எலுதினா பேஸ்டுவேன்' என்றாள் ருழே.

லெச்சு உடனே வழி சொல்லி விட்டான். என்னைக் காட்டி, 'இவன் ஒரிஜினலை எழுதி அமேலி கிட்டே தரட்டும். அமேலி உனக்கு ப்ரஞ்சுலே அதை எழுதிக் கொடுத்திடுவா. சரியா?'

'அம்ஹஸ் மா மோன் அமு, செர் ம ஃபோ' இப்படி எல்லாம் வசனம் இருந்தால் பேச மாட்டேன்' என்றாள். நான் அமேலியைப் பார்த்தேன்.

'உனக்காக உயிரையும் கொடுப்பேன், நீ இல்லாமல் நான் இல்லை' இப்படி எல்லாம் செயற்கையா வசனம் இருந்தா பேச மாட்டாளாம்'

'இல்லாம எழுதித் தரேன்' என்றேன்.

எல்லோரும் போன பிறகு நானும் அமேலியும் புறப்பட்டோம். 'கொண்டு போய் விடு' என்றாள் அதிகாரமும் உரிமையுமாக.

'அமீ, எங்கே போகணும் நீ?'

'அதே லலி தொலெந்தால் தெரு... கர்ன்ல வீட்டுலே பேயிங் கெஸ்ட். உனக்கு ரொம்பப் பிடிச்ச இடம் இல்லியா?'

மனதில் சட்டென்று எங்கோ பூட்டுத் திறந்தது. நுரைத்து போதை யேற்றும் நெடியோடு திரவம் ஏதோ வெள்ளமாகப் பெருகி மூச்சு முட்ட வைத்துச் சூழ்ந்து உள்ளே அழுத்தியது.

என் சைக்கிளை அமேலி தள்ளிப் போக, எதுவும் பேசாமல் கூடவே நடந்தேன்.

இருட்டான தெருக்கோடியில் சைக்கிளை சமிதிக் கட்டிடச் சுவரில் சார்த்தி விட்டு, 'வாடா' என்றாள்.

என் தோள்களில் தன் கையிரண்டையும் மாலையாகப் படர வைத்து, தலையை அவசரமாகக் கீழே இழுத்துத் தன் தலையில் முட்ட, கண்கள் மூடி சற்றே குதிகால் உயர்த்தி அணைத்தாள்... உதடுகளை உதடுகள் கொண்டு உணர்ந்து அவள் அளித்த உக்கிரமான, உள்ளே தீ பரவ வைத்த முத்தம் அது.

அவள் இதழ்கள் தீண்டிப்போன உதட்டில் பாஸ்பரஸ் தீற்றிய மாதிரி எரிந்து முகத்தைத் தகித்தது. என்னையும் பற்றிப் படர ஆரம்பித்த அக்னி அது.

'அம்ஹஸ் மா மோன் அமு, செர் ம ஃபோ.'

'அது செயற்கையானதுன்னு சொன்னியே... நான் எழுத மாட்டேன் அபபடி.' மென்மையான காது மடலை மெல்லக் கடித்தேன். தலை உயர்த்திப் பார்த்தாள்.

'நிஜமான அர்த்தம் சொல்றேன் கேளு... கிஸ் மி மை லவ், ஹக் மீ... ஹோல்ட் மி டைட்... கமான்...'

இறுகத் தழுவினாள் அமேலி. கிறங்கி வழிகிற கண்கள். மனதிலோ உடலிலோ புகுந்த பிசாசு எதுவோ கொண்டு செலுத்துகிற அசைவுகள்.

எங்கேயோ கதவு திறந்து கூட்டமாகப் பேசியபடி வந்தார்கள். தெருவில் நடமாடம் கூடுவதை உணர்ந்தேன்.

'அமேலி, இங்கே வேணாம். ரோடு, வீட்டுக்குப் போய்' ..

'இருடா'

'அமி வா.. வீட்டுலே விட்டுட்டுப் போறேன்..

'ம ஷெரி... செர் ம ஃபோ இறுக்கி இன்னும் இறுக்கி அணைச்சு... கிஸ் பண்ணுடா. மாட்டியா... நான் பண்றேன்...

ஹெட்லைட் வெளிச்சம் தெரிந்தது. பேங்க் ஜீப்

டிரைவர் சின்னராஜு பக்கம் ஜீப்பின் தோல் வாரைப் பற்றியபடி அப்பா.

26

இருட்டில் லலி தொலெந்தால் தெரு நோக்கி உருண்டு கொண்டிருந்தது ராலே சைக்கிள். முன்னால் சைக்கிள் பாரில் என் இறுக்கமான கை அணைப்பும், நெருக்கமும், ஏறும் உடல் தகிப்பும் பகிர்ந்தபடி அமேலி. அவள் தோளில் என் முகவாய் இதமாகப் பதிந்து, சிவந்த காது மடல் களை உதடுகள் வருடிக் கொண்டிருக்க, பெடல்களை இயந்திரமாக மிதித்த படியே நான். ஐந்து நிமிடம் முந்திப் பார்த்த விபத்தை மனதில் திரும்பத் திரும்ப நிகழ்த்திப் பார்த்தபடி ஊர்ந்துகொண்டிருக்கிறேன்.

நிழற்படங்களின் நீண்ட தொகுதி போல காட்சிகள். ஒன்று மனதில் வந்து ஒரு வினாடி நிலைத்துக் கலைய, இன்னொரு காட்சி அதன் மேல் பரவி அதைத் துடைத்து அழித்தபடி மெல்ல நகர்கிறது. .

இந்தத் தெருவுக்குப் பொருந்தாத வேகத்தில் முன்னேறி வருகிற பேங்க் ஜீப். நானும் அமேலியும் இருந்த வீட்டு முகப்பை பேங்க் ஜீப் நெருங்குகிறது. வெளிச்சத்துக்கு முதுகைக் காட்டியபடி அணைப்பை விட்டு விலகாமல் முத்தமிட்டபடி இன்னும் நெருங்கி நிற்கும் அமேலி. என் முகத்தை அவள் முகம் பகுதி மறைக்க தன்னிச்சையாக என் கரங்கள் அவள் தோள்களைச் சுற்றி இறுகி இருப்பதை உணர்கிறேன். அவற்றை விலக்க முயற்சி எடுக்க உடல் ஒத்துழைக்கவில்லை. அடுத்து இருக்கும் தெருத் திருப்பம் இருளில் மூழ்கி இருந்ததை விட்டெறிந்த ஹெட்லைட் வெளிச்சம் கசிந்து

காட்டுகிறது. டிரைவர் வண்டியை வளைத்துத் திருப்ப முற்பட ஹெட்லைட் வெளிச்சம் தாறுமாறாகக் குலைந்து சுவரில் பூசி வழிந்து காணாமல் போகிறது..

என் பின்னால் ஏதோ சத்தம். பெரிய குரலில் பூனை கத்துகிறது. என் கண்களை மறைத்துள்ள அமேலியின் தலைமுடியைச் சற்றே விலக்கிப் பின்னால் பார்க்கிறேன். கடுவன் பூனை. நாங்கள் பின்னிப் பிணைந்து நின்ற வீட்டு வாசலுக்குப் பக்கவாட்டில் விரிந்த கூரையில் இருந்து குதித்து ஓடும் பெரிய பூனை அது. இருட்டுப் பொதியாக நகர்ந்து போகிறது போல், கண்கள் மட்டும் மின்ன என் தோளில் பூனையின் நகம் நீண்ட கால்கள் தட்டிப் போக, விதிர்விதிர்க்கிறேன். தெருவில் குறுக்கே ஓடிய கடுவன் பூனை திரும்பிப் பார்ப்பது என்னைத்தான்.

'வெய்ட் அமி, நான்...'

முடிக்க விடாமல் அமேலி திரும்ப வாயில் அழுந்த முத்துகிறாள். எதையும் பார்க்காதே, ஏதொன்றும் கேட்க வேண்டாம் என்று சொல்கிறவளாக அணைப்பைச் சற்றே நெகிழ்த்தி உடனே இன்னும் இறுக்கமாகத் தழுவிக்கொள்கிறாள். நான் அவள் தோள்களுக்கு மேல் அவசரமாகத் தலை உயர்த்திப் பார்க்கிறேன்.

டிரைவரின் கட்டுப்பாடு விலகிய ஜீப் அவசரமாக பிரேக் போடப்பட்டு தீனமாக அலறியபடி பாதை விலகித் தத்தளிப்பதைப் பார்க்கிறேன். எதிரே பூச்செடி வைத்த நகராட்சி வேலிக் கம்பிகளை அது இடித்து உடைத்து நின்றதும் அப்பா திக்பிரமை அடைந்து உட்கார்ந் திருந்ததும் அடுத்தடுத்து காட்சியாகின்றன. அப்பா என்னைப் பார்க்க வில்லை. அடுத்த வினாடி சர்வ நிச்சயமாக மேலே கசிந்து அழுத்தும் என்று உணர்ந்த அதிர்ச்சி முகத்தில் எழுதி இருக்க அவருடைய பார்வை எதிரே வெற்றுச் சுவரை வெறிக்கிறது. நான் அதை உள்வாங்கும் முன்னால் ஜீப் நின்று போய் ஹெட்லைட் பிரகாசமாகி அணைகிறது. உயிர் இழைந்து தொடர்ந்த ஆசுவாசம் அப்பா முகத்தில் தெரிகிறது..

'என்ன...என்ன ஆச்சு'

நடுங்கி ஒலிக்கும் அப்பாவின் குரல். ஏதோ சமாதானம் சொல்லியபடி இறங்கி நின்று பூச்செடிக்கு இட்ட கம்பி வேலியில் புகுந்து நிற்கும் ஜீப்பின் ஹெட்லைட் நொறுங்கியதைப் பார்வையிடும் ஜீப் டிரைவர்.

என்னை இவர்கள் பார்க்கவில்லை. அமேலியையும்.

அவளை அவசரமாக நெம்பித் தள்ளி முன்னால் செலுத்தியபடி அவள் பின்னால் முகம் மறைத்து வேகமாக நடந்தேன்.

‘சைக்கிளை எடு அமேலி’

அமேலி சைக்கிளை உருட்டி வர, இருளில் அவளோடு அவள் நிழலாகக் கலந்து அவளில் மறைந்து வண்டியை ஓட்ட ஆரம்பித்தேன்.

‘ஏய் நாம லலி தொலெந்தால் தெரு போகணும்... நீ ஈஸ்வரன் தருமராஜா தெருவுலே இருக்கே.’

அமேலியின் தோளில் ஆழப் படிந்திருந்த என் கன்னத்தில் தன் கன்னம் இழைத்தபடி அவள் சொன்னாள். அவள் வாயில் சூயிங்கம் மணக்க மணக்க வாசனையாகக் கூட வருகிறது. கேட்டால் என் வாய்க்குக் கடத்துவாள். வேண்டாம். அவளை வீட்டில் விட்டுவிட்டுத் திரும்பி விடலாம். உடம்பு சொல் பேச்சு கேட்காமல் தறிகெட்டு ஓடுவதை நான் இல்லாமல் செய்வேன். இந்த வினாடி இதுவும் இதோ கடந்து போகும்.

கர்னல் வீட்டு வாசல். அமேலி சைக்கிளில் இருந்து குதித்து இறங்கி, வாசல் கதவைத் திறக்க முன்னால் போனாள். கதவைத் திறந்தபடி என்னைத் திரும்பிப் பார்த்தாள்.

‘வாயேன் ஏன் வாசல்லேயே நிக்கறே.’

முழங்கால் வரை படிந்து இடுப்போடு ஒட்டிய கறுப்பு ஸ்கர்ட்டும் சிவப்பு மேலுடுப்புமாக மதர்த்து நிற்கிறாள் அமேலி. எங்கெங்கோ வலுக்கட்டாயமாக நிறுத்த முயன்று தோற்ற என் கண்கள், அவள் கனத்த மார்பகங்களில் சரண் புகுகின்றன. நினைப்பை ஒருபாடு அலைக்கழிக்கிறாள் இவள். காமம் விழித்துக்கொண்டு திமிர்த்து நிற்கிறது. உள்ளே போ போ என்று உடலை வற்புறுத்துகிறது அது.

மாட்டேன். வசப்பட மாட்டேன். காமம் தவிர்த்துத் திரும்பி விடுவேன்.

‘மோனாஷ், நீ டயர்டா இருக்கே. உறங்கி ரெஸ்ட் எடு. நான் போறேன்.’

சாவு முகத்தில் எழுதியிருக்க அப்பாவின் பார்வை வெற்றுச் சுவரில் நிலை கொண்டதில் நினைவைத் திசை திருப்பு. நினைப்பு வழுக்கி அமேலியின் மார்பில் திரும்ப நிலைக்கிறது மனதும் பார்வையும்.

ஒருவரை ஒருவர் பார்த்தபடி நின்றுகொண்டிருந்தோம். இந்தச் சதுரங்கத்தில் முதல் காய் நகர்த்தப் போவது யார்? இரண்டு பேருக்குமே தெரிந்துகொள்ள ஆவல். யார் முதலில் நகர்ந்தாலும் சேர்ந்தே பசியாறலாம். எதிர்பார்ப்பில் வாய் உலர்கிறது.

அருகில் வந்தாள். 'வா!' ஒற்றை வார்த்தைதான். கிசுகிசுவென்று அவள் என் காதில் சொன்னது காது மடலை ஜிவ்வென்று சிவக்க வைத்தது. திரண்டெழுந்து வரும் மோகத்தில் வந்தது அது. உடல் பசி தீ நாளமாக உயிர்த்துத் தகிக்க, என் அமேலி, என்னை எங்கே கூட்டிப் போகிறாய்?

'கர்னல் அங்கிள் எங்கே? பொமனாட்லே நடக்கப் போயிட்டாரா?' நான் உள்ளே, எல்லா விளக்கும் அணைந்த கூடத்தைப் பார்த்தபடி கேட்டேன்.

'டெல்லி போயிருக்கார். எக்ஸ் சர்வீஸ் மென் கான்பரன்ஸ். அடுத்த வாரம்தான் வருவார். ஆண்ட்டியை அவங்க அண்ணன் வீட்டுலே தற்காலிகமா விட்டிருக்காங்க. இங்கே இப்போ நான்தான் எல்லாம்.'

அவள் என்னோடு உள்ளே நடந்து கதவை அடைத்துச் சொன்னாள்.

'ஷொகொலா கேட்டியே சாப்பிடறியா?' இன்னும் வாசனை சுழன்றடிக்கும் சூயிங் கம் மென்றபடிக்குக் கேட்டாள்.

நான் வேண்டாம் என்றேன். சூயிங்க் கம்? உலர்ந்த வாய்க்கு வேண்டும். சரி என்றேன்.

'இந்தா, அப்புறம் திரும்பக் கொடு.'

அவள் குரல் முணுமுணுப்பாக என் காதில் கேட்க, சூயிங் கம் இடம் மாறியது.

அணைகள் எல்லாம் உடைந்து சிதற அவளும் நானும் இன்னும் நெருங்கினோம். இந்த சதுரங்கத்தில் நானே தோற்று ஜெயிக்கிறேன். காமம் வாழ்த்தப்படட்டும். ஆதாமும் ஏவாளும் ஒன்று கலக்க தேவன் விதிக்காவிட்டால் என்ன. நாங்கள் விரும்பி விதித்துக் கொள்வோம்

சூயிங்கம் மென்றபடியே அவளை அணைத்து அறைக்குள் நடந்தேன். எனக்குப் பழக்கமான படுக்கை அறை. பழக்கமான பெண். பழக்கமான உடல் வாடை. பழக்கம் இல்லாத மிருகம் உறுமி நடக்க ஆரம்பிக்கிறது.

படுக்கையில் சாய்ந்தபடி அமேலிக்காகக் காத்திருக்க, அவள் படுக்கை பக்க ஸ்டூலில் வைத்த சிறு மரப் பெட்டகத்தைத் திறந்து உள்ளே முத்துப் பரலாக மின்னிய குளிகையை உறை பிரித்து எடுத்தாள்

'உடம்பு வலிக்குது. மாத்திரை போட்டுட்டு வரேன்'

'எனக்கும் கொடு'

நான் அந்தப் பெட்டியைப் பறிக்க அவள் வேண்டாம் என்றாள், கையை விலக்கி நானும் ஒரு முத்தை வாயில் இட்டு விழுங்கினேன்.

'எனக்கு ஒற்றைத் தலைவலி. மைகிரேனை அந்தக் குளிகை குணப்படுத்துமா பார்க்கலாம்.'

'தலையே இல்லாம இருந்தாலும் தலைவலியை இல்லாம செஞ்சுடும்,' என்றபடி இன்னொரு பெட்டியைத் திறந்தாள் அவள். சாக்லெட்டுகள்.

'இருக்கட்டும். அப்புறம் சாப்பிடலாம்' என்றேன்

'அப்புறம்னா?'

'எல்லாம் முடிஞ்ச பிறகு' என்கிறேன்.

'எப்போ முடியும்?'

நான் அவளைப் படுக்கைக்கு இழுத்தேன். சாக்லெட் பெட்டியின் அடியில் ஒரு சிறு பலகை அடைப்பைத் திறந்து என்னிடம் காட்டினாள்.

வரிசையாக ஏதோ பொதிந்திருந்தது. பீடிங் பாட்டிலுக்கா இதெல்லாம்?

'மடையா...' அவள் என் காது மடலில் விரலால் தீக்கோடு இழுத்தபடி சொன்னாள் - 'இது காண்டோம்...'

கை நீட்டினேன்.

'கட்டை விரல்லே மாட்டிக்கிட்டு அழகு பார்க்கப் போறியா?'

அவள் சிரித்தபடி என் பிடியில் இருந்து விடுபட்டுப் படுக்கையில் இருந்து குதித்து இறங்கினாள்.

'இரு, ரொட்டி டோஸ்ட் பண்ணி எடுத்து வரேன். வயிறு ரொம்ப பசிக்குது. ஒரு நேரத்துக்கு ஒரு பசிதான் பொறுக்க முடியும்.'

நான் உடம்பும் மனசும் லேசாகிப் பறக்கத் தொடங்கியிருந்தேன்.

'முட்டை இருக்கு. உனக்கும் ஆம்லெட் போட்டுடறேன் ஓகே?'

நான் ஏதோ மாய உலகத்தில் நழுவியபடியே 'ஊம்!' என்றேன்.

அமேலி ஏன் மிதந்து வரே?

தழையத் தழைய வெள்ளைப் பாவாடை உடுத்தபடி அமேலி அறைக்குள் வந்தாள். என் கண் இமைகள் களைப்போ கனவோ

காரணம் மெல்ல மூடிக்கொண்டு வர வலுக்கட்டாயமாகத் திறந்து வைத்திருந்தேன்.

'சாப்பிடலாமா?' அமேலி குரல் சுவர்களில் மோதி இனிமையாக எதிரொலித்துச் சூழக் கிறக்கம் கொண்டு சிரித்தேன்.

'என்ன சாப்பிடணும்?'

'என்னைச் சாப்பிடு' என்கிறாள்.

அவள் மடியில் நான் படுத்திருக்கிறேன். இல்லை, அவள் தான் என் மடியில். ஏதோ ஒன்று. ஊட்டுகிறேன். ஊட்டுகிறாள்.

என்ன சாப்பிடுகிறேன் என்று தெரியவில்லை.

சாண்ட்விச் நடுவிலே என்ன வைச்சிருக்கே அமேலி. உதடா, விரல்களா? போகட்டும்... ஏதோ ஒண்ணு.

'ராட்சசப் பசி உனக்கு.'

அமேலி என்னைக் காட்டிச் சிரிக்கிறாள். உடுப்போடு இருக்கிற கர்வம். அவளுக்கு நானும்தான் அப்படி இருந்தேன். எப்போது அது?

'அமீ ..ஏய் நீயுமா.. சிகப்பு ஸ்கர்ட் எங்கே?'

'ஸ்கர்டை சாப்பிடப் போறியா?'

நான் படுத்தபடி சிரிக்கிறேன். இதென்ன இன்று இவ்வளவு சந்தோஷமாக இருக்கிறது. ஒன்றுமே இல்லாமல் சிரிப்பு கும்மாளி கொட்டிப் புரண்டு வந்து வாய் கொள்ளாமல் வழிகிறது.

மின்சாரம் நின்று ஃபேன் சுற்றாமல் நிற்கிறது. வியர்வை மெல்ல அரும்புகிறது. குளிர்ந்திருக்கிறது சிமெண்ட் தரை. கீழே சரிகிறோம்.

'ஷகொலா எடுத்துட்டு வரேன். '

'ஏய் இது இல்லே ஷகொலா.' என்கிறாள் அவள் இருட்டில் என் விரல்களை வருடி..

'எல்லாம் ஒண்ணு தான்.'

மேலே கவிகிறவள் சுகமாக பரவுகிறாள். அவள் உதடுகள் பெரிதாகி என்னை ஒற்றுகின்றன.

பிரெஞ்ச் முத்தம். நான் தரேன். நான். யாரோ ஒருத்தர். இல்லே ரெண்டு பேரும்.

மின்சாரம் திரும்ப வந்துவிட்டது.

‘லைட்டை அணைச்சிடு.’

நானும் அமேலியும் பூப்பூவாகத் தலையணைகள் பூத்திருக்கும் பெருவெளியில் மிதக்கிறோம். இல்லை, வார்த்தைகள் என் வசமில்லாமல் வழுக்கித் தானே வந்து விழுந்து சிரிக்கின்றன. தலையணையில் விரிந்த அமேலியின் தலைமுடியில் ஹேர்ப்பின்னை விடுவிக்கக் கைநீட்டுகிறேன். கட்டு அவிழ்ந்த கூந்தல் என்னை மூடி அடிமை கொள்ளட்டும். எவ்வளவு வாசனையடி நீதான் பெண்ணே.

ஹேர்ப்பின் அங்கே இல்லே ம ஷெரி.

இலக்கு தவறிச் சந்தோஷமாக ஊரும் கையைத் தடுக்காமல் அவள் சொல்கிறாள். சமுத்திரக் கரை இது. அமேலியின் மெத்தென்ற கை விரல்களோடு கை பிணைகிறது. அலை காலில் நனைக்க நிற்கிறோம். அவள் முதுகு என் மார்பில். என் கைகள் அவளுக்கு ஆடையானது. எழுந்து வரும் அலை மெல்ல வெகு மெல்ல என் கண்ணைத் தழுவி நனைத்து மூழ்கடிக்க நான் அமேலி என்னும் பிரவாகத்தில் ஆழ்ந்து கொண்டிருக்கிறேன். அவள் என்னிலும் நான் அவளிலுமாக ஒரே மனமாக, ஒற்றை உடலாக இழைந்து கலந்து, லயமும் தாளமும் ஒத்திசைந்து அதிர இயங்குகிறோம். மலை உச்சிக்குப் பயணித்துக் கொண்டிருக்கும் ரெண்டு பேர் நாங்கள். போனதும் திரும்பக் கீழே சறுக்கி இறங்குவோம். மீண்டும் உச்சிக்குச் சேர்ந்து பயணமாவோம்...

கண் விழித்தபோது இடம், காலம் தெரியாமல் இருட்டில் ஒரு நிமிடம் குழம்பி இருந்தேன். படுத்திருக்கிறேன். மேலே சீராகப் போர்த்திய போர்வையில் மிதமான யுதிகோலன் வாடை மேலெழுந்து வருகிறது. இது ஷோலாப்பூர் பருத்தியும் கம்பளி நூலும் கலந்த போர்வை இல்லை. வழுக்கிப் போகிற பட்டுத் துணி.

எங்கே இருக்கிறேன்?

எழுந்து உட்கார்ந்தேன். பக்கத்து ஜன்னல் வழியாக சூரிய வெளிச்சம் விழுந்து கொண்டிருக்கிறது.

இருக்கும் இடம் என்ன என்று ஒரு வினாடி குழப்பம்.

அடுத்த வினாடி முழு ராத்திரியையும் மனதுக்குள் கொண்டு வந்தது.

அப்படித்தான் நினைக்கிறேன். அமேலியோடு இங்கே வந்து சேர்ந்தது வரை எல்லாம் நினைவு உண்டு. படுக்கைக்கு அருகே சிறிய முக்காலியில் இருக்கும் அந்த மரப் பெட்டியைத் திறந்ததுவரை நினைப்பு துல்லியமாக உண்டு.

அப்புறம்?

ஒரே சந்தோஷமாக, குழப்பமாக, வரிசை கலைந்து அடுக்கிய காட்சி களாக, கொட்டிக் கலந்த வண்ணங்களின் கலவையாக, ஒரு இயக்கம் தீரும் முன் மற்றது மேலெழுந்து பரவி அதுவும் நிறைவடையும் முன் அடுத்தது விழிப்பதாக அந்த ராத்திரி நீண்டு போனது என்பது தவிர வேறேதும் நினைவில் இல்லை.

அமேலி எங்கே?

எழுந்து நின்றேன். எதிரே டிரஸ்ஸிங் டேபிள் முகம் பார்க்கும் கண்ணாடியில் முறைக்கிறவன் உடை துறந்திருந்தான்.

அந்நியர் வீட்டில் எனக்கு சொந்தமில்லாத படுக்கையில் நக்னனாக. கட்டிலுக்கு அடியே சுருணையாகக் கிடந்த கால் சராயைக் குனிந்து தேடி இழுத்தேன். அங்கே இருந்த மாத்திரை உறை, சைபால் டப்பா சகிதம் கசங்கி வெளியே வந்த உடுப்பைத் தொடர்ந்து சட்டையும் வந்தது. உள்ளாடை எங்கே போனது?

அவசரமாக உடுத்துக்கொண்டேன். அமேலி எங்கே? அமேலி… அமேலி…

சமையல் அறையில் அவளைப் பார்த்தேன். என் காலடிச் சத்தம் கேட்டதும் நிமிர்ந்து பார்த்தாள். சின்னதாக ஒரு சிரிப்பு. குளித்திருக்கிறாள். சுத்தமான உடுப்பு அணிந்திருக்கிறாள். எல்லா நிதானமும் கலந்து வந்திருக்க அடுப்பில் பால் குக்கரை அமர்த்திக் காய்ச்சிக் கொண்டிருக்கிறாள்.

'ஹாலில் உட்காரு. கபே எடுத்து வரேன்.'

பெண்வாடை மிகுந்த பாத்ரூமில் துவைத்து பிளாஸ்டிக் பக்கெட்டில் வைத்த துணிகளில் என் உள்ளாடை உண்டு. மெல்ல எடுக்கிறேன். அமேலியின் மார்க்கச்சையும் சேர்ந்து வருகிறது. ஹால் திரும்புகிறேன்.

எனக்கு இருப்புக் கொள்ளவில்லை. நினைவு வராமல் தொலைந்த என் பொழுதுகளை அமேலி திரும்பச் சொல்ல முடியுமா தெரியவில்லை. என்னோடு காலத்தினூடே பயணம் செய்தவள் இல்லையா அவள்? அல்லது போதை கொண்ட மனம் சமைத்த குழப்பமான கனவா அது?

அமேலி சீக்கிரம் வா.

அவள் காபிக் கோப்பையை என்னிடம் கொடுத்து விட்டு சோபாவில் பக்கத்தில் உட்கார்ந்தாள்.

ஒரு மடக்கு குடித்து விட்டு, 'ரொம்ப சூடா இருக்கு' என்றேன். 'சரி, இதை வாங்கிக்க, சூடு தணிஞ்சிருக்கு' என்று நமட்டுச் சிரிப்போடு சொல்லியபடி அவள் குடித்துக் கொண்டிருந்த குவளையை என்னிடம் கொடுத்தாள்.

'அமேலி, ராத்திரி...'

'ராத்திரிக்கு என்ன?' அவள் என் கண்களில் ஊடுருவிப் பார்த்தபடி கேட்டாள்.

'என்ன நடந்ததுன்னு...'

'எனக்குத் தெரியாது' என்றாள்.

'வந்ததும் அசந்து படுத்துத் தூங்கிட்டேன் போல.'

'ஆமா அசந்துட்டே' என்றாள் கள்ளச் சிரிப்போடு.

'சாரி உனக்கு கஷ்டம் கொடுத்திட்டேன்.'

'ஒரு கஷ்டமும் இல்லே .'

அவள் கடைசி வாய் காப்பி குடித்து முடித்தாள். என்னையே பார்த்தபடி எழுந்து நின்றாள்.

'குவளைதானே. முடிச்சுட்டு நானே கொண்டு வந்து கிச்சன்லே வைக்கறேன் அமேலி.'

அவள் பெட்ரூமுக்கு நிதானமாக நடந்துபோய்த் திரும்பி வந்தாள். மரப் பெட்டி அவள் கையில் இருந்தது.

'இந்தா.'

சற்றே திறந்துகொண்ட பெட்டியில் இருந்து பிரெஞ்ச் சாக்லெட்கள் தரையில் சிதறின.

'வேணாம் அமீ, இப்போ சாப்பிட மூட் இல்லே.'

'சாப்பிடச் சொல்லல.'

புரியாமல் பார்த்தேன்.

'பெட்டிக்கு இன்னொரு தடுப்பு இருக்குன்னு சொன்னேனே...'

நினைவு வந்தது. காண்டோம். அழகாக மெல்லிய ப்ளாஸ்டிக் அட்டையில் பொதிந்து அடுக்கி நாலு வரிசையில்

நான் திரும்ப அந்த மரப்பெட்டியை வாங்கி அவசரமாக இரண்டாம் அடுக்கைத் திறந்து பார்த்தேன்.

முதல் இரண்டு இடங்கள் வெறுமையாக இருந்தன.

‘இதுலே எக்ஸாம் வச்சா டிஸ்டிங்ஷன் தான் நமக்கு.’

அவள் சிரிப்பில் நாணம் கலந்திருந்தது.

எழுந்து என் கோப்பையை வாங்கிக்கொண்டு உள்ளே போக, அப்படியே சிலையாக அமர்ந்திருந்தேன்.

‘ஆம்லெட் போடட்டா?’ என்று கிச்சனில் இருந்தே விசாரித்தாள் அமேலி. நாங்கள் குடும்பம் நடத்த ஆரம்பித்து விட்டதுபோல தோன்றிக் கடந்து போனது.

மனதில் ஒரு சலனமும் இல்லை. தப்பு செய்த குற்ற உணர்ச்சி இல்லை. எண்ணி எண்ணிக் குமையப் போவதெல்லாம் இல்லை. ஏதோ நடந்து விட்டது. இப்போது இல்லாவிட்டால், இங்கே நடக்கா விட்டால் வேறு எங்கோ, எப்போதோ நடந்திருக்கும்.

மனம், முகம் தெரியாத யாரை எல்லாமோ எதிர்த்து நிற்கிறது. அப்பாவும் ஜோசபினும் கயலும் அமேலியும் நினைவின் அறைகளைத் திறந்து வரட்டும். எல்லாம் கடந்து, இதுவும் சகஜமாகும் விரைவில்.

நான் நம்பத் தொடங்கி இருந்தேன்.

எழுந்து கிச்சன் வாசலில் கதவு நிலையைப் பிடித்துக்கொண்டு ஒரு நிமிடம் நின்றேன். அமேலி ஆம்லெட் உடைத்து ஊற்றிச் சுட்டதை லாகவமாக ரொட்டித் துண்டுகளுக்கு நடுவே இடம் மாற்றிக் கொண்டிருந்தாள்.

சாப்பிட்டுக் குளி. என்ன? லூஸ் பிட்டிங் ஜீன்ஸ் ஒண்ணு இருக்கு என் கிட்டே. யூனிசெக்ஸ். குளிச்சுட்டு அதையும் என்னோட டீ ஷர்ட்டையும் போட்டுக்க. லிங்கரி வேணுமானாலும் நோ ப்ராப்ளம்..

சொல்லி விட்டு, அவள் கலகலவென்று சிரித்தாள்.

‘இல்லே அமேலி நான் வீட்டுக்குப் போகணும்’

‘இது வீடா தெரியலையா?’ அவள் கேட்டாள்.

‘குடும்பம் நடத்தற இடம் தான் வீடு.’

‘நீயும் உங்க டாடியும் சேர்ந்து அங்கே தங்கி இருக்கீங்க. இருந்து, சாப்பிட்டு, உறங்கி, குளிச்சு... ரொம்பச் சின்ன ஹாஸ்டல் அது. அவ்வளவு தானே... இங்கே... ஷகொலா, புல்ஸ் ஐ, நான்... நீ...’

எனக்கு என் மேல் கோபம் வந்தது. அவள் மேல் பச்சாதாபமும் வந்தது. எங்கள் சதுரங்கத்தில் முதலில் காய் நகர்த்தியவன் நான்தானே.

தப்பெல்லாம் இல்லை. அவளுக்கும் அதேபடிதான். உடல்களின் பசியும் அருகே அருகே இருக்க நேர்ந்ததும், சேர்ந்து மயங்கியதும், இணை விழைந்ததும், முயங்கிப் பசி ஆறியதும் எல்லாம் கடந்து போகும் வாழ்க்கையின் சாதாரண அம்சங்கள். உண்பதும் உறங்குவதும் போல.

ஜாக்கிரதையாகத்தான் நடந்து கொண்டிருக்கிறோம். பயலாஜிகல் விளைவுகள் வராமல் அந்த மயக்கத்திலும் செயல்பட்டிருக்கிறோம்.

மயக்கம். எப்படி வந்தது? எப்போது வந்தது? மூளையை வற்புறுத்தித் தேடச் சொல்ல, தலைவலியோடு நான் அமேலியிடம் வாங்கிப் போட்டுக்கொண்ட காப்ஸ்யூல் நினைவில் வந்தது. அவளும் விழுங்கியது அது. வலி பறந்துபோய் மனமே மலை முகட்டில் றக்கை கட்டிப் பறக்க, இன்னும் சந்தோஷமும் துணிச்சலும் அலை அலையாக மனதில் உயர்ந்து கொண்டிருக்க அந்தக் குளிகைதான் காரணம்.

இன்னொன்று இருந்தால் இனி தலைவலியே வராமல் தடுத்து விடலாம் என்று தோன்ற அமேலியைக் கேட்டேன்.

'ரொம்ப சாப்பிடக் கூடாது. நானே இனி எடுத்துக்கப் போறதில்லே. எல்லா போதைக்கும் குத்தகை எடுத்து நீ வந்துட்டியே!'

நான் தரையில் கிடந்த வெற்று மாத்திரை உறையை எடுத்தேன்.

'போகிறபோது ஞாபகமா அதைக் குப்பைத் தொட்டியிலே வீசிட்டு போயிடு.'

அமேலி தட்டில் வைத்து சுடச்சுட நீட்டிய சாண்ட்விச்சை ஆம்லெட்டோடு அவசரமாக விழுங்கிவிட்டு சைக்கிளில் புறப்பட்டேன்.

விடிந்து வெகு நேரமாகி இருந்த தெருக்களில் வெங்காயம் விற்கிற வண்டிகளும், கூவிக்கூவி மீன் விற்பவர்களும், வீடுகளுக்குப் பால் கொடுத்து வெறும் குவளைகளோடு சைக்கிள் ஏறிப் போகிற தலைப்பாகை தரித்த பால்காரர்களும், அபூர்வமாக கூவித் தயிர் விற்கும் பெண்களும், விளக்கெண்ணெய் சிறிய கொட்டானில் சுமந்து விற்று வரும் கிழவியும் எழுப்பும் சத்தம் வெயிலோடு உயர்ந்து வந்தது.

சைக்கிளை வீட்டுக் காம்பவுண்டுக்குள் நிறுத்திவிட்டு மாடி ஏறப் போகும்போது அவசரமாக உள்ளே இருந்து வந்தார் பேங்க் வாட்ச்மேன் வின்செண்ட் நடராஜன். முகம் வாடி இருந்தது. பதட்டமாகக் காணப்பட்டார் அவர்.

‘என்ன அண்ணே?’

நான் விசாரிக்க அவர் குரல் இடறியது.

‘தம்பி... தம்பி...’

‘சொல்லுங்க அண்ணே.’

‘நீங்க இங்கேயே இருப்பீங்களாம். மேலே வர வேணாம்னு...’

‘யாரு சொன்னது?’

‘நான் தான்.’

அப்பா மாடிப்படி இறங்கி வந்துகொண்டிருந்தார்.

27

‘நடராஜன், நீங்க கிளம்புங்க’

அப்பா என் பக்கம் திரும்பாமல் நேரே வின்செண்ட் நடராஜனைப் பார்த்தபடி சத்தமாகச் சொன்னார்.

‘சார், டியூட்டி முடிய நேரம் இருக்குதுங்களே.’

வின்செண்ட் தயங்கித் தயங்கிச் சொன்னார். அவர் பார்வை என் பேரிலேயே முழுக்க இருந்தது.

‘இன்னிக்கு ஒரு நாள் சீக்கிரம் வீட்டுக்கு போய் ரெஸ்ட் எடுங்களேன்... மத்தவங்களுக்கு உழைச்சு உழைச்சு என்னத்தைக் கண்டோம். நம்மை நாமேதான் பார்த்துக்கணும். இல்லையோ மரியாதை கெட்டுச் சாவோம்.’

அப்பா அவச்சொல் சொல்லிக் கேட்டதே இல்லை. மனம் நொந்து போயிருக்கிறார். நான்தான் காரணம். அவர் சொல்லாமலேயே தெரியும். மௌனமாகப் பார்த்துக்கொண்டிருக்கிறேன்.

வின்செண்ட் நடராஜன் என்னையும் அப்பாவையும் மாறி மாறிப் பார்த்தபடி காம்பவுண்ட் ஓரமாக வைத்த சாக்குப் பையில் இருந்து வண்டி மாட்டுக்குப் போடும் கூளத்தை அள்ளிக்கொண்டு நடந்தார்.

‘நடராஜன், நீங்க போகிறபோது வெளியாள் யாரும் உள்ளே வேணாம். கதவை இழுத்துச் சாத்திட்டுப் போங்க’

அதற்குள் நடராஜன் வண்டி பூட்டிக் கிளம்பி விட்டார்.

‘அப்பா நான் வெளியாளா?’

யார்டா அப்பா? நீ என் பிள்ளையா? காவாலிப் பய. நடுத்தெருவிலே வெக்கமே இல்லாம பொம்மனாட்டியைக் கட்டிப் பிடிச்சுண்டு உருளற கழுவேறி... நாய் கூட நாலு பேர் பக்கத்திலே இருந்தா இங்கே வேணாம், ஜனம் கல்லு கொண்டு எறியும்னு ஓரமா ஓடும். நீ? உசிருக்கு ஆபத்துலே பெத்தவன் இருந்தாக்கூட பொம்பளை வாடை பிடிச்சுண்டு ஓடற கிராதகன். எங்கே எங்கேன்னு நெட்டை விட்டுண்டு உடம்பு தேடற சுகம் தானாடா சகலமும்? அப்படி என்னத்துக்காக அதுக்கு தீனி போடணும்? உனக்கு மட்டும் அரைக் கெட்டுலே இல்லாம தலையிலேயா மொளச்சிருக்கு தறிகெட்டு திரியறதுக்கு? அப்படி இருந்தா அந்த அசிங்கத்தை அறுத்துப்போட வேண்டியது தானே? படிக்கற காலத்துலே பொண்ணு சகவாசத்துக்கு அலையற தெம்மாடி. நீ எவ்வளவு கேவலமானவன் புரியறதா? இந்தக் கண்றாவியை எல்லாம் நான் பார்க்கணும்னு விதிச்சிருக்கே. என் கண் காணாமே ஒழி. பிள்ளையே பிறக்கலேன்னு வைச்சுக்கறேன் போ புழுத்த தெருவு பட்டி..’

நாயே என்று சொன்ன பிறகு இங்கே எனக்கென்ன வேலை? வெளியே வந்தேன். மனசு வெறுமையாக இருந்தது.

காம்பவுண்ட் ஓரமாக சைக்கிளை ஸ்டாண்ட் எடுக்கும்போது தோன்றியது, இதையும் விட்டுவிட்டுப் போக வேண்டுமோ?

பின்னால் திரும்பிப் பார்த்தேன். மாடிக் கதவுகள் ஆச்சரியப்பட்டுக் கூட்டாகச் சத்தமெழுப்பி, அடைத்து மூடிக்கொண்டன.

ராலே சைக்கிளை பிரியத்தோடு தடவிக் கொடுத்தேன். நீ என்னோடு இருப்பியா? என் சுகம் எல்லாம் கூட இருந்து பகிர்ந்தாச்சு. துக்கத்துக்கும் நீ தான் இனி என் கூட வரணும்.

மௌனமாக சைக்கிள் ஓட்டிப்போக, மனதில் அடங்காமல் எழுந்து வந்த அழுகையைப் பிடிவாதமாக நிறுத்தினேன். அதற்கான வயது கடந்து போய்விட்டது.

புஸ்ஸே தெருவில் ஜபமேரி லாண்டரியின் கதவுப் பலகைகளை ஒவ்வொன்றாக எடுத்துத் திறந்து கொண்டிருந்தார் கடைக்காரர். ஒரு வினாடி நின்றேன். இரண்டே நாளில் காலேஜ் திறக்கிறது. மற்றது எல்லாம் எப்படியாவது சமாளித்தாலும் உடுப்பு? ஜபமேரி லாண்டரியில் வெளுக்கப் போட்டிருந்த துணி வந்திருக்குமா?

வந்திருந்தது.

‘என் துணியை மட்டும் கொடுங்க. மத்ததை எல்லாம் வீட்டுலே கொடுத்திடுங்க அண்ணே. நான் ஊருக்குப் போயிட்டிருக்கேன்.’

என்னை ஏற இறங்கப் பார்த்த லாண்டரிக்காரர் டோபி மார்க் பார்த்து பிரித்தெடுத்த துணி அடுக்கைக் காட்ட ரெண்டு பேண்டும் ரெண்டு சட்டையும் மட்டும் என்னுடையது. இனிமேல் எத்தனை காலம் இது ரெண்டு மட்டும்தான் உடுத்தி வலம் வரவேண்டுமோ தெரியவில்லை.

சட்டைப் பையைப் பார்த்தேன். லாண்டரிக்கு ஐந்து ரூபாய் கொடுத்தது போக, பர்ஸில் மொத்தமே முப்பத்தைந்து ரூபாய்தான் பணம். இன்னும் எத்தனை நாளைக்கு இது கூட வருமோ.

எங்கே போகலாம்? அமேலி வீட்டுக்கு? வேண்டாம். அங்கே போய்க் குடியேற உத்தேசம் இல்லை. அதுவும் அவள் வாடகைக்கு இருப்பிடமும் காசுக்குச் சாப்பாடும் வாங்கித் தங்கி இருக்கும் வீட்டில்.

ஜோசபின்? மறுபடி கண் நிறைகிறது. ஜோசபின் என்ற ஆருயிர் சிநேகிதி கிடைக்க எனக்கு என்ன தகுதி? அவளை நினைக்கவும் எனக்குத் தகுதி இருக்கிறதா? தெரு நாய் நான். இதைவிட நான் சுய மதிப்பிலும் மற்றவர் மதிப்பிலும் தாழ்ந்து போக முடியாது. இல்லை, நரகத்துக்குள் தலைகீழாக, போய்க்கொண்டிருக்கிறேன். குப்புற விழுவது நானாக மட்டும் இருக்கட்டும். என் கசடு எதுவும் தொடாத பரிசுத்தத்தோடு ஜோசபின் உயிர்க்கட்டும்.

கயல்? அந்தக் குழந்தையை நான் சந்தித்திருக்கவே கூடாது. அன்பைப் பொழிந்து ஆதரவாக அணைத்துப் புதுத் தும்பைப் பூவாகக் கண்ணுக்குள் வைத்துப் பாதுகாக்க வேண்டியவள் என் கயல். அணைக்கவும் அன்பு செலுத்தவும் இந்த நாய்க்கு என்ன உரிமை இனி? அவளை விட்டு விலகி இருப்பதே அவளுக்கு இப்போது செய்யக்கூடிய பெரிய உதவி.

கூட்டிக் கழித்து நடந்ததெல்லாம் அமேலி தலையிலா விடிய வேண்டும்? நிச்சயம் இல்லை. நான் அவளைச் சரியாக வழிநடத்தி இருக்க வேண்டும். அவளுடைய வலிமையற்ற நிலையைச் சாதகமாக்கி ருசித்து அவள் தசை சுவைத்த, காமமே உருவெடுத்த நாய் நான்.

கல்லூரி போகிற பாதையில் சைக்கிள் திரும்பியது. அதுவும் சரிதான். இன்னும் இரண்டு நாளில் காலேஜ் திறப்பதால், ஹாஸ்டல் முன்னதாகவே திறந்திருக்கும். கூடப் படிக்கிற எத்தனை பேர் அங்கே.

சைக்கிள் காலேஜ் மண்மேடு ஏறும்போது கயல் நினைவு. புயல் மழை நேரத்தில் அவளோடு இந்த ராலே சைக்கிளில்தான் நெருங்கி

உட்கார்ந்து முழுக்க நனைந்தபடி பயணம் போனது. கயல் கண்ணம்மா என்னடி செஞ்சுக்கிட்டிருக்கே. என்னை நினைக்கறியா? வேணாம். மற.

ஹாஸ்டல் வாசலில் எப்போதும்போல் சகஜமாக உள்ளே போக அனுமதி கிடைக்கவில்லை. புதுசாக வாசலில் ஸ்டூல் போட்டு உட்கார்ந்திருந்த நேபாளி கூர்க்கா இந்தி மட்டும்தான் பேசினான். அவனுக்கு நான் உள்ளே போவதில் எந்த அக்கறையும் இல்லை. நான் இந்தக் காலேஜில் படிக்கிறேன் என்ற சுய அறிமுகமும் சல்லிக் காசுக்கு அவனுக்கு பிரயோஜனமில்லாத ஒன்று. என்னைப் போலவே.

'என்ன முஸ்யே இங்கே நிக்கறீங்க?'

ராஜராஜ பூபதி. போன வருடத்தோடேயே படிப்பு முடித்தவர்.

'என்ன அண்ணே, டிகிரி முடிச்சும் ஹாஸ்டலை விட மனசு வரலியா?' என்று கேட்டேன்.

'தம்பி, டிகிரி ஓஞ்சுது இனி போஸ்ட் கிராஜுவேஷன்' உலகமே வசப்பட்ட திருப்தி குரலில் தொனிக்கச் சிரத்தையாகச் சொன்னார் அவர்.

'அதுக்கு நீங்க மெட்ராஸ், சிதம்பரம், திருச்சின்னு போகணுமே.'

'யார் சொன்னது? இந்த வருஷத்திலே இருந்து நம்ம காலேஜிலேயே எம் ஏ எகனாமிக்ஸ், இங்கிலீஷ் லிட்டரச்சர். அடுத்த வருஷம் எம் எஸ்ஸி பிசிக்ஸ், அப்புறம் அறுத்துக் கட்டறது.'

'கல்யாணமா, சோஷியாலஜியா?' ஆவலோடு விசாரித்தேன்.

'அட பூச்சி பொட்டு எல்லாம் மல்லாக்கப் போட்டு கத்தியாலே கிழிச்சு.'

'எம் எஸ்ஸி ஸுவாலஜியா?'

'அதான்... ஜுவாலஜின்னு சரியா சொல்லணும்.' கற்றுக் கொடுத்தார்.

'ஒண்ணும் பிரச்னை இல்லேண்ணே, சொல்லிடலாம்.'

மனசு முழுக்க இருண்டு கிடக்க, திடீரென்று நூறு வாட்ஸ் பல்ப் எரிய விட்ட மாதிரி ஒரு பிரகாசம். டிகிரி முடித்ததும் இந்த ஊரை, காலேஜை விட்டுப் போக வேண்டியதில்லை. இன்னும் ரெண்டு வருஷம் இங்கேயே குப்பை கொட்ட வழி பிறந்திருக்கிறது. நல்வாக்கு சொன்ன ராஜராஜ பூபதியைக் கட்டிக் கொண்டேன்.

'தம்பி செண்டிமெண்டு ஆகிட்டீங்க போல... என் பேரிலே இவ்வளவு பிரியம் வச்சுருக்கறவங்க எங்கம்மா மட்டும் தான்னு நினைச்சேன்.'

பூபதி நெகிழ்ந்து போனார். எனக்காக எதுவும் செய்வார் என்று தோன்றியது. நேப்பாளி கூர்க்காவை அலட்சியமாகப் பார்த்து ராஜராஜ பூபதியோடு ஹாஸ்டல் உள்ளே நுழைந்தேன்.

பழைய ரூம் மேட் யாரையோ வழியில் பார்த்து அவர் உடனடி ப்ரேக் போட்டு சாவகாசமாகக் குசலம் விசாரித்தபடி நிற்க நான் அவரிடம் சொல்லிக்கொண்டு முன்னால் நடந்தேன்.

ஒவ்வொரு அறையாகத் தேட வேண்டும். எப்படியும் நாலைந்து சகாக்களாவது வந்திருப்பார்கள். ஒவ்வொருத்தருடன் ஒரு வாரம் தங்கினால் ஒரு மாதம் தானே கடந்து போய்விடும். அவ்வளவு ஹாஸ்டல் நண்பர்கள் உண்டு. அதற்கு அப்புறம் எப்படி என்று நேரம் வரும்போது யோசித்துக்கொள்ளலாம்.

எல்லாம் சரி, இங்கேயே இன்னும் ரெண்டு வருஷம் டேரா போட, யார் என்னைப் பட்ட மேல்படிப்பு படிக்க வைக்கப் போகிறார்கள்?

நான் செய்யறேண்டா என்று மனதில் ஒரு பக்கத்தில் இருந்து மேகலாவும் மற்றதில் இருந்து ஜோசபினும் முன்னால் வந்தார்கள்.

முதல் காதலை எப்படி மறக்கப் போச்சு என்று மேகலா தெற்றுப் பல் சிரிப்போடு ஜோசபினிடம் சொன்னாள். 'இவனா? காதலா? முகத்தை வச்சு அடையாளம் காணறதை எப்பவோ விட்டுட்டான் தெண்டி.. படம் வரைஞ்சு பாகங்களைக் குறின்னு சொன்னா குஷியா நம்ம எல்லோரையும் ஒரு வழி பண்ணிடுவான். அமேலிதான் ஆரம்பம்.' கயல் அவர்களோடு சேர்ந்து நின்று என்னைக் கைகாட்டி இகழ்ந்தாள்.

அழகான பெண்களே, என் இன்னுயிர்த் தோழிகளே, எல்லா கசடுகளோடும் நான் இன்னும் உயிர் மூச்சு விட்டுக் கொண்டிருக்கிறேன் என்றால் உங்கள் அன்பும் உங்கள் மேல் என் தீராக் காதலும்தான் காரணம். உடலும் காமமும் எரிந்து தீரும். நான் இருப்பேன் நீங்களாக.

ஒரு வாரம் பொள்ளாச்சி போய் மேகலா வீட்டில் இருந்துவிட்டு வரலாமா? காலேஜுக்கு யார் போவது?

ஹாஸ்டல் கீழ்த் தளத்து அறைகளில் யாரும் வந்திருக்கவில்லை. மேலே நாலு ரூம் பூட்டியிருந்தது. யாரோ வந்து வெளியே போயிருக்கலாம். நாலாவது அறையில் மூன்று சகாக்கள் சிங்கப்பூர் லுங்கி கட்டி, மும்முரமாக சீட்டு விளையாடிக் கொண்டிருந்தார்கள்.

'லிங்கம், நல்லா இருக்கீங்களா? பாவெல் எப்படி இருக்காபல? அப்பாண்டை நயினார், சௌக்கியமா?'

ஹாஸ்டல் நண்பர்கள் கிட்டத்தட்ட எல்லோருமே வாங்க போங்க மரியாதைக்காரர்கள். வீட்டில் இருந்து தினசரி பஸ் ஏறி வந்து, சைக்கிள் சவட்டி வந்து படித்துப் போகிற டே ஸ்காலர்களோடு உருவாகிற வாடா, போடா, மச்சான் மாமன் உறவுகள் இங்கே அபூர்வ மானதாகவே இருக்கிற உண்மையை ஆச்சரியத்தோடு நினைத்தபடி போன்ஷூர் சொன்னேன் மூவருக்கும்.

முகம் மலர்ந்து அவர்கள் எனக்குக் காலை வணக்கம் சொன்னார்கள் என்றாலும் ஏதோ குறைகிறது அவர்களின் குரலில். கண்ணில் உற்சாகம் குறைவாகத்தான் தட்டுப்படுகிறது. அப்படி ஒரு தோற்றம்.

'அதென்ன தம்பி, நாங்க தான் வெளியூர் ஆளுங்க. ரெண்டு நாள் முன்னாடியே கிளம்பி வந்து செட்டில் ஆகிட்டு இருக்கோம். நீங்க டே ஸ்காலர். காலேஜ் திறக்கற அன்னிக்கு கெத்தா வந்தா போதாதா?'

சீட்டை மார்போடு அணைத்துப் பிடித்தபடி நயினார் விசாரித்தார். கயல் வகுப்பு. பயமின்றி தவளை அறுத்து ஜூவாலஜி படிக்கிறார். கயல் என் பிரியமான தோழி என்று தெரிந்தவர். யாருக்குத்தான் தெரியாது?

பாவல் சீட்டை மடியில் வைத்துக்கொண்டு கள்ளச் சிரிப்பு சிரித்தார். வேதியியல் படிக்கிறார். வல்லூரி சார் காப்பர் சல்பேட் திரவத்தை லேபரட்டரியில் ஆறு போல பெருக விட்ட தினத்தில் அவரைக் காப்பாற்றிக் கரை சேர்த்த தொண்டர்களில் இவரும் அடக்கம்.

'தம்பி பத்தி தெரியாது உங்களுக்கு நயினார். அவர் முகத்தைப் பாருங்க. பால் வடியுது இல்லே. ஏமாந்திடாதீங்க. மகா கள்ளன். நீரும் தான் மூணு வருஷம் இங்கே டிகிரி சிங்கி அடிச்சுட்டு இப்போ எம்.ஏ. வந்திருக்கீங்க. ஒத்தையா ஒரே ஒரு பொம்பளை பிரண்டு உண்டா உமக்கு? ஆனா, தம்பிக்கு? கேட்டுப் பாருங்களேன் லிஸ்ட்டே உண்டு.'

'அய்யே களியாக்காதீங்க அண்ணே. காலேஜ் முழுக்க சிநேகிதங்க தான் எனக்கு. அதுலே ஆணென்ன பொண்ணு என்ன? பிரண்ட் பிரண்ட் தானே.' நான் வெட்கப்பட்டதாக நடித்தேன். வெட்கப்பட வேண்டியதற்கே வெட்கப்படவில்லை. இதுக்கென்ன போச்சு?

'நீங்க சரின்னா இங்கே ரெண்டுநாள் தங்கலாம்னு யோசனை.' இது கேண்டீனில் காராபூந்தி கொறிப்பது போல மிக சாதாரணமான விஷயம் என்பது குரலில் தொனிக்க வெகு ஜாக்கிரதையாகச் சொன்னேன். அதுக்கென்ன, ராஜா மாதிரி இருங்க என்று கட்டாயம் பதில் வரும். அப்புறம் இருக்கும் இடம் தவிர மற்றது பற்றி மட்டும் யோசிக்கலாம்.

மூன்று பேரும் சீட்டைப் பார்க்காமல் ஒருத்தரை ஒருத்தர் பார்த்துக் கொண்டார்கள். சங்கடமான ஒரு மௌனம் அங்கே நிலவியது.

நயினார் தொண்டையைக் கனைத்துக்கொண்டு பேச ஆரம்பித்தார். மற்றவர்கள் அவர் வாயைத் திறக்கும் முன்பே அவரோடு அனுசரணை கொண்டவர்கள் என்ற முகக் குறிப்பு புலப்படுத்தி இருந்தார்கள்.

'தம்பி ஒரு வருஷம் முந்தின்னா, நீங்க தங்கறேன்னு சொன்னதும் ரத்தினக் கம்பளமே வாடகைக்கு எடுத்து விரிச்சிருப்பேன்... இப்போ நிலைமை மாறிப் போச்சே... காலேஜ் ஆஸ்டல்லே தீவிரவாதிங்க அடைஞ்சு நாடு கெட்டுப் போயிட்டிருக்குன்னு புகாராம். கவர்மெண்ட், காலேஜ் நிர்வாகம், போலீஸ், கல்லூரி ஊழியர் சங்கம் இப்படி எல்லாத் தரப்பிலேயும் கெடுபிடி அதிகமாகிப் போச்சு. ஹாஸ்டல்லே பணம் கட்டிப் பதிவு செஞ்சு குடி இருக்கறவங்க தவிர வெளியாருக்கு இருக்க அனுமதி இல்லேன்னு வாசல்லே கட்டம் கட்டி கண்ணாடிப் பெட்டிக்குள்ளே வச்சு மாட்டி இல்லே இருக்காங்க. நீங்க பார்க்கலியா? குட்டி போட்ட பூனை மாதிரி வார்டன் அந்தோணிசாமி சுத்திச் சுத்தி வரார் தினமும்... பரீட்சைக்கு நாலு நாள் முந்தி நடு ராத்திரிக்கு வார்டன் ரெய்ட். என் ரூம்லே எலக்ட்ரிசிட்டி போர்ட்லே வேலை பார்க்கற ரெண்டு சிநேகிதங்க இருந்தாங்க. அவங்களை எழுப்பி விட்டு தூக்கக் கலக்கத்துலே சுவர் ஏறிக் குதிச்சு வெளியே போக வச்சு.. ஒருத்தர் வேட்டியே கட்டாம ஓடினார்.. இன்னொருத்தர் தடுக்கி விழுந்து காயத்தோடு காணாமப் போனார் பாவம்... எளவு இது வேணுமா நமக்கு?'

நயினார் சீட்டைக் கவிழ்த்து வைத்துவிட்டுக் கழிப்பறை போனார். என் பதிலைக் கேட்காமல் தவிர்க்க நினைத்திருக்கலாம்.

'அப்படி எல்லாம் உங்களை மாட்டி விட மாட்டேன் அண்ணே... ரெண்டே ரெண்டு நாள்...' பாவலிடம் சொன்னேன். சொன்னேனா, பிச்சைக்காரன் மாதிரி கூனிக் குறுகி யாசித்தேன்.

'கஷ்டம் தம்பி... வேணும்னா ஒண்ணு செய்யலாம். இன்னிக்கு ஈவினிங் வரைக்கும் இருங்க. ராத்திரி ஒம்பதுக்கு வெளியேறிட்டு பெறகு காலையிலே எட்டுக்கு வந்துடுங்க. நாளைக்கு சாயந்திரத் தோட வேறே இடம் கிடைக்காமலா போயிடும்?' லிங்கம் நைச்சிய மாகச் சொன்னார்.

சே என்று வெறுத்துப் போனது. அவர்களைச் சொல்லியும் குற்றமில்லை. அங்கே வெளியிலிருந்து வரும் யாருக்கும் தங்க என்ன, ஹாஸ்டல் அறையில் மணிக் கணக்காக உட்கார்ந்து பேசிப் பொழுது

போகவும் இப்போது அனுமதி இல்லையாம். நான் வெளியே போகும் வரை இவர்களுக்கு நிம்மதி இருக்காது. இருக்க இடம் இன்றி அலைந்து திரியும் யூதன் நான். Wandering Jew. வந்தாகி விட்டது. போயாக வேண்டும். இருக்குமிடம் இல்லை, தேடும் இயக்கம் மட்டும் நிரந்தரம்.

'அண்ணே இப்போ நான் இங்கே குளிச்சுக்கலாமா?' பாத்ரூமில் இருந்து வந்து கொண்டிருந்த நயினாரை பணிவாக விசாரித்தேன். மூத்திரம் போக இட வசதிக்குக்கூட கெஞ்சிக் கூத்தாடி நிற்பதாக ஒரு அச்சமூட்டும் எதிர்காலம் தெளிவில்லாமல் முன்னால் எழுந்து நின்றது.

'தண்ணி இப்போதான் வர ஆரம்பிச்சிருக்கு. ஒரு பக்கெட் பிடிச்சு வச்சிருக்கேன். நீங்க குளிங்க தம்பி. முடிச்சு தண்ணி பிடிச்சு வச்சுடுங்க. வரல்லேன்னா, மொட்டை மாடி டேங்குக்கு வாளியை எடுத்துப்போய் பிடிச்சு வந்தா குளிச்சிடுவேன். நான் பார்த்துக்கறேன் நீங்க குளிங்க.'

நயினார் சீட்டுக் கட்டை பத்திரமாக சுவரில் வரிசையாகப் பதித்த சிமெண்ட் பலகைகளில் ஒன்றில் வைத்தபடி சொன்னார். மடித்து வைத்த சட்டைகளும், ஷேவிங் பிரஷ்ஷும், பயோரியா பல்பொடியும், சித்தநாதன் விபூதி பாக்கெட்டுமாக சுவர் அலமாரி முழுக்க இரைந்து கிடந்தது. ஒரு பேட்மிண்டன் மட்டையும் அழுக்கான இறகுப் பந்தும் கூட அங்கே உண்டு.

அவசரக் குளியல். வீட்டிலிருந்து சடுதியாக வெளியேறிய போது சோப் டப்பா எடுத்து வைத்துக் கொள்ளாமல் போனது உறைத்தது. பிக்னிக் வந்திருக்கிறேனா என்ன? அலையும் யூதன் குளிக்காவிட்டால் யாருக்கு நஷ்டம்? சோப் தேசலாகக் கிடைத்தாலும் சரி. இங்கே இருந்தால் எடுத்துத் தேய்த்துக்கொள்ளலாம் என்று ஈரக் கையால் தேடினேன். நயினாரோ யாரோ புது சந்தன சோப்பை டப்பாவில் வைத்திருந்தார்கள். அது வேண்டாம் என்று பின்னும் தேட, அலமாரியில் சோப்பு டப்பாவைச் சுற்றி நாலைந்து தேசல் சோப்புத் துண்டங்கள் தட்டுப்பட்டன. தண்ணீர் விட்டு அழுத்தி அதை எல்லாம் சேர்த்து கதம்பமாக ஒட்ட வைத்து இழுத்து தேய்த்துக்கொண்டு தண்ணீர் விட சோப் திட்டுத் திட்டாகத் தேமல்போல உடம்பில் தேங்கி நின்றது. தியூப்ளே வீதி வீட்டில் கொட்டு கொட்டென்று ஷவரில் அருவி விழக் குளிக்கிற சுகமெல்லாம் இனிமேல் கயல் போல் கனவில் தான்.

சலவை உடுப்பு மாட்டிக் கொள்ளும்போது விழுத்துப் போட்ட துணியைத் துவைக்கவில்லை என்று நினைவு வந்தது. உள்ளதுக்கே

தண்ணீர் இல்லாத இடத்தில் துணி துவைக்க எங்கே போக? விழுத்துப் போட்ட துணிகளைச் சுருட்டி வைத்தேன். அதுகளுக்கு நேரம் காலம் வரும்போது அலக்கி உலர்த்தி அயர்ன் செய்து மாட்டிக்கொள்ளலாம்.

‘தம்பி இங்கேயா இருக்கீங்க, தேடிட்டு இல்லே இருந்தேன்.’

ராஜராஜ பூபதி உள்ளே வேகமாக வந்தார்.

‘ஒண்ணுமில்லே, அவசரமா ஒரு முப்பது ரூபா வேண்டியிருக்கு. பேங்க் கவுண்டர்லே எடுக்கலாம்னு பார்த்தா இங்கே கவுண்டரை அடுத்த வாரம்தான் திறக்கறாங்களாம். மெஸ் பீஸ் கட்ட குறையுது. டவுணுக்குப் போய் எடுத்து வந்து சாயந்திரம் தரேன்’ என்றார் அவர்.

‘மெஸ் பீஸ் தனியாக்கிட்டாங்களா, வாழ்க’ என்றார் நயினார் டவலை இடுப்பில் கட்டி நின்றபடிக்கு.

‘அதை ஏன் கேக்கறீங்க. இதுவரை கேண்டீன்லே தானே நாம ஹாஸ்டல் ஸ்டூடண்ட்ஸ் சாப்பிட்டு வந்தோம்... மலையாளத்தான் மாட்டேன்னு சொல்லிட்டான் போல... தனியா மெஸ் தொடங் கியாச்சு. கிட்ட முட்டப் போய் விசாரிச்சா அனேகமா இவனும் இன்னொரு மலையாளியா, கேண்டீன் நாயருக்கு சகலபாடி, சம்பந்தி யாகத்தான் இருக்கும்’ என்றார் ராஜராஜ பூபதி.

நான் அவர்களோடு சேர்ந்து சிரித்தபடி பர்ஸில் இருந்து முப்பது ரூபாய் எடுத்து பூபதிக்குக் கொடுத்தேன். மிச்சம் ஒரு ஐந்து ரூபாய் நோட்டும் கொஞ்சம் சில்லறையும் இருந்தது. காசு ஏதோ உருண்டு வெளியே ஓடியது. அவசரமாகப் பொறுக்கி எடுத்தேன். காசு பணம் விஷயத்தில் ஜாக்கிரதையா இரு என்று மின்னும் புது ஐம்பது பைசா நாணயத்தில் இருந்த தொப்பி இல்லாத நேரு எச்சரிக்கை செய்தார்.

நயினார் குளிக்கக் கிளம்பினார்.

‘மெஸ்ஸிலே இட்லி போடறானுங்களாம். ஹாஸ்டல் பசங்களுக்கு மட்டும்தான்னு கட்சி கட்டுவான். பார்த்துக்கலாம். நீங்க என்ன மிஞ்சிப் போனா ரெண்டு இட்லி திம்பீங்களா? நான் வாங்கி உங்க தட்டுலெ போட்டா என்ன செய்வானுங்களாம்?’ பூபதி சந்தேகம் கேட்டார்.

அப்படி கேவலமாக இங்கே லா பாயிண்ட் பேசிச் சாப்பிட வேண்டுமா?

‘வேணாம் அண்ணே. நான் டவுணுக்குப்போய் சாவகாசமா வரேன்.’

மூட்டை முடிச்சோடு கிளம்பினேன்.

‘ஆமா, கேட்க விட்டுட்டேனே. ஏன் ஹாஸ்டல்லே தங்கணும்னு ஆகிப் போனது? அப்பா டிரான்ஸ்பர் ஆகிப் போய்ட்டாரா? ஒரே நாள்லே வீட்டை காலி எல்லாம் செய்ய சொல்ல மாட்டாங்களே...’ ராஜராஜ பூபதி நாலு அடி முன்னால் வைத்தவர் திரும்பி வந்து கேட்டார்.

‘இல்லே அண்ணே.. ரெண்டு நாள் வெளியே இருந்தாக வேண்டிய கட்டாயம்... வந்து விவரம் சொல்றேன்.’

சைக்கிள் மண்சரிவில் இறங்கிக் கொண்டிருந்தபோது உலகத் துக்கம் எல்லாம் ஒன்று சேர்ந்து வந்து என் தலைக்குள் இறங்கிய கனம் அழுத்தியது. என்ன செய்துகொண்டிருக்கிறேன்? நேற்று இருந்த நிலை என்ன, இன்றைக்கு இங்கே அகதியாக ஓடிக் கொண்டிருக்க என்ன பாவம் செய்தேன்? அப்பா திட்டினாலும் வாலைக் குழைத்து மன்னிப்பு கேட்டு ஈயென்று இளித்து அழுது அடம் பிடித்து பிடிவாதமாக உருண்டு புரண்டு வீட்டுக்குள், வாழ்க்கைக்கான பாதுகாப்புக்குள் பூனைக் குட்டி போல போய்த் திரும்ப முடங்கிச் சுருண்டிருக்க வேண்டுமா?

இதற்கெல்லாம் யார் காரணம்? அமேலி என்று நம்பச் சொல்லி மனசு ஆசை காட்டியது. அது சிறுபிள்ளைத்தனம். அமேலி திரும்பி வந்திருக்காவிட்டால் இதெல்லாம் நடந்திருக்குமா? வந்தாலும் நான் சந்தித்திருக்காவிட்டால் இன்றைக்கு காலைச் சாப்பாடு கையில் தானே வந்து விழுந்திருக்குமோ? அவளைச் சந்தித்து கண்ணியமாக நாலு வார்த்தை பேசி, கூட இருந்து காப்பி குடித்து வீட்டுக்கு அனுப்பி விட்டுத் திரும்பாதது யார் குற்றம்? அவள் உடம்பு தரும் சுகத்தை எதிர்பார்த்துத் தசையை மோப்பம் பிடித்து நாடிப் போனது நான்தானே.

கே சரா சரா. டோரிஸ் டே ஏதோ ஒரு ஹிட்ச்காக் படத்தில் பாடிய பாட்டு மனதில் ஒலித்தது. நடக்க வேண்டியது நடக்கும் என்று சொல்கிற வரிகள் அவை. கவலையை ஒதுக்கி வைத்துவிட்டு வேலையைப் பாருடா என்று டோரிஸ் டே குரல் கொஞ்சம் ஆண்மை கலந்த பெண்குரலில் நம்பிக்கை தந்தபடி இருக்கும். ஜிக்கி பாடிய அந்தப் பாட்டின் தமிழ் வடிவம் கூட உண்டு. முதல் வரி என்ன?

ஆமா, பாட்டு வரி நினைவு வந்தால் பசி போய்விடுமாக்கும். உக்கிரமாகிக் கொண்டிருக்கிறது அது. கண்ணை அயர்வு வந்து அழுத்த, பசியும் களைப்பும் எந்த நிமிடமும் உடம்பை முழுவதும் ஆக்கிரமிக்கலாம் என்று உள்ளுணர்வு சொல்கிறது. அமேலியை படுக்கைக்கு அழைத்தபோது நீ எங்கே போயிருந்தே என்று கேட்க அந்த உணர்வு செத்துப்போய் பாதையோரமாக இறக்கையற்ற

காக்கையின் சவமாக விழுந்தது. ஒற்றைக் குயில் வெகு நேரமாகப் பாடிக் கொண்டிருக்கும் தென்னந்தோப்பு ஊடாக சைக்கிள் மெல்ல உருண்டது.

சித்தாந்த சாமி மடத்து வாசலில் ஏதோ கூட்டம். வண்டியில் இருந்த படிக்கே என்ன என்று பார்த்தேன். உள்ளே இருந்து ஆண்டி பரதேசிகள் கையில் பூவரச இலைத் தொன்னையில் பொங்கல் சோறும், மேலெல்லாம் விபூதியும் குங்குமமுமாகக் கொழகொழ வென்று அப்பி இருந்த பூவன் பழமுமாக வெளியே வந்து கொண்டிருந்தார்கள்.

எங்கே இருந்து அந்த வேகம் வந்ததென்று தெரியவில்ல. சைக்கிளை ஸ்டாண்ட் போடக்கூட நேரமில்லாமல் தென்னை மரத்தில் சாய்த்து விட்டு ஓட, அது பின்னால் சரிந்து விழுகிற சத்தம். சட்டை செய்யாமல் மடத்துக்குள் ஓடி வளைந்து நெளிந்து கிடந்த வரிசைக் கடைசியில் நின்றேன். எதிரில் மர பெஞ்சில் வைத்திருந்த பாத்திரத்தையே கவலையோடு பார்த்தேன். நான் கையை நீட்டி வாங்கப் போகும் வரை பாத்திரத்தில் பொங்கல் இருக்குமா?

இருந்தது. அலட்சியமாக என் கையில் தொப்பென்று போடப்பட்ட பூவரச இலைத் தொன்னை ஓட்டையாக இருந்து கையில் பொங்கல் வழிந்தது. கூடவே போட்ட வாழைப்பழம் முழுக்க கருத்த தழும்புகள். ஊதுபத்தி ஸ்டாண்டாகவும் மடத்தில் உத்தியோகம் பார்த்திருக்க வேண்டும் அந்தப் பழம்.

வெளியே வரும்போது சைக்கிள் ரிக்ஷா மேலே மோதப் போய் சமாளித்து நிற்க, ரிக்ஷாக்காரர் ஏசினார் - ‘பாத்து வரமாட்டியா, முட்டிட்டு போறியெ, தானம் கொடுத்த பட்டச் சோறுதான் வாங்கியாச்சுல்லே. குந்தி உக்காந்து துண்றதுக்கு என்ன அவசரம்?’

நான் வேகமாக பின்வாங்கி முகத்தை மறைத்தபடி நடக்க என் பெயரை உரக்கக் கூப்பிடும் பெண்குரல். எனக்குப் பழகிய குரல் அது. எமிலி. ஜோசபினோடு ஆஸ்பத்திரியில் நர்ஸாக இருக்கிறாள் எமிலி.

ஓட ஆரம்பித்தேன். எமிலி குரலோடு ஓர் ஆண்குரலும் கேட்டது. அவள் வீட்டுக்காரனாக இருக்க வேண்டும். இவர்கள் கண்ணில் பட்டதே தப்பு. நின்று பேசுவது கட்டாயம் விலக்கப்பட வேண்டியது.

காலில் மரத்தின் வேர் தடுக்க, தொன்னை மண்ணில் சரிந்தது. ஒரு வினாடி நின்று குனிந்தேன். பொங்கலில் மேலே பரவிய பொடி மணலை வழித்துப் போட்டேன். வாழைப் பழம் முழுக்க மண் அப்பி இருந்தது. விட மனம் வரவில்லை. அப்படியே பிடித்தபடி எமிலி கண் பார்வை படும் தூரத்தில் இருந்து விலகி இருந்தேன்.

கை என்னை அறியாமல் கொண்டுவந்த பிச்சைச் சாப்பாட்டை அள்ளி விழுங்க ஆரம்பித்தது. தரையில் இருந்து பொங்கலில் ஏறிச் சுற்றிக் கொண்டிருந்த எறும்புகள், துப்பும் பொழுது வாயிலிருந்து தரையில் விழுந்து ஆச்சரியம் காட்டி நின்று நழுவின.

மடத்துக்குத் திரும்பி வந்தபோது எனக்காகக் குரல் எழுப்ப யாரும் இல்லை. மௌனத்தை ஊடுருவி உள்ளே போய் மண்பானைத் தண்ணீர் குடித்துக் கிளம்பினேன். முதலில் துணி துவைக்க வேண்டும். அடுத்து மதியச் சாப்பாட்டு வழி செய்தாக வேண்டும். இந்தப் பொங்கல் இன்னும் ஒரு மணி நேரம் தாக்குப் பிடிக்கும். அதற்கு மேல் கையேந்தி நிற்க இன்னொரு இடம் தேவை.

வைத்தே வீட்டு வாசலில் புரோகிதர்கள் நாலு பேர் வரிசையாக வந்து சைக்கிள் விட்டு இறங்கிக் கொண்டிருந்தார்கள்.

வைத்தே வாசலுக்கு வந்தவன் என்னைப் பார்த்து, 'என்னடா மூட்டை முடிச்சோட கிளம்பிட்டே?' என்று விசாரித்தான். 'நாயனா தொத்திட்டார்டா' என்றேன். ஜோக் அடிக்கிறேன் என்று நினைத்துச் சிரித்தான். கொஞ்சம் யோசித்து, எடிட் செய்த கதைச் சுருக்கம் சொன்னேன். வருத்தப்பட்டான்.

'சோத்துக்கு என்ன பண்றே மச்சி?' என்று நிஜமாகவே அக்கறை யோடு கேட்டான்.

'அது வேணுங்கறபோது கிடைக்கும் மாமு; இல்லாட்டாலும் கவலையில்லே.' விட்டேத்தியாகப் பதில் சொன்னேன்.

'நீ பூணூல் போட்டிருக்கியா?' வைத்தே என் சட்டைக்குள் பார்த்தான்.

'இல்லையே ஏன்?'

'போட்டிருந்தா, இங்கே இன்னிக்கு சாப்பிட்டிருக்கலாம்!' என்றான்.

என்ன விஷயம் என்று விசாரித்தேன்.

'தெவசம் மச்சி. தாத்தாவுக்கு திதி. மதியம் எள்ளுருண்டை, மோர்க்குழம்பு, அப்பம், போளின்னு ஒரு கட்டு கட்டலாம்.'

எனக்கு வாய்க்கவில்லை என்று சொல்லி சைக்கிளில் உட்கார்ந்தேன்.

லெச்சு வீட்டில் அவன் எங்கே போனான் என்றே தெரியவில்லை என்று ஒரு பாட்டம் அழுது தீர்த்தாள் அவன் தொத்தா. தேடிக் கூட்டி வருகிறேன் என்று வாக்குத்தத்தம் செய்து விட்டு வந்தேன்.

ஃபிரான்ஸ்வா வீட்டில் தனியாகத்தான் இருந்தான். ஒரே அழுக்காக உட்கார்ந்து ரேடியோ சிலோன் கேட்டுக் கொண்டிருந்தான். எதையோ

சுவாரசியமாக மென்று கொண்டிருந்தான் அவன். தட்டைப் பார்த்தேன். பூச்சி பொட்டு மாதிரி இருந்தது. அரிசி போலவும் தெரிந்தது.

‘ஈசல் பிடிச்சு எடுத்து வந்தாங்கடா. அதோட கூட அரிசி சேர்த்து வறுத்து வச்சுட்டு வில்லியனூர் போயிருக்கு எங்க பாட்டியம்மா.’

நேற்று ராத்திரி கொஞ்ச நேரம் மழை பெய்தபோது கிளம்பிய ஈசலாம். ராத்திரி மழையும் வெய்யிலும் எனக்கென்ன தெரியும்?

ஃபிரான்ஸ்வா வீட்டில் பக்கெட்டும் டிடர்ஜெண்டும் வாங்கி துணி நனைத்து ஊறப்போட பிரச்னை இல்லை. இதையும் சேர்த்துக்கோ மச்சான் என்று பிரான்ஸ்வா தன் நாலு பேண்ட் சட்டையை எடுத்து வந்து பக்கெட்டை நிறைத்த விசேஷம் தவிர வேறே ஏதுமில்லை.

அவன் துணியையும் சேர்த்துத் துவைத்துப் போட வேண்டிப் போனது. எல்லாம் சேர்த்து உலர்த்தியும் முடித்தேன். இதற்குத்தான் காத்துக் கொண்டிருந்த மாதிரி அவன் அறையைச் சுத்தம் செய்ய உதவி செய்யக் கோரி அழைப்பு விடுத்தான்.. வேலையை ஆரம்பித்து வைப்பதில் இருந்த அவனுடைய சுறுசுறுப்பு ஈசல் அரிசி தின்பதற்கு மாற, அந்த வேலையும் என் தலையில்தான் விடிந்தது. இருக்கட்டும், சரஸ்வதி பூஜைக்கு கயல் என் வீட்டுக்கு வந்து என்னோடு உழைப்பைப் பகிர்ந்து கொள்ளவில்லையா? கயல் என்ற தேவதை எங்கே நான் எங்கே?

‘மச்சான் மூணு மணி ஆச்சுடா பசியே இல்லை.’

ஃபிரான்ஸ்வா சோம்பல் முறித்தான். ரெண்டு மணி நேரத்தில் பத்து சதுர மைல் அளவு நிலப் பரப்பில் கெல்லி எடுத்த பல்லாயிரம் ஈசல்களை பிடிப் பிடியாகத் தின்று சாதனை படைத்துக் கொண்டிருந்தான் அவன். அந்த ஈசல்களுக்கு உயிர் வந்து அவனுடைய வயிற்றுக்குள் பறக்க ஆரம்பித்தால் அவனைத் தூக்கிக் கொண்டுபோய் தியூப்ளே சிலைக்குப் பின்னால் கடலில் வீசிப் போட்டு விடும்.

அடுத்த வேளைக்கு தீனி தரச் சொல்லி என் வயிற்றில் மணி அடிக்க ஆரம்பித்தது.

‘முட்டைக் குழம்புதான் இருக்குடா. வா, ஊத்திக்கிட்டு பிரட் தின்னுடலாம்’ என்றான் பிரான்ஸ்வா.

கடல் காற்றுக்கும் வெயிலுக்கும் காய்ந்திருந்தன துணிகள். எடுத்து வைத்துக்கொண்டு ப்ரான்ஸ்வாவிடம் சொல்லிப் புறப்பட்ட

நேரத்தில் அந்த்வான் வந்தான். அவன் அங்கே வந்து சேர்ந்தது என் நல்ல காலம் என்றுதான் சொல்ல வேண்டும். அவன் ஏதும் கேட்கும் முன், 'பசிக்குதுடா' என்றேன். கேள்வி கேட்காமல் கூட அழைத்துப் போய் நாயர் கடையில் நிறுத்தினான். நேற்றுக் காலையில் தான் இங்கே என் செல்லக் கயலுக்கு புட்டும் கடலையும் வாங்கிக் கொடுத்தேன். அடுத்த வேளை சோறு பற்றிக் கவலையில்லாத பொழுது அது. கயலோடு சிரித்துச் சிரித்து நகர்த்தும் பொழுதுகள் இனி எப்போ வரும்? வராதோ.

'அய்யோ சேட்டா எல்லாம் தீர்ன்னு போயி'

வெறும் பாத்திரத்தைக் காட்டினார் நாயர். 'வாடா, வேறே எங்கேயாவது பார்க்கலாம்' என்று அந்துவான் கிளம்ப அவன் பின்னால் பதைபதைத்து யாசகன் போல சோற்றைத் தேடி ஓடினேன்.

'மச்சான் பாக்கெட்டுலே மூணு ரூபாதான் இருக்கு. பிஸ்கட் வாங்கி தின்னுட்டு ரெண்டு பேரும் டீ குடிச்சுக்கலாம். ஓகே?'

அந்த்வான் யோசனைக்குச் சரி சொன்னேன்.

பொறை பிஸ்கட்தான் நாயரிடம் இருந்தது. அதுவும் அமுதமான பொழுது. நேரம் கேட்டேன் அந்த்வானை. நான் வாட்ச் எடுத்து வந்திருக்கலாம். அதை விற்றால் இன்னும் ஒரு வாரம் ஓட்டலாமே.

கடைக்குப் பக்கம் சைக்கிளோடு நின்று பேசிக்கொண்டிருந்தோம். கதைச் சுருக்கம் சொல்ல வருத்தப்பட்டான். சாயந்திரம் ஐந்து மணி.

'வீட்டுலே தங்கச்சி மட்டும் தனியா இருக்கு. போறேண்டா...'

அந்துவான் என்னை டூரிஸ்ட்கள் கூட்டம் நிறைந்த புல்வார்ட் பக்கம் விட்டு விட்டுப் போனான். என்ன உயிர் நண்பனாக இருந்தாலும் இனிமேல் இளம்தாரி பெண்கள் இருக்கும் வீடுகளில் என்னைப் படி ஏற்ற மாட்டார்கள் என்று தோன்றியது.

வெகு நேரம் சைக்கிளை ஸ்டாண்ட் போட்டுவிட்டு வேடிக்கை பார்த்தபடி அதன் மேல் உட்கார்ந்திருந்தேன். எல்லோரும் என்னை காமாந்தகன் என்று சந்தேகத்தோடு பார்க்கிறதாகத் தோன்ற லலி தொலந்தர் வீதியில் என் ராலே சைக்கிள் உருண்டது.

சட்டென்று மனம் விழித்துக்கொண்டது.

நேற்று மைக்ரேனுக்கு அமேலி கொடுத்த குளிகை இன்றும் வேண்டும். அதோடு அமேலியும் வேண்டும்.

ஆசை நிமிஷத்துக்கு நிமிஷம் உக்கிரமாகப் போய்க்கொண்டிருந்தது. லொலி தொலாந்தர் தெரு கர்னல் வீடு பூட்டி இருந்தது. அமேலி போன இடம் தெரியவில்லை.

குளிகை வேண்டும். அமேலி உடம்பு வேண்டும். அந்த உடல் கணப்பில் தஞ்சம் தேடிப் பூனையாகச் சுருண்டு கிடக்க இரவு வந்து கொண்டிருக்கிறது.

கார்த்திகை மாத நாய் போல் காமமே வடிவெடுத்தவனாக அமேலி வீட்டைச் சுற்றிச் சுற்றி வந்தேன். ஒரு ஜன்னல், துணி உலர்த்தும் கொடி எங்காவது அமேலி உடுத்த துணி இருந்தாலும் முகர்ந்தபடி இந்தப் பசி சற்றே அடங்க முயற்சி செய்வேன்.

அமேலி வேண்டும். அவள் உடல் மதர்த்து என் மனதில் திமிறி எழுந்து என்னைத் தகிக்கிறது. அழகான பெண் உடல். நக்னமான பெண் உடல். ஆடையும் காற்றும்கூட இடையில் வராமல் அணைத்துத் தழுவி உடல் கலப்பது தவிர வேறென்ன வேண்டும்? அமேலி, உடனே வா. காத்திருக்கிறேன். நேற்றையும் விட நேர்த்தியாக போகம் பயில்வோம்.

மணி ஏழு என்று எங்கோ மாதாக் கோவிலில் மணிகள் தெரிவித்து முழங்கின. அமேலி அமேலி என்று உடம்பு ஆர்ப்பாட்டம் செய்தது. மனதுக்குள் என் கைகள் அவள் உடலில் மெல்ல ஊர்ந்து போக வாசலில் உட்கார்ந்து அமேலி அமேலி என்று மெல்லிய குரலில் அழைக்கத் தொடங்கினேன். அவள் இல்லை. சுகம் கண்ட உடம்பு திரும்ப இரை கேட்கிறது. அமேலி இல்லை. என்றால் ஜோசபின்.

முதல் தடவையாக ஜோசபினை அழகான அங்கங்களின் தொகுதியாக, கவர்ச்சி மிகுந்த உடலாக மட்டும் நினைத்தேன். நரம்புகளும் புத்தியும் காமம் துய்ப்பதில் மும்முரமாக ஈடுபட்டு என்னைச் செலுத்த ஜோசபின் என்ற உயிர்த் தோழியை மறந்து வடிவான அந்தக் கருப்பு உயிர்ச் சிலையோடு இணை விழைந்து கூடி இன்பம் துய்க்கக் கிளம்பினேன்.

எல்லையம்மன் கோவில் தெருவில் கண்ணில் பட்ட பெண்கள் எல்லோரும் காமரூபங்களாகத் தெரிந்தார்கள். தலையைக் குனிந்து, மனம் ஆர்ப்பரிக்க தெருவூடே மெல்லப் போனேன். தெருச் சத்தங்களும் தெரு ஓரத்தில் அங்கங்கே மூக்கில் குத்தும் சிறுநீர் வாடையும், எங்கோ மாமிசமோ மீனோ பொறிக்கும் வாடையும் எந்தப் பாதிப்பும் நிகழ்த்தாமல் உள்கடந்து போக, போகம் போகம் போகம் எனப் பிதற்றிப் போனேன்.

ஜோசபின் வீடு. வாசல் கதவைத் தள்ளினேன். திறந்துகொண்டது. ஜோசபினைக் கூப்பிட்டேன்.

'டியூட்டி போயிருக்கா. நீ உள்ளே வா.'

விசாலி குரல். என்னைத் திரும்பிப் பார்க்காமலேயே அடையாளம் கண்டு கொண்டாள்.

அவள் அறையில் முதுகைக் காட்டிக்கொண்டு ஏதோ எழுதியபடி இருக்கிறாள். எதிரே மேஜையில் மஞ்சள் மினுக்கும் காகிதங்கள். வெள்ளை உறைகளில் விலாசம் எழுதி அழைப்பை உள்ளே வைத்தபடி இருக்கிறாள். யாருக்குக் கல்யாணம்? அவளுக்கா?

ஜோசபின் இல்லாவிட்டால் என்ன? என் காமத்தை ஆற்றுப்படுத்தி அக்கரை சேர்க்க விசாலி உண்டு. திரண்டு எழுந்த அவளுடைய உடல் என் மன விகாரத்தை ஜிவ்வென்று மேலே உயர்த்தி ரத்தத்தின் சூட்டை அதிகரிக்கிறது. உருண்ட அந்த செழுமையான தோள்களும் திமிர்த்து நிற்கும் கட்டுடலும் எனக்கு வேண்டும். இரை கண்ட மலைப் பாம்பாகப் பின்னால் இருந்து அவளை நெருங்குகிறேன். கிண்ணமாகக் குவிந்த இரண்டு கைகளைக் கொண்டு அவளுடைய மார்பை இறுகப் பற்றி வாயில் எச்சில் ஊற, கிசுகிசுப்பான குரலில் விசாலி என்கிறேன்.

சட்டென்று எழுந்து நின்று திரும்பினாள் விசாலி. பொறி பறக்க என்னை அறைந்தாள். தலைமுடியை ஆக்ரோஷமாகப் பிடித்துக் குலுக்கிக் கீழே தள்ளிக் காலால் உதைத்தாள்.

அவள் கால்களைப் பிடித்துக்கொண்டேன். பாதங்களில் முத்தமிட் முயன்றேன். மோகம் ஏறுகிறதே ஒழியக் குறையவில்லை.

'புழுத்த நாயே, இறங்கிப் போடா.'

28

கண் விழித்தபோது வெளியே குளிரக் குளிர மழை பெய்து கொண்டிருந்தது. ஒருக்களித்துத் திறந்து கொண்ட மேல் ஜன்னல் வழியே சின்னச் சரங்களாகச் சாரல் உள்ளே மிதந்து வந்து நனைத்தது. தலை தொடங்கிக் கால் விரல் நுனிவரை தகித்து வெப்ப அலையுயர்த்தும் உடல் சூட்டைப் பகிர்ந்துகொண்டு நெருங்கிப் படுத்திருந்தாள் அமேலி. அவளை மேலும் இறுக அணைத்து நான் திரும்ப உறங்க முற்பட, அவள் குரல் மெதுவாகக் காதில் படிந்தது.

‘கண்ணு, நீ ஹால்லே போய் படுத்துக்க.’ அமேலி எழுந்து படுக்கையில் அமர்ந்து என்னிடம் சொன்னாள்.

‘நீயும் வா மழைக்கு இதமா இருக்கும் அங்கே’ என்றபடி அவளை அருகே இழுத்தேன்.

‘வேணாம்’யா... இது... வந்துடுச்சு போலே இருக்கு.’

எது என்று கேட்பதற்குள் அவள் விலக்கானதைக் காதில் சொல்லிவிட்டு கைப்பையை எடுத்துக்கொண்டு உள்ளே போனாள். .

அந்த விடிகாலை நேரத்தில் அம்மா நினைவில் வந்தாள். சமையலறை யில் நான் காப்பி கலப்பதை, கூடத்துக்கு ஓரமாக இருந்து வழி நடத்திக் கொடுக்கவும், தூக்குப் பாத்திரமும் சின்ன பாசிமணி பர்ஸில் இரண்டு ரூபாயுமாக சங்கீதா மெஸ்ஸில் இட்லி வாங்கிவர அனுப்பவும், பழைய பத்திரிகைத் தொடர்கதை பைண்ட் புத்தகத்தை எடுத்துத் தரச்

சொல்லிக் கேட்டும் அந்த மூன்று தினங்களில் அடிக்கடி குரல் கொடுத்தபடி இருப்பாள் அம்மா. நான் மனசே இல்லாமல் இயங்க, பின்னாலேயே பிரியமான கெஞ்சலாக நிற்பாள் அவள். அம்மா வீட்டுக்கு விலக்காக உட்கார்ந்த போதெல்லாம் ரெட்டைத் தெரு வீட்டில் சின்னப் பையனாக எவ்வளவு நடந்தேன். பத்து வயதில், இன்னும் நடந்தபடி நான் ரெட்டைத் தெருவிலேயே இருந்திருக்கலாம்.

'அம்பி, ஏண்டா இப்படி பண்றே. நான் வளர்த்தது சரி இல்லையா? அப்பா பாவமோன்னோ. இப்படி இழுத்துப் பிச்சுண்டு வந்திருக்கியே, தப்பு இல்லியா? அந்தப் பொண்ணும் பாவம். உன்னை மாதிரி அவளும் எனக்குக் குழந்தைதான். தெற்று செய்யாதே. கேட்டியா. வேணாம்.'

அம்மாவின் குரல் உயர்ந்து தேய்ந்தது. நான் சுற்றிலும் தேட இருட்டும் ஒளியும் சேர்ந்து மழையோடு உள்ளே படிய வழி செய்து கொடுத்தபடி முழு ஜன்னலும் ஒரு வினாடி திறந்து காற்றில் அடித்துக் கொண்ட ஒலி. ஜன்னல் திரும்ப மூடி அடைத்துக் கொண்டபோது, என் அருகே வந்து அமர்ந்தபடிக்கு, அமேலி அழத் தொடங்கி இருந்தாள்.

'நாம ரெண்டு பேரும் செய்யறது தப்பு... இனியும் வேணாமே.'

மடித்த முழங்காலின் மேல் தலையணையைப் பரத்தி வைத்துக் கையூன்றி முகத்தை தாங்கியபடி குலுங்கிக் குலுங்கி அழுதாள் அமேலி.

'நான் உடம்பு பசி எடுத்து அலையறவ... அப்படித்தானே நினைக்கறே?'

'இல்லே அமேலி. நான் தான் நீ தனிச்சு இருக்கறதையும் என் மேலே உனக்கு இருக்கப்பட்ட பிரியத்தையும் தப்பா பயன்படுத்திட்டேன்.'

இதை நேற்று நான் விசாலியிடம் சொல்லியிருக்க வேண்டும். அவள் என் கன்னத்தில் ஓங்கி அடித்துக் காலால் உதைக்க, எதிர்ப்பில்லாமல் வாங்கிக்கொண்டு தண்டனை கிடைத்த திருப்தியோடு வெளியேறி இருக்க வேண்டும். நேற்று விசாலி குரலை ஆகக் குறைவாகத் தாழ்த்தி, நான் வெளியே போகும் வரை என்னைப் பார்ப்பதைத் தவிர்த்து, தரையில் கண் பதித்து நின்றாள். நினைவில் திரும்ப வருகிறது அது.

'உனக்கும் இதெல்லாம் புதுசுன்னு எனக்கு நல்லாத் தெரியும் அமேலி. தப்புதான்... இந்தப் பாதையிலே இனியும் நாம் போக வேணாம்.'

அமேலியின் கைகளை என் கரங்களில் ஏந்திக்கொண்டு சொன்னேன். .

சொல்லும்போதே மனது, 'மற்ற இருள் பாதைகள் உண்டு... சுகம் தேடிச் சேர்ந்து போக அழைத்தால் வருவாள்... கூட்டிப் போ' என்று காமம் வழித்துப் பூசி என்னைக் களியாக்கியதை பிடிவாதமாக ஒதுக்கினேன்.

'இனிமேல் தப்பு நடக்காது அமேலி. நான் பொறுப்பு.'

அவள் தலையில் ஆதரவாகத் தடவி முத்தமிட்டேன். என் கையை இறுகப் பற்றி, புறங்கையில் உதடு பதித்து வெகுநேரம் அமர்ந் திருந்தாள் அமேலி. நீர்த் தாரைகளின் சத்தம் வலுத்து வெளியே அடர்ந்து பெய்யும் மழை மௌனத்தை அழகுபடுத்திக் கொண்டிருந்தது. உடைகளை உடுத்துக் கொண்டபோது இடியொன்று முழங்கி எங்களை அதட்டியது.

'தெற்று இனி செய்யாதேப்பா... நீயும் இவளும். படிச்சு மேலே வரணும்.'

சின்ன ஓலைக் கொட்டானில் ஏலக்காயும், கிராம்பும், அசோகா பாக்கும், கோடாப்ரின் தலைவலி மாத்திரையும் கிடக்க, நடுவில் இருந்து அம்மா குரல் மறுபடி ஒலிக்கிறது. கொட்டானை எங்கே கை மறதியாக வைத்தேன்? மனம் தேடிக் கொண்டிருக்க, அமேலி இறங்கிப் போனாள்.

'ரொட்டி பாக்கெட் ரெண்டு நாள் முந்தியே காலாவதி ஆச்சு. பரவாயில்லே சாப்பிட்டுடலாம்.' அமேலி குரல் கிச்சனில் கேட்டது.

அமேலி வேண்டாம் என்று தூக்கிப் போட்டிருந்தாலும் பொறுக்கி எடுத்து வந்திருப்பேன். இன்றிலிருந்து கையில் காசு இல்லாத பிழைப்பு.

பேச எதுவுமில்லை என்பதாக மழையைக் காது கொடுத்துக் கேட்டபடி பிரட் ஆம்லெட் தின்று கொண்டிருக்க, அமேலி சொன்னாள் – 'கர்னல் அங்கிள் இன்னிக்கு திரும்பறதா சொல்லியிருக் கார்'யா. அதனாலே.'

'நான் வெளியே பாத்துக்கறேன்.' உடனடியாகச் சொன்னேன். அமேலியை தீர்க்கமாகப் பார்த்தேன். மனதில் ஏறி ஆடிக்கொண்டிருந்த மிருகம் கூக்குரல் இட்டது - திமிர்த்துத் திரண்டு நகக் கண்ணும் மின்னும் இந்த அழகு உடல் இனி எப்போது எனக்கு மறுபடி வசப்படும்?

‘நாளைக்கு காலேஜ் திறக்குது… கீப் இன் மைண்ட்… அரியர்ஸ் க்ளியர் செய்யணும் அதான் இனிமேல் முக்கியமான வேலை.

அவள் சிரித்தாள். படிப்பு முடிப்பதைத் தவிர இப்போது வேறே என்ன நினைப்பு மனசில் இருக்கணும்? பட்ட மேல் வகுப்பு போக வேண்டாமா அடுத்து? எப்படிப் போக? பணம்? கவலைப் பட இன்னும் நேரம் உண்டு.

‘போன வருஷமே மெடிக்கல் காலேஜ் டிரை பண்ணினேன். டாடி அதுக்கு மட்டும் பேங்க்லே கொஞ்சம் சேர்த்து வச்சிருக்கார். மத்தபடி பிரான்ஸ்லே இருந்தாலும், மிலிட்டரி பென்ஷன்லே வாயைக் கட்டி வயத்தைக் கட்டித்தான் வாழ்க்கை அங்கேயும். அவர் காசோட அருமை தெரிஞ்சு நான் இன்னும் பொறுப்பா நடந்திருக்கணும்… தப்பு செஞ்சாச்சு.’

எதுவும் பேசாமல் எச்சில் கையை நக்கியபடி வாய் பார்த்துக் கொண்டிருந்தேன். என்ன சொல்ல முடியும்? நான் உன்னை டாக்டர் ஆக்கறேன் என்றா? உங்க அப்பா பாரீஸிலோ நைஸிலோ சகல சௌகரியங்களோடும் மிச்ச ஆயுளைக் கழிக்க நான் ஏற்பாடு செய்யறேன் என்றா? வாக்குத் தத்தம் கொடுக்க காசுக் கடவுளா நான்?

‘நீ என்ன பண்ணப் போறே? சொல்றேன்னு கோவிச்சுக்காதே… வரட்டு பிடிவாதம் வேணாம்… வீட்டுக்குப் போயிடு. அதான் நல்லது’

‘முடியாது’ என்றேன்.

‘நீ போகாட்டா, நான் அங்கேபோய் எல்லாத்துக்கும் மன்னிப்பு கேக்கறேன். ஜோசபினை, கயலை, சாந்தி ருமேயை கூட்டிப் போறேன்.’ அமேலி சீரியஸாகச் சொன்னாள்.

‘யாரும் எங்கேயும் போக வேணாம். என் பிரச்னை, நான் பாத்துக்கறேன்.’

குளித்துவிட்டு வந்தேன். எடுத்து வந்த சலவைத் துணி எங்கே? ஹாஸ்டலில் விட்டுவிட்டு வந்திருக்கிறேன் போல. நேற்று ப்ரான்ஸ்வா வீட்டில் துவைத்து உலர்த்தியது? காணோம். கேரியரில் இருந்து விழுந்திருக்குமோ. போகட்டும். பழைய துணிதான் அது.

விழுத்துப் போட்ட துணியைத் திரும்ப எடுத்து உடுத்திக் கொண்டு, ஹாஸ்டலுக்குப் போக சைக்கிளில் ஏறினேன். நாளை காலேஜுக்கு உடுத்துப் போக ஹாஸ்டலில் விட்ட சலவைத்துணி கட்டாயம் வேண்டும். மனது தறிகெட்டு சஞ்சரிக்க வண்டி தன் போக்கில் ஓடியது.

மறந்து விட்டால் எல்லா பிரச்னையும் தீர்ந்த மாதிரி. மாத்திரை வேணும் அதுக்கு. எல்லாம் சரி, கையில் காசு?

சட்டென்று புத்தியில் உறைத்தது. ஓட்டிக்கொண்டே என் ராலே சைக்கிளைப் பார்த்தேன். உன்னைப் பிரிய வேண்டிய நேரம் இது.

ஹேண்டில் பாரில் தோழனாக வைத்துப் பிடித்திருந்த கைகள் சற்றே நடுங்கின. வீடும், பெற்ற தகப்பனும், உற்ற சிநேகிதிகளும் என்னை விட்டு அகன்று போன பிறகு இந்த இரும்புச் சக்கர வண்டி மட்டுமா ஆயுள் முடியும்வரை என்னோடு ஒட்டிக்கொண்டு, தர்மபுத்திரனை மகாபாரத முடிவில் தொடர்ந்த் நாய்க்குட்டி போலக் கூடவே வரும்?

மனம் ‘வேண்டாம், சைக்கிளைக் கொடுக்காதே’ என்றது. அமேலியை, கயலை, ஜோசபினை அணைத்துக் கூட்டிப் போன சைக்கிள் இது.

இருக்கட்டும். ஆசை காட்டிய நினைவுகளைத் தள்ளிவிட்டு சைக்கிளில் இருந்து இறங்கினேன். பளபளவென்று ஏற்கெனவே இருந்த வண்டியை கைக்குட்டை கொண்டு மேலும் சுத்தமாகத் துடைத்து நிறுத்தினேன்.

அடுத்த ஒரு மணி நேரத்தில் தட்டாஞ்சாவடி மாரிமுத்து என்ற மீன் வியாபாரிக்கு என் ராலே கை மாறியது. மீன் வாசம் அடிக்க அவரிடம் இருந்து ஐந்து ரூபாய் மற்றும் பத்து ரூபாய் நோட்டாக முப்பத்துரெண்டு ரூபாய் பெற்றுக் கொண்டேன். கண்ணில் இருந்து தாரை தாரையாகக் கண்ணீர் வழிந்து கன்னத்தை நனைக்க, துடைக்கக் கூடக் கை வராமல் கால் போன போக்கில் நடந்தது கடற்கரைக்கு.

கவர்னர் மாளிகை முன்னால் பாதுகாப்புக்காக அணிவகுத்த வீரர்கள் குழு ஓய்வெடுக்கப் போக இன்னொன்று பொறுப்பை ஏற்றெடுப் பதைப் பார்க்க ராஜ்பவன் தெருமுனையில் டூரிஸ்ட்கள் கூடியிருந் தார்கள். சில நிமிடங்கள் முன்புதான் அந்த சேஞ்ஜ் ஆஃப் கார்ட் நிகழ்ச்சி முடிந்திருக்கும்போல. அவர்கள் கலையத் தொடங்கியிருந் தார்கள்.

சின்ன வயசில் நான் போட்டிருந்ததுபோல் நீலச் சட்டையும், வெள்ளை டிரவுசரும், ஒட்ட வெட்டிய தலைமுடியும், வேற்றுக் கிரகவாசிபோல நீட்டிக்கொண்டிருக்கும் காதுகளுமாக ஒரு சின்னப் பையன். ஐந்து அல்லது ஆறு வயது இருக்கும். உயரமாக, ட்வீட் பேண்டும், முழுக்கை பருத்திச் சட்டையும் தரித்த, நடுவயது மெல்லக் கவியத் தொடங்கும் அப்பாவின் கையைப் பிடித்தபடி அவன் நிற்க, அப்பா சொல்கிறார் –

'மணக்குளத்து வள்ளல் பாரதி பாட்டு சொல்லு பார்க்கலாம்.'

'வாழ்க புதுவை மணக்குளத்து வள்ளல் பாத மணிமலரே.' விருத்தம் முழுவதையும் பிழை இல்லாமல் சொல்கிறான் அந்தப் பையன்.

அப்பா அந்தச் சிறுவனின் தலையில் கையளைந்து அன்போடு கேட்கிறார் – 'மணக்குளத்து வள்ளல்ன்னா?'

'மணக்குள விநாயகர்', பையன் துடிப்பாகச் சொல்கிறான்.

'அடுத்து அவரைத்தானே பார்க்கப் போறோம்.'

பையன் அப்பாவை சந்தோஷமாகக் கட்டிக் கொள்கிறான்.

கண் நிறைந்து போக அங்கேயே நின்றேன். அந்தப் பையன் நான்தான். அது என் அப்பா. இந்தக் காட்சி பதினைந்து வருடம் முன் இங்கே அரங்கேறியது. பாசம் மிகுந்த தந்தையும், எல்லா நியதிகளையும் எப்போதும் கடைப்பிடித்து எல்லோருக்கும் என்றைக்கும் நல்லவனாக, ஆசை கடந்த, காமம் வென்ற, உண்மையே பேசி, சத்தியத்தில் மனதை இருத்தி அறிவு தெளிவுற்று உடல் ஒளிர்ந்து பிழம்பாக நகரும் மகனுமாக நல்ல உறவுகள் இங்கே வழிவழியாகத் தொடரட்டும். எனக்கு அது இல்லை. மோகம் வளர்த்தேன். போகம் தேடி அலைந்தேன். தேகம் கலந்து சுகித்தேன். காமம் உயிர்த்தோங்கி என்னை இரை கொள்ளட்டும்.

வந்த வழியே திரும்பி நடந்தேன். அங்கே கண்டிருந்த, கேட்டிருந்த, அனுபவித்ததெல்லாம் இனியும் திரும்பி வரப் போவதில்லை. ஜோசபின், கயல், நீங்கள் அங்கேதான் இன்னும் நிற்கிறீர்களா?

மணி அடிக்காமல் ஜாக்கிரதையாக வளைத்துத் திருப்பி என் பாதைக்குக் குறுக்கே ஒரு சைக்கிள் வந்து நின்றது. மண்ணில் பதிந்த பார்வையை மிகச் சற்றே மேலே நகர்த்திப் பார்த்தேன். இந்த சைக்கிள் சக்கரத்தின் ஒவ்வொரு ஆரமும் எனக்குப் பிரியமானது. இந்த மணி நாதம் என் கனவுகளில் எதிரொலிப்பது என் ஜோசபின் ஓட்டி வரும் பூத்தேர் இது.

ஜோஸ்ஸி, ஜோஸ்ஸி... ஜோஸ்ஸி... ஜோஸ்ஸி... ஜோஸ்ஸி... ஜோசபின்..

நடுத்தெரு, நாலு பேர் இருக்கிறார்கள், நாற்பது பேர் நடக்கிறார்கள். அதில் பத்து பேர் நின்று நோக்குகிறார்கள். பிரக்ஞை எதுவும் இன்றி நான் ஜோசபினை இழுத்து அணைக்க, சாய்ந்த சைக்கிளை லாகவமாக விலக்கி என் ஜோசபின் புன்னகையோடு தோளில் மெல்லத் தட்டினாள்.

கேரியரில் பட்டுப் பைக்குள் வைத்த பைபிள் பிரதியும், தோளில் போர்த்திய மெல்லிய கருப்பு சால்வையுமாக ஜோசபின் பிரார்த்தனைக்குப் போய்க் கொண்டிருக்கிறாள். ஞாயிறு மாலையில் ஒவ்வொரு முறை பார்க்கும்போதும் அவள் மறக்காமல் சொல்வது – ‘உனக்காக, நீ நல்லா படிச்சு நல்லா வந்து மகிழ்ச்சியும் ஆரோக்கியமும் செல்வமும் மனநிறைவுமாக குடும்பம் நடத்தணும்னு வேண்டிக் கிட்டேண்டா. ஒரு பிள்ளை, ஒரு பொண்ணு... அழகான ஒய்ப்...’

‘அதுக்கு முந்தி நாம ரெண்டு பேரும் கல்யாணம் செஞ்சுக்கணும்னு வேண்டிக்கிட்டியா? ஒரு பொண்ணு உன்னைப்போல, பிறகு பிள்ளை..’

‘விளையாடாதேடா. நான் மனசிலே இருந்து பேசிட்டு இருக்கேன்,, நீ.’

‘நான் மட்டும் என்ன பம்பரம் விளையாடிக்கிட்டா சொல்றேன்? இங்கேயும் அதை விட சீரியஸ்தான்’ என்று அவளைச் சீண்டுவேன்.

எத்தனை ஞாயிற்றுக்கிழமை இதற்கு அப்புறம் ஜோசபினை முத்தமிட முயன்று அவள் மெல்ல விலகியது? எத்தனை தடவை முத்தமிட்டது!

‘என்னடா ஒண்ணுமே பேசாம வந்துட்டிருக்கே என்ன ஆச்சு உனக்கு?’

ஜோசபின் சைக்கிளை உருட்டியபடி என்னைப் பார்த்தாள்.. சட்டென்று நின்று, ‘உன் சைக்கிள் எங்கேடா?’ என்றாள்.

நான் பாக்கெட்டிலிருந்து கசங்கலாக முப்பத்து ரெண்டு ரூபாயை எடுத்துக் காட்டினேன்.

‘ஜேசப்பா என்னடா ஆச்சு உனக்கு? உடம்புக்கு கேடா, மனசுக்கா, ரெண்டுமா?’

‘ஒண்ணுமில்லே ஜோஸ்... ஐ யாம் ஆல்ரைட்’

‘ஆல்ரைட்னா ஏண்டா இப்படி... உனக்கு என்னமோ ஆகியிருக்கு... என்கிட்டே சொல்ல மாட்டியா?’ ஜோசபின் தொடர்ந்து மெல்லிய குரலில் அரற்றியபடி வந்தாள்.

‘சொன்னேனே, ஒண்ணும் இல்லே.’ நான் எங்கோ பார்த்தபடி சொன்னேன். இவள் கண்ணைப் பார்த்தால் நான் கரைந்து விடுவேன்.

ஆள் அரவம் இல்லாத முடுக்குச் சந்தில் திரும்பும் தெருக் கோடியில் பூட்டிய வீட்டு முன்பாக சைக்கிளை ஸ்டாண்ட் போட்டு நிறுத்தினாள். சரக்கொன்றை மலர்கள் பூத்த வாசல். பூக்களை மிதிக்காமல் நின்றேன்.

‘உனக்கு ரொம்ப மனசு பாதிச்சு இருக்குன்னு விசாலி காலையிலே சொன்னா.. நேத்திக்கு நீ வந்தியாமே.. ‘

‘உன்னைப் பார்த்து ஹலோ சொல்லத்தான்…’ நான் சொல்ல, அவள் என் காதில் கிசுகிசுப்பாகச் சொன்னாள் -

‘ராஜா, எனக்கு எல்லாம் தெரியும்டா… நீ பூ மாதிரி… கோபப்பட்டு பர்ர்த்தா கூட குழைஞ்சு விழுந்துடுவே. அவ்வளவு மென்மை… உன் மேலே உசிரையே வச்சிருக்கேண்டா பைத்தியக்காரா… நீ எப்படிடா… அதுவும் நம்ம விசாலி கிட்டே.’

‘தெரியலே ஜோஸ்ஸி…மனசுலே இன்னொருத்தன் இருக்கான் மனுஷன் இல்லே… மிருகம். எப்படியோ என்னைப் பிடிச்சுடுத்து என்னைத் தின்னாம போகாது அது… முடியும்னா எனக்காக ப்ரே பண்ணு ஓகே?’

‘உனக்காக பிரார்த்தனை செஞ்சு, மாஸ் முடிஞ்சதும்… வீட்டுக்கே வந்து உன்னை பார்க்கணும்னுதான் புறப்பட்டேன்… என்னடா கோலம் இது?’

குரல் கரகரத்துத் தேய்ந்து வாய் மட்டும் அசைந்து தோற்க, அவள் இரு கரங்களையும் கொண்டு என் முகத்தின் முன் தீபம் சுற்றுவதுபோல் நடுக்கத்தோடு சுழற்றி, இது சரியில்லை எனத் தலை குலுக்கி நின்றாள்.

அவளுடைய சூடான கண்ணீர்த் துளி என் புறங்கையில் விழுந்து என்னை நிலை குலைத்துத் தள்ளியது. அணை உடைந்தது அப்புறம்.

அப்பாவிடம் கூட அழவில்லை. இவள் பேசப்பேச நான் கேவி அழலானேன். இடைவிடா சகாய மாதாவாக, சகோதரியாக, தோழியாக, மனைவியாக உறவெலாம் சேர்ந்து உருவெடுத்து என்னுயிர் ஜோசபின் வந்திருக்கிறாள். அழுது அழுது அவள் மன்னிப்பை நாடித் தொழுது இளைப்பாறலாம். இயன்றால் கடைத்தேறலாம். எனக்கு உண்டோ அது.

அவள் தோளில் தலை வைத்து அழுதபடி வெளிச் சுவரில் சாய்ந்து நின்றேன். ஏதோ வெறியில், அந்தக் கருங்கல்லில் தலையை மோதி உடைத்து வாதனை தீர்ந்து விலகிப் புறப்பட அவசரம் காட்டினேன்.

ஜோசபின் வலுவாகக் கைநீட்டி என்னைப் பிடித்து நிறுத்தினாள். ‘நான் இருக்கேன். உன்னை எந்தப் பாம்பும் பிடிக்க விடமாட்டேன். சாப்பிட்டியாடா? ஏன் தலை சீவலே? டிரஸ் எல்லாம் ஏன் கசங்கி இருக்கு? என் ராஜா இல்லே… அழாதே… என்னடா ஆச்சு என் செல்லம்?’

ஜோசபின் சொல்லச் சொல்லப் பேச முடியாமல், அழுகையை அடக்கப் பார்த்துத் தோற்று விசும்பியபடி உடல் நடுங்க நின்றேன்.

‘வேணாம் கண்ணப்பா எல்லாரும் பார்க்கறாங்க. நம்ம இடத்துக்குப் போயிடலாம். வா, பின் சீட்லே ஏறிக்க.’

சுங்கச் சாவடிக்குப் பின்னால் அடைத்த கதவுகள் மௌனம் காக்கும் ஆள் வராத கடல்புரம்... பிரார்த்தனை நேரத்தில் தரையில் பரத்தி மண்டியிடச் சுருட்டி எடுத்து வந்திருந்த சின்னஞ்சிறு பத்தமடைப் பாயை விரித்து, ‘உட்காருடா’ என்றாள் ஜோசபின். நான் அவளுக்கும் இடம் விட்டு அமர, என் நெற்றியில் கை வைத்துப் பார்த்தாள்.

‘கடவுளே என்னடா இது..காய்ச்சல் போலே இருக்கே.’

சட்டென்று கைப்பையில் இருந்து பாரசெடமால் குளிகை எடுத்துக் கொடுத்தாள். ‘இரு வரேன், அப்படியே முழுங்க ட்ரை பண்ணாதே’

சைக்கிள் காதில் மாட்டியிருந்த சிறிய பிளாஸ்கை எடுத்து வந்தாள்.

‘போன வாரம் பிரான்ஸ்லே இருந்து என் சிநேகிதி வந்தா... எனக்கு அவ பரிசா கொடுத்தது... காலேஜ் திறக்கற நேரம் உனக்குத் தரலாம்னு எடுத்து வந்தேன். இப்படி உன்னைப் பார்ப்பேன்னு தெரியாது.’

நான் யந்திரமாக மாத்திரை விழுங்கினேன்.

‘ஜோசபின் நீ பிரார்த்தனைக்கு போய்ட்டு வா. நான் இங்கேயே இருக்கேன். எங்கேயும் போகல்லே. போக வேறே இடம் இல்லை.’

அதற்கு மேல் பேச முடியவில்லை. கண்ணில் திரையிட்டு மறைத்த நீர்ப் பரப்புக்கு அப்பால் நெகிழ்ந்து அசையும் பிம்பமாக ஜோசபின். நின்றாள். என்னை அன்போடு தோளில் சார்த்திக்கொண்டாள் அவள்.

‘அடுத்த ஞாயிறு மாஸ் போகலாம். ஜேசப்பா எல்லாம் புரிஞ்சுப்பார்... சொல்லு ராஜா. என்னம்மாடி ஆச்சு என் கன்னுக்குட்டிக்கு?’

அவள் தாடையைத் தாங்கி வருட, தயங்கித் தயங்கி எல்லாம் சொல்லி முடித்தேன். அமேலி, அப்பா, விசாலி எல்லாம் எல்லாம் சொன்னேன்.

நடுவில் ஒரு வார்த்தை பேசாது, பார்வையாலோ உடல் அசைவாலோ கூடக் குறுக்கிடாது முழுக்கக் கேட்டுக்கொண்டிருந்தாள் ஜோசபின்.

நான் சொல்லி முடித்து திரும்ப மௌனமானேன். ஜோசபின் முகத்தில் இருந்து தற்காலிகமாக விலகிப் போயிருந்த சிரிப்பு திரும்ப வந்திருந்தது. ஆனால் அதில் ஒரு துளி விரக்தி ஒட்டியிருந்தது.

‘அப்புறம்?’ அவள் என்னை அந்தச் சிரிப்போடு பார்த்துக் கேட்டாள்

‘அவ்வளவுதான். போதாதா?’ அவள் கைகளைப் பார்த்தபடி இருந்தேன்.

‘போதும் போதாது நீதான் சொல்லணும் ராஜா. பாம்பு ஏணி ஆட்டத்துலே மறுபடி முதல் கட்டத்துக்கு வந்திருக்கே... வாழ்த்துகள்.’ என் தோளை உலுக்கிச் சிரித்தாள் ஜோசபின்.

‘மேலே வரமுடியாது இனிமேல்... தெரியும்’ என்று சொல்ல நினைத்தேன்.

‘போன முறை ரெண்டு பேரும் தப்பிச்சீங்க. இப்போ எல்லா சிகரமும் பாதாளமும் கடந்தாச்சு.. ஒரு ராத்திரி இல்லே ரெண்டு... சரியா தப்பா?’

ஒன்றும் பேசவில்லை.

‘அந்த நல்ல மனுஷரை... உங்க அப்பாடா... அவரை நோவிச்சு வீட்டை விட்டு இறங்கி வந்தது அடுத்த தப்பு. அப்புறம்...’

‘விசாலி’ என்றேன்

‘என் தோழியை, எனக்கு பிரியமானவன்கற ஒரே விஷயத்தாலே உன் மேல் அன்பு வச்ச பொண்ணை.. அசிங்கமா சொல்லவே கூசுது எதுக்கு கூச்சம்... செஞ்ச உனக்கு கூசலியே... அவ ப்ரஸ்டை இறுக்கப் பிடிச்சு... அதென்னடா ஊர் உலகத்திலே வடிவா ஒரு பொண்ணு இருந்தா அவ மாரைப் பிடிப்பே... பிடிச்சா அந்தப் பொண்ணு மறு பேச்சு பேசாம உன்கிட்டே மயங்கி உன்னோடு படுத்துக்க வந்துடணும்... என்ன மாதிரி சுயநம்பிக்கைடா அது... திருவிழா கூட்டத்திலே தொடறானே அவனுக்கும் உனக்கும் என்ன வித்தியாசம், சொல்லுடா என் செல்லம்...’

‘தப்புதான் ஜோசபின்’

‘விசாலி பத்தி உனக்கு என்னடா தெரியும்? வீட்டுலே அப்பளம் போட்டு வித்து, மெஸ் வச்சு நடத்தி அவங்க அம்மா அவளை படிக்க வச்சாங்க. உன் வயசு தான். ஆனா உன்னால் ஒரு பைசா சம்பாதிக்க முடியாது. அவ மாசச் சம்பளமா அறுநூறு ரூபா ரெவென்யு ஸ்டாம்ப்லே கையெழுத்து போட்டு வாங்கறா. அடுத்த வருஷம் ஸ்காலர்ஷிப் எம்.பி.பி.எஸ். கிடைச்சிருக்கு. ஐந்து வருஷத்துலே அவ டாக்டர் ஆயிடுவா? நீ? போற இடத்துலே எல்லாம் பொண்ணு வாடை பிடிச்சுக்கிட்டு திரியப் போறே. என் பின்னாலேயும் வருவே. சரியா?’

நான் தரையில் விரல் தீற்றியபடித் தலை குனிந்து கேட்டுக் கொண்டிருந்தேன். வேண்டி இருந்தது.

‘இங்கே நீ காலேஜ்லே சேர வந்தபோது நீதான் பியூசியிலே யூனிவர்சிடி பர்ஸ்டுனு பெருமையாம். இப்போ...’ அவள் என் கன்னத்தில் தட்டினாள்.

‘யார் சொன்னது ஜோ? அப்பாவா?’ நம்பிக்கையில்லாமல் கேட்டேன்.

‘அவரை நான் இன்னும் பார்க்கலே.. விக்தொ அங்கிள் சொன்னார். தப்பு செய்யறார்னு அவர்கிட்டே நீ சொன்னதுமே திருத்திக்கிட்டு என் லைப்லே குறுக்கிட மாட்டேன்னு வாக்கு கொடுத்து டீசண்டா நடக்கற அவர் எங்கே, வாக்குக் கொடுத்துட்டு திரும்ப தப்பு பண்ணிட்டு வர நீ எங்கே? எனக்கு வெட்கமா இருக்குடா. நான் உனக்கு நல்ல நட்பைத் தரலே. உனக்கான அத்துகளை கொஞ்சம் அதிக தூரத்திலே போட நான் இடம் கொடுத்திட்டேன் போல. நீ மத்தவங்க கிட்டே அதை விட கூடுதலா எதிர்பார்க்க ஆரம்பிச்சுட்டே. அமேலி அல்டிமேட் உரிமையை உனக்கு சாக்லெட் ட்ப்பாவிலே ரெண்டாவது அடுக்கிலே வச்சு கொடுத்துட்டா. கல்யாணமான தம்பதிங்கன்னா இப்படி ராத்திரி முழுக்க... உறவு வச்சுக்கிட்டா, எழுந்து குளிச்சு அடுத்த நாள் எப்படிப் போகும் எப்படி காசு கிடைக்கும்... வர்ற காசுக்கு எவ்வளவு செலவு, எவ்வளவு சேமிக்கணும்னு திட்டம் போடுவாங்க. அது குடும்பம்... பாரு, நீ ஊர் சுத்திட்டிருக்கே. அந்தப் பொண்ணு படுத்துத் தூங்கிட்டு இருப்பா. திரும்ப சாயந்திரம் அரிப்பெடுத்து, லலி தொலெந்தால் தெருவுக்கு பம்மிப் பம்மி நடப்பே. இன்னும் எவ்வளவு காண்டம் பாக்கி வச்சிருக்கே?’

‘ஜோசபின் வார்த்தையாலே என்னைக் கொல்லாதே இன்னிக்கு போகப் போறதில்லே. கர்னல் வந்தாச்சு. வீடும் கிடையாது. நாளைக்கு காலேஜ் எப்படிப் போறது அதான் என் உடனடி பிராப்ளம்.’ என்றேன் மெதுவாக.

‘நீ வேணாம்னாலும் அவ விடுவாளா? சின்னப் பொண்ணு. உசுப்பி விட்டுட்டே. ஆடி அடங்க எவ்வளவு காலமாகுமோ.’

‘அமேலி மேலே தப்பு ஒண்ணும் இல்லே ஜோசபின். மிருகம் என் மனசுலேதான் மறைஞ்சு திரிஞ்சுக்கிட்டிருந்தது. நீயும் கயலும் இருக்கற போது அது தலை காட்ட பயந்து உள்ளறைகளிலே பதுங்கிக் கிடந்தது. அமேலி வந்து என்னை சந்திக்காமல் இருந்தா அது நாளாவட்டத்திலே செத்துச் செல்லரிச்சுப் போயிருக்கும். திரும்பி

வந்ததுதான் அவ செஞ்ச தப்பு. அப்படி எடுத்துக்கறது சரியில்லே தான்... சரியாச் சொன்னா அவ வந்ததை அவ தனியா இருக்கறதை என்மேலே அவளுக்கு ஒரு கிரஷ் இருக்கறதை எனக்கு சாதகமா எடுத்து அவளோடுபோய் படுக்கையிலே... ரெண்டு உடம்பும் ஒண்ணாகிக் கலந்து... அமேலி கொடுத்த குளிகையைச் சாப்பிட்டது என் தப்புதான்... அவளும் அதைத்தான் சாப்பிட்டா... அங்கேதான் தொடக்கம்.'

'என்ன மாத்திரைடா? ரெண்டு பேரும் சாப்பிட்டீங்களா? பேரு என்ன?' ஜோசபின் பரபரப்பாகக் கேட்டாள்.

நான் என் சட்டைப் பையில் தேடி, கசங்கிய காகித உறையை எடுத்து நீட்டினேன் அதைக் கூர்ந்து பார்த்துப் படித்தாள் ஜோசபின்.

'டேய் இது என்ன தெரியுமா?'

'பிரான்ஸ் மேக் ஆஸ்ப்ரின்? பாரசெடமால்?'

'ஹை பொடன்ஸி போதை மாத்திரை. ஒரு வாரம் சாப்பிட்டா அடிக்ட் ஆகி இதுவே சரணம்னு ஆயிடுவே. நீ கல்யாணம் செஞ்சுக்காமே குடும்பம் நடத்தறதைக்கூட ஒரு விதத்திலே மன்னிச்சுடலாம். காண்டோம் யூஸ் பண்ணினீங்களே அது நல்லதுக்குத்தான்... இல்லேன்னா அவ வயத்துலே பிள்ளை உண்டாகியிருக்கும்... என்ன பண்ணியிருப்பீங்க? கலைச்சுடலாம்னு மேரி ஸ்டோப்புக்கு போயிருப்பீங்க... அது மகா பெரிய பாவம்டா. அறியாத சிசுவை உயிர்ப்பிக்க விடாமல் கொல்றது... அதோட ஒப்பிட்டா காண்டோம் பரவாயில்லே... ஆனா இந்த போதை மாத்திரை... வாழ்க்கையே இல்லாம தொடச்சுடும்... என்னடா சொல்றதை கவனிக்கறியா?'

என் முன்னால் பாறையில் மோதிச் சிதறும் கடல் அலைகள் போல் காதில் அவள் வார்த்தைகள் மோதி அதிர, நான் மொழி புரியாத சிசுவாக அவள் வாயசைவையே பார்த்து ஒரு புன்னகையை யாசித்திருந்தேன்.

'முதல்லே எனக்கு ஒரு சத்தியம் செஞ்சு கொடு.' ஜோசபின் கேட்டாள்.

என் கையை நகர்த்தித் தன் கை மேல் வைத்துக்கொண்டாள் அவள். எல்லாம் மறந்து இப்படியே கையோடு கை சேர்த்து கடல் பாலத்தில் கப்பல் வரும் என்று எதிர்பார்த்து காலமெல்லாம் இருந்து விடலாமா?

'சொல்லு, இனிமேல் கடவுள் சத்தியமா, அம்மா சத்தியமா, கிறுக்கச்சி ஜோசபின் சத்தியமா, போதை மாத்திரை சாப்பிட

மாட்டேன்; வேறே யாரும் சாப்பிட உதவி செய்ய மாட்டேன். யாராவது என்னையோ பிறரையோ ஆசை காட்டினா, அவங்களை நல்வழிப் படுத்துவேன்.'

நான் சூழ்நிலையின் அபத்தத்தை உள்வாங்கியபடி அவளிடம் மெல்ல அவள் வார்த்தைகளை, கிறுக்கச்சியை மட்டும் தேவதையாக மாற்றிச் சொல்லும்போது கடல் அலைகள் மெதுவாகக் குதித்து உயர ஆரம்பித்தன. ஒட்டுக் கேட்கும் ஆர்வத்தில் எங்கள் கால்களை நனைத்து குசலம் விசாரித்துச் சிரித்துப் போயின அவை... கிறுக்குதான்.

'ஹை டைட்... வா போகலாம்'

ஜோசபின் எழுந்தாள்.

'அமேலி செஞ்ச தப்பு இதுலே எதுவும் இல்லே. ஜோஸ்ஸி...' திரும்ப ஏனோ சொல்லத் தோன்றியது. சொன்னேன்.

'சரிடா அவ தப்பு ஒண்ணுமில்லே. நான் யார்கிட்டேயும் சொல்லவும் போறதில்லே.' கடல் பாலத்தை வெறித்தபடி ஜோசபின் கூறினாள்.

'விசாலம் கிட்டே நான் நேர்லே வந்து...'

'அதைப் பார்த்துக்கலாம். நான் சொல்லிக்கறேன். நல்ல பொண்ணு. அவளே காரண காரியம் எல்லாம் புரிஞ்சுக்கிட்டா.'

'சரி' என்று ஈனஸ்வரத்தில் சொன்னேன்.

'கயலுக்கு தெரியுமாடா?' ஜோசபின் என்னைக் கூர்ந்து பார்த்தாள்.

'சொல்லலே சொல்லவும் மாட்டேன் இது என்னோட கருத்த அத்தியாயம். உன் கிட்டே சொல்லி என் பாரத்தை இறக்கி வச்சாச்சு. எனக்கு இது இனி இல்லே. அப்படி எடுத்துத்தான் காலேஜ் போவேன்.'

'நல்லா போ. என்னாலே உன்னை திட்டவோ அடிக்கவோ முகத்திலே முழிக்க மாட்டேன்னு பிரிஞ்சு போகவோ முடியாது. நான் உனக்கு பாதிரியார்... பாவத்தைச் சொல்லி மன்னிப்பு கேக்கற முந்தியே மன்னிச்சுட்டேன்... நீ மன்னிப்பு வாங்கியாச்சு. இனி புதுசா தப்பு செய்ய போ... திரும்பி வந்து அழுதுட்டு நில்லு... சிநேகிதி எதுக்கு? மன்னிக்க.'

இரு கை எடுத்து ஜோசபினைக் கும்பிட்டேன். மாட்டேன் என்றேன்.

'சாப்பிட்டியாடா? களைச்சு இருக்கே. ஜுரம் வேறே இருக்கு.' ஜோசபின் மறுபடி ஜோசபினானாள். நான்தான் நானாக முடியாது நின்றேன்.

திட்டினாலும் அடித்தாலும் அவளால் என்னை வெறுக்க முடியாது. கனிவு தவிர்க்க மாட்டாள் இந்தப் பரிதவிப்பு கருணையில் எழுந்தது.

‘சாப்பிட்டாச்சு . பிரட் ஆம்லெட். பிரட் செத்துப் போச்சுடா... யூஸ் பை டேட் எக்ஸ்பயர் ஆயிடுச்சு.’ சிரிக்க முயன்றேன். வாய் கோணியது.

‘சாப்பிட்டாச்சா? எங்கே...’ என் கையைப் பற்றி முகர்ந்தாள் ஜோசபின். ‘சைக்கிள் க்ரீஸ் வாடை தான் அடிக்குது’ என்றாள்.

‘வண்டியை நல்லாத் தொடச்சா அஞ்சு ரூபா கூடக் கிடைக்கும்னு தோணிச்சு அதான்.’ என்றேன். சிரிப்பு மறுபடியும் பழகியிருந்தது..

ஜோசபினுக்கு முன்னால் நான் நடக்க, கூப்பிட்டு நிற்கச் சொன்னாள்.

‘என் சைக்கிள் உன் கிட்டே இருக்கட்டும். வேணும்கிற போது வாங்கிக்கறேன்.’

நான் ஒன்றும் சொல்லவில்லை.

‘ராஜா, கோபிச்சுக்காதே. சட்டையிலே வியர்வை வாடை அதிகமா வருதுடா... கொண்டுபோய் துவைச்சு எடுத்து வரட்டா?’ கெஞ்சினாள்.

‘நானே துவைச்சுக்கறேன் உனக்கு இன்னும் எவ்வளவு தொந்தரவு தர?’

‘வீட்டுக்குப் போயிடுடா’

‘வீடு இல்லே’

‘நம்ம வீட்டுக்கு வா.’

விசாலம் இருக்கும் இடத்தில் குற்ற உணர்ச்சியில் குமைந்து குமைந்து ஒவ்வொரு நிமிடமும் போக்க வேண்டி வரும். அதற்கு சித்தாந்தசாமி மடம் தேவலை. குளிக்க, துணி துவைக்க, மஞ்சள் நிறமாக நீர்க்காவி அப்பி உடுத்திக் கொள்ள, மணி அடித்தால் பட்டை சோற்றுக்கு நிற்க..

‘கையிலே கொஞ்சம் காசு தரட்டாடா? தப்பா நினைக்காதே’

‘வேணாம் மீன்காசு இருக்கு... கம்முனு வாசனையா ஒரு வாரம் வரும்.’

என் இமைகளை நீவினாள். கையை உயர்த்திப் பிடித்து வீணை வாசிப்பது போல் மெல்லத் தடவி மடித்து அவள் கன்னத்தில் அணையாக வைத்துக்கொண்டாள். கண்களில் கண்ணீர் பார்த்தேன்.

‘எதுக்கு அழறே ஜோஸ்ஸிம்மா?’ என்று கேட்டேன்.

‘ஒண்ணுமில்லே.’ என் கையை எடுத்துத் தன் கண்ணீரை ஒற்றினாள்.

‘நான் தளர்ந்து கிடந்த போது நீ தோழனா தோள் கொடுத்தே... விக்தொ அங்கிள் கிட்டே சண்டை போட்டு எனக்காக என்ன எல்லாமோ செய்தே. உனக்கு ஒரு கஷ்டம் வரும்போது நான் ஒண்ணுமே செய்யலேடா.’

அடக்க முடியாமல் ஜோசபின் அழுதாள்.

என் கைகள் தாமே ஜோசபின் கண்ணைத் துடைத்தன. ‘கண்ணம்மா, நீ அழுதா நான் உடஞ்சிடுவேன். வேணாம். சந்தோஷமாப் போ ராஜாத்தி.’

அவள் சைக்கிள் ரிக்‌ஷாவில் ஏறும்வரை பொறுமையாக அவள் சைக்கிளை உருட்டியபடி வந்தேன். என்னிடம் முரண்டு பிடித்தது அந்த வண்டி. ஜோசபினைப் பிரிந்திருக்க அதற்கு மட்டும் பிடிக்குமா என்ன?

‘ரூ லலி தொலெந்தால்’ அவள் சொன்னதைக் காதில் வாங்கியபடி ஜோசபினுடைய சைக்கிளில் கடற்கரைச் சாலையூடே பயணமானேன்.

பட்டீசரி ரொட்டிக் கடை திறந்திருந்தது. இரண்டு துண்டு கேக்கும், ரெண்டு பன்னும் இன்று மதிய உணவாக இங்கே வாங்கிக் கட்டிக் கொண்டு குயில் தோப்பு போகலாம் என்று திட்டமிட்டேன். பாரதியார் பாடலில் வரும் அந்த இடத்தை நான் இதுவரை பார்த்ததில்லை. நடந்தோ, பஸ்ஸிலோ போய் விட்டு ராத்தங்க என்ன செய்யலாம் என்று வரும்போது யோசிக்கலாம்.

யாரையோ யாரோ கூப்பிடும் சத்தம். கீச்சென்று வந்த மாதிரி இருந்தது. திரும்புவதற்குள் பியானோ அக்கார்டியன் சத்தம் இனிமையாக காதில் வந்து புகுந்தது. எனக்குப் பிடித்த பாடலும் கூடவே வந்தது.

> கட்டடம் கட்டிடும் சிற்பிகள் நாம்
>
> கட்டிடுவோம் கிறிஸ்து ஏசுவுக்காய்

வேகமாக நகரும் அந்தக் கிறிஸ்துவ பக்தி கானத்தைப் பாடியபடி மேலே கான்வாஸ் கூரை போடாத சைக்கிள் ரிக்‌ஷாவில் எழுந்து நிற்கிறார் விக்தொ அங்கிள். தோளில் மாட்டிய அகார்டியன்.

நான் வண்டியைத் திருப்பிக்கொண்டு அவரை நோக்கி விரைந்து போனேன். அகார்டியனை ரிக்‌ஷாவில் இறக்கி வைத்தபடி பாட்டைத் தொடர்கிறார் விக்தொ.

உத்தமர் ஏசுவின் அஸ்திவாரம்

பத்திரமாகத் தாங்கிடுவார்

விக்தொ ரிக்‌ஷாவை விட்டு இறங்கி இரண்டு கையையும் அகல விரித்து என்னை வரவேற்றபடி பாடுகிறார்.

பாவமாம் மணலில் கட்டப்பட்ட

பற்பல வீடுகள் விழுந்திடுமே

ஆவலாய் ஏசுவின் வார்த்தை கேட்போம்

அவரே மூலைக்கல் ஆகிடுவார்

எல்லா துக்கமும் கரைய அவருடைய இசையைக் காதில் வாங்கி மனதில் நிறைத்துக்கொண்டு கூடவே பாடுகிறேன். சைக்கிளை விட்டுவிட்டு அவர் பக்கத்தில் போக விக்தொ ஒரு குழந்தையைத் தூக்குவது போல் என்னைக் கட்டித் தூக்கிச் சுற்றினார்.

'அங்கிள், கீழே போட்டுடாதீங்க. படாத இடத்துலே பட்டுதுன்னா எதிர்காலமே கேள்விக்குறியாகிடும்.'

'நான்தான் உன் தலையை பத்திரமா பிடிச்சிருக்கேன். அங்கெல்லாம் அடிபடாது' என்றார் அவர் பெருந்தன்மையாக. புரிஞ்சுக்கலியா அங்கிள்?

'நீங்க கல்லுளிமங்கன். ரெண்டு பாறைக்கு நடுவே வச்சு நச்சுடுவீங்க', அவரைக் கிண்டினேன்.

'அங்கேதான் தூக்கிட்டுப் போறேன்.'

விக்தொ சிரித்தபடி என்னைத் தாழ்த்த, நான் குதித்து இறங்கினேன். அடுத்த நிமிடம், ஒத்த வயதுத் தோழர்கள்போல கடற்கரையில் கை கோர்த்து ஓடிக்கொண்டிருந்தோம் நாங்கள்...

'சர்ச் போகலியா அங்கிள்?'

'போகலியா? இன்னிக்குதான் பெஸ்ட் பெர்பார்மென்ஸ். கர்த்தருக்கு ஸ்தோத்ரம். சர்வீஸ் முடிஞ்சு இன்னிக்கு வாசிச்சதுக்கு எவ்வளவு கைதட்டல் தெரியுமா? பாதிரியார் ஆரம்பிக்க மாஸுக்கு வந்தவங்க எல்லாரும் எழுந்து நின்னு கை தட்டினாங்கன்னா பாரு.'

'நித்திய இளைப்பாறுதலை அவங்களுக்குக் கொடு ஜேசப்பா' என்று வாய் விட்டுப் பிரார்த்தித்தேன்.

'அது போய்ச் சேர்ந்த அப்புறம்தானே? என் பாட்டைக் கேட்டுக் கிட்டே சவாரி விட்டுடுவாங்கன்னு சொல்றியோ?'

விக்தொவோடு சேர்ந்து நானும் ஓடிக்கொண்டே சிரித்தேன்.

'காலையிலே ஜாகிங் போகலே அதான் இப்போ' என்றார் விக்தொ..

'ஏன் என்ன ஆச்சு' என்று விசாரித்தேன்.

'நீ இல்லாம நான் மட்டும் ஏன் ஓடணும்?' அவர் உரிமையோடு கேட்க என்னிடம் பதில் இல்லை.

'மிசியே நானு போவட்டா?'

பின்னால் இருந்து ரிக்ஷாக்கார கேட்க, விக்தொ திரும்பிப் பார்த்துச் சொன்னார் – பரீ போற அவசரமா இல்லே லண்டனா? இரு வந்து துட்டு தரேன். தம்பி சைக்கிளையும் பக்கத்திலே எடுத்து வச்சுக்கோ

'உய் மிஸ்ஸே' பின்னால் இருந்து உத்தரவாதம் கேட்டது.

'சாப்பிட்டியா கண்ணு?'

'நீங்களுமா?' அவரை ஆச்சரியத்தோடு பார்த்தேன்.

'ஆச்சு அங்கிள்.'

'ஏம்ப்பா உனக்கு இந்தக் கஷ்டம்?'

நான் சும்மா இருந்தேன். 'வீட்டுக்கு வந்துடுப்பா புண்ணியமாப் போகுது.'

அவர் என் கையை இறுகப் பற்றி வேண்டுகோள் விடுத்தார். ஏதோ கடல் பறவை கூராக ஒலியெழுப்பி மேலே பறந்து போனதைப் பார்த்திருந்தேன். ஒற்றைப் பறவை. கூடு அநேகமாக இருக்காது.

'அப்பா ரெண்டு நாளா சாப்பிடவே இல்லை. தூக்கமும் கிடையாது. ஆபீசிலேயே உட்கார்ந்து இருபத்து நாலு மணி நேரமும் வேலை செஞ்சுக்கிட்டிருக்காரு. சாத்தான் நடத்தற பேங்குலே அவர் ஆயுசு பூரா இப்படி உழைச்சாலும் இன்னும் வேலை இருக்கத்தான் செய்யும்.'

ஓடி ஒரு சிறிய வட்டம் அடித்துவிட்டு ரிக்ஷா நின்ற இடத்துக்குத் திரும்ப வந்துகொண்டிருந்தோம்.

'விக்தொ அடிகளே.'

பின்னால் இருந்து கூப்பிட்டது பழக்கமான குரல். திரும்பிப் பார்த்தேன். பார்வேந்தனார்.

'உன்னைத்தான் தம்பி பார்க்க வந்தேன். அப்பா சொன்னாரு. சின்ன விடயத்திலே சினம் கொண்டு புறப்பட்டு விட்டாயாமே? ஆறுவது சினம் கூறுவது தமிழ். அறிவாய் தானே நீ?'

விக்தொ விடை வாங்கிப் போக பார்வேந்தனார் என்னை ஆற்றுப் படுத்தத் துவங்கினார். இல்லை, விக்தொவிடம் காட்டிய அதே உறுதிதான் இவரிடமும் காட்டுவேன். அப்பாவுக்குத் தெரிய வேண்டும். ஏப்பை சாப்பையாக எல்லாவற்றுக்கும் பயந்து நடுங்கிக் கண்ணை உருட்டி முழித்ததுமே கட்டுப்பட்டுக் காலைப் பிடிக்கும் பிள்ளை இல்லை அவர் பெற்றது என்று. என் காலில் நிற்கிறேன். நிற்பேன்.

பேசித் தீர்த்தார் பா.வே. குரல் பலவீனமாக இருந்தது. ஒரு வாரமாக தேங்காய்ப் பாலும் முருங்கை இலைச் சாறும் மட்டும் சாப்பிட்டு வந்தால் நானெல்லாம் ஊர்ந்து போவேன். தள்ளாடி நிற்பேன். அடுத்த வேளை சாப்பிட, பூசணம் உதிர்க்கும் பந்தலில் அவரைக்காய் பறிப்பேன்.

பார்வேந்தனார் பளபளவென்று மின்னும் புத்தம்புது ஸ்கூட்டரில் வந்திருந்தார். எனக்கு மிகவும் பிடித்த லாம்ப்ரட்டா ஸ்கூட்டர் அது. நல்ல ஆரஞ்சு நிறத்தில் கண்ணைப் பறிக்கிற இறகுகளோடு வண்டி. நான் வேலைக்குப்போய், கல்யாணம் செய்துகொண்டு கயலை ஸ்கூட்டரில்தான் இங்கிலீஷ் சினிமாவுக்குக் கூட்டிப் போவேன்.

இந்த உந்தியையே வைத்துக் கொள் தம்பி.

வேணாம் பார்வேந்தனார் பழைய ஸ்கூட்டரை தலையில் கட்டி விடலாம் மோட்டார் பைக் வாங்கிக் கயலைச் செல்லமாக பக்கவாட்டில் உட்கார்த்தி இட்டுப் போவேன்.

'தம்பி, மதிமுகத்தாள் உன்னை உடனே உணவுக்கு இட்டுவரச் சொன்னாள்.'

பார்வேந்தனார் பெருமையோடு அறிவித்தார்.

'ஏன் சார், சாத்வீகமாக் காய்கறி சாப்பிட்டு வந்ததை விட்டு நரமாமிசத்துக்கு போயாச்சா?' என்று கேட்டேன்.

'கடவுளே, மதிமுகத்தாள் உன்னை திங்கறதுக்காகக் கூப்பிடலே. நீ வந்து சாப்பிடணும்னு கூப்பிடறாங்க' என்று என் ஐயத்தைத் தெளிவித்தார்.

விக்தொ, பார்வேந்தனார், இன்னும் யார் யாரோ. அப்பா நான் சந்திப்பேன் என்று யூகித்த தனக்குப் பழக்கமான எல்லோரிடமும் என்னைப் பற்றி குறைந்த பட்சம் தகவல் அறிவித்து, வந்தால் கவனித்துக்கொள்ளச் சொல்லி இருக்கிறார். நல்ல புத்தி சொல்லி வீட்டுக்கு அனுப்பி வைப்பதுவும் அவர்கள் செய்தாக வேண்டிய உதவியில் அடங்குவதாக இருக்கும். அவர் ஆற்றாமை புரிகிறது.

பா.வே ஸ்கூட்டரை மெதுவாக ஓட்டியபடி முன்னால் போக, நான் சைக்கிளில் அவருக்கு முன் வீட்டுக்குப்போய்ச் சேர்ந்துவிட்டேன்.

கயலைச் சந்திக்கக் கூடாது என்று வைராக்கியத்தோடு பதுங்கி ஓடிய ஒரு மனம் தாழ்ந்து போக, கயல் கயல் என்று ஓலமிட ஆரம்பித்தது இன்னொரு மனது. இரண்டு நாளுக்கு முன் எந்தக் கசடும் பற்றாத மனநிலையில் அவளை இங்கே விட்டுப் போனபிறகு அதே சூழலும் மனமும் எண்ணமுமாக இங்கே வருவதாக நம்ப முயற்சி செய்தேன்.

'ஆளையே காணோம். தேங்கா தின்னச் சொல்லுவாங்கன்னு ஓடிட்டியா?'

கயல் அன்போடு விசாரித்தாள்.

'இவரா, தகப்பன்சாமி. அப்பாரு கோவிச்சுக்கிட்டார்னு வீட்டை விட்டுப் போயிட்டாராம்.' பார்வேந்தனார் சிரிக்காமல் சொல்ல, கயல் என்னை ஆச்சரியத்தோடு பார்த்தாள். இது என்னடா புதுக் கிறுக்கு என்பதுபோல் அதில் ஒரு அழகான சுவாரசியம் தெரிந்தது.

பார்வேந்தனார் நாங்கள் பேச விட்டுவிட்டு வாசலில் இருந்த ஒரு பெரிய சர்க்கரைவள்ளிக் கிழங்கு சாக்கைத் தூக்கிக்கொண்டு உள்ளே போக, 'உங்க லஞ்ச் ரெடி போல இருக்கு!' என்றேன் கயலிடம்.

'ஏன் கேக்கறே. கல்லாடச் சித்தர் ஆஸ்பத்திரியிலே படுத்தாச்சு. டிஹைட்ரேஷன். வாந்தி பேதி.'

'ஆஸ்பத்திரியே மல்லிகைப்பூ மணத்தோட திகழுமே' என்று விசாரித்தேன்.

'உனக்கு வேடிக்கையா இருக்காக்கும். சிரி. ஆமா, அப்பாகூட என்னடா சண்டை? கனவிலே ஜோசபின்... ஜோசபின்னு உளறினியா?'

'கயல்னுதான் உளர்றது வழக்கம்.'

'சுத்துடா நல்லா ரீல் சுத்து.' அவள் சொல்லிக்கொண்டிருக்கும்போதே மதிமுகத்தம்மாள் உள்ளே இருந்து பெரிய கேரியரில் சாப்பாட்டோடு வந்து ஸ்கூட்டர் பெட்டியில் வைத்தாள். பா.வே திரும்பக் கிளம்பினார்.

'கல்லாடச் சித்தருக்கு குழைய வடிச்ச சாதமும் ரசமும் இங்கே இருந்துதான் போவுது. அப்பா இப்படியான வேலைக்கெல்லாம் போக மாட்டார். புது ஸ்கூட்டரை ஓட்ட இதெல்லாம் சாக்கு இல்லையா. அதான் இழுத்துப் போட்டுக்கிட்டு ஓடறார்.'

கயல் சிரித்தாள். அவளுக்கு ரெண்டு நாள் நான் அனுபவித்து வந்த சுகமும் துக்கமும் தெரியாமல் இருப்பதில் எனக்கு சின்னதாக நிம்மதி.

புத்தக அலமாரியில் இலக்கு இல்லாமல் புத்தகம் புரட்டிக்கொண்டு நின்றேன். கையில் கிடைத்த மூவரையன் விறலிவிடு தூது புத்தகத்தைப் புரட்டுவதற்குள் கயல் பறித்து வைத்தாள்.

'எப்படிடா இதெல்லாம் உன் கண்ணுலே படுது. விவரமான ஆளுடா நீ.'அவள் என்னை விழுங்கி விடுவதுபோலப் பார்க்க, தழுவிக் கொள்ள எதிர்பார்ப்பு புரிந்தது. இல்லை, இப்போது எனக்கு எந்தத் தகுதியும் இல்லை அதற்கெல்லாம்.

'கோபிச்சுக்கிட்டுப்போன சாமி கோவணத்தோட இல்லே போகணும்?'கயல் கலகலவென்று சிரித்தாள்.

அவளுடைய உற்சாகம் எனக்கு இனி தொற்றுமோ என்னவோ. அதனாலென்ன, அதைப் போலியாக முகத்தில் பூசி நிற்கலாம். கயலை வருத்தப்பட விடக்கூடாது. அவளுக்காக ஆடுடா ராமா என்று ஆடவும் தயார்தான். ஓடுடா நாயே என்று விரட்டினால் ஓடி ஒளியவும் ரெடியே

'சாப்பிட வாங்க தம்பி'

மதிமுகத்தம்மாள் விளிக்க, 'சர்க்கரை வள்ளிக் கிழங்கா அம்மா?' என்று கேட்டேன். 'இல்லேப்பா, சோறு, ரசம், வாழைக்காய். அமாவாசையாச்சே!'

அவள் உள்ளே போக கயல் என் உதடுகளில் மெல்ல மிக மெல்ல ஒரு முத்தம் ஈந்தாள். திருப்பித் தருவதா நன்றி சொல்வதா என்று குழம்பி கண் மூடி நின்றுகொண்டிருந்தேன்.

'என்னடா சட்டை எல்லாம் ஒரே கப்பா இருக்கு? ஓ நீதான் வீட்டை விட்டு ஓடி வந்துட்டே இல்லே?'

உள்ளே போய் ஒரு நாலு முழ வேட்டியும் கதர்த் துண்டுமாக வந்தாள்.

'இதை உடுத்திக்கிட்டு துணியை விழுத்துக் கொடுடா.'

'வேணாம் கயல்' என்று அவசரமாக மறுத்தேன்.

'போடறியா, நானே கழட்டட்டா?'

வேட்டி துண்டுக்கு மாறினேன். விழுத்துப்போட்ட துணிகளை பிளாஸ்டிக் வாளியில் போட்டு, கணுக்கால் தெரிய இழுத்துச் செருகிய பாவாடையோடு நகர்ந்த கயல் நின்றாள். திரும்பினாள்.

'உள்ளே போட்டிருக்கறதை யாரு துவைப்பா? போடுறா அதையும்.'

‘கயல்! கயல்! ஓ! கயல்!’

‘என்னடா கயல் கயல்னு ஜபம்?’

‘நீ எதுக்கு அதை எல்லாம்?’

‘அது உனக்கு தேவை இல்லாத கவலை.’

‘சரி அப்படியே இருக்கட்டும். துவைக்கப் போட்டுட்டு எப்படி சாப்பிட உட்கார்றது? உங்க அம்மா பரிமாறினா எனக்கு கூச்சமா இருக்கும்.’

‘சரி அவங்க சோறு போட வேணாம். நான் வந்து போடறேன்.’

‘அய்யய்யோ அது இன்னும் கஷ்டம்.’

‘என்ன கஷ்டம்?’ அவள் கண்ணை விரித்துக் கேட்டுவிட்டுச் சிரித்தாள்

‘சரிடா, நல்ல ஒட்டப் பிழிஞ்சு தரேன் அதை மட்டும்’

‘மெர்சி கயல்’

‘ஏண்டா வீட்டை விட்டு ஓடறதுதான் ஓடறே, ஒத்தை அண்டர்வேரோடயா இறங்குவே?’

நான் சங்கடமாகச் சிரித்தேன்.

‘ஆமா உன்னை லலி தொலெந்தால் வீதியிலே பார்த்ததா யாரோ சொன்னாங்களே? சாக்லெட் கடிச்சுக் கொடுக்கறேன், வான்னு கூப்பிட்டாளா உலக அழகி? மறுபடியும் திருவிளையாடல் ஆரம்பமா?’

‘சே சே அதெல்லாம் இல்லே கயல்... அரியர்ஸ் கிளியர் பண்ண பாடம் சொல்லித் தரேன். ரொம்ப கேட்டா... டிகிரி இல்லாம பிரான்ஸிலே வேலை தேட முடியாதாம்... வேலைக்குப் போயே ஆகணும்னு கட்டாயமாம்... கேட்க கஷ்டமா இருந்தது.’

அது உண்மையும்தான். ஆனால் அது மட்டும் உண்மை இல்லை.

‘அரியர்ஸ் கிளியர் பண்ண உதவி செய்யறது பாடத்தோட நிக்கட்டும். வேறே அரியர்ஸ் எல்லாம் அவளோட கூட இருந்து ஆனந்தமா முடிச்சுக்கலாம்னு மோப்பம் பிடிச்சு அங்கே போனே, மவனே...’

உள்ளாடையை எந்த அருவறுப்பும் இல்லாமல் எடுத்து வாளித் துணிகளோடு இட்டாள் கயல். என் பக்கத்தில் வந்து சொன்னாள் -

‘அறுத்துப் போட்டுடுவேன். ஜாக்கிரதை.’

29

என்னைப் பழி வாங்கும் வேகத்தோடு ராத்திரி வேகமாக நகர்ந்து வந்தது.

ஞாயிற்றுக்கிழமை இரவு இப்படி வராது. அது ரத்னா தியேட்டரில் ஷான் கானரி நடித்த ஜேம்ஸ் பாண்ட் படமாக இருக்கும். கயலோடு ஒற்றை பாக்கெட் பாப்கார்னையும் ஆர்வமான விரல்களையும் பகிர்ந்து கொள்ளும் இனிமையான சினிமா தியேட்டர் அரையிருட்டாக இருக்கும். கபே ஹவுஸில் லெச்சுவோடு ஓயாத அரட்டையாக, கட்டி தட்டிப் போன சர்க்கரையை வலிந்து கலக்கி ரசித்துக் குடிக்கும் ஆறிப் போன காப்பியாக இருக்கும். கடல்புரத்தில் ஜோசபினைப் பக்கத்தில் உட்கார வைத்துப் பார்த்துக் கொண்டு, இரு கை தாழ்த்தி அளைகிற கடற்கரை ஈர மணலாக இருக்கும். எங்கே போனாலும் எவ்வளவு நேரம் ஆனாலும் சகல பாதுகாப்போடும் உறங்க வந்து சேரும் வீடாக இருக்கும். அப்பாவின் திருநீற்று வாசனையாக இருக்கும். அவருடைய அன்பான குரலாக இருக்கும்.

எங்கே போக? யார் என்னை வரவேற்று உபசரித்து ராத்தங்கிப் போகச் சொல்லி உபசரிக்கக் காத்திருக் கிறார்கள்?

நான் கயல் வீட்டை விட்டு கிளம்பும்போது சாயந்திரம் ஐந்து மணியாகி விட்டிருந்தது. என் பிரியமான கயல்விழிக் கண்மணியோடு சேர்ந்து இருக்கக் கிடைத்த ஒரு வினாடியைக்கூட நழுவிப்

போகவிடாமல், மனப் பாரத்தை எல்லாம் அவளுடைய சிரிப்பிலும், தெறித்து விழும் கண்டிப்பிலும் கரைத்துத் தீர்க்க முனைந்து உட்கார்ந்திருந்தேன். ஜாக்கிரதையான சுயநலத்தோடு, இரண்டு நாளாக நான் சுமந்து திரியும் பாவச் சிலுவையைப் பற்றிச் சொல்லாமல் மறைத்தேன். அதைச் சுமந்து நான் நரகத்தில் பிரவேசிக்கும்போது கயலின் சிரிப்பை மனதில் வழிய வழிய நிறைத்துப் போவேன்.

'இங்கேயே தங்கிட்டு காலையிலே போயேன்.' கயல் சொன்னாள்.

வேண்டாம். என் மேல் எனக்கு நம்பிக்கை இல்லை. எவ்வளவு பாதுகாப்பாக அவள் இருந்தாலும் என் மனது அவள் உடம்பை விழுங்கச் சொல்லி ராத்திரி எழுந்து சூழ்ந்து கட்டளையிட்டு உறக்கம் கெடுத்து விடும். கிடைக்காத சந்தர்ப்பத்தைக் கற்பனையாக நிகழ்த்திப் பார்த்து மறுபடி மறுபடி உசுப்பி விட்டுச் சுற்றிச் சுற்றி வர வைக்கும். இங்கே இருந்து நினைவு தறிகெட்டு ஓட வழி செய்தபடி ராத்திரியை மன உளைச்சலோடு கழிக்க வேண்டாம்.

என்றால் வேறெங்கே? சித்தாந்த சாமி மடத்து வாசல்? அங்கே தூங்க விடுவார்களா? ராத்திரி பூரா கடற்கரையில் இலக்கின்றி அலைந்து வரலாமா?

எங்கிருந்தோ வல்லூரி சார் மனதுக்குள் தாண்டிக் குதித்து நினைவுகளைத் தாறுமாறாக்கி உடல் முழுக்க பிளாஸ்திரியும் மாவுக் கட்டுமாகக் கடந்து வந்தார். அவருடைய பழைய வீட்டை நினைத்தேன். பிரியமான லதா தீதியோடு வல்லூரி குடித்தனம் வைப்பதற்கு முன்னால் இருந்த அந்தக் கூட்டுக் குடித்தன வீட்டோடு, சக குடித்தனக்காரர்களான டெமான்ஸ்ட்ரேட்டர்களும் கூடவே நினைவுக்கு வந்தார்கள். டெமோக்கள் இன்னும் அங்கேதான் இருக்கிறார்கள். போனால் இன்று ஒரு ராத்திரியோ, தொடர்ந்து தங்கவோ வழி பிறக்கலாம். இந்த யோசனை காலையிலேயே மனதில் வராததற்காக வல்லூரி சாரைக் கோபித்துக்கொண்டபடி பெடலை மிதித்தேன்.

வல்லூரி இருந்த வீட்டை இடித்துக் காரையும் செங்கலுமாகக் குவித்து வைத்துவிட்டு, நாமமும், கந்தர்வர்களும் பதித்த பழைய வாசல் கதவைக் கெல்லி எடுத்து டெம்போவில் ஏற்றிக் கொண்டிருந்தார்கள். ரெட்டைத்தெரு வீடு மரித்தபோது எனக்கு அனுபவப்பட்ட, அந்த இடத்தில் நிற்கும்போது கனமாக மனதில் கவிந்து கண்ணீர் விட வைத்த காட்சி இது. என் வயதில் ஒரு ஆணோ, பெண்ணோ ஓரமாக நின்று விசும்புவதை எதிர்பார்த்துத் தேடினேன். இந்த வீட்டிற்கு அப்படி யாரும் சொந்தம் இல்லை போலிருக்கிறது. யார்

நினைவிலும் ஏறாமல் ஒரு வீடு இறந்துபோய், பௌதிக எச்சங்கள் களையப்பட்டு வெறுமை யான வெட்டவெளி எழுகிறது..

தெரு முழுக்க, ஊர் முழுக்க, அதற்கு மேலும் விரிகிறது அன்னியர்கள் சுவாசிக்கிற உலகம். அவர்கள் பேச்சும், பழக்கமும், பழகுவதில் காட்டும் அலட்சியமும், அவர்களோடு பேசவும் ஏற்படும் தயக்கமும், யாசிப்பின் வெட்கமும், நிலை தாழ்ந்து போனது குறித்த துக்கமுமாக எனக்காக விரியும் உலகம் இது. பிடித்தாலும் பிடிக்கா விட்டாலும் இங்கேதான் இனி. இன்னும் எத்தனை காலமோ. வெறும் காமம் எல்லாவற்றையும் தலைகீழாக மாற்றிப்போடும் என்றால் எதைக் கொண்டு அதையும் மாற்ற?

இங்கே சுற்றி அலைந்துகொண்டிருப்பதைவிட வல்லூரி வாத்தி யாரையே அவருடைய வீட்டில் போய்ச் சந்திக்கலாம் என்று முடிவு செய்து ரங்கப்பிள்ளை தெருவில் அவர் வீட்டுக்குப் போனேன். மேல் மாடியில் மட்டும் விளக்கு எரிந்துகொண்டிருக்க, கீழே அடைத்துப் பூட்டி இருளடைந்து கிடந்த பெரிய வீடு அவருடையது.

கீழே இருந்தபடிக்கு 'சார், சார்' என்று கூப்பிட, இருட்டில் ஆள் அடையாளம் தெரியாமல் பால்கனியில் எட்டிப் பார்த்துத் திரும்பக் குரல் கொடுத்தபடி இருந்தார் வல்லூரி. விழுந்து வைக்கப் போகிறார் என்ற பயத்தில் சைக்கிளை உடனடியாக ஸ்டாண்ட் போட்டு, மேலே படி ஏறினேன். அது ஜோசபினுடைய சைக்கிள். காணாமல் போனால் பின்னும் பெரும் கஷ்டம். கீழே உடனே வந்து பூட்டி சாவியை பாக்கெட்டில் போட்டபடி திரும்பப் படி ஏறினேன். கையில் நேற்றைய காலைத் தினசரியில் சுற்றிச் சடம்பு வைத்துக் கட்டிய துணிகள். கயல் தங்கம் பிரியத்தோடு துவைத்து மடித்து அயர்ன் செய்து கொடுத்து அனுப்பியவை அதெல்லாம். மானசீகமாக அவளுக்கு ஒரு முத்தம் ஈந்தேன்.

கையில் சப்பாத்தி இடும் உருட்டுக் குழவியும் கையில் அப்பிய மாவுமாக மடித்துக் கட்டிய சாயவேட்டியோடு எதிர்ப்பட்டார் வல்லூரி. லதா தீதி தோளில் பேட்டரி விளக்கைத் தலை சாய்த்து இடுக்கிக்கொண்டு சுவிட்ச் போர்டில் டெஸ்டரை வைத்து ஏதோ மின் இணைப்பைச் சோதித்துக் கொண்டிருப்பது கண்ணில் பட்டது. வைத்தே வீட்டு ரிக்கார்ட் ப்ளேயரில் ஏதோ குளறுபடியாகி, ஹேமந்த் குமாரும், மன்னா டேயும், முகம்மது ரஃபியும், கிஷோர் குமாரும் கூட அந்த்வானாக ஒரே வார்த்தையை நம்பிக்கையோடு திரும்பத் திரும்பச் சொல்லி விட்டு சட்டென்று அடுத்த அடிக்குப் போவது தவறாமல் நடக்க, தீதி காசு வாங்க மாட்டேன் என்று உறுதியாகச் சொல்லி அதைச் சரிப்படுத்திக் கொடுத்தாள். ரேடியோ ரிப்பேர்கூட

செய்வாளாம். வல்லூரி வாத்தியார் கொடுத்து வைத்தவர்தான். அவருக்கு மச்சினி இருந்தால் அந்த்வானுக்குக் கேட்கலாம் என்று லெச்சு அபிப்ராயம் வைத்திருந்தான். அக்கா டேப் ரிக்கார்டருக்கு செஞ்சதை தங்கச்சி உன் திக்கலுக்குச் செய்ய முடியும் என்று தவறான நம்பிக்கை கிடைத்த அந்த்வான் புறப்பட்டு லதா தீதியை விசாரிக்க அவளுக்கு வேறே அக்கா தங்கை அண்ணன் தம்பி இல்லை என்று தெரிய வந்தது வேறு கதை.

'ஏமி காவாலி?'

மூக்குக் கண்ணாடி அணியாத நிச்சயமின்மையோடு இன்னொரு தடவை நான் யார் என்று விசாரித்தார் வல்லூரி மாஸ்டர். சொன்னேன்.

'அடடே ஏம்பா சொல்லியிருந்தா நானே கபே ஹவுஸுக்கு வந்திருப்பேனே. நாடகம் எழுதறே. கதையை கேட்கணும். அதானே?'

நான் சிரித்தேன். நாடகம் எழுதுகிற வேலையில்லை இப்போது. நடித்துக்கொண்டிருக்கிறேன். அடுத்த காட்சி என்ன என்று தெரியாது. முடிவும் அறியேன்.

'நடிக்கிறியா? ரொம்ப நல்லது.. என்னிக்கு இனாகுரேஷன்?' குன்றாத ஆர்வத்தோடு கேட்டார் வல்லூரி.

'விரைவில் எதிர்பாருங்கள். ஆனா நான் அதுக்கு வரல்லே சார்.'

'தெரியும். இங்கிலீஷ் கவிதைத் தொகுப்பு. அதானே? எத்தனை கவிதை எழுதியிருக்கே? கொடு பார்க்கலாம்.'

என் கையில் வைத்திருந்த துணிப் பொதியை வாங்கக் கை நீட்டினார் அந்த அப்பாவி நண்பர்.

'அதெல்லாம் இல்லே சார். வந்து...'

'வந்து?'

'இன்னிக்கு ராத்திரி தங்க இடம் வேணும்.'

நம்ப முடியாமல் தலையைக் குலுக்கிக் கொண்டார். 'என்ன ஆச்சு, வீட்டுச் சாவியைத் தொலைச்சுட்டியா?'

வல்லூரி கேட்க வேறு வழி இல்லாமல் கதைச் சுருக்கம் சொன்னேன். கண்ணாடியைத் தேடி எடுத்துப் போட்டுக்கொண்டு ஒரு வினாடி என்னையே கூர்ந்து பார்த்தார் அவர்.

‘அப்பா கூட சண்டையா? அதுக்காக வீட்டைவிட்டு வந்துடுவியா? நாகேஸ்வரராவ் சினிமா மாதிரி இருக்கு. அந்த சீன்லே கண்டசாலா பாட்டு ஒண்ணு தான் பாக்கி.’

சொல்லிவிட்டு வல்லூரி சார் பாடினார். நல்ல குரல். தெலுங்கு சோகத்தோடு சிரிப்பும் சேர்ந்து வழிந்தது வல்லூரி முகத்தில். நாலு வரி பாடியதும், நான் மெதுவாகச் சொன்னேன் -

‘சார், இப்படிக் கஷ்டப்படுத்தினாலும் பரவாயில்லே. ராத்தங்க இடம்…’

நிச்சயம் உண்டு என்று என் தோளில் அன்பாகத் தட்டினார் தோழர் வல்லூரி. லெச்சுவிடம் சொன்னால் நாளைக்கு காபி ஹவுஸ் வாசலில் அவரைக் கௌரவிக்க அணிவகுப்பு மரியாதையே நடத்தி விடுவான்.

‘சார் வீட்டை விட்டு கோவிச்சுக்கிட்டு வந்துட்டாராம்!’

லதா தீதிக்காக குரலை உயர்த்தி அவர் சேதி சொல்ல, ஹாலில் விளக்குகள் பிரகாசமாக எரிந்தன. தீதி ஸ்டூலை விட்டு இறங்கி ‘வா’ என்று பிரியத்தோடு கூப்பிட்டாள்.

‘சாப்பிடறியாப்பா?’

வல்லூரியை விட வேகமாகத் தமிழ் கற்றுக்கொண்டு விட்டாள் தீதி. அவரை விட வேகமாக மனிதர்களைப் புரிந்துகொள்கிறாள். அந்த அன்பானதம்பதிகளைப் பார்க்க மனதுக்கு இதமாக இருந்தது. சூரியன் மேற்கில் ஒருவேளை உதித்து நான் கயலைக் கல்யாணம் செய்து கொண்டால் இப்படித்தான் இருப்போம். நான் கைப்பிடிப்பது ஜோசபினாக இருந்தால்? எப்படி இருப்போமோ அது கயலுக்குக் கட்டாயம் பிடிக்காது.

வீணான கற்பனைகளைத் தள்ளி, ‘சாப்பிடறேன் தீதி’ என்றேன். தீதி கையில் இருந்து ஸ்க்ரூ ட்ரைவரை வாங்கி உடனே அதைக் கீழே போட்டார் வல்லூரி. நழுவி விழுந்த அது அவர் கால் கட்டை விரலைப் பதம் பார்க்க, வல்லூரி நிமிடங்களாக அடுத்த பத்து நிமிஷம் போனது.

காலில் பிளாஸ்திரி ஏறியதும் அவருக்கே இயல்பான அமைதியை மீட்டெடுத்த வல்லூரி சாரோடு இருந்து ரொட்டியும் தால் சென்னாவும் சாப்பிட்டேன். தீதி நாளைக்கு காலேஜ் திறப்பதை நினைவு படுத்தினாள்.

கயல் சலவை செய்து கொடுத்த உடுப்பும், காலேஜ் காண்டீன் குழாய்த் தண்ணீரும், நண்பர்கள் யாராவது மனம் இரங்கிக் கொடுத்தால் பகலுக்கு ஓசி சோறுமாக நாளை நடந்துவிடும் என்றேன் அவளிடம்.

காலையில் சித்தாந்தசாமி கோவிலில் பிரசாதம் கிடைத்தால் அதைவிட விசேஷம் என்று பட்டது. ஆனால் அதை தீதியிடம் சொல்வதைத் தவிர்த்தேன். ஏற்கெனவே நான் கிறுக்கி வரைந்த சொற்சித்திரத்துக்கே அவள் உருகிப்போய் உட்கார்ந்துவிட்டாள்.

'சரி மொட்டை மாடியில் ஜிலுஜிலுன்னு காத்து வாங்கிட்டு உறங்கு... விடிஞ்சதும் யோசிக்கலாம்.'

தீதி பாயும் தலையணையும் கொண்டுவந்து கொடுத்தாள். நான் மெல்ல மாடிப்படி ஏற, வல்லூரி சார் கிசுகிசுப்பாகத் தீதியிடம் முனியோட்டம் பற்றி தெலுங்கில் நினைவு படுத்தியதை கேட்டேன். முனீஸ்வரலு என்றால் முனிதான். தீதி அதற்கெல்லாம் பயப்படுகிறவள் இல்லை என்றாலும் எனக்குக் கொஞ்சம் பயமாகத்தான் இருந்தது. சாத்தானே மாரத்தான் ஓடியாகி விட்டது. முனியாவது ஒன்றாவது. விடிந்ததும் பார்த்துக்கொள்ளலாம்.

விளக்கை அணைத்துப் படுத்ததும் ராட்சச வெறியாக அமேலி அமேலி என்று தேகம் தகிக்க ஆரம்பித்தது. இரண்டு நாளாக இரை கண்ட உடல் சுகம் எதிர்பார்த்தது. இன்று நான் உன் பேச்சைக் கேட்கப் போவதில்லை. நிம்மதியாக உறங்குவேன்.

பத்து நிமிடம் தூங்கி இருப்பேன். அல்லது அரை மணி நேரம். குழப்பமான கனவில் கடல் புரத்தில் சுங்கச் சாவடிக் கதவுகள் அதிசயமாகத் திறந்திருக்க, கடல் பாலத்தை ஒட்டிக் கப்பல் ஒன்று நங்கூரமிட்டு நிற்கிறது. நான் சுங்கச் சாவடிப் பக்கம் ஒரு நிமிடம் ஓடி நின்று பின்னால் பார்க்க, கப்பல் சங்கொலி எழுப்பி இரைகிறது. தியூப்ளேபோல உடுப்பணிந்த யாரோ அல்லது அவர் தானோ கடலுக்குள் இறங்கி நடந்து வந்தபடி என்னிடம் பிரெஞ்சில் சத்தம் போடுகிறார். கப்பலில் ஏறச் சொல்கிறார் என்று நினைத்து முன்னால் பாயப் பார்த்தால், சுங்கச் சாவடியில் யாரோ மணல் மூட்டைகளைச் சுமந்து போய்க் கப்பலில் ஏற்றச் சொல்லி இரைகிறார்கள். ஒவ்வொரு மூட்டையாகத் தூக்கிப் போய்க் கடல் பாலத்தின் முனையில் வைக்க, தலை கனத்து வலிக்கிறது. உடல் தளர்ந்து வியர்வையில் குளிக்கிறது. ஒரு மணல் மூட்டையை எடுத்துத் தலையில் சுமந்துகொண்டு கப்பலில் பிரவேசிக்க அடி எடுத்து வைப்பதற்குள் கப்பல் புறப்படுகிறது. என் ஒரு கால் கப்பலிலும் மற்றது கடல் பாலத்திலு மாக இருக்க, நடுங்கி விழித்துக்கொண்டேன். கண் எரிந்து, ஒற்றைத் தலைவலி உச்சத்தில் வலிக்கத் துடித்து, உடல் வெப்பம் ஆகக் கூட, ஜன்னி வந்த நிலை. பிதற்றுகிறேன் என்று தெரிந்தே பிதற்றுகிறேன்.

எழுந்து உட்கார நினைக்கும்போது கை கால்கள் வேலை செய்யாமல் மனது அமேலி கொடுத்த மாத்திரை விழுங்கினால் எல்லா ரோகமும்

சரியாகப் போகும் என்கிறது. சுவர் ஏறிக் குதித்து அமேலி கொடுத்த குளிகையோடு அவளையும் இன்னொரு முறை அனுபவித்து வரலாம் என்று ஆசை காட்டுகிறது மனதில் ஒரு ஓரத்தில் பதுங்கிய மிருகம்.

தலைவலி தாங்கமுடியாமல், கண் விழிக்க இயலாமல் இருட்டில் உட்கார்ந்து 'அமேலி டேப்ளெட்... அமேலி நீ வேணும்!' என்று கதற விளக்கு எரிகிறது.

பக்கத்தில் வந்து உட்கார்ந்து ஆதரவாக என் தோளைத் தொட்டவர் வல்லூரி சார். சின்ன டம்ளரில் வென்னீரும், ஏதோ ஒரு மாத்திரையு மாக லதா தீதி எனக்கு வலுக்கட்டாயமாகப் புகட்டுகிறாள். நான் பாதிக் கண் திறந்து கஷ்டப்பட்டு பார்க்க அவள் என் அம்மாவாக மாறி இருக்கிறாள். அம்மா அம்மா அம்மா என்று அரற்றி அவள் காலைப் பிடித்துக் குமுறிக் குமுறி அழுதபடி கண் மூடி உறங்க நினைத்தேன். உறங்கினேன்.

எழுந்ததும் தீதி முகத்தில்தான் முதலில் விழித்தேன்.

'என்னப்பா ஏதோ பொண்ணு பேரை ராத்திரி முழுக்கச் சொல்லிப் புலம்பினியே. கீழே வரைக்கும் கேட்டுது உன் சத்தம். ஜுரம் அதிகமாகி ஜன்னி கண்டுதோன்னு பயந்துட்டோம். சார் உன்னை ஆஸ்பத்திரியிலே சேர்த்துடலாம்னாரு' என்றாள் லதா தீதி.

நான் கையெடுத்து அவளைக் கும்பிட்டேன். இரவு இரண்டு தடவை எனக்காக மாத்திரையும் வென்னீரும் கொடுத்து காய்ச்சலை அவள் கட்டுக்குள் வைக்காவிட்டால் நான் பிழைத்திருப்பேனோ என்னவோ.

'சிநேகம் எல்லாம் நல்லதுதான். ஆனா நாம் படிக்க வந்திருக்கோம். அதுதானே முதல் வேலை. நான் செம்படவ இனம். வல்லூரி சார் பிராமணர். ரெண்டு பேருமே ரொம்ப ஏழைக் குடும்பம். கடல்லே போய் வரவங்களைக் கெஞ்சி எங்க நயினா வாங்கிட்டு வர்ற மீனை தெருத் தெருவா வித்து காசு சேர்த்து படிச்சேன். வல்லூரி, புரோகிதருக்கு அசிஸ்டண்டா, பொணம் தூக்கற பிராமணனா போய் காலேஜ் பீஸுக்கு பணம் சேர்த்தார். காலேஜ்லேதான் எங்க காதலும் வந்துச்சு. ஆனா அது படிப்புக்கு நடுவே வரலே. ரெண்டு பக்கமும் எதிர்ப்பு. அவருக்கு வேலை கிடைச்சுதான் கல்யாணம். ஒண்ணும் கொறஞ்சு போயிடலே. காதலும் இருந்தது. கல்யாணமும் நடந்தது. இன்னிக்கு யாரையும் எதிர்பார்க்கலே நாங்க. இன்னிக்கும் எதிர்ப்பு இருக்கு. ஆனா மத்தவங்களுக்கு எங்களால முடிஞ்ச உதவி செய்யற நிறைவும் உண்டு.'

நான் அவர்களைப் புது மரியாதையோடு பார்த்தேன். எவ்வளவோ சாதித்துவிட்டு இவர்கள் எதுவுமே நடக்காத மாதிரி சகஜமாக இருக்க,

ஒன்றுமே சாதித்து முடிக்காத நான் ரகளை செய்து ஊரைக் கூட்டிக் கொண்டிருக்கிறேன்.

‘நீ செய்த தவறும் இனி செய்ய நினைத்து செய்யாமல் போனதும் எல்லாம் நேத்திக்கு உன் அழுகையிலே கரைச்சுட்டே. உன் கண்ணிலே என் மகனைப் பார்த்தேன். இனி எந்தத் தப்பும் செய்யாதே. படிச்சு நல்லா வா.’

என் அம்மா காப்பியோடு சொன்னாள். லதா தீதியாக அவள் வீடு நிறைய மங்கலமாக நிறைந்து நின்றாள்.

காலேஜ் கிளம்பும்போது தீதி கொடுத்த சாயாவும், முந்திய ராத்திரி இட்ட ரொட்டியை உதிர்த்துச் செய்த உப்புமாவும் சித்தாந்தசாமி கோவில் வரிசையில் ஆண்டி பரதேசிகளோடு நிற்காமல் தெம்பாக காலேஜுக்கு வண்டி மிதித்துப் போக வழி செய்தது. தீதி, மெர்சி பெகூ..

‘என்னடா லேடீஸ் சைக்கிள்லே வர்றே?’

காலேஜ் உள்ளே நுழையும்போது லெச்சு குரல் கேட்டது.

சட்டென்று நின்று குருவே என்று இரண்டு கையும் எடுத்து பெரிசாகச் சுழற்றி சைக்கிளில் இருந்தபடிக்கே வணக்கம் சொன்னேன். எதிர்பார்க்காத மகிழ்ச்சி இது.

‘நீ எப்படி இங்கே லெச்சு? டிகிரி முடிச்சாச்சே?’

கேட்க ஆரம்பித்தபோதே பட்ட மேல்படிப்பு ஆரம்பிக்கப்பட்டது நினைவு வந்தது.

‘இங்கிலீஷ் இலக்கியத்திலே எம்.ஏ. பண்றேண்டா’ என்றான் லெச்சு. ஓரமாக ஷேக்ஸ்பியரும் கீட்ஸூம் ஷெல்லியும் நடுநடுங்கி குழையை இடுப்பில் சொருகிக்கொண்டு லெச்சு கட்டளைப்படி ராகிங் நடனம் ஆட இருப்பதாகக் கற்பனை செய்யச் சிரிப்பு வந்து விட்டது.

சன்னமான சலங்கை சத்தம். நான் லெச்சுவோடு பேசுவதில் மும்முரமாக இருக்க, அவன்தான் முதலில் திரும்பிப் பார்த்தான்.

‘கயல் நிக்குதுடா. உன்னைத்தான் தேடி வந்திருக்கு போல.’

காலை வெளிச்சமும் தலை குளித்த அழகும் வெள்ளைச் சூடிதாருமாக அம்சமாக இருந்தாள் கயல். முதல் நாள் வகுப்புக்குப் போகாமல் அவளைப் பக்கத்தில் நின்று நாள் முழுக்கப் பார்த்துக்கொண்டே இருக்கலாம் என்று தோன்றியது. காலப் புத்தகத்தில் இரண்டு தாள்களை மட்டும் கிழித்துப் போட்டுவிட்டு கயல் துணையிருக்க மேலே போக வேண்டியதுதான்.

லெச்சு ஒதுங்கக் கயலும் நானும் என்.சி.சி. கட்டடம் பக்கமாக இதமாகச் சக்கரங்கள் சேர்ந்து உருள நகர்ந்து போனோம். அந்தச் சில வினாடிகள் மறுபடி வாழ்ந்த புத்துணர்ச்சி. இன்று இது மட்டும் கூட வரட்டும்.

சைக்கிள் கூடையிலிருந்து சின்ன ஸ்டெயின்லெஸ் டப்பாவைக் கஷ்டப்பட்டுத் திறந்தாள் கயல்.

'என்ன, தேங்காப் பத்தையும் பச்சை மிளகாயுமா?'

'இந்த இளக்காரத்துக்கு ஒண்ணும் குறைச்சல் இல்லே. நாலு தோசை சுட்டு எடுத்தாந்திருக்கேன். முன்னாலேயும் பின்னாலேயும் பொத்திட்டு தின்னுட்டு கம்முனு கிளாசுக்குப் போ' என்று கண்டிப்பு காட்டினாள் கயல்.

'அய்யே பொத்திகினு என்னத்த துண்றதாம்?'

'நீ துண்ணு நான் பொ...'

கயல் அட்டகாசமாக ஆரம்பித்து சட்டென்று ப்ரேக் பிடித்து நிறுத்தினாள்.

நான்? நான்? ரெண்டு தடவை நானை அழுத்தமாகச் சொல்ல அவள் முகத்தில் படர்ந்த வெட்கத்துக்கு அது கல்லூரியாக இல்லாமல் இருந்தால் அவளை இறுக அணைத்து, ஆமா அதேதான். முத்தத்துக்கு ஏது நேரம் காலம்?

'பகலுக்கு வைச்சுக்கறேன் கயல்' என்று கிளம்பினேன்

'எதை?' கயல் விசாரித்தாள்.

'உன்னைத்தான்.'

'ஏன் ராத்திரிக்கு அமேலியா?'

கண்ணை விரித்துப் பார்த்தபடி இன்னொரு தடவை இப்படிக் கேட்டால் எல்லா உண்மையையும் கக்கி விடுவேன்.

அவள் நகர்ந்து போக, வகுப்புக்குப் புறப்பட்டேன்.

'போன்ஜூர்.'

அமேலி குரல் இது. கண்களில் கருவளையமும் களைப்புமாக அந்த அழகு ஓவியம் நிலைகுலைந்து நிற்க நான், நான் மட்டும்தான் காரணம் என்ற மனக் குமைச்சல் கூடிக்கொண்டிருந்தது.

'சாப்பிட்டியா?' என்று கேட்டாள் அமேலி தாழ்ந்த சத்தத்தில். கயல் இவளை உலக அழகி என்றது நினைவு வந்தது. நிச்சயம் உலக அழகிதான்.

தலையாட்டினேன்.

'பசிக்குது. கேண்டீன் போகலாம் வா' என்றாள் அமேலி.

முதல் வகுப்பில் ஆப்டிக்ஸோ எலக்ட்ரானிக்ஸோ இருந்தால் புரபசர்கள் கோபமாகப் பார்க்க வாய்ப்பு உண்டு. இனிமேலாவது படிக்கணும் என்று அமேலிதான் மோகம் வடிந்ததும் சொன்னாள்.

'அமேலி சைக்கிள் மேலே உட்காரு' என்றேன். கயல் கொண்டு வந்த பாத்திரத்தைக் கையில் ஏந்திப் பிடித்தேன்.

'ஐயோ உனக்கு யாரோ, யாரோ என்ன, கயல்தானே எடுத்து வந்தது? beauté noire பொத்தி நுவா... beaux yeux போ ஸ்கியூ... கருப்பழகி கண்ணழகி.' அமேலி சின்னச் சிரிப்போடு கேட்டாள்.

ரெண்டு பேரும் ஒருத்தரைப் பற்றி மற்றவர் கிண்டலாகச் சொன்னாலும் அதில் உண்மை உண்டென்று இருவருமே உணர்ந்துதான் இருக்கிறார் கள்.

அமேலி துண்டு துணுக்காக மெல்லச் சாப்பிட்டு முரண்டு பண்ண, நாலு பக்கமும் பார்த்து யாரும் பக்கத்தில் இல்லை என்று, முக்கியமாகக் கயல் இல்லை என்று உறுதி செய்துகொண்டு அமேலிக்கு ஊட்டிவிட்டு ஐந்தே நிமிடத்தில் காலிப் பாத்திரத்தோடு வகுப்புக்குப் போனேன்.

அட்டாமிக் பிசிக்ஸ் பற்றி சளைக்காமல் ரெண்டு மணி நேரம் வகுப்பெடுத்தார் பிரின்சிபால். சப் அடாமிக் துகள்கள் பற்றிச் சொல்லும்போது நல்ல சப்ஜெக்ட் என்றாலும் உறக்கம் எங்கே எங்கே என்று ஓடி வந்தது. வெளியே புதியதாக சேர்ந்த பெண்கள் படை ஒன்று மெல்ல நடந்துபோக கயல் போல, ஜோசபின் போல, அமேலி போல ஜாடையுள்ள பெண் உண்டா என்று கவனிக்க ஆரம்பித்தேன்.

வகுப்பு முடிந்தபோது பாதிநாள் மட்டும் கல்லூரி இன்று இயங்கும் என்று தெரிய வந்தது. எதிர்பார்த்ததுதான். மற்ற நாள் என்றால் மகிழ்ச்சியான எதிர்பார்ப்பாக அது இருக்கும். இப்போது, எல்லோரும் போய்விட, தனித்து நிற்க நீண்ட பொழுதாகத்தான் இந்தப் பொழுது கணக்காக்கப்படும். நட்பும் அறிமுகமானவர்களும் இருக்குமிடம் என்று காபி ஹவுஸ் போகக்கூடத் தயக்கம். காசு இல்லாமல், எனக்கு யாராவது காப்பி வாங்கிக் கொடுக்கக் காத்திருந்து நான் கதையளந்து கொண்டிருப்பதாக யாரும் நினைக்கக்கூடும்.

எல்லா காலேஜ் பஸ்களும் புறப்பட்டுப் போனபின், சைக்கிள்கள் கூட்டமாகவும் தனியாகவும் பறந்தபின், ஹாஸ்டல் மாணவர்கள் புது ஹாஸ்டல் மெஸ் சாப்பாட்டுக்கு எதிர்பார்ப்போடு கூட்டமாக நகர்ந்து

போனபின், பிரின்சிபாலின் கார் வழக்கம் போல் ரெண்டு அடி எடுத்து நின்று ரேடியேட்டரில் காலேஜ் ப்யூன் காயாம்பு தண்ணீர் ஊற்ற மேற்கொண்டு ஊர்ந்தபின், கல்லூரி வளாகத்தில் நானும், கயலும், அமேலியும் மட்டும்.

திருட்டுத்தனம் எவ்வளவு வெளிப்படும், எப்படி வெளிப்படும் என்ற படபடப்போடு நான் ரெண்டு பேரோடும் புல்தரையில் அமர்ந்தேன்.

அமேலி மதிய உணவுக்கு எதுவும் கொண்டு வரவில்லை என்று வகுப்பிலேயே தெரிந்துகொண்டதால் அவளையும் என்னோடு சேர்ந்து சாப்பிட அழைத்திருக்கிறதாகச் சொல்லிக் கையோடு கூட்டி வந்து விட்டாள் கயல். மூன்று பேரும் இரண்டு லஞ்ச் பாக்ஸ்களில் இருந்து சாப்பிட, கயல்தான் ஆரம்பித்தாள்.

'அமீ, இவன் வீட்டை விட்டு வந்துட்டான் தெரியுமா?'

அமேலி மௌனமாக இருந்தாள். ஒரு வினாடி என்னைப் பார்த்து விட்டுத் தலையைக் கவிழ்ந்துகொண்டாள். கயல் என்னையே பார்த்துக் கொண்டிருக்கிறாள் என்று தெரியும். அவள் பார்வையைத் தவிர்த்தேன். வாழ்க்கை பூரா இப்படிக் குமைந்து குமைந்து அவள் கண்ணைச் சந்திக்காமல் வாழ வேண்டி இருக்குமா என்ன?

பார்க்காவிட்டால் பரவாயில்லை. கயல் பக்கத்தில் இருக்கக் கொடுத்து வைத்தாலே போதும்.

'தப்பு செஞ்சா ஏத்துக்கிட்டு மன்னிப்பு கேட்கறது எந்த விதத்திலும் வெட்கப் படவைக்கிற விஷயம் இல்லே. ஃபிரண்ட்ஸ் கிட்டே ஈகோ இல்லாம பழகறபோது பெற்ற தகப்பன் கிட்டே சரிக்கு சரியா சண்டை போட்டு கட்சி கட்டி நிக்கறது நல்லா இல்லே. உன் ப்ரண்ட்ஸ் உனக்கு முக்கியம்னா நான் சொல்றதைக் கேளு... இன்னொரு சப்பாத்தி போடட்டா... கடைசியா ஒண்ணு...'

'முழு சப்பாத்தி சாப்பிட வயத்திலே இடம் இல்லே கயல்' என்றேன். அவள் கேட்டதில் இதற்கு மட்டும்தான் பதில் சொல்ல முடிந்தது.

'அப்போ நீயும் அமேலியும் ஷேர் பண்ணிக்குங்க.' கயல் சாதாரணமாகச் சொன்னாள்.

அமேலி என்னையும் நான் அவளையும் ஒரே மாதிரி உரிமையும் குற்ற உணர்வுமாகப் பார்த்தது ஒரு வினாடி நிகழ்ந்து கடந்தது. நல்லவேளை, கயல் ரெண்டு பேரையுமே பார்க்கவில்லை.

'நான் உங்கப்பாவை நாளைக்கு பார்த்துப் பேசப் போறேன்... நீதான் லூஸுன்னா அவர் பெருந்தன்மையா உன்னை மன்னிக்கலாம்

இல்லே. என்ன தப்பு நீ செஞ்சேன்னு அவரும் சொல்ல மாட்டேங்கறார். நீயும் சொல்லலே.' கயல் ஒரு துண்டு சப்பாத்தியைக் கிள்ளி எடுத்துத் தின்றபடி சொன்னாள்.

அமேலி மறுபடியும் என்னைப் பார்க்க, நான் எழுந்தேன்.

'அமேலி, நீயும் நாளைக்கு என்னோடு வா. இவங்க அப்பாவை சந்திக்கலாம்.'

என் முதுகில் நிலைத்த நாலு விழிகளை சூடாக உணர்ந்தேன்.

'யாரும் யாரையும் பார்க்க வேணாம். இது என் சிலுவை. நான்தான் சுமக்கணும்.' விட்டேத்தியாகப் பதில் சொல்லி விட்டு சைக்கிள் பக்கம் போனேன்.

'ஜோசபினையும் கூட்டிப் போறேன்.'

ஏதோ துப்பு கிடைத்த துடிப்பில் கயல் சொல்ல நான் பெடலை மிதித்து நகர்ந்தேன்.

பிற்பகல் நாலு மணி வெய்யில் வீதிக்கும் காபி ஹவுசுக்கும் தீர்க்கமான மஞ்சள் பூசிச் சிறப்பித்திருந்தது. கல்யாணப் பத்திரிகைத் தலைப்பில் சாய்த்துப் பிடித்த தம்புராக்களோடு றெக்கை முளைத்துப் பறக்கும் கந்தர்வர்களின் சாயலில் வெயிட்டர்கள் கப்புக் கப்பாக காபி எடுத்துப் போய்க்கொண்டிருந்தார்கள். காபி ஹவுசுக்குள் ஓரமாக சுவரை ஒட்டித் தென்றல் வீசிக்கொண்டிருந்தது. ஜோசபின்.

'என் பட்டுத் தங்கம், எப்படிடா இருக்கே? பகலுக்குப் பசியாறினியா?'

வாஞ்சையோடு ஜோசபின் என் தலையை வருடிக் கேட்க மென்மையாக அவள் உச்சந்தலையில் முத்தமிட்டேன். மனசாலும், நினைவாலும் செயலாலும் எந்தத் தவறையும் என் ஜோசபின் கூட இருக்கும்போது என்னைப் பற்றிப் பிடித்துப் பித்தாகப் படர விடமாட்டேன். ஜோசபின் என்னை இனியும் மன்னிப்பாள். விழுந்து நசித்துப் போகாமல் தடுத்தாட்கொள்வாள்.

கயலும் நானும் சேர்ந்து அவள் கொண்டு வந்ததைச் சாப்பிட்டதைச் சொன்னேன். ஏனோ அமேலியும் எங்களோடு இருந்தாள் என்று சொல்லத் தோன்றவில்லை.

'ரொம்ப நாழியா வெயிட் பண்றியா?' என்று ஜோசபினைக் கேட்டேன்.

'இல்லே. இப்போதான் வந்தேன். ஒரு ஹெல்ப் பண்றியா?'

எல்லா விதத்திலும் அடிபட்டு விழுந்தாகி விட்டது. இந்தப் பலகீனமான தருணத்தில் நானே எல்லோருடைய உதவியையும் யாசித்து நிற்கிறேன். நான் என்ன உதவி செய்ய? அதுவும் என்னில் அவள் பகுதியாகி, அவளில் நான் இருப்பதாக உணர வைக்கும் ஜோசபினுக்கு?

'என்னாலே முடியுமான்னு தெரியலே ஜோசபின். முடிஞ்சா கட்டாயம்...'

'வீடு மாத்தறதுக்கு ஹெல்ப் பண்றது உன் டிபார்ட்மெண்ட் இல்லியா?'

சிரிக்காமல் கேட்டாள் ஜோசபின். வெயிட்டர் கனகராயன் நாலு கேக்குகளும் கோப்பை நிறைத்த காப்பியுமாக என் முன் வைத்தார். நான் உள்ளே வரும்போதே பார்த்து ஜோசபின் ஆர்டர் செய்திருக்கிறாள்.

அதென்ன நாலு கேக்? பசியோடு திரிகிறவன் என்று அனுசரணையா? ஜோசபினே அனுதாபப்பட்டாலும் எனக்கு இரக்கத்தோடு இரை தருவது வேண்டாம். அது என்னை இன்னமும் பலகீனமானவன் ஆக்குகிறது.

வேண்டாம் என்று டிரேயைத் தள்ள, என் எண்ண ஓட்டத்தைப் புரிந்து கொண்டவளாக ஜோசபின் டிரே விழுந்து விடாமல் தாங்கி, ஓரமாக நகர்த்தினாள்.

'இதெல்லாம் உனக்கில்லே. இத்தனையும் தின்னா என்னோட ஃப்ரண்ட்லி பேஷண்டா ஒபிதால்லே வந்து படுத்துப்பே.' அவள் சிரித்தபடி சொன்னாள்.

'அப்போ தம் கட்டித் தின்னுடறேன்!' என்றேன்.

'வேணாம்டா.. ஒபிதாலே உனக்கு வேணாம்... கிழங்கு மாதிரி நல்ல ஆரோக்கியமாத் திரி ஆயுசுக்கும்.' ஜோசபின் வாழ்த்தினாள்.

'நாலு கேக் எதுக்கு ஜோஸ்ஸி?'

'ஏய், எனக்கு ஒண்ணு, அப்புறம் இன்னொரு விசிட்டர் இருக்காங்க. உன்னைப் பார்க்கத்தான் வந்துட்டிருக்காங்க... அவங்களுக்கு ஒண்ணு.'

யாரென்று கேட்டேன். 'அதான் நீயே பார்க்கப் போறியே ஏன் அவசரம்?' ஜோசபின் குறும்பாகச் சிரித்தபடி என் சட்டையை முகர்ந்தாள்.

‘இன்னிக்கு சுத்தமா இருக்கு, எங்கே துவைச்சே?’

கயல் என்றேன். அந்தச் சந்தோஷத்தை இவளிடம் இல்லாமல் வேறு யாரோடு பகிரப் போகிறேன். அறுத்து விடுவதாக அவள் மிரட்டியதையும் சொல்லலாமா?

சொன்னேன்.

சீய்ய் என்றபடி காதைப் பொத்திக்கொள்வதாகச் சைகை எல்லாம் செய்தாலும், ஜோசபின் சிரிப்பை அடக்க முடியாமல் நெளிந்தாள்.

‘உனக்கு அந்தக் கோலம் வராது. அமேலி வீடு மாறப் போறாளே.’ ஜோசபின் சொல்லிவிட்டு என்னையே பார்த்தாள்.

‘என்ன ஆச்சு? உனக்கு எப்படி தெரியும்?’ என்றபடி அவள் பாதி கடித்து தட்டில் வைத்திருந்த சாக்லெட் கேக்கை எடுத்துக் கொண்டேன்.

‘அமேலி கர்னல் வீட்டை காலி பண்ணிட்டு இனி என்னோடுதான், நானும் எமிலியும் தங்கியிருக்கிற எல்லையம்மன் தெரு வீட்டுக்கு வந்துடப் போறா.’

‘அப்போ விசாலி?’

அவசரமாகக் கேட்டேன். நாலு பேர் தங்க அந்த இடம் கீகடமாக இருக்கும் என தோன்றியது. ஜோசபின், விசாலி, ரோசாலி, அமேலி.

‘விசாலிக்கு என்ன இப்போ?’

பின்னால் சத்தம் கேட்டது. தோளில் தபால்காரர் மாதிரி ஒரு டிசைனர் கைத்தறிப் பையை மாட்டியபடி நீல ஜீன்ஸூம் சந்தனக் கலர் அழுத்தமான ஜிப்பாவுமாக விசாலி புன்னகையே வடிவெடுத்த மாதிரி நின்றாள்.

‘நான் போறேன் ஜோசபின். நீங்க...’

வாக்கியத்தை முடிக்காமலேயே வாயில் போட்ட கேக் முழுக்கத் தின்று தீர்க்காமல் அவசரமாக எழுந்தேன். விசாலியை நான் எதிர்கொள்ள முடியாது. இனி என்றென்றைக்கும்.

‘ஹலோ உன்னைத்தான் பார்க்க வந்திருக்கேன். கோவிச்சுக்கிட்டு கிளம்பினா எப்படி’பா?’

விசாலி என்னைத்தான் கேட்டாள்.

‘நான் நான்...’

குரல் உடைகிறது. உதவி கேட்டு ஜோசபினைக் கெஞ்சுகிற பார்வை யோடு எந்தப் பக்கம் போவது என்ற நிச்சயமின்றி நின்றேன். நான்

செய்த பாவம், தவறு எல்லாவற்றுக்கும் தண்டனை தர அனுப்பப் பட்ட ஜீன்ஸ் அணிந்த, கைத்தறிப் பை தோளில் ஆட வரும் தேவதையாக விசாலி நிற்கிறாள்.

தேவதூதர்கள் கருணை பொழியவும், மன்னிக்கவும் அனுப்பப் பட்டவர்கள். ஜோசபின் போல.

நானும்தான் என்பதுபோல் விசாலி நட்புக் கரம் நீட்டினாள். ஒரே ஒரு தங்க வளையல் அழகு செய்த அந்தச் சிவந்த கரத்தையே பார்த்தபடி நான் நிற்க அவள் முன்னால் வந்து என் கையைப் பற்றிக் குலுக்கினாள்.

'நாம எப்பவும் பிரண்ட்ஸ், ஓகே?' விசாலி என் கையை விடாமல் சொன்னாள்.

'சரி.'

'எப்பவும் ப்ரண்ட்ஸ்தான்...'

ஊம் என்று சும்மா சொன்னேன்.

'ப்ரண்ட்ஸ் அப்படீன்னா கோபதாபம் இருக்கும்!'

'தப்பு பண்றது?' நான் கேட்டேன்.

'தப்பா எடுத்துக்கலே... ஒரு செகண்ட்லே வந்த தடுமாற்றம்னு எடுத்துக்கிட்டா?'

'அப்பவும் தப்பு தப்புதான்...' என்றேன்.

'இதையே திரும்பத் திரும்பச் சொல்லிட்டு இருந்தா காலம் நகராம நின்னுடுமா?'

அவள் தன் கைப்பையில் இருந்து ஒரு வெள்ளைக் கடித உறையை எடுத்தாள். உள்ளே மஞ்சள் நிறத்தில் வழுவழுப்பான காகிதம் எட்டிப் பார்த்தது. நான் இதை விசாலி வீட்டில் பார்த்திருக்கிறேன். பார்த்த அடுத்த வினாடிதான் அவள் மேல் ஆக்கிரமித்தது. அவளிடம் அடி வாங்கியது.

'என் கல்யாணக் கடுதாசு. அடுத்த மாதம் ரெண்டாம் தேதி பள்ளத்தூர்லே கல்யாணம். உங்க ஊர்லே இருந்து பக்கம்தான்...'

கல்யாணம் முடித்து ஊருக்கும் போகலாம் என்று அவள் ஆசை காட்டிய மாதிரி தெரிந்தது.

பிரியத்தோடு அவள் கையைக் குலுக்கி வாழ்த்து சொன்னேன். என்றென்றும் அவளை அந்த வாழ்த்துகள் சூழட்டும். என் மனம் எங்கே அழகைப் பார்த்தாலும் அலையடிக்காமல் இருக்காது. அது சூறாவளியாகி என்னையும் அடுத்தவர்களையும் அழிக்காமல் இருக்கக் கட்டுப்பாடுகள் வளரட்டும் எனக்குள்ளும்.

கல்யாணப் பத்திரிகையை வாங்கிக்கொண்டேன். ஜோசபின் எழுந்தாள்.

‘சரி, சைக்கிளை எடுத்துப் போறேன்... நீ வர வேணாம்... விசாலி ஹெல்ப் போதும்னு நினைக்கறேன்... தேவைன்னா கூப்பிடறேன்.’

‘எனக்கு சைக்கிள் கிடையாதா?’ நிராசையோடு கேட்டேன்.

‘உனக்கு வேறே வரும்.’ நமட்டுச் சிரிப்போடு அவள் கிளம்ப, நிறுத்தினேன். குரலைத் தாழ்த்திக் கேட்டேன்

‘ஏன் திடீர்னு அமேலியை உங்க வீட்டுக்குக் கூட்டிப் போறே? இங்கே இருந்தா நான் சுவர் ஏறிக் குதிச்சு அவளை... அவளை அசிங்கப் படுத்திடுவேன்னு பயமா?’

‘அரண்டவன்’டா நீ பையா... வழியை விடு... போகணும்...’ என்றாள் ஜோசபின்.

‘எனக்கு அப்படித் தோணலே...’ என்றேன்.

‘உன் மேலே உனக்கு இன்னும் முழு நம்பிக்கை இல்லேன்னு அர்த்தம்...’

‘பின்னே எதுக்கு அமேலி லலி தொலந்தெல் தெருவிலே வேணாம்கிறே?’

‘அந்த மாத்திரை சனியனை விட்டு விலகி வரத்தான்... இருபத்துநாலு மணி நேரமும் நானோ, ரோசாலியோ பக்கத்துலே இருப்போமே... மாத்திரை சாப்பிடணும்னு ஆசை வந்தா, அது வெறியாகாம நாங்க பார்த்துப்போம்.. அவ படிப்புலே கவனம் செலுத்துவா... வெட்டி வம்பு வளர்க்க பசங்க... உன்னை மாதிரி வக்கணையா பேசற பிள்ளைங்க வர மாட்டாங்க... கண்ணைப் பாரு... முட்டைக் கண்ணா... இவ்வளவு அழகான கண்ணை வச்சுக்கிட்டு ஏண்டா சுவர் ஏறிக் குதிக்கறதை எல்லாம் நினைக்கறே?’

நான் கண்ணை மூடிக்கொண்டேன். அவள் கையை விட மனசே இல்லை.

‘சரி நான் போறேன்... சைக்கிள் சாவியைக் கொடு.’ கொடுத்தேன்.

‘ஆமா அமேலிக்கு மாத்திரை சாப்பிடணும்னு தோணினா அதை இல்லாம ஆக்க நீ ஹெல்ப் செய்வே. எனக்கு ஆசை வந்தா?’

‘நரகத்துக்குப் போ’

அவள் கோபம் போல் நடித்து நகர்ந்து பின் நின்றாள்.

‘அப்படி ஆசை வந்தா, கஸ்டம்ஸ் ஹவுஸ் அடைச்ச கதவுப் பக்கம்வா.’

விசாலி சொல்ல, அவள் முதுகில் ஓங்கி அடித்தாள் ஜோசபின். சிரித்தபடி போகிற ரெண்டு பேரையும் பார்த்தபடியே நின்றேன்.

‘சார், நர்சம்மா உங்க கேக், காபிக்கு பணம் கொடுத்துட்டாங்க... நீங்க சாப்பிடாம மிச்சம் வச்ச கேக்கை உங்ககிட்டேயே கட்டித் தரச் சொன்னாங்க... வெளியிலே ப்ளாட்பாரத்துலே பாக்கற முதல் சின்னக் குழந்தைக்கு நீங்க கொடுக்கணுமாம்.’

வெயிட்டர் கனகராயன் தட்டை எடுத்தபடி சொன்னார்.

‘வீவ் லமிடீ... நட்பு வாழ்க.’

பின்னால் இருந்து யாரோ தோளைத் தொட்டு கீச்சென்று சொன்னார்கள்.

சந்தோஷமாக இருந்தது. என் மனதுக்குப் பிடித்தவர்கள் எல்லாம் ஒரே நேரத்தில் அடுத்தடுத்து என்னைச் சந்திக்கிற மாலை நேரம் இது.

‘போன் ஸ்வாஹி மிஸ்யூ விக்தொ.’ குரலெடுத்துக் கூவியபடி திரும்பினேன்.

விக்தொ அங்கிள் என் கையைப் பற்றி வெளியே போகலாம் என்று இழுத்தார்.

‘நானே வந்துட்டுத்தான் இருக்கேன் அங்கிள்.’

அவருடைய வேகத்துக்கு ஈடுகொடுத்து ஓடி முன்னால் நின்ற யார் மேலோ மோதிக்கொண்டு நின்றேன்.

நிமிந்து பார்த்தேன். அப்பா.

‘படவா, அப்படி என்னடா கோபம் என் மேலே உனக்கு?’

அப்பா முகம் முழுக்க சிரிப்பு அப்பியிருக்கக் கேட்டார்.

ஓடிப்போய்க் கட்டிக்கொண்டேன் அவரை. ரொம்ப சில்லியாக இருந்திருக்கும். ஒரு இருபது வயது இளைஞன் செய்கிறதில்லை இது. அதை விட சில்லியானது என்றால் அப்பா தோளில் சாய்ந்து அப்புறம் ஐந்து நிமிடம் குழந்தைபோல அழுதேன்.

என்ன செய்ய? வாழ்க்கையில் சில நிமிடங்களில் காலம் பின் நோக்கிப் போகவும் செய்கிறது. அந்த வயதில் நிறுத்தி அழ வைத்து, சிரிக்க வைத்து உடனே நினைவுகள் மட்டும் கூட வர முன்னால் இழுத்துத் தள்ளுகிறது. சில்லியான தருணங்கள் அதெல்லாம்.

தெரிந்தாலும் வேண்டித்தான் இருக்கிறது. வாழ்க்கைக்கு அர்த்தம் கொடுக்கிற அந்த முட்டாள்தனத்துக்கு நன்றி.

'போத்தாமா பேங்கு மேனேஜர் காரு?'

அப்பா தோளில் இருந்து தலையை நகர்த்திப் பார்த்தேன். வல்லூரி சார்.

'ஏண்டா, என்ன மாதிரியான சிநேகிதம் உனக்கு வாச்சிருக்கு. எனக்குக் கூட அமைஞ்சதில்ல இதுபோல... இப்படி ஒரு காலேஜ் ப்ரபசர் தன் கிட்ட படிக்கற ஸ்டூடண்டுக்காக கிருஷ்ண பராமாத்மா மகாபாரதத்திலே நடந்ததுபோல, என் கிட்டே வந்து மன்னாடறாரு... கூடவே மகாலட்சுமி மாதிரி அவரோட மனைவி வேறே... இவங்களோட உன்னோட தோழி ஜோசபின்... வாட் அ டிக்னிஃபைட் லேடி அந்தப் பொண்ணு... அப்புறம் அதோ நிக்கறாரே எனக்கும் இதுக்கும் சம்பந்தமே இல்லேன்னு... சார் வாங்கோ... நம்ம விக்தொ... நம்ம வின்செண்ட் நடராஜன்... போதாக் குறைக்கு டெலிபோன் செஞ்சு பார்வேந்தனார், அவரோட சூட்டிகையான பொண்ணு கயல்விழி... ஸ்மார்ட் கேர்ள்..'

'எல்லாரும் என்ன சொன்னாங்க அப்பா, என்னை தண்ணி தெளிச்சு துரத்திடச் சொன்னாங்களா?'

'இதுக்கு ஒண்ணும் குறைச்சல் இல்லே... காலம்பற பத்து மணிக்கு பேங்க் திறக்கும்போது இவங்க ஒவ்வொருத்தரா வந்து என் கேபின்லே ஒரே கூட்டம்..'

'நீங்க சீட்டுக்குப் போங்கன்னாரு சார்... நான் இன்னிக்கு லீவுன்னுட்டேன்.'

விக்தொ சிரிக்க அப்பா அவரைவிடப் பலமாகச் சிரித்தார்.

'நான் நாளைக்குத்தான் க்ளாஸ் எடுக்கப் போகணும். ஆகவே இன்னிக்கு பூரா இந்த வேலைதான்.' வல்லூரி கபே ஹவுஸ் வாசலில் வைத்திருந்த பூந்தொட்டியில் அபாயகரமாகக் கால் ஊன்றியபடி சொன்னார்.

அப்பா பதில் சொல்வதற்குள் தொட்டி கவிழ்ந்து வல்லூரியும் குப்புற விழ இருந்தார். விக்தொ அதற்குள் அவரைத் தாங்கிப் பிடித்து தொட்டிக்கு விபத்து வராமல் காப்பாற்றினார்.

'வண்டியிலே ஏறுடா.'

வண்டி கிளம்பும்போது அப்பாவிடம் சாரி சொன்னேன். மனசைப் புண்படுத்திட்டேன் என்றேன். இனி இப்படி நடக்காது என்றேன். தப்பு செய்ய மாட்டேன் என்றேன்.

‘நான் கேட்டேனா, எனக்கு உன் மேலே எப்பவும் நம்பிக்கை உண்டு. நல்லா வருவே’ என்றார் அப்பா.

சைக்கிள் மணிச் சத்தம். பேங்க் வண்டியைத் தொடர்ந்து உற்சாகமாக விசில் அடித்தபடி விக்தொ சைக்கிளில் வந்துகொண்டிருந்தார். என் ராலே சைக்கிள் அது.

30

'எங்க ஊரு வந்தாச்சு.'

நான் சத்தம் போட்டபடி ரயில் பெட்டியில் இருந்து குதித்தேன்.

எதிரே விளக்குக் கம்பத்தில் கட்டிய பலகை இந்த வாரம் விகடன் வாசித்தீர்களா என்று விசாரித்தது. நல்லையா இன்னும் போடலே என்று வாய் வரை வந்த பதிலை அடக்கிக் கொண்டேன். இந்த ஊரில் இருந்து நான் வெளியே போய் மூன்றாவது வருஷம் இது. நல்லையா, விகடனும், கதிரும், குமுதமும், கல்கண்டும், பவன்ஸ் ஜர்னலும் இன்னும் வீடு வீடாகப் போட்டுக் கொண்டிருக்கிறாரா என்று ஊருக்குள் போய்த்தான் விசாரிக்க வேணும்.

கயல் கயல் கயல் கயல் என்று என் பின்னணிக் குரலாக அழைத்துக் கொண்டிருந்தான் அந்த்வான். வண்டி முழுக்க நின்றதும் இறங்கத் தயாராக கம்பார்ட்மெண்ட் கதவை ஜாக்கிரதையாகப் பற்றியபடி நிற்கும் கயலுக்குப் பின்னால் பொறுமையில்லாமல் அசைகிறான் அவன். மஞ்சள் புடவையில் மனசை அள்ளும் கயலைக் கண் இமைக்காமல் பார்த்துக் கொண்டிருந்தேன்.

'கயல், சீக்கிரம் இறங்கு... ரயில் ரெண்டு நிமிஷம்தான் நிக்குமாம்.' அந்த்வானை அடுத்து நின்ற லெச்சு பொறுமை இல்லாமல் கூவினான்.

பாவம் கயல். படி நிச்சயமில்லாமல் தயங்கிக் கீழே கால் வைத்தவள் சரிந்து என்மேல் துவண்டாள். இறுக அணைத்து ஏற்று வாங்கினேன். ரயிலுக்கு ஆயிரம் நன்றி சொல்லி மனசே இல்லாமல் அவளைப் பிரித்து நிறுத்தினேன்.

கயலைத் தொடர்ந்து அந்த்வானும், ருழே சாந்தியும், லெச்சுவும் இறங்கினார்கள். என்னையும் சேர்த்து எல்லோர் கையிலும் ஸ்டெயின்லெஸ் ஸ்டீல் வாளிகள். அவை நிறைய நிறைய லட்டும், ஃபாரீஸ் சாக்லெட்டும், மேரி பிஸ்கட் பாக்கெட்டும், பெரிய தேங்காய்களும், வெற்றிலை பாக்கும்.

விசாலி கல்யாணத்துக்குப் பள்ளத்தூர் போய்விட்டு அங்கே இருந்து எங்க ஊருக்கு வந்திருக்கிறோம். வாளி நிறையத் திருமண அன்பளிப்பு.

'நீ அடிக்கடி சொல்ற ரெட்டைத் தெருவைப் பார்க்கணும்டா.'

கயலும், அந்த்வானும் வெவ்வேறு சந்தர்ப்பங்களில் சொன்னது நிறைவேற இப்போதுதான் சமயம் கிடைத்திருக்கிறது.

'இப்படியே பொடி நடையாகப் போயிட வேண்டியதுதானா?'

கயல் உதட்டுக்கு மேல் சன்னமாக வியர்வை பூக்கக் கேட்டாள். அவள் கூந்தலில் சூடி இருந்த மல்லிகைச் சரத்தில் ஒரு பூ எடுத்துப் பூ இதழால் அந்த வியர்வையை ஒற்ற வேண்டும்போல் இருந்தது.

'வேணும்னா சொல்லு உப்பு மூட்டை தூக்கிப் போறேன்.' தணிந்த குரலில் தொடர்ந்தேன். 'சூரிய காந்திப் பூ மாதிரி இருக்கேடி குட்டி; நான் தான் சூரியன்.'

இந்த அழகான ரயில்வே ஸ்டேஷன் எனக்குள் இருந்து கண்டிப்பாகக் காதல் கவிதை மட்டும் பாடும் கவிஞனை வெளியே கொண்டு வருகிறது. கயல் அவனுக்குக் கவிதை வசப்பட வைத்தவள். கவிதையானவள். இவளுக்கு ஊரைக் காட்ட வந்திருக்கிறேனா, ஊருக்கு இவளைக் காட்ட வந்திருக்கிறேனா!

'வரிசையா வாளியோட போனா, சாம்பார் மார்ச்னு பெயர் வச்சுடுவாங்க.'

அந்த்வான் தடையே இல்லாமல் சொன்னான்.

'கமலஹாசன் ஒரு தெலுங்குப் படத்துலே பக்கெட் பக்கெட்டா தூக்கிப் போய் செம காமெடி பண்ணுவார்டா' என்றான் லெச்சு. அவன் இந்த ரெண்டு வருஷத்தில் கமலஹாசனின் வெறித்தனமான

ரசிகன் ஆகியிருந்தான். ஆனால் அவன் எங்கே தெலுங்குப் படம் பார்த்தது?

‘வல்லூரி சார் தெலுங்கு அசோசியேஷன் மெம்பர் இல்லே? ஒரு ஞாயித்துக்கிழமை அவங்க ஏற்பாடு பண்ணி மெஜந்தா தியேட்டர்லே காலைக் காட்சி போட்டாங்க. கமல் படம்னாரா, உடனே அவரோட ஒட்டிட்டுப் போய் உக்காந்துட்டேன். மொழிபெயர்ப்பு அவர்தான்’ .

‘தம்பி நல்லா இருக்கீகளா?’ பழக்கமான குரல்.

சிவப்புச் சட்டை போட்டு அதில் பித்தளை வில்லை சூடிய ராம லட்சுமணர்கள் போல போர்ட்டர் சகோதரர்கள் நிறுத்தி விசாரித்தார்கள். ரெட்டைப் பிறவிகள்.

‘ஐ, எங்க வீட்டுப் பிள்ளை எம்ஜிஆர் மாதிரி இல்லே டபிள் ஆக்ட்?

கயல் குழந்தை மாதிரி சந்தோஷப்பட, அதில் ஒரு போர்ட்டர் சொன்னார் - ‘அது எல்லாம் இப்போதானே... நாங்க உத்தம புத்திரன் காலத்து ஆளுங்க!’

எல்லோருடைய தோல்பைகளையும் பிடிவாதமாக வாங்கிச் சுமந்து கொண்டு அவர்கள் நடக்க, ‘என்ன அப்பூ, பாசஞ்சர் ரயில்லே வரீக? காரைக்குடியிலா இருக்காப்பல?’ என்று விசாரித்தார் போர்ட்டர் அண்ணனோ தம்பியோ.

‘பள்ளத்தூர்லே ஒரு கல்யாணம் போனோம். அப்படியே நம்ம ஊரையும் சிநேகிதங்களுக்குக் காட்டலாமேன்னுதான் அண்ணே.’

ஜில்ஜில் என்று கயலுடைய சலங்கை சத்தத்துக்கு எசப்பாட்டாக இன்னொரு சத்தம். பழநி குதிரை வண்டி கயல்போல் கம்பீரமான, கச்சிதமான அழகுடன் திமிர்த்து நிற்கும் குதிரை. குதிரைக்குப் பூட்டிய மணி அசைந்து கயலின் சதங்கையோடு பாடியது. பழநி வண்டிக்குப் பக்கத்திலேயே துணையாக கூட்டு வண்டி நின்றது. அந்தக் குதிரை வண்டியும் பழநி வண்டி போலத்தான். ஆனால் அதை ஓட்டுகிறவர்கள் மாறி மாறி வருவதால் அதற்குப் பெயர் இல்லை.

‘தம்பியை ரெட்டைத் தெருவிலே அவுக வீட்டுக்கு...’

ஆரம்பித்த போர்ட்டர் குரல் உறைந்து நிற்கச் சட்டென்று மனதை ஒரு வினாடி துக்கம் கவ்வியது. ரெட்டைத் தெருவிலே வீடேது எனக்கு இப்போது? அம்மா இல்லாத, வீடு இல்லாத அந்தத் தெருவே அந்நியம் தான் இனி என்றும்.

‘தம்பி எங்கே போக?’

பழநி கேட்க, அரண்மனை வாசல் லாட்ஜுக்கு என்றேன். சொந்த ஊரில் லாட்ஜில் போய்த் தங்குகிறது பெரிய அவமானம் என்று அவருடைய வண்டிக் குதிரை தலையைக் குலுக்கி, சேணம் போட்ட கண்களோடு பக்கத்து வண்டிக் குதிரையிடம் அபிப்பிராயம் சொன்னது.

போர்ட்டர்கள் கேட்டதை விட பத்து ரூபாய் கூடுதலாகவே ருழே உபயத்தில் கொடுத்தானது. ஆனாலும் அவர்கள் வழக்கம்போல நெளிந்து நாட்டியமாடி விலைவாசி உசந்துடுச்சு என்று காரணம் காட்டி இன்னொரு ஐந்து ரூபாய் கூடுதலாக வாங்கிக்கொண்டு சந்தோஷமாகப் போனார்கள்

நானும் கயலும் ஒரு வண்டியில். எங்கள் பைகள் மிச்ச இடத்தில். மற்றவர்கள் பின்னால் வந்த குதிரை வண்டியில். வண்டி முழுக்க பசும்புல் மணத்தது. ஜமுக்காளம் விரித்த வண்டி ஆட்டத்தில் கயல் என் மேல் சுகமாக இடித்துக்கொண்டு வர இன்னும் நெருங்கி உட்கார்ந்தேன்.

‘என்னடா, முத்தம் கொடுக்கப் போறியா?’

கயல் சீரியஸாக ஆனால் சத்தமின்றி விசாரித்தபடி என் தொடையில் கிள்ளினாள். பின்னால் வரும் வண்டிக்குள் இருந்து பார்க்கத் தடையாக லெதர் பைகள் எங்களுக்குப் பின்னால் குவிந்து திரையாகிக் கிடந்தன.

‘சனியனே, இன்னொரு தடவை கிள்ளினா நெஜமாவே ஷான் கானரி ஜேம்ஸ் பாண்ட் மாதிரி முப்பது செகண்ட் தம் பிடிக்கற முத்தம் கொடுத்துடுவேன்.’

எதிர்பார்த்ததுபோல அவள் திரும்பக் கிள்ளினாள். ஷான் கானரி, வா இங்கே.

உதட்டு ஈரத்தை ஊர்க் காற்று சீக்கிரம் உலர்த்த விடாமல் புறங்கையால் மறைத்தபடி கயலைப் பார்த்துச் சிரித்தேன். தலை கொள்ளாமல் பூவும் காதில் ஆடும் ஜிமிக்கியுமாக எங்க ஊர் மருமகள் வந்து கொண்டிருக்கிறாள். அரண்மனை வாசலில் மதுரை மல்லி வாங்கித் தலையில் சூட்டி விடவேணும்.

மழை ஓய்ந்த காலை நேரம். மழைக் காற்றும் இதமான ஈர வாசனையும் இன்னும் சூழ்ந்து இருக்கிறது. ஆரஞ்சுச் சாற்றைக் கலக்கி வைத்த மாதிரி பாதையோரம் தண்ணீர் தேங்கிக் கிடக்கிறது. ஆள் அரவமில்லாத ரயில்வே ஃபீடர் ரோடு பச்சைச் செடி மணத்து வேப்ப மரங்களாக விரிந்து கிடக்கிறது. சின்னக் கற்களில் சக்கரம் மோதி ஆடி ஆடி வண்டி முன்னால் போகிறது.

‘ஜோசபினையும் கூட்டி வந்திருக்கலாம்.’

கயல் சொன்னாள். எனக்கும் அதே வினாடியில் அப்படித்தான் தோன்றியது. அவளிடம் எத்தனை தடவை ஊர் நினைவைப் பகிர்ந்திருக்கிறேன். கூட்டிப் போடா என்று அவளும் கேட்டிருந்தாள். இவ்வளவு தூரம் பள்ளத்தூருக்கு வந்தவள் எங்க ஊருக்கு வரமுடியாமல் போய்விட்டது. விசாலி கல்யாணம் முடிந்து கடமை அழைக்க, வேலைக்கு ஓட வேண்டிப் போன கட்டாயம்.

‘நீங்க வர்றீங்கன்னோ என்னமோ ரெண்டு நாளா மழை அடிச்சுப் பெய்ஞ்சதுங்க தம்பி... இன்னிக்குத்தான் வானம் வெளி வாங்கியிருக்கு.’

பழநி வண்டி ஓட்டிக்கொண்டே சொல்ல, என் கையை இதமாகத் தன் கைகளுக்குள் வைத்து மூடியபடி கயல் சொல்கிறாள்

‘நீ என்ன இந்த ஊரு மகாராஜாவா?’

‘ஆமா மகாராணி... என்ன செய்யணும் நான்?’

‘கால்லே விழுந்து கும்புடுங்க ராஜா.’

சட்டென்று குனிந்து அவள் பாதத்தை நிமிர்த்தி முத்தமிட்டேன். டேய் டேய் என்று அவள் பதற, என்னமோ நடக்குது என்று குதிரை கனைத்தபடி ஓடியது. தெரிந்தாலும் கேட்க மனமின்றி யோகிபோல அமர்ந்து பழநி வண்டி ஓட்டி வந்தார்.

‘கயல், கும்பிடு’ என்றேன் என் வலப்பக்கம் கை காட்டி. சிரத்தையாக இருகை உயர்த்திக் கண்மூடிக் கும்பிட்டு விட்டு எதைக் கும்பிட என்று கயல் கேட்டாள்.

‘அந்தப் பக்கம் ஒரு கிலோமீட்டர் போனா பிள்ளைவயல் காளி கோயில் இருக்கு. பேறு காலத்துலே வேண்டிக்கிட்டு, பிள்ளை பிறந்ததும் மாவிளக்கு ஏத்த இங்கேதான் வருவாங்க’ என்றேன்.

‘மாவிளக்குன்னா?’ கயல் கேட்டாள்.

‘நாம இங்கே வந்து ஏத்தும்போது தெரிஞ்சுப்பே.’

அவள் என் கையை அன்போடு இதழில் ஒத்தி விடுவித்தாள். மனம் றெக்கை கட்டிப் பறக்க அடுத்து வந்த பஸ் ஸ்டாண்டைக் கயலுக்குக் காட்டினேன்.

‘இதுதான் அரண்மனை வாசல்.’ பெருமையாக அறிவித்தேன்

அரண்மனை எங்கேடா அவள் கேட்பதற்குள் கம்பீரமான மறவர் சீமை அரண்மனை முன்னால் எழுந்து நின்றது. பார் என்று காட்ட, என்னமோ நினைவில் கன்னத்தில் போட்டுக்கொண்டாள் கயல்.

அரண்மனை ஓரமாக சரவணராஜா கலையரங்கம் என்று சிறப்பித்துச் சொல்லப்படும் வெற்று மேடையையும் பின்னால் காயத்தோடு நிற்கிற சிமெண்ட் சுவரையும் அடுத்து நான் காட்ட வண்டி நின்றது. ஷண்முகா லாட்ஜ்.

அடுத்த ஒரு மணி நேரத்தில் குளித்து, பசியாறி, ஊர் சுற்றிப் பார்க்கத் தயாரானோம். 'குதிரை வண்டி கூப்பிடு' என்றாள் கயல். அவளுக்கு அந்தச் சவாரி ரொம்பவே பிடித்துப் போயிருந்தது. மற்றவர்களுக்கும் கூடத்தான்.

'எல்லாமே நடந்து பார்க்கிற தூரம். காலைச் சாப்பாடு ஆச்சு இல்லே. ரெண்டு நாளா விசாலி கல்யாணத்திலே வேறே ஒரு கட்டு கட்டியாச்சு. நடங்க... இதான் எக்சர்சைஸ்' என்று சொல்லித் தள்ளிக்கொண்டு போனேன் எல்லோரையும்.

அரண்மனைக்குள் போய்ப் பார்க்க வாசலில் நின்ற காவலர் அனுமதித் தார். 'சத்தம் போடாதீங்க, போட்டோ எடுக்காதீங்க பாத்ரூம் போகாதீங்க' என்று அவர் நிபந்தனைகளைச் சொல்ல மொழிபெயர்ப்பில் அரை நிமிட இடைவெளியில் புரிந்துகொண்ட ருழே ஓங்கிச் சிரித்தாள்.

'பான் கார்சன்.' அன்போடு காவலரின் கன்னத்தை ருழே சாந்தி தட்ட, அந்த மனுஷர் திகைத்துப்போய் நின்றார். 'நல் பய்யன் நீ .. நல் பய்யன்' என்று பான் கார்சனை அவருக்காகத் தமிழ்ப்படுத்தவும் மறக்கவில்லை ருழேப் பொண்ணு.

அடைத்துப் பூட்டியிருந்த ராஜராஜேஸ்வரி கோவிலில் தொழுது விட்டு வெளியில் நிற்கும்போது சொன்னேன் - நவராத்திரி காலத்தில் அரண்மனைக் கதவுகள் சற்றே திறந்து உள்ளே ராஜேஸ்வரி அம்மன் கோவிலில் ஆராதனை நடக்கும்போது இந்த இடம் முழுக்கப் பெண்கள் சாம்ராஜ்யமாகி விடும். அரண்மனைக்குள் பெரியவர்கள் கையைப் பிடித்துகொண்டு நுழையும்போது உயரமான விதானத்தில் தலைகீழாகத் தொங்கும் வவ்வால்கள் ஜிவ்வென்று டைவ் அடித்து மேலே முட்ட வருகிறதுபோல் போக்குக் காட்டி சட்டென்று திரும்ப மேலே உயர்வதில் டூரிங் டாக்கீஸில் திகில் படம் பார்த்த மாதிரி இதயத் துடிப்பு அதிகமாகும்.

'டூரிங் டாக்கீஸ் இப்பவே பார்க்கணும்.' ருழே பிடிவாதமாகச் சொன்னாள். இன்னும் இருந்தா, திரும்பற நேரத்திலே பார்க்கலாம்

என்றேன். மூன்று வருஷத்தில் பெரியதாக மாற்றம் இருக்காதுதான். நான் மாறி இருக்கிறேனே.

போஸ்ட் ஆபீஸ் வழியாக தெப்பக்குளக் கரைக்கு வந்தோம். அலையடித்துக் கொண்டிருக்கும் தண்ணீர் நிரம்பிப் பார்க்க அழகாக இருந்தது.

'இங்கேதான் தினம் குளிப்பியா?' கயல் கேட்டாள்.

'ஆமான்னு சொல்ல ஆசைதான். ஆனா, வீட்டுலே வேம்பாவிலே வென்னீர் போட்டுத்தான் குளியல்' என்றேன். வேம்பாவைப் பார்க்கவும் ஆர்வம் காட்டினாள் ருழே.

மற்றவர்களைப் போக விட்டுப் பின்னால் நடக்கும்போது நீ பத்து வயசுலே எப்படிடா இருந்தே என்று ஆர்வமாக விசாரித்தாள் கயல். இப்படித்தான் என்று குரங்கு பெடல் போட்டு விவேகானந்தர் பள்ளியை ஒட்டிய மேட்டில் சைக்கிள் இறங்கிய பையனைக் காட்டினேன். தொடர்ந்து, 'இது ரெண்டு வயசுலே நான்' என்று சிவன்கோவில் வாசலில் ஓடி வந்த நக்னமான குட்டிப் பையனையும் காட்டினேன். என் கையை இறுகப் பற்றி சீய்ய் என்றாள் ஓரக் கண்ணால் ரசித்தபடி அவள்.

சிவன் கோவிலில் மார்கழி உற்சவம் நடந்த விமர்சையை சிநேகிதர்களுக்குச் சொன்னேன் - மார்கழி விடிகாலையில் தலையில் கிழிசல் விழுந்த பட்டுத் துணியைக் கம்பீரமான முண்டாசாகக் கட்டிக் கொண்டு மீசை இல்லாத பாரதியார்போல வக்கீல் குமாஸ்தா வெங்கடேசன் சந்நிதானத்துக்கு முன்னால் நிற்பார். திருப்பள்ளி எழுச்சியும், திருவெம்பாவையும் ஒவ்வொரு பாட்டாகப் பாடி நிறுத்த, சுந்தரேசக் குருக்கள் பின்னால் வளைந்த காலை உந்தி திருவாச்சி விளக்கில் தீபாராதனை கொளுத்தி சிவனுக்குக் காட்டுவார். மடைப்பள்ளியின் வெண்பொங்கல் தயாராகிற வாடை சுகமாகக் காற்றில் மிதந்து வர, நாங்கள் கன்னத்தில் போட்டுக் கொண்டு காத்திருப்போம்.

'இவ்வளவு அழகான ஊரை விட்டுட்டு எதுக்கு கடலும் கரையுமா சதா கள்ளு வாடை அடிக்கற, மொழி கூட வேறேயான நம்ம ஊருக்கு வந்தே?' சண்டிகேசுவரர் சந்நிதி இருட்டில் கயல் மெதுவாகக் கேட்டாள்.

'இந்த அழகான பொண்ணை சந்திக்க. சந்திச்சு முத்தம் கொடுத்துட்டே இருக்க.'

'டேய் கோவில்டா.' அவசரமாக அவள் விலகியதும் நன்றாகத்தான் இருந்தது.

'இது சிவன் கோவில் தெரு. நேர் மேற்கே பெருமாள் கோவில் தெரு. ரெண்டு தெருவுக்கும் நடுவிலே இதோ ரெட்டைத் தெரு. நம்ம இடம்.'

வாய் உற்சாகமாகச் சொன்னாலும் பிறந்த இடத்தை ஆழத் தோண்டி அணைத்துப் பரவிக் காத்திருக்கும் உறவு வேர்கள் இல்லாமல் போன அகதி போல நிற்பது நெஞ்சை அடைத்தது. என்னை அந்நியனாக உணர்கிற வலி அது

அத்யாவசியமான பரபரப்போடும் ஞாயிற்றுக்கிழமைக்கான சோம்பலோடும் கிடந்தது தெரு. சைக்கிள்களில் மெல்ல ஊர்ந்து வரும் ராத்திரி ஷிப்ட் முடித்த கிராஃபைட் தொழிற்சாலை ஊழியர் களாகவும், ஓய்ந்து ஒலிக்கிற 'சாளூர்க் கத்தரிக்காய், அரைக்கீரை, முளைக்கீரை, குட்டைப் புடல், பூசணிக்கா, பரங்கிக்கா, மல்லித்தழை ஆத்தா' குரலாகவும், யாரும் வாங்காமல் சுற்றிச் சுற்றி வரும் மீன்காரனாகவும், வாசல் தெளித்து கோலம் போட்ட வரிசை தப்பாத வீடுகளாகவும் ரெட்டைத் தெரு வாஞ்சையாக என்னை வரவேற்றது.

தெருவின் பிரதாபத்தை கயலுக்கும் மற்றவர்களுக்கும் சொன்னேன் -

ஊரில் ரெட்டைத் தெருவுக்கு ஒரு முகம் உண்டு. கிழடு தட்டிக் கொண்டிருக்கும் அந்த முகம் தலையில் டர்பன் கட்டியிருக்கும். கொஞ்சம் சிடுசிடுவென்று இருக்கும். இங்கிலீஷ் சரளமாகப் புரண்டு வரும் நாக்கு. லா பாயிண்ட்களைத் தூக்கத்தில் எழுப்பிக் கேட்டாலும் சொல்லக் கூடிய மூளையும் டர்பனுக்கு உள்ளே உண்டு. ஊர்ப் பிரமுகர்களில் அரைவாசிப்பேர் டர்பன் கட்டிய ரெட்டைத் தெரு வக்கீல்கள், கால்வாசிப்பேர் அழுக்கு கோட் போட்ட அவர்களுடைய குமாஸ்தாக்கள். பத்து வருஷத்துக்கு முந்திய அந்தக் காட்சி இப்போது ஏறக்குறைய முடிவடைந்துவிட்டது.

மீசை மருது ஜூஸ் கடையில் எல்லோருக்கும் ப்ரூட் மிக்சர் வாங்கிக் கொடுத்தேன். அதன் ரெசிபியை ருமேழ கேட்க, சிதம்பர ரகசியம் என்றேன். மீசை மருது சிரித்துவிட்டு டெமான்ஸ்ட்ரேட் செய்து காட்டினார். ஒவ்வொரு பழமாக நறுக்கிப்போட்டு கூழாக்கிக் குழைக்கும்போது பின்னால் நின்ற கயலிடம் படு சீரியஸாக ரீல் சுற்றினேன் -

'முன்னெல்லாம் நிறைய ப்ரூட் மிக்சர் போட்டு பழத்தைக் கூழாக்க நாலு அழகான பெண்களை கால் அலம்பி தட்டுலே ஏறி நின்னு மிதிக்கச் சொல்வாங்க. ரொம்ப இனிப்பா இருக்கும் அப்போ கிடைச்ச ப்ரூட் மிக்சர்.'

அடுத்த ஐந்து நிமிஷம் அந்தப் பிசாசு என்னோடு பேசவே இல்லை. தெருமுனைக்கு மற்றவர்கள் போக நான் பின்னால் நடந்தபோது அவள் சபித்தது - 'உன்னை எல்லாம் ஏறி மிதிச்சு... கூழாக்கினாத்தான் இன்பம்... இருக்குடா இருக்கு... என்கிட்டே மாட்டுவே இல்லே... விடமாட்டேன்!'

'அத்தனை வீட்டு வாசல்லேயும் அழகா கோலம் போட்டிருக்கறது பார்க்க நல்லா இருக்கு' என்றாள் ருழே. 'இது என்ன பெரிசு, மார்கழியில் பார்க்கணுமே' என்றேன். மார்கழியா? லெச்சு விசாரித்தான். சொன்னேன்.

எல்லா வீடுகளிலும் கூட்டுறவு முறையில் ஒரே நேரத்தில் வாசல் பெருக்கி, வாளி வாளியாகத் தண்ணீரை சீராக வீசியடித்துத் தெளித்துக் கோலங்களின் அணிவகுப்பு தொடங்கும். சாதா நாட்களில் விடிந்து வெகு நேரம் கழித்து மூணு புள்ளி நாலு வரிசை என்று வீட்டு வாசல் நடுவில் ஒப்புக்கு அவசர அவசரமாக இழுக்கப்படும் கோலங்கள் சினிமாஸ்கோப் வடிவத்தில் நூறு புள்ளி ஐம்பது வரிசை என்கிற மாதிரி பெரிய பட்ஜெட்டில் அரங்கேறும் வேளை அது. முணுக் முணுக்கென்று வாசலில் ஜீரோ வாட் பல்ப் வெளிச்சம் போதாமல், வீடு வீடாக வாசல் மாடத்தில் அகல் விளக்கை ஏற்றி வைத்துவிட்டுக் கோல ஆலாபனைகள் தொடங்கும். இப்படிப் பெரிய தோதில் போடும்போது டிசைன் சிக்கல் எழுந்தால், கூப்பிட்ட குரலுக்கு ஓடிவந்து அங்கங்கே புள்ளிகளை இடம் மாற்றி, இணைப்புக் கோடுகளை ஷார்ட் சர்க்யூட் செய்து கோலத்தை முடிக்கிற அண்டை அயல் பெண்கள் ஒரு வாரம் முன்னால் எல்லைப் பேச்சு வார்த்தைகளில் எதிரும் புதிருமாக வாதாடியதை எல்லாரும் மறந்திருப்பார்கள். அங்கங்கே கலர்பொடி தூவி, கோலத்துக்கு நடுவே மஞ்சள் மின்னும் பரங்கிப் பூக்களை வைத்து அழகு படுத்தி, ஒரு வீட்டுக் கோலம், கச்சிதமாக வீட்டு எல்லையில் முடிகிற அடுத்த வீட்டுக் கோலத்தோடு நேர்த்தியான நகாசு வேலை மூலம் இணைக்கப்படும். விடிவதற்கு முன் இந்தக் காட்சி ஏகப்பட்ட சிரிப்பும் கும்மாளமும் இரைச்சலுமாக நடைபெறும். விடிந்தபிறகு பார்த்தால் ரெட்டைத் தெரு முழுக்க விதவிதமான வேலைப் பாட்டோடு தெருவுக்கு இரண்டு பக்கத்திலுமாக இரண்டு பிரம்மாண்டமான ரத்தினக் கம்பளங்கள் கோலம் போட்ட தரையில் விரிந்து கிடக்கும். அவற்றை மிதித்துக்கொண்டு நடக்கவே மனது வராது. அந்த ஈர மண்ணின் வாசனையை முகர்ந்தபடி லேசாக மேலே எழும்பி மிதக்க வேண்டும் என்று தோன்றும்.

'இங்கே இருந்து மார்கழியில் காலையிலே எழுந்திருச்சு திருப்பாவை கேட்டுக்கிட்டே வாசல்லே கோலம் போடணும்போல இருக்கு.'

கயல் சொல்ல, தலை குளித்துக் கோலம் போடும் என் வீட்டரசியாக அவளைக் கற்பனை செய்தேன். இதமாக, இன்பமாக இனித்து இருந்தது அது.

என் சந்தோஷமெல்லாம் ஒரு வினாடியில் வடிய, எங்கள் வீடு இருந்த இடம். அங்கே வேறே ஒரு கட்டிடம் எழும்பி நின்று கொண்டிருந்தது. குரல் இடறச் சொல்ல நினைத்தது இது. எவ்வளவு சொன்னேனோ, நினைவு இல்லை.

சலிக்காமல் என் கால் மிதித்து நடந்து, தரையில் படுத்து உருண்டு, உயரம் குறைந்த நிலைப்படியில் தலை இடித்து வலித்து, சுவரில் கிறுக்கி அழித்து, கிணற்றில் வாளியை நழுவவிட்டு, கூடத்தில் கொலு வைத்து, தீபாவளிக்கு நல்லையா குணேகா செண்ட் தெளித்த பத்திரிகை கொண்டுவந்து திண்ணையில் எறியக் காத்திருந்து வினாடி வினாடியாக இன்னும் மனதின் ஆழத்தில் பதிந்திருக்கும் என் வீடு இருந்த இடத்தில் வேறு ஒரு புதிய கட்டிடம் எல்லா வர்ணமும் பளிச்சிட எழும்பி நிற்கிறது. ஒரு கருப்பு வெளுப்பு புகைப்படம்கூட இல்லாமல் நினைவுகள் மட்டும் மிச்சம் இருக்க என் ரெட்டைத் தெரு வீடு காலமாகி விட்டது.

விம்மல் வெடிக்க நின்றேன். ருழே கயலை முன்னால் என் அருகே தள்ளினாள். கயல் என் தோளைத் தொட்டு காதில் கூறினாள் – 'நான் இருக்கேன் உனக்கு. எப்பவும் உன்னோடுதான் இருப்பேன் ராஜா.'

அவ்வளவுதான். அப்புறம் என் சோகம் எல்லாம் விலகி ஓடியது.

எதிர் வீட்டில் ஏதோ சர்க்கார் டிபார்ட்மெண்டின் அசிஸ்டெண்ட் டைரக்டர் ஆபீஸாகிய ஏ.டி ஆபீஸ் இன்னும் இருந்தது. 'இதுதான் நான் காதலிக்கக் கத்துக்கிட்ட இடம்!' என்றேன். கயல் சுவாரசியமாகப் பார்க்க விளக்கினேன் –

ஒரு ராத்திரி... ஏழு மணி இருக்கும்... வாட்ச்மேன் தாத்தா சுருட்டு குடிக்க, அதோ, அந்த ஓரமாக இருக்கிற ராஜுத் தெருமுனைக்குப் போயிருந்த ஒரு ராத்திரியில் வானர சேனையாக ஏடி ஆபீசுக்குள் தைரியமாகச் சத்தமின்றிப் படையெடுத்தோம். உள்ளே டைப் சத்தம் கேட்டது. நாற்காலி இழுபடும் சத்தம் அடுத்துக் கேட்டது. டைப்பிஸ்ட் அக்கா ஒருத்தி சீட்டில் உட்கார்ந்தபடிக்கே சிரித்துக் கொண்டிருந்தாள். ஜெமினி கணேசன்போல அரும்பு மீசை வைத்த பக்கத்து சீட் மாமா நெருங்கி வந்து டைப்பிஸ்டுக்கு ஒரு அவசர முத்தம் கொடுத்துவிட்டுத் தன் சீட்டுக்குத் திரும்பினார். திரும்ப டைப் அடிக்கிற சத்தம் கேட்டது.

‘அந்த ஒரு முத்தத்துக்கே இவ்வளவு கதைன்னா, சிலபேர் வகை தொகை இல்லாம வாரி வழங்கறாங்களே அதுக்கு என்ன சொல்ல?’

லெச்சு பொதுவாகப் பார்த்துக்கொண்டு கேட்டாலும் புரிந்தது. கயல் கண்களில் நாணம் என்னால் வந்ததில் எனக்குப் பெருமைதான்.

காந்தி வீதியில் கடை கடையாகப் பார்த்தபடி போனபோது குண்டு ராஜு எதிரில் வந்தான். ரோடு என்று பார்க்காமல் அவனை முடிந்த வரை தழுவிக்கொண்டேன். மூக்குப்பொடி வாடை ராஜுவிடம் பலமாக எழுந்து என்னை அடுக்கடுக்காகத் தும்ம வைத்தது. திருச்சி டிவிஷனில் அரசு போக்குவரத்துக் கழக டிரைவராக இருக்கிறானாம். ரெண்டு நாள் லீவில் வந்திருக்கிறான். அவனும் வீட்டை விற்க முயற்சி செய்கிறானாம்.

நினைத்துக்கொண்டதுபோல் குண்டு ராஜு என்னிடம் கிசுகிசுத்தான்-

‘டேய், உங்காளு மேகலா வந்திருக்காடா நேத்து பார்த்தேன்.’

மகிழ்ச்சியாக இருந்தது. துக்கமாக இருந்தது. குற்ற உணர்ச்சி எழுந்து வந்தது. மேகலாவை எப்படி மறந்தேன்? ஏன் மறந்தேன்? இனியும் நினைப்பேனா?

‘அவ அத்தை வீட்டுக்கு வந்திருக்காடா’, என்று மேலதிகத் தகவல் சொன்னான். வேறே எங்கே வர முடியும் என்று கேட்க நினைத்தேன். கேட்கவில்லை.

‘சாத்தப்பையர் தெருதானே?’ ஒரு வினாடி அதிகம் நடந்தால் மேகலாவைப் பார்க்கலாம் என்று தெம்பாக உணர்ந்தேன்.

‘சாத்தப்பய்யர் தெருவா? எந்த உலகத்திலே இருக்கே நீ? அவ அத்தை வீடு இருந்த இடத்திலே வேறே கட்டிடம் வந்தாச்சு. அவங்க மஜித் ரோடுக்கு குடி போய்ட்டாங்க’ என்று எனக்கு சுவாரசியமான தகவல் தரும் பொறுப்போடு அறிவித்தான் ராஜு.

‘எங்கே ஒத்த வீட்டுக் கிருஷ்ணன் வீடு இருக்கே அங்கேயா?’ என்று கேட்டேன்.

‘கரெக்ட்... அதே இடம்தான்... அதுக்கு கிழக்கே குடி போயிருக்காங்க. மேகலா அங்கேதான் இன்னும் இருக்கான்னு நினைக்கறேன்...’ கூடுதல் செய்தி இது.

‘ஷண்முக பவன்லே சாப்பிடலாம்’ என்றேன் குண்டு ராஜுவிடம். அவனிடம் பேச எவ்வளவோ இருக்கிறது. கயல் யார் என்று சொல்ல வேணும் அவனிடம்.

‘வேலை இருக்கு, அப்புறம் முடிஞ்சா லாட்ஜிலே வந்து பார்க்கறேன்’ என்று சொல்லிவிட்டு சைக்கிள் ஏறிப் போனான் குண்டு ராஜு.

பகல் உணவுக்கு அப்புறம் எல்லோரும் உறங்கப் போனார்கள். சாயந்திரம் ஐந்து மணிக்குத்தான் ஊருக்குத் திரும்ப ரயில் வருகிறது. அது வரைக்கும்?

நான் மஜீத் ரோடுக்குப் புறப்பட்டேன். செருப்பை அணிந்துகொண்டு லாட்ஜ் வாசலில் சைக்கிளைத் தன்னிச்சையாகத் தேட, கயல் பின்னால் நின்று கொண்டு, ‘என்னத்தைத் தேடறே?’ என்று கேட்டாள்.

‘சைக்கிள்’ என்றேன் அசடாக சிரித்துக்கொண்டு.

‘து யெ ஃபு’ என்று கேட்டு அவள் என்னைப் பைத்தியமாக்க, ‘அப்படித்தான்’ என்றேன்.

‘எங்கே கிளம்பிட்டே, திருட்டு தம் அடிக்கவா?’

அவளுக்குத் தெரியும் நான் வேறே பெண் பக்கம் போனாலும் போவேனே தவிர சிகரெட் பக்கம் போக மாட்டேன் என்று.

‘மஜீத் தெரு போறேன். மேகலா வந்திருக்கா. எனக்கு மேகலா...’ தடுமாறினேன்.

இவளுக்கு மேகலாவைத் தெரியுமா? ஜோசபினிடம் சொல்லி இருக்கிறேன்.

‘என்ன. உன் முதல் காதலி? அப்படித்தானே?’ சட்டென்று கேட்டாள் கயல்.

‘எப்படித் தெரியும்?’ என்று கேட்டேன்.

‘அதுதான் பெண்புத்தி. சட்டுனு சில விஷயம் மனசிலே பட்டுடும்’, சர்வ சாதாரணமாகச் சொன்னாள் கயல்.

‘நீயும் வர்றியா?’ என்றேன். ‘சரி’ என்று உடனே கிளம்பினாள் படு சூட்டிகையாக.

கொஞ்சம்போல் வெய்யில். அவள் உடம்பு கொஞ்சமும் வாட வேண்டாம் என்று ஒரு சைக்கிள் ரிக்ஷாவைக் கூப்பிட்டு மஜீத் தெருவுக்குப் புறப்பட்டோம்.

வழியில் அலையடித்துக்கொண்டு சாத்தப்பன் ஊருணி. பக்கத்திலேயே கம்பீரமாக எழும்பி நிற்கிற, நான் படித்த பள்ளிக்கூடம்.

ரிக்ஷாவை ஐந்து நிமிடம் நிற்கச் சொல்லி விட்டு கயலோடு பள்ளிக்கூட பின் வாசல் வழியாக உள்ளே போனேன். பக்கத்தில்

நெருங்கிப் படர்ந்திருக்கும் வேலிக்காத்தான் செடிகளை ஜாக்கிரதை யாகத் தவிர்க்கச் சொன்னேன் அவளிடம். பாதத்தில் முள் தைத்துத் துடித்துப் போய்விடுவாள் என் கண்மணி.

ஞாயிற்றுக்கிழமை என்பதால் ஆள் அரவமின்றி அடைத்துக் கிடக்கிறது பள்ளிக்கூடம். சரளைக் கல் இதமாகக் காலில் நெருடி மறந்துட்டியா என்று கேட்கிறது. நூற்று ஐம்பது வருட இளமையோடு கம்பீரமாக நிற்கிற படிகளில் ஏறி நிற்கிறேன். கட்டிடத்தை எல்லாம் கட்டிப் பிடித்துக்கொண்டு யாராவது ஆத்மார்த்தமாகப் பேசிக் கொண்டிருப்பார்களா? எனக்கு முடியும். கைதான் அந்தக் கம்பீரமான கல் மண்டபத்தை அணைத்துப் பிடிக்க அத்தனை தூரம் நீள மாட்டேன் என்கிறது. மவுனகுரு அடிகளும், கார்மேகம் வாத்தியாரும், வி.என்.ஆரும், இந்தி பண்டிட்டும், ஆசீர்வாதம் சாரும் பாடம் எடுக்கிற சத்தம் ஒரு சேரக் கலந்து காதில் விழுகிறது. அவர்கள் நலமாக இருக்கட்டும்.

சயின்ஸ் லேப் கட்டிடத்தின் பத்துப் படியும் ஏறி வந்து என் முன்னால் கயல் கண் கலங்க நின்றாள்.

‘எப்படி நீ இவ்வளவு மென்மையான உணர்வு காணாமல் போகாம நினைவை எல்லாம் இன்னும் முழுக்க முழுக்க மனசிலே பத்திரமாப் பூட்டி வச்சிருக்கே? கட்டடத்தைக் கட்டிப் பிடிச்சுட்டு கண்ணீர் விடற மனசு அபூர்வமானது. எல்லாருக்கும் வாய்க்காது’ என்றாள் குரல் கரகரக்க.

கயலை அணைத்துக்கொண்டேன். ‘ஏய்ய் கோவில்’ என்று விலகினாள்.

‘அங்கே பாரேன்.’

கயல் குழந்தை மாதிரிக் கைதட்டி ரசித்து எனக்கும் காட்டியது ரெண்டு கால் ஆடுகளை. பின்னங்கால்களில் நின்று கை போல முன்னங் கால்களை முன்னால் நீட்டியபடி வேலிகாத்தான் செடியின் இலைகளை நாக்கில் முள் குத்தாத லாகவத்தோடு வாய்க்குள் உதிர்த்து அசை போட்டுத் தின்று கொண்டிருந்தன அவை. கூடவே ஓடி வருகிற அழகான வெள்ளாட்டுக் குட்டிக்கும் அவ்வபோது பார்த்துப் பார்த்து தழை தின்னத் தரும் அம்மா ஆடு.

‘சர்வைவல். பிழைச்சிருக்க என்ன எல்லாம் செய்யலாம்னு மனுசன் மட்டுமில்லே, ஆடு மாடும் யோசிக்கும் போல. அதோட, காருண்யம், தாய்மை’

நான் சொல்லிக் கொண்டிருக்கும்போதே ரிக்‌ஷாக்காரர் அந்த வேலிக் காட்டுக்குள் நெருங்கி விரியும் வழியைப் பிடித்து ஒயிலாக வண்டியை

உள்ளே இறக்க கயல் என் மடியில் சாய்ந்தாள். அவள் எழுந்திருக்காமல் தலையை அழுத்திக்கொண்டேன்.

ரிக்‌ஷா நின்றபோதுதான் கயலுக்கு விடுதலை கிடைத்தது. காற்றில் கலைந்திருந்த தலை முடியை ஒதுக்கிக்கொண்டு என்னைப் பார்த்த பார்வையை நொளினிகாந்த் சாட்டர்ஜி மோஷாய் பார்த்தால் அச்சு வெல்லக் கட்டியாக இன்னும் ரெண்டு கயல் சிலை அடுத்த நவராத்திரிக்காகச் செய்து கொடுத்திருப்பார். கூடவே அவள் காலைத் தாங்கிப் பிடித்தபடி என்னையும்.

'இந்த வீடுதானே?' ரிக்‌ஷாக்காரர் திரும்பாமலேயே கேட்டார். இதுவே தான்.

வீட்டு வாசலில் ஸ்டூலில் உட்கார்ந்து மோர் மிளகாய்களை தினப் பத்திரிகையில் பரத்திக் காய வைத்துக்கொண்டிருந்த கம்பவுண்டர் சம்சாரம் என்று மற்றவர்களும், மேகலாவின் அத்தை என்று நானும் குறிப்பிடும் அகிலாண்டம்மாள் ஒரு வினாடி குழப்பத்தோடு பார்த்து, 'நன்னா இருக்கியோடா அம்பி?' என்றாள். கூட நிற்கிற வடிவான பெண் யாரென்று தெரிய ஆர்வமும் சந்தோஷமுமாக 'கல்யாணம் ஆயிடுத்தா சொல்லவே இல்லியே!' என்றபோது மனது ஒரு வினாடி பறந்து விட்டு இறங்கியது.

வீட்டுப் படிக்கட்டிலும் வாசலிலும் திண்ணை முழுக்கவும் அழகான மாக்கோலம் அங்கங்கே கொஞ்சம் சிதைந்தாலும் அழகோடு காணப்பட்டது. கம்பவுண்டர் வீட்டு வாசல் நிலையை வாடிய மாவிலைத் தோரணம் அலங்கரித்தது.

'ஹலோ வாட் அ ப்ளஸெண்ட் சர்ப்ரைஸ்.'

மேகலா உள்ளே இருந்து உற்சாகமாகக் குரல் கொடுத்தபடி வந்தாள்.

பச்சைப் பட்டுப் புடவையும் தலை குளித்துப் பரத்திய கருங் கூந்தலுமாக, தெற்றுப்பல் சிரிப்போடு வரும் கோவில் விக்ரகம் மேகலா. அவள் பார்வை கயல் மேல்தான் இருந்தது.

ரெண்டு பெண்களுமே பேரழகிகள். இவளுடைய தெற்றுப் பல் சிரிப்பு மனசைச் சுண்டி இழுக்கிறது என்றால் அவளுடைய காந்தம் கவிந்த பெரிய விழிகள் என்னைச் சுற்றி வளையம் போட்டு வெளியே போகாதே என்று தடுத்து நிறுத்தும். இவள் குரல் கிண்கிணி என்றால் அவள் சிறகடிக்கும் பெண் குயில்.

சாண்டில்யன் எழுதிய சரித்திரக் கதையில் கதாநாயகன் இரண்டு கதாநாயகிகளை ஒருசேரக் கண்டு ஒப்பிடுவதெல்லாம் மனதில் ஓடி மறைய நான் ஆராதகனாக இருவரையும் ரசித்துக்கொண்டிருந்தேன்.

அப்புறம்?

மேகலாதான் தீர்க்கமான நாசியை விடர்த்தி அபூர்வமாகச் சிரித்து ஆரம்பித்து வைத்தாள். கயல் அவள் சிரிப்பை ரசிப்பதைக் கடைக்கண்ணால் பார்த்தேன்.

மேகலாவுக்கு அபூர்வமாகக் கடிதம் எழுதும்போது சம்பிரதாயமாக வீட்டில் இருக்கும் எல்லோருடைய நலமும் விசாரித்து ஊர்க் கதை கொஞ்சம் பேசித்தான் ஆரம்பிப்பது வழக்கம்.

'என்ன, அம்மா, அப்பா, ஹெட்மாஸ்டர் தாத்தாஜி எல்லாம் சௌக்கியம்தானே?'

'தாத்தா போன மாதம் போய்ச் சேர்ந்துட்டார்...'

மேகலா தணிந்த குரலில் சொன்னாள். மெய்யாகவே வருத்தப் பட்டேன். மேகலாவின் துக்கம் என் துக்கமும்தான்.

இங்க்லீஷிலும் தமிழிலும் சமஸ்கிருதத்திலும் நல்ல புலவர் என்று குறைவாகப் பழகிய நானே அறிந்திருந்தேன் என்றால் மற்றவர் களைப் பற்றிக் கேட்கவே வேண்டாம். வெண்பாவில் விளங்காய்ச் சீர் வரலாம், விளாங்காய் வராது என்ற நுட்பமான இலக்கண அறிவெல்லாம் அவர் மூலம்தான் எனக்குக் கிடைத்தது.

'ஆமாப்பா எங்க அப்பா அவ்வளவு கல்விமான்... ராஜ்யத்திலே பல பேருக்கு குரு... என் தம்பியாத்திலே போகணும்னு விதிச்சிருக்கு... மேகலா மேலே ரொம்ப பிரியம்... சொல்லியிருப்பாளே... தாத்தா போனாலும் நடக்கணும்னு அதான் நிச்சயதார்த்தத்தை நேத்து இங்கே வச்சது. முடிவு செஞ்சாச்சு தள்ளிப் போடக்கூடாது பாரு. உள்ளே போய் உக்காந்து பேசுங்களேன். புது ஃபேன் வாங்கி மாட்டியிருக்கு... காத்து சிண்டைப் பிச்சுண்டு போறது பாத்துக்கோ'

அகிலாண்டம்மா படபடவென்று நிறுத்தாமல் சொல்லிக்கொண்டே நகர்ந்தாள்.

'இந்த வீட்டுக் கொல்லையிலே மலைவேம்பு, நிலவேம்பு ரெண்டு மரம் நல்லா இருக்கு. இங்கே இருந்தே தெரியுது... பாத்துட்டு வந்துடறேன்.'

கயல் அகிலாண்டம்மா பின்னால் வேகமாகப் போய் ஏதோ சொல்ல, அவள் சிரித்தபடி கயலை அணைத்துப் பிடித்து அழைத்துப் போனாள். கயலை யாரென்று மேகலாவிடமும் அகிலாண்டாம்மாவிடமும் நான் அறிமுகப் படுத்தியிருக்க வேண்டும். யாரென்று?

யாருக்கு நிச்சயதார்த்தம் என்று மேகலாவை விசாரித்தேன்.

எனக்குத்தான் என்றாள் சகஜமாக.

'என்ன வெளையாடறியா?'

'இதிலே என்ன விளையாட்டு? என் லைஃப். விளையாட இது என்ன அடுத்தவங்க வாழ்க்கையா? சில பேருக்கு அதுதானே வழக்கம்?'

'என்ன சொல்றே நீ மேகலா? மனசுலே ஒண்ணு நினைச்சு வார்த்தையிலே வேறொண்ணு சொல்றே... புரியலே யார் வாழ்க்கையிலே யார் விளையாடினது?'

அவள் தலையைக் குனிந்துகொண்டாள்.

'மூணு கடிதாசு அதுவும் கடைசியா ரிஜிஸ்டர் போஸ்ட்லே அனுப்பினது... வெட்கத்தை விட்டுக் கேட்டிருந்தேன்... என்னை பிடிச்சிருந்தா வீட்டுலே சொல்லுன்னு...'

'எப்போ?'

'எதுக்கு? அதான் திரும்பி வந்துடுத்தே... உனக்கு அங்கே ஃப்ரண்ட்ஸ் முக்கியமாப் போயாச்சு... மேகலா ஜஸ்ட் டைம்பாஸ்....இவளுக்கு என்ன லெட்டர் போடறது....சும்மா விட்டா காலைச் சுத்தினது ஒழிஞ்சு போயிடும்னு நினைச்சிட்டே அதானே? ஒரு வரி பதில்... ஒரே ஒரு வரி...' மேகலா படபடவென்று பொரிந்து கொட்டினாள். குரலை உயர்த்தவே இல்லை அவள்.

பேங்க் விலாசத்தில் கேர் ஆப் என்று குறித்தோ மேற்பார்வை என்று என் பேரோடு சேர்த்து எழுதியோதான் அவள் எனக்கு எழுதிய கடிதம் எல்லாம் இருக்கும். அவள் சொல்கிற இந்த மூணும்கூட அப்படித் தானே இருந்திருக்கும்.

விக்தொ அங்கிளிடம் கேஷியர் சந்தானகிருஷ்ணன் சொல்லிக் கொண்டிருந்தது உடனடியாக நினைவு வந்தது –

'பேங்குக்கு போஸ்ட் பாக்ஸ் அலாட் பண்ணின அப்புறம் பேங்க் லெட்டர் ஒழுங்கா வந்துடுது... பெர்சனல் கடிதம்தான் பேஜார்... வர்றதில்லே... ஊர்லே இருந்து எங்கம்மா போன மாசம் போட்ட போஸ்ட் கார்ட் இன்னிக்குதான் நாலு இடம் சுத்திட்டு வந்துது சார்... அதுலே ஒண்ணு திருப்பாதிரிப்புலியூர்...'

'சாரி மேகலா நான் உனக்கு போஸ்ட் பாக்ஸ் நம்பர் சொல்லியிருக் கணும்... விட்டுப் போச்சு... சொல்லியிருந்தா வந்திருக்கும்.'

'நீயும் சொல்லலே, நானும் வரலே இனிமேல் உன் பாதையிலே... குட் லக்.'

‘என்ன சொல்றேன்னு தெளிவா சொல்லேன்.’ கெஞ்சினேன்.

‘எங்க ஒண்ணு விட்ட சின்ன அத்தை பிள்ளை துபாய்லே இருக்கானு சொல்லியிருக்கேன் இல்லே… அரபி நேஷனல் பேங்க்லே வேலை…’

‘நினைவு இல்லை மேகி’

‘மேகி? செல்லப் பெயர் எல்லாம் நினைவு இருக்கு… ஆனா என்னை உனக்கு ஞாபகம் இல்லே… வாட் அ பிட்டி…’ மேகலா விரக்தியாகச் சிரித்தாள்.

‘அத்தை பிள்ளைக்கு என்ன திடீர்னு அவசரம்?’ முழுக்கத் தெரிந்து கொள்ள அவசரம் காட்டினேன்.

‘அவன் அவர் என்னைக் கல்யாணம் பண்ணிக்க எங்கப்பா கிட்டே கேட்டார்… அவரோட அம்மாவும் அதான் என் சின்ன அத்தையும் கேட்டா… அப்பா சரின்னுட்டார்.’

‘உங்க அப்பாவுக்கு நான் உன்னை உன் மேலே நான்… தெரியாதா…’ பேச்சு கோர்வையாக எழும்பவில்லை. எனக்கு உரிமையானதை என்னிடம் இருந்து பறித்ததில் ஆற்றாமை. துக்கம்.

‘என்னன்னு தெரியும்? நீ வாயைத் திறந்து யார் கிட்டேயாவது சொல்லியிருக்கியா? என்கிட்டே தவிர… முத்தம் கொடுக்கறதிலே இருந்த மும்முரம் இதிலே எல்லாம் காட்டத் தவறியாச்சு… பார்க்கச் சூட்டிகையா இருந்தாலும் உலகம் தெரியாத அம்மாஞ்சிடா நீ… பாவம்னுதான் தோணறது.’

‘சரி அசமஞ்சம்தான்… அசடுதான்… இப்பவே போய் உங்க அப்பா கிட்டே…’

‘ரொம்ப லேட்… உங்க அப்பா வேறே நவராத்திரிக்கு முந்தி பொள்ளாச்சிக்கு வந்திருந்தபோது… சொல்லியிருப்பாரே.’

சொன்னார். மேகலா வீட்டுக்குப் போனதாகவும் அவளுடைய தாத்தாவோடு கம்பராமாயணம் விவாதித்தாகவும் சொன்னார். ஜோசபினுக்கு பிரச்னை என்று நான் அலைந்த நேரம் அது. காதில் வாங்கியதோடு சரி அந்தத் தகவலை.

‘உங்க அப்பா தாத்தாகிட்டே ராமனும் சீதையும் கல்யாணம் பண்ணிண்டது எந்த வயசிலேன்னு பேசிண்டிருந்தா… நானும் அங்கே தான் படிச்சுண்டிருந்தேன்… சின்ன வயசு கல்யாணம் பற்றி உங்கப்பா பேசறபோது உனக்கு இப்பவே கல்யாணப்

பேச்சுவார்த்தைக்கு வரா... ஆனா படிச்சு வேலைக்கு போன பிறகுதான்னு தீர்மானமாச் சொல்லிட்டேன்னார் தாத்தா கிட்டே...'

'அதுக்கும் இதுக்கும் என்ன சம்பந்தம்?' என்று அவசரமாகக் கேட்டேன்.

'நான் இருக்கறேங்கறதை உங்கப்பா கவனிக்கலேபோல... தாத்தா காது வேறே மந்தமா... உங்கப்பா பெருமையாச் சொன்னதை நானும் கேட்டேன். அவர் சொன்னார்... ஜாதி, மதம் பார்க்காத, இருந்தாலும் அதிலே அதிகமா ஈடுபாடு இல்லாத ஊரிலே நான் இருக்கேன்... ஒரு பக்கம் தனிமனுஷ சுதந்திரத்தை உயர்த்திப் பிடிக்கற பிரெஞ்சு கலாசாரம் இன்னொரு பக்கம் இந்தியக் கலாசாரம் ஒரு வங்காளத்து புரட்சித் துறவி மூலமா... வேறே மதம் இல்லே ஆனா ஜாதி... அதுவும்தான் இல்லியே... இன்னொரு தடவை அவனுக்கு சம்பந்தம் பேச வந்த பொண்ணோட அப்பா கேட்டா சரின்னு சொல்லிடப் போறேன்னாரு உங்கப்பா.'

'பெண்ணோட பேரு சொன்னாரா?' என் அவசரம் ஓயப் போவதில்லை.

'ஆமா.'

'என்ன பெயர்?'

'ஏதோ நல்ல தமிழ்ப் பெயர்... பூவிழியோ கயல்கண்ணியோ...' என்றாள் மேகலா.

அறை வாசலில் சத்தம்.

'கயல், உள்ளே வா' என்றேன்.

கயலை மேகலா பார்த்துக்கொண்டே நின்றாள்.

'கயல் இது இது'

'மேகலா... தெரியும்.'

கயல் தோளில் கை போட்டு அணைத்துக்கொண்டாள் மேகலா. கன்கிராட்ஸ் சொன்னாள். எதுக்கு என்று புரியாமல் கேட்டாள் கயல்.

'சீக்கிரம் உங்க... உங்க...'

'மேகலாவுக்கு கல்யாணம் வருது கயல்... அபுதாபியிலே செட்டில் ஆகறா.' கயலிடம் சொன்னேன், செயற்கையாகச் சிரித்து.

கயல் என்னைப் பார்த்த பார்வையில் பரிதாபமா, நிம்மதியா, சோகமா, சிரிப்பா இருந்ததென்று தெரியவில்லை.

காலேஜ், பேஷன், உடுப்பு, புத்தகம், சினிமா என்று ரெண்டு பெண்களும் இயல்பாகப் பேசிக்கொண்டிருக்க, எனக்கானதைப் பறிகொடுத்த மனநிலையில் யாரோடும் எதுவும் பேசாமல் உட்கார்ந்திருந்தேன்.

‘கல்யாணப் பத்திரிகையை அனுப்பணும் உன் அட்ரஸ் கொடு கயல்… இவன் பேரை போட்டு கேர் ஆப் போட்டுடட்டா… வேணாம் இவனுக்கு நோ கேர்… ஹி கேர்ஸ் அபவுட் நோ ஒன்… உன் வீட்டு அட்ரஸே கொடு.’

அவர்கள் நீ வா போ அந்நியோன்யத்துக்கு மாறியிருந்தார்கள். நான்தான் அந்நியனானேன்.

கனத்த மனதோடு படி இறங்கி நடந்தேன். தெருக்கோடியில் கயல் என் கையைப் பற்றிக்கொண்டாள்

‘எப்பவும் சொல்றதுதான்… நான் உனக்கு இருக்கேன்…’

திரும்பிப் பார்த்தேன். வீட்டுத் திண்ணையில் நின்று மேகலா இரண்டு பேருக்கும் கையாட்டி விடை கொடுப்பாள் என்று ஏனோ தோன்றியது… திண்ணை வெறுமையாக இருந்தது.

‘கயல், எங்கப்பா மேகலா வீட்டிலே என்ன சொன்னார் தெரியுமா?’

ரயில்வே ஸ்டேஷனில் காத்திருக்கும்போது கயலைக் கேட்டேன்.

‘சொல்லு.’

அந்த்வான் ஏதோ பேச வந்தான். பதில் சொன்னேன். ருழே அடுத்து ஏதோ கேட்டாள். பேசினேன்.

அவர்கள் கொஞ்சம் ஒதுங்க, ‘சொல்லு, உங்கப்பா என்ன சொன்னாங்க?’ என்று கேட்டாள் கயல்

‘பார்த்து ஜாக்கிரதையா கூட்டிப் போடா. இவளையும் தொலைச்சிடாதே.’

மனசில் தெற்றுப்பல் அழகி சொல்லி ஜன்னல் அடைத்து உள்ளே போனாள்.

‘உங்க அப்பா என்ன சொன்னார்னு கேக்கறேன் இல்லே…’ கயல் நச்சரித்தாள்.

‘நான் உன்னை…’

உச்சத்தில் கூவிக்கொண்டு ரயில் வந்து நின்றது.

31

நான் வல்லூரி சார் வீட்டில் நுழைந்த போது அவர் கை கட்டி நடு வீட்டில் நின்று கொண்டிருந்தார். லதா தீதி அவருக்கு முன்னால் நின்று அவருக்கு எலிமெண்டரி ஸ்கூல் கணக்கு சொல்லிக் கொடுப்பதுபோல் ஒகடி, ரெண்டு, மூடு, நாலகு என்று சத்தமாகச் சொல்லி விரல் மடக்கிக் கொண்டிருந்தாள்.

'என்ன தீதி, சார் பாலை பொங்க விட்டுட்டு பேப்பர் படிச்சுட்டு இருந்த கணக்கா இல்லே பாத்ரூம் பைப்பை மூடாம வந்து தண்ணித் தொட்டி காலியான பிரச்னையா?'

சுவாரசியமாக விசாரித்தேன். வல்லூரி சாருக்கு பிரச்னை, எனக்கு குஷி.

'அதை ஏன் கேக்கறே... அவமானம்... அசிங்கம்.'

தீதி கெமிஸ்ட்ரி லேபரட்டரியில் கண்ணாடி குடுவையில் நிறைத்து வைத்த பொடாஷியம் பெர்மாங்கனேட் பிங்க் நிறக் கலவையை ஒரே மடக்கில் குடித்த மாதிரி உவ்வே என்றாள். வல்லூரி என்ன மாதிரியான பாதகம் செய்திருப்பார் என்று என்னால் கற்பனைகூடச் செய்ய முடியவில்லை.

'இவருக்கு இதெல்லாம் தேவையா?' தீதி இன்னொரு கூக்ளி போட்டாள்.

வல்லூரி சங்கோஜமாகச் சிரித்துத் தடுத்தாடினார். லதா தீதி கண்ணை விழித்துப் பார்த்ததில் நானே பயந்து

போனேன். எந்த நிமிஷமும் ரிடையர்ட் ஹர்ட் என்று காயத்தோடு வல்லூரி சார் பின்வாங்கக் கூடிய சூழ்நிலை.

ரெண்டு கையையும் திருப்பதி கோவில் தரிசன நேரத்தில் தலைக்கு மேலே வைத்துக் கும்பிடுகிற மாதிரி வைத்துக்கொண்டு கோவிந்தோ என்றேன் உரக்க. வல்லூரி இன்னொரு கோவிந்தோவும் கையுமாக என்னை ஓரமாக நாற்காலியில் தள்ளி அவரும் பாதுகாப்பாக என் பின்னால் உட்கார்ந்தார்.

'நல்ல உத்தியோகம். நல்ல பேரு. இதெல்லாம் பத்தி ஒரு கவலை இல்லை. செக்ஸ் படம் பார்க்க அலையறார் உங்க சார்.' தீதி முறையிட்டாள்.

சரிதான், இங்கே கேட்டு ரசிக்க விஷயம் உண்டு. நிமிர்ந்து உட்கார்ந்தேன். நானும் இப்போது விசாரணைக் கமிஷன் உறுப்பினனாகி விட்டேன்.

'கொஞ்சம் இருங்க தீதி... சார் கிட்டே நான் கேக்கறேன். நீங்க ரொம்ப மிரட்டறீங்க. பாவம் பயப்படறார்.' .

உய் உய் என்றார் வல்லூரி சார் தலையை ஆட்டியபடி. மூணு வருஷத்தில் இந்த ஊரில் அவர் கற்றுக்கொண்ட பிரெஞ்ச் அதுதான்.

'எந்த தியேட்டருக்கு சார் போனது?'

'ராம் தியேட்டர்' என்றார்.

'எந்தக் காட்சி?'

'சாடர்டே மார்னிங் ஷோ.'

'இன்னிக்கா?'

'உய் உய்.'

'என்ன சினிமா?'

'இதாலியன் டைரக்டர் டெசிகாவோட மூவி.'

'படத்தோட பெயர்?'

'பைசைக்கிள் தீவ்ஸ் தட்டி வச்சிருந்தது. அதான் போனேன். க்யூலே நிக்கற போதுதான் நம்ம அந்த்வான் வந்தான் பார்த்தான் போனான்.'

வல்லூரி தன் பேரில் எந்தக் குற்றமும் இல்லை என்று நிரூபிக்கப் பார்க்க, தீதி என்னிடம் விளக்கம் சொன்னாள் – 'அந்த்வான் நேரே இங்கே வந்து என்கிட்டே சொல்லாட்டா இவரோட இந்த முகம் எனக்குத் தெரிஞ்சிருக்காது. அப்படி என்ன செக்ஸ் படம் பார்க்க வேண்டியிருக்கு? செப்பு'

தப்புதான் என்று நிச்சயமாகச் சொல்லிக்கொண்டிருந்தபோதே இன்னொரு காட்சி மனதில் வந்து போனது. போன வாரம் டெசிகா படம்தான் போட எடுத்திருந்ததாக ராம் தியேட்டர் கேசவ் சொன்னான். தியேட்டர்காரக் குடும்பம் அவனுடையது. என்ன படம் தியேட்டரில் போட வேண்டும், வேண்டாம் என்று முடிவு செய்கிற உரிமை முழுக்க அவனுக்கு என்று சொல்லிக்கொள்கிறான். அதனால் தானோ என்னவோ ரெண்டு நாள் கழித்து அவனே வேறே மாதிரி சொன்னான் –

'ப்ரிண்ட் நேரே பாரீஸ்லே இருந்து வருதுன்னாங்க... வழியிலே கோட்டக்குப்பம் சாராயக் கடைக்குள்ளே புகுந்துது போல... அங்கே இங்கே பிஞ்சு தொங்குது... போட்டா ப்ரஜக்டர் அழுவுது... ஜோன்னு மழை வேறே பேயுது... அம்புட்டு கீறல்... வேலைக்காவாது... வேறே படம் தான் சண்டே...'

என்ன படம் என்று விசாரித்தேன். அந்தப் பக்கம் இந்தப் பக்கம் பார்த்தான்.

'அது ஒரு மாதிரி மலையாளப் படம். நடுவிலே நச்சுனு பிட்டு எல்லாம் உண்டு. கூட ஆயிரம் ரூபாய் கொடுத்து டிஸ்ட்ரிப்யூட்டர் கிட்டே எடுத்தாலும் கியாரண்டியா காசு அடிச்சுடலாம்... வர்றியாடா மச்சான்... உனக்கு லைவாகவே கிடைக்கும்.' எங்கே சுற்றினாலும் இங்கே வந்து விடுகிறார்கள் எல்லோரும்.

அவன் காசு அடிக்க பைசைக்கிள் தீவ்ஸ் என்ற இத்தாலிய கலை இலக்கியத் தரமான படத்தை மாற்றி ஏதோ இன்ப இரவுகளைத் திரையிடத் தீர்மானிக்க, விஷயம் தெரிந்த கூட்டம் வாசலில் முட்டி மோதி க்யூவில் நின்றது. விஷயம் தெரியாமலேயே வல்லூரியும் நின்றிருக்கிறார்.

தீர்ப்பு வழங்க வேண்டிய நேரம். வல்லூரி சார் விடுவிக்கப்படுகிறார்.

தீதியிடம் முழுத் தகவலையும் மென்று முழுங்காமல் சொல்லி, நான் சொல்லியதெல்லாம் உண்மை என்று வல்லூரி சாரின் கர்ச்சீபைப் போட்டுத் தாண்டி தீதியைப் பிடித்த பழையனூர் நீலியை மலையேற வைத்தேன்.

வல்லூரிக்கு காலைச் சாப்பாடாக இட்லியும் எனக்கு காப்பியும் எடுத்து வர தீதி போனாள். அவள் முழுக்க நம்பினாள் என்று தோன்றவில்லை. வாத்தியாருடைய வேட்டியை உருவிப் போட்டுத் தாண்டியிருக்க வேண்டும்.

‘போன் ஜூர் மிஸ்யே... போன் ஜூர் தீதி...’ வீடு திரும்பும் காராம் பசுவின் கழுத்து மணியோசைபோல இனிமையான குரல். ஜோசபின்.

ஜிவ்வென்று மனதில் மகிழ்ச்சி. இன்றைக்கு விடுப்பு என்பதால் சலவை, சர்ச், சமையல் என்று சரசரவென்று ஊர்ந்து கொண்டிருப்பாள் ஜோஸி. சரியான இடத்தில் சரியான நேரத்துக்கு வந்ததால் எனக்கு இந்தப் பரிசுத்தமான வெள்ளுடைத் தேவதையைக் கண்டு நெக்குருகித் துதிக்க வாய்த்திருக்கிறது.

இங்கே என்னடா பண்றே?’ கையை இடுப்பில் ஒயிலாக வைத்தபடி மிரட்டலாகக் கேட்டாள் ஜோசபின்.

‘சட்டியும் பானையும் செஞ்சுட்டிருக்கேன்... நீயும் வந்து ஒரு கை கொடு’

பின்னந்தலையில் ஒரு தட்டு தட்டிவிட்டுப் பக்கத்தில் உட்காந்தாள். இதற்கு என்ன தண்டனை என்று அவளுக்குத் தெரியும். எந்தக் கன்னத்தில், எப்போது அந்த முத்தம் வந்து அமரும் என்றுதான் தெரியாது. நிச்சயம் இப்போதில்லை.

‘ரெண்டு நிமிஷம்... அல்பாகாரம் பூர்த்தி சேஸி... ப்ரேக்பாஸ்ட் முடிச்சு வரேன்.’

வல்லூரி கேட்டுக்கொண்டார். ஜோசபின் லதா தீதிக்கு பிரியமான தோழியாகி விட்டிருக்கிறாள். நான் வீட்டைவிட்டு வெளியேறியதில் நடந்த நல்லவை லிஸ்டில் இதுவும் ஒன்று.

‘லதா, நா சோதரி ஜோசபின்கோசம் காப்பி தீஸ்குனி’ வல்லூரி சொல்ல, லதா தீதி ‘உங்க தங்கச்சி இட்லி சாப்பிட்டாத்தான் காபி’ என்று நிபந்தனை போட்டாள். ஜோசபின் வல்லூரிக்கு தங்கை என்றால் வல்லூரி எனக்கு யார்?

‘வேணாம் தீதி... தண்ணி மட்டும் கொடுங்க மெர்சி.’ ஜோசபின் தட்டிக் கழித்தாள்.

‘பரவாயில்லே, இட்லி கொண்டு வாங்க, நான் முழுங்க வைக்கறேன்’ என்றேன். ‘இல்லேடா பசியாறிட்டுத்தான் வந்தேன்’ என்றாள் ஜோசபின். தனியாக இருந்தால் கையை முகர்ந்து பார்த்திருப்பேன். எத்தனை முறை பிடித்தாலும் அலுக்காத கை அது.

வல்லூரி பசியாறி முடிக்கும்வரை உள்ளறையில் காத்திருந்தாள் ஜோசபின். நானும் காப்பிக் கோப்பையோடு உள்ளே போனேன். தோளில் மாட்டியிருந்த பெரிய பையில் இருந்து எதையோ எடுத்துக் கொண்டிருந்தாள் அவள்.

‘ப்ளட் பிரஷர் செக் பண்ற கருவிடா.’

‘அது இருக்கட்டும். நாளுக்கு நாள் நீ பேரழகி ஆகற ரகசியம் என்ன?’ அவள் காது மடலை வருடினேன். வாயை இறுக்க மூடிக் கண்ணால் சிரித்தாள்.

காபிக் கோப்பையை என் கையிலிருந்து பிடுங்கி கடைசி வாய்க் காபியை ஜோசபின் பருகிய எழிலைப் பார்த்தபடி நின்றேன்.

‘ம ஷெரி’ என்றேன். ‘சரி’ என்றாள். ‘மை ஏஞ்சல்’ என்று திரும்பச் சொன்னேன். ‘சரிடா’ என்றாள். மறுபடியும் ‘என் தேவதையே’ என்றேன்.. ‘போடா’ என்றாள்.

‘உனக்கும் பிபி செக் பண்ணட்டா... வெனி... வெனி... வா’

‘எனக்கு பிபி செக் பண்ண நீ வேணாம். அதிகமா காட்டும். உன்னைப் பார்த்தாலே எனக்கு பி.பி எகிறுது’

‘திரும்ப ஆரம்பிச்சுட்டியா?’

‘முடிச்சாத்தானே ஆரம்பிக்க?’

‘உன் கணக்குப்படி எப்போ ஸ்டார்ட் பண்ணினே?’ கேள்வி மூடில் ஜோஸ்ஸி.

‘டவுண் ஹால்லே உன்னை மூணு வருஷம் முந்தி பார்த்தபோது ஆரம்பிச்சது... உசிர் இருக்கற வரை இருக்கும்’ என் குரல் எதிர்பார்க்கதபடி கரகரக்க, ஜோசபின் என்னை அருகில் இழுத்து உச்சந்தலையில் மென்மையாக முத்தமிட்டாள். அவசரமென்றாலும் ஆத்மார்த்தமானது அது.

‘போகலாம் வா... வல்லூரி சார் சாப்பிட்டிருப்பார்.’ எழுந்தாள். நெற்றியை மறைத்துப் புரண்டு வழிந்த அவள் தலைமுடியை ஆசையாக ஒதுக்கி விட்டபடி நானும் எழுந்து நின்றேன். காலி கோப்பை எங்கே?

‘வல்லூரி சாருக்கு சீரியஸா ஒண்ணும் இல்லியே.’

‘இருக்காதுன்னு நினைக்கறேன் அடிக்கடி படபடன்னு ஆகிடறாராம்.’ ஜோசபின் சொன்னாள்.

‘யார் சொன்னது?’

‘பக்கத்து வீட்டுக்காரரா சொல்வார்? தீதிதான்.’

‘அவரை நீலப் படம் பார்க்க விடலேன்னா அப்படித்தான் ஆவார்’ என்றேன்.

அலமாரியில் பதித்த முகம் பார்க்கும் கண்ணாடியில் நாங்கள் சேர்ந்து நிற்பதைப் பார்த்தேன். ஒரே உயரம். ஒரே மட்டத்தில் கண்கள். ஒரே உடல்வாகு. நீல உடுப்பு இருவரும். கருப்பும் சிவப்பும் இணைவது அழகுதான்.

நான் பிளட்ப்பிரஷர் இன்ஸ்ட்ரூமெண்ட் பெட்டியை எடுத்துக்கொண்டு அவளோடு போனேன்.

‘டேபிள்லே வச்சுட்டு நகரு.’ ஜோசபின் உத்தரவிட்டாள்.

‘அட நான் சும்மா பார்த்துட்டு நிக்கறேன்... நீ என்ன சார் கையை டர்ர்ருனு கத்தி வச்சுக் கிழிச்சு ஆபரேஷன் செய்யப் போறியா? இல்லே கண்ணை நோண்டப் போறியா?’

வல்லூரி நடுநடுங்கி என்னையும் அவளையும் மாறி மாறிப் பார்த்தார்.

‘சரி சும்மா நிக்கறதுக்கு இந்தப் பட்டையை அவர் கையிலே இறுக்கமாக் கட்டு.’ அடுத்த கட்டளையிட்டாள் நர்ஸ் அழகி.

அடுத்த ஐந்து நிமிடம் நான் ஜோசபினுடைய உதவியாளனாக இருந்தேன்.

‘உங்க சிஸ்டலிக் 130 டயஸ்டாலிக் 90. நார்மல் 120, 80. உங்களுக்குக் கொஞ்சம் போல அதிகமா இருக்கு ரெண்டும். பரவாயில்லே. உப்பு போட்டுச் சாப்பிடாதீங்க... எக்சர்ஸைஸ் பண்ணுங்க... இவனோட கூட கடற்கரையிலே ஓடுங்க... கூட்டிப் போயேண்டா.’

அவள் டாக்டராகி இருக்கலாம் என்று சொன்னேன். சின்னதாகச் சிரித்தாள்.

‘முடியலேன்னுதான் டாக்டர் வீட்டுக்காரியா இருந்தேன். அதுக்கும் நோ லக்.’ ரகசியம் போல் காதில் சொன்னாள். கண் கலங்கி விட்டது. எனக்கும்.

கேட்டிருக்கவே வேணாம். பேச்சை மாற்றுவதற்கான நேரம் இது.

நான் கொண்டு போயிருந்த பழுப்பு கவரில் இருந்து அழைப்பிதழ்களை எடுத்து வெளியே வைத்தேன். சபாவில் நடக்கப் போகும் நாடகத்துக்கு ஐந்து காம்ப்ளிமெண்டரி சீட்டுகள். அப்பா காசு கொடுத்து வாங்கியவை. டிக்கெட் விற்பனை மூலம் சுமார் வசூல்தான் என்பதால் சபா செக்ரட்டரியாக அவர் ஐந்து டிக்கெட் வாங்கினாராம். மற்றவர்களும் அதே படிக்குத் தானாம்.

‘சினிமா டிக்கட்டா?’ என்று கேட்டார் வல்லூரி பயம் கலந்த ஆர்வத்தோடு. பயத்துக்குக் காரணம் தீதி என்று சொல்லாமலேயே புரிந்தது.

‘சினிமா இல்லே சார். நாடக பாஸ். மெட்றாஸில் இருந்து மாதவ தாமோதரன் டீம் நாடகம் போட வர்றாங்க... கலிபோர்னியாவில் கல்யாணம்’

ஊஹும் ஒருத்தரும் ஒரு வார்த்தை சொல்லவில்லை. நாடகம் என்றால் என்ன என்று ஒரு கிளாஸ் எடுக்க வேண்டும். தமிழ் நாடகம் பற்றி அப்புறம்.

வாசலுக்கு ஜோசபினோடு வந்தேன். கீழ் வீடு வழக்கம்போல் பூட்டியிருந்தது. திண்ணையில் உட்கார்ந்தோம்.

‘டியூட்டி ஆஃப் தானே?’

‘இல்லேடா. லீவு எடுத்திருக்கேன்... லீவு வேஸ்டாத்தானே போகுது. அதான்.’

‘சொல்லியிருந்தா நான் அங்கே வந்திருப்பேனே.. சினிமா போயிருக்கலாம்... ஊசுட்டேரியிலே இன்னொரு தடவை போட்டிங் போயிருக்கலாம்...’

‘அங்கே இந்த வருஷம் தண்ணியே இல்லையாம்... நீ விழுந்த அப்புறம் வரண்டு போச்சு போல.’

‘கிண்டலா? உன்னைக் கூட்டிப்போய் பிடிச்சுத் தள்ளிடுவேன்’ என்று மிரட்டினேன்.

‘தள்ளு, ஒரேயடியாப் போய்ச் சேர்ந்துடறேன்.’ பதிலுக்கு மிரட்டினாள் அவள்.

‘வீட்டுலே கெஸ்ட் வந்தாங்க’ என்றாள் திடீரென்று,

‘காரைக்கால் கோஷ்டியா?’ அவசரமாக விசாரித்தேன். ஹென்றி போய் வேறே இரண்டாம் ஹென்றியோ அல்லது நாலாம் ஜேம்ஸோ ஜோசபினுக்கு மோதிரம் மாட்டி விட்டுக் கல்யாணம் செய்துகொள்ள வந்திருக்கலாம்.

ஒரு வினாடி மனதில் மேகலா வந்தாள்.

‘நீயும் அவளை கல்யாணம் பண்ணிக்க தைரியம் இல்லே. அவளுக்கும் இது நட்பாத்தான் தோணறது. அவ நல்ல ஒரு ஹஸ்பெண்டை தேடிக்கறதிலே என்ன உனக்கு கஷ்டம்?’ மேகலா கேட்டாள்.

‘எனக்கு ஒரு கஷ்டமும் இல்லே. ஆனா அவளோட முதல் கல்யாணம் மாதிரி இதுவும் கருத்த அத்தியாயமாப் போயிடக் கூடாது.

வாழ்க்கையிலே ஒண்ணு அந்த மாதிரிப் போனா அபூர்வம். அடுத்ததும் போனா, அறியாமை.'

'வக்கணையாப் பேசு. அது மட்டும் உனக்கு தானே வரும்.'

மேகலா உள்ளே போய்விட்டாள்.

'என்னடா திடீர்னு சைலண்ட் ஆகிட்டே?'

சைக்கிளில் உட்கார்ந்தபடி கேட்டாள் ஜோசபின். ஒண்ணுமில்லே என்றபடி பின் தொடர்ந்தேன். என்ன பேசிக்கொண்டிருந்தோம்?

'கெஸ்ட் வந்திருக்காங்கன்னு சொன்னியே யாரு?' பெடல் மிதித்தபடி பேச்சைத் தொடர்ந்தேன். எங்கே போகணும் என்று கேட்கவில்லை. தெரியும்.

'அமேலி டாடியும் மம்மியும் வந்தாங்கடா. லீவிலே வந்திருக்காங்க. அவளை கூட்டிப்போய் ஒரு வாரம் அவங்க கூட ஹோட்டல்லே வச்சுக்கறாங்களாம்.'

அமேலி உடனே கிளம்பி போயிட்டாளா என்று கேட்டேன். அப்பா அப்பாதான். ஆனால் அவர் கல்யாணம் செய்து கூட்டி வந்த ரெண்டாம் அம்மா? சரிப்பட்டு வரவில்லை என்று சொல்லியிருக்கிறாள். ரெண்டு நாள் நாங்கள், என்ன வெட்கம், நாங்கள் குடும்பம் நடத்தியபோது இதெல்லாம் அவ்வப்போது பேசவும் நேரம் இருந்தது அதிசயம்தான்,

'அமேலிக்கு போகறதுக்கு இஷ்டமே இல்லே. அவ அப்பா கிட்டே ரொம்ப பிரியம். அவருக்கும் இவளிடம்... எல்லா அப்பாவும் அப்படித்தாண்டா. நாளைக்கே உனக்கு மகள் பிறந்தாலும் அதான் நடக்கும்.' ஜோசபின் சொன்னாள்.

கடற்கரையில் வண்டியை நிறுத்தி அவளைப் பார்த்தேன். மனம் பொங்கி வந்தது.

'எல்லாத்தையும் விட்டுட்டு வந்துடறேன் ஜோஸ்ஸிம்மா . ஏற்கெனவே வந்தேன். இப்போ உருப்படியா ஒரு நோக்கம்... நாம இனிமேல் ஒண்ணா சேர்ந்து இருப்போம். எப்படி அந்த லைஃப் இருந்தாலும் ஏத்துக்கத் தயார். நமக்கு ஒரே வயசு இல்லே... ஆனா ஒரே மனசு. என்னோடு வர நீ ரெடியா?'

'போடா சும்மா ஜோக் அடிக்காதே. நடக்கற காரியம் பேசு.' ஜோசபின் பேச்சைக் கத்தரித்து விட்டாள்.

சுங்கச் சாவடிப் பக்கம் அலை அதிகமாக இருந்ததால் மேற்கே நடந்து கைப்பிடிச் சுவரை ஒட்டி உட்கார்ந்து பேசிக்கொண்டிருந்தோம். கடல் பாலத்துக்கு அருகே இருந்த பாறைக் கூட்டம் அந்த இடம்.

‘அமேலி வீட்டுலே உன்னையும் அவளையும் பற்றி அரசல் புரசலா தெரிஞ்சிருக்குபோலே இருக்கு.’ ஜோசபின் மெதுவாகச் சொன்னாள்.

‘என்னன்னு தெரியும்?’

‘நீங்க குடும்பம் நடத்தினது தெரியாதுன்னு நினைக்கறேன். ஆனா ஒருத்தர் மேலே ஒருத்தருக்கு ஆழமான பிரியம்னு நினைக்கறாங்க. சரிதானே?’

நான் மௌனமாக இருந்தேன். ஆமா அல்லது இல்லை எதையும் சொல்ல மனசு வரவில்லை. அந்த பந்தம் தொடர வேண்டாம் என்று அமேலியும் நானும் நினைப்பதை ஜோசபினுக்குச் சொன்னேன்.

‘நாங்க செஞ்சது பாவம்னா, இனியும் சேர்ந்திருக்கறது அதை விட கொடுமை. அன்பும் பரிவும் அடித்தளம் இல்லை அந்த உறவுக்கு, உடல் பசி மட்டும்தான்.’

ஜோசபின் ஒரு வினாடியில் பேச்சை மாற்றினாள். அடுத்த மாதம் கிறிஸ்துமஸுக்கு ஊருக்குப் போகலாமா அல்லது இங்கேயே கொண்டாடலாமா என்று யோசிப்பதாகச் சொன்னாள்.

ஊருக்கெல்லாம் போகக் கூடாது என்று கண்டிப்பாகத் தெரிவித்து அவள் கையை இறுக்கப் பிடித்துக்கொண்டேன்.

‘விடுடா’ என்றாள் வெடுக்கென்று. ‘மாட்டேன்’ என்றேன்.’

‘என்கிட்டே இதான் உன்னோட அத்து’ என்று தீர்மானமாகச் சொன்னாள். .

‘இதுவாவது அனுமதியேன் ப்ளீஸ்.’ அவள் புறங்கையில் இதழ் பதித்தபடி சொன்னேன். இன்னொரு தடவை பதிக்க ஆசை எழுந்தது. உடனே செய்தேன்.

‘இன்னும் நாலு வருடம் கழிச்சு பிறந்திருக்கலாம்டா நான். இல்லே நீ முந்தி வந்திருக்கலாம். அப்புறம் ரெண்டு பேரும் ஒரே மதமா இருந்திருக்கலாம்.’

வெகு நேரம் அருகருகே இருந்து ஒன்றுமே பேசாமல் கடல் பாலத்தையே பார்த்துக்கொண்டிருந்தோம்.

‘கடல் பாலம்னு மலையாளப் படம் வந்திருக்கு தெரியுமா?’ நான் கேட்டேன்.

‘எனக்கென்ன தெரியும். சொல்லு தெரிஞ்சுக்கறேன்.’

சுருக்கமாகச் சினிமாக் கதை சொன்னேன். அடுத்து வல்லூரி சார் செக்ஸ் படம் பார்க்க வரிசையில் நின்றது நினைவு வந்து அதையும் சொன்னேன்.

'அதான் அவருக்கு பி. பி அதிகமாயிடுத்தா?' ஜோசபின் கேட்டபடி சிரித்தாள். மனம் லேசாகி இருந்தது. ரெண்டு பேருக்கும்.

'காபி ஹவுஸ் வந்துட்டுப் போயேன்.' ஜோசபினிடம் கோரிக்கை விடுத்தேன்.

'இல்லேடா. சான் பா கோவில் ஃபாதரைப் பாக்கணும். என்னை கிறிஸ்துமஸ் காயர்லே பாடச் சொல்றாங்க. பாடி ரொம்ப நாள் ஆச்சுன்னா விட மாட்டேங்கறாங்க' என்றாள்.

'இங்கேதான் உனக்கு கிறிஸ்மஸ். அப்படித்தானே?' ஆறுதலோடு கேட்டேன்.

'என்னோட பாஸ் விடமாட்டேங்கறார் எப்படி போறதாம்?' என் முகவாயை கையில் ஏந்திப் பிரியத்தோடு பார்த்தாள் ஜோசபின். பிரிந்தோம்.

காபி ஹவுசில் தனியாக நுழைந்தேன்.

என் பெயரை மிக மெதுவாகச் சொல்லி அழைக்கும் குரல் கேட்டது.

எனக்குத் தெரியும். இந்த அழைப்பு என்னை உள்வாங்கிக் கரைத்து ரசவாதம் செய்தது. பௌருஷம் ஆர்ந்த ஆணாக என்னை எனக்கு அறிமுகம் செய்தது.

அமேலிதான் கூப்பிடுகிறாள். துணையைப் பிரிந்த பெண் பறவையாக அகவும் குரல். இறகு முதிரும் முன் சேர்ந்து பறக்க அவசரப்பட்ட பறவைகள் நாங்கள். திரும்பினேன். கை காட்டினாள் அமேலி.

அவள் என் கண்களையும் நான் அவள் விழிகளையும் தவிர்க்க, அமேலியின் கூட அமர்ந்திருந்தவர்களை நோக்கினேன். ஜோசபின் சொன்னது நினைவு வந்தது. அப்பா மனதுக்கு இதமான பிம்பம் எழுப்ப, அம்மா அப்படி இல்லை.

'ஜோசபின் சொன்னாங்க... உன் டாடி மம்மி வந்திருக்காங்கன்னு.'

நான் கை குலுக்க கை நீட்ட, அந்த அம்மா சொன்னாள் – 'பெத்த அம்மா இல்லே. நான் அமேலிக்கு வளர்ப்புத் தாய்தான். சித்தி...'

நான் கேட்டேனா என்று தொனிக்க அவளை நோக்க, அமேலியின் அப்பா கை நீட்டி 'நன்றி எல்லாத்துக்கும்' என்று குரலில் போலித்தனம் எதுவும் தொனிக்காமல் சொன்னார். அவரைப் பிடித்துப் போனது.

‘நான் நான்’ ஏனோ முடிக்க முடியாமல் தடுமாறினேன். அமேலியின் அம்மா என்னைப் பார்த்த பார்வையில் விரோதம் தெரியவில்லை. ஆனால், நீ யார் என்று எனக்கு ரொம்ப நல்லாத் தெரியுமே என்கிற இளக்காரம் உண்டு.

‘நீ நீதான். அமேலி அமேலிதான். அமி போஷ்... ரொம்ப க்ளோஸ் ப்ரண்ட்னு கேட்டேன்... எவ்வளவு க்ளோஸ்னு தெரியாது! ஒண்ணுக்குள்ளே ஒண்ணா?’

ப்ளடி பிட்ச் என்று அவளை மனதில் திட்டி முகம் நிறைய செயற்கை யாகச் சிரித்தேன். அமேலியின் கண்கள் என்னிடம் தொடர்ந்து மன்னிப்பு கேட்டபடி இருந்தன. அவற்றின் மொழியை நான் அறிவேன். இருட்டிலும் அவை என்னோடு பேசியவை. அருகே இல்லாமலும் இணை கலக்க இழுத்தவை.

காபி கொண்டுவந்து வைத்தார் வெயிட்டர் சவுரிராயன்.

‘இதென்ன யூனிபார்ம் துவைக்கவே மாட்டீங்களா? ஒரே அழுக்கா நிக்கறீங்க?’

சவுரிராயன், அமேலி அம்மா கேட்டதில் கூனிக் குறுகிப் போனார். அவர் உடுப்பு சுத்தம்தான். அவரைக் குத்தி அவமானப்படுத்துவதில் இந்த பாரிஸ் நகர நாய்க்கு என்ன இன்பம்

‘அம்மா, நான் பேசக்கூடாது. கூப்பிட்ட குரலுக்கு ஓடி வந்து கபே கொடுக்கத்தான் சம்பளம். சந்தோஷமா சாப்பிடுங்க... பொழுது நல்லபடி இருக்கட்டும்.’

அந்த முதியவர் வெறும் தட்டோடு உள்ளே போக, அமேலியின் அப்பா வாயே திறக்காமல் தலை குனிந்து கபே அருந்திக் கொண்டிருப்பது என்னவோ செய்தது. அவர் ஒரு தடவை உருட்டி விழித்தால் இவள் வழிக்கு வந்து விடுவாள். செய்கிறவராகத் தெரியவில்லை..

‘தம்பி அமேலியை உனக்கு நாளைக்கே ரிஜிஸ்தர் மேரேஜ் செஞ்சு தரேன். க்ளோஸ் ப்ரண்ட்ங்கறதை விட கௌரவமான உறவு. அவ உன்னோட அமேலி ஆகணும்னா ஒரே ஒரு நிபந்தனைதான்... நீ எங்களோட மனுசன் ஆகணும்... புரியலியா?’

அவள் குமட்டும் வாடையோடு ஏதோ பெர்ப்யூம் நனைந்த அழுக்குப் பழுப்புக் கைக்குட்டையை எடுத்து என் நெற்றியை அழுந்தத் துடைத்தாள். என்னையே உற்றுப் பார்த்தபடி நிதானமாக தன் கழுத்து சங்கிலியில் தொங்கிக் கிடந்த தங்கச் சிலுவையை உயர்த்திக் காட்டினாள்.

‘அழிச்சிட்டு வா… அள்ளிக்கிட்டு போ… அமேலியை…’

‘அவன் எனக்காக கிறிஸ்துவன் ஆகணும்னு கேட்க உங்களுக்கு என்ன உரிமை இருக்கு?’ அமேலி பொங்கினாள். சாது மிரளும் நேரம் இது.

அப்பா ரொம்பக் காரியமாக ரெஸ்ட் ரூம் போனார். அம்மா ஆக்கிரமித்துக் கொண்டாள். அமேலியை விட்டு விலகி நிற்க வைத்துச் சொன்னாள் -

‘தம்பி நீ மன்மதனா இருந்தாலும் சரி… வரைமுறை வேணும் எல்லாத்துக்கும்… எங்க வீட்டுப் பொண்ணை கல்யாணம் கட்டிக்கிட்டு ஜோரா எஞ்சாய் பண்ணு… அது இல்லாம அவளை உன்னோட மலையாள மாந்திரீகம் போட்டு மயக்கி பலான விஷயம் எல்லாம் கச்சிதமா முடிச்சிருப்பே… தெரியும்… மன்னிச்சுடறேன்… எல்லாத்தையும்… தலை முழுகிட்டு வா… வேதத்திலே ஏத்தி விடறேன்… படிப்பு முடிஞ்சதும் பாரீஸ் கூட்டிப் போயிடறேன்… ரெண்டு பேருக்கும் நல்ல எதிர்காலம் காத்திட்டிருக்கு… வா’

ரெஸ்ட் ரூம் வாசலில் இருந்து அமேலி அப்பா கை காட்டியபடி இருந்தார். நான் கவனித்து விட்டுச் சொன்னேன்.

‘அவர் மாத்திரை சாப்பிடணும்… இல்லேன்னா விழுந்துடுவார்.’

அமேலி அம்மா நகர, அமேலி அவசரமாக என்னிடம் சொன்னாள் –

‘நீ இந்தப் பொம்பளையோட இனியும் பேச வேணாம்… எக்செண்ட்ரிக்… கல்யாணம், கன்வெர்ஷன் ஒண்ணும் வேணாம்… நாம படிக்கற நேரம் இது… இவ சொல்றதைக் கேட்டு சர்ச்சுலே போய் நிக்காதே… பாரீஸ் கூட்டிப் போக மாட்டா… பத்து கிலோமீட்டர் தள்ளி ஹைவேயிலே இறக்கிட்டுப் போயிடுவா.’

அவள் கண்களில் தெரிந்த கோபம் என்னையும் தகித்தது.

‘அமேலி ஓ.கே உன்னை லாட்ஜ்லே வந்து பார்க்கறேன்… எங்கே இருக்கீங்க?’

‘நோ யா… பாகூர்லே யாரோ சொந்தக்காரங்களை பார்க்கணுமாம் சித்திக்கு. டாக்சியிலே போறோம் இப்படியே… வண்டிக்குத்தான் காத்திருக்கோம்.’

வாசலில் ஹாரன் அடிக்கும் அம்பாசிடர் டாக்சி அவளுக்குத்தான் போல.

‘நாளைக்கு சாயந்திரம் அவசியம் வா அமேலி… இது பேமிலி பாஸ்.’

‘கலிபோர்னியாவில் கல்யாணம்’ நுழைவு பாஸ் அட்டையை அவள் பெயர் எழுதிக் கொடுத்துவிட்டு வெளியே வந்தேன். அமேலியை

அந்த ராட்சசியிடம் இருந்து யார் காப்பாற்றுவது? வேறே வழியே இல்லை. பொறுத்தது போதும் என்று இன்னும் உறுதியாகப் பொங்கி எழவேணும் அமேலி. இழக்க அவளுக்கு ஏதுமில்லை. மேல் படிப்புக்குத் தனியே பணம் சேர்த்து வைத்த நல்ல காரியத்துக்காக அவள் அப்பாவுக்கு நன்றி சொல்லலாம். அதற்கு மட்டும்.

வெய்யிலே தட்டுப்படாத பகல். கடற்கரை ஓரமாகத் தனியாக சைக்கிள் ஓட்டிப்போவது மனசுக்கு நெருக்கமான ஜோசபினோடு உட்கார்ந்து ஒன்றுமே பேசாமல் நேரம் போக்குவது போல இதமாக இருந்தது. ஒன்றுமே நினைக்காமல் மனம் வெறுமையாகக் கிடந்தது. முன்னே விரியும் பாதையில் கண் வைத்துப் பார்த்தபடி நகர்ந்து கொண்டே இருக்க வேண்டும். அது தவிர இந்தக் கணத்தில் செய்ய ஏதுமில்லை.

கயல் வீட்டைக் கடந்து ஒரு கிலோ மீட்டர் போனதும்தான் நினைவு வந்தது. திரும்பி வந்து காம்பவுண்ட் உள்ளே நுழையும்போது கயல் அம்மா கேட்டாள்.

‘ஏம்பா. அப்பவே நீ வர்றதைப் பார்த்தேன்... நிக்காம நேரே பார்த்துக்கிட்டு வண்டி ஓட்டிட்டுப் போனே. என்ன விஷயம்?’

‘மறந்து போச்சு’ என்றேன்.

‘கயல் எங்கே ஆண்ட்டீ?’

உள்ளே வெறுமையாகத் தெரிந்த ஹாலைப் பார்த்தபடி கேட்டேன். இடது பக்கம் பெட்ரூம், நடுவே பாத்ரூம், வலது புறம் சமையல்கட்டு என்று டிராமாவுக்கு செட் போட்டது போல் முழு வீடு தெரிந்த்து.

நான் பார்த்திருக்க, ஒரு மின்னல் வெட்டிக் கூடத்துக்கு வலது பக்கம் இருந்து புறப்பட்டு, என்னை நோக்கி வந்தது திசைமாறி அது பெட்ரூமுக்குள் நுழைந்தது. சமிதிப் பெண் போல் கருப்பு ஷார்ட்ஸ், டீஷர்ட் அணிந்த கயல்.

சரியான ஷட்டர் ஸ்பீடில் சரியான நேரத்தில் சரியான ஒளியமைப்பில் சரியான கோணத்தில் சரியானவர்களை விசை அழுத்தி, காமிரா கலை மேதைகள் கார்டியர் ப்ரஸ்ஸெனோ, ஜேன் பௌனோ எடுத்த நேர்த்தியான புகைப்படம் போல் கயலை அப்படியே உள்வாங்கி மனதில் அடைத்தேன்.

பத்து நிமிடத்தில் கருப்பு சூடிதாரில் வந்தவளிடம் மதிமுகத்தம்மாள் சொன்னாள் – ‘இந்தப் பிள்ளைக்கு வீடே மறந்துச்சாமே... உன்னையும் என்னையும் எங்கே ஞாபகம் வச்சுக்க?’

என் முகத்தைப் பார்த்தாள். ‘என்னாச்சுப்பா, பேயடிச்ச மாதிரி ஆயிட்டே’ என்று பயந்து போய்க் கேட்டாள்.

‘மோகினிப் பிசாசு அடிச்சுடுத்தாம் அம்மா’ என்றாள் கயல். என்ன கோராமையோ என்று அலுத்துக்கொண்டு அம்மா உள்ளே போக, அவள் தலை மறைந்ததும், கையைக் குவித்து என் முதுகில் வைத்து ஓங்கிக் குத்தினாள் ரிவால்வர் ரீட்டா ஜோதிலட்சுமி மாதிரி.

‘பார்த்தே இல்லே... உண்மையைச் சொல்லு.’ உருட்டி விழித்தாள்.

‘என்னத்தை?’

‘என் காலை...’

‘கால்லே என்ன விசேஷம்? மிதந்துக்கிட்டு வந்தியா யட்சி மாதிரி?’

‘கால்னா கால் இல்லே...’

‘அப்ப வேறே என்ன?’

‘டேய் என் தொடையைப் பார்த்தே இல்லே... ஷார்ட்ஸ் கொஞ்சம் டைட்டா வேறே இருந்துச்சு... பின்னாலேயும்... அப்புறம் டீஷர்ட் இறுக்கி யூ நோ வேர்.’

‘பார்த்த எதுவும் பழுதில்லை, அம்சமா இருந்தது!’ என்றேன். அவள் திரும்பக் கையை இறுக்க மூடி என் முதுகுப் பக்கம் கோபத்தோடு நகர்த்தினாள். முதுகெலும்பு சிலிர்த்தது. இப்படி காட்டடி அடித்து இடும்பி பீமனை லவ் பண்ணிய மாதிரி காதலிக்கும் பெண் இவளாக மட்டும்தான் இருக்கும்.

‘உள்ளே வந்து உட்காரேன்.’ சட்டென்று அவள் குரல் மாறியது. ‘எனக்கு மரியாதை எல்லாம் தர வேணாம்’ என்றேன். பின்னால் ஸ்கூட்டர் சத்தம். பார்வேந்தனார் சிற்றுந்தில் இருந்து இறங்கினார்.

‘அங்கிள் நீங்க ஸ்கூட்டர் ஓட்டறது பந்தாவா இருக்கு. ஆனா ஏன் சீட்டில் ஓரமா, இன்னும் யாரோ வர வேண்டியிருக்குங்கற மாதிரி இடம் விட்டு உக்காந்திருக்கிருக்கீங்க? ஆண்ட்டியோட ஜாயிண்ட் ட்ரைவ் திட்டமா?’

‘பகடி செய்கிறாய்தானே தம்பி? என் நண்பர் ஒருவரும் இதுதான் கூறினார். நிலை பெறலைத் தேடி... ஈக்குலிபிரியம் என்று அந்நிய மொழியில் குறிப்பிடுவார்களே... அதைத் தேடி உடலே ஓரமாகவோ நேர் முன்போ பின்போ உந்துவண்டி ஓட்டும்போது அமர்ந்து கொள்கிறதுபோல. யார் மேலும் மோதாதவரை நான் தரையில் வீழாத வரை இதில் இடர் ஒன்றும் எவர்க்கும் இல்லை.’

அவர் வாக்குகளைச் செவ்வனே செவி மடுத்து நோக்க, கயல் ஷார்ட்ஸை கொடியில் உலர்த்திக்கொண்டிருந்தது கண்ணில் பட்டது. இப்போதைக்கு அதையாவது அருகில் போய்ப் பார்க்கலாம் என்று உள்ளே போக யத்தனித்தபோது நாடக அழைப்பிதழ் நினைவு வந்தது. அவர்க்கீந்தேன்.

'கலிபோர்னியாவில் கல்யாணம். நல்ல பெயர்தான். இன்னும் நல்ல தமிழில் திரை கடந்த திருமணம் என வைத்திருக்கலாமே.'

'வச்சிருக்கலாம் அங்கிள். அந்த டீம் கிட்டே சொல்றேன்... இது உங்களுக்கும் ஆண்ட்டிக்கும். கயலை நான் கூட்டிப் போறேன். கம்பெனியா இருக்கும்.'

'ஏ அதெல்லாம் வேணாம்பா. கம்பெனி தர்றது எல்லாம் நம்ம சர்க்கிள்லே சரிப்படாது.. கேக்க நல்லா இல்லே... உனக்கு என்ன வேணும்... இந்தப் பொண்ணை அங்கே கூட்டிவரேன்... பேசிக்க... எனக்கு விரோதம் இல்லே...'

பார்வேந்தனார் உலகையே ஆசி பொழிந்து நல்வாழ்வு காண வாழ்த்தும் பின்னங்கழுத்து வரை விரிந்த புன்னகையோடு சொல்ல மனசுக்குள் தெற்றுப்பல் சிரிப்போடு மேகலா ஒயிலாக வந்து நின்றாள்.

'அசமஞ்சம் அம்மாஞ்சி. உங்கப்பா எங்க வீட்டுலே கயல் பத்தி சொன்னாரே அதை இவர் கிட்டே சொல்லு' என்றாள் மேகலா. 'எதை?' என்று டியூப் லைட்டாகக் கேட்டேன். 'அட அறிவுக் கொழுந்தே... நான் சொன்னேனே நினைவில்லையா... இவர் உங்கப்பா கிட்டே இன்னொரு தடவை கல்யாண ஆலோசனையோடு வந்தா, எஸ்ஸுன்னு சொல்வேன்னாரே... அதைத்தான்.'

மேகலாவுக்கு நன்றி சொன்னேன். 'இனிமே இப்படி அடிக்கடி வர முடியாது... இன்னொருத்தர் சம்சாரம் நான்... சூட்டிகையா இருந்து ஜெயிச்சுவா!' என்றாள்.

மேகலா தலை நிறைய வைத்த பிச்சிபூ மணத்தோடு வாழ்த்திப் போக பார்வேந்தரிடம் சொல்ல வேண்டியதைச் சொல்லி மகிழ்வித்து விட்டு நானும் கிளம்பினேன். நாடக கோஷ்டி மதியம் வருகிறார்கள். அவர்களுக்கு வேண்டிய உதவி செய்யச் சொல்லி அப்பா கேட்டிருந்தார்.

விக்டோரியா லாட்ஜ் வாசலில் ஃப்ரான்ஸ்வாவும் அந்த்வானும் காத்திருந்தார்கள். 'மச்சான் நீ ஒரு மணிக்கு வரச் சொல்லிட்டு உங்க ஆள் கிட்டே கடலை போடப் போயிட்டே.. பார் மணி ரெண்டு.'

ப்ரான்ஸ்வா கைக் கடியாரத்தை காட்டினான். பாட்டியம்மா ஈசல் அரிசி மாதிரி அன்போடு கொடுத்த எச்.எம்.டி வாட்ச் அது. அதைக் காட்ட ஒரு வாய்ப்பையும் தவற விடுவதில்லை ப்ரான்ஸ்வா.

மேலே போனோம். ஐந்து அறைகளில் நாடகக் கோஷ்டி வந்து தங்கி இருந்தார்கள். மாதவ தாமோதரனிடம் சுருக்கமாக அறிமுகப்படுத்திக் கொண்டு சமூக மரியாதை விஷயங்களாகப் பயணம் எப்படி இருந்தது, சாப்பிட்டீங்களா, ஹால் போய் பாக்கணுமா... லைட்டா டிபன் காபி சொல்லட்டா... ஏதாவது உடனே நாங்க செய்யணுமா என்று கேட்டோம்.

நாடக் கோஷ்டி பதில்கள் மொத்தத்தில் இப்படி இருந்தன -

ஆறு மணி நேரம் பயணம்.. திண்டிவனம், விழுப்புரம், கடலூர் வழியா வந்து சேர்ந்தாச்சு... ரோடு மோசம்... கார் எடுத்து வந்திருக் கலாம்; வழியிலே செங்கல்பட்டுலே ஆர்ய பவான்லே சாப்பிட்டோம்... அரிசி வேகவே இல்லே... சாம்பார்லே நிலக்கடலையை பொழிஞ்சு வச்சிருந்தான்... நம்மளவா சாம்பாரே இல்லே. மெட்றாஸ் சபா மாதிரி இங்கே அமைப்பெல்லாம் கிடையாது போல... ஹால்லே போய்ப் பார்த்தும் சவுண்ட், லைட்டிங்னு பெரிசா என்ன இனிமே சொல்லி நட்க்கப் போறது... ஸ்டேஜ் எப்படி இருந்தாலும் டயலாக்லே நம்ம டிராமா நிக்கும்... சபா ஆடியன்ஸுக்கு லட்டு மாதிரி இஷ்டம்... இங்கே சப் அர்பன்லே ரசனை இருந்தா இங்கேயும் பிச்சுண்டு போகும்... இல்லே பகவான் கீதையிலே சொன்ன மாதிரி தான்... பக்கோடா இங்கே பேமஸோ... மெட்றாஸ் டு பாண்டிச்சேரி படத்துலே ஓ ஏ கே தேவர் கிட்டே பக்கோடா காதர் கேட்டு நச்சரிப்பாரே... பக்கோடா இல்லாட்டா போண்டா, பில்டர் காபி இல்லாட்ட இன்ஸ்டண்ட் காபி... எதோ ஒண்ணு... படிக்கறேளா... காலேஜா... இவாளும்தானே... பிரெஞ்சுலேதான் பேசிப்பேளாயிருக்கும்... பொண் கொழந்தைகளும் உண்டோ... அவாளும் பிரெஞ்சா... பேஷ்! உடனே செய்யறதுன்னா... நாலு நரிக்குறவாஸ், பெட்ரோமாக்ஸ் லைட், ஜான்வாச கார் கேட்டிருந்தோம்... ஏற்பாடு ஆயிடுத்தான்னு கேளுங்கோ... அப்புறம் எங்க லேடி ஆர்ட்டிஸ்ட் ரெண்டு பேர் இன்னும் ஒரு மணி நேரத்துலே வந்துடுவா... பஸ் ஸ்டாண்ட்லே கூட்டி வரக் கார் அனுப்பறேன்னா... ரெடியா பாருங்கோ...

நாடகமா கல்யாணமே நடத்தப் போறாங்களா? ப்ரான்ஸ்வா பிரமித்துப் போய்க் கேட்டான். மெட்றாஸ் டிராமா இப்படித்தான் என்று எல்லாம் தெரிந்தவனாகச் சொல்ல அந்த்வான் ஆதரித்தான்.

‘சாஸ்திரி சீனை ஒத்திகை பார்த்துடலாமா?’

மாதவ தாமோதரன் அழைத்தார். ஒரே சிகரெட்டை ஆளுக்கு ஒரு தம் என்று மாறி மாறி ஊதிய லாரல் ஹார்டி ஜோடி சிகரெட்டை அணைத்துவிட்டு வந்து நின்று மாங்கல்யம் தந்துனானே என்று ஸ்பஷ்டமாக மந்திரம் சொல்ல ஆரம்பிக்க, நாங்கள் வெளியே வந்தோம்.

அடுத்த பத்து நிமிடத்தில் அவர்கள் கோரிக்கை எல்லாம் நல்ல விதமாக நிறைவேறியது. இரண்டு நரிக்குறவக் குடும்பங்கள் ஒக்கலில் குழந்தையோடு இருக்கும் பெண்களும், அழுக்கு அரையாடை உடுத்த இரண்டு ஆண்களுமாக விக்டோரியா லாட்ஜ் வாசலில் நின்றதைப் பார்த்தபடி வைத்தேயைக் கூப்பிடக் கிளம்பினேன். லெச்சு வரப் போவதில்லை என்று சொல்லிவிட்டான். ஃபுட்பால் மேட்ச்னா சொல்லு வரேன் என்றான். இவனுக்காக நான் ப்ரஸீல் போய்ப் பந்தும் கையுமாகப் பிலேயைக் கூட்டி வர முடியுமா என்ன?

சாய்ந்திரம் ஐந்து மணிக்குக் கிளம்பும் முன்னால் கயலுக்கு டெலிபோன் செய்தேன்.

'வந்திட்டிருக்கேண்டா.'

'ஷார்ட்ஸ் போட்டுட்டு வாயேன் கயல்... வாஷ் பண்ணிப் போட்டது காஞ்சிருக்குமே?'

'அவ்வளவு காஞ்சு கிடக்கியா என்ன?'

'பின்னே இல்லியா?'

'மத்தவங்களும் பார்த்தா பரவாயில்லேயா?'

'நோ நோ... எனக்கு மட்டும்தான் தரிச...'

'டேய்... இந்த விஷயத்துக்கு புனிதமான வார்த்தையை யூஸ் பண்ணாதே... நேர்லே வந்து அறைவேன்...' எகிறினாள் கயல்.

நான் ஒரு முத்தத்தை அச்சாரமாக அனுப்ப அந்தப் பக்கம் வேறே குரல் –'தம்பி முதல் வரிசை இல்லேன்னா ரெண்டாவதுலே கர்ச்சீப் போட்டுடுங்க... பாட்டெல்லாம் நல்லா காதிலே விழணும்...'

'மன்னிச்சுக்குங்க ஆண்ட்டி... சாரி... கயல்னு... டிராமா ஒத்திகை.'

நடுங்கிப்போய் உளறினேன்.

'நல்லா வேணும் உனக்கு... நான்தான் குரலை மாத்திப் பேசினேன்.' ஓங்கிச் சிரித்து ஃபோனை வைத்தது கயல் பிசாசு.

ஐந்தரை மணிக்கு கல்யாண மண்டபம் களை கட்டி இருந்தது. ஒலிவாங்கிகளைத் தூக்கிக்கொண்டு உள்ளே ஓடுகிறவரும், தலையில்

வைக்கும் டோப்பா முடி விக்கோடு வாசலில் நிற்பவரும், வாயில் டெஸ்டரைக் கௌவிக்கொண்டு சுற்றி வரும் எலக்ட்ரீசியனும், அப்பா மற்றும் சபா நிர்வாகிகள் உரத்த குரலில் பேசியபடி அங்கேயும் இங்கேயும் கூட்டமாக வெற்றிலை பாக்கு போட்டுக்கொண்டு நகர்வதுமாக கல்யாணக் களை. வாசலில் குந்தி இருந்த இரண்டு நரிக்குறவக் குடும்பங்கள் இதையெல்லாம் கவனியாமல் அவர்களுக்குள் பேசிச் சிரித்தபடி இருந்தார்கள்.

ஒரு டாக்சி வந்து நின்றது. பின் கதவை வேகமாகத் திறந்து அமேலி இறங்கினாள். கார் நகர்ந்தது. அமேலி என்னை நோக்கி வர, நான் நின்றேன்.

நகர்ந்த காரும் நிற்க இந்தத் தடவை அமேலியின் சித்தி இறங்கினாள். காருக்குள் நிஷ்டையில் இருக்கிறதுபோல் நேரே பார்த்து அமர்ந்திருந்த அமேலியின் அப்பா ஒரு வினாடி என்னைப் பார்த்து விட்டு நேரானார்.

'உன்னைத்தான்.' கூப்பிட்டபடி அந்த பிரெஞ்சு அம்மா என் அருகே வந்தாள்.

'பொண்ணை விட்டுட்டுப் போறேன்... நாடகம் பாக்கணும்னா... அதான்... நீ நடுவிலே எங்கேயாவது கையைப் பிடிச்சு கூட்டிப்போய் இது வேணாம்...'

அவள் இடது கைக்குள் வலது கை வைத்துத் திருகியபடி கெட்ட வார்த்தை சொல்லி இளித்தாள். அறையலாம்போல் வந்தது. அவள் மேல் தப்பு இல்லை. யாரும் சொல்லாமலேயே அதைச் செய்தவன் நான்.

அமேலி திரும்பிப் போகிற காரை வெறித்தபடி சொன்னாள் – 'இனி நான் இவளோடு இருக்கறதிலே அர்த்தமில்லே... ஜோசபின் வீட்டுக்கே போயிடறேன்.'

'அமீ, ஜோசபின் இங்கேதான் வந்துட்டிருக்கா... டிராமா முடிஞ்சு போ.'

'மறந்தும் உங்க வீட்டுக்கு வான்னு சொல்ல மாட்டியே... நல்லா இரு.'

உதட்டைக் கடித்து அழுகையை அடக்கி நின்றாள் அமேலி. எத்தனை தடவை சொல்வது. அவள் மனதைக் கலைத்து உடம்பையும் உபயோகித்துக்கொண்ட தப்பு நான்தான் செய்தது. அவள் மட்டும் ஜாக்கிரதையாக தடுப்பு உறை எடுத்து வந்திருக்காவிட்டால் கருவைக் கலைக்கவும் இப்போது அலைந்துகொண்டிருப்போம்.

‘சாரி அமேலி... என் தப்பு தான்...’ எத்தனையாவது முறையாகவோ சொன்னேன். ‘இதையே ஆயுசுக்கும் சொல்லிட்டு இரு’ என்றாள் அமேலி.

‘வா, உள்ளே நல்ல சீட்டா காட்டறேன்.’

‘எனக்கே தெரியும் எப்படி உள்ளே போறதுன்னு... நீ வர வேணாம்.’

அவள் கையை இறுகப்பற்றி மெல்ல அழைத்துப் போனேன். ஒன்றும் பேசாமல் வந்தாள். மேடைக்கு எதிரே நல்ல சீட்டாகப் பார்த்து அமர்த்தி விட்டு வர, கல்யாண ஊர்வலக் கார் மண்டப வாசலில் வந்து நின்றது. பின்னால் ராவுத்தர் கடை டெம்போ வந்து இறக்கி வைத்த பெட்ரோமாக்ஸ் விளக்குகளில் எண்ணெய் நிறைத்ததை பார்த்தேன்.

ஜோசபின் தனியாக வந்தாள். உள்ளே அமேலி இருப்பதைச் சொன்னேன். அவள் சொன்னதை எல்லாம் அவசரமாக ஒப்பித்தேன்.

‘நீ செஞ்ச காரியம் இருக்கே... அவளும் கூட்டுக் களவாணிதான்... இன்னும் கொஞ்ச நாள் உங்க ரெண்டு பேருக்குள்ளும் அந்த நினைப்பு அலை எழுப்பிட்டுத்தான் இருக்கும்... அதை கண்டுக்காம விடறதே நல்லது.’

ஜோசபினை அமர்த்திவிட்டு வர, கயல் ஜோராக அவளுடைய அப்பாவின் ஸ்கூட்டரை ஓட்டிக்கொண்டுவந்து நிறுத்தினாள். கம்பெனி கொடுக்க, எம்.ஏ இங்கிலீஷ் இலக்கிய சீனியர் வைஷு வைஷ்ணவியின் ஸ்கூட்டர்.

‘ஹேய் நீ இனிமே ஸ்கூட்டர் மெக்கானிக் ஆயிடு. ஊர்லே ஸ்கூட்டர் எண்ணிக்கை அதிகமாயிட்டிருக்கு’ என்றாள் வைஷ்ணவி. அவள்தான் கயலுக்கு மூன்றே நாளில் பத்திரமாக ஸ்கூட்டர் ஓட்டக் கற்றுக் கொடுத்திருக்கிறாள். வாழ்க்கை பூரா ஸ்கூட்டர் ஓட்டியவள் போல கயல் என்னைத் துச்சமாகப் பார்க்க, பொறாமை கொழுந்து விட்டது. எரியவில்லை.

ஒரு வழியாக ஆறரைக்கு மணி எல்லாம் அடித்து, மேடைக்குப் பின்னால் பூஜை செய்து தீபாராதனை காட்டித் திரை தூக்கினார்கள். நாடகம் ஆரம்பம்.

ருழே மாதிரி தமிழ் பேசும் வெள்ளைக்காரர்கள், கூடவே அனுசரணை யாக நடக்கிற சாஸ்திரிகள், மூக்குத்தி போட்ட தஞ்சாவூர் மாமிகள், கலிபோர்னியாவில் நடக்கும் கல்யாணத்துக்கான ஏற்பாடு என்று கதை பாதி நகர்வதற்குள் கயல் என்னடா என்னடா என்று நூறு தடவை கேட்டு விட்டாள். அவளுக்கு இது அந்நியமென்று புரிந்து கொண்டேன். சிட்டிபாபு வீணைக் கச்சேரியில் இருந்த ஈர்ப்புகூட இங்கே இல்லை அவளுக்கு.

வெளியே பட்டாசு சத்தம் கேட்டது. நாதசுவரச் சத்தம், ரெட்டைத் தவில் அதிர்ந்து டமடம என்று ஒலிக்கக் கூடவே கேட்டது. நகர்கிற விளக்குகள்.

'மாப்பிள்ளை அழைப்பு வந்திண்டிருக்கே. அட ராமா உள்ளே உக்காந்துண்டு என்ன பண்றேள் எல்லோரும். அங்கே போங்கோ.'

மேடையில் ஒரு நாடக மடிசார் மாமி நீட்டி முழக்கி மைக்கில் சொல்ல உள்ளே இருந்த சகலரும் மண்டப வாசலுக்கு ஓடினோம். 'இருடா வரேன்' என்று கயல் பின்வாங்க முன்னால் நடந்தேன். கயல், ரெஸ்ட் ரூம் அங்கே.

அமேலி அந்தக் கூட்டத்தில் ஜோசபின் கையைப் பிடித்துக்கொண்டு 'போகறோம்' என்றாள். அவளுக்கும் இது ரசிக்கவில்லைபோல. ஜோசபின் முகத்தில் சங்கடம் தெரிந்தது.

'நீ இருக்கச் சொன்னா இருக்கேண்டா... அமேலியை வீட்டுலே விட்டுட்டு வந்துடறேன்' என்றாள் போகும்போது ஜோசபின்.

'இல்லே ஜோஸ்ஸி நீ போற படி போய்க்கோ.' என்றேன். எல்லோரையும் உட்கார வைத்து சபா நாடக ரசனை பற்றி ஒரு வகுப்பு எடுக்க வேண்டும்.

நானும் கயலும் கல்யாண மண்டப காம்பவுண்டுக்குள் ஊர்ந்து போன நாடக மாப்பிள்ளை அழைப்பில் கலந்துகொண்டு நடந்தோம். காரை நிறுத்தி மாப்பிள்ளை இறங்கி அவரும் மற்ற நடிகர்களும் பலத்த கரகோஷத்துக்கு நடுவே மேடைப் படியேறி மேலே போக, நாங்கள் இருக்கைகளுக்குத் திரும்பினோம. 'இஞ்சீனியஸ்... தமிழ் தியேட்டர் ரெவல்யூஷன்' என்று ஒரு கண்ணாடிக்காரர் பக்கத்தில் இருந்தவரிடம் பரவசத்துடன் சொல்ல, ஊர்வலத்தில் நடுநாயகமாகப் போன மாதவ தாமோதரனைப் புதிய மரியாதையோடு எல்லோரும் பார்த்தார்கள்.

கடைசி வரிசை நாடக மாமாக்களும் மாமிகளும் அதிக மேக்கப் போட்டு பொன் நிற விக் வைத்து வெள்ளைக்காரர்கள் ஆன நம்மாட்களும் மேடையேறி உள்ளே போக, கைதட்டு நிற்கவே இல்லை.

அடுத்து பெட்ரோமாக்ஸைத் தூக்கிக்கொண்டு வயதான ரெண்டு நரிக்குறவர்கள். கூடவே குழந்தையை இடுப்பில் இடுக்கிக்கொண்டு ரெண்டு இளம் நரிக்குறவப் பெண்கள், சிறுவர்கள் மேடையோரமாக நிற்க, யாரோ பின்னால் இருந்து 'போங்க சடசடன்னு ஆகட்டும்' என்று அவசரப்படுத்தினார்கள். இடம் புதிது. எரியும் பெட்ரோமாக்ஸ் விளக்குகளோடு படியேறி மேடைக்குப்போய் அங்கிருந்து எங்கே

போவது என்று தெரியாத நிலையில் அந்த வயோதிக நரிக்குறவர்கள் பரிதாபமாக விழித்தார்கள். நகரச் சொல்லி விரட்டும் குரல் மறுபடி கேட்க, மெல்ல மேடைக்கு நடந்தார்கள்.

மற்றவர்களுக்கு கைதட்டு என்றால் இந்த கோஷ்டி மேடையில் தயங்கித் தயங்கி நுழைய, மண்டபம் முழுக்க ஒரே சிரிப்பு. மேடையைக் கடந்து அவர்கள் உள்ளே போக முற்பட, சபா நிர்வாகி ஒருத்தர் கோவணம் அணிந்து லைட் சுமந்து வந்த முதிய குறவர்களில் ஒருவரைத் தடுத்து மேடையைப் பார்த்துத் திரும்பி நிற்க வைத்தார். கூடவே மற்ற நரிக்குறவர்களும் மேடையில் நிற்க, கீழே இருந்து சிரிப்பு உச்ச கட்டத்தை அடைந்திருந்தது.

கயல் சடசடவென்று சந்நதம் வந்தது போல் மேடைக்கு ஓடினாள். என்ன ஏது என்று புரியாமல், கயல் கயல் என்று கத்திக்கொண்டே நானும் அவள் பின்னாலேயே ஓடினேன்.

நாடக மைக் ஒன்றின் முன் போய் நின்றாள். பக்கத்தில் நின்ற நரிக்குறவக் குழந்தையின் தோளில் ஆதரவாகக் கையைப் போட்டிருந்தாள் என் கயல். அவள் பேசினாள் -

‘மனிதனை மனிதன் எள்ளி நகையாடும் இந்த அக்கிரமத்துக்கா கலை என்று பெயர்? இவர்களும் உங்களையும் என்னையும் போல சக மனிதர்கள் தானே? மூணு தலை இருக்கா, ஏழு கை இருக்கா? ஏழமை தான் இருக்கு இவங்க கிட்டே. உடுக்க புதுத் துணி எடுக்க காசு இல்லாம கிழிச்சுக் கிழிச்சுக் கட்டின துணி அந்தத் தாத்தாவோட கோவணமாக நம்மைப் பாத்துச் சிரிக்குது. இடுப்பிலே பசியோடு இருக்கற குழந்தை நம்மோட மூர்க்கத்தைப் பாத்துச் சிரிக்குது. இந்த அம்மாவும் பசங்களும் அவங்க தோளில் டால்டா டப்பாவும் நம்ம திமிரை, ஆணவத்தை, ரசனையைக் கிண்டல் பண்ணி சிரிக்குது. லெச்சை கெட்ட இந்தக் கூத்துக்கு நாடகம்னு எவன் பெயர் வைத்தது?’

மேடைக்குப் பின்னால் இருந்து மாதவ தாமோதரன் இரு கையும் கூப்பியபடி வந்தார். கயலையும் அடுத்து அந்த நரிக்குறவக் குடும்பத்தையும் அடுத்தாற்போல் அவையையும் குனிந்து வணங்கினார்.

‘எல்லோரும் முக்கியமா மேடையில் இருக்கற இந்த சகோதரர்களும் சகோதரிகளும் என்னையும் எங்க குழுவையும் மன்னிக்கணும். கல்யாண ஊர்வலத்தை நடத்திக் காட்டுவோம்னு நாங்க முன் வந்தபோது இப்படி ஆகும்னு சத்தியமாத் தெரியாது. இன்னிக்கு மேடையில் நடந்த இந்த அநாகரீகம் இனி ஒரு போதும்

நடக்காதுன்னு நான் எங்க அம்மா மேலே, என் கலை மேலே சத்தியமா சொல்றேன். இந்த இளைய பெண் பாரதியின் புதுமைப் பெண். சிறுமை கண்டு சீறுவதை என்றும் அவள் என்றும் சீலமாகக் கொள்ள வாழ்த்துகள்.'

அரங்கத்தில் இதற்கும் கைத்தட்டு எழுந்தது.

நாடகம் முடிந்து அப்பாவிடம் கயல் 'சாரி அங்கிள்' என்றாள். 'நாடகத்துக்கு நடுவிலே குழப்பம் உண்டாகிட்டேன்... பொறுத்துக்க முடியலே... அதான்... ரொம்ப சாரி...' என்றாள்.

அவர் அவள் தலையில் கை வைத்து ஆசிர்வதித்து விட்டு என்னிடம் சொன்னார் -

'நீ நிஜமாவே புத்திசாலிதான். இவ்வளவு அருமையான ஒரு பெண்ணை நம்ம வீட்டுலே விளக்கேற்றக் கூட்டி வருவியாக்கும்? இன்னும் ரெண்டு வருஷம் காத்திருக்கணும்... ஓர்த் வெயிட்டிங்க்... ஆமா, கயல் மேகமா பொழியறா... நீயானா வாயடைச்சுப் போய் நின்னுட்டே.'

'ஹேய் நான் இதை விட அழகா பேசியிருப்பேன் இங்கிலீஷ்லே. டயம் ஆச்சு... நாடகத்தை முடிச்சுட்டு அவங்க ஊருக்குக் கிளம்பட்டும்னு விட்டுட்டேன்.'

அப்பா முன்னால் நகர்ந்திருக்க, மூஞ்சி என்று என் காதில் குரல். அந்தக் குரங்குதான்.

32

‘கிறிஸ்துமஸ் வந்துகொண்டிருக்கிறது. மார்கழிக் குளிராக எங்கும் இப்போதே கொண்டாட்டம் நிறைந்திருக்கிறது. கிறிஸ்துமஸ் தினத்தில் இருக்கும் வசீகரம்போலவே அதை எதிர்பார்த்து இருக்கும் தினங்கள் கொண்டுவந்து நிறைக்கும் சந்தோஷமும், கலகலப்பும், சுத்தமான காற்றும், நல்ல சிந்தனைகளும், எல்லோரையும் குழந்தைகளாக்கும் குதூகலமும், அவ்வப்போது சிதறும் ஈரத் தூறலும் அலாதியான விஷயங்கள். ராத்திரியில் கூட்டமாக நடந்து கிறிஸ்துமஸ் கரோல் பாடுவதில் இருக்கிற ஆனந்தமே தனியானது. என்ன, சரிதானே?’

நீளமாக நல்ல தமிழில் சொல்லிவிட்டு, அமேயர் பாதிரியார் புன்சிரிப்போடு என்னைப் பார்த்தார். இப்படி ரசனையும், உற்சாகமும் பிக்சர் போஸ்ட் கார்ட் புகைப்படம் போல மனதுக்கு இதமான இருப்பும் சிரிப்புமாக ஒரு பாதிரியாரை நான் இதுவரை பார்த்ததில்லை.

போகலாமா என்று குரல் உயர்த்திக் கேட்டார் அமேயர் பாதிரியார். அரிக்கேன் விளக்கில் திரி கொளுத்தி இடது கையில் தாழப் பிடித்துக் கொண்டு நான் அவரோடு நடந்தேன்.

எமிலி என் அருகில் சால்வையைப் பாந்தமாகப் போர்த்தியபடி வந்தாள். இடது பக்கத்தில் ஜோசபின். கோலம் கோலமாக அச்சடித்த வங்காளிப் பருத்திப்

புடவைத் தலைப்பைத் தலையைச் சுற்றி இட்டிருந்த அவளுடைய வசீகரமும் கிறிஸ்துமஸுக்கானதுதான்.

என் பின்னால் எமிலி வீட்டுக்காரன் கிறிஸ்டோபர் மற்றும் முக்காடு போட்டிருந்த இளம் பெண்கள், ஒருத்தி இடுப்பில் குழந்தை, பள்ளிக் கூடத்தில் படிக்கிற துடிப்பான சிறுமிகள், முன்னும் பின்னும் ஓடும் துடுக்கான பையன்கள் என்று இருபது பேர் கொண்ட கோஷ்டி இது.

எல்லோரும் கையைத் தட்டிப் பாடிக்கொண்டு போக, பாட்டுக்கு இசைவாக கிதார் வாசித்தபடி அமேயர் பாதிரியார் வருகிறார். ராத்திரி ஒன்பது அடித்தபோது வைசியாள் தெருவில் இருந்து புறப்பட்டு, காமாட்சி அம்மன் கோவில் தெரு வழியாக வந்து கொண்டிருக்கிறோம்

கூட்டத்தில் நடுநாயகமாக, நீண்டு புரளும் பஞ்சுப் பொதிபோல வெள்ளைத் தாடி ஒட்ட வைத்து, அலங்காரமான சிவப்பு அங்கி அணிந்து கிறிஸ்துமஸ் தாத்தா குதித்து நடந்து வருகிறார். இந்த வீடு இந்த வீடு என்று அவர் குரல் கீச்சிட நாங்கள் நிற்கிறோம்.

சாண்டா க்ளாஸ் விக்தொ அங்கிள் அமேயர் பாதிரியாரைப் பார்க்க எதுவும் சொல்லாமலேயே எந்தப் பாட்டு என்று இருவருக்கும் தட்டுப்படுகிறது. எத்தனை வருடப் பழக்கம் இவர்களுக்குள்!

தோத்திரம் செய்வோமே ரட்சகனை
தோத்திரம் செய்வோமே

அமேயர் பாதிரியார் கம்பீரமான பாரிடோன் குரலில் எடுக்க, ஏற்று வாங்கி ஜோசபின் பாடுகிறாள்.

தோத்திரம் செய்வோமே ரட்சகனை
தோத்திரம் செய்வோமே

ஏற்று வாங்கி நாங்கள் எல்லாரும் பாடப் பனிக் காற்று மேலே தழுவி, லாந்தர் விளக்கின் மெலிந்து உயர்ந்த திரி நாளங்களையும் ஆட வைத்து நகர்கிறது.

நான் பாடிக்கொண்டே எங்கே நிற்கிறேன் என்று பார்க்கிறேன். ஈஸ்வரன் தர்மராஜா கோவில் தெரு. இந்த வீடுதான்.

வண்ணக் காகிதம் ஒட்டிச் செய்து உள்ளே நூறு வாட்ஸ் மின்சார பல்ப் ஒளி விடக் காற்றில் அசைந்த கிறிஸ்துமஸ் நட்சத்திரம் எல்லோரையும் வரவேற்கிறது.

இரண்டு வீடு தள்ளி இருக்கிற பழைய வீடு எனக்குப் பரிச்சயமானது. எல்லோருக்குமே தெரிந்த ஒன்றுதான். பாரதியார் இருந்த வீடு அது.

அங்கே போய் எங்கள் கூட்டம் ஓம் சக்தி ஓம் சக்தி ஓம் பாடலாம் என்று தோன்றியது. அடைத்த பழைய கதவுகள் விரியத் திறந்து உள்ளே இருந்து பாரதியார் வந்து விடுவார். அநேகமாக கப்பலோட்டிய தமிழன் படத்தில் எஸ்.வி. சுப்பையா மாதிரி அவர் இருப்பார்.

பாரதியாருக்கு தற்போதைய அண்டை வீட்டுக்காரர் வெளியே வந்து எல்லோருக்கும் சின்னச் சின்னதாக நேர்த்தியாகச் செய்த சாண்ட்விச் கொடுத்தார். பேப்பர் கப்பில் டீயும் உண்டு.

எங்கள் பாட்டுக்குழு நகர்ந்து லலி தொலெந்தெல் வீதிக்குள் நுழைய மனம் அதற்கு முன்பே அங்கே போய் நின்று விட்டிருந்தது.

தொலெந்தெல் தெருவில் அமேலி இருந்த வீட்டில் வெளிச்சம் இல்லை. கர்னல் மனைவி போன மாதம் ஏசுவில் உறங்கியிருந்தாள். கர்னல் பிரான்ஸ் போய்விட்டார். ஜோசபின் சொல்லித் தெரிய வந்தது இது.

'அமேலியையும் கூட்டி வந்திருக்கலாமே?' ஜோசபினிடம் கேட்டேன்.

'அவ ரோசாலியோட நெல்லை போய்ட்டா...'

'அங்கே என்ன விசேஷம்?'

'ரோசாலி வீடு அங்கேதானே இருக்கு?' என்றாள் ஜோசபின்.

'அதுனாலே?'

'கூட்டுக் குடும்பம். அங்கே கிறிஸ்துமஸ் பிரமாதமா இருக்கும்னு சொன்னா ரோஸ்... அமேலி நானும் வரேன்னா... கூட்டிப் போயிருக்கா.'

அடைத்துப் பூட்டியிருந்த அமேலி வீட்டைப் பார்த்தபடி கடந்து போனேன். குறுகுறுப்பும் குற்ற உணர்ச்சியும் சந்தோஷமும் வெட்கமும் என்னுள் அலையடித்துப் போக, அடுத்த பாடலை அமேயர் பாதிரியார் ஆரம்பித்திருந்தார்.

> கட்டிடம் கட்டிடும் சிற்பிகள் நாம்
>
> கட்டிடுவோம் கிறிஸ்து ஏசுவுக்காய்

அமேயர் பாதிரியார் பிரான்ஸில் இருந்து வந்திருக்கிறார். கிறிஸ்துமஸ் காலத்தில் தவறாமல் வந்துவிடுவார். அவருடைய

பிள்ளைப் பிராயம் இந்த ஊரில்தான் என்பதால் ஊர்ப் பற்று குறையவில்லை. என் ரெட்டைத் தெரு பித்துபோல அது. அவருக்கு அறுபது வயது. அவர் வயதில் எனக்கு ரெட்டைத் தெருவோடு தியூப்ளே வீதியும் இந்த ஊரும் அப்படி ஒரு வெறியான ஈடுபாடாகி இருக்க வாய்ப்பு உண்டு.

'ஃபாதர் கால் வலிக்குது.'

பாட்டுப் பாடிக்கொண்டுவந்த ஒரு பிஞ்சு பிரெஞ்சில் சொன்னது. ஜோசபின் சிரித்து அதைத் தோளில் சுமந்துகொண்டாள்.

'ஆட்டுக்குட்டியோடு வரும் மரியன்னை மாதிரி இருக்கே' என்றேன்.

'வேணாம்டா, அவ்வளவு பரிசுத்தமும் நல்ல இதயமும் எனக்கில்லே. சாதாரண மனுஷி' என்றாள் அவள் நடந்தபடி. அவள் கையைப் பற்றி நானும் நடந்தேன்.

ரிஷ்மாண்ட் தெருவுக்குள் எல்லோரும் திரும்பினோம். இன்னொரு வீட்டை இனம் காட்டினார் பாதிரியார். பாடியபடி வெளியே நின்றோம்.

ஆவலாய் ஏசுவின் வார்த்தை கேட்போம்
அவரே மூலைக்கல் ஆகிடுவார்

கடைசி அடியைப் பாடி நிறுத்த வீட்டு முற்றத்தில் எல்லோரையும் உட்காரச் சொல்லி லட்டும் டீயும் கொண்டுவந்து கொடுத்தார்கள்.

குளிருக்கு இதமாக சாயா. பக்கத்தில் நட்புக்கு இதமாக ஜோசபின்.

'உன் குரல் சொப்ரானோ தானே?' ஜோசபினை விசாரித்தேன்.

'எல்லாம் கொஞ்சம் கொஞ்சமாவது தெரிஞ்சு வச்சிருக்கேடா. உன்னைப் பார்த்தா எனக்கே பொறாமையா இருக்கு' என் நெற்றியில் திருஷ்டி வழித்துச் சொன்னாள் ஜோசபின்.

'சொப்ரானோன்னா ஹை பிட்ச்லே நிக்கணுமே... நீ மேல் ஷட்ஜமத்தை அப்பப்போ பிடிக்கறே... ஆனா சட்டுனு கீழே மத்திமத்துக்கு வந்துடறே' என்றேன்.

'அதெல்லாம் தெரியாதுடா. ஆனா சொப்ரானோ இல்லே... ஹாஃப் சொப்ரானோவா ஒரு காலத்திலே இருந்தது'

'அது என்ன ஒரு காலத்திலே?' என்று கேட்டேன்.

'பியானோ வாசிச்சு பாடின நேரத்திலே பாதி சொப்ரானோ வாய்ஸ் இருந்துது... டாடி சொல்வார்... இப்போ எதுவும் இல்லே... ரயில் பாடகி...'

‘நீயா ரயில் பாடகி... என் மானச சில்ப கோபுர காயகி’ அவள் காதில் சொன்னேன்...

‘மலையாளத்திலே திட்டறியா... நல்லா திட்டு...நீ இல்லாம திட்ட யார் உண்டு எனக்கும்?’

‘மடச்சி, நீ என் மனசுலே கோபுரம் எழுப்பி வச்சு உள்ளே இருந்து பாடறேங்கறேன்... நீயானா...’

‘எப்படிப்பா கோபுரத்துலே உக்கார்ந்து பாட்றதாம்?’

ஜோசபின் பாயிண்டைப் பிடிக்க, நான் மலையாளத்தில் எல்லாம் சாத்தியம் என்று பேச்சை மாற்றினேன்.

தூக்கிச் சுமந்து கூட்டி வந்த பிஞ்சு, லட்டை எச்சில் பண்ணிக் கொண்டே பக்கத்தில் வந்து என்னைக் கூர்ந்து பார்த்தது.

‘அங்கிள், நீங்க பார்க்க நேடிவிடி டிராமாவிலே த்ரி வைஸ்மென்... அதுலே ஒருத்தர் மாதிரி இருக்கீங்க’ என்றது அந்தக் குழந்தை.

‘நாளைக்கு நேடிவிடி டிராமா முதல் டிரஸ் ரிகர்சல்’ என்றேன் ஜோசபினிடம்.

அது வீடு வீடாகப் போய்ப் பாடும் குழு மாதிரி இன்னொரு கிறிஸ்துமஸ் ஸ்பெஷல். ஏசு அவதார நாடகம். வருடம் தவறாமல் நடத்துவது. ஒவ்வொரு வருடமும் அமேயர் பாதிரியார்தான் வசனம் எழுதுவார்.

‘பைபிளும் ஏசு அவதார நிகழ்ச்சிகளும் இனிமேல் மாறப் போறதில்லே. எதுக்கு ஃபாதர் வருஷா வருஷம் நேடிவிடி நாடகத்துக்குப் புதுசா வசனம் எழுதணும்?’

அமேயர் பாதிரியாரைக் கேட்டால் அவர் சொல்வார் -

‘போன வருஷத்தை விட ஜீசஸ் எனக்கு இன்னும் நெருக்கமாகிட்டு இருக்காரே. பழைய ஸ்க்ரிப்டை எப்படி போடறது?’

இதுதான் அவருடைய வழக்கமான பதிலும்கூட. ஸ்கிரிப்ட் மட்டும் இல்லை, நடிகர்களும் மாறித்தான் வருவார்கள். இந்த வருஷம் சிறுவன் ஏசு என்னிடம் பேசிய பிஞ்சு. எபிபனி என்ற கிறிஸ்துமஸுக்கு பனிரெண்டாம் நாள் இரவில் வந்து ஏசுபிரானைத் தரிசிக்கிற மூன்று சான்றோரில் ஒருவர் நம்ம அந்த்வான்.

‘போகலாமா?’

அமேயர் பாதிரியார் எழுந்து நின்று விசாரித்தபடி விக்தொ அங்கிளுக்குக் கண் காட்ட, அகார்டியனைக் கூடவே வரும் சைக்கிள் ரிக்‌ஷாவில் வைத்து விட்டு கிதாரோடு வந்தார் விக்தொ.

ரிம் ஜிம் ரிம் ஜிம் என்று கிதாரின் நரம்புகள் உற்சாகமாக அதிர்ந்து குதித்துப் பாயும் நாதத்தைப் பிறப்பிக்க, கதனகுதூகலம் ராகமாக என் காதில் அது சுகமாகப் பாய்ந்தது.

அமேயர் பாதிரியார் பாட ஆரம்பித்தார். கை தட்டியபடி நாங்கள் தொடர்ந்தோம். மரைன் வீதியில் இருந்தோம் நாங்கள்.

இறைமகன் இங்கு வந்தார்

என்றும் என்னை ஆட்கொண்டார்

எந்தன் உள்ளம் பாடுது சந்தோஷம்

ஜோசபின் அடுத்து மந்தார ஸ்தாயிக்கு சுலபமாகக் குரலை நகர்த்தியபடி என்னைச் சற்றே பார்த்துச் சிரித்தாள்.

தேவாதி தேவனே ராஜா

தோஷம்

அந்த சந்தோஷத்தை நான் முழுக்க முழுக்க உணர்ந்திருந்தேன்.

நான் பிடித்திருந்த லாந்தர் வெளிச்சத்தில் ஜோசபின் ரெம்ப்ராண்ட் ஓவியத்தில் மகதலேனா மரியம் போல் அழகாகத் தெரிந்தாள். பாடும் ஓவியம்.

கிறிஸ்துமஸ் மெல்ல வரட்டும். பண்டிகையை வரவேற்க என்றென்றும் இவளோடு கூடப் பாடிக்கொண்டு, கையில் பிடித்த ஒற்றை லாந்தரோடு இருளும் குளிரும் அப்பியிருக்கும் தெருக்களின் ஊடே நடந்து கொண்டே மிச்ச வாழ்க்கையைக் கழிக்க வேணும்.

ஜோசபின் முடித்ததும் கூட்டமாக ஆமென் பாட கவுண்டர் பாயிண்டாக நான் ஐந்து வினாடி தாமதமாகச் சஞ்சரித்து இணைந்து கைகாட்ட அழகாக அலையலையாக நகர்ந்து போன ஆமென் வரிகளே அற்புதம்.

ஆமென் அல்லுலுயா ஆமென் அல்லுலுயா

ஜெயம் ஜெயம் அனந்த ஸ்தோத்திரா

அமேயர் பாதிரியார் கையைத் தட்டிக்கொண்டே லாரிஸ்தொ வீதியில் பிரவேசித்தார். சாண்டா க்ளாஸ் கிதாரை பக்கத்தில் வந்த பையனிடம் கொடுத்துவிட்டு தலையில் இட்டிருந்த கம்பளிக் குல்லாயைக் கழற்ற, நான் அவர் பக்கம் நின்று தொடர்ந்தேன் –

அன்றன்று அப்பம் தந்து ஆசிர்வதிப்பீர்

அளவில்லா நலந்தந்து என்னை நிறைப்பீர்

ஜோசபின் ஆமென் அல்லுலுயா பாடும்பொழுது எதிர் வீட்டு காம்பவுண்டில் ஏதோ சத்தம். நான் பார்க்க ஒரு வினாடி அங்கே ஓரமாக நின்று முத்தமிட்டுக்கொண்டிருந்த ஒரு இளம் ஜோடி கண்ணில் பட்டது. ஜோசபின் என்னைப் பார்த்துச் சிரித்தபடியே பாட்டைத் தொடர்ந்தாள்.

'என்னடா திடீர்னு சவுண்ட் பாக்ஸ் தகராறா?'

அவள் என் விலாவில் விரலால் குத்த, 'யார் ஜோஸி அது?' என்று அவளைப் பார்க்காமல் கேட்டேன்.

அவள் சொல்லாவிட்டாலும் அந்த ரெண்டு பேரும் நானும் அமேலியும் தான். அந்த முத்தத்திலும் ஒரு அழகு இருந்தது. அதற்கப்புறம் பிரிந்திருந்தால் அழகு மேலும் கூடியிருக்கும். அவ்வப்போது குற்ற போதம் அப்புறம் எப்போதும் மனதில் ஏறாது.

'அந்தப் பையன் நல்லா கீ போர்ட் வாசிப்பான். அந்தச் சின்னப் பொண்ணு கிடாரிஸ்ட். ரெண்டு கலைஞர்கள் கிறிஸ்துமஸ் நேரத்திலே காணாமப் போயிட்டாங்களே... அடுத்த வருஷமாவது கிறிஸ்துமஸ் கரோல் பாட நம்மோட காயர்லே வராங்களான்னு பார்க்கலாம்.'

அமேயர் பாதிரியார் நாங்கள் பார்த்த திசையில் பார்த்து சிரிக்காமல் சொல்ல ஜோசபின் சிரித்தாள்.

'ஆனாலும் உங்களுக்கு ரொம்பவே நம்பிக்கை ஃபாதர். அவங்க வந்து வாசிக்காட்டாலும் ஜோசபினும் நானும் வருவோம்' என்றேன்.

நிமிர்ந்து பார்த்து ஜோசபின் சொன்னாள் - 'ஃபாதரை விட உனக்கு நம்பிக்கை அதிகம். என் வாழ்த்துகள்.'

நம்புவோம். அடுத்த வருஷம் இங்கே பட்ட மேல் படிப்பு. இதே காலேஜ். கயல். ஜோசபின். இதே மாதா கோவில். இதே கடற்கரை.

ஷாம்பேன் தெருவில் எங்கள் ஊர்வலம் நுழைந்தபோது ஜோசபின் அடுத்த பாட்டைத் தொடங்கினாள். ஊர்வலத்தில் பின்னால் நின்ற முதிய பெண்கள் ஆர்வமாக முன் வரிசைக்கு வர சங்கீதம் உயர்ந்தது.

சீர் ஏசுநாதனுக்கு ஜெய மங்களம் அதி

திரியேக நாதனுக்கு சுப மங்களம்

அழிக்கம்பிகள் போட்ட கதவு. என் ரெட்டைத் தெரு வீட்டை நினைவு படுத்தும் வாசல் கதவுகள். அங்கு போல் மூன்றே படிகள்.

இந்த வீடும் நான் சுபாவமாக உள்ளே பிரவேசித்து இருந்து, கலந்து உரையாடி மகிழும் இடம்தான். விக்தொ அங்கிள் வீடு இது.

பாடல் முடிந்தபோது நான் விக்தொ அங்கிளிடம் சொன்னேன் - 'அங்கிள் உறக்கம் வருது நான் நாளைக்கு வரேன்'

நான் விடை பெற்றபோது கூடவே ஜோசபினும் புறப்பட்டாள்...

'தெ குடிச்சுட்டுப் போங்களேன் ரெண்டு பேரும்' என்றார் அங்கிள். 'நாளைக்கு' என்றாள் அவளும்.

'ஜாக்கிரதையா இந்தப் பொண்ணைக் கொண்டுபோய் எல்லையம்மன் கோவில்லே அவங்க வீட்டுலே விட்டுடுங்க மிஸ்ஸே' என்றார் விக்தொ. அந்தப் பெண்ணைக் கையைப் பிடித்து மெல்ல அழைத்துப் போகும்போது அமேயர் பாதிரியார் புன்னகை பூத்தார். 'நாளைக்கு கரோல் நிறையப் பாடணும்' என்றார் ஜோசபினிடம் அவர்.

தெருக்கோடிவரை எதுவும் பேசாமல் எங்கள் சைக்கிள்கள் இருட்டில் சீராக முன்னேறியபடி இருந்தன.

'காலையிலே ஆறரை ஷிப்ட்... இப்போவே பனிரெண்டு மணி ஆக இன்னும் பத்து நிமிஷம் இருக்கு' என்றேன்.

'அஞ்சு மணி நேரம் அசந்து உறங்கினா களைப்பெல்லாம் பஞ்சு பஞ்சாப் போகும்' என்றாள் ஜோசபின்.

'கொஞ்சாதே குயிலே' என்றேன். இடது கையை சைக்கிள் ஹாண்டில் பாரில் இருந்து எடுத்து ஓங்கி என்னை அடிப்பதுபோல் பாவனை செய்தாள். அந்தக் கரத்தை இறுகப் பிடித்து முத்தமிட்டு விடுவித்தேன்.

மூன்று தெரு சந்திப்பு. இங்கே நாங்கள் பிரிந்து அவரவர் வழி போக வேண்டும். நின்றோம்.

'ஸ்வீட் டிரீம்ஸ்' என்று வாழ்த்தினாள் ஜோசபின். 'நீ வந்தாத்தான்' என்றேன்.

'அய்யே நான் எதுக்கு, கயல் இருக்காளே உனக்கு?'

நான் சைக்கிள் சரியாமல் கால் ஊன்றியபடி அவளை இழுத்து அணைத்துக்கொள்ள முயற்சி செய்ய, 'ராஜா இது போதும்' என்று என் தலையில் மிக மெல்ல ஒரு முத்தம் பதித்தாள் ஜோசபின் ராஜகுமாரி.

ராஜகுமாரன் தங்கத் தேரில் வந்து தூக்கிப் போகும் கனவு வர வாழ்த்தினேன். அரை மணி நேரத்துலே மறுபடி நம்மில் யார் கனவிலாவது சந்திக்கலாம் என்றபடி கையசைத்து விடை பெற்றாள்.

என் கையைப் பற்றி அழுத்தி விட்டு குளிரை மிச்சம் வைத்துவிட்டு அவள் போனாள். மனம் இலக்கில்லாமல் அலை பாய்ந்தது.

கயல், ஜோஸ்ஸியையும் நான் கட்டிக்கறேனே...

ஜோசபின் சம்மதிச்சாளா?

அதை அப்புறம் பார்த்துக்கலாம்.

ரெண்டு பேரைக் கல்யாணம் பண்ணிக்கறது சட்டப்படி குற்றம் உன்னை மாதிரி இந்துவுக்கும் ஜோசபின் மாதிரி கிறிஸ்துவப் பொண்ணுக்கும் அதே சட்டம் தான்.

எனக்கு ஜோசபின் வேணுமே.

உனக்கு ஜோசபின் வேணும்னா நீ அந்த ஸ்த்ரியோடு கூடப் போ என்று திருவசனம் சொல்லுது.

கயல் எப்போ அமேயர் பாதிரியார் மாதிரி ஆகம வசனம் போல அங்கங்கே அன்றாடப் பேச்சில் சேர்த்துக்கொள்ள ஆரம்பித்தாள்?

ஒரு வாரமாக கிறிஸ்துமஸ் பாட்டுக் குழுவில் என் வாக்கும் வசனமும் மாறிப் போனதோ?

மனம் சலசலத்து ஓய தியூப்ளே வீதிக்கு வண்டி ஊர்ந்தது. எல்லா சர்ச்களிலும் மணிகள் சேர்ந்து ஒலித்தன. கிறிஸ்துமஸுக்கு முந்தைய சனிக்கிழமை பிறந்திருக்கும் நேரத்தில் நான் ஆழ்ந்த உறக்கத்தில் ஆழ்ந்தேன்.

‘என்ன, பஜனை கோஷ்டியிலே இருக்கியாமே?’

காலையில் அடித்து எழுப்பிய டெலிபோனில் கயல் கேட்டாள்.

‘யார் சொன்னது அன்பே?’ ஆவலோடு விசாரித்தேன்.

‘தெருத் தெருவா லாந்தர் விளக்கைத் தூக்கிட்டு ஓசன்னா பாடிட்டுப் போறியாமே. என்ன பிரசாதம்? வாத்து முட்டை போட்ட கேக்கா?’

‘முட்டை போட்டா வேணாம்னா சொல்லப் போறேன்? இதிலே வாத்தென்ன, வான்கோழியே கிடைச்சாலும் சரிதான்.’

‘நீ விதவிதமா கோழி பிடிச்சே ஓஞ்சு போயிடுவேடீ...’ என்றாள் கயல். டீ என்ற அந்த விளியில் தடவிய செல்லம் இனித்து வழிந்தது.

‘எத்தனை கோழி பிடிச்சிருக்கேன்?’ சாதுவாகக் கேட்டேன்.

‘அது உனக்கே தெரியும். கில்லாடிடா நீ!’

‘போயும் போயும் ஒரு கேக்குக்கா இத்தனை பேச்சு? நீ கொடு. திங்கறேன். வெளியிலே யார் கொடுத்தாலும் வேண்டவே வேண்டாம்.’

‘வேண்டாமா? யாரு கிட்டே ரீல் சுத்தறே? உன்னை முழுக்க எனக்குத் தெரியும்டா’ என்று கிண்டல் அடித்தாள் கயல்.

‘என்னை முழுசா எப்போ பார்த்தே?’ என்று கேட்டேன்.

‘சீய்ய் நல்லா பேசிட்டு இருக்கும்போது கழனிப் பானை கேஸாயிடுறே பாரு…’

‘ஓ.கே கேக்கை எனக்குப் பிடிக்காத லிஸ்ட்லே சேர்த்துடறேன். போதுமா என் கம்பளிப் பூச்சியே!’

‘கம்பளிப் பூச்சி அடுத்து வண்ணாத்திப் பூச்சியாகும். நீ மக்காவே இருப்பே எப்பவும்.’ கயல் சபித்தாள். அவளுக்கு இல்லாத உரிமையா?

‘சரி, அப்படியே இருந்துட்டுப் போறேன். அப்பவும் கேக் சாப்பிடப் போறதில்லே’ என்று சூளுரைத்தேன்…

‘உலக மகா அழகி கொடுத்தா கேக் என்ன, கேக் அடச்சு வந்த அட்டை டப்பாவைக் கூட தின்னுடுவே நீ… எஸ் சொல்லுடா… சொல்லு உய் உய்.’

கயல் குயில் கிண்டல் செய்கிறாள். எழுந்து தலை சீவாமல் ப்ரஷ் கூட பண்ணாமல் சொக்கிப்போய் உட்கார்ந்திருக்கிறேன்.

‘தண்ணி நிக்கறதுக்குள்ளே குளிச்சுட்டு துணி போடுங்க தம்பி… அப்புறம் துவைக்கலேன்னு பீரோவிலே போய்ச் சொல்லக் கூடாது.’

வீட்டு வேலை பார்க்கும் தனம்மா பின்னால் வாளியும் கையுமாக நின்று சத்தம் போட, இந்தம்மா தாண்டா லாயக்கு உன்னை துரத்தி அடிக்கறதுக்கு என்று அபிப்பிராயப்பட்டாள் கயல்.

ஃபோனை வைக்கும் முன்னால் நேடிவிட்டி நாடகம் மாலை ஐந்து மணிக்கு என்று நினைவுபடுத்தினேன் அவளிடம். கயலோடுபோய் கலந்துகொள்வதைவிட வேறே என்ன சந்தோஷம் இருக்கப் போகிறது?

பிற்பகல் நாலு மணி. காபி ஹவுஸ் வாசலில் கம்பீரமாக லாம்ப்ரட்டா ஸ்கூட்டர் வந்து நிற்கிற சத்தம். கயல்தான்.

வெள்ளை சுடிதாரில் அமெரிக்கையாக அவள் ஸ்கூட்டரில் இருந்து இறங்கினது மின்னல் வெட்டியதுபோல் இருந்தது. வல்லூரி மாதிரி ஸ்கூட்டரில் பின்னால் உட்கார்ந்து போக மட்டும் இனி வாழ்க்கை முழுக்க எனக்குக் கொடுத்து வைத்திருக்குமோ அல்லது அதுவும் கிடையாதோ தெரியவில்லை...

ஓர மேஜை அருகே உட்கார்ந்தோம்.

'அதென்னடா நேடிவிட்டி டிராமா?' என்று கேட்டாள் கயல். 'ஏசு பிறந்த கதை' என்றேன் நான்.

'அதில் என்ன விசேஷம்?'

'சில பேர் வருஷா வருஷம் நடிப்பாங்க. அப்படி ஒருத்தர் நம்ம பிரண்ட்.'

'யாரு?'

'அந்த்வான்.'

'அந்த்வானா?' ஆச்சரியத்தோடு கேட்டாள் கயல்.

'ஆமா, இருபது வருஷம் முந்தி ஏசுவா வந்தான். குழந்தை ஏசு. அப்புறம் சிங்கம், புலி, காட்டில் மரம், ஆட்டுக்குட்டி இதெல்லாம். இந்த வருஷம் மூணு சான்றோர்லே ஒருத்தர்' என்றேன்.

'அந்த்வானுக்கு குரல் ஒத்துழைக்காதே.'

'அவன் சமாளிச்சுடுவான். எப்படின்னுதான் பாக்கப் போறோம்' என்று கயலைக் கிளப்பினேன்.

'ஏண்டா, ப்ளம் கேக்கு வாங்கித் திங்கலாம்னு ஆசை காட்டி கூட்டி வந்தே. இப்போ உனக்கும் பெப்பேங்கறே திருட்டுப் பயலே'

உட்கார்ந்தபடியே அருகே நெருங்கி வந்தாள். மோகம் மூண்டெழுந்து அரைக் கண் மூடி நான் ரசித்து இருக்க உயிர் போகிறதுபோல் காலில் மிதித்து நகர்ந்தது அந்த இடாகினிப் பேய். கண்ணில் நீர் வர, வலி.

வலித்தபடி, ரசித்தபடி வெய்ட்டர் சவரிராயனைத் தேடினேன். இன்னும் ஆர்டர் கொடுக்கவில்லை என்று நினைவு வந்தது. இவ்வளவு நேரம் வராமல் இருக்க மாட்டாரே.

ஐந்து நிமிடம் சென்று கையில் வெறும் தட்டோடு களைத்துத் தளர்ந்து நடந்து வந்தார் சவரிராயன். அவர் இவ்வளவு கசங்கிய யூனிபார்ம் உடுத்தி பரிதாபமாக வந்து பார்த்ததே இல்லை.

யந்திரமாக போன் ஜூர் சொன்னார். யந்திரமாக ஆர்டர் எடுத்தார். 'ப்ளம் கேக் இல்லை' என்றார் யந்திரமாக. 'அதோ சாப்பிடறாங்களே' என்று அடுத்த டேபிளைக் காட்ட, 'அதுவா, சொல்றேன் தம்பி, ரொம்ப செலவாகுமே' என்றார்.

ஒன்றுமே புரியாமல் அவரைப் பார்த்தேன். கனவு கண்டு விழித்த மாதிரி சட்டென்று பிரக்ஞை வந்து 'திசெலி திசெலி' என்று நூறு சாரி சொன்னார். 'என்ன ஆச்சு ராயன் அண்ணே?'

'வீட்டுலே மக பேறுகாலம். நேத்து தான் தொக்தொ சொன்னார் சிக்கலா இருக்கும்னு காசுக்கு என்ன செய்வேன் தெரியலே மிஸ்ஸே.'

அவர் கண் கலங்கியபடி உள்ளே போனார். காபி எடுத்து வந்தபோது கபேயில் கூட்டம் அதிகமாக, வேலையில் மும்முரமாகி இருந்தார்.

அப்புறம் சந்திக்கலாம் என்றாள் கயல் புறப்படும்போது. அவர் அவசரத்தில் தலை ஆட்டியபடி கேக் எடுக்கப் போனார்.

நாங்கள் சான் பால் மாதாகோவிலுக்குப் போனபோது சர்ச் வளாகத்தில் நாலு வாண்டுகள் பெரிய பவானி ஜமக்காளத்தைப் பிடித்துக்கொண்டு நிற்க, ஒவ்வொரு பையன் பின்னாலும் அவன் வயசுக்கு இன்னொருத்தன் ஸ்டூல் போட்டு நின்று அதே ஜமக்காளத்தின் மேல் பகுதியைக் கூடிய மட்டும் உயர்த்திப் பிடித்ததைப் பார்த்தோம்.

அமேயர் பாதிரியார் எல்லோரையும் வணங்கி நாடகத்தின் கதை என்ன என்று சொல்ல ஆரம்பிக்க, கயல் இடைமறித்து, 'பாதர், அதை பார்க்கத்தானே வந்திருக்கோம். நீங்க கம்முனு இருங்க' என்று குரல் விட பாதிரியார் ரெண்டு கையும் எடுத்துக் கும்பிட்டு அந்தரத்தில் கதையை விட்டார்.

'எனக்கு ஸ்கூல்லே எட்டாம் கிளாஸ் சயின்ஸ் எடுத்தார் பாதர். நான்தான் கிளாஸ்லேயே செல்லம்... அப்புறம் தான் ப்ரான்ஸ் போனார்' என்றாள் என் காதில். வாயில் ஏதோ மென்று கொண்டிருந்தாள்.

'கிராம்பு எனக்கெங்கேடி செல்லம்' என்றேன் கிசுகிசுப்பாக.

'ஒண்ணுதான் இருக்கு.'

'வேணும்.'

கையில் எடுத்து மறைவாகக் கைமாற்றினாள். நாடகம் தொடர்ந்தது.

அழகாக தேவதை உடை அணிந்த ரெண்டு சிறுமிகள் தோளில் மாட்டிய பூக்குடலைகளோடு வந்தார்கள். பின்னால் நின்ற கோரஸ் பாடியது -

கப்பல் மூணு வந்தது கண்டேன்
கிறிஸ்துமஸ் திருநாள் காலை
கப்பல் ஏறி வந்தவர் யாரோ
கிறிஸ்துமஸ் திருநாள் காலை
குழந்தை ஏசுவும் அன்னை மரியமும்
கிறிஸ்துமஸ் திருநாள் காலை

அட்டையில் மண் போட்டு நட்டு வைத்த குழைகளில் ஒட்டி வைத்த நாலு ரோஜாப்பூவையும் பறித்தாகிவிட்டது. ஆனாலும் பாட்டு நிற்கும்படியாக இல்லை. ஒரு தேவதை குடலையில் இருந்து திரும்ப பூவைச் செடிக்குப் பக்கம் கொண்டுபோய் ஏசுவுக்கு ஸ்தோத்ரம் சொல்லி அதை ஒட்ட வைத்தது. அற்புதச் செயல் புரிந்த தேவதை போல் அடக்கமாகச் சிரித்தபடி அந்த ரோஜாவைத் திரும்ப குடலையில் இட, நானும் கயலும் இன்னும் நாற்பது பார்வை யாளர்களும் ரசித்தோம்.

ஜோசபும் மரியன்னையும் பெத்லஹேம் விடுதியில் இடம் தேடி வருகிற காட்சி. விடுதிக்குள் தயங்கித் தயங்கி ஜோசப் ஆக நடிக்கும் பையன் நுழைய பின்னாலேயே மரியன்னை வேடத்தில் ஒரு குட்டிப் பெண். மரியன்னை அவசரமாக நுழைய, ஜோசப் இடுப்பில் பைஜாமா நிற்காமல் காலில் இறங்கி வழிகிறது. ஷேம் ஷேம் சீக்கிரம் வாடா என்று மரியன்னை அவசரப்படுத்த பலமான கைதட்டு. அதிகம் சத்தமாக ஒலித்தது அமேயர் பாதிரியாரின் கரவொலி தான்.

மூன்று சான்றோர் வந்து கொண்டிருக்கிறார்கள். சான்றோருக்கு ரொம்பவே அதிகமான மேக்கப். கடைசியாக நெட்டைக் கொக்கு மாதிரி அந்த்வான் வந்து நாங்கள் எங்கே அடையாளம் கண்டுகொள்ள கஷ்டப்படுவோமோ என்று கவலையோ, என்னவோ மேடையில் இருந்து எனக்குக் கை காட்டினான்.

குழந்தை ஏசுவைப் பார்க்கப் போறபோது வழியில் எல்லாம் டாட்டா காட்டிட்டுப் போகக்கூடாது என்று சான்றோரை கண்டித்தார் அமேயர்.

மூன்றில் இரண்டு சான்றோர் குழந்தை ஏசுவை வாழ்த்தியாயிற்று. அடுத்து அந்த்வான் முறை. எங்கள் எங்கள் எங்கள் எங்கள். எதிர்பார்த்த படி அதற்கு அப்புறம் அவனுக்கு வார்த்தை வசப்படவில்லை.

அவன் எங்களைப் பார்த்து சிரித்தான். இதெல்லாம் சகஜம் என்று அந்த்வான் முகத்தில் எழுதியிருந்தது.

உள்ளபடிக்கே அவன் அட்டகாசமாகச் சமாளிப்பதை நான் பார்த்தேன்.

அந்த்வான் குழந்தை ஏசுவாகத் தொட்டிலில் இருக்கும் சின்னக் குழந்தைக்கு திருஷ்டி கழித்து சொடக்கு போட்டு பாதத்தில் முத்தம் கொடுத்தான். அந்தக் குழந்தை உடனே அவன் முகத்தை நனைக்க, வாரியெடுத்துத் தோளில் சுமந்து ஆனந்த நடனம் ஆடினான். மாதாகோவிலையே அசைக்கும் அளவு கைதட்டல். அமேயர் பாதிரியாருக்கு ஆனந்தம் தாங்கவில்லை. இதுபோல் இன்னொரு சிறப்பான நடிகனை பார்த்ததே இல்லை என்றார் பெருமிதத்தோடு. நாங்கள் ஆமென் சொன்னோம்.

ஏசு குழந்தை அழ ஆரம்பிக்க, அதன் அம்மா வாரியெடுத்து ஓரமாக இருந்து பசியாற்றத் தொடங்கினாள்.

‘அஞ்சு நிமிஷம் இடைவேளை. ஏசுபிரான் ரெடியாகிட்டு இருக்கார்.’

அமேயர் அறிவிக்க, சர்ச் உள்ளே அவசரமாக நுழைந்து கொண்டிருந்த சவரிராயனைக் கண்டேன்.

‘பாதர், தயவு செஞ்சு எனக்காக பிரார்த்தனை பண்ணி இந்த சிலுவையைக் கொடுங்க. மகளுக்கு கட்டணும். ரொம்ப பயமா இருக்கு’

சவரிராயன் கையில் பிடித்திருந்த சிலுவை அவர் கை நடுங்கச் சேர்ந்து நடுங்கியது.

‘கவலைப்படாதேயும். ரட்சகர் ஏசுவில் நம்பிக்கை வையும். ஆரோக்கிய மாதா உம்மோடு என்றும் உண்டு. உமக்காக மன்றாடுகிறோம்.’

அமேயர் பாதிரியார் சொல்ல, ஜோசபின் பாட ஆரம்பித்தாள்... எனக்குப் பிடித்த பாட்டுதான்

இடைவிடா சகாய மாதா

இணை இல்லா தேவமாதா

பாவவினை தீர்ப்பாள் பதமுனை சேர்ப்பாள்

நிதம் துணை சேர்ப்பாயே.

ஜோசபினுடைய் சொப்ரானோ குரல் உருக்கமாக உயர்ந்து சான் பால் தேவாலயத்தை நிரப்பி மாதாவின் புண்ணிய சொரூபத்தை மன்றாடித் துதித்துக் கரைந்தது.

33

நாளைக்கு கிறிஸ்துமஸ். நேற்றும் இன்றும் நாளையு மாக மார்கழி இந்த மூன்று தினங்கள் மட்டும் டிசம்பராகவும் வடிவம் எடுக்கும்.

மார்கழி பிறந்து இந்தப் பத்து நாளில் திருப்பாவை யையும், திருவெம்பாவையையும் கோவில்களின் கூம்பு ஒலிபெருக்கிகள் காற்றில் பரப்பி வெளியை நிறைக்க, ஏசு விசுவாசிகளின் கிறிஸ்துமஸ் கீதங்கள் இடையிடையே இனிமையாக ஒத்திசைந்து ஒலிக்கும்.

இரண்டு நாள் முன்பாக திருவாதிரை வந்து போனது. இனி மூன்று பெரிய எதிர்பார்ப்புகளோடு விழாக் காலம் நீண்டு போகும். அடுத்தடுத்து குதூகலத்தைக் கூட்ட கிறிஸ்துமஸும், புத்தாண்டும், பொங்கலும் வந்து காற்றில் பனியும் குளிரும் குளங்களிலும் ஆற்றிலும் தணுத்த நீருமாகச் சூழும் பண்டிகை அனுபவத்துக் காகவே இங்கே பிறப்பெடுக்க வேண்டும்.

ஜோசபின் வீட்டில் நாங்கள் கூடியிருந்தோம். வீட்டை அலங்கரிக்கவும், மெழுகு திரி ஏற்றவும், கிறிஸ்து மஸுக்காக இனிப்பும் காரமுமாகப் பலகாரம் செய்யவு மாகச் சேர்ந்து இருந்து செயல்பட ஏற்பாடு.

முதலில் ஆஜரானது ருழே சாந்தி தான். வரும்போதே பிரான்ஸ் தயாரிப்பு மெஷினோடு வந்து இறங்கினாள் அவள். அஸ்பியாதர் என்றாள். முழித்தோம். விளக்கம் கூறும் தொனியில் நிறுத்தி நிதானமாக ஹூவர் என்றாள். ஊஹூம், தெரியாது. அது என்ன செய்யும்

என்று எங்களில் யாருக்கும் புரியவில்லை. குப்பை போடற மிஷின் என்றாள் ருழே குழப்பத்தை அதிகமாக்க. இதுக்கெல்லாம் மெஷின் வைத்து ஏன் கஷ்டப்படணும்? அந்துவானையும் ப்ரான்ஸ்வாவையும் கூட்டி வந்து உட்கார்த்தினாலே ஒரு மணி நேரத்தில் ஒரு பெரிய நிலப்பரப்பு முழுக்க நிலக்கடலைத் தோலால், பிஸ்கெட் சுற்றிய காகிதத்தால் நிறைத்து விடக் கூடியவர்கள் ஆச்சே.

ருழே கொண்டுவந்த குட்டிப் பிசாசு சைஸ் யந்திரத்தை பிளக்கில் செருகி ஓட விட்டதும்தான் தெரிந்தது அது வாக்குவம் க்ளீனர் என்று. அதுவரை பத்திரிகையில் படமாகத்தான் நாங்கள் பார்த்திருந்தது அது.

வீட்டில் தூசி, துப்பட்டை, தலைமுடி, துரும்பு, ஒட்டடை என்று கட்டிலுக்கு அடியில், சுவர் மேல், ஜன்னல் ஓரம் பதுங்கி இருந்தாலும் கெல்லிக் கிளப்பிக்கொண்டுவந்து உறிஞ்சி விடும் என்றாள் ருழே. ராட்சசப் பசியோடு, எதிர்ப்படும் மாசை எல்லாம் விழுங்கி உருண்ட ஹூவர் மூலம் அரை மணி நேரத்தில் ஜோசபின் வீடு தூய்மையாச்சு. கவிதையில் நான் படித்தபடி மனசு என்னமோ குப்பையாகவில்லை.

அள்ளிச் செருகிய பட்டுப் பாவாடையும் பிளாஸ்டிக் வாளியுமாக அதிரடியாகக் கயல் எண்ட்ரி கொடுக்க, ஊர் அமர்க்களமெல்லாம் இங்கே குவிந்த சந்தோஷம் அடுத்த வினாடி ஊற்று நீராகப் பீறிட்டது.

'சும்மாத்தானே இருக்கே, பின்னாடி குழாய்லே தண்ணி பிடிச்சு வா' என்று கயல் என்னை விரட்டினாள் முதலில். நாலு பழைய துணியை எடுத்துக் கிழித்து மூங்கில் கோல்களில் சுற்றும் வேலையை அந்த்வானிடம் ஒப்படைத்தாள். ஹாலில் உயரமாகக் கொடி கட்டி துணி உலர்த்த, எடுக்க இருந்த மூங்கில் கழிகள் உதவிக்கு வந்தன.

ஜோசபினுடைய பழைய நைட்டி ஒன்றை எடுத்து வந்து துணி கிழிக்கச் சொல்ல, நான் பக்கெட்டை வைத்துவிட்டு அந்த வேலைக்கு உட்கார்ந்தேன். தனியாக மாட்டிய போது கயல் கிராதகி, 'என்ன பிரியமா நைட்டி கிழிக்கறேடா பையா! தூள் கிளப்பு!' என்று உசுப்பி விட்டாள்.

'வேணாம்னா சொல்லு வச்சுடறேன்' என்று நகர்த்தி வைத்தேன்.

'கோவிச்சுக்காதேடா தங்கம்... சும்மா ஜோக்.'

அவள் அச்சு அசலாக ஜோசபின் குரலில் சொன்னது என் காதில் மட்டும் தான் விழுந்திருக்கும்.

சோப் பவுடரைத் தண்ணீரில் கலந்து கூடவே ஆஸ்பத்திரி ஸ்டோரில் வாங்கிவந்த கிருமி நாசினியும் ஊற்றி வீடு முழுக்கக் கழுவிவிட்டு

முடித்தபோது, டியூட்டி முடிந்து ஜோசபினும் வந்துவிட்டாள்.

‘இங்கே ஸ்வீட் காரம் செய்ய முயற்சி செய்யப்படும்.’

ஜோசபின் அறிவித்தாள்.

உற்பத்தி செஞ்சதை யார் டெஸ்ட் பண்றது என்று நியாயமான கவலையை எழுப்பினாள் கயல்.

‘இவன் எதுக்கு இருக்கான்?’

ஜோசபின் என் பக்கம் துச்சமாகப் பார்த்துக் கையை நீட்ட நான் கலவரமாகப் பார்த்தேன்.

‘ஜோஸி இரு க்ளீனிங்க் முடிச்சுடறேன். சேர்ந்து பலகாரம் செய்யலாம்’

கயல் பாந்தமாக ஜோசபினை நிறுத்தி வைக்க ருழே கடகடவென்று தரையைத் துடைத்து விளங்க வைத்து விட்டாள்.

‘அரிசி மாவு இருக்கா ஜோஸி?’ கயல் கேட்டாள். நாலைந்து டப்பாக்களில் திறந்து பார்த்து விட்டு வெள்ளையாக ஏதோ ஒரு மாவை எடுத்து வந்து கொடுத்தாள் ஜோசபின். அதை வாங்கிக் கெட்டியாகக் கரைத்த கயல் அடுத்துச் செய்தது வித்தியாசமான காரியம்.

வீட்டு வாசலில் தொடங்கி கூடம் வரை மாக்கோலமாக ஒற்றைப் பாதத்தை வரைந்தாள் கயல்.

‘என்னது ஜோசபினை முறுக்கு சீடை போட வச்சு கிருஷ்ண ஜெயந்தி கொண்டாட வச்சுடுவே போலே இருக்கே?’ என்று கேட்டேன் அவளை.

‘எல்லாம் ஒண்ணு தான் இது கிறிஸ்து ஜெயந்தி.’

அவள் கூடத்தில் பாதி தூரம்வரை வருவதாகக் கால் இட்டபோது, அந்த்வானும் ப்ரான்ஸுவாவும் கிறிஸ்துமஸ் மரத்தோடு வந்து சேர்ந்தார்கள். அந்த மரத்தை கூடத்தில் நிறுத்தி பசும்புல் ஒட்டி மேலே கலர் பல்ப் இணைத்த சீரியல் செட் போட்டு அலங்காரம் செய்தான் அந்த்வான். ருழே மரத்தடியில் வைக்க குழந்தை ஏசு, ஜோசப், மரியன்னை, ஆட்டுக்குட்டி, நாய்க்குட்டி என்று குட்டி குட்டியாக எடுத்து வைத்த பொம்மைகளை எங்கேயோ பார்த்த நினைவு.

‘நான் தான் நளினிகாந்த் மோஷாய் கிட்டே சொல்லி வச்சு வாங்கி வரச் செஞ்சேன்’ என்றாள் கயல்.

‘இதெல்லாம் வாங்க காசு எப்படி கிடைச்சது?’ சமையலறையில் அவளை மடக்கிக் கேட்டேன்.

‘ருழே கொடுத்தாள்’ என்றாள். ஒரு வினாடி இடைவெளி விட்டாள். ‘கேட்க நீ யாரு’ என்று சிவகாசி வாணமாகச் சீறினாள்.

‘சீக்கிரம் தெரியும் பாருடி’ என்றேன்.

‘அடி புடின்னா, நேரே கிச்சன்லே போய், இருக்கறதிலேயே மொண்ணையா கத்தி எடுத்து வந்து இழுத்து வச்சு...’

வேணாம். செய்யக் கூடியவள்தான். நான் விலகி ஓடினேன்.

‘ஆரம்பிக்கலாமா, கயல்?’

கிச்சன் தரையில் உட்கார்ந்துகொண்டு முன்னால் பரத்திய தினசரி பேப்பரில் தாம்பாளம் வைத்தபடி ஜோசபின் இருந்த கோலம் அம்மாவை நினைவூட்டியது. தீபாவளிக்கு உக்காரையும் தேங்குழலும் செய்ய அவள் போய்ச் சேர முந்திய வருஷம் வரை அம்மா செயலாகத் தான் இருந்தாள். அவளோடு என் தீபாவளியும் போயானது. இப்போது கிறிஸ்துமஸ் நானாவது கூட வரலாமா என்று வாசலில் நிற்கிறது.

‘உக்காருடா முறுக்கு சுட வருமா?’ தண்ணீரும் எண்ணெயும், மிளகுப் பொடியும், உப்பும் இட்டுப் பிசைந்த மாவு தலையில் தீற்றியிருக்க ஜோசபின் கேட்டாள். அந்தக் கோலத்திலும் அவள் அழகுதான்.

‘இதுலே பிழிஞ்சா அதுக்குப் பெயர் முறுக்கு இல்லே. தேன் குழல்’ என்றேன் அவள் கையில் இருந்த குழல் செப்பைப் பார்த்துக்கொண்டு.

‘முறுக்குன்னா உலகம் பூரா இதான், தெரியுதா. சும்மா பந்தாவுக்கு அய்யர் வீட்டுலே ஆயிரம் பேரு வைப்பாங்க.’ கயல் சொன்னாள்.

‘வாடி வா, நீ அங்கே தானே வரப் போறே.’ அவளை ஏற இறங்கப் பார்த்து விட்டு கலந்து வைத்த மாவின் பதம் பார்த்தேன். சரி தான்.

சின்ன உருண்டையாக உருட்டிய மாவை எடுத்து உள்ளங்கையில் அடக்கி, கீழே விரித்த வெள்ளைத் துணியில் கையை முறுக்கிப் பிடித்து நல்ல வட்டமாகவும், மூன்று சுற்று வருவதாகவும் பிழிந்து காய வைத்த எண்ணெயில் பொரித்தெடுத்தேன். பொன்னிறமாக வந்ததும் ஜாரிணிக் கரண்டி கொண்டு எடுத்து தட்டில் நடுவிலே இட்டேன்.

‘இதான் முறுக்கு.’

ஜோசபினும் கயலும் ஒரு சேரக் கைதட்ட ருழே தன் கேமிராவில் என்னையும் நான் பொரித்த முறுக்கையும் பதிவு செய்துகொண்டாள்.

'கயல், நீ கொடுத்து வச்சவ. பலகார சரக்கு மாஸ்டர் கைவசம். ஆம்பூர் பிரியாணியும் சொல்லிக் கொடுத்திடு இனிமே' என்றாள் ஜோசபின்.

'இவனா, பெருங்காய டப்பா. ஓடிடுவான்' கயல் துச்சமாகப் பார்த்தாள். சொல்லு சொல்லு. நீ சொல்லாம வேறே யார் சொல்லப் போறாங்க?

'என்ன ஸ்வீட் செய்யப் போறே ஜோஸ்ஸி?' கயல் கேட்டாள். ஜாங்கிரி, பாதுஷா, ஜாமுன் என்று தொடங்கி முடித்தது மைசூர்பாக்கில்

'சமைத்துப் பார்' புத்தகத்தை கயல் திரும்பத் திரும்பப் படிக்க, முக்கால் மணி நேரம் மைசூர்பாக் என்று ரெண்டு பெண்ணரசிகளும் கிண்டிக் கிளறி முடித்துப் பரத்திய பலகாரம், வீட்டுக்கு வரும் வேண்டாத விருந்தாளிகளுக்குக் கூடக் கொடுக்க முடியாதது.

விலகச் சொல்லிவிட்டு நெய்யும், சர்க்கரைப் பாகும் அவசரமாகச் சேர்த்து அவர்கள் செய்து இறக்கிய கலவையைப் போட்டுப் புரட்டினேன். ஜோசபினை விரட்டி அவள் அந்துவானை விரட்டி முந்திரிப் பருப்பும், பேரிச்சம்பழமும் உலர்ந்த திராட்சையும் வாங்கிக் கொண்டு ஓடி வர, நான் எல்லாம் கலந்து கிண்டி இறக்கிப் பாளம் பாளமாகக் கீறி லாகவமாகத் தட்டில் வைத்து நீட்டினேன்.

பிரமிப்பு நீங்காத பெண்கள் கேட்ட ஒரே கேள்வி, 'இந்த ஸ்வீட்டின் பெயர் என்ன?'

'சோனார் பங்க்ளா' என்றேன் பங்களா தேசையும் இந்திரா காந்தியையும் நினைவில் வைத்தபடி. ருழே கேமிராவுக்கு மறுபடியும் வேலை.

'நர்ஸம்மா', வாசலில் யாரோ கூப்பிட்டுக் கதவைத் தட்டிய சத்தம்.

இந்தப் பையன்களை வியட்னாம் பேலேஸ் துணிக்கடையில் பார்த்திருக்கிறேன். அவர்கள் வெள்ளைத் துணியில் கட்டிய மூட்டையைத் தந்துவிட்டுப்போக, ஜோசபின் அவசரமாக உள்ளே எடுத்து வைத்தாள். .

ஜோசபினும் கயலும் ருழேயும் அன்போடு தந்து உபசரித்த ஸ்வீட்டும் காரமும் நன்றி பலவும் விழுங்கி அவர்கள் சேர்ந்து தயாரித்த சுமாரான காப்பியும் ருசித்து முடிந்தது. நானும் கயலும் ஒருவரை ஒருவர் பார்த்துத் தலையசைத்தோம். போகலாமா என்று அர்த்தம் அதற்கு.

‘என்னடா, சீக்ரெட் மீட்டிங்கா’ என்றாள் ஜோசபின்.

‘இல்லெ ஜோஸி, ஒரு முக்கியமான வேலை இருக்கு. இவனைக் கிளப்பாட்டா, முறுக்கு பிழிஞ்சுக்கிட்டிருப்பான் அதான்’ என்றாள் கயல்.

‘போய்ட்டு சீக்கிரம் வந்துடுங்க. இன்னிக்கு கரோல் பாடிட்டு போகறது சீக்கிரமே எட்டு மணிக்கு ஆரம்பிச்சு பத்துக்கு முடிஞ்சுடும். அப்புறம் மிட்நைட் மாஸ்’ என்றாள் ஜோசபின் கடியாரத்தைப் பார்த்தபடி.

‘நீ வாடா, கையைக் கட்டிக்கிட்டு குரங்குத்தனம் பண்ணாம உக்காரணும். ஸ்கூட்டர்லே முன்னே பின்னே உக்காந்து வந்திருக்கியா?’ என்று கேட்டாள் கயல். நேரம்.

நாங்கள் திரும்பி வந்தபோது ருழேயும் ஜோசபினும் எங்களுக்காகக் காத்திருந்தார்கள். சாகர் என்று பெயர் வைத்த புது ரெஸ்டாரண்டில் கொஞ்சம்போல ராத்திரிச் சாப்பாடு முடித்து சான் பால் மாதா கோவிலுக்கு அடுத்து நின்றோம்.

அமேயர் பாதிரியாரோடு பெரிய கூட்டம் வந்தது. லாந்தர் விளக்குகள் வர்ணக் காகிதம் பூண்டு நிறங்களைக் கசிய ஹோலிக்கு வண்ணம் பூசிய மாதிரி எல்லாமும் தெரிந்தது. எல்லோரும் தெரிந்தார்கள். அந்த்வானும், ப்ரான்ஸ்வாவும், லதா தீதியும் கூடக் கூட்டத்தில் இருந்தார்கள். கூட்டத்தின் நடுவே சற்றே குறைவான உற்சாகத்தோடு கிறிஸ்துமஸ் தாத்தாவாக எப்போதும் போல மிஸ்யே விக்தொ பூமோ.

‘என்ன அங்கிள் முகம் வாட்டமா இருக்கீங்க?’

‘இனி நோ சாண்டா க்ளாஸ்’ என்றார் அவர் கொஞ்சம் ஏமாற்றத்தோடு.

‘ஏன், அடுத்த வருஷமும் நீங்கதானே சாண்டா?’

‘இன்ஷா அல்லாஹ்’ என்றார் ஆச்சரியத்தோடு பார்த்தேன்.

‘எங்க வீட்டுலே அவ போய்ச் சேரும் வரைக்கும் இப்படித்தான் சகலமானதுக்கும் சொல்லிட்டு இருப்பா’ என்றார் குரல் கரகரக்க.

‘இன்ஷா அல்லாஹ்ன்னா?’

‘ஆண்டவனுக்கு விருப்பம் இருந்தான்னு அர்த்தம்.’

‘நீங்க அடுத்த வருஷம் மட்டுமில்லே இன்னும் எத்தனையோ வருஷம் சாண்டா க்ளாஸா வருவீங்க. என்ன, மேக்கப் எதுவும் தேவை இருக்காது. ஒரிஜினல் சாண்டாவுக்கே சவால் விடற மாதிரி

வெள்ளைத் தாடி, முகத்திலே அங்கங்கே சுருக்கம் இருந்தாலும் கண்ணு இதேபோல குறும்புத்தனத்தோட சிரிக்கும். யூ காண்ட் பி அதர்வைஸ்.'

அவர் என்னைத் தழுவி நெற்றியில் முத்தமிட்டு ஆசீர் சொன்னார். பக்கத்தில் நின்ற ருழேயையும் அன்போடு கன்னத்தில் முத்தமிட்டார்.

'அங்கிள் பலம் துன்னு வந்தியா?' நமட்டுச் சிரிப்போடு மழலையில் ருழே கேட்க, 'பழசுதான்... ஒரே ஒரு பெக் மால்ட் விஸ்கி' என்றார்.

பாட்டு சத்தம் கேட்டது. அமைதியான இருட்டில் மென்மையும் இனிமையுமாகத் தனித்து ஒலிக்கும் குரல். ஜோசபின் பாடுகிறாள். சிலிர்க்க வைக்கும் 'சைலண்ட் நைட் ஹோலி நைட்' கீதம் அது.

அமைதியான இரவு புனிதமான இரவு

எங்கும் அமைதி எங்கும் வெளிச்சம்

கன்னி மரியம், கையில் குழந்தை

மென்மைத் தளிரெனப் புனிதப் பிஞ்சு

விண்ணக அமைதியில் மெல்லத் துயிலும்

குழந்தை மெல்லத் துயிலும்.

வீடு திரும்பும்வரை அந்தக் குரல் என் கூட வந்தது. ஜோசபினிடம் இருந்து அதைப் பிரித்துத் தனியாக நினைவுகளில் பதுக்கி வைத்தேன். என்றைக்கும் எப்பிறவியிலும் அது என் உயிரில் கலந்திருக்கும்.

ருழே அங்கிருந்தே மெர்ரி கிறிஸ்துமஸ் சொல்லிவிட்டுக் கிளம்பி விட்டாள். நடு ராத்திரி மாஸ் வர முடியுமா தெரியலை என்றாள். உறங்கிட்டு காலையிலே சர்ச் போகிற மூடில் இருந்தாள் அவள். நாங்கள் ஜோசபின் வீட்டுக்குப் புறப்பட்டோம்.

வீட்டுக்குள் நுழைந்ததும் கயல் கேட்டாள் - 'ஜோசபின், இந்த சந்தோஷமான நேரத்துலே என்ன தரப் போறே எங்களுக்கு?'

ஜோசபின் உள்ளே போய் மில்க் சாக்லெட் பெட்டி ஒன்றை எடுத்து வந்து பிரித்தாள். ஷொகொலா எடுத்துக்கொண்டபடி கயல் மறுபடி கேட்டாள் - 'நானும் இவனும் ஒண்ணு தரலாமா?'

'என்ன அது கயல்?'

நான் மெல்ல தோளில் மாட்டி இருந்த பையில் இருந்து ஒரு சிவப்பு ஒயின் போத்தலை எடுத்து வைத்தேன்.

'ஆளுக்குக் கொஞ்சம். ப்ளீஸ்... செலிபரேஷன் டைம்'

நான் ஜோசபினைக் கெஞ்சுதலோடு கேட்டேன்.

'இல்லேடா, எப்போதாவது சோஷல் கேதரிங் அப்படின்னா இத்துணூண்டு எடுத்துக்கற வழக்கம். குடிக்கறது தப்புன்னு சொல்லாத குடும்பம். அதை ஒரு கொண்டாட்டமா ஒரு வாய் சாப்பிடற பழக்கம்...'

நான் அவளையே பார்த்தேன். சட்டென்று அவள் முகம் மலர்ந்தது.

'நாம டௌன் ஹால்லே முதல்லே சந்திச்சது ஞாபகம் இருக்கா?'

தன்னிச்சையாக என் கையைப் பற்றி அணைத்து அன்போடு என் கன்னத்தில் வருடினாள் ஜோசபின். கயல் ஒன்றும் சொல்லவில்லை. புன்னகையோடு பார்த்தபடி இருந்தாள்.

'என் கோப்பையில் இருந்து நீ அன்னிக்கு ஒயின் குடிச்சே. இன்னிக்கு அந்த இன்னொசன்ஸ்... அறியாத்தனத்தை கொண்டாட ஆளுக்கு ஒரு சின்னக் கிண்ணம்... உய்... நான் ரெடி... கயல்?'

உற்சாகமாகச் சொன்னாள் ஜோசபின். அவள் கண்கள் கிறிஸ்துமஸ் மரத்தடி வெளிச்சத்தில் அழகாக மின்னின...

பீரோவைத் திறந்து அழகான சிறு கண்ணாடிக் கிண்ணங்களை எடுத்து வந்தாள் ஜோசபின்.

'சியர்ஸ்.'

எல்லோருக்கும் நல்லது விழைந்து ஒரு வாய் குடித்தோம்.

'நான் வேணா உள்ளே போறேன். நீயும் கயலும் ஒண்ணு செய்யணும்' ஜோசபின் என்னை வேண்டிக் கொள்கிறவளாக நோக்கி நின்றாள்.

'என்ன செய்யணும் ஜோஸ்ஸி?'

'அந்த கிறிஸ்துமஸ் மரத்துக்குக் கீழே நீயும் கயலும் முத்த மிட்டுக்கணும். உங்க காதல் நிலைச்சு நிற்கும். பழைய நம்பிக்கை'

'எதுக்கு' என்றேன். 'வேணாமே' என்றாள் கயலும் சங்கடத்தோடு.

'பரவாயில்லே, கிறிஸ்துமஸுக்காக', ஜோசபின் சொன்னாள். நாங்கள் இன்னும் சங்கடம் விலகாது ஒருவரை ஒருவர் பார்த்தோம். 'எனக்காக' என்றாள் ஜோசபின் இரு கரங்களையும் நீட்டி.

'கயல், வா.'

ஜோசபின் சொன்னபடிக்கு கிறிஸ்துமஸ் மரத்தின் கீழ் கயலோடு இதழ் கலந்தேன். மின்விசிறி நிறுத்திய அறையில் ஓரமாக என்

ஜோசபின் நின்றிருக்கிறாள் என்று ஒரு வினாடி குற்ற போதம். அதைக் கயல் கண்ணிலும் கண்டேன்.

ஜோசபின் முகத்தில் சுடர்விட்ட மகிழ்ச்சியும் கிறிஸ்துமஸுக்கே உரிய, விசுவாசிகளின் முகத்தில் அபரிமிதமாகக் காணக் கிடைக்கும் அழகும் எல்லா குற்ற உணர்வையும் அழுத்தித் துடைக்க, கயலை அணைத்துக் கொண்டேன். மேலே இன்னும் இரண்டு கரங்கள் அடுத்து மெல்லக் கவிந்து இருவரையும் அணைத்தன. ஜோசபின்.

‘ஜோஸ்ஸிம்மா என் ஜோஸ்ஸிம்மா.’

நான் சொன்னதில்லை இது. ஜோசபினைக் கட்டி அணைத்துக் கன்னத்தில் முத்தமிட்டுக் கயல் சொன்னதாக்கும்.

‘வென்னீர் போட்டு வச்சிருக்கேன். போய்க் குளிச்சுட்டு வாடா.’

ஜோசபின் கட்டளையிட்டு ஒரு டர்க்கி டவலையும் தோளில் போட்டாள்.

‘எதுக்கு ஜோஸ்ஸி நடு ராத்திரிக்குக் குளிக்கச் சொல்றே?’

‘மிட்நைட் மாஸ் போகணும். குளிக்கணும்னு இல்லேதான். கோவிலுக்குப் போறபோது குளிச்சுட்டுப் போகறதுலேதானே உனக்கு இஷ்டம்? ரெட்டைத் தெருவிலே மார்கழி கொண்டாட்டம் பத்தி எவ்வளவு சொல்லியிருக்கே’ ஜோசபின் என் பள்ளிப் பருவத்தை நினைவு படுத்தினாள்.

‘அதுக்காக நடு ராத்திரிக்கா?’

‘போடான்னா போகணும்.’ கயல் ஹெட்மாஸ்டராக பின்னாலேயே வந்து விரட்டினாள்.

அது ஏன் நான் மட்டும் குளிக்கணும் என்று முரண்டு பிடிக்க கயல் டர்க்கி டவலோடு கிளம்பி விட்டாள்.

தலையில் அழகாக வேடு கட்டி வந்த கயல் ஹாய் என்றாள். இன்னொரு தடவை கிறிஸ்துமஸ் மரத்துக்குக் கீழே நின்றிருக்கலாம்.

‘துணியை எல்லாம் நான் துவைச்சுக்கறேன். கழட்டிட்டு போய்க் குளி... உள்ளே ஏதாவது போட்டிருந்தா அதையும் சேர்த்துத்தான்.’

‘போடலே’ என்றேன். ‘டர்ட்டி பெல்லோ இப்போ எடுக்கறியா இல்லே.’

வேகமாக நகர்ந்தேன்.

‘இந்தா வேறே டவல் எடுத்து வேஸ்ட் பண்ண வேண்டாம். பெரிய டவலா இருக்கு. இதையே வச்சுக்க...’

கயல் உடுத்திக் கொடுத்த ஈர டவலை ஆர்வத்தோடு வாங்கினேன். மனம் எல்லாம் கயல் நிறைந்திருக்க அதை உடுத்து குளியல் அறைக்குள் புகுந்தேன்.

கயல் உபயோகித்த அறை. சந்தன சோப்பும், வென்னீர் குளிர்ந்த காற்றில் பரத்திய நீராவியும், கயல் வாசனையுமாக கமகம என்று இருந்த இடத்தில் சந்தோஷமாகக் குளித்துவிட்டு வந்தேன்.

கயல் ஜோசபின் கொடுத்த நைட்டியில் இருந்தாள். இரவல் துணி என்றாலும் அழகானதுதான். ஜோசபினுடைய ரசனையும் கயலின் அழகும் மிளிரும் உடுப்பு அது.

‘எனக்கும் ஒரு நைட்டி கொடு’ என்றேன் ஜோசபினிடம். ‘ஆமா, கூடவே ப்ளவுஸூம் கொடு’ என்றாள் கயல்.

‘இரேண்டா, முக்கால் காலுக்கு டர்க்கி டவல்தானே கட்டி இருக்கே.’ ஜோசபின் என்னை அடக்கி விட்டு நடந்தாள்.

ஜோசபினும் குளித்து இறகுகளைப் பொருத்திக்கொள்ளாத இனிய தேவதையாக எங்கும் வனப்பையும் மகிழ்ச்சியையும் கிறிஸ்துமஸையும் தூவிக்கொண்டு வந்தாள்.

ஜோசபின் பெட்ரூமுக்கு நடக்க, கயல் அவளைக் கொஞ்சம் இருக்கச் சொன்னாள். ‘இரு வந்துடறேன்’ என்று அவசரம் காட்டினாள் ஜோசபின்.

அவள் தலை மறைந்ததும் கயல் என்னைக் கண்காட்டி அழைக்க தாவிப் போய் அணைத்தேன்.

‘கொரங்கே. இதுக்கா கூப்பிட்டேன். காதுலே சோப்பு. ஒழுங்கா குளிக்கத் தெரியாது உனக்கு?’

நான் பரிதாபமாகப் பார்க்க, ‘டேய் உன்னைத் தெரியும்...போய் எடுத்து வா’ என்று விரட்டினாள். நான் சமையல் அறைக்கு ஓடினேன்.

ஜோசபின் என்னையும் கயலையும் அருகில் கூப்பிட்டாள்.

’இந்த கிறிஸ்துமஸூக்கு நான் எடுத்துக் கொடுக்கற துணி இது. இதைக் கட்டிக்கிட்டுதான் நீங்க ரெண்டு பேரும் என்னோடு சர்ச் வரணும்.’

அழகான கைத்தறிப் புடவை. கைத்தறி வேட்டி, சட்டை. மகிழ்ச்சியோடு வாங்கிக்கொண்டோம். ‘மத்ததும் இருக்கு’ என்றாள் ஜோசபின் தணிந்த குரலில். என்ன மற்றது? ‘அசடே கம்முனு இரு.’ கயல் திட்டினாள்.

ஜோசபின் 'நானும் டிரஸ் பண்ணிட்டு வரேன்' என்று போனாள்.

'கச்சிதமான ப்ளவுஸ்' என்றாள் கயல். 'ஆமா' என்றேன். 'எதுக்கு பார்த்தே? உன்னை யாரு கேட்டது' என்று சிடுசிடுத்தாள் அவள்.

ஜோசபின் முன்கூட்டியே திட்டம் போட்டு வாங்கி, தைத்து வைத்திருந்த நேர்த்தியைக் கயல் பாராட்டி மகிழ நான் ஜாக்கிரதை யாக பொதுவாகப் பார்த்தபடி ஆமா சொன்னேன். என்னத்தைப் பொதுவாக?

'ஜோஸ்ஸி சேப்டி பின் கொடு. இவன் மோசம்' கயல் முறையிட்டாள்.

'ஜோஸி நில்லு. இது நாங்க உனக்காக எடுத்த கிறிஸ்துமஸ் புதுத் துணி.'

கயல் என்னைக் கண் காட்ட, நானும் அவளும் கிறிஸ்துமஸ் மரத்துக்கு அருகே சேர்ந்து நின்று துணிப் பையை நீட்டினோம்...

முகம் மலர்ந்து வாங்கிக்கொண்டாள் ஜோசபின். அவள் கண் நிறைந்தது.

'இந்த அஞ்சு வருஷத்திலே இப்போதான் எனக்கு வேண்டியவங்க எனக்கு துணி எடுத்துக் கொடுத்தது' குரல் இடறச் சொன்னாள் அவள்.

நானும் கயலும் ஜோசபினுக்காக செலக்ட் செய்து வாங்கி வந்த ஒற்றை இழை சரிகை போட்ட கேரளத்து வெள்ளைக் கைத்தறிப் பட்டுப் புடவை அவளுக்கு மிகவும் பிடித்துப் போனது.

வெள்ளைப் புடவையும், கருப்பு ரவிக்கையும், தாழ வாரிவிட்டு நுனி முடிச்சு போட்ட கூந்தலுமாக என் ஸ்வந்தம் அம்பலப்புழைக்கார பால்ய சிநேகிதியாக ரம்மியமாக இருந்தாள் ஜோசபின்.

'யட்சி மாதிரி இருக்கே ராஜாத்தி' என்றேன் அவள் சமையலறைக்குப் போனபோது பின்னாலேயே போய். கயல் படுக்கை அறையில் தலை சீவிக் கொண்டிருந்தாள் அப்போது.

'அடுத்த ஜன்மத்திலே நம்பிக்கை இல்லேடா எனக்கு. கிறிஸ்துவத்துலே அது கிடையாதுதான்... ஆனாலும் தோணுது. அப்படி ஒண்ணு இருந்தா, நீ நானாவும் நான் நீயாவும் ஒரே நேரத்துலே பிறந்து ஒரே ஊர்லே வளர்ந்து ஒரே வாழ்க்கையிலே ஒண்ணு சேரணும்.'

'ஜோஸ்ஸி ம ஷெரி...' நான் கரைந்து போனேன் அந்த அன்பில்.

அவளுடைய தலையில் முத்தமிட்டு, போதாது என்று பட சிவந்த உதடுகளில் இன்னும் அழுந்த முத்தமிட்டு விலகி வெளியே நடந்தேன். சந்தோஷமும் துக்கமுமாக மாறி மாறி மனதில் கெக்கலி கொட்டிக் கொண்டிருந்தன.

‘புறப்படலாமா? இப்போ போனா மாஸ் ஆரம்பிக்க முந்தி போய்ச் சேர்ந்துடலாம்... உட்கார நல்ல இடமா கிடைக்கும்.’

ஜோசபின் அவசரப்படுத்த வெளியே வந்தோம். அவள் திரும்ப உள்ளே ஓடினாள். சிறிய குடைகளை எடுத்துக்கொண்டு திரும்ப வந்தாள்.

‘மழை இல்லையே ஜோஸ்ஸி.’

‘இல்லேதான். ஆனா, கிறிஸ்துமஸ் மாஸ் போகிறபோது குடையை எடுத்துப் போகாட்ட எதுவோ விட்டுப் போன மாதிரி இருக்கு எனக்கு.’

நாங்கள் ஆர்வத்தோடு குடைகளை வாங்கிக்கொண்டோம். கயல் டியர் குடை சூடு என்றேன். ஜோசபின் என்ன என்று கேட்க, கயல் சொன்னாள் - இவனும் இவன் மலையாளமும். அறு வஷால்.

‘அப்படீனா?’ ஜோசபின் சுவாரசியத்தோடு கேட்டாள்

‘யாருக்கு தெரியும்? இவனைத்தான் கேக்கணும். ப்ராந்தன்.’

‘து யெ ஃபூ’ ரெண்டு பேரையும் கைகாட்டி நானும் அவர்களோடு சேர்ந்து சிரித்தேன். சிரிக்கவும் களிக்கவும் கூடி இருந்து மகிழவும்தான் கிறிஸ்துமஸ். கடவுளும் அப்போதெல்லாம் நினைக்கப்படுவார்.

வீட்டுக் கதவைப் பூட்டிக் கொண்டிருந்தபோது ஒரு சைக்கிள் வேகமாக வந்து நின்றது.

‘நர்ஸம்மா நர்ஸம்மா.’

காபி ஹவுஸ் கனகராயன்.

‘என்ன அண்ணே?’ என்று விசாரித்தேன். மெர்ரி கிறிஸ்துமஸ் சொன்னேன். அவர் அவசரத்தில் இருந்ததால் கவனிக்கவில்லை என்பதில் கொஞ்சம் வருத்தம் கூட எனக்கு ஏற்பட்டது.

‘நர்ஸம்மா நம்ம சவரிராயன் மகளுக்கு பிரசவ வலி எடுத்துடுச்சு. ஆஸ்பத்திரிக்கு கூட்டிப் போகலாம்னா, ஒரு வண்டியும் கிடைக்கலே. என்னேரமும் பிரசவமாயிடும்கிறா என் வீட்டுக்காரி. நாங்க பக்கத்து பக்கத்து வீடுதான். என்ன பண்றதுன்னே தெரியலே. புண்ணியமாப் போறது... கிறிஸ்துமஸ் நேரத்திலே நீங்க கொண்டாட விடாம நான்.’

அவரை முடிக்க விடாமல் கை காட்டி நிறுத்தினாள் ஜோசபின். உள்ளே போய் ஒரு லெதர் பையோடு வந்தாள். சரியாக மூடாத பையின் ஸிப்பை அவள் சரியாக்கும்போது பார்த்தேன். அத்தியாவசியமான மருந்து, பஞ்சு, கத்தரி, மாத்திரை மருந்து, ஸ்டெதாஸ்கோப் என்று நிறைத்திருந்தது. ‘இதைப் பிடி’ என்று பையை என்னிடம் கொடுத்தாள்.

‘கயல், நீ என்னை உன் ஸ்கூட்டர்லே ராயன் அண்ணன் வீட்டுலே விடு. நான் வழி சொல்றேன்...நீ பின்னாலே வாடா.’

என் கையில் இருந்து பையைத் திரும்ப வாங்கிக்கொள்ள, இருட்டில் கயல் கம்பீரமாக ஸ்கூட்டர் ஓட்டிப் போனாள்.

நான் அவர்கள் போய்ச் சேர்ந்த இருபது அல்லது முப்பது நிமிடம் கழித்துத்தான் அங்கே போனேன். கயல் வேகத்துக்கு ஈடு கொடுக்க முடியவில்லை. இருட்டில் தெரு தெரியாத குழப்பம் வேறு.

சவரிராயன் வீட்டு வாசலில் கிறிஸ்துமஸ் நட்சத்திரம் முணுக் முணுக்கென்று ஒளிர கீழே ஒரே ஆரவாரம். தெருவே கூடி இருந்தது. அந்துவான் முன்னால் நின்றான். அடுத்த தெருதான் அவன். அமேயர் பாதிரியார் குரலில் தெளிவாக, தடங்கலின்றி அவன் சொன்னான் -

‘நேடிவிடி டிராமா அரங்கேறியாச்சு. ரட்சகர் ஏசு பெண் குழந்தையாக சுப ஜனனம்.’ எல்லோரும் கை தட்டினார்கள். பட்டாசு வெடித்தார்கள்.

ஜோசபினும் பின்னாலேயே அவளுடைய உதவியாளராகச் செயல் பட்ட கயலும் வீட்டுக்குள் இருந்து வர, தெருப் பெண்கள் அவர்களைச் சூழ்ந்து நின்று மகராசி நல்லா இருங்க என்று மனம் குளிர வாழ்த்தினது இதமாக இருந்தது.

‘ஆஸ்பத்திரி வேனும் வந்தாச்சு’ என்றாள் ஜோசபின். உள்ளே விரைந்த டாக்டரிடம் புன்சிரிப்போடு கை உயர்த்தி வெற்றி எனக் காட்டினாள் கயல். அவருக்கு எல்லோரும் மெர்ரி கிறிஸ்துமஸ் சொன்னோம்.

நாங்கள் சான் பால் மாதாகோவிலுக்குப் போனபோது கிறிஸ்துமஸ் நள்ளிரவுப் பிரார்த்தனை நடந்துகொண்டிருந்தது. எல்லா மணிகளும் கிறிஸ்து பிறந்ததைச் சொல்லி ஒருசேர முழங்கிக்கொண்டிருந்தன.

‘வாங்க, உள்ளே போகலாம். வேகமா வாடா. நீங்க வர்ற வேகத்துக்கு அடுத்த கிறிஸ்துமஸ் பிரார்த்தனைக்குத்தான் வந்து சேருவீங்க. கமான்!’

ஜோசபின் மேல் படிக்கட்டில் நின்று பின்னால் திரும்பிக் கூப்பிட்டாள்.

‘வந்தாச்சு ஜோசபின் லூர்து லெபொ என் ப்ரிய ஜோஸ்ஸி குட்டியம்மா...’

கயலோடு கை கோர்த்தபடி நான் சான் பால் தேவாலயப் படிகளில் வேகமாக ஏறினேன்.

பின் கதைச் சுருக்கம்

ஆக, நாற்பது வருஷப் பழைய கதையை நினைவில் இருந்து எடுத்து விளம்பியாயிற்று. தூசி தட்டி எடுத்தேனா என்றால் இல்லை என்று தான் பதில் சொல்ல வேண்டும். பழசாக இருந்தாலும் நினைவின் முன்னறையில் பொக்கிஷமாக போற்றிப் பாதுகாப்பது ஆயிற்றே.

அப்புறம் என்ன ஆச்சு?

அடுத்த கிறிஸ்துமஸுக்கு நான் அங்கே இல்லை. ஜோசபினும்கூட. அவளுக்கு ஒரு பதவி உயர்வைக் கொடுத்து தலைமை நர்ஸ் ஆக்கி காரைக்காலுக்கு டிரான்ஸ்பர் செய்திருந்தார்கள்.

நானும் இயற்பியல் பட்ட மேற்படிப்பு எங்கள் கல்லூரியில் எதிர்பார்த்தபடி வராத காரணத்தால் படிப்பைத் தொடர மனசே இல்லாமல் திருச்சி போனேன்.

அது மட்டுமில்லை, நான் ஊரை விட்டுப் போக வேண்டிய கட்டாயமும் இருந்தது. அப்பா சென்னைக்கு டெபுடி ஜெனரல் மேனேஜராகப் பதவி உயர்வும் இட மாற்றமும் பெற்றதால் தியூப்ளே தெரு வீட்டை மனமில்லாமல் காலி செய்துவிட்டுப் புறப்பட வேண்டிப் போனது.

விக்தொ என்னைப் பிரியும்போது விக்கி விக்கி அழுதார். அவர்கள் வீட்டிலேயே தங்கி, காலேஜில் எம்.ஏ. எகனாமிக்ஸ் படிக்க ஆலோசனை கொடுத்தார் அவர். அதை வைத்து ஒரு வேலையும்

தேட முடியாது, நீ பிசிக்ஸே போ என்று எனக்கு விளக்கி அனுப்பினார் வல்லூரி சார்.

வல்லூரி சார் விஜயவாடாவில் ஓய்வு பெற்ற பேராசிரியராக இருந்து இன்னும் இங்கிலீஷ் பத்திரிகைகளுக்கு அரசியல், சுகாதாரம், ஷேக்ஸ்பியர் பற்றிக் கடுமையான இங்க்லீஷில் லெட்டர்ஸ் டு தி எடிட்டர் எழுதிக்கொண்டிருக்கிறார்.

விக்தொ அங்கிள், சான் பால் மாதாகோவில் வளாகத்தில் அந்திம உறக்கத்தில் இருக்கிறார். போனமுறை ஊர் போனபோது நானும் கயலும் அவருடைய கல்லறையில் பூங்கொத்து வைத்து அவருக்கு நித்திய இளைப்பாறுதலைத் தரப் பிரார்த்தித்து விட்டு வந்தோம்.

கயல் டிகிரி முடித்து தேன்மொழி அக்கா தூண்டுதலோடு பிரான்ஸில் பிரெஞ்சு இலக்கியத்தில் மேற்படிப்பு படிக்கப் போனாள். அவளும் என்னைப் பிரிய மனசே இல்லாமல்தான் விமானம் ஏறினாள்.

பிரான்ஸில் இருக்கும்போது தேன்மொழி அக்காவின் வீட்டுக்காரர் தன் மலையாளி நண்பருக்குக் கயலைக் கட்டிக் கொடுப்பதில் ஆர்வம் காட்டுவதாக அவள் எனக்கு எழுதியிருந்தாள்.

கயல் திரும்பி வந்தபோதுதான் நான் எம்.எஸ்ஸி. முடித்து வேலைக்கான முதல் இண்டர்வியூ போயிருந்தேன். படித்ததற்கும் எலக்ட்ரானிக்ஸ் கம்பெனியில் முதல் நிலை அதிகாரியாகச் சேர்வதற்கான தகுதி என்ற எதிர்பார்ப்புக்கும் இருந்த வித்தியாசம் புரிய மலைப்பாக இருந்தது. நல்ல வேளை, வேலை கிடைத்தது.

கயல் என் அப்பாவிடமும், நான் பார்வேந்தனாரிடமும் மதிமுகத்தம்மாளிடமும், நாங்கள் இருவரும் வாழ்க்கையில் இணைய விரும்புவதை முறைப்படி சொன்னோம். மூத்தவர் சம்மதித்தனர்.

கல்யாணத்துக்கும் விருந்துக்கும் முதலில் நின்று கலகலப்பாகப் பங்கெடுத்துக் கொண்டவள் ஜோசபின். கல்யாணத்தில் அவளைக் கயல் 'இடைவிடா சகாய மாதா' பாடச் சொல்லிக் கேட்டுக் கொண்டாள். ஜோசபின் இனிமையாகப் பாடினாள் -

'மாணிக்க வீணை ஏந்தும்
மாதேவி கலைவாணி
தேந்தமிழ் சொல்லெடுத்துப்
பாடுகின்றேன் அம்மா பாடுகிறேன்'

லெச்சு, அந்துவான், ப்ரான்ஸ்வா, வைத்தே, சிற்சபேசன் என்று ஒரு சகா விடாமல் கேரளத்தில் திருமாந்தாங்குன்னு பகவதி

மகாக்ஷேத்ரத்தில் நடந்த என் கல்யாணத்துக்கு வந்திருந்தார்கள். லதா தீதியோடு வல்லூரி சாரும் வந்திருந்தார். திருமாந்தாங்குன்னு பக்கத்து அங்காடிப்புரம் ஸ்டேஷனில் ரயிலைவிட்டு இறங்கும்போது படி வழுக்கி முழங்காலில் பேண்டேஜோடு கலந்துகொண்டார் அவர். தீதி அவ்வப்போது கயலுக்கு எழுதும் கடிதங்களில் வல்லூரி சாருக்கு சமீபத்தில் ஏற்பட்ட விபத்து என்று ரெண்டு வரியாவது இருப்பது வாடிக்கை. மற்றபடி அவர் கிழங்கு போல் ஒரு நோயும் அண்டாமல் திடகாத்திரமாக எழுபது சில்லறை வயதில் இருக்கிறார்.

கல்யாணம் முடிந்த கையோடு எர்ணாகுளத்தில் உத்தியோகம் ஆனது. அப்பா ரிடையர் ஆன நேரம். ஆனால் அவர் எர்ணாகுளம் வரச் சம்மதிக்கவில்லை. ரெட்டைத் தெரு இருந்த ஊர் அவருக்கும் பிள்ளைப் பிராய ஊர் ஆனதால் அங்கே சிறிய வீடு ஒன்றை வாங்கி இருந்து வந்தார். ரெட்டைத் தெருவில் மிச்சம் இருந்த என் தோழர்கள் குடும்ப சகிதம் அவருக்கு சகல விதத்திலும் உதவினார்கள்.

'அத்தனையும் என் பிள்ளை தான்.' அப்பா குண்டு ராஜுவின் மகா கனம் வாய்ந்த ரெண்டு வயசு மகனை தம் பிடித்துக்கொண்டு கட்டித் தூக்கியபடி சொல்லும்போது ராஜு போட்டோ எடுத்ததைப் பகிர்ந்து கொண்டான். அப்பா எண்பத்தெட்டு வயதில் போன வருடம் காலமானார். அப்போது அவரோடு நானும் கயலும் இருந்தோம்.

ஜோசபின், எர்ணாகுளத்தில் நாங்கள் இருக்கும்போதும் தில்லிக்கு மாற்றலாகி அங்கே பத்து வருஷம் இருந்தபோதும். அடுத்த பத்தாண்டு மும்பையில் இருந்தபோதும் பிறகு கொல்கத்தாவில் வசித்தபோதும், அவ்வப்போது விடுமுறைக்கு வந்து தங்கி இருந்து போவாள். மகா இனிமையான பொழுதுகள் அவை எல்லாம். நான் போன ஆண்டு பணி ஓய்வு பெற்று கயல் சகிதம் சென்னையில் செட்டில் ஆனேன்.

நாலு வருடம் முன்பு ஜோசபின் பணி ஓய்வு பெற்றாள். அவள் கண்ணுக்குப் பார்வைக் குறைவு என்று நடந்த காடராக்ட் ஆபரேஷனுக்கு கயல் ஊருக்குப்போய் அவளைக் கவனித்துக் கொண்டிருந்து விட்டு வந்தாள். சோடா புட்டி மூக்குக் கண்ணாடியும் வாயில் மேல் வரிசைப் பல் விழுந்து நாலு இம்ப்ளாண்ட் பற்களோடும் ஜோசபின் இருக்கிறாள். அவள் நிறையப் படிக்கிறாள். அதில் மிகுதியும் பைபிள்... அமேயர் பாதிரியார் தொடங்கி வைத்த, காரைக்கால் அருகே உள்ள அனாதை ஆஸ்ரமத்தில் அவள் தொண்டு செய்து வருகிறாள். போன வருடம் அவள் பாடிய பழைய கிறிஸ்துவ கீதங்களை யூடியூபில் ஏற்றினோம். ஆயிரத்து சொச்சம் லைக் வந்திருக்கிறது இதுவரை. குறுவட்டு வெளியிடவும் திட்டம் இருக்கிறது இன்ஷா அல்லாஹ்.

சென்னையில் நானும் கயலும் ஜோசபினோடு அவளுடைய அறுபத்தைந்தாம் பிறந்த தினத்தை சமீபத்தில் கொண்டாடினோம். ஜோசபின் இன்னும் எனக்கு அழகான வெள்ளுடைத் தேவதைதான். கயல் என்னைக் கிண்டல் செய்யும்போது ஜோசபினை உலகப் பேரழகி என்பாள் இன்றைக்கும். கருப்பழகி கண்ணழகி என்பேன் என் கயலை.

கயல் நான் உத்தியோக மாற்றம் பெற்றுப் போன நகரங்களில் எல்லாம் மிக எளிதாக பிரெஞ்சு பேராசிரியையாக கல்லூரி உத்தியோகத்தில் இருந்தாள். நான் ஓய்வு பெற்றபோது அவளும் ஓய்வு பெற்றாள். கௌரவப் பேராசிரியராக இன்னும் போய்வந்துகொண்டிருக்கிறாள். அறுபது வயசுக்கு அவள் காரோட்டும் வேகம் அபாரம்.

கயலுக்கு நானும் எனக்குக் கயலும் குழந்தையாக இத்தனை வருடம் கடநது விட்டது. இனியும் அப்படியே நகரும். மறுபடி நாங்கள் பிறந்தாலும் கூட அப்படித்தான்.

அந்த்வான், ப்ரான்ஸ்வா, வைத்தே, லெச்சு எல்லோரும் பிரான்ஸில் குடியேறி விட்டார்கள். அடிக்கடி உத்தியோக விஷயமாக பிரிட்டன் போகும்போது சானல் டன்னல் பாதாளக் கணவாய் வழி போய் அவர்களை பாரீஸிலும் நைஸிலும் மார்செயில்ஸிலும் சந்தித்து வருவதை ரிடையர் ஆகும்வரை கடைப்பிடித்தேன். இனி அவர்கள் வந்தால்தான் என்று சொல்லிவிட்டு வந்திருக்கிறேன். அந்துவான் அடுத்த மாதம் வருகிறான். பிரான்ஸில் முக்கியமான பத்திரிகையாளன் அவன்.

ருழே சாந்தி ப்ரான்ஸ் நாட்டில் சீனியர் டெலிவிஷன், நாடக நடிகையாகத் தூள் கிளப்பிக்கொண்டிருக்கிறாள். போன மாதம் ஒரு பேப்பர் கட்டிங் அனுப்பி இருந்தாள். என் இளம் பிராய க்ரஷ் என்று என் புகைப்படத்தைப் போட்டிருந்தாள்... சொல்லவே இல்லையே. பிரெஞ்சில் இருந்த அந்த பேப்பர் கட்டிங்கை நூறு தடவை மெல்லப் படித்து மனப்பாடம் ஆக்கினேன். ஆனந்தமான அதிர்ச்சிக்கு வயது ஏது? கயலிடம் மெல்லச் சொல்ல வேணும் இதை. ருழேயும் என் காதலி!

அமேலி. என் வாழ்க்கையில் சூறாவளியாகப் புகுந்து என்னை எனக்கு இனம் காண வைத்த அந்த உலக அழகியை நான் மறக்கவில்லை. அவள் பிரான்ஸில் புகழ் பெற்ற சரித்திர ஆராய்ச்சியாளர் மற்றும் பேராசிரியை. சுவிட்சர்லாந்து பிரஜையும் ஒயின் தயாரிப்பில் பிரபலமான நிறுவனம் நடத்துகிறவருமான ஹென்றி ஆல்ஃபோன்ஸ் மனே என்ற கோடீஸ்வரரைக் கல்யாணம் செய்துகொண்டு சுவிட்சர்லாந்தில் குடியேறினாள். அவள் எனக்கு அவ்வபோது

தமிழில் எழுதிய கடிதங்களில் அபரிமிதமான சிருங்காரம் உட்பட எல்லா ரசங்களும் கலந்து இருக்கும். அமேலி மட்டுமில்லை, அவளுடைய பிரெஞ்சும் ஆங்கிலமும் கடிதங்களும் வெகு அழகு. ஆத்மார்த்தமான, இனிமையான அந்தக் கடிதங்களை நான் கயலுக்குக் காட்டியதில்லை. நான் அமேலிக்கு எழுதிய பதில் கடிதங்களையும்தான்.

சுவிட்சர்லாந்துக்கு முப்பது வருடம் முன் முதல் தடவையாகத் தொழில் நிமித்தமாகப் போனபோது அமேலிக்குத் தொலை பேசினேன். விவாகரத்து ஆகி இருப்பதாகத் தெரிவித்தாள். சந்திக்கலாமா என்று கேட்டேன். வரச் சொன்னாள். பெரிய வீடு. எல்லா வசதியும் உண்டு. சாப்பிட்டு விட்டு உட்கார்ந்து ஊர்க் கதை பேசிக் கொண்டிருந்தபோது பிரெஞ்ச் ஷகொலா சாப்பிடறியா என்று கேட்டாள் அமேலி. அவள் கொடுத்த அழகான பெட்டியில் இருந்து சாக்லெட் எடுத்தபோதுதான் கவனித்தேன். லலி தொலாந்தல் வீதியில் கர்னல் வீட்டில் அமேலி இருக்கும்போது பார்த்த பெட்டிபோல இந்தப் பெட்டிக்கும் இரண்டு அறைகள். அன்றைக்கும் மறுநாளும் அங்கேதான் தங்கினேன்.

வருடா வருடம் ஏதாவது சாக்கு சொல்லி இங்கிலாந்து பயணமும், சுவிட்சர்லாந்தில் நானாக இழுத்துப் போட்டுக்கொள்ளும் கம்பெனி வேலையாக சுவிட்சர்லாந்து பயணங்களும் தொடர்ந்தன. அமேலி அடுத்த மாதம் இந்தியா வருகிறாள். தில்லியில் வரலாற்று மாநாடாம்.

கயலை அமேலி விஷயத்தில் மட்டும் ஏமாற்றி இருப்பதை அவளிடம் சொல்ல வேண்டிய நேரம் நெருங்கிக்கொண்டிருக்கிறது. அவளுக்கு முன்பாக ஜோசபினிடம் இதைச் சொல்வேன். மன்னிக்க மாட்டார்கள். நிச்சயம் மன்னிக்க மாட்டார்கள். ஆனாலும் கை விடவும் மாட்டார்கள்.

முதுமை ஆதரவு தேடுவது. அன்பு தேடி ஏங்கி நிற்பது. அனைத்துப் பழைய குற்றங்களும் பாவங்களும் மன்னிக்கப்படும். நினைவுகளின் ஊர்வலம் பரிசுத்தமான நினைவுகளோடு மட்டும் தொடங்குகிறது.

அரசூர்
வம்சம்
இரா. முருகன்

விஸ்வரூபம்
இரா. முருகன்

இரா.முருகன்
அச்சுதம்
கேசவம்

www.ingramcontent.com/pod-product-compliance
Ingram Content Group UK Ltd.
Pitfield, Milton Keynes, MK11 3LW, UK
UKHW042139021026
15589UKWH00003B/929

9 789384 149772

IMMOBILIEN KAUFLEUTE 3

Lernfelder 10–13

Autoren

Michaela Hellerforth · Manuela Lengwinat · Mira Strittmatter · Dr. Dirk Wenzel
Manfred Wünsche

unter Mitarbeit der Verlagsredaktion

Cornelsen

IMMOBILIEN **KAUFLEUTE** 3

Dieses Buch wurde erstellt unter Verwendung von Materialien von:
Sylke Behrends, Hans-Peter von der Bergen, Roland Budde, Benjamin Döhler, Kai Franke, Christian Fritz, Kerstin Gräser, Sandra Hamella, Ariane Hoffmann, Hans-Peter Hrdina, Ludger Katt, Antje Kost, Christian Manger, Steffen Minter, Ute Morgenstern, Klaus Otte, Franziska Paolantonio, Michael Piek, Roswitha Pütz, Josef Schnettler, Mascha Schwerdt-Schneller, Claudia Simons-Kövér

Wir bedanken uns bei Herrn William Münckwitz für seine inhaltliche Unterstützung in Lernfeld 10.

Verlagsredaktion: Sascha Heinrich, Rebecca Syme
Bildredaktion: Gertha Maly, Christina Scheurer
Covergestaltung: Ungermeyer
Innenlayout: sofarobotnik GbR, Augsburg und München
Technische Umsetzung: PER Medien & Marketing GmbH, Braunschweig
Titelfoto: Shutterstock.com/wavebreakmedia

www.cornelsen.de

1. Auflage, 1. Druck 2024

Alle Drucke dieser Auflage können im Unterricht nebeneinander verwendet werden.

Druck und Bindung: Livonia Print, Riga

ISBN: 978-3-06-452263-3 (Schulbuch)
ISBN: 978-3-06-452266-4 (E-Book)

PEFC
PEFC/12-31-006

PEFC zertifiziert
Dieses Produkt stammt aus nachhaltig bewirtschafteten Wäldern und kontrollierten Quellen.

www.pefc.de